“एक अत्यंत वेगळे आणि रोखठोक, कसलाही मुलाहिजा न ठेवणारे चरित्र.”

रॉयटर

“पत्रकारितेच्या क्षेत्रातील एक आश्चर्य.”

– ॲलन डॉड्स फ्रँक, द डेली बीस्ट

मानसशास्त्रीय, उत्कंठावर्धक चरित्र. प्रत्येक पानातून मार्क डेव्हिड रिच यांच्या तेल व्यवसायाची काळी बाजू अधिक गडद होते. वाचलेच पाहिजे असे पुस्तक

– ए क्रेग कॉपटास् ब्ल्यूमबर्ग न्यूज

तेलाशिवाय आजच्या जगाचा विचारही करता येणार नाही. तेलविश्वातील अनेक अपरिचित तसेच परिचित असलेल्या घटनांचाही माहीत नसलेला अर्थ मार्क रिच याचं चरित्र वाचताना लागून जातो. 'द किंग ऑफ ऑइल' या मूळ पुस्तकाचा अनुवाद म्हणजे 'तेलसम्राट' हे पुस्तक.

सकाळ साप्ताहिक, ३१-०१-२०१५

'तेलसम्राट' या पुस्तकात 'मार्क रिच' या एकेकाळच्या तेल सम्राटाचा थक्क करणारा जीवनपट आहे. जगातील प्रचंड आर्थिक उलाढाल ज्याच्या जोरावर चालते किंबहुना व्यवहारही त्यावरच अवलंबून असतात. त्या तेलबाजारावर कोट्यधीश बनून मार्क रिचने अधिराज्य गाजवले त्याची वादग्रस्त कहाणी प्रस्तुत पुस्तकात आहे.

पुस्तकात जागतिक घडामोडी व त्याचा संपूर्ण जगावर होणारा मूलभूत, जीवनविषयक मानवी जीवनावर होणारा परिणाम याचे सूक्ष्म चित्रण आहे.

सामना, २०-०९-२०१५

आपल्या स्नेहीजनांना पुस्तके भेट द्या

तेलसम्राट

मार्क रिच यांच्या आयुष्यातील आजवर अप्रकाशित घटनांचा अंतर्भाव असलेले चरित्र...

लेखक
डॅनिएल अमान

अनुवाद
मोहन गोखले

मेहता पब्लिशिंग हाऊस

Please contact us at **Mehta Publishing House,** Pune 411030.
✆ +91 020-24476924 / 24460313 / Mob. No. 9545000513
Email : production@mehtapublishinghouse.com
Website : www.mehtapublishinghouse.com

- *या पुस्तकातील लेखकाची मते, घटना, वर्णने ही त्या लेखकाची असून त्याच्याशी प्रकाशक सहमत असतीलच असे नाही.*

THE KING OF OIL by DANIEL AMMANN

St.Martin's Press, LLC as Original Publisher of the work
Translated into Marathi Language by Mohan Gokhale

तेलसम्राट / अनुवादित चरित्र

अनुवाद : मोहन गोखले
Email : author@mehtapublishinghouse.com
मराठी अनुवादाचे व प्रकाशनाचे हक्क : मेहता पब्लिशिंग हाऊस, पुणे.

प्रकाशक : सुनील अनिल मेहता, मेहता पब्लिशिंग हाऊस,
१९४१, सदाशिव पेठ, माडीवाले कॉलनी, पुणे - ४११०३०.

मुद्रक : ट्रिनिटी अ‍ॅकॅडमी फॉर कॉर्पोरेट ट्रेनिंग लिमिटेड

मुखपृष्ठ : फाल्गुन ग्राफिक्स

प्रकाशनकाल : जानेवारी, २०१५ / पुनर्मुद्रण : जानेवारी, २०२१

किंमत : ₹ ३९५

P Book ISBN 9788184986280
E Book ISBN 9788184986297
E Books available on : amazonkindle Apple Books Google Play Books

---

इरेनी आणि इमिली यांना...

अनुक्रमणिका

१

निर्विवाद तेलसम्राट

''क्रुडतेल'', ''काळे सोने'' ज्याच्या जोरावर 'रॉकफेलर' आणि 'गेट्टी' यांची प्रचंड आर्थिक आणि औद्योगिक साम्राज्ये उभी राहिली, असे एक जगातील अत्यंत वादग्रस्त खनिज. याच्यामुळेच सद्दाम हुसेनसारख्या हुकूमशहांना दुसऱ्या देशावर हल्ला करण्याचा मोह आवरता आला नाही आणि याच्यामुळेच इराणच्या शाहसारख्यांच्या राजवटी धुळीला मिळाल्या. आजपण जीवनावश्यक अशा तेलाच्या साठ्यांवर मालकी हक्क प्रस्थापित करण्यासाठी कित्येक देश युद्धाच्या तयारीत आहेत. तेलाशिवाय आज आकाशात विमाने उडणार नाहीत की रस्त्यांवर मोटारी धावणार नाहीत. तेलाशिवाय आज हॉस्पिटलमध्ये रोग्यांवर उपचार होणार नाहीत आणि सगळे मॉल्स रिकामे होतील. तेलाशिवाय आजच्या आर्थिक व्यवस्थेचा विचारच करता येणार नाही. तेल हा आज जगातील सर्वात मोठा आणि महत्त्वाचा ''ऊर्जेचा स्त्रोत'' (Source of Energy) आहे. क्रुडतेल आज औद्योगिक जगतातला सर्वात मोठा आणि महत्त्वाचा घटक आहे. आपण आज ''तेल युगात'' राहात आहोत. आजचा मानव हा ''हायड्रोकार्बन मानव'' आहे. तेलाशिवाय आज या ''हायड्रोकार्बन मानवाच्या'' अस्तित्त्वालाच धोका निर्माण झाला आहे.

क्रुडतेलाच्या वायदे व्यवहारात किंवा सौदे व्यवहारात तत्काळ किंमत चुकवण्याच्या (Spot Market) व्यवस्थेची संकल्पना ही विसाव्या शतकातील व्यापारी संकल्पनांमध्ये सर्वात फायदेशीर संकल्पना ठरली आहे. खूप पूर्वी मार्क रिच यांनी बलाढ्य तेल कंपन्यांकडून जेव्हा धंदा खेचून घ्यायला सुरुवात केली तेव्हा तेलाच्या प्रति बॅरलची

किंमत होती २ डॉलर. इ.स. २००८च्या उन्हाळ्यामध्ये त्याच तेलाच्या प्रति बॅरलची किंमत १४० डॉलर्स इतक्या विक्रमी पातळीला पोहोचली होती. मार्क रिच यांची ही खेळी एकाचवेळी क्रांतिकारी आणि फायदेशीरही होती. मार्क रिच यांनी, सन १९७०मध्ये, त्यांच्या काही मोजक्या विश्वासू सहकाऱ्यांच्या मदतीने तेल जगतातील काही बड्यांच्या साम्राज्याला सुरुंग लावायला सुरुवात केली होती. या काही मूठभर बड्या कंपन्यांची तेल जगतावर तोपर्यंत पोलादी पकड होती. अगदी तेल विहिरी, तेल उत्खननापासून ते तेल वाटप आणि पेट्रोल पंपांच्या साखळीपर्यंतच्या सर्व गोष्टींवर त्यांची निर्विवाद पकड होती, वर्चस्व होते. मार्क रिच यांनी प्रथमच एक सर्वस्वी वेगळी आणि स्वयंपूर्ण यंत्रणा उभी करून आणि त्यांच्या स्पर्धेत उतरून त्यांच्या वर्चस्वाला आव्हान दिले होते. त्यांनी क्रुडतेलाच्या उद्योगात प्रथमच "तत्काळ व्यवहाराचा" (Spot Market) प्रयोग केला. या एकाच गोष्टीमुळे अमेरिकेत निर्वासित म्हणून आलेला मार्क रिच नावाचा एक ज्यू मुलगा बघता-बघता जगातल्या सर्वात श्रीमंत व्यक्तींच्या पंक्तीत जाऊन बसला. जीवनावश्यक वस्तूंच्या वायदे बाजारातला जगातील एक प्रमुख खिलाडी झाला. त्यांच्याबरोबर बराच काळ असलेल्या त्यांच्याच एका सहकाऱ्याच्या सांगण्याप्रमाणे मार्क रिच यांच्या डोक्यावर 'तेलसम्राटा'चा मुकुट निर्विवादपणे चढला होता.

मार्क रिच यशाच्या, कर्तृत्वाच्या अत्युच्च शिखरावर असतानाच अशा काही घटना घडल्या की, त्यामुळे रिच यांच्या प्रतिमेला तडे जायला सुरुवात झाली होती. त्या सर्व घटनांमुळे मार्क रिच यांची बदनामी तर झालीच, पण पाठोपाठ त्यांना कंपनी आणि बायकोपण गमवावी लागली. मार्क रिच यांच्या अगदी अद्‌भुत वाटाव्या अशा व्यावसायिक यशोगाथा जरी बऱ्याच होत्या तरी जगाला त्यांची फारशी ओळख नाही. आंतरराष्ट्रीय व्यापाराच्या जागतिकीकरणाची मुहूर्तमेढ त्यांनी खऱ्या अर्थाने रोवली हे जरी कितीही खरे असले तरी आज त्यांचे नाव घेतले तर त्यावरून बहुतेकांना काहीही बोध होणार नाही. स्वकर्तृत्वावर त्यांनी जरी छळ-छावणीतून वाचलेला एक निर्वासित ज्यू मुलगा ते अमेरिकेतील सर्वात श्रीमंत व्यक्तींपैकी एक असा पल्ला गाठला असला तरी त्यांची यशोगाथा एक नमुनेदार किंवा आदर्श यशोगाथा म्हणून ओळखली जात नाही.

मार्क रिच जरी धनाढ्य होते, जरी त्यांच्याकडे अमाप पैसा होता तरी त्यांच्या नावावर लागलेला बदनामीचा शिक्का काही त्यांना पुसता आला नाही. आज मार्क रिच यांची ओळख काय आहे? तर इराणमधील अमेरिकन वकिलातीतील कर्मचाऱ्यांचे ओलीस ठेवले जाण्याचे नाट्य चालू असतानाही त्या देशाशी बेकायदेशीर व्यापारी करार करणारा, कर चुकवेगिरीसाठी १९८३मध्ये अमेरिका सोडावी लागणारा, परागंदा व्हायला लागलेला एक अब्जाधीश अशीच होऊन बसलेली आहे. बिल

क्लिंटन यांचेकडून जानेवारी २००१मध्ये अध्यक्षपदावरून पायउतार होताना अगदी शेवटच्या क्षणी मिळालेल्या वादग्रस्त माफीचे एक उपकृत, अशीच मार्क रिच यांची ओळख होऊन बसली आहे. ''फोर्ब्स'' मासिकाने बिल क्लिंटन यांच्या अध्यक्षपदाच्या शेवटच्या दिवशी केलेल्या या कृतीचे एक अत्यंत ''घृणास्पद कृती'' असे वर्णन केले होते. श्री. डॅन बर्टन, अध्यक्ष, ''हाउस कमिटी ऑन गव्हर्नमेंट रीफॉम्स (House committee on Government Reforms) १९९७-२००२' यांच्या मते ''अमेरिकेच्या प्रत्येक शत्रूशी व्यापार करणारी व्यक्ती'' अशीच मार्क रिच यांची ओळख होती.

आंतरराष्ट्रीय व्यापारात मोठमोठे धोके पत्करणारा, मोठमोठ्या रकमा पणाला लावणारा, मोठे डाव खेळणारा हा माणूस खरोखरच कोण होता? युद्ध, लढाया, क्रांत्या यांसारख्या घटनांकडे एक व्यापाराची संधी म्हणून बघणारा हा माणूस खरोखरच कसा होता? जगातल्या सर्वात ताकदवान देशाच्या गुप्तहेर संघटनेला जवळ-जवळ २० वर्षे गुंगारा देणाऱ्या या माणसाचे खरे रूप कसे होते?

मार्क रिच हे जरी विसाव्या शतकातले वायदे/सट्टे बाजारातले एक अत्यंत महत्त्वाचे आणि तितकेच वादग्रस्त व्यक्तिमत्त्व होते तरी आत्तापर्यंत त्यांच्यावर चरित्रात्मक असे केवळ एकच पुस्तक लिहिले गेले होते आणि ते सुद्धा जवळ-जवळ २५ वर्षांपूर्वी. आणि २५ वर्षे म्हणजे काही लहान कालावधी नाही. त्यामुळे त्या पुस्तकालाही आता कालबाह्यच म्हणावे लागेल. मार्क रिच यांना प्रसिद्धी न मिळण्याचे कारण म्हणजे एखादेवेळी १९८३मध्ये त्यांच्याविरुद्ध दाखल केलेले अनेक फौजदारी गुन्हे आणि तत्संबंधी खटले हेही असू शकेल. त्यामुळेच त्यांना अमेरिका सोडावी लागली आणि ''नको असलेली व्यक्ती'' हा त्यांच्यावर शिक्का बसला. दुसरेही एक कारण असण्याची शक्यता आहे आणि ते म्हणजे मार्क रिच यांचा जीवनावश्यक वस्तूंचा वायदे व्यवसाय. मुळातच मोठ्या प्रमाणावरचे, रकमांचे व्यवहार/करार हे नेहमीच गुप्तपणे केले जातात आणि त्यातून मार्क रिच ज्या जीवनावश्यक वस्तूंचा व्यवहार करत होते, त्या अत्यंत ''संवेदनशील'' अशा प्रकारच्या होत्या. कित्येक वर्षे कोणी त्यांचा फोटोपण पाहिला नव्हता. वृत्तपत्रे, मासिकांनाही त्यांच्यावरच्या लेखांसाठी चित्रकारांनी काढलेली त्यांची रेखाचित्रे वापरावी लागत होती. मार्क रिच अगदी पद्धतशीरपणे वार्ताहरांना टाळायचे. मार्क रिच यांनी शेवटची, बऱ्यापैकी विस्तृत म्हणता येईल अशी मुलाखत देऊनपण वीस-एक वर्षांचा कालावधी उलटून गेला होता. त्यामुळे मार्क रिच यांची खरी ओळख अजूनपर्यंत कोणालाच होऊ शकलेली नाही आणि त्यांच्या आयुष्यातली गुपितेही अजून कोणाला कळलेली नाहीत.

आणि तीन वर्षांपूर्वी मी नेमके तेच करायचे ठरवले. ''प्रिय श्री. रिच...''

डिसेंबर २००६मध्ये मी त्यांना भेटीसाठी विनंती करणारे एक पत्र लिहिले. त्या पत्रात मी लिहिले होते, "मला तुम्हाला जाणून घ्यायला आवडेल, तुमचे विचार, व्यवसायामागची तुमची तत्वे, तुमच्या प्रेरणा इत्यादी इत्यादी." माझ्या पत्रासोबत मी प्रश्नांची मोठी यादीच जोडली होती.

मी माझ्या पत्रातून त्यांना एका गोष्टीची स्पष्ट जाणीव करून दिली होती ती म्हणजे मी कोणतीही आणि कितीही नाजूक गोष्ट अजिबात टाळणार किंवा नजरेआड करणार नाही. मला त्यांना विचारायचे होते की, इराणचे अयातुल्ला खोमेनी, क्युबाचे फिडेल कॅस्ट्रो किंवा वर्णविद्वेषी दक्षिण आफ्रिका अशांसारख्या भ्रष्टाचारी, अतिरेकी, हुकूमशाही व्यक्तींशी/राजवटींशी व्यापार/व्यवसाय करणे योग्य आहे, असे त्यांना का वाटले? मला त्यांना त्यांच्यावरच्या 'कर चोरी'च्या आरोपासंबंधी आणि खटल्यासंबंधी विचारायचे होते. कर चोरीचा आरोप तर रुडॉल्फ गुलियानींसारख्यांनी त्यांच्यावर उघडपणे केला होता. मला त्यांना विचारायचे होते की, त्यांनी अमेरिकेत परत येऊन त्यांच्या विरुद्धच्या आरोपांचे खंडन का केले नाही? खटल्यात स्वत:चा बचाव का केला नाही? मला जाणून घेण्याची उत्सुकता होती की, बिल क्लिंटन यांनी त्यांच्या अध्यक्षपदाच्या अगदी शेवटच्या दिवशी त्यांच्या विशेषाधिकारात त्यांना कोणत्या परिस्थितीत माफी दिली. मला त्यांना विचारायचे होते की त्यांनी त्यांच्या मुलीच्या मृत्यूचे दु:ख, जिच्या आजारपणात तिला बघण्यासाठीही ते अमेरिकेला येऊ शकले नव्हते, कसे पचवले? आणि शेवटी अर्थातच मला त्यांच्या उत्तुंग यशाचे रहस्यही जाणून घ्यायचे होते.

अगदी खरे सांगायचे म्हणजे मी माझ्या पत्राला त्यांनी उत्तर देण्याची अपेक्षाच केली नव्हती. कारण मार्क रिच याआधी कधीच या प्रश्नांची उत्तरे देण्याच्या भानगडीत पडले नव्हते. त्यामुळे जेव्हा त्यांचे भेटीला होकार देणारे पत्र आले तेव्हा मला आश्चर्याचा धक्काच बसला. कदाचित एक वार्ताहर गेली दहा वर्षे त्यांच्यावर लक्ष ठेवून आहे आणि माहिती गोळा करतो आहे याचेच त्यांना विशेष वाटले असावे. मी माझ्या वृत्तपत्रीय आणि मासिकांमधील लिखाणात, विषयांवर नेहमीच तोल सांभाळून योग्य आणि न्याय्य भाष्य कटाक्षाने करत आलो आहे आणि ते मी माझे कर्तव्य समजतो. जेव्हा-जेव्हा मी मार्क रिच यांच्यावर काही लिखाण केले तेव्हा-तेव्हा मी त्यांनापण उत्तर देण्याची, त्यांची बाजू मांडण्याची संधी दिली होती. त्याहीपेक्षा मार्क रिच यांनी, माझ्या पुस्तकातील मजकुरामध्ये ते काही ढवळाढवळ करणार नाहीत, बदल करणार नाहीत असे आश्वासन देणे ही तर आश्चर्याची परमावधी होती. एखाद्या वादग्रस्त मुद्द्यावर 'अंतिम मत' किंवा 'अंतिम निर्णय' माझाच असेल हेही त्यांनी मान्य केले. मला "मार्क रिच यांना मान्य असलेले" त्यांचे चरित्रवजा पुस्तक लिहिण्यात काही स्वारस्य नव्हते, तर सर्वस्वी स्वतंत्र

संशोधन करून काढलेले, आणि वेळप्रसंगी त्यांना पुस्तकात छापून आलेले वाचायला आवडणार नाहीत असेही निष्कर्ष, अशाही गोष्टी लिहिण्याची मुभा मला हवी होती. मार्क रिच यांनी माझ्या सर्व अटी मान्य केल्या, पण त्यांनी त्यांचीही एक अट मला घातली. त्यांना पुस्तक छपाईला जाण्याआधी, हस्तलिखित वाचायला पाहिजे होते कारण तपशिलात काही चूक असेल तर ती सुधारण्याची संधी त्यांना हवी होती. पण यावरही मला जर वाटले की माझीच माहिती बरोबर आहे तर त्यात बदल न करण्याची माझी अटही त्यांनी मान्य केली. पुस्तकाचे हस्तलिखित वाचून झाल्यावर त्यांची प्रतिक्रिया अगदी त्रोटक होती. मला लिहिलेल्या पत्रात "अत्यंत संतुलित" केलेल्या लिखाणाबद्दल त्यांनी माझे आभार मानले होते आणि काहीही बदल सुचवले नव्हते.

मार्क रिच यांच्याबरोबर झालेल्या प्रदीर्घ मुलाखतींमधून मिळालेल्या माहितीचा उपयोग हे पुस्तक लिहिताना मला झाला. मी विचारलेल्या प्रश्नांची मनमोकळेपणाने आणि सविस्तर उत्तरे तर त्यांनी दिलीच पण आणखीही खूप माहिती दिली. कित्येक विषयांवर त्यांनी प्रथमच मतप्रदर्शन केले होते. फक्त जेथे काही कायदेशीर प्रश्न उपस्थित होण्याचा संभव होता असेच प्रश्न त्यांनी टाळले. जगातील अत्यंत अस्थिर आणि अशांत देशांशी व्यापार केल्याचे त्यांनी मोकळेपणाने मान्य केले. इराण, दक्षिण आफ्रिका, अंगोला, क्युबा यांसारख्या देशांशी जीवनावश्यक वस्तू पुरवण्यासंबंधी व्यापारी करार केल्याचे खुलेपणाने मान्य केले. प्रथमच ते त्यांच्यावरील खटल्यासंबंधीपण मोकळेपणाने बोलले. पण त्यांनी काहीही कर चुकवला नाही आणि कोणता कायदाही मोडला नाही, यावर ते ठाम राहिले.

गेल्या ४० वर्षांत मार्क रिच यांच्याबरोबर या ना त्या पदावर आणि अनेक प्रकारचे काम केलेल्या, अमेरिका, आफ्रिका, युरोप आणि एशियामधील डझनावारी तेल आणि जीवनावश्यक वस्तूंच्या वायदे व्यापाऱ्यांशी मी बोललो, आणि त्यांच्या मुलाखती घेतल्या. त्यांनी मला मार्क रिच यांच्या आयुष्यातील महत्त्वाच्या टप्प्यांची, घडामोडींची माहिती दिली. त्यासंबंधी ते मोकळेपणाने बोलले. मार्क रिच यांच्या व्यवसायातील भागीदारांची माहिती सांगितली, त्यांच्या दृष्टीने निर्णायक आणि महत्त्वाच्या अशा ठरलेल्या करारमदारांची माहिती दिली. मला आंतरराष्ट्रीय पातळीवरच्या जीवनावश्यक वस्तूंच्या वायदे बाजाराची ओळख करून दिली. अर्थातच त्यातील बहुतेकांना त्यांचे नाव कोठेही यायला नको होते आणि त्यांची ही अट मला मान्य करणे भागच होते. या सर्वांतून मला एक गोष्ट कळून चुकली की 'स्विस बँकां'पेक्षाही "वायदे व्यापारी" प्रसिद्धी टाळण्यास जास्तच उत्सुक असतात. योग्य-अयोग्य गोष्टींची उत्तम पारख असणे आणि करता येणे हे मला वाटते या धंद्यातील यशाचे गमक आहे. कारण बहुतेक वेळा या धंद्यात एकमेकांशी काहीही

देणे-घेणे नसलेल्या व्यक्ती करारमदार करण्यासाठी समोरासमोर येतात. मार्क रिच यांच्यावरील खटल्यासंबंधी आणि त्यांच्या कंपन्यांसंबंधी कित्येक गोपनीय दस्तऐवजपण मला बघायला वाचायला मिळाले.

मार्क रिच यांच्या खासगी आयुष्यासंबंधी अधिक जाणून घेण्यासाठी मी त्यांच्या दोन्ही मुली 'डॅनिएला' आणि 'आयोना' यांच्याशीपण बोललो. त्याचप्रमाणे त्यांच्या काही जवळच्या मित्रांशी अगदी "हेज फंड (Hedge Fund)" हाताळण्यात आख्यायिका होऊन बसलेल्या "मायकेल स्टाईनहार्ड"(Michael Steinhardt)सारख्या त्यांच्या मित्राशीपण बोललो. या मुलाखतींच्या दरम्यान डेनिस रिच (Denise Rich) हिच्याबरोबर झालेले संभाषणपण खास करून महत्त्वाचे होते. डेनिस रिच यांचे स्वत:चे असे छाप पाडणारे व्यक्तिमत्व आहे. ती पण तिच्या गत आयुष्यावर अगदी मोकळेपणाने माझ्याशी बोलली. मार्क रिच यांच्याबरोबरचे तिचे आयुष्य; त्यांचा झालेला दु:खदायक घटस्फोट, मार्क रिच यांना माफी मिळवून देण्याच्या प्रयत्नातला तिचा सहभाग, वाटा इत्यादीवर ती अगदी मोकळेपणाने बोलली. उर्सुला सॅन्टो डॉमिंगो (Ursula Santo Domingo), मार्क रिच यांची स्पॅनिश राजघराण्याशी संबंधित असलेली पहिली सेक्रेटरी, हिनेपण मार्क रिच यांच्या वायदे बाजारातल्या उमेदवारीच्या दिवसांसंबंधी माहिती अगदी मोकळेपणाने मला सांगितली. इस्त्रायलच्या गुप्तहेर खात्यामधील (Mossad) एका निवृत्त अधिकाऱ्याने, मार्क रिच यांच्या इस्त्रायल सरकारशी असलेल्या खास संबंधांवर आणि नव्याने स्थापन झालेल्या, अस्तित्वात आलेल्या एका ज्यू देशाला त्यांनी वेळोवेळी केलेल्या विशेष मदतीवरपण बराच प्रकाश टाकला आणि शेवटी अध्यक्ष बिल क्लिंटन यांचे व्हाइट हाउसमधील तेव्हाचे सल्लागार आणि वकील जॅक क्विन (Jack Quinn), रॉबर्ट फिंक (Robert Fink), आणि आन्द्रे विकि (Andre A Wiki) यांनी त्यांच्यापरीने मला मार्क रिच यांच्यावरील खटला मुळातच कसा चुकीचा होता आणि त्यांच्यावरील आरोपांत कसे तथ्य नव्हते हे पटवून द्यायचा प्रयत्न केला.

अर्थातच मी मार्क रिच यांच्या विरोधकांशी, शत्रूंशीपण बोललो. सर्वात अग्रभागी असलेली व्यक्ती म्हणजे मॉरीस (सॅन्डी) विनबर्ग (ज्युनियर) (Morris Weinberg Jr.) दक्षिण न्यूयॉर्कमधील एक तरुण, उत्साही सरकारी वकील. यानेच रिच यांच्या व्यवहारांसंबंधी सखोल तपास करून मार्क रिच यांच्या पापाचा पाढा वाचला होता. मार्क रिच यांना अटक करण्याचे, वेळप्रसंगी अगदी त्यांना पळवून नेण्याचेही सतत १४ वर्षे प्रयत्न केलेल्या अमेरिकेच्या पोलीस खात्यातील केन हिल (Ken Hill) यांच्याशीपण मी संवाद साधला. अमेरिका आणि स्वित्झर्लन्ड येथील दूतावासातले अधिकारी, प्रत्यक्ष राजदूत, तसेच न्यायव्यवस्थेतील अनेक जणांशी मी संपर्क साधला आणि बातचीत केली. त्यांनीपण मला, जे ते एरवी

उघडपणे बोलू शकणार नाहीत, अशी बरीच माहिती दिली. मी मार्क रिच यांच्या प्रतिस्पर्ध्यांशीही बोललो, मार्क रिच यांच्याबरोबर काम केलेल्या पण नंतर काही कारणाने वितुष्ट आल्यामुळे त्यांना सोडून गेलेल्या अशा अनेक कर्मचाऱ्यांशीपण बोललो.

या सर्व मुलाखतींचा, चर्चांचा, संभाषणांचा परिपाक म्हणजे मार्क रिच यांची ही महाकथा. ही महाकथा आहे एका कल्पक, चतुर माणसाची. ही कथा आहे सत्ता-संपत्तीच्या खेळाची व नीती-अनितीच्या द्वंद्वाची. ही कथा आहे वरवर दिसणाऱ्या घटनांचे वास्तव दाखवणारी. ही कथा आहे एका व्यक्तीच्या खासगी जीवनाची आणि जागतिक राजकारणाच्या सरमिसळीची. आणि ही कथा आहे या आयुष्यातच दंतकथा होण्याचे भाग्य लाभलेल्या मार्क रिच नावाच्या एक अद्भुत माणसाची.

२

सर्वात मोठा धोका (सैतान)

सेंट मॉरिट्झमधील त्या वर्षातली ती बहुधा सर्वात थंड सकाळ असावी. मी माझ्या कारकडे चाललो आहे. पायाखाली, सकाळीच पडलेल्या, ताज्या-ताज्या बर्फाचा चिरडण्याचा आवाज येतो आहे. माझ्या तोंडासमोरच माझ्याच श्वासोच्छ्वासाचे धुके तरंगते आहे. स्वित्झर्लन्डमधील सेंट मॉरिट्झ हे ठिकाण जगातील अति श्रीमंतांचे क्रीडांगण (प्लेग्राउंड) म्हणून ओळखले जाते. जगातील सर्वात जुने आणि सर्वात आकर्षक ''स्कि-रिसॉर्ट'' तेथे आहे. सकाळचे तपमान उणे २२° सेल्सिअस (से.) इतके आहे. त्या शांत आणि सुन्न सकाळी हवेला तडे जाण्याचा आवाजपण जणू ऐकायला आला असता. माझ्या कारवर चांगल्यापैकी बर्फाचा थर जमा झाला आहे आणि तो बाजूला करून कारमध्ये शिरणेही एक दिव्यच आहे. मनातली चलबिचल लपवण्यासाठी मनातल्या मनात त्या थंड हवेला मी शिव्या देतो आहे आणि अशा थंडीत ती व्यवस्थित चालू व्हावी म्हणून प्रार्थनापण करतो आहे. कारची चावी फिरवता-फिरवता परत एकदा मी देवाचा धावा करतो. देवा कृपा कर, देवा खरच कृपा कर. कारण मी मोठ्या महत्प्रयासाने ज्या माणसाची भेट मिळवली आहे आणि ज्याच्याबरोबर ''आल्प्सच्या'' उतारावर मी ''स्कींग''साठी जात आहे त्याला सगळ्यात तिटकारा कशाचा असेल तर माणसांनी उशिरा येण्याचा आणि ताटकळत ठेवण्याचा. एवढी त्याच्याबद्दलची माहिती मला नक्की आहे. कारण एका संभाषणाचे दरम्यान जेव्हा मी त्याला त्याच्या घटस्फोटाविषयी आणि घटस्फोटित पत्नीविषयी विचारले तेव्हा तो म्हणाला होता, ''ती नेहमीच उशिरा यायची, अगदी नेहमीच.'' त्याच्या या बोलण्यात अजिबात उपरोध नव्हता, अगदी छटाही नव्हती.

आज जरासुद्धा उशीर होऊन चालणार नव्हते आणि अशा परिस्थितीत तर

नाहीच. अजून अर्ध्या-एक तासात मी मार्क रिच यांना भेटणार आहे. विसाव्या शतकातील सर्वात प्रभावशाली, सर्वात महत्त्वाचा, आणि तितकाच कुख्यात आणि वादग्रस्त क्रुडतेलाचा वायदे व्यापारी. त्यांच्या आधीपण आणि त्यांच्या नंतरपण क्रुडतेलाच्या वायदे व्यापारात, सौदे बाजारात त्यांची उंची कोणीच गाठलेली नाही किंवा जगभरात त्यांच्या इतक्या टोकाच्या भावनिक प्रतिक्रियांचा धनीपण कोणी झाला नाही. ज्या पद्धतीने त्यांनी आंतरराष्ट्रीय व्यापारात आमूलाग्र बदल घडवून आणला त्या त्यांच्या अलौकिक बौद्धिक कामगिरीबद्दल आणि कर्तृत्त्वाबद्दल त्यांच्या मित्रांना, सहकाऱ्यांना त्यांच्याबद्दल नेहमीच आदर वाटत आला आहे. त्याउलट त्यांचे शत्रू नेहमीच त्यांना पाण्यात पाहात आले आहेत, त्यांचा तिरस्कार करत आले आहेत. त्यांच्याबद्दल त्यांच्या विरोधकांची मते फारच तीव्र होती. विरोधकांच्या मते त्यांना खऱ्याखोट्याची अजिबात चाड नव्हती आणि त्यांचे एकमेव उद्दिष्ट म्हणजे नफेखोरी हेच होते. एखादा व्यवहार जर चांगला फायदेशीर असेल तर ते स्वत:च्या आईलापण विकायला कमी करणार नाहीत, इतक्या उलट्या काळजाचे ते आहेत. अशा टोकांच्या प्रतिक्रियांवरून, आज वय वर्षे ७४ असलेल्या मार्क रिच यांचे चित्र जणूकाही फक्त काळ्या-पांढऱ्या रंगातच काढता येईल. अमेरिकेचे अध्यक्ष बिल क्लिंटन यांनी जानेवारी २००१मध्ये, त्यांच्या अध्यक्षीय काळाच्या अगदी शेवटच्या दिवशी विशेषाधिकारात दिलेल्या माफीने काहीच फरक पडला नाही. उलट मार्क रिच यांच्याबद्दल लोकांची मते आणखीनच तीव्र झाली. मार्क रिच यांना देण्यात आलेली माफी, अमेरिकेच्या इतिहासातील सर्वात वादग्रस्त माफी ठरलेली आहे. उलट मार्क रिच यांच्या शत्रूंचा जो दावा होता की मार्क रिच यांच्याकडे काहीही विकत घेण्याची ताकद आहे, अगदी अध्यक्षीय माफीसुद्धा! त्या दाव्याच्या समर्थनार्थ त्यांच्या शत्रूंना एक कोलीतच मिळाले.

मला या सगळ्या दंतकथांमागचा, वावड्यांमागचा, कहाण्यांमागचा माणूस शोधायचा आहे. काही काळापूर्वी बेल्जियमहून आलेला एक गरीब, निर्वासित ज्यू, मार्सेल रिच (Marcell Reich) नावाचा मुलगा ''फायनान्शियल टाइम्स''ने ''या पृथ्वीतलावरील सर्वात श्रीमंत आणि सर्वात ताकदवान वायदे व्यापारी'' असे वर्णन केलेला आताचा मार्क रिच (Marc Rich) कसा बनला हे मला शोधायचे आहे. अचानक मार्क रिच आणि त्यांचे मूठभर सहकारी हवेतून आल्यासारखे येतात काय आणि क्रुडतेलाचा जागतिक व्यापार आणि इतर धातूंचा, खनिजांचा व्यापार काबीज करतात काय, त्यावर अधिराज्य काय गाजवतात, हे सगळेच अद्भुत होते. त्यांच्या कारकिर्दीतले मैलाचे दगड कोणते होते? त्या-त्या वेळेला त्यांनी कसे निर्णय घेतले? त्यांचे उद्दिष्ट साध्य करण्यासाठी त्यांना काय-काय करावे लागले? कोणत्या थरापर्यंत जावे लागले? त्यांनी स्वत:वर काही बंधने घालून घेतली होती

का? त्यांच्या सर्वात नेत्रोद्दीपक कामगिऱ्या कोणत्या होत्या, तसेच दारुण पराभव कोणते होते? त्यांची प्रेरणास्थाने कोणती होती? त्यांच्या या सर्व कारकिर्दीवरून, चढउतारांवरून काय शिकता येण्यासारखे आहे?

आज मात्र माझे नशीब जोरावर आहे, चावी फिरवताच माझ्या काळ्या रंगाच्या "ओपल" कारमध्ये जीव आला. या अति थंड हवामानामुळे कारमधील साउंड सिस्टीम मात्र नीट काम करत नाहीये. "माइक जॅगर"चा (Mick Jaggar) आवाज आश्चर्यकारकरीत्या काहीसा बसलेला वाटत आहे. गाण्याचे शब्द आहेत, "कृपा करून मला माझी ओळख करून देऊ द्या – मी एक श्रीमंत आणि रसिक माणूस आहे." रस्ते बर्फाने भरून गेले आहेत आणि सकाळचे आठ वाजायला आता अगदी थोडा अवधी आहे. आजूबाजूला सगळा शुकशुकाट आहे, अगदी चिटपाखरूपण नजरेच्या टप्प्यात नाहीये. मी अगदी काळजीपूर्वक कार चालवत, गोठलेल्या सेंट मॉरिट्झला वळसा घालून गावातल्या सर्वात उत्तम आणि उच्चभ्रू असलेल्या "सुवरेट्टा हाउस (Suvretta House)" हॉटेलच्या दिशेने निघालो आहे. थोड्याच दिवसांत युरोपमधील तसेच इतर देशांमधील अति श्रीमंत पाहुण्यांनी ख्रिसमस आणि नवीन वर्षाच्या निमित्ताने हे हॉटेल गजबजून जाईल. बर्फाच्छादित फरच्या झाडांनी वेढलेले हे हॉटेल आज मात्र अगदी शांत, प्रसन्न आणि आत्ममग्न वाटते आहे. थंडीमुळे नाक लाल-लाल झालेले, हॉटेलच्या पोर्चमध्ये साठलेले बर्फ बाजूला करणारे काही जण शांतपणे त्यांच्या कामात गढले होते.

कारमधल्या साउंड सिस्टीमचा आवाज आता जरा सुटला आहे. त्यामुळे येणारा आवाज "माईक जॅगर"चाच वाटतो आहे. आता ४० वर्षांनंतर, सन १९६८च्या त्या घटनांना अनुसरून लिहिलेले रोलींगस्टोन यांचे सिम्पथि फॉर द डेव्हिल (Sympathy for the Devil)" आता जवळ-जवळ सर्व रेडिओ स्टेशन्सवरून परत ऐकू येऊ लागले आहे. मी कार उजवीकडे वळवली आणि "सुवरेट्टा हाउस"च्या स्कि लिफ्टच्या खालच्या तळाकडे जायला लागलो. तेथे मला सर्वात मोठ्या 'सैताना'चे दर्शन घडणार आहे. मार्क रिच स्वत:ची ओळख सर्वात मोठा सैतान अशीच करून देतात. झुरिकपासून २० कि.मी. अंतरावरील "झग" (Zug) गावामधील त्यांच्या ऑफिसात, आमच्या आधीच्या संभाषणात त्यांनी मला अगदी स्पष्ट शब्दात सांगितले होते की, "तेव्हा माझे चित्र "सर्वात महाभयंकर माणूस" किंवा "सर्वात मोठा सैतान" असेच रंगवण्यात आले होते." आणि हे सांगताना त्यांच्या शब्दात किंचितही वैषम्य किंवा कटुता नव्हती. ज्यांना मार्क रिच यांच्या रोखठोक बोलण्याच्या शैलीची कल्पना आहे त्यांना माहीत आहे की मार्क रिच कधीच अतिशयोक्ती करत नाहीत किंवा कोणी केलेलीही त्यांना आवडत नाही.

मार्क रिच यांच्यावर आत्तपर्यंत एकुलते एक जे चरित्रात्मक पुस्तक, ते सुद्धा

जवळ-जवळ २५ वर्षांपूर्वी ''ए क्रेग कोप्टा'' (A Craig Copetas) यांनी लिहिले आहे. त्यात त्यांनी मार्क रिच यांचा उल्लेख ''एक वाईट प्रवृत्तीचा माणूस'' (The Veritable Prince of Darkness) मार्क रिच म्हणजे जणू खलप्रवृत्तीचा पुतळा, निर्दयी दुष्ट माणूस ज्याचे हात विकसनशील देशांमधल्या लोकांच्या रक्ताने, घामाने, अश्रूंनी बरबटलेले आहेत असा एक भांडवलदार राक्षस अशीच प्रतिमा उभी केली होती. गेली काही वर्षे अनीती, हाव, लालसा, खऱ्याखोट्याची चाड नसणारा इत्यादी सगळ्याचे दुसरे नाव म्हणजेच 'मार्क रिच' असे जणू समीकरण बनून गेले होते. भांडवलशाही अर्थव्यवस्थेची, भांडवलशाही राजकारणाचीच दुसरी बाजू म्हणजे मार्क रिच.

मार्क रिच यांनी त्यांच्या स्वत:च्या नावावरचा अधिकार, ताबा गमावला या घटनेची नक्की तारीखपण सांगता येईल. तो दिवस होता १९ सप्टेंबर १९८३, सोमवार. त्या दिवशी न्यूयॉर्कच्या दक्षिण प्रांतातील एक तरुण सरकारी वकील प्रसारमाध्यमांपुढे एक गौप्यस्फोट करण्यासाठी उभा राहिला. मनातल्या मनात फुटणाऱ्या आनंदाच्या उकळ्या वरकरणी चेहऱ्यावर न दाखवण्याचा आटोकाट प्रयत्न करत ''रुडॉल्फ डब्ल्यू'' रुडी ''गुलियानी'' (Rudolph W 'Rudy' Guliani) अमेरिकेच्या इतिहासातील सर्वात मोठ्या कर घोटाळ्यासंबंधीच्या आरोपपत्राची माहिती तो वार्ताहरांना देत होता. आरोपपत्रांतील महत्त्वाचा भाग त्याने गोंधळलेल्या आणि अचंबित झालेल्या वार्ताहरांना मोठ्याने वाचून दाखवला. द न्यूयॉर्क टाइम्सने त्या घटनेचे वर्णन एक 'अपूर्व सार्वजनिक प्रदर्शन' असे केले होते.''

रुडी गुलियानी यांनी, तेव्हा ४८ वर्षांच्या असलेल्या मार्क रिच यांच्यावर एकूण ५१ आरोप ठेवले होते. मार्क रिच यांनी एकूण ४ कोटी ८० लाख डॉलर्सचा कर चुकवल्याचा आरोप तर होताच, पण त्याशिवाय कट रचणे, संगनमताने फसवणूक करणे, कारस्थाने करणे इत्यादी आरोपही होते. पण अमेरिकेच्या नागरिकावर होऊ शकणारा सर्वात गंभीर आरोप ''शत्रुराष्ट्राशी व्यापार करणे'' हासुध्दा त्यांच्यावर ठेवण्यात आला होता.

मार्क रिच यांच्यावर असा आरोप होता की, अमेरिकेच्या तेहरान (इराण) येथील दूतावासातल्या कर्मचाऱ्यांना ओलीस ठेवण्याच्या प्रकरणानंतर अमेरिकेने इराणवर जे व्यापारी निर्बंध लादले होते ते धुडकावून लावून, त्यांच्याकडे दुर्लक्ष करून, मार्क रिच यांनी इराणशी क्रुडतेलासंबंधी खरेदी-विक्रीचे व्यवहार केले. रुडी गुलियानी त्यांच्या ऑफिसमधल्या अभ्यासिकेत बोलता-बोलता म्हणाले होते की, या आरोपाचा विचार करता मार्क रिच आणि त्याचा धंद्यातील भागीदार ''पिंकस ग्रीन'' (Pincus Green) यांची उर्वरित आयुष्ये आता तुरुंगवासातच जातील. पण हे दोघेही, त्यांच्या कुटुंबासमवेत, १० वर्षांपूर्वीच अस्तित्त्वात आलेल्या मार्क रिच

आणि कंपनीचे मुख्य कार्यालय जेथे होते त्या स्वित्झर्लन्डला पळून गेले होते.

त्या दिवसानंतर आजपर्यंत तपासअधिकारी या सर्व घटनेचे वर्णन ''अमेरिकेच्या इतिहासातला सर्वात मोठा कर घोटाळा'' असे करतात तर राजकारणी मार्क रिच यांचा एक फरारी कोट्याधीश'' असा उल्लेख करतात. पत्रकारांनी पण अमेरिकेच्या इतिहासातील ''मोस्ट वॉन्टेड व्हाईटकॉलर'' गुन्हेगार म्हणून पानंच्या पानं लेख लिहिले आहेत. मार्क रिच हा शब्द टाकून गुगलवर शोध घेतला तर त्या यादीमध्ये मार्क रिच यांचे नाव सर्वांत अग्रभागी आहे. जनसामान्यांच्या मनावर ''शत्रुराष्ट्रांशी व्यवहार करणारी व्यक्ती'' या आरोपाचा नक्कीच फार मोठा परिणाम झाला आणि हे मानसशास्त्र समजण्यासारखेच आहे. जनसामान्यांच्या एकंदरीत भागाविषयी बोलताना ''रिपब्लीकन पक्षाचे एक नेते ख्रीस शे'' (Chris shays) हे म्हणाले होते की, ''आमच्या देशाचा शत्रू, एक देशद्रोही'' असेच सर्वांचे ठाम मत आहे. बहुतेकांच्या मते मार्क रिच हे सरळ सरळ देशद्रोहीच होते आणि त्यांचे व्यवहार म्हणजे देशद्रोहच होता.

मार्क रिच स्वत:चेच वर्णन ''सर्वात मोठा सैतान'' किंवा ''सर्वात मोठा धोका'' असे करतात ते ऐकून प्रथम मला गंमत वाटली. त्यांची स्वत:ची अशी काही बलस्थाने नक्कीच आहेत, पण ''शब्दचातुर्य'' हे मात्र त्यापैकी नाही. त्यांचे बोलणे ऐकताना, एक तर ते बोलायलाच नाखूश आहेत किंवा बोलताना त्यांना फार कष्ट पडत आहेत असे वाटत राहाते. त्यांचे संभाषण अत्यंत संक्षिप्त स्वरूपात म्हणजे कधीही दोन-तीन शब्दांपलीकडे जात नाही. त्यांच्या या सवयीविषयी मला आधीच सावध केले गेले होते. मी जर त्यांच्या तोंडून ''नाही'', ''होय'' किंवा ''का'' या पलीकडे काही उत्तरे मिळवू शकलो तर स्वत:लाच भाग्यवान समजावे. मुळात मार्क रिच अगदी हळुवार आवाजात बोलतात, त्यातून त्यांच्या इंग्रजीला थोडासा जर्मन उच्चारांचा साज आहे, जी त्यांच्या वडिलांची भाषा होती. बोलताना समोरच्याच्या डोळ्यात रोखून बघत, जणूकाही तुमच्या मनातले विचार जाणून घेत बोलण्याची त्यांना सवय आहे. त्यांच्या ठाम मतांप्रमाणेच त्यांची हस्तांदोलन करण्याची पद्धतपण तितकीच ठाम आहे. आणि काही जण त्याला आगामी वादळाची नांदीसुध्दा समजतात.

मार्क रिच यांची भेट

सेंट मॉरिट्झच्या ''स्कि'' उतारावरच्या आजच्या भेटीआधी काही महिने मी मार्क रिच यांना प्रथम भेटलो होतो. ''झग'' रेल्वेस्टेशनच्या जवळच असलेल्या एका दर्शनी स्टील आणि काचेच्या वाटणाऱ्या सर्वसाधारण इमारतीच्या सर्वात वरच्या मजल्यावरच्या त्यांच्या कार्यालयात आम्ही भेटलो होतो. येथपर्यंत पोहोचायला मला अत्याधुनिक सुरक्षा यंत्रणेचे कित्येक अडथळे पार करावे लागले होते. पण मार्क रिच यांच्या कार्यालयात एकदा पोहोचल्यानंतर मात्र तेथील मोठ्या खिडकीतून

दिसणारे बाहेरचे दृश्य मात्र सर्व विसरायला लावणारे होते. शहरामधल्या व्यापारी कार्यालयांच्या इमारतींच्या गच्च्यांवरून नजरेच्या टप्प्यात थेट गावाबाहेरच्या सर्वदूर पसरलेल्या टेकड्या/डोंगरांच्या रांगा येत होत्या. इमारतीच्या दर्शनी भागातून ते लिफ्टपर्यंतच्या पॅसेजमधून जाणाऱ्यांच्या प्रत्येक हालचालींवर तेथे लावलेल्या कॅमेरांची नजर असते. त्या इमारतीमध्ये प्रामुख्याने वकिलांची आणि "फंड मॅनेजर्सची" कार्यालये आहेत. पाचव्या मजल्यावर पोहोचताच प्रथम दिसतो दुधी अपारदर्शक काचेचा दरवाजा आणि त्यावरची "मार्क रिच समूह" (Marc Rich Group) अशी पाटी. तेथे उभे असताना सदासर्वकाळ तुमच्या सर्व हालचाली गुप्त कॅमेऱ्याने टिपल्या जात आहेत हे जाणवत राहाते, आणि दरवाज्यावरची बेल दाबताच दरवाजा आपोआप उघडला जातो. नंतर तुम्ही एका काचेच्या बंद खोलीत प्रवेश करता. काचेच्या दुसऱ्या बाजूने तेथील स्वागतकक्षात बसलेली व्यक्ती तुम्हाला न्याहाळत असते. दरवाज्याच्या काचा या "बुलेटप्रुफ" असणारच, ही फारशी आश्चर्य वाटून घ्यायची गोष्ट नाही. मागचा काचेचा दरवाजा बंद झाल्यावरच पुढचा काचेचा दरवाजा उघडतो, आणि शेवटी तुम्ही मार्क रिच कार्यालयात पोहोचता. स्वागतकक्षात फक्त एक काचेचे टेबल आणि विख्यात स्विस स्थापत्यकार आणि शिल्पकार "ली कार्बुझिए" (Le Carbusier) याने खास तयार केलेल्या आणि काळ्या चामड्याचे आवरण असलेल्या एलसी२ (LC_2) प्रकारच्या खुर्च्या आहेत. "गुड मॉर्निंग! मार्क रिच समूहात तुमचे स्वागत आहे." त्यांची स्विय साहाय्यक टेलीफोनवरून इंग्रजी भाषेत स्वागत करते. झग (Zug) शहरामध्ये खरं तर प्रामुख्याने जर्मन भाषा बोलली जाते. आता संध्याकाळ होण्याच्या बेतात आहे. मार्क रिच यांच्याशी एकनिष्ठ असलेल्या आणि त्यांच्या कंपनीच्यावतीने व्यापारी वायदे करार करणाऱ्या त्यांच्या एका सहकाऱ्याने त्यांच्याविषयी काढलेले उद्‌गार मला आठवले. स्पेनचा किंग चार्ल्स (पाचवा) (१५००-१५५८) आणि रोमन सम्राट यांच्या "साम्राज्यावरचा सूर्य कधीच मावळत नाही" असे म्हटले जायचे. त्याचप्रमाणे मार्क रिच यांच्या साम्राज्यावरचा सूर्यपण कधीच मावळत नाही. मार्क रिच हे तेल साम्राज्यावरचे निर्विवाद सम्राट होते.

त्यांच्या एका सहकाऱ्याने, संपूर्ण पांढऱ्या रंगाने रंगवलेल्या आणि गुंतागुंतीच्या मार्गीकांमधून (कॉरिडॉर्स) मला मार्क रिच यांच्या केबिनपर्यंत नेले. संपूर्ण मार्गीकांमध्ये मिकेल बार्सेलो "Miquel Barcelo" आणि ॲन्थनी टॅपीज "Antony Tapies" या चित्रकारांची चित्रे टांगलेली होती. खाली असलेल्या राखाडी रंगाच्या गालिच्यामुळे चालताना पायांचा होणारा आवाज दबला जात होता. पार्टिशनच्याच दुसऱ्या बाजूला दोन उंच्यापुऱ्या, धिप्पाड व्यक्ती कॉम्प्युटरच्या मागे बसलेल्या मला दिसल्या. त्यांच्या चेहऱ्यावर अगदी कंटाळल्यासारखे भाव होते. माझ्याबरोबरच्या व्यक्तीने

मला सांगितले की, ते मार्क रिच यांचे ड्रायव्हर्स आहेत. परंतु नंतर संभाषणाचे दरम्यान मार्क रिच यांनी स्वत:च सांगितले की, ते त्यांचे वैयक्तिक अंगरक्षक आहेत. ते दोघे अंगरक्षक मार्क रिच यांच्यामागे सावलीसारखे असतात. अमेरिकन सरकारने मार्क रिच यांना पकडण्यासाठी जेव्हा बक्षीस लावले होते तेव्हा त्यांच्या ऑफिसच्या समोरच रस्त्याच्या दुसऱ्या बाजूला असलेल्या हॉटेलमध्ये जेवायला जातानाही अंगरक्षक बरोबर असायचे. ते दिवस मार्क रिच यांच्यासाठी खूप कठीण होते. तेव्हा अमेरिकेच्या गुप्तहेर यंत्रणेकडून मार्क रिच यांना शोधण्याची/पकडण्याची मोहीमच जगभर उघडली गेली होती. कित्येक गुप्तहेर आणि बक्षिसाच्या आशेने साहसी व्यक्ती मार्क रिच यांच्या मागावर होत्या. त्या काळात मार्क रिच फक्त बुलेटप्रूफ मर्सिडिज कारमधूनच प्रवास करायचे.

त्या काळात मार्क रिच यांच्या सुरक्षिततेची आणि संरक्षणाची जबाबदारी 'मोसाद'(Mossad) या इस्त्रायलच्या प्रसिद्ध गुप्तहेर खात्यातून निवृत्त झालेल्या एका अत्यंत नावाजलेल्या विशेषज्ञाने तयार केलेल्या अत्यंत मोजक्या पण कार्यक्षम लोकांवर होती. आणि ते त्यांच्या कामगिरीत यशस्वी ठरले हे उघडच आहे. अमेरिकन गुप्तहेरांचे मार्क रिच यांना स्वित्झर्लन्डमधून पळवून न्यायचे आणि अटक करण्याचे सर्व प्रयत्न त्यांनी वारंवार हाणून पाडले होते. फ्लोरिडा येथे केन हिल (Ken Hill) यांनी मला सांगितले की, "मार्क रिच यांनी स्वत:च्या सुरक्षिततेसाठी खर्च करताना पैशाचा विचारच केला नाही. त्यांना हवे ते विकत घेण्याची ताकद त्यांच्याकडे होती. त्यांची खासगी सुरक्षा यंत्रणा एखाद्या देशाच्या सुरक्षा यंत्रणेसारखी होती." जेव्हा केन हिल यांच्यासारखी व्यक्ती हे सांगते तेव्हा ते खरेच असणार, कारण ते स्वत: अमेरिकेच्या पोलीस खात्यातले एक वरिष्ठ अधिकारी होते, आणि एक नाही दोन नाही तब्बल १४ वर्षे ते मार्क रिच यांच्या मागावर होते. (ही सविस्तर गोष्ट १२व्या प्रकरणामध्ये आहे.)

तुम्हाला तुमच्यावरच्या कोणत्या आरोपाचा सर्वात जास्त त्रास होतो किंवा दु:ख होते? मार्क रिच यांच्या ऑफिसमध्ये मुलाखतीला सुरुवात करताना मी पहिला प्रश्न विचारला.

तू नक्की कोणत्या आरोपांबद्दल बोलतो आहेस? रिच यांनी प्रतिप्रश्न केला. जेव्हा मार्क रिच यांना वाटते की विचारलेला प्रश्न "नेमका" नाहीये तेव्हा तशा प्रश्नाचे उत्तर त्यांना प्रतिप्रश्नानेच द्यायला आवडते. मार्क रिच एका मोठ्या लाकडी टेबलमागे बसलेले आहेत आणि पांढऱ्या रंगाच्या कातड्याचे कव्हर असलेल्या एका पॅडवर नोट्स काढत आहेत. ते त्यांच्या ठरावीक पोशाखातच आहेत म्हणजे गडद निळ्या रंगाचा सूट, पांढरा शर्ट आणि लाल रंगाचा टाय. त्यांना थोडी सर्दी

झाली आहे आणि ते वाफाळलेले चिकन सूप पीत आहेत. केबिनमधल्या हवेत सिगारच्या धुराची जाणीव होते आहे. आमच्या सर्व भेटींच्या दरम्यान ही गोष्ट मला प्रकर्षाने जाणवली. टेबलवर बिलोरी काचेचा ॲश-ट्रे आहे, आणि त्यात अर्धवट ओढलेला, क्युबाचा प्रसिद्ध, 'कोहिबा' (cohiba) सिगार ठेवलेला आहे. मार्क रिच आज जर अमेरिकेत असते तर अशी काही मोजकी सुखे त्यांना कधीच उपभोगता आली नसती, कारण ७ फेब्रुवारी १९६२पासून क्युबाची फक्त सिगारच नाही तर क्युबात तयार होणाऱ्या सर्व वस्तूंवर अमेरिकेत बंदी आहे. त्या दिवशी तेव्हाचे अमेरिकेचे अध्यक्ष जॉन एफ केनेडी यांनी एक आदेश जारी करून क्युबावर व्यापारी निर्बंध लादले. अर्थात ते स्वत: एक सिगारचे चाहते असल्यामुळे त्यांनी पिअर सॅलिंजर या त्यांच्या प्रेस सेक्रेटरीमार्फत वॉशिंग्टन डीसीमध्ये असलेला सिगार्सचा सर्व स्टॉक खरेदी करून ठेवण्याची काळजी घेतली होती.

मार्क रिच यांच्या टेबलवरची बऱ्यापैकी जागा मोठ्या कॉम्प्युटर स्क्रीनने व्यापली आहे. त्यावर क्षणाक्षणाला वेगवेगळ्या चलनांचे विनिमयाचे दर, चढउतारांचे आलेख, वेगवेगळ्या देशातल्या शेअर बाजारांचे निर्देशांक इत्यादी माहिती झळकत आहे. कॉम्प्युटर स्क्रीनच्या बाजूलाच दोन पुस्तके पडलेली आहेत. त्यातले एक आहे संक्षिप्त "मेटल ट्रेडर्स ऑफ द वर्ल्ड (Metal Traders of the world)" तर दुसरे आहे बिल क्लिंटन यांचे आत्मचरित्र "माय लाइफ (My Life)" बाजूच्याच एका फलकावर मार्क रिच यांचे आणि त्यांच्या परिवारातील सदस्यांचे फोटो अत्यंत दाटीवाटीने लावलेले आहेत. बहुतेक फोटो रिच यांच्या दोन मुली (डॅनिएला आणि आयोना) आणि नातवंडांचे आहेत. त्या सगळ्या फोटोंमध्ये एक फोटो आहे बिल क्लिंटन आणि अल्गोर यांच्यासमवेत त्यांच्या दोन नंबरच्या मुलीचा, गॅब्रिएलाचा (Gabrielle). गॅब्रिएलाचे वयाच्या २७व्या वर्षी, १९९६ साली रक्ताच्या कर्करोगाने निधन झाले. दुसऱ्या एका फोटोमध्ये इस्त्रायलचे तेव्हाचे पंतप्रधान "एहुड ओल्मर्ट" (Ehud Olmert) आणि मार्क रिच यांनी एकमेकांना मिठी मारलेली आहे. भिंतीवर साध्या लाकडी फ्रेम्समध्ये इस्त्रायली विद्यापीठांनी, सन २००७मध्ये, मानद डॉक्टरेट्सची दिलेली दोन सर्टिफिकेट्स आहेत. इस्त्रायलच्या राजकारण्यांच्या आणि सरकारच्या दबावामुळे किंवा मध्यस्थीमुळेच, बिल क्लिंटन यांना मार्क रिच यांच्यासाठी विशेषाधिकारात माफी द्यावी लागली होती हे आपण पुढील प्रकरणांमध्ये बघणारच आहोत. इस्त्रायलचे सरकार त्यांच्या उपकारांच्या ओझ्याखाली होते. मार्क रिच यांनी वेळोवेळी इस्त्रायलला केलेली छुपी, चोरटी मदत एवढे एकच कारण नव्हते, तर त्याला अनेक कारणे होती.

मार्क रिच यांच्या प्रतिप्रश्नाला उत्तर देण्यासाठी मी म्हणालो, "जेव्हा इराणच्या धर्मांध राजवटीने अमेरिकेच्या दूतावासातील कर्मचाऱ्यांना ओलीस ठेवले होते तेव्हा तुम्ही अयातुल्ला खोमेनींकडून इराणचे तेल विकत घेत होतात. जेव्हा क्युबाविरुद्ध

अमेरिकेने व्यापारी निर्बंध लादले होते तेव्हा तुम्ही क्युबाच्या फिडेल कॅस्ट्रोबरोबर व्यापारी करारमदार करत होतात. वर्णद्वेषी राजवटीमध्ये काळ्या लोकांवर जेव्हा अनन्वित अत्याचार होत होते तेव्हा तुम्ही दक्षिण आफ्रिकेला तेल पुरवत होतात. सर्वात मोठा 'कर घोटाळेबाज' म्हणून अमेरिकेत तुमचेच नाव घेतले जाते.''

त्यांनी माझ्याकडे रोखून बघितले आणि आवाजाच्या अगदी खालच्या पट्टीत म्हणाले, ''मी हे आरोप इतके वेळा ऐकले आहेत की आता मला त्याचे काही वाटेनासे झाले आहे.''

''तरीपण सर्वात मोठा सैतान, सर्वात मोठा घोटाळेबाज अशी प्रतिमा झाल्याचा तुम्हाला त्रास होतच असेल नाही?'' मी माझे म्हणणे तसेच पुढे रेटले.

मध्ये बराच वेळ शांततेत गेला. ''अजिबात नाही,'' मार्क रिच तितक्याच थंडपणे म्हणाले. मार्क रिच यांचे उत्तर बऱ्याच वेळानंतर आले होते. उत्तर संक्षिप्त तर होतेच पण त्यात तुसडेपणाचीही झाक होती. आमच्या प्रदीर्घ मुलाखतीत असे क्षण फारच कमी वेळा आले, पण जेव्हा-केव्हा आले त्यातला हा एक क्षण होता, आणि मार्क रिच यांना स्वत:च्याच उत्तरावर विश्वास नव्हता. त्यांच्या बऱ्याच मित्रांनी आणि संबंधितांनी मात्र सांगितले होते की खरं तर या आरोपांनी ते खोलवर दुखावले गेले होते,व्यथित झाले होते.

माझ्या चेहऱ्यावर दिसणारा अविश्वासाचा भाव बहुतेक त्यांच्या लक्षात आला असावा. त्यांनी चेहऱ्यावर ओढूनताणून हास्य आणले आणि एकदम मला विचारले, ''तुला स्कींग येतें का?'' तू कधी 'स्कि' केले आहेस?''

आश्चर्य वाटून मी होकारार्थी मान हलवली. प्रत्येक स्विस माणसाला ''स्कींग''कसे करायचे ते माहीत असते. मी वयाच्या तिसऱ्या वर्षी 'स्कि'वर प्रथम उभा राहिलो होतो. माझे बोलणे एखादेवेळी त्यांना दर्पोक्ती वाटली असेल.

''तर मग दाखव मला तुला किती चांगल्या प्रकारे 'स्कींग' करता येते ते.'' आणि त्यांनी ख्रिसमसच्या आधी या खास 'स्कि'भेटीचे आमंत्रण दिले.

मोहक आणि कावेबाज

डिसेंबरच्या त्या हाडे फोडणाऱ्या थंडीत सकाळी 'स्कि'लिफ्टच्या तळाशी असलेल्या अगदी मोकळ्या कार पार्किंगच्या जागेत पोहोचणारा मीच पहिला आहे. मार्क रिच यांची वाट बघत थांबणे क्रमप्राप्तच आहे. गेल्या काही महिन्यांच्या आमच्या प्रत्यक्ष ओळखीनंतर मला रिच आता थोडे-थोडे कळायला लागले आहेत. बोलणे अत्यंत एकसुरी पण रोखठोक. व्यक्तिमत्त्व मोहक पण अत्यंत कावेबाज आणि मनाचा सहजासहजी थांग लागू न देणारे, आणि वयाच्या ७४व्या वर्षीसुध्दा अत्यंत आग्रही मताचे आणि ठाम. सगळ्यात आश्चर्याची गोष्ट म्हणजे वार्ताहर

आणि प्रसिद्धीला कवडी इतकीपण किंमत न देणारा, अगदी एखादा शाकाहारी चिकन सूपला जी किंमत देईल तेवढी पण न देणारा. त्यांनी त्यांची याआधी बऱ्यापैकी मोठी मुलाखत दिली तेव्हा बर्लिनची भिंत अजून उभी होती. अशा माणसाने माझ्या जवळ-जवळ सर्व प्रश्नांना सविस्तर आणि रोखठोक उत्तरे दिली, अगदी नाजूक वाटणाऱ्या प्रश्नांनासुद्धा.

मार्क रिच यांची कहाणी एकाचवेळी दोन्हीही म्हणजे नमुनेदार अमेरिकन आणि तितकीच नमुनेदार ज्युईशपण होती. या कहाणीचा पूर्वार्ध बहुतेकांना पडणाऱ्या "अमेरिकन स्वप्ना"सारखाच होता, अगदी "भिकारी ते लक्षाधीश" संपूर्ण काल्पनिक वाटावी अशी गोष्ट. मार्सेल रिच (Marcell Reich) नावाचा ॲन्टवर्पहून आलेला एक निर्वासित ज्यू मुलगा. दुसऱ्या महायुद्धात झालेल्या ज्यूंच्या नरसंहारात कसेबसे प्राण वाचवलेले रिच कुटुंब. सन १९४०च्या वसंतऋतूमध्ये ज्या दिवशी नाझी सैन्याने बेल्जियममध्ये प्रवेश केला त्याच दिवशी मार्सेल आणि त्याच्या आईवडिलांनी बेल्जियममधून पळ काढला आणि रिच कुटुंबीयांनी छोट्या बोटीतून प्रथम मोरोक्को गाठले, तेव्हा त्यांची अवस्था अगदी कफल्लक होती. शिवाय, मार्सेलला इंग्रजी भाषेचा गंधही नव्हता. शेवटी केवळ नशिबानेच रिच कुटुंब कसेबसे अमेरिकेला पोहोचले. आणि पुढे मार्क रिच या नावाने त्यांनी व्यापारी जगतात प्रवेश केला. ज्यू जमात ही एका अर्थाने शापित जमातच म्हटली पाहिजे. गेल्या कित्येक शतकांपासून अनेक प्रकारच्या राजकीय, सामाजिक निर्बंधांना ज्यूंना तोंड द्यावे लागले. काही व्यवसाय करण्याची तर त्यांना सरळ-सरळ बंदी होती. जे काही थोडे उद्योगधंदे करण्याची त्यांना सूट दिली गेली होती त्यापैकी एक म्हणजे - व्यापार. थोड्याच दिवसात लोकांच्या तोंडी या मुलाचे नाव खेळायला लागले. चातुर्य, हुशारी, निर्धार, सहनशक्ती या गुणांच्या जोरावर थोड्याच अवधीत त्यांनी त्यांच्या काळातील सर्वात यशस्वी "खनिज आणि इतर जीवनावश्यक वस्तूंचा वायदे व्यापारी" (Commodities Trader) म्हणून नाव कमावले, पण हे सगळे करत असताना त्यांनी कायद्याची चौकट ओलांडली आणि थोड्याच काळात त्यांचे नाव एफबीआय (अमेरिकेची गुप्हेर संघटना)च्या "मोस्ट वॉंटेड" यादीत आले. अमेरिकन सरकारने त्यांना पकडण्यासाठी मोठे बक्षीससुध्दा जाहीर केले आणि एफबीआयच्या हेरांचा ससेमिरा जगभर त्यांच्या मागावर राहिला.

मार्क रिच यांची व्यापारी कारकिर्द ही विसाव्या शतकातील एक सर्वात अद्‌भुत कारकिर्द म्हणावी लागेल, अशी कारकिर्द जी जगाच्या इतिहासातील त्या काळातील सर्व मोठ्या राजकीय, सामाजिक घटनांमध्ये गुंफली गेली. फिडेल कॅस्ट्रो यांची क्रांती सन १९५९. आफ्रिकेतून साम्राज्यवादी देशांची माघार सन १९६०, इस्त्रायलचे इजिप्तशी झालेले ६ दिवसांचे युद्ध (थॉम किप्पूर युद्ध) क्रुडतेलाच्या किंमत वाढीचा

झटका सन १९७४, इराणचे शाह यांना देश सोडून परागंदा व्हावे लागले आणि अयातुल्ला खोमेनींचे सत्ताग्रहण सन १९७९, सन १९८०मधील वर्णविद्वेषी दक्षिण आफ्रिका, सोव्हिएत युनियनची उडालेली शकले सन १९९०. मार्क रिच, त्यांचे भागीदार आणि त्यांचे व्यापारीसंबंध वरील सर्व घटनांमध्ये प्रत्यक्ष/अप्रत्यक्षरीत्या काही प्रमाणात सहभागी होते. या सर्वाचे श्रेय अर्थातच मार्क रिच यांचे राजकारणाचे ज्ञान, विविध घटनांचे अर्थ, संगती लावण्याची देणगी, कष्ट, धंद्यातील आक्रमकता यांनाच जाते. त्यामुळेच या सर्व घटना घडत असताना वेळीच योग्य ती पावले उचलून ते त्यांच्या धंद्यातील प्रतिस्पर्ध्यांपेक्षा खूपच मोठ्या प्रमाणात परिस्थितीचा राजकीय आणि आर्थिक फायदा उठवू शकले. सर्वात महत्त्वाची गोष्ट म्हणजे मार्क रिच यांची व्यापार करण्याची पद्धत ही व्यापाराच्या जागतिकीकरणाच्या युगाचा प्रारंभ करणारी जशी ठरली तशीच वायदे बाजाराच्या नवीन पद्धतींचा पाया घालणारीसुध्दा ठरली. त्यांचे नाव नव्या आर्थिक क्रांतीशी कायमचे जोडले गेले आहे. त्यांनीच वायदे बाजारात ''स्पॉट मार्केट''ची कल्पना रूढ केली आणि ती एवढी उपयुक्त ठरली की त्याशिवाय आज आधुनिक तेल व्यापार/व्यवहार यांचा विचारच करता येणार नाही. उदाहरणच द्यायचे झाले तर, जेव्हा आपण कारमध्ये पेट्रोल भरतो तेव्हा आपण त्याचे पैसे तत्काळ देतो. कार मालकाला कार चालवण्यासाठी पेट्रोलची गरज आहे. पेट्रोल पंपावर सांगितली गेलेली पेट्रोलची किंमत त्याला मान्य आहे, तो टाकीत पेट्रोल भरून, पैसे चुकते करून कार चालवत निघून जातो. येथे तो व्यवहार पूर्ण होतो. पण सन १९७०च्या दशकाच्या पूर्वार्धापर्यंत आंतरराष्ट्रीय तेल व्यापारात तेल व्यवहार आणि त्याचे पैसे चुकते करण्याची जी एक पद्धत पडून गेली होती, ती वरीलप्रमाणे तत्काळ पैसे चुकते करण्याच्या पद्धतीपेक्षा वेगळी होती. जगातील एकूण तेल उत्पादनाच्या केवळ पाच टक्के इतके उत्पादनच मागणी/पुरवठा तत्त्वावर विकले/खरेदी केले जात होते आणि उरलेल्या ९५ टक्के उत्पादनाची किंमत खरेदी/विक्री ही दीर्घ मुदतीच्या करारांद्वारेच, आणि तीसुद्धा एकदा ठरवलेल्या दरानेच होत होती. दुसऱ्या महायुद्धानंतर आंतरराष्ट्रीय तेल व्यापारावर जवळ-जवळ संपूर्णपणे सात मोठ्या तेल कंपन्यांचीच (Seven Sisters) पकड होती, त्यांचीच मक्तेदारी होती.

परंतु या सात आंतरराष्ट्रीय तेल कंपन्यांच्या दुष्ट्युतीच्या तटबंदीला प्रथम खिंडार पाडण्याचे मोठे काम १९७४ साली स्वित्झर्लन्डमध्ये स्थापन झालेल्या मार्क रिच आणि कंपनी (एजी) (Marc Rich & Co. + AG) या छोट्या कंपनीने केले. आत्ताच्या भाषेत सांगायचे तर एखाद्या छोट्या सॉफ्टवेअर कंपनीने बघता-बघता अचानक ''मायक्रोसॉफ्ट''सारख्या कंपनीच्या वर्चस्वाला धक्का देण्यासारखे होते, आव्हान देण्यासारखे होते. मार्क रिच आणि त्यांच्या चार सहकाऱ्यांनी

(भागीदारांनी) (पिंकस ग्रीन, जॅक्स हॅच्युएल, ॲलेक हॅकेल आणि जॉन ट्रॅफर्ड Pincuss Green, Jaeques Hachuel, Alec Hackel & John Trafford) थोड्याच काळात अशी काही कामगिरी करून दाखवली की साधारणत: सर्वच वायदे व्यापारी, व्यवसायात तसे काहीसे करण्याची नेहमी स्वप्ने बघत असतात, आणि त्यासाठी आटोकाट प्रयत्न करत असतात. ज्या उत्पादनांची, वस्तूंची फार छोट्या प्रमाणात खरेदी-विक्री केली जायची, व्यवहार केले जायचे, किंवा काही वस्तूंमध्ये अजिबातच व्यवहार केले जायचे नाहीत अशा उत्पादनांसाठी, वस्तूंसाठी त्यांनी नवा खरेदीदार वर्ग निर्माण केला, नवी बाजारपेठ तयार केली. त्यांनी स्वत:ची अशी स्वतंत्र, त्या सात कंपन्यांना वगळून, वितरण व्यवस्था निर्माण केली. तेलाला असलेल्या वाढत्या मागणीमुळे ग्राहकाला तेलासाठी आणि तेल उत्पादनांसाठी जास्त पैसे मोजावे लागत होते. तेल व्यापाराच्या तेजीची ती सुरुवात होती आणि अशा वेळी मार्क रिच आणि कंपनी ''उत्पादक ते ग्राहक'' या साखळीच्या अगदी सुरुवातीला मोक्याच्या जागी होती. सन १९६०च्या शेवटी-शेवटी अगदी छोट्या प्रमाणात मार्क रिच यांनी टयुनिशियन क्रुडतेलामध्ये व्यापाराला सुरुवात केली. त्यावेळी कच्च्या तेलाच्या एका बॅरलची किंमत होती २ डॉलर (जुलै २००८मध्ये तेलाच्या किमतीने विक्रमी पातळी, म्हणजे बॅरलला १४७ डॉलर्स इतकी गाठली होती आणि फेब्रुवारी २००९मध्ये बॅरलची किंमत परत घसरून पस्तीस डॉलर्स इतकी झाली होती.) चार लेखकांनी मिळून लिहिलेले 'लिमिट्स ऑफ ग्रोथ' पुस्तक तेव्हा अजून लिहिले गेले नव्हते (हे पुस्तक १९९२ मध्ये प्रसिद्ध झाले.) किंवा बहुतेकांना 'पीक ऑइल' ही संकल्पनाही माहीत नव्हती. (हा शब्दप्रयोग १९५७मध्ये ''मॅरेऑन किंग ह्युबर्ट'' यांनी प्रथम उपयोगात आणला.) जगातील तेल उत्पादनातील घट किंवा घसरणीचे विश्लेषण करताना किंवा कारणमीमांसा करतांना हा शब्दप्रयोग केला जातो.

त्याचबरोबर मार्क रिच यांनी एका वेगळ्या अर्थानेपण तेल उत्पादन करणाऱ्या देशांना एका जोखडामधून बंधनमुक्त केले होते. बहुराष्ट्रीय तेल कंपन्यांमधील स्पर्धा वाढल्यामुळे उत्पादक देशांना त्यांच्याकडील नैसर्गिक साधनसंपत्तीच्या (खनिजे, तेल इत्यादी.) खऱ्या किंमतीचीपण जाणीव झाली आणि आधीपेक्षा कितीतरी जास्त भाव मिळण्याची संधी निर्माण झाली व तसा भाव मिळू लागला. मार्क रिच यांचा अत्यंत जवळचा मित्र आयझॅक क्युरेब (Isaac Querub) यांनी तर मार्क रिच यांची तुलना कम्युनिझमच्या (साम्यवादाच्या) जनकाबरोबर केली. ''एका अर्थाने मार्क रिच हे तेल उत्पादन करणाऱ्या देशांसाठी कार्ल मार्क्सच होते.'' ज्याप्रमाणे कार्ल मार्क्स यांनी जगातील कामगार वर्गाला त्यांच्या हक्काची जाणीव करून दिली त्याचप्रमाणे मार्क रिच यांनी तेल उत्पादक देशांना त्यांच्या हक्काची, त्यांच्याकडे

असलेल्या नैसर्गिक साधनसंपत्तीच्या खऱ्या मोलाची जाणीव करून दिली. ती एक क्रांतीच होती, त्यात काही संशयच नव्हता.

ते आमच्यासाठी जणू देवच होते

मार्क रिच आणि कंपनी (एजी)ची स्थापना झाल्यावर केवळ १० वर्षांच्या आतच ती एक स्वतंत्रपणे क्रुडतेलाचा व्यवसाय करणारी सर्वांत मोठी आणि सर्वाधिक नफा कमावणारी कंपनी म्हणून जगात ओळखली जायला लागली. आणि त्याचवेळी कंपनीच्या सर्वात महत्त्वाच्या दोन भागीदारांमागे - मार्क रिच आणि पिंकस ग्रीन – जगातील सर्वात शक्तिशाली देशाच्या गुप्तहेर संघटनेचा ससेमिरापण लागला होता. असे असले तरी मार्क रिच आणि कंपनीशी व्यवहार करणे तेल व्यवसायातील इतरांना टाळता येण्यासारखे नव्हते. मार्क रिच सांगत होते १९८०च्या दशकाच्या मध्यावर प्रतिदिन दहा लाख बॅरल इतका कंपनीचा व्यापार पोहोचला होता. थोड्याच अवधीत मार्क रिच आणि कंपनी जीवनावश्यक वस्तूंच्या वायदे व्यापारातील जगातील सर्वात मोठी कंपनी म्हणून ओळखली जाऊ लागली. मार्क रिच आणि कंपनी फक्त क्रुडतेलाच्या वायदे व्यवसायातच नव्हती तर इतर सर्व प्रकारच्या धातू खनिजांच्या वायदे व्यापारातपण होती. अगदी (ए ते झेड A to Z) "अॅल्युमिनियम ते झिंक"पर्यंत सर्व वस्तूंचा व्यापार करत होती. त्या वेळेला मार्क रिच यांच्या एका प्रतिस्पर्ध्याने उद्‍गार काढले होते, "धातू/खनिजांच्या व्यापारामध्ये मार्क रिच आणि ४० बुटके." अशीच परिस्थिती झाली होती. या त्यांच्या उद्‍गारावरून मार्क रिच यांच्याबद्दलचा आदर आणि त्याचबरोबर एक प्रकारचा हताशपणा ध्वनित होत होता. प्रथम कित्येक वर्षे मार्क रिच यांच्याबरोबर काम करणारे आणि नंतर स्वतंत्रपणे व्यवसाय करणारे इंग्लंडमधील एक त्यांचे सहकारी मला सांगत होते, "मार्क रिच हे त्यांच्या व्यवसायातील 'अनभिषिक्त सम्राटच' होते, नव्हे त्याहीपेक्षा काहीतरी मोठे होते. आणि त्यांच्या बोलण्यात उपरोधाचा अजिबात लवलेश नव्हता. ते आमच्यासाठी जणू देवच होते. एखादा फायदेशीर सौदा केल्याबद्दल अभिनंदन करणारा त्यांचा फोन आला तर जणू देवानेच फोन केल्यासारखे वाटायचे, देवच बोलल्यासारखे वाटायचे."

एका बाजूला "सर्वात मोठा सैतान" तर दुसरीकडे अगदी "देव." मला वाटते एखाद्या माणसाची खरी ओळख होण्यासाठी, त्याला खरे जाणून घेण्यासाठी यापेक्षा मोठा पल्ला, किंवा आवाका असूच शकत नाही. अगदी गडद काळा किंवा बर्फासारखा पांढराशुभ्र, मार्क रिच यांच्या व्यक्तिमत्वाच्या बाबतीत अगदी दोन टोके का? ते लोकांच्या मनांमध्ये, भाव-भावनांमध्ये इतकी टोकाची वादळे कशी उठवू शकतात? अशा व्यक्तिमत्त्वांचे मानसशास्त्रीय विश्लेषण केले गेले आहे. त्या

आधारे मार्क रिच यांच्या व्यक्तिमत्त्वाचे नेमकेपण सांगणे, त्याचा अर्थ लावणे शक्य आहे. मार्क रिच यांच्या व्यक्तिमत्त्वातील किंवा सर्वसाधारण तेल उद्योगातली गुंतागुंत किंवा अस्पष्टता एकवेळ आपण दुर्लक्षू या, पण मार्क रिच यांना सैतान म्हणणे काय किंवा अगदी देव म्हणणे काय, अशी अगदी टोकाची बिरुदे लावून मला वाटते आपण आपल्या मनामध्ये चाललेल्या, नैतिक मूल्ये आणि राजकीय विरोधाभास यांच्यातील द्वंद्वाला काही काळ का होईना विसरू शकतो किंवा ते विसरणे आपल्याला सोपे जाते.

त्यात विचित्र गोष्ट अशी की ज्या देशांना ''लोकशाही'' किंवा मानवाधिकार इत्यादी संकल्पनांचा वारासुध्दा लागला नाही आहे अशाच देशांमध्ये खनिजसंपत्ती, नैसर्गिक साधनसंपत्ती विपुल प्रमाणात आहे, आणि अजून सापडते आहे. अर्थशास्त्रज्ञ आणि राजकीय विश्लेषक या गोष्टींचे वर्णन ''साधनसंपत्तीचा शाप'' (The Resource Curse) किंवा ''विपुलतेचा विरोधाभास'' (The Paradox of plenty) असे करतात. कारण जे देश क्रुडतेल, नैसर्गिक वायू, निरनिराळ्या धातूंचे खनिजसाठे, इत्यादींनी समृद्ध आहेत तेच नेमके गरिबी, भ्रष्टाचार आणि अराजकांनी ग्रासलेले आहेत. अशा परिस्थितीत क्रुडतेलांसारख्या, खनिजांसारख्या वस्तूंच्या वायदे व्यवहारासाठी आणि मुख्य म्हणजे त्यात यशस्वी होण्यासाठी; एरवी ज्यांच्याशी ओळख तर जाऊ देच पण भेटण्याचीसुध्दा इच्छा कोणी दाखवली नसती अशा लोकांशी व्यवहार करण्यासाठी, करारमदार करण्यासाठी एकदा नाही तर अनेकदा ऊठबस करणे भाग होते. एवढेच नाही तर अशाही मार्गांचा अवलंब करणे भाग होते की जे मार्ग, ज्या पद्धती सुसंस्कृत देशांमध्ये अनैतिकच नाही तर उघड-उघड बेकायदेशीरच समजल्या जातात.

माझ्या एका प्रश्नाला उत्तर देताना तेल क्षेत्रातील एक वायदे व्यापारी मला म्हणाला होता की, ''जेव्हा तुम्ही रोमला जाता तेव्हा रोमन्ससारखे वागा.'' "When in Rome, do as the Romans do." त्याने जगातील अगदी कमालीचा भ्रष्टाचारी देश, नायजेरिया येथे बराच काळ घालवला होता. तो देश तेलसाठ्यांच्या बाबतीत समृद्ध आहे. त्या मुलाखतीच्या दरम्यान त्याने उच्चारलेल्या एका वाक्याचा अर्थ मला जाणून घ्यायचा होता. तो म्हणाला होता, ''तुम्हाला जर मूल हवे असेल तर तुम्ही कुमारिका राहू शकत नाही.'' (If you want to get pregnant you can't stay a virgin.) त्याने कबूल केले की व्यापारी करार करण्यासाठी, व्यवहार करण्यासाठी मी खालपासून वरपर्यंत लाच दिली. मार्क रिच यांना जी माफी दिली गेली ती कोणत्या परिस्थितीत दिली गेली याचा शोध घेणाऱ्या "हाउस कमिटी ऑन गव्हर्नमेंट रीफॉर्म्स (House Committee on Government Reforms)" यांनी त्यांच्या अहवालात हाच शेरा दिला आहे की, ''मार्क रिच यांचे व्यापारी साम्राज्य हे प्रामुख्याने लाचलुचपत आणि भ्रष्टाचार यांच्या पायावरच उभे

आहे.'' परंतु नायजेरियाशी तेलाचा व्यापार करणाऱ्यांना हा आरोप पूर्णपणे मान्य नाही. त्यांचे म्हणणे असे की आम्ही फक्त लाच देतच व्यापार केला असता तर आम्ही इतके यशस्वी झालो नसतो, आणि इतका काळ या क्षेत्रातपण राहू शकलो नसतो. प्रामुख्याने आम्ही आमच्या ग्राहकांना आमच्या प्रतिस्पर्ध्यापेक्षा चांगली सेवा दिली आणि चांगला भाव दिला. मार्क रिच स्वत: मात्र लाच द्यायला संमती देण्याच्या आरोपाचे पूर्णपणे खंडनही करत नाहीत किंवा नाकारतही नाहीत.

अखेरची सीमारेषा (आघाडी)

मार्क रिच यांनी मला बोलता-बोलता सांगितले होते की, ''मीसुद्धा सर्व सामान्य माणसाप्रमाणेच महत्त्वाकांक्षा बाळगली होती आणि तिच्याच पूर्तीचे ध्येय ठेवले होते, माणसाची प्रगती ही महत्वाकांक्षा बाळगल्यानेच झालेली आहे. काही जणांना उंच पर्वत चढायचे असतात, काहींना सर्वात वेगात पळायचे असते, काहींना समुद्रात खोलवर जायचे असते, काहींना उडायचे असते, त्याचप्रमाणे मला माझ्या धंद्यात यशस्वी व्हायचे होते.'' त्यांच्या महत्त्वाकांक्षेची सीमारेषा होती – भूगर्भात खोलवर शिरून तेथील खजिना हस्तगत करायची, आणि ती महत्त्वाकांक्षा पूर्ण करण्यासाठी त्यांची कोणाशीही व्यवहार/व्यापार करण्याची तयारी होती; मग अगदी तो हुकूमशहा असो की लोकशाहीवादी असो, साम्यवादी असो की भांडवलदार असो. मार्क रिच जन्माने ज्यू असल्यामुळे अर्थातच त्यांना इस्रायलबद्दल आत्मीयता होती. तरीपण इराणसारख्या देशातील मुस्लिम धर्मांध राजवटीशी; जिला इस्रायलचे अस्तित्त्वच मान्य नव्हते, व्यापारी करारमदार करायला त्यांनी पुढेमागे पाहिले नाही. अगदी वर्णविद्वेषी दक्षिण आफ्रिकेलासुध्दा मार्क रिच यांचा आधार हवासा वाटत होता. या सर्वांमुळेच त्यांची जगातील एक सर्वात श्रीमंत व्यक्तींमध्ये गणना होत होती आणि त्याचवेळी सर्व रंगाच्या, ढंगाच्या राजकारण्यांना ते अडचणीचे वाटत होते. डावे त्यांच्याकडे कार्ल मार्क्स म्हणून नाही, तर विकसनशील देशांचा गैरफायदा घेणारा; त्यांना लुबाडणारा म्हणून बघतात, तर उजवे त्यांना इराण आणि क्युबाशी व्यापार करणारा देशद्रोही समजतात आणि दोघेही जण त्यांना सर्वात मोठा कर बुडव्या किंवा कर घोटाळेबाज समजतात. मार्क रिच मात्र स्वत:ला निष्पाप समजतात आणि तितक्याच ठामपणे सांगतात की त्यांनी कोणत्याही कायद्याचे उल्लंघन केलेले नाही, कोणताही कायदा मोडला नाही. त्यांनी बाळगलेली वकिलांची फौज त्यांच्यावरच्या प्रत्येक आरोपाला विस्तृत उत्तरे देऊन, त्यांचे खंडन करून, मार्क रिच यांचे व्यवहार कसे ''स्विस'' कायद्याला धरून आहेत हे पटवून देण्याचा प्रयत्न करते. मात्र सर्वसाधारण जनमत काही बदलायला तयार नाही आणि तिच गोष्ट अमेरिकन राजकारण्यांची, जे त्यांच्या कोणत्याही गोष्टीवर विश्वास ठेवायला

तयार नाहीत. "हाउस कमिटी ऑन गव्हर्नमेंट रीफॉर्म्स (House Committee on Government Reforms)"नेही त्यांच्या अहवालात शेवटी हाच निष्कर्ष काढला आहे की, "मार्क रिच यांनी त्यांचे साम्राज्य उभे करताना आणि पैसा कमावताना कायदा, नैतिकता किंवा अगदी प्राथमिक नीतिमत्ता इत्यादी कशाचीच तमा बाळगली नाही."

मार्क रिच नेहमीच अभिमानाने सांगत की, त्यांनी त्यांची कंपनी आणि तिचे व्यवहार हे राजकारणापासून किंवा राजकीय पक्षांपासून नेहमीच चार हात लांब ठेवले होते. पण त्यामुळेच त्यांची कंपनी राजकारणाच्या साठमारीत आणखी खोलवर रुतत गेली. इराणमध्ये खोमेनींची राजवट आल्यावर त्यांच्याशी केलेल्या तेल करारांमुळे मार्क रिच त्या पापाचे धनी झालेच होते, पण जेव्हा अमेरिकेच्या लीबियावरील व्यापारी निर्बंधांनंतर आणि अमेरिकन तेल कंपन्या लीबियातून बाहेर पडल्यावर मार्क रिच यांनी मोहम्मद गडाफींच्या लीबियाशी व्यापार चालूच ठेवला, हे कृत्य मात्र अमेरिकन सरकारला सरळ-सरळ आव्हान देण्यासारखेच होते. इतकेच नाही तर इ.स. १९८०मध्ये रशियाने अफगाणिस्तानात सैन्य पाठवल्यानंतर अमेरिकेने रशियावर व्यापारी निर्बंध लादले तरीपण मार्क रिच यांनी तिसऱ्याच देशातून रशियाला अन्नधान्य पुरवणे चालूच ठेवले, हाही एक गंभीर ठपका मार्क रिच यांच्यावर ठेवला गेला होता. जॉन एफ केनेडी राष्ट्राध्यक्ष असताना त्यांनी क्युबावर व्यापारी निर्बंध लादले होते, तरीपण मार्करिच यांनी क्युबाबरोबर कॉपर (तांबे), साखर आणि तेल देवाणघेवाणीचे व्यवहार चालूच ठेवले तेव्हा तर सरकारच्या रागाचा भडका उडाला होता. "हाउस कमिटी ऑन गव्हर्नमेंट रीफॉर्म्स (House Committee on Government Reforms)"चे चेअरमन डॅन बर्टन (Dan Burton) यांनी कमिटीच्या अहवालात असे नमूद केले आहे की, "गेल्या वीस-एक वर्षांत अमेरिकन सरकारने ज्या-ज्या देशांना शत्रू म्हणून घोषित केले आणि व्यापारी निर्बंध लादले त्या-त्या देशांशी मार्क रिच यांनी उघड-उघड जीवनावश्यक गोष्टींची देवाणघेवाण केली, त्या गोष्टींचा पुरवठा केला, व्यापार केला."

ज्यू विरोधाचा एकसूत्री कार्यक्रम

कोणत्याही देशाशी बांधिलकी नसणारा, शत्रुराष्टांशी व्यापार करणारा, स्वत:चे असे काही निर्माण न करता दुसऱ्यांच्या व्यवहारात दलाली करून फायदा उकळणारा एक सट्टेबाज, एक भांडवलदार. स्विस पार्लमेंटमध्ये एकदा "विकसनशील देशांचे रक्त शोषण करणारा रक्त पिपासू" असा मार्क रिच यांचा उल्लेख केला होता. प्रमाणिकपणे कर भरण्यापेक्षा स्वत:चा देश सोडणारा, नागरिकत्त्व सोडणारा, विश्वासघातकी, बेइमान, नफेखोर इत्यादी इत्यादी. बऱ्याच टिकाकारांना या आरोपांमध्ये एक ज्यू विरोधी ठरावीक टीकेचा सूर असण्याची कल्पना नसेल. मी ज्यांच्या

मुलाखती घेतल्या त्यांतील अनेकांनी मान्य केले की मार्क रिच यांची जरा जास्तच छळवणूक व्हायचे, अनेक कारणांपैकी, हेही एक कारण नक्कीच होते. कारण इतर क्रुडतेलाचा व्यापार करणाऱ्या कंपन्यांनी अशाच प्रकारचे व्यवहार केले होते तरी त्यांना इतकी कठोर वागणूक मिळाली नव्हती किंवा त्यांचा इतका पाठपुरावा केला गेला नव्हता.

"ॲमेर ॲझूल Amer Azulay" एकदा मला म्हणाले होते की, ''खरं तर ज्यू विरोधी किंवा ज्यू द्वेष्टा असे शब्दप्रयोग करायला सर्वसाधारणपणे मला आवडत नाही, कारण कोणत्याही प्रकारच्या टीकेवर ज्यू द्वेषाचे लेबल लावणे सहज शक्य आहे, सोपे आहे.'' खरं तर अशा प्रकारच्या आरोपांमध्ये काही तथ्यही नव्हते, पण मार्कच्या बाबतीत गोष्टी जरा गुंतागुंतीच्या होत्या, तो एक मोठा प्रश्नच होता. इस्त्रायलच्या 'मोसाद' (Mossad) या गुप्तहेर संघटनेत ते एक आधी मोठे ऑफिसर होते आणि रिच यांचे जवळचे मित्र होते, मार्क रिच यांना माफी मिळवून देण्यात त्यांचा मोठा सहभाग होता. तर मार्क रिच यांचा दुसरा एक खूप काळचा जवळचा सहकारी आणि ज्याने रिच यांच्या आयुष्यातील घटना फार जवळून बघितल्या आहेत त्यांचे असे मत होते की, ''मार्क रिच हे अमेरिकन व्यवस्थेत कधीच खऱ्या अर्थाने फिट बसले नाहीत, त्यांच्या मते ते एक 'उपरे' होते आणि त्यातून ज्यू होते, आणि माझी खातरी आहे की अमेरिकन राज्यव्यवस्थेमधला मोठा वर्ग हा डब्ल्यूएएसपी (WASP - White Anglo Sax Protestant) म्हणजे मध्यमवर्गीय अमेरिकन हा ज्यू विरोधी आहे.''

माझ्यावरील खटल्यांमागे किंवा माझ्या या छळामागे ''ज्यू विरोधी मनोवृत्ती कारणीभूत आहे का? त्याला ज्यू द्वेषाचा एक पदर आहे का?'' असेल. पण मार्क रिच यांचे स्वत:चे मत असे होते की, मी त्यांच्यासाठी एक सोपे आणि स्वाभाविक लक्ष्य होतो कारण मी खूप पैसा कमावत होतो आणि ज्यू होतो. बँक ऑफ अमेरिकेच्या इमारतीच्या १३व्या मजल्यावरच्या सॅन्डी विनबर्ग यांच्या ऑफिसमध्ये बसून मी त्यांची मुलाखत घेत होतो. त्यांच्या ऑफिसमधून बाहेर पसरलेल्या टॅम्पा (Tampa) शहराचे विहंगम दृश्य दिसत होते. हाच प्रश्न मी साहाय्यक यूएस ॲटर्नी सॅन्डी विनबर्ग (Sandy weinberg) यांना विचारला. त्यांनीच रिच यांच्याविरुद्ध फौजदारी गुन्हे दाखल केले होते. त्याचा ते हात धुवून पाठपुरावा करत होते. माझा प्रश्न ऐकताच सॅन्डी यांनी त्यांच्यासमोरच्या बाटलीतल्या मिनरल वॉटरचा एक घोट घेतला आणि आवाज वरच्या पट्टीत नेत आणि ज्यू द्वेषाचा आरोप अमान्य करत म्हणाले, ''माझे वडील ब्रुकलीनमधून आलेले ज्यू होते, त्यांना स्वत:ला ज्यू म्हणून वेगळी वागणूक मिळालेली होती.''

''फॉर्च्युन'' मासिकाच्या एका स्तंभलेखकाने मार्क रिच यांचे अगदी योग्य वर्णन केले होते. त्याने लिहिले होते, ''तग धरून राहाणे हे मार्क रिच यांचे प्रमुख

वैशिष्ट्य होते.'' किंबहुना ते त्यांचे जीवनसूत्रच होते. मला असे खातरीने वाटते की लहानपणीच बेल्जियममधील घर सोडून परागंदा व्हायला लागण्याचा फार खोलवर परिणाम रिच यांच्या मनावर झाला होता, त्या दिवसांच्या आठवणींबद्दल बोलणे तर राहूच दे, उल्लेखही केलेला त्यांना चालत नसे, आवडत नसे. नंतर अनेक मुलाखतींचे दरम्यान बोलताना मार्क रिच यांनी माझा हा अंदाज खरा ठरवला. लहानपणी घरदार सोडून निर्वासित व्हावे लागल्यामुळे मनात कोठेतरी आयुष्यात 'संपूर्ण स्वातंत्र्य' मिळवण्याची इच्छा त्यांच्या मनात निर्माण झाली होती. मार्क रिच यांच्या बोलण्यात 'स्वातंत्र्य' (Independance)' हा शब्द फार वेळा येतो. मी एका मुलाखतीत जेव्हा त्यांना विचारले की, ''या तुमच्या अफाट संपत्तीचा तुम्ही कसा अर्थ लावता?'' तेव्हा त्यांचे उत्तर होते, ''संपत्ती, अफाट धन म्हणजेच पूर्ण स्वातंत्र्य.''

लहानपणच्या त्या एका घटनेमुळे मार्क रिच यांची मनोवृत्ती कायमचीच निर्वासितांच्या मनोवृत्तीप्रमाणे होऊन बसली होती. इतरांपेक्षा काहीतरी वेगळे करून लोकांच्या नजरेत भरेल असे काहीतरी करणे अशी काहीशी त्यांची मनोवृत्ती झाली होती. त्यांना खरी कोणती भूक असेल तर ती यशाची होती, त्यांना यशस्वी व्हायचे होते आणि ते ध्येय गाठण्यासाठी वाटेल ते कष्ट करण्याची त्यांची तयारी होती. आणि कन्सास शहरातील, मिसुरी ४४०४ होली स्ट्रीटवरील छोट्या घरापासून ते मॅनहॅटनमधील पार्क ॲव्हेन्यूवरील १० खोल्यांची जागा हा आयुष्यातला प्रवास हा त्यांच्या ध्येयपूर्तीचा प्रवासच म्हणावा लागेल. मार्क रिच यांना ओळखणारा कार्ल रीचमथ (Karl Reichmuth) हा बँकर मार्क रिच यांची तुलना कसलेल्या खेळाडूशी करतात. कारण ज्याप्रमाणे खेळाडूंना शर्यतीत पुढे राहाण्यासाठी, पहिले येण्यासाठी इतरांपेक्षा जलद विचार आणि कृती करण्याची सवयच लागलेली असते तशीच काहीशी मनोवृत्ती मार्क रिच यांची झाली होती.

मार्क रिच नावाचा एक निर्वासित मुलगा, ज्याला अमेरिकेत येण्याआधी इंग्रजी भाषेचा गंध नव्हता, जो विखुरलेल्या ज्यू समाजात अगदी एकाकी होता, आणि नितांत आदर असलेल्या वडिलांना आनंदी पाहाण्यासाठी ज्याची काहीही करण्याची तयारी होती अशा मार्क रिच यांना लोकांचे प्रेम, आदर नाही तर किमान स्वत:ची ओळख, प्रतिमा ठसवण्यासाठी, निर्माण करण्यासाठी काहीतरी भव्य-दिव्य करून दाखवणे, यशस्वी होऊन दाखवणे हाच एक मार्ग होता. मार्क रिच यांचा एक अगदी जवळचा मित्र आणि ''हेज फंडाची'' कल्पना प्रथम मांडणारा विख्यात वायदे व्यापारी (Commodity Trader) मायकेल स्टाईनहार्ट (Michael Steinhardt) यांना मी जेव्हा त्यांच्या मॅनहॅटनमधील मॅडिसन ॲव्हेन्यू येथील ऑफिसमध्ये भेटलो तेव्हा त्यांनी मार्क रिच यांची ओळख अगदी योग्य शब्दात करून दिली. स्टाईनहार्ट हे गृहस्थ एखाद्या 'पांडा' या प्राण्यासारखे दिसतात. ते

अत्यंत शांत आणि हळुवार आवाजात बोलतात. त्यांच्या १७व्या मजल्यावरील ऑफिसमधून सेंट्रल पार्कमधल्या "आइस रिंक ICE Rink"चे दृष्य दिसते. त्यांच्या ऑफिसमध्ये काही उत्तमोत्तम कलाकृती बघायला मिळतात. ज्यू धर्मीयांची ओळख सांगणाऱ्या आणि त्या धर्मात पवित्र समजल्या जाणाऱ्या काही वस्तू उदाहरणार्थ सात मेणबत्त्या राहू शकतील असा ''मेणबत्ती स्टॅन्ड.'' छोट्या-छोट्या फ्रेम्समध्ये हिब्रू भाषेतील पवित्र वचने, आदेश इत्यादी गोष्टी ऑफिसमध्ये आहेत. भिंतीवर प्रसिद्ध जर्मन कलाकार जॉन हार्टफील्ड यांनी हिटलर आणि नाझींवर काढलेली विडंबनात्मक, टीका करणारी चित्रमालिका आहे. त्यातील शेवटचे चित्र जीनीव्हा येथील लीग ऑफ नेशन्सच्या इमारतीसमोर एका सैनिकाच्या हातातील रायफलच्या बायोनेटवर वरून पांढरे कबुतर घाण करते आहे असे होते. ''धंद्यात यश आणि यशच मिळवणे हेच मार्कच्या आयुष्याचे ध्येय बनले.'' स्टाईनहार्टनी आपल्या मित्राबद्दल सांगितले. मार्कसाठी धंद्यातील यश म्हणजेच सर्वकाही होते, तोच त्याच्या आयुष्याचा एकमेकव अर्थ होता.

त्यांचे सर्वात मोठे सामर्थ्य

मार्क रिच यांची सर्वात मोठी ताकद? उर्सुला सॅन्टो डॉमिंगोनी माझाच प्रश्न परत उच्चारला. माद्रिद शहराच्या थोड्याबाहेर असलेल्या उच्चभ्रू वस्तीमधील तिच्या अपार्टमेन्टमध्ये आम्ही बसलो होतो. उर्सुला ही एक आकर्षक व्यक्तिमत्त्वाची, जर्मन वंशाची आणि मार्क रिच यांची पहिली सेक्रेटरी. ती आज मार्क रिच यांना जवळ-जवळ ४० वर्षे ओळखते आहे. नंतर त्या दोघांच्या कुटुंबीयांचे मित्रत्वाचे संबंध जुळले आणि सर्व जण मिळून अधूनमधून सुट्टीवर सहलीला एकत्र जात असत. ''तो म्हणजे, आम्ही ज्याला स्पॅनिशमध्ये "सुपर डू टा डू Super do ta do" म्हणतो, म्हणजे अत्यंत बुद्धिवान असा माणूस आहे.'' त्यांची सर्वात मोठी ताकद म्हणजे, हवे ते मिळवल्याशिवाय ते स्वस्थ बसत नाहीत. एखादा व्यापारी करार, एखादा व्यवहार त्यांना हवा तसा जोपर्यंत होत नाही तोपर्यंत ते त्यावर दिवसरात्र मेहनत करतील, प्रयत्न करतील. त्यांच्या डोक्यात कामाशिवाय दुसरे विचारच कधी नसतात. जर रोज फक्त आठ तासच काम केले आणि शनिवार/रविवार आराम केला तर त्यांनी जे आयुष्यात कमावले तसे मिळवण्याचे स्वप्न कधी बघता येणार नाही.

सर्वच यशस्वी वायदे व्यापाऱ्यांना (Commodities Traders) अगदी मार्क रिच धरून, हे चांगलेच माहीत आहे की त्यांचे आयुष्य म्हणजे जीव मुठीत धरून तलवारीच्या पात्यावर चालण्यासारखे आहे. बरोबर आणि चूक, श्रीमंती आणि सर्वनाश, यश आणि एकाकीपणा यातील सीमारेषा फारच धूसर आहे. एका साउथ

अमेरिकन तेल वायदे व्यापाऱ्याने मार्क रिच यांचेकडे १९७० साली नोकरीच्या निमित्ताने गेलेले असतानाचा किस्सा सांगितला. मार्क रिच यांनी डाव्या हाताने टेबलावरचा चाकू उचलला आणि उजव्या हाताचे बोट त्याच्या पात्यावर फिरवत म्हणाले, ''ट्रेडर म्हणून तुला वारंवार या पात्यावरून चालावे लागेल. या पात्यावरून न पडण्याची खबरदारी, काळजी घे.'' रुडी गुलियानी (Rudy Giuliani) आणि त्यांचा सहकारी सॅन्डी विनबर्ग (Sandy Weinberg) यांच्या सांगण्यावर विश्वास ठेवायचा तर १९८०च्या सुरुवातीला रिच स्वत:च त्या पात्यावरून घसरले होते.'' मार्क विरुद्धची आमची केस फक्त चांगलीच नव्हती तर मार्कला आयुष्यभर पुरेल आणि जेरीस आणेल अशी होती. सॅन्डी विनबर्ग नंतर मला म्हणाले होते की, ते काहीही असो गुलियानी आणि विनबर्ग यांना त्यांची केस किती चांगली होती हे कोर्टात सिद्ध करण्याची वेळच आली नाही. कारण मार्क रिच यांनी अमेरिकेला कधीही न परतण्याचा निर्णय घेतला होता. त्यामुळे तो खटला कधी उभाच राहिला नाही आणि मार्क रिच यांना कधी शिक्षाही झाली नाही की ते निर्दोषही सुटले नाही.

मार्क रिच यांच्या कारकिर्दीचा विचार करता, इतर आरोपांमुळे आणि वादांमुळे, एका महत्त्वाच्या गोष्टीकडे दुर्लक्षच नाही तर ती गोष्ट जवळ-जवळ विसरलीच गेली आणि ती म्हणजे त्यांनी मिळवलेले एकमेवाद्वितीय असे व्यावसायिक यश. मार्क रिच म्हणजे फक्त नफेखोर, किंवा व्यापारी निर्बंधाचा फायदा घेणारे वगैरे इतकेच नव्हते तर त्याहीपेक्षा खूप काही होते. त्यांनी चुकवलेल्या कराच्या रकमेवरूनच फक्त विसाव्या शतकातील सर्वात मोठे किंवा प्रबळ वायदे व्यापारी म्हणून त्यांची ओळख ठरणार नाही. मी जेव्हा त्यांना त्यांनी व्यापारात मिळवलेल्या उत्तुंग यशाचे रहस्य विचारले तेव्हा त्यांनी वायदे व्यापाऱ्यांचा एक नेहमीचाच सर्वांना माहीत असलेला नियम सांगून उत्तर दिले, "Buy Low Sell High" म्हणजे ''स्वस्त खरेदी करा आणि महाग विका.'' पण लगेचच गंभीर होत त्यांनी सांगितले, ''माझ्या यशाचे रहस्य कठोर परिश्रम, कठोर परिश्रम आणि कठोर परिश्रम, आणि चांगले भागीदार; अर्थात, थोडी नशिबाचीपण साथ हवीच.'' या सगळ्या गोष्टी तर यश मिळवण्यासाठी नक्कीच लागणाऱ्या होत्या तरी मार्क रिच यांनी यशाचे जे शिखर गाठले होते, ज्या प्रमाणात यश मिळवले होते त्याचे रहस्य उलगडायला एवढ्याच गोष्टी नक्कीच पुरेशा नव्हत्या.

आणि म्हणूनच उरलेले पूर्ण स्पष्टीकरण मिळवण्यासाठी कडाक्याच्या थंडीत भल्या सकाळी सेंट मॉरीट्झच्या स्कि लिफ्टच्या पार्किंगमध्ये थांबलो आहे. आमचे साडेआठ वाजता भेटायचे ठरले होते आणि अगदी बरोबर साडेआठला एक गवती हिरव्या रंगाची कार येऊन उभी राहिली आणि मार्क रिच त्यातून खाली उतरले.

त्यांची कार जेट-सेटर्स किंवा अति श्रीमंत सर्वसाधारणपणे वापरतात ती मर्सिडीज, बीएमडब्ल्यू किंवा जीप (Suv) नव्हती तर अजिबात भपका नसलेली सुबारू (लीगसी) होती. कारला ल्युसर्नची नंबर प्लेट होती आणि तशी ती जुनीपण वाटत होती. त्यांच्या ऑफिसमध्ये मी जी दोन दांडगट माणसे पाहिली होती त्यातील एक जण ड्रायव्हरच्या सीटवर बसला होता. तो अंगरक्षक, मार्क रिच यांचा बहुधा हरकाम्या असावा कारण त्यानेच कारच्या डिकीमधून स्कीइंगचे सामान बाहेर काढले.

एखाद्या पत्रकाराने तेथे दिसणारे ते सर्वसाधारण दृश्य पाहिले असते तर त्याला कारमधून उतरलेली आणि तेथे उभी असलेली असामी कोण आहे याचा अंदाज करता आला नसता. रिच यांच्या अंगावर भडक लाल रंगाचे जॅकेट होते, निळ्या रंगाची स्कि-पॅन्ट होती. त्यांनी काळ्या रंगाचे हेल्मेट आणि स्कि-गॉगल्स घातले होते. त्यांनी पायात घातलेल्या स्कि-बुटांवरूनच कळत होते की रिच यांना खरोखरच स्कीइंगचे किती वेड आहे ते. कारण ते बूट एकदा पायाला सुखावह वाटायला लागले की ते पायातून काढावेसे वाटतच नाहीत. त्यांच्याबरोबर, दर वर्षीप्रमाणेच त्यांच्या दोन मुली, आयोना आणि डॅनिएला (Ilona-Daniella) त्यांच्या कुटुंबीयांसमवेत आलेल्या होत्या. मार्क रिच यांना त्या त्यांच्याजवळ राहाव्या असे वाटणे सहाजिकच होते. त्या चेअर लिफ्टमध्ये बसल्यावर ''नाही, तू लगेच उद्या जाऊ नकोस, अजून थोडे दिवस थांब, मला तुझी आठवण अगदी रोज येते,'' मार्क डॅनिएलाला हे सांगत असताना मी ऐकले. डॅनिएलाचा दुसऱ्या दिवशी अमेरिकेला परतायचा प्लॅन होता. ''नाही बाबा, उद्या मला न्यूयॉर्कला परत जाणे अगदी जरुरीचे आहे. मी जर वेळेवर परत गेले नाही तर आईला खूप वाईट वाटेल,'' डॅनिएला मार्कना सांगत होती. ''तिला फोन करून इकडेच बोलावून घे ना,'' मार्क तिला आग्रह करत होते. डॅनिएलाने फक्त मान हलवली. ''तुम्हाला सेंट मॉरीट्झमधला तिचा इतिहास माहीत आहे. मला नाही वाटत तिला इकडे येणे तितकेसे आवडेल.'' या छोट्या संभाषणातून संपूर्ण गोष्टीचा अंदाज करता येतो. मार्क रिच यांच्या आयुष्यात गिझेला रोस्सी (Gisela Rossi) नावाची एक सुंदर जर्मन तरुणी १९९२ साली आली आणि शेवटी तीच त्यांच्या दुसऱ्या घटस्फोटाचे कारण ठरली. (ती गोष्ट आपण १६व्या प्रकरणात बघणार आहोत.)

सन १९९०च्या सुरुवातीच्या काही महिन्यांतच अचानक सर्व गोष्टी मनाविरुद्ध जायला लागल्या, फासे उलटे पडायला लागले. मार्क रिच अजून तसे स्वतंत्रच होते, पण अमेरिकन सरकारच्या ससेमिऱ्याचा जाच, परिणाम आता जाणवायला लागला होता. मार्क रिच यांना प्रवास करणे खूप आवडायचे, त्यांच्या व्यवसायाच्या दृष्टीने प्रवास करणे गरजेचे होते आणि ते तसा वारंवार करायचे, स्वित्झर्लन्ड आता त्यांच्यासाठी सोन्याचा पिंजरा होऊन बसला होता. स्वित्झर्लन्डबाहेर जगातल्या इतर

कोणत्याही देशात अमेरिकेच्या गुप्तहेर खात्याकडून पकडले जाण्याची आणि अटक करून अमेरिकेला नेले जाण्याची भीती होती. ते एकाकी पडले होते. त्यांच्या कित्येक संभाव्य व्यावसायिकांना, गिऱ्हाइकांना, भागीदारांना त्यांच्याशी आता उघडपणे संबंध ठेवणे धोकादायक वाटत होते कारण त्यांना स्वत:ला आणि त्यांच्या व्यवसायाला अमेरिकेच्या काळ्या यादीत नाव येण्याची भीती वाटत होती. अनेक जीवनावश्यक वस्तूंच्या, खनिजांच्या किंमती एकूणच खाली-खाली येत होत्या, त्यांची घसरण चालू होती. दक्षिण आफ्रिकेतील वर्णविद्वेषी राजवट संपुष्टात आल्यावर त्या देशावरचे व्यापारी निर्बंध हळूहळू सैल केले जात होते, आणि अशा परिस्थितीत त्या देशाला मार्क रिच यांना जास्त पैसे मोजून क्रुडतेल घेण्याची गरज नव्हती.

त्यांचे काही जवळचे मित्र सांगतात की त्या काळात मार्क रिच यांची मन:स्थिती आणि त्यामुळे स्वभाव खूपच विचित्र झाला होता. त्यांनी खूप प्यायला सुरुवात केली होती, वाईट सल्लागारांकडून ते घेरले गेले होते, आणि त्या अवस्थेत त्यांनी काही चुकीचे निर्णय घेतले की जे त्यांना खूप महागात पडले. परिणामी व्यवहारात खूप तोटा झाला आणि कंपनी गमवावी लागली. हे कमी होते म्हणून की काय त्याच काळात त्यांचा त्यांच्या प्रथम पत्नीपासूनचा (डेनिस) घटस्फोटाचा खटला चालू होता. त्या खटल्याला प्रसारमाध्यमे अवास्तव प्रसिद्धी देत होती आणि परिणामी हेही त्यांना आर्थिकदृष्ट्या खूप महागात पडले. या घटस्फोटाच्या खटल्यामुळे दोघांच्याही मनावर खोल घाव झाले होते. नंतर कित्येक वर्षे ते दोघे एकमेकांशी एक शब्दही बोलले नाहीत. ज्यांना त्या वेळच्या घटनांची इत्थंभूत माहिती आहे ते सांगतात की, नंतर मार्क रिच यांच्या माफीसाठी डेनिस तिच्याकडून काहीही प्रयत्न करायला तयारच नव्हती. सेंट मॉरिट्झ हे एकेकाळी मार्क रिच आणि त्यांच्या कुटुंबीयांसाठी सुट्टी घालवण्याचे आवडते ठिकाण होते, पण आता त्याच ठिकाणी त्यांच्या वैवाहिक जीवनाला तडे जायला सुरुवात झाली होती. त्यामुळे डेनिस सेंट मॉरीट्झला यायला तयार नसणे किंवा नाखूश असणे यात आश्चर्य वाटण्यासाखे काही नव्हते.

सेंट मॉरिट्झ येथील 'स्कींग' (सुट्टी)

सेंट मॉरीट्झच्या उशाशीच असलेल्या पर्वतावर कॉर्व्हिग्लिया (corviglia) येथील ''स्कि-रिसॉर्ट'' हे आल्प्सच्या पर्वतराजीतील सर्वात मोठे स्कि-रिसॉर्टच नाही, तर सर्वात सुंदर आणि आकर्षक आहे. सुवरेट्टा हिल (Suvretta Hill) या सर्वात निवडक आणि महागड्या भागात मार्क रिच यांचा तीन मजली बंगला आहे. काही दिवसांपूर्वीच येथील एका बंगल्याचा खरेदी-विक्रीचा सौदा रु.३५० कोटी एवढ्या किमतीला झाला. मार्क रिच यांच्या बंगल्यातच स्विमिंगपूल (तरणतलाव)

आहे. रिच रोज सकाळी न चुकता त्यात पोहण्याचा व्यायाम करतात. थंडीच्या दिवसात तर बहुतेक आठवड्यांच्या सुट्ट्या ते येथेच घालवतात. मार्क हे उत्तम स्किपटू आहेत. वयाच्या ७४व्या वर्षी अत्यंत सफाईदार वळणे घेत ते घसरत जातात. त्यांना एकंदरीतच खेळात आणि त्यातून मैदानी खेळात जास्त रस आहे. ते चांगल्या प्रकारे लॉन टेनिस खेळतात. आठवड्यातून दोन वेळा त्यांच्या वैयक्तिक प्रशिक्षकाबरोबर ते टेनिस खेळतात.

येथे येणाऱ्यांपैकी काही अति श्रीमंत, पर्वताच्या माथ्यावर हेलिकॉप्टरने जाणेच पसंत करतात. रिच मात्र सर्वसाधारण लोकांप्रमाणे चेअर लिफ्टच्या रांगेत उभे राहाणेच पसंत करतात. वरून स्किच्या साहाय्याने घसरत येतानासुद्धा, एखाद्या चाणाक्ष निरीक्षण करणाऱ्याच्या लक्षात येईल की, रिच यांच्या मागेपुढे त्यांचे वैयक्तिक सुरक्षारक्षक स्किवरून येत असतात. त्या दोन्ही सुरक्षारक्षकांजवळ रेडिओ आहेत आणि पाठीवर वजनदार बॅग्ज आहेत – कारण वेळ कधी सांगून येते का? रिच यांना खरं तर सर्दीने हैराण केले आहे. पण स्कीइंग करत वरून घसरत येताना त्यांचा उत्साह कायम आहे. परतताना चेअर लिफ्टमध्ये शिरताक्षणीच त्यांच्या कामाला सुरुवात होते – जगभरातल्या त्यांच्या कार्यालयांमधील भागीदारांना, कर्मचाऱ्यांना सूचनांचा भडिमार सुरू होतो. इंग्रजी, फ्रेंच, स्पॅनिश आणि जर्मन भाषांमध्ये तितक्याच सफाईदारपणे सूचना चालू असतात. मी जेव्हा त्यांना विचारले की, कोणत्या भाषेत बोलणे ते सर्वात जास्त पसंत करतात तेव्हा त्याचे उत्तर त्यांनी फक्त मान डोलावून आणि हाताच्या इशाऱ्यानेच दिले. ते वडिलांशी जर्मन भाषेत बोलायचे, तर आईशी फ्रेंच भाषेत; त्यांच्या मुली स्पेनमध्ये वाढल्या असल्यामुळे मुलींशी ते स्पॅनिशमध्ये बोलायचे आणि त्यांची व्यवहाराची भाषा मात्र इंग्रजी होती.

त्या दिवसांत मार्क रिच यांनी जमीन खरेदी-विक्रीच्या व्यवहारात (Real Estate) खूप मोठ्या प्रमाणात गुंतवणूक केली होती आणि स्वस्त दरातील गहाणखत कर्जांच्या (Sub Prime Mortgage) परतफेडीचा प्रश्न गंभीर बनल्यामुळे त्या प्रश्नात त्यांचा बहुतेक वेळ जात होता. स्पेनमध्ये त्यांच्या मालकीची बऱ्यापैकी जमीन होती. ती काही फार मोक्याच्या ठिकाणी नव्हती आणि स्पेनमध्ये स्वस्त दरातील गहाणखत कर्जांच्या परतफेडीचा प्रश्न जास्तच गंभीर झाला होता. काही वर्षांपूर्वी त्यांनी रु.१५० कोटी गुंतवणूक करून ती जमीन खरेदी केली होती. त्यांचा अंदाज होता की या जमिनीच्या व्यवहारात एकूणच आलेल्या तेजीचा चांगला फायदा उठवता येईल, आणि आता तर उन्हातल्या बर्फाप्रमाणे जमिनींच्या किमती वितळायला, घसरायला लागल्या होत्या. बँकांचे गहाणखत कर्जांतून लवकरात लवकर बाहेर पडण्याचे प्रयत्न चालले होते. "स्कि-लिफ्टमधूनच फोन करून रिच यांनी थोडक्यात, पण नेमक्या सूचना दिल्या आणि काही प्रश्नही

विचारले “आपला हक्क किती आहे? सर्वात पुढे कोण आहे? नाही. आपण आपला कष्टाचा पैसा अशा व्यवहारात घालायचा नाही, अच्छा.” फोनवरचे संभाषण झाल्यावर ते उघडपणे त्या व्यवहाराबाबत त्यांच्या मुलीशी, डॅनिएलाशी आणि तिच्या नवऱ्याशी रिचर्डशी बोलले. त्या चेअर लिफ्टमध्ये त्यांच्याच बाजूला मी बसलो आहे आणि मी ती चर्चा ऐकतो आहे वगैरेची त्यांना अजिबात पर्वा नव्हती.

सकाळचा स्कीइंगचा कार्यक्रम झाल्यावर त्यांनी मला त्यांच्या बंगल्यावर जेवणासाठी आमंत्रण दिले. त्यांच्या बंगल्यामधील गॅरेजमधून तिसऱ्या मजल्यापर्यंत जाणाऱ्या लिफ्टमधून बाहेर येताक्षणीच समोरचे स्वप्नवत दृश्य बघून डोळे विस्फारले जातात. तो एक परीराज्यातला देखावाच वाटतो. "अप्पर एनगाडेन व्हॅली Upper Engadine Valley"मधील बर्फाच्छादित डोंगर आणि समोर पसरलेली तळी दिसतात. त्यांच्या बंगल्यातले फर्निचर त्यांच्या उच्च दर्जाच्या रसिकतेची साक्ष देणारेच आहे. बंगल्यातले अत्याधुनिक फर्निचर आणि भिंतींवरची मॉडर्न आर्ट पेंटिंग्ज ही बंगल्यातल्या आतील परंपरागत लाकडी सजावटीशी विसंगती दर्शवतात, पण त्यांचा एकूण परिणाम डोळ्यांना सुखावणारा आहे. त्या प्रशस्त खोलीतली बरीचशी जागा दोन मोठ्या उठावदार सोफ्यांनी व्यापली होती. दोन सोफ्यांच्यामध्ये असलेल्या टेबलवर बोलेव्हियाहून आणलेली ब्रॉन्झची प्राण्यांची शिल्पे आहेत. त्याचप्रमाणे डिएगो व्हेलाझुएझ ते जोसेफ ब्यूएस ते फिलिप टॅफे Diego Velazquez ते Joseph Beuys ते Philip Taaffe पर्यंतच्या काळाचा कलेचा आढावा घेणारा, इतिहास सांगणारा, आलेख मांडलेला होता. भिंतीवर मिकेल बार्सेलो आणि कीथ हारिंग Miquel Barcelo आणि Keith Haring यांची चित्रे लावलेली आहेत. संपूर्ण बंगला एखाद्या फुलाच्या दुकानासारखा वाटतो आहे. सगळीकडे फुलांचा वास भरून राहिला आहे. सर्वत्र हिरव्या रंगाच्या फुलदाण्यांमध्ये विविध फुलांचे गुच्छ ठेवले आहेत, गुलाब आहेत, ट्युलिप्स आहेत, लिलीज आहेत. सगळी फुले पांढऱ्या रंगाची आहेत कारण तो मार्क रिच यांचा आवडता रंग आहे. मार्क रिच यांच्या नुकत्याच पार पाडलेल्या वाढदिवसांच्या त्या आठवणी आहेत.

आमच्या संभाषणामध्ये मार्क यांची मैत्रीण डोलोरेस “लोला”रुइझ (Dolores "Lola" Ruiz) सामील झाली. मार्क रिच तिचा उल्लेख "mima's bella flor" (माझं सगळ्यात सुंदर फूल) असा करतात. सुरुवातीला ही “लोला” आमच्या संभाषणात अडचणीची ठरणार की काय असे वाटत असतानाच तिची खरी ओळख झाल्यावर “लोला” हे प्रकरण भलतेच भारी आहे हे समजले. लोला ही तत्त्वज्ञान (फिलॉसॉफी) विषयातील पदवीधर आणि स्पॅनिश-रशियन विदुषी आहे. लोला तिच्या प्रसिद्ध आजीवर एक पुस्तक लिहित आहे. (Dolores Ibarruri Gomez) तिची आजी स्पेनच्या कम्युनिस्ट पार्टीची सेक्रेटरी जनरल होती. स्पॅनिश यादवी युद्धाच्या वेळी (१९३६-

१९३९) जेव्हा सैन्याने माद्रिद शहराची कोंडी केली होती तेव्हा तिने एक घोषणा दिली होती (No Pasaran = They shall not pass) तीच घोषणा नंतर जगातल्या सर्व हुकूमशाही विरोधकांना एकवटणारी ठरली, एकत्र आणणारी ठरली.

अर्नेस्ट हेमींग्वे या प्रसिद्ध लेखकाने स्पॅनिश युद्धाची पार्श्वभूमी असलेल्या त्यांच्या "फॉर हूम द बेल टॉल्स For whom the Bell Tolls" या कादंबरीतून तिला अजरामर केले आहे. या कादंबरीवर गॅरी कूपर आणि इन्ग्रीड बर्गमन यांच्या भूमिका असलेला सिनेमा नंतर निघाला होता. "ला पॅनिओनॅरिआज La Panionaria's"मधील खूप प्रसिद्ध झालेले एक वाक्य म्हणजे ''गुडघ्यावर (रांगत) जगण्यापेक्षा स्वत:च्या पायावर उभे राहून आलेले मरण बरे'' ("It is better to die on ones feet than to live on ones knees"). वेगळ्या अर्थाने हे वाक्य आज तिच्या नातीच्या, लोलाच्या, मित्राला चपखल लागू होते. ''अमेरिकन तुरुंगात एक दिवस घालवण्यापेक्षा, मोकळा श्वास घेत बाहेरून सामना करणे कधीही चांगले.''

जेवणात चिकन, बटाटे आणि हिरवे मटार असा बेत आहे, जेवण झाले आणि मी रिच यांच्याबरोबर खिडकीजवळच्या सोफ्यावर बसलो. खिडकीतून बाहेरचा भव्य देखावा दिसतो आहे. रिच यांची आवडती वाइन "२००० रिओजा इम्पिरिअल रिझर्वा सीव्हीएनइ 2000 Rioja Imperial Reserva" CVNE हाताशीच होती. मार्क रिच थोडक्यात सांगतात, ''ही फार सुंदर वाइन आहे.'' ही वाइन काही बॉर्डकसहून (Bordeaux) येणाऱ्या श्रीमंती किंवा दर्जा दाखवणाऱ्या प्रसिद्ध वाइनपैकी नाही. ही वाइन थोडी जड आहे आणि स्पेनमध्ये पिकणाऱ्या टेंप्रानिलो (Tempranillo) द्राक्षांपासून बनवली जाते. सेंट मॉरिट्झमध्ये या वाइनच्या बाटलीला साधारणत: ३० डॉलर पडतात. स्पीकरमधून जॉन सेबॅस्टीअन बाख (Johann Sebastian Bach) यांनी कंपोझ केलेल्या छोट्या-छोट्या मेलडीज कानावर पडत होत्या. त्या हुडहुडी भरवणाऱ्या थंडीत गोठलेले "लेक सिल्व्हप्लाना Lake Silvaplana" चकाकत होते, निळ्याशार ''पिझ कॉरव्हॉश'' (Piz Corvatsch) पर्वताची सावली खालच्या दरीत पडली होती.

एका क्षणाचाही विचार न करता मार्क रिच यांनी उत्तर दिले, ''अर्थात माझे वडील.'' माझ्यावर सर्वात जास्त प्रभाव माझ्या वडिलांचाच आहे. आम्हाला अंगावरच्या कपड्यानिशी बेल्जियम सोडावे लागले आणि त्यांनी शून्यातून परत त्यांचा व्यवसाय उभा केला. मार्क रिच यांनी मला त्यांची गोष्ट सांगायला सुरुवात केली. गरिबी-श्रीमंतीची गोष्ट, नीती, सदाचार आणि सत्तेची गोष्ट, राजकारणाची गोष्ट तसेच अलौकिक बुध्दिकौशल्याची गोष्ट. हे सर्व सांगणारी मार्क रिच यांची ही गोष्ट आणि त्याचबरोबर क्रुडतेलाच्या भूत आणि भविष्याची पण गोष्ट.

३

ज्यू प्रारब्ध

डेव्हिड रिच यांनी त्यांची पहिली कार सेकंड हॅन्ड, काळ्या रंगाची सिट्रन (Citroen) बुधवार ८ मे १९४० रोजी विकत घेतली. त्यांना अंतर्मनात कोठेतरी जाणवले होते की त्यांच्यासाठी आणि त्यांच्या छोट्या कुटुंबासाठी आता फार थोडा वेळ उरलेला आहे. खरं तर तेव्हा फक्त श्रीमंत लोकच कार घेऊ शकत होते आणि डेव्हिड रिच तसे श्रीमंत नक्कीच नव्हते. त्या ३८ वर्षांच्या, पादत्राणांचा किरकोळ व्यवसाय करणाऱ्याने त्यांची संपूर्ण शिल्लक या सेकंड हॅन्ड कार खरेदीवर संपवली होती तरी या खरेदीमुळे त्यांचे मन म्हणावे तसे अभिमानाने भरून आले नव्हते. इतिहासाच्या त्या कालखंडात तसे होणेही शक्य नव्हते आणि त्यातून बेल्जियममध्ये तेव्हा राहाणाऱ्या कर्मठ ज्यूंना तर नाहीच नाही.

ज्यांना आजूबाजूच्या घडामोडी कळत होत्या, वाचता येत होत्या त्यांना भविष्य स्पष्ट दिसत होते. आठच महिन्यांपूर्वी सप्टेंबर १९३९मध्ये जर्मन फौजा पोलंडमध्ये घुसल्या होत्या आणि पोलंड काबीज केले होते. जर्मन सैन्याने आता डेन्मार्क आणि नॉर्वे काबीज केले होते. ती दुसऱ्या महायुद्धाची सुरुवात होती आणि थोड्याच काळात मानवी इतिहासातला सर्वात मोठा रक्तरंजीत अध्याय लिहिला जाणार होता. बेल्जियम काबीज करून नंतर फ्रान्सकडे कूच करायला जर्मन सैन्याला आता काही थोड्याच दिवसांचा कालावधी असावा अशी चिन्हे दिसत होती. अशा उलगडणाऱ्या परिस्थितीत १९४०च्या वसंतात या ज्यू कुटुंबापुढे काय वाढून ठेवले आहे हे स्पष्टच दिसत होते. ज्यू लोकांचा मताधिकार काढून घेणार आणि त्यांना इतरांपेक्षा वेगळं लेखणारा, वेगळी वागणूक देणारा वंशविद्वेषी न्युरेंबर्ग कायदा सन १९३५पासूनच जर्मनीमध्ये अस्तित्वात आला होता.

कर्ट टुचोलस्की (Kurt Tucholsky), अप्ट्रॉन सिंकलेअर (Uptron Sinclair), सिग्मंड फ्रॉईड (Sigmund Freud), ॲना सेघर (Anna Seghers) आणि लिऑन फ्युचवॅग्नर (Lion Feuchwagner)सारख्या ज्यू लेखकांची पुस्तके सार्वजनिकरीत्या जाळली होती. नाझी जर्मनीच्या आर्थिक, राजकीय आणि सामाजिक सहभागामधून ज्यूंना अगदी पद्धतशीरपणे वगळण्यात आले होते. अशा बहिष्कृत अवस्थेनंतर आणि ज्यूंची स्थावर मालमत्ता बळकावून झाल्यानंतर पुढची पायरी म्हणजे ज्यू लोकांचा शारिरीक छळ ही होती. आणि तशी चिन्हे नोव्हेंबर १९३८पासूनच दिसायला लागली होती.

ॲडॉल्फ हिटलर यांनी सत्ताग्रहणाच्या सहाव्या वर्धापनदिनी (३० जानेवारी १९३९) केलेले ते खोडसाळ आणि चिथावणीखोर भाषण बहुतेकांनी रेडिओवर तरी ऐकले होते नाहीतर थिएटरमध्ये आठवड्याच्या न्यूजरीलमध्येतरी पाहिले होते. त्या हुकूमशहाच्या तोंडातून किंचाळल्यासारखे आणि ठामपणाने शब्द बाहेर पडत होते, ''आंतरराष्ट्रीय आर्थिक सत्तेच्या जोरावर युरोपमधील ज्यूंनी जर लोकांना परत युद्धाच्या खाईत लोटले आणि त्याची परिणती जगाच्या अतिरेकी प्रतिक्रियेत झाली तर त्यामुळे ज्यूंना विजय तर मिळणारच नाही उलट युरोपमधून संपूर्ण ज्यू जमात नामशेष होण्यात होईल.''

डेव्हिड रिच हे साधे, सरळ आणि आनंदी वृत्तीचे होते, त्यांना एक पाच वर्षांचा हुशार मुलगा होता, त्यांनी सर्व परिस्थितीचा एकूण अंदाज घेऊन ८ मे १९४०च्या आसपास, स्वत:च्या मनाची खोटी समजूत घालणे थांबवले. त्यांनी आत्तापर्यंत खूप पाहिले होते, भोगले होते. त्यांना स्वत:लाही त्याच्या आईवडिलांप्रमाणे, आजीआजोबांप्रमाणे ज्यू विरोधाचे, वंशविद्वेषाचे चटके बसलेले होते. त्यांचा जन्म सन १९०२ साली, एका अत्यंत कर्मठ ज्यू कुटुंबात, कार्पाथियन पर्वतराजीच्या (Carpathian Mountains) पायथ्याशी पोलंडच्या दक्षिण-पूर्वेला असलेल्या ''शेमीशल'' (Pshemishl) असा यिडिश भाषेत उच्चार केल्या जाणाऱ्या गावी झाला. एकेकाळी हे गाव ऑस्ट्रो-हंगेरीयन साम्राज्याचा भाग होते. हे गाव पोलंडच्या दक्षिण-पूर्वेला युक्रेनच्या सीमारेषेजवळ आहे. पहिल्या महायुद्धानंतर जेव्हा ऑस्ट्रो-हंगेरियन राजवट संपुष्टात आली तेव्हा गॅलिशियन (Galician) प्रांतातल्या ज्यूंना परत एकदा वंशविद्वेषाचा फटका बसला होता आणि पद्धतशीरपणे त्यांचे शिरकाण करण्यात आले होते. डेव्हिड रिच यांना आईवडील आणि नातेवाइकांसमवेत परागंदा व्हावे लागले होते आणि पश्चिम युरोपमध्ये स्थलांतरित व्हावे लागले होते.

डेव्हिड रिच यांनी जर्मनीमधील फ्रॅंकफर्ट येथे, त्यांच्या जन्मगावापासून १२०० कि.मी. दूर, नवीन आयुष्याला सुरुवात केली. त्यांना आलेल्या अनुभवासारखा अनुभव युरोपमधील अनेक ज्यूंना आलेला होता आणि तो अनुभव, त्या आठवणी

ज्यू लोकांच्या मानसिकतेचा एक भाग होऊन बसल्या होत्या. बहुतेक ज्यू घरांमध्ये अत्यंत गरजेच्या वस्तूंनी भरलेली एक सुटकेस नेहमी तयारच ठेवलेली असे, कारण न जाणो तसाच काही प्रकार परत सुरू झाला तर? अ‍ॅडॉल्फ हिटलर यांनी चॅन्सलर (Chancellar) म्हणून ३० जानेवारी १९३३ साली जर्मनीची सूत्रे हाती घेतली आणि सर्व सत्ता नाझींच्या हातात एकवटली. डेव्हिड रिच यांना जाणीव झाली की ''ती'' सुटकेस बाहेर काढण्याची वेळ आता आली आहे. जसे ''शेमीशल'' येथील घर सोडावे लागले होते तसेच, कधीही न परतण्यासाठी हेही घर सोडण्याची वेळ आली होती.

ज्या वर्षातल्या घडामोडी पुढे जर्मनीला विनाशाकडे घेऊन जाणार होत्या, त्याच घातवर्षी म्हणजे १९३३ साली, डेव्हिड यांची भेट एका सुबक सुंदर मुलीशी झाली. तिचे नाव होते पॉला ''पेपी'' वँग (Paula "Pepi" Wang). तिचा जन्म १९१० साली सारब्रुकेन येथे झाला होता. तिच्या आनंदी, उत्साही वृत्तीमुळे डेव्हिड तिच्याकडे आकर्षित झाला. तिच्या आवडीनिवडी, इच्छा-आकांक्षा अगदी स्पष्ट आणि स्वच्छ होत्या आणि ती त्या स्पष्टपणे बोलूनही दाखवायची. त्यांनी लग्न केले आणि ज्यूंच्या दृष्टीने विशेष महत्त्वाचे असलेले शहर, बेल्जियममधील अ‍ॅन्टवर्प (Antwerp), येथे स्थायिक व्हायचे ठरवले. त्यावेळी बहुसंख्य ज्यूंची वस्ती असलेले युरोपमधील अ‍ॅन्टवर्प हे शहर होते. आजसुद्धा त्या शहरात बहुसंख्येने ज्यूच आहेत. अ‍ॅन्टवर्प हे शहर 'शेल्ट' (Scheldt) नदीच्या काठावर वसलेले आहे. ऐतिहासिक काळापासून या शहराला उज्ज्वल अशी व्यापारी परंपरा आहे. त्याचप्रमाणे अ‍ॅन्टवर्प बंदराची गणना जगातील मोठ्या बंदरांमध्ये केली जाते. सोळाव्या शतकात फ्रेंच इतिहासकार फर्नांडब्रुडेल (Fernand Broudel) यांनी या शहराचे वर्णन 'आंतरराष्ट्रीय आर्थिक राजधानी' असे केले होते. भारतातून आलेली ''मिरी'' असो किंवा झांजीबारहून आलेल्या लवंगा असोत, पोर्तुगीज जहाजे हा सगळा मौल्यवान माल त्यांच्या जहाजांमध्ये येथे भरून घेत असत. जगातील सर्व देशांतून व्यापार करण्याच्या आणि नफा कमावण्याच्या उद्देशाने अठरापगड व्यापारी एकत्र आलेले हे खऱ्या अर्थाने आंतरराष्ट्रीय शहर होते. या शहराला सहिष्णुतेची, सहनशीलतेची एक परंपरा होती, त्यामुळे ज्यू धर्मीय येथे मोठ्या प्रमाणात स्थायिक होऊ शकले होते. डेव्हिड एस लँड्स (David S Landes) अ‍ॅन्टवर्पचे वैशिष्ट्य या शब्दात सांगतात, ''आर्थिक, बौद्धिक, अध्यात्मिक, विविधता जेथे रुजली आणि बहरली असे एक औद्योगिक, व्यापारी आणि शैक्षणिक परंपरा असलेले शहर.''

डेव्हिड आणि पॉला १९३३ साली ज्या शहरात स्थलांतरित झाले ते शहर जागतिक हिरे व्यापाराचे एक सर्वात प्रमुख केंद्र होते. जगातील पैलू पाडलेल्या

हिऱ्यांच्या एकूण व्यापाराच्या ८० टक्के व्यापार याच शहरात होत असे आणि एकूणच हिरे व्यापाराच्या ९० टक्के व्यापार हा ज्यूंच्याच हातात होता. परंतु डेव्हिड रिच या कमाईच्या धंद्यात पाय रोवू शकले नाहीत. यात एकतर नशिबाचाही भाग असेल आणि योग्य संबंध प्रस्थापित करण्यात आलेले अपयश हेही कारण असू शकेल. त्यामुळे डेव्हिड रिच यांनी युरोपातील ज्यूंना शतकानुशतके जो एकच पर्याय उपलब्ध होता तोच स्वीकारायचे ठरवले – आणि तो म्हणजे व्यापार. डेव्हिड रिच यांनी खूप कष्ट केले,जी म्हणून गोष्ट विकली/खरेदी केली जाते तिचा व्यापार केला. अगदी भंगार (स्क्रॅपमेटल), सूत, कापड आणि शेवटी ते चपला-बूट यांच्या व्यापारात स्थिरावले. रिच कुटुंबीयांच्या एका मित्राने मला सांगितले, "डेव्हिड नेहमीच कशा ना कशात व्यग्र असायचा. तो खूप उत्साही होता आणि सतत नवनवीन कल्पना त्याच्या डोक्यात घोळत असायच्या." मला वाटते अॅन्टवर्प शहराच्या पाण्यातच असा काहीतरी गुण असावा कारण तेथे राहाणाऱ्यांची मनोवृत्ती आपोआपच व्यापारी होत असे.

रिच कुटुंबीयांची मिळकत, एखाद्या मध्यमवर्गीय कुटुंबाच्या जीवनशैलीसाठी म्हणजे शहराच्या मध्यवर्ती ठिकाणी एक घर, तीन वेळा जेवणखाण आणि कधीतरी एखादा सिनेमा, इतपत पुरेशी होती. आजच्या भाषेत त्याला कनिष्ठ मध्यम वर्ग म्हणता आले असते. पॉला रिचने मंगळवार १८ डिसेंबर १९३४ साली जेव्हा एका मुलाला जन्म दिला तेव्हा त्यांना स्वर्ग दोन बोटे उरला. त्यांनी मुलाचे नाव ठेवले "मार्सेल" (Marcell), मंगळ या ग्रहावरून. रोमन समजुतीप्रमाणे "मंगळ"ही युद्धाची देवता (God of war) समजली जाते. त्याचे मधले नाव, त्याच्या वडिलांचे नाव डेव्हिड होते. "मार्सेल डेव्हिड रिच" जे पुढे जगाला मार्क रिच (Marc Rich) या नावाने परिचित झाले. त्यांचा जन्म एका धर्मभोळ्या ज्यू कुटुंबात झाला, ज्या कुटुंबाची हिब्रू प्रार्थना आणि ज्युईश धर्मशास्त्र यावर अपार श्रद्धा होती. डेव्हिड रिच हे हुशार आणि शिकलेले होते, ते खूप शिस्तप्रिय होते आणि कुटुंबातील इतरांकडून तशीच अपेक्षा करायचे. मार्कला त्यांच्याबद्दल खूप आदर होता, अगदी भक्तीच होती. मार्क त्यांच्या व्यवहारात अत्यंत प्रामाणिक आणि विश्वासू होते. त्यांची आई पॉला ही एक फ्रेंच वंशाची धूर्त, हुशार आणि तिरकस बोलण्यात पटाईत अशी बाई होती. तिच्या व्यक्तिमत्त्वाची सहजपणे दुसऱ्यावर छाप पडे. तिच्या संपूर्ण आयुष्यात तिचे फक्त दोनच हिरो होते, एक म्हणजे नवरा आणि दुसरा मुलगा. मार्क यांचे लहानपणाचे एक मित्र, पॉलाचे वर्णन एक "नमुनेदार ज्यू आई" असे करतात. मुलाला नेहमी प्रोत्साहित करणारी, त्याची काळजी घेणारी आणि मुलाबाबत जरा जास्तच संवेदनशील असलेली अशी ती होती. मार्क यांच्या घरात दोन भाषा बोलल्या जायच्या एक म्हणजे वडिलांची मूळ जर्मन आणि आईची

फ्रेंच. लहानपणी मार्क यांनी अँटवर्पच्या मध्यवर्ती असलेल्या "Tachkemoni School" या ज्यूंच्या शाळेत शिक्षण घेतले. आजसुद्धा शहराच्या मध्यभागी हिरे व्यापारासाठी जगप्रसिद्ध असलेल्या "Pelikaanstraat" जवळ ही शाळा आहे. लहानपणी त्यांची देखभाल करायला ठेवलेल्या ''सेल्मा'' नावाच्या नॅनीवर त्यांचा खूप जीव होता.

ज्यू नरसंहारातून सुटका

आता कोठे आयुष्याला स्थैर्य येत होते, सुखद भविष्याची स्वप्नेही पडायला लागली होती, परंतु इतिहासाच्या पुनरावृत्तीला सुरुवात झाली होती. परत एकदा ''ती'' बॅग बाहेर काढून भरायची वेळ आली होती. नक्की तारीखच सांगायची झाली तर ८ मे १९४०पर्यंत चित्र अगदी स्पष्ट झाले होते. नाझी जर्मनी परत एकदा संपूर्ण युरोपला गुडघे टेकायला लावण्याची भीती खरी ठरेल की काय असे वाटायला लागले होते. डेव्हिड रिच यांना भविष्यात काय वाढून ठेवले आहे याचा अंदाज आला होता. डेव्हिड रिच यांनी त्यांच्या जवळचे असेल नसेल ते विकून एक सेकंड हॅन्ड काळी सिट्रोन (Citroe'n) विकत घेतली. त्यांचा तो निर्णय खूपच शहाणपणाचा ठरला कारण दोनच दिवसात नाझी सैन्याने पश्चिमेकडे मुसंडी मारली होती. शुक्रवार १० मार्च १९४०, सकाळी ५ वाजून ३५ मिनिटे नेदरलॅन्ड, बेल्जियम आणि लक्सेंबर्ग या तिन्ही देशांवर नाझी सैन्याने एकाचवेळी आक्रमण केले आणि 'लुफतवाफ' (Luftwaffe) विमानांनी ॲन्टवर्प बंदरावर जबरदस्त बॉम्बवर्षाव केला.

मार्क रिच त्या दिवसाची आठवण अशी सांगतात, ''माझ्या वडिलांनी आम्हा सगळ्यांना म्हणजे आईला, माझी नॅनी सेल्माला आणि मला कारमध्ये घातले आणि आम्ही प्रवासाला सुरुवात केली. जर्मन विमाने आकाशात दिसत होती, बॉम्बचे आवाज येत होते.'' त्या आठवणींना उजाळा देत आम्ही स्वित्झर्लन्डमधील झग (Zug) शहरात मार्क रिच यांच्या ऑफिसमध्ये कॉफी पीत बसलो होतो. आम्ही त्यांच्या बालपणावर बोललो, त्यांच्या आईवडिलांबरोबर असलेल्या संबंधांवर बोललो, त्यांना प्रभावित करणाऱ्या घटना, व्यक्ती इत्यादीवर बोललो. नाझी सैन्याचे ते आक्रमण, घाईघाईने सोडावे लागलेले घर या त्यांच्या पहिल्या ठळक आठवणी आहेत. ती भीती, तो उडालेला गोंधळ, ती भविष्यातली अस्थिरता, आजूबाजूला सुरू असलेले मृत्यूचे तांडव आणि जीव वाचवण्यासाठी बेघर व्हायला लागणे या सगळ्या आठवणी त्या पाच वर्षांच्या कोवळ्या मुलाच्या मनात खोलवर रुतून बसल्या.

हजारो बेल्जियन नागरिकांनी त्या दिवशी फ्रान्समध्ये स्थलांतर करून आपले प्राण वाचवण्याचा प्रयत्न केला. डेव्हिड आणि पॉला रिच, मार्सेल आणि सेल्मा

यांचा लवकरात लवकर फ्रान्समध्ये पोहोचण्याचा/प्रवेश करण्याचा प्रयत्न चालू होता. अॅन्टवर्पहून फ्रान्सची सीमारेषा शंभर-एक मैल असेल किंवा थोडी कमीच असेल. सीमारेषेवर पोहोचल्यावर त्यांना आणखी एक धक्का बसला. तेथील अधिकाऱ्यांनी सेल्माला फ्रान्समध्ये प्रवेश करू द्यायला नकार दिला, कारण ती ज्यू वंशाची नव्हती तर ती जर्मन होती म्हणून. फ्रान्स आणि जर्मनीचे राजनैतिक संबंध सप्टेंबर १९३९पासूनच ताणले गेले होते आणि त्यांनी एकमेकांना शत्रुराष्ट्र म्हणून घोषित केले होते. कितीतरी विनवण्या करून त्या अधिकाऱ्यांच्या निर्णयात काही बदल झाला नाही. शेवटी नाइलाजाने आणि दु:खाने सेल्माला बेल्जियम सीमारेषेवरच सोडावे लागले आणि परतीचा प्रवास तिला बिचारीला तिच्या हिमतीवरच करायला लागला.

फ्रान्समध्ये वेळीच स्थलांतर करता आल्यामुळे डेव्हिड, पॉल आणि मार्सेल यांचा नरसंहारापासून बचाव झाला. नंतर आठच दिवसांत १८ मे १९४० रोजी, जर्मन फौजांनी अॅन्टवर्पवर कब्जा केला आणि सहा ते दहा हजार ज्यूंची धरपकड केली. ज्यूंची संपत्ती लुटली गेली, ज्यूंच्या व्यवसायांना टाळी लावली गेली, त्यांच्या संस्थांवर बंदी आणली गेली. युरोपमधून ज्यूंना नामशेष करण्याच्या हिटलरच्या योजनाबद्ध कार्यक्रमाचा हा सर्व भाग होता. त्यावेळी म्हणजे इ.स. १९४०मध्ये बेल्जियममध्ये राहात असलेल्या एकूण बावन्न ते पंचावन्न हजार ज्यूंपैकी, पूर्व युरोपमधील युद्ध समाप्त होता-होता, जवळ-जवळ पंचवीस हजार ज्यूंची छळ-छावण्यांमध्ये रवानगी करण्यात आली होती. मुख्यत्वेकरून कुप्रसिद्ध "Auschwitz" येथील छळ-छावणीत त्यांच्यावर विविध प्रकारचे प्रयोग करून त्यांना ठार मारण्यात आले. सप्टेंबर १९४४मध्ये नाझी सैन्याने अॅन्टवर्पमधून जेव्हा माघार घेतली तोपर्यंत संपूर्ण ''ज्यू विरहित'' शहर अशी अॅन्टवर्पची ओळख झाली होती.

दुसऱ्या महायुद्धाच्या सुरुवातीच्या काळात, १९४०मध्ये, जर्मन सैन्याने सर्व आघाड्यांवर जोरदार मुसंडी मारली होती. पराभव हा शब्द जणू त्यांच्या कोशातच नव्हता. ''सैन्याची जोरदार मुसंडी'' यासाठी वापरला जाणारा जर्मन शब्द (Blitzkrieg) तोपर्यंत सर्व भाषांमध्ये पोहोचला होता आणि चांगल्या प्रकारे समजला गेला होता. काही दिवसांतच जर्मन सैन्याने बेल्जियम, लक्झेंबर्ग, आणि हॉलंड हे देश पादाक्रांत केले. जून महिन्याच्या सुरुवातीलाच जर्मनीने फ्रान्सवर आक्रमण केले आणि १४ जूनलाच पॅरिसमधील प्रसिद्ध "Arc-de-Triomphe" (विजय कमान)च्या खाली जर्मन सैनिक आपले फोटो काढून घेत होते – एक आठवण म्हणून.

कॅसाब्लँका

आपल्या काळ्या सिट्रोनमधून प्रवास करत डेव्हिड रिच यांनी पॉला आणि मार्सेल यांना घेऊन फ्रान्सच्या दक्षिणेला असलेले मार्सेलिस हे बंदराचे शहर गाठले.

नाझी सैन्य तोपर्यंत फ्रान्सच्या दक्षिण भागात पोहोचले नव्हते. डेव्हिड रिच यांना त्या सर्वात मोठ्या बंदराच्या शहरात, युरोपपासून दूर घेऊन जाणारे एखादे प्रवासी/ मालवाहू जहाज मिळण्याची शक्यता वाटत होती. आणखीही एक काळजीची गोष्ट होती की १९४०च्या उन्हाळ्यात खूपच कमी देश ज्यू निर्वासितांना थारा देण्यास उत्सुक होते. ऑस्ट्रेलिया हा देश अजून ज्यू निर्वासितांना आश्रय देत होता. पण इतक्या खाली जगाच्या दक्षिणेला जाणारे जहाज मिळणे कठीणच होते आणि दुसरे म्हणजे तिकिटाचा आणि इतर खर्च परवडण्यासारखा नव्हता. काही आठवड्यांच्या प्रतिक्षेनंतर डेव्हिड रिच यांना ऑस्ट्रेलियाला जाणारे "Monviso" हे मालवाहू जहाज मिळाले. जहाजाचा कॅप्टन काही थोड्या ''फ्रँक्स''च्या मोबदल्यात ज्यू निर्वासितांना घेऊन जायला तयार होता.

"The Monviso" मालवाहू जहाजाने मार्सेलिसहून शनिवारी प्रयाण केले. तेवढेच कारण, जरी त्यांचे त्यामुळे प्राण वाचणार होते तरी, बऱ्याचश्या ज्यू निर्वासितांना त्यांचा ठरलेला प्रवास रद्द करायला पुरेसे होते. मार्क रिच त्या दिवसाची आठवण सांगतात की, ''जहाज शनिवारी प्रयाण करत असल्यामुळे बऱ्याच ज्यू धर्मीयांनी प्रवास न करणेच पसंत केले आणि तेथेच राहाणे पसंत केले, कारण शनिवार हा ज्यू धर्मीयांसाठी "Sabbath" चा दिवस समजला जातो.'' कट्टर ज्यू धर्मीय "Sabbath" च्या दिवशी कोणत्याही प्रकारे, वाहनाने प्रवास करणे अगदी कटाक्षाने टाळतात. डेव्हिड रिच यांचे मत होते की जीव वाचवण्यासाठी "Sabbath"चे कायदे मोडायला काही हरकत नाही आणि या प्रवासाने त्यांचा जीव वाचणार होता.

प्रवासाचे दरम्यान रिच कुटुंबीयांना डेकच्या खाली असलेल्या पाइप्सना दोऱ्या बांधून केलेल्या झोळण्यांमध्ये झोपावे लागले. तेथेच डेकवर एका बाजूला बांधून ठेवलेल्या बकऱ्यांचे मांस खायला देण्यात येत होते. त्या मालवाहू जहाजात सामानाची अत्यंत दाटीवाटी होती, सर्वत्र घाण होती, असुविधा होत्या, वातावरणात सतत तेलाचा वास पसरलेला असे. तरीपण रिच कुटुंबीयांची नाझींच्या गॅस चेंबरपासून सुटका झाली होती. छोटा मार्सेल अर्धी चड्डी आणि सँडल्स घालून आईवडिलांच्या जवळ अगदी आनंदी मुद्रेने उभा आहे असा एक त्या वेळचा फोटो आहे. त्या फोटोत त्यांची आई डोक्याला स्कार्फ गुंडाळून दोघांच्यामध्ये उभी आहे आणि तिच्या चेहऱ्यावर लाजाळू हास्य आहे. त्या फोटोमध्ये डेव्हिड रिच यांनी पांढरा शर्ट आणि पांढरी हाफ पॅन्ट घातली आहे आणि डोळ्यावर चष्मा आहे. त्याच फोटोमध्ये एक जण एका रडणाऱ्या मुलाला घेऊन उभे आहे. त्या मालवाहू जहाजावरचे बहुसंख्य प्रवासी हे गरीब, निराश्रित, घरदार सोडून निघालेले ज्यूच होते.

"The Monviso" जहाज काही फार दूरवर जाऊ शकले नाही. जहाजाने

जिब्राल्टरची समुद्रधुनी ओलांडून दक्षिणेच्या दिशेने प्रवास सुरू केला नाही तोच मारोक्कोच्या किनाऱ्याजवळ कॅसाब्लँका या बंदराजवळ त्याला थांबवण्यात आले. तेथील अधिकाऱ्यांनी जहाजाला पुढे प्रवास करायला बंदी केली आणि जहाजावरच्या सर्व निर्वासितांना ताब्यात घेतले. डेव्हिड रिच आणि त्यांच्या कुटुंबीयांना थोडे दिवस जहाजावरच अटकेत ठेवले आणि नंतर काही दिवसांनी त्यांची रवानगी कॅसाब्लँकाच्या दक्षिणेला असलेल्या ''अॅझेमूर''(Azemour)येथील निर्वासितांच्या छावणीत करण्यात आली. अशा रितीने रिच कुटुंबीयांचे नाझींपासून, खूप लांब ऑस्ट्रेलियात, नवीन जीवन सुरू करण्याचे स्वप्न भंग पावले होते.

तीन महिने असेच गेले, चौथा महिनापण गेला. जितका जास्त काळ त्यांना या निर्वासितांच्या छावणीत काढावा लागेल तितके जास्त त्यांचे त्या छावणीतून मुक्त होणे दुरापास्त होणार होते. पोलिसांच्या सतत नजरेखाली राहायला लागण्याचा तो छावणीतला काळ छोट्या मार्कच्या मनावर खूप खोल आघात करून गेला. छोट्या मार्कला त्यांच्या वडिलांची चाललेली घालमेल कळत होती.

पण मार्क यांच्या वडिलांचे बहुभाषिकत्त्व त्यांच्या कामाला आले आणि त्यांना त्या छावणीतून सुटकेची आशा दिसायला लागली. डेव्हिड रिच यांना जर्मन, यिडिश (yiddish) आणि फ्रेंच भाषा उत्तम अवगत होत्या. त्यामुळे भाषांतराच्या कामासाठी त्यांची मागणी एकदम वाढली, त्यांच्या खंबीर व्यक्तिमत्त्वामुळे आणि व्यवहारी भूमिकेमुळे त्या छावणीतल्या लोकांनी डेव्हिड रिच यांना त्यांचा प्रतिनिधी म्हणून निवडले. त्यामुळे सर्वात महत्त्वाची जर कोणती गोष्ट झाली असेल तर ती ही की, डेव्हिड रिच यांचे मोरोक्कोच्या विविध अधिकाऱ्यांशी वारंवार संबंध यायला लागले आणि त्यांनी डेव्हिड रिच यांचा एक मध्यस्थ, प्रवक्ता म्हणून स्वीकार केला. त्यामुळे सर्वसाधारण त्या निर्वासितांच्या छावणीतल्या लोकांना फिरण्याचे जे स्वातंत्र्य होते त्यापेक्षा कितीतरी जास्त मोकळेपणाने फिरण्याचे स्वातंत्र्य डेव्हिड रिच यांना मिळाले. त्यांना छावणीतल्या लोकांच्यावतीने बोलणी करण्यासाठी वारंवार कॅसाब्लँकाला जाण्याची मुभा मिळाली आणि शेवटी काही वर्षांपूर्वी अमेरिकेला गेलेल्या त्यांच्या बहिणीशी संपर्क साधण्याची त्यांना परवानगी मिळाली. त्यांची बहीण अमेरिकेला एका ख्रिश्चन ऑर्गनायझेशनमध्ये (Christian Organisation) काम करत होती, त्यामुळे ती वॉशिंग्टन येथील अमेरिकेचे सेक्रेटरी ऑफ स्टेट ''कॉर्डेल हल''(Cordell Hull) यांच्याशी वेळप्रसंगी प्रत्यक्ष संपर्क साधू शकत होती. आणि हा दुवा रिच कुटुंबीयांसाठी स्वातंत्र्याचे म्हणजे पर्यायाने अमेरिकेतील प्रवेशाचे दार उघडणारा ठरला. बहिणीने भावासाठी आणि त्याच्या कुटुंबासाठी अमेरिकेचा व्हिसा मिळवला. अशा रितीने ऑस्ट्रेलियाला जायची स्वप्ने बघणाऱ्या रिच कुटुंबीयांच्या हातात अनपेक्षितरीत्या अमेरिकेचा व्हिसा आल्यामुळे, अमेरिकेच्या

दिशेने प्रवास सुरू झाला. खरं तर १९२४ सालीच अमेरिकेने स्थलांतरविषयक कायदा (Immigration Act) करून अमेरिकेला स्थलांतर करू इच्छिणाऱ्यांवर कडक निर्बंध आणले होते. जहाजाच्या डेकच्या खाली तेलकट जागेत दाटीवाटीने बसून प्रवास करण्याऐवजी रिच कुटुंब आता एका प्रवासी जहाजाने अमेरिकेला निघाले होते. मार्क रिच सांगतात "SS Serpa Pinto" हे खरोखरच सुंदर आणि आरामदायी जहाज होते.

''आम्ही सर्व गमावले होते पण जीव वाचला होता.''

दुसऱ्या महायुद्धातल्या ''पर्लहार्बर''च्या अध्यायापूर्वी काही महिने, आणि अर्थातच त्यामुळे, अमेरिकेच्या युद्धात उतरण्याच्याआधी काही महिने, ''बाबियार'' (Babiyar) हत्याकांडाच्याही आधी (२९/३० सप्टेंबर १९४१ या दोन दिवसांत नाझी सैन्याने ३४,००० ज्यूंचे शिरकाण केले होते) काही महिने, १९४१च्या वसंतऋतूमध्ये, एक दिवशी, अँन्टवर्पहून आलेला एक लहान ज्यू मुलगा जहाजाच्या डेकवरच्या कठड्यावर हनुवटी टेकवून दूरवर दिसणारी न्यूयॉर्क शहराची आकाशरेषा आणि स्वातंत्र्य देवतेचा पुतळा विस्फारलेल्या डोळ्याने बघत होता. त्या मुलाने तोपर्यंत कधी गगनचुंबी इमारती पाहिल्या नव्हत्या आणि त्या मुलाला इंग्रजी भाषेचा गंधही नव्हता. नशिबाच्या अगम्य चालीमुळे मार्सेल डेव्हिड रिच याला अमेरिकेत प्रवेश करण्याची परवानगी मिळाली होती. या अशा अशक्यप्राय वाटणाऱ्या घडामोडींमधून जीव वाचण्यामागे दोन कारणे मुख्यत्वेकरून होती. एक म्हणजे त्या सर्व दुर्दैवी घटनांचे एकत्र साठून आल्यासारखे एकामागोमाग एक घडणे आणि डेव्हिड रिच यांची परिस्थितीतून मार्ग काढण्याची हुशारी आणि दूरदर्शीपणा. मार्क रिच त्या दिवसाची आठवण काढताना, शून्यात नजर लावून म्हणाले, ''आम्ही सर्व गमावले होते पण जीव वाचला होता.'' डेव्हिड रिच यांच्या आयुष्यातली ती सर्वात महत्त्वाची घटना होती. आणि त्यांचे ते सर्वात मोठे यशही होते. ''जिवंत राहाणे'' हीच युरोपमधील ज्यूंची त्या काळातील ''यशा''ची व्याख्या होती. ज्या गॅलेसियामध्ये एकेकाळी रिच कुटुंब राहात होते त्या गॅलेसियामध्ये नाझींच्या छळामुळे दहापैकी फक्त एक ज्यू आपले प्राण वाचवू शकला होता. डेव्हिड रिच यांनी जर प्रथम "Przemys" ते फ्रँकफर्ट आणि तेथून अँन्टवर्प आणि नंतर मार्सेलिस अशी झटपट स्थलांतरे केली नसती तर रिच कुटुंबीयांची त्या नाझी आक्रमणातून वाचण्याची शक्यता अगदीच कमी होती. या सर्वांतून नशिबानेच सहीसलामत पार पडून रिच कुटुंबीयांनी शेवटी अमेरिका गाठली होती.

या सर्व घटनांमुळे मार्सेल रिच उर्फ मार्क रिच यांची पुढे आयुष्यभर एक निर्वासित व्यक्तीची असावी तशीच मानसिकता झाली. कोणत्याही परिस्थितीत तग

धरून राहाणे, जगण्यासाठी धडपडणे, आणि आयुष्यात काहीही करून यशस्वी होण्याच्या जिद्दीची मुळे ही याच मानसिकतेत होती, त्या वारंवार कराव्या लागलेल्या स्थलांतरामध्ये होती. ही जिद्द, हा निश्चय, हा निर्धार आणखी पुढे पक्का झाला कारण एक तर ते आईवडिलांचे एकुलते एक होते आणि दुसरे म्हणजे परिस्थितीमुळे विखुरला गेलेला ज्यू समाज. एका संशोधनातून असा निष्कर्ष काढला गेला आहे की एकुलती एक असलेली मुले विपरीत परिस्थितीत तग धरून राहाण्यात आणि मात करण्यात अधिक प्रमाणात यशस्वी होतात.

अमेरिकेच्या पोलीस खात्याने मार्क रिच यांच्यावर जी एक फाइल तयार केली होती, त्यात एक आश्चर्यकारक नोंद सापडते. त्यात म्हटले आहे की ''रिच कुटुंबीयांचे'' "SS Serpa Pinto" या जहाजावरून अमेरिकेत आगमन झाल्या-झाल्या ते मॅनहॅटन येथील उच्चभ्रू समजल्या जाणाऱ्या "Fifth Avenue" भागात राहायला गेले. खरं तर रिच कुटुंबीय प्रथम, ज्या त्यांच्या आत्याने त्यांना व्हिसा मिळवून द्यायला मदत केली होती त्या आत्याकडे राहायला गेले. ती आत्या न्यूयॉर्क येथील "Crestwood" भागात राहात होती. हा भाग, ज्या 'yonker' भागात ज्यू लोकांची प्रामुख्याने वस्ती आहे त्या भागाजवळच आहे. नंतरच्या काही वर्षांत त्यांनी खूप जागा बदलल्या. त्यांनी नंतर फिलाडेल्फियाला घर हलवले, तेथून ते कन्सास सिटीला गेले, परत न्यूयॉर्कला आले, मात्र यावेळी ''क्वीन्स' भागात त्यांनी घर हलवले आणि शेवटी मॅनहॅटन येथे स्थिरस्थावर झाले.

''तो अंगाने किरकोळ होता, त्याचे बोलणेच सांगत होते तो ज्यू आहे म्हणून.''

मार्क रिच ते दिवस आठवताना सांगतात की त्यांनी १२ वर्षांत निरनिराळ्या १२ शाळांमध्ये शिक्षण घेतले. एकतर निर्वासित असल्याची मानसिकता आणि दर वर्षी वेगळी शाळा यामुळे त्यांना मित्र असे कोणीच नव्हते. त्यामुळे येईल त्या परिस्थितीतून मार्ग काढता-काढता ते जास्तीत जास्त एकलकोंडे होत गेले आणि शेवटी तोच त्यांचा स्वभाव बनला. त्यामुळे ते नेहमी वर्तुळाबाहेरच राहिले. त्या वर्तुळात ना कोणी त्यांना आणण्याचा प्रयत्न केला ना त्यांनी स्वत: जाण्याची खटपट केली. ''येणाऱ्या परिस्थितीला तोंड द्यायला मी समर्थ आहे आणि माझ्या ध्येयापासून मला कोणी रोखू शकत नाही,'' अशी काहीशी त्यांची मनोवृत्ती झाली होती. मार्क रिच यांना मी जेव्हा विचारले की ते एखाद्या पराभवाकडे कसे बघतात किंवा तो कसा पचवतात तर त्यांचे उत्तर नमुनेदार होते, ''थोडा वेळ सुतक पाळा आणि पुढचा रस्ता शोधायला लागा.''

फेब्रुवारी १९४३मध्ये "Reich" कुटुंबाने अमेरिकन वाटणारे असे "Rich" आडनाव स्वीकारले आणि त्याचबरोबर मार्सेल (Marcell)चे नामाभिधान झाले

'मार्क' (Marc).' पण रिच कुटुंबीयांच्या घरगुती वापरात फ्रेंच आणि जर्मन या युरोपीयन भाषाच होत्या. एक वर्षाने रिच कुटुंबीय 4404, Holly street, kansas city missouri येथे राहायला गेले. कन्सास सिटीच्या दक्षिणेला एका यथातथाच भागात असलेल्या एका इमारतीच्या दुसऱ्या मजल्यावरील अगदी लहान फ्लॅटमध्ये त्यांनी संसार थाटला. रिच कुटुंबीयांना १४ फेब्रुवारी १९४७ रोजी अमेरिकेचे नागरिकत्त्व मिळाले. गॅलिसिया (Galicia) येथून परागंदा व्हायला लागल्यानंतर प्रथमच रिच कुटुंबीयांना खरे असे घर मिळाले होते. कन्सास सिटीमधील त्यांच्या शाळेमधील त्या वेळच्या मार्क रिच यांच्या काही सहाध्यायांना मार्क म्हणजे एक अत्यंत शांत, मागे-मागे राहाणारा, कोणत्याही खेळात भाग न घेणारा मुलगा असाच आठवतो. संपूर्ण रिच कुटुंबीयच त्यावेळी कोणामध्ये फारसे मिसळत नव्हते. मार्क यांनी कन्सास सिटीमध्ये E.F.Swinney Elementary School, West Port Junior High School आणि शेवटी Southwest High School या शाळांमधून शिक्षण घेतले. मार्क यांनी शनिवार/रविवार आणि इतर दिवशी संध्याकाळी हिब्रू भाषा शिकण्यासाठी क्लासमध्ये जायला सुरुवात केली. Southwest High School च्या १९४९-५० या वर्षीच्या त्यांच्या वर्गाचा फोटो बघताना एक गोष्ट जाणवते की मार्क यांचे नाव कोणत्याही खेळाच्या संघामध्ये किंवा चमूमध्ये असलेले आढळून येत नाही. त्यांचा एक वर्गमित्र 'एलीन फॉक्स' (Elaine Fox) मार्कबद्दल बोलताना सांगतो की, "मला आठवते तो शरीराने अगदी किरकोळ होता, स्वभावाने अत्यंत शांत होता, आणि डोक्यावर अगदी दाट लाटा-लाटांचे असे केस होते. तो सर्वांपेक्षा वेगळा होता हे त्याच्या शांत असण्याचे एक कारण असू शकेल. आणि त्याच्या भाषेवरून, त्याच्या उच्चारावरूनच तो ज्यू होता हे कळत होते." "काल्विन ट्रिलिअन" (Calvin Trillian) हा लेखक, ज्याला १९४९ साली Missouri Ozarks येथे मार्क रिच यांचेबरोबर एका तंबूत राहाण्याची संधी मिळाली होती, ते त्यांचे वर्णन "Camp Osceola" मधील सर्वात शांत मुलगा असेच करतात. पुढील आयुष्यात मार्क रिच यांनी फार प्रसिद्धीच्या झोतात न राहाणे आणि धोरणीपणे वागणे हीच आपली कार्यपद्धती ठरवून टाकली. ट्रिलिअन, ज्यांनी पुढे लेखक म्हणून बरेच नाव कमावले आणि शाळेच्या "Hall of Fame"मध्ये आपले नाव नोंदवले, ते पण मार्क रिच यांचे कौतुक करताना सांगतात की त्या कॅम्पमधल्या कोणत्याही मुलापेक्षा मार्क रिच यांना जास्त भाषा बोलता येत होत्या. अर्थात एकाच तंबूत राहिलेल्या या मित्रांनी तेव्हा कॅम्पफायरभोवती बसून "क्रुडतेलाच्या किमती आणि तेलाच्या दरांचे तौलनिक करार" (Arbitrage) याबद्दल गप्पा मारल्या असण्याची शक्यता कमीच होती. मला जर कोणा वार्ताहराने विचारले असते की मार्क रिच यांनी "Osceola" येथे असताना एखादी बाजारपेठ काबीज केली होती

का? किंवा करायचा प्रयत्न केला होता का? तर मी एकच सांगेन की तेथे तेव्हा काबीज करण्यासारखी बाजारपेठ फक्त एकाच गोष्टीची होती ती म्हणजे जवळच्या शेतांमधील धान्यावर विपुल प्रमाणात आढळणाऱ्या आणि त्यावर बांडगूळासारख्या जगणाऱ्या Chigger नावाच्या आळ्या. त्या आळ्यांना स्पर्श केल्यावर अंगाला प्रचंड खाज सुटायची.

डेव्हिड रिच यांचे तेव्हा छोटेसे दागदागिन्यांचे दुकान होते. ते त्यांनी १९४६ साली सुरू केले होते. इतर मुलांबरोबर खेळण्यात किंवा गप्पा मारण्यात वेळ घालवण्यापेक्षा ११ वर्षांचा मार्क वडिलांना दुकानात मदत करत असे. "मी वडिलांना लागेल ती आणि सर्व प्रकारची मदत करत असे. दुकान स्वच्छ ठेवणे, दागिन्यांना किमतीची लेबल्स लावणे इत्यादी इत्यादी," मार्क रिच सांगतात. ती देवाणघेवाण, गिऱ्हाइकांशी घासाघीस, आणि शेवटी विक्री, ते आर्थिक व्यवहार अशा सर्व गोष्टींमध्ये त्यांचा जीव मनापासून रमत होता. वडिलांच्या कन्सास शहरातल्या "East Eleventh Street"वरील या दुकानातच त्यांना व्यापाराची खरी गोडी लागली असे म्हणायला हरकत नाही.

डेव्हिड रिच यांचा व्यवसाय जोरात चालला होता, लवकरच तो चांगलाच नावारूपाला आला आणि त्यांनी दागिन्यांच्या घाऊक व्यापाराला (Rich Merchandising) सुरुवात केली. डेव्हिड रिच अगदी हाडाचे व्यापारी होते. त्यांच्या डोक्यात सतत नवनवीन कल्पना खेळत असत, काहीतरी नवीन व्यवसाय करण्यासाठी त्यांची धडपड चाललेली असे. मार्क रिच यांचा अॅन्टवर्प येथे राहाणारा चुलत भाऊ रेने ट्राऊ (Rene Trau), दुसऱ्या महायुद्धानंतर लगेचच जेव्हा त्याचे काका (डेव्हिड रिच) यांना भेटायला आला तेव्हाची आठवण सांगतो की, "त्यांच्या डोक्यात धंद्याच्या नवनवीन कल्पना होत्या. उदाहरणार्थ खेळण्यातल्या मोटारींची आयात, सौंदर्यप्रसाधनांची निर्यात, बोलेव्हियात बँक सुरू करण्याचासुध्दा त्यांचा विचार होता." मौल्यवान खडे (Stones), मोटारींचे भाग, तंबाखू, ज्युटची पोती इत्यादी विकण्याचे त्यांचे व्यवसाय चालूच होते. ज्युटच्या बॅगा विकण्याच्या व्यवसायातूनच त्यांचे दक्षिण अमेरिकेमध्ये संबंध प्रस्थापित झाले होते. खासकरून बोलेव्हियामध्ये या ज्युटच्या पोत्यांना, साखर, बटाटे, फळांच्या रसाचे डबे अशा गोष्टी ठेवण्यासाठी, त्यांची वाहतूक करण्यासाठी चांगली मागणी होती. त्यामुळे डेव्हिड रिच यांचे बोलेव्हियाची राजधानी "ला पाझ" (LaPaz) येथे वारंवार जाणे होई. त्यावेळी एकूणच अंतर्गत बंडाळ्या, उठाव आणि यादवी युद्ध सदृश परिस्थितीमुळे बोलेव्हियाची परिस्थिती नाजूक होती. अशा परिस्थितीत १९५० साली, डेव्हिड रिच यांनी काही भागीदार घेऊन "Sidee Overseas" ही अमेरिकेला अन्नधान्य निर्यात करणारी कंपनी, एक ट्रॅव्हल एजन्सी आणि त्या देशातील सर्वात

मोठी खासगी "American Bolivian Bank" बँक, असे व्यवसाय सुरू केले.

त्यांच्यावरचा सर्वात मोठा प्रभाव

"माझ्या वडिलांकडे व्यवसाय यशस्वी होण्याची कलाच होती आणि व्यावसायिक नीतिमत्तेबद्दल ते कधीही तडजोड करत नव्हते," मार्क रिच सांगत होते. त्यांच्या या वाक्यातून त्यांचे वडिलांविषयीचे प्रेम, आदर जाणवत होता. आर्थिक परिस्थिती सुधारल्यामुळे १९४०च्या दशकाच्या शेवटी-शेवटी रिच कुटुंबीयांनी आपले बस्तान त्या लहान आणि दाटीवाटीच्या फ्लॅटमधून "429 East Seventy Second Street" या पत्त्यावर एका लाल विटांच्या घरात हलवले त्यावेळी त्या घराची किंमत $18000 इतकी होती. (आजच्या दराने जवळ-जवळ १० लाख रुपये.) काही दिवसांतच डेव्हिड रिच यांना Bronx येथे राहाणाऱ्या "Eric" "Maxie" "Korngold" या त्यांच्या दुसऱ्या एका नातेवाईकाचा फोन आला. डेव्हिड यांना ज्युटच्या पोत्यांच्या धंद्याची कल्पना असल्यामुळे त्याने डेव्हिड यांना "Melrose Bag & Burlap co" या कंपनीबरोबर काम करण्याचे सुचवले. त्या दरम्यान रिच कुटुंबीयांनी परत एकदा घर बदलले आणि बहुसंख्येने ज्यू लोकवस्ती असलेल्या क्वीन्समधील "Forest Hills" या भागात घर घेतले.

डेव्हिड रिच यांचा व्यवसाय चांगलाच भरभराटीला आला आणि काही वर्षांतच त्यांच्या व्यवसायाचे रूपांतर एका मोठ्या व्यापारी पेढीत झाले. मॅनहॅटनमधल्या खास, उच्चभ्रू भागात Sutton place त्यांनी आपले मुख्य कार्यालय स्थापन केले. ज्युटची पोती बनवायला लागणारे ज्युट बंगालमधून आयात करण्याचा व्यवसायच आता त्यांचा मुख्य व्यवसाय झाला होता. डेव्हिड रिच यांनी परत एकदा धंद्यासाठी लागणारी भोवतालच्या परिस्थितीची जाणीव आणि दूरदर्शीपणा दाखवून दिला होता. १९५०च्या दशकाचा सुरुवातीचा काळ ज्युटच्या व्यवसायात गुंतवणूक करायला अत्यंत योग्य असा काळ होता. २५ जून १९५० रोजी कम्युनिस्ट उत्तर कोरियाच्या फौजा ३८ अक्षांशावरची सीमारेषा ओलांडून दक्षिण कोरियामध्ये घुसल्या आणि कोरियन युद्धाला प्रारंभ झाला. अमेरिका आणि इतर १५ देशांनी मिळून युनायटेड नेशन्सच्या परवानगीने, हे आक्रमण परतवून लावण्यासाठी मध्यस्थी करण्याचे प्रयत्न केले. या तीन वर्षे चाललेल्या युद्धामुळे डेव्हिड रिच यांचे नशिब मात्र चांगलेच फळफळले. सैन्याला सीमारेषेवर चौक्या करण्यासाठी तसेच खंदकांत लागणाऱ्या वाळूच्या पोत्यांसाठी मोठ्या प्रमाणावर ज्युटच्या पोत्यांची गरज निर्माण झाली आणि ज्युटच्या पोत्यांची मागणी एकदम खूपच वाढली. आणि त्या परिस्थितीत "Melrose Bag & Burlap co" ला संरक्षण मंत्रालयाचे मोठे कंत्राट मिळाल्यामुळे एकदम लॉटरीच लागली.

मार्क रिच त्यांच्या वडिलांच्या ऑफिसमध्ये शाळेच्या वेळेआधी आणि नंतर त्यांना कामात मदत करत होते. युद्धामुळे एकदम भरभराटीला आलेल्या त्या ज्युटच्या धंद्याने तरुण मार्क यांना दोन धडे शिकवले; जेव्हा एखाद्या गोष्टीचा तुटवडा असतो तेव्हा ती गोष्ट जास्त किमतीने विकली जाऊ शकते, आणि युद्ध आणि संकटातून ही धंद्याची संधी उपलब्ध होऊ शकते. मार्क रिच वडिलांबद्दल बोलताना सांगतात, ''माझ्यात वडिलांनी नेहमीच सुरक्षिततेची भावना निर्माण केली. मग ती अ‍ॅन्टवर्पमधील घर सोडावे लागण्याची घटना असो किंवा मोरोक्कोमधील निर्वासितांच्या छावणीतले जीवन असो, किंवा अमेरिकेसारखी अगदी नवीन आणि अनोळखी दुनिया असो.'' त्यामुळे मार्क रिच यांच्यासाठी त्यांचे वडील हीच एक आदर्श आणि अनुकरणीय व्यक्ती होती. त्याचमुळे नंतर आयुष्यात कोट्यवधी डॉलर्स मिळवून मार्क रिच यांना परत-परत जगाला स्वत:चे कर्तृत्व सिद्ध करून दाखवण्याची निकड वाटत होती. वडिलांना अभिमानास्पद वाटेल असे काहीतरी करून दाखवण्याची ईर्षाच नंतर मार्क रिच यांना आयुष्यभर यशाची नवनवीन शिखरे गाठण्यासाठी सतत प्रवृत्त करत राहिली.

वडिलांनी काढलेले ते दिवस, यश मिळवण्यासाठी उपसलेले कष्ट मार्क रिच कधीच विसरले नाहीत. वडिलांच्या पावलावर पाऊल टाकून मार्क रिच यांनी नवीन संबंध प्रस्थापित केले. विश्वास निर्माण केला, कठोर परिश्रम केले, आणि बदलणाऱ्या परिस्थितीचा अंदाज घेत, तिच्याशी जुळवून घेत आपले साम्राज्य उभे केले. त्यांना जेथे म्हणून व्यवसाय करण्याची संधी दिसली ती त्यांनी कोणत्याही मार्गाने साधण्यास पुढेमागे पाहिले नाही.

रिच कुटुंबीयांची आर्थिक परिस्थिती आता खूपच सुधारली होती. त्यामुळे Forest Hills High School सोडून मार्क रिच आता मॅनहॅटन येथील उच्चभ्रू अशा खासगी शाळेत जाऊ लागले. Rhodes Preparatory School, 11 west 54th Street या शाळेच्या French Clubचे ते अध्यक्ष झाले. डॅन ब्राऊन हा लेखक तसेच जेम्स कॅन आणि रॉबर्ट डी नीरो यांसारखे नट पण त्याच शाळेचे विद्यार्थी होते. मध्ये एक वर्ष वाया गेल्यामुळे १९५२ साली मार्क रिच पदवीधर झाले. त्या शाळेच्या वार्षिक मासिकात तुमच्या स्वप्नातील नोकरी या सदरात, तेव्हा अठरा वर्षांच्या मार्क रिच यांनी ''स्वत:चा व्यवसाय'' अशी नोंद केलेली आढळते. सन १९५२ सालच्या त्यांच्या प्रगती पुस्तकात, त्यांच्याविषयी ''ध्येयवादी'' ''नाविन्याची आवड'' ''नेतृत्वगुण'' ''अत्यंत संवेदनशील'' ''जबाबदारी घेण्याची तयारी'' आणि ''संपूर्ण आत्मविश्वास असलेला'' अशा नोंदी आढळतात.

मार्क रिच यांनी १९५२ साली "New york University"मध्ये "Marketing" विषय शिकण्यासाठी नाव दाखल केले, पण थोड्याच दिवसांत त्यांना कळून

चुकले की या शाब्दिक पोपटपंचीपेक्षा प्रत्यक्ष अनुभव घेणेच फायदेशीर ठरेल. थोड्याच दिवसांत वडिलांच्या ओळखीच्या एका जर्मन-ज्यू मध्यस्थामार्फत, विविध प्रकारच्या कच्च्या मालाचा व्यापार करणारी, जगातली तेव्हाची सर्वात मोठी व्यापारी कंपनी "Philipp Brothers"मध्ये त्यांना नोकरीसाठी मुलाखतीची संधी मिळाली. Philipp Brothersमधील ही नोकरीची संधी आयुष्याला फार मोठी कलाटणी देणारी ठरणार आहे याची त्यावेळी मार्क रिच यांना कल्पनाही आली नसेल. बऱ्याच जणांना शोधूनही सापडत नाही अशी गोष्ट मार्क रिच यांना तेथे मिळाली होती. मार्क रिच यांना त्यांच्या आयुष्याचे ध्येय सापडले होते.

४

एक अमेरिकन स्वप्न

१९५४ साल, वसंतऋतू, Phillip Brothersच्या मुख्य कार्यालयात प्रथमच शिरताना मार्क रिच यांच्या मनात संमिश्र भावना होत्या. मुख्य कार्यालयाची इमारत मॅनहॅटनची आर्थिक नाडी असलेल्या वॉलस्ट्रीटला समांतर असलेल्या 'पाइन स्ट्रीट'वर होती. ते वर्ष अनेक दृष्टीने संस्मरणीय असेच ठरणार होते. फ्रेंच सैन्य व्हिएतनाम येथील Dien Bien phu ची लढाई त्याच वर्षी हरणार होते, दक्षिणपूर्व अशियातील राष्ट्रांना असलेल्या कम्युनिस्ट राजवटीच्या धोक्याचा इशारा देण्यासाठी आणि शह देण्यासाठी अमेरिकेचे राष्ट्राध्यक्ष त्यांच्या डॉमिनो थेअरी (Domino Theory)ची घोषणा करणार होते; आधीच्याच जुलै महिन्यात कोरियाचे दक्षिण आणि उत्तर असे विभाजन होऊन कोरियन युद्ध संपले होते.

जागतिक सर्वात मोठ्या आणि प्रतिष्ठित समजल्या गेलेल्या, अन्नधान्यापासून ते अनेक जीवनावश्यक वस्तूंचे वायदेकरार करणाऱ्या कंपनीत, उमेदवारी करायला खरं तर मार्क रिच नाखूश होते. कंपनीच्या पत्रव्यवहार बघणाऱ्या खात्यात, आठवड्याला ४० डॉलर पगारावर काम करायला सुरुवात केली तेव्हा मार्क रिच यांचे वय १९ वर्षांचे होते. जेव्हा त्यांना टेलेक्स संदेश वाचून त्यांचे वर्गीकरण करण्याचे काम देण्यात आले तेव्हा त्यांच्या मनात पहिला विचार आला तो म्हणजे "काहीही असले तरी मी एक महाविद्यालयीन शिक्षण घेतलेली व्यक्ती आहे. हे काम माझ्या योग्यतेपेक्षा खूपच खालच्या दर्जाचे आहे, येथे माझा अगदी पोस्टमन करून टाकला आहे." तरी त्यांना दुसरा काही मार्ग नव्हता कारण Phillipp Brothersमधील ती काम करण्याची पद्धतच होती. कोणाही नवीन उमेदवाराला प्रथम कंपनीच्या पत्रव्यवहार विभागातूनच कामाला सुरुवात करावी लागे. मग तो केवळ शाळेत

गेलेला असो की पदवीधर असो. मार्क रिच हे महाविद्यालयीन शिक्षण अर्धवट सोडणाऱ्यांपैकी सर्वात यशस्वी व्यक्ती होतील अशी पुसटशी कल्पना त्या वसंतऋतूतल्या सकाळी कोणाला आली नसेल.

कोणत्याही व्यवसायात सुरुवातीला कराव्या लागणाऱ्या उमेदवारीच्या, काळाच्या कसोटीवर उतरलेल्या या जर्मन पद्धतीत मध्य युगापासून काहीच बदल झालेला नाही. कोणाही उमेदवाराला एखाद्या व्यवसायाच्या शिक्षणाचा श्रीगणेशा हा त्या व्यवसायातील अनुभवी अशा तज्ज्ञाकडून त्याच्या मार्गदर्शनाखाली करावा लागतो आणि त्या ज्ञानाच्या, शिक्षणाच्या बदल्यात त्याला सुरुवातीच्या उमेदवारीच्या काळात कमी मोबदल्यावर काम करावे लागते. पूर्वीच्या काळी अशी उमेदवारी करणारा काही दिवसांतच त्याच्या गुरूच्या घरचा एक सदस्य होऊन जायचा आणि या गुरूंवर पण त्याच्या पालकत्वाची जबाबदारी येऊन पडायची.

एका अनुभवी व्यावसायिकाने या अशा शिक्षणाच्या पद्धतीचे फायदे सांगताना "एक कौटुंबिक व्यवसाय" असे या पद्धतीचे वर्णन केले होते. येथे पदव्यांना विचारतो कोण? या धंद्यात आम्ही सगळे एकमेकांना चांगले ओळखतो. कंपनीच्या सर्वात वरिष्ठांना सर्वात तरुण उमेदवाराची चांगली माहिती असते. अशा पद्धतीने एखाद्या उमेदवाराची बलस्थाने कोणती आहेत त्याचे कच्चे दुवे कोणते आहेत हे लगेचच समजते. कोणत्या उमेदवाराची कशात विशेष गती आहे, आवड आहे हे लगेचच ओळखता येते. वडिलांच्या किंवा मित्राच्या मदतीने एखाद्या कंपनीमध्ये प्रवेश मिळवणे सोपे आहे, पण नंतर तेथे टिकाव धरण्यासाठी तुमची योग्यता तुम्हालाच सिद्ध करावी लागते. किंबहुना इतरांपेक्षा तुम्ही कसे जास्त योग्य आहात हे सिद्ध करावे लागते. ओळखीच्या आधारावर किंवा वशिलेबाजीवर एखादा यथातथा उमेदवार व्यवसायात वरवर जाईल हा प्रकार संभवतच नव्हता. प्रत्येक पदोन्नती फक्त कामगिरीवरच ठरवली जायची.

Phillip Brothersमध्ये कामे याच तत्त्वावर चालायची. या कंपनीची स्थापना ऑस्कर आणि ज्युलियस फिलिप या दोन जर्मन ज्यू भावांनी केली होती. त्यांनी या कंपनीची मुहूर्तमेढ १९०१ साली हॅम्बर्ग (Hamburg) येथे धातूंच्या व्यापारातून घातली. लवकरच म्हणजे १९०९ साली ऑस्कर फिलिप यांनी कंपनीचे लंडन येथे एक कार्यालय उघडले आणि त्यांच्या चुलत भावाने धाडस करून १९१४ साली अटलांटिकपार अमेरिकेत एक कार्यालय उघडले. दोन महायुद्धांचे दरम्यान कंपनीचे मुख्य कार्यालय न्यूयॉर्क येथे हलवण्यात आले. आणि थोड्याच अवधीत Philipp Brothers यांनी विविध जीवनावश्यक वस्तूंचा वायदे व्यापार करणारी जगातील सर्वात मोठी कंपनी म्हणून नावलौकिक मिळवला.

ज्यू परंपरा

एकोणिसाव्या शतकापासूनच युरोपमधील ज्यू लोकांचे, त्यातही विशेषकरून ऑस्कर ज्युलियस फिलिपसारख्या जर्मन ज्यूंचे धातू/खनिजांच्या व्यापारावर वर्चस्व होते. कित्येक शतके ज्यूनां युरोपमध्ये सापत्नपणाची, वंशविद्वेषाची झळ सहन करावी लागली होती. ज्यू लोक शेती करू शकत नव्हते, शेतकरी बनू शकत नव्हते कारण त्यांना शेतजमीन विकत घ्यायची बंदी होती. इतर काही व्यावसायिक शिक्षण घेण्यापासून किंवा ज्यामध्ये विशेष हुन्नर लागेल अशा व्यवसायांपासून त्यांना जाणीवपूर्वक दूर ठेवले गेले होते. त्यामुळे ते स्वतंत्र व्यावसायिक होऊ शकत नव्हते. "The Catholic Lateron Council" ने १२१५ सालीच ज्यूंवर कोणत्याही कार्यालयीन काम करण्यावर बंदी घालून ठेवली होती. थोडक्यात त्या काळातल्या कोणत्याही प्रमुख आर्थिक उद्योगापासून, व्यवसायापासून त्यांना वंचित ठेवले गेले होते. ज्यूंना मध्ययुगीन ख्रिश्चनांना जे करण्यास बंदी होती अशी एकच गोष्ट करण्यास मात्र परवानगी होती आणि ती म्हणजे, पैसे व्याजाने देणे.

उपजीविकेसाठी दुसरा काहीच मार्ग न उरल्यामुळे ''सावकारी'' व्यवसाय करण्यावाचून ज्यूंपुढे दुसरा पर्यायच नव्हता. एका पट्टीच्या वायदे व्यापाऱ्याने मला स्पष्ट सांगितले की, हा सगळा ''ज्यू विरोधी लोकांचा आकस होता, द्वेष होता, मत्सर होता.'' एकीकडे यांनी आम्हाला सर्व प्रकारच्या व्यवसायांपासून वंचित ठेवले, बंदी केली आणि सावकारी करायला भाग पाडले आणि तेच आता आम्हाला लोभी, रक्तपिपासू, फक्त पैशाचा विचार करणारे म्हणून हिणवतात. अर्थात हा व्यवसाय कितीही कटू असला तरीही त्याचा एक फायदा होता तो म्हणजे परत-परत जरी घरदार सोडून परागंदा व्हायची वेळ आली तरी बाडबिस्तरा ताबडतोब गुंडाळणे सोपे होते. हेच जर आमच्याकडे जमीनजुमला, काही स्थावर व्यवसाय, असता तर शक्य झाले नसते.

ज्यांचा हळूहळू धंद्यात जम बसला होता त्यांनी दूरदूरच्या देशांतून मौल्यवान खडे, धातू, खनिजे वगैरेची आयातनिर्यात सुरू केली. अठराव्या, एकोणिसाव्या शतकातील वाढत्या औद्योगिकरणामुळे वेगवेगळ्या धातूंची आणि इतर अनेक गोष्टींची इतर देशांतून मागणी वाढली. त्यावेळी वेगवेगळ्या धातूंचा, खनिजांचा व्यापार मुख्यत्वेकरून ज्यू लोकांच्या हातातच होता. कारण एक तर त्यांना त्या धंद्याची संपूर्ण माहिती होती आणि दुसरे म्हणजे आंतरराष्ट्रीय पातळीवर त्यांचे व्यापारी संबंध चांगल्या प्रकारे प्रस्थापित झाले होते. आणखी एक त्यांच्या दृष्टीने फायद्याची गोष्ट होती ती म्हणजे धातूंच्या, खनिजांच्या खाणी असलेले प्रामुख्याने प्रदेश म्हणजे जर्मन भाषिक मध्य युरोप, पूर्व जर्मनी, बोहेमिया, पोलंड, ऑस्ट्रिया

आणि हंगेरी. येथे ज्यू धर्मियांची वस्ती चांगल्या प्रमाणात होती.

इतिहासातला हा एक विरोधाभासच म्हणावा लागेल की कायमच्या छळामुळे आणि अस्थिरतेमुळे ज्यू जमात ही एक अत्यंत निष्णात व्यापारी जमात म्हणून नावलौकिकाला आली. इंग्लंडचा पहिला किंग एडवर्ड याने १२९० साली ज्यूंना हद्दपार केले, फ्रान्सचा चौथा फिलिप आणि सहावा चार्ल्स यांनी चौदाव्या शतकात ज्यूंना फ्रान्समधून हुसकावून लावले. ज्यावेळी युरोप खंडात प्लेगची साथ होती त्यावेळी, म्हणजे १३४७ ते १३५३चे दरम्यान जर्मनी आणि मध्य युरोपमध्ये तर मोठ्या प्रमाणावर ज्यूंच्या कत्तलीची मोहीमच उघडण्यात आली होती. स्पॅनिश आणि पोर्तुगीज वंशाच्या ज्यूंना १४९२मध्ये स्पेनमधून हुसकावून लावले गेले. औद्योगिकरणाच्या युगाची सुरुवात होता-होता, युरोपमधील इतर कोणत्याही जमातीच्या लोकांपेक्षा युरोपभर विखुरल्या गेलेल्या ज्यूंची संख्या बरीच अधिक होती. या विखुरल्या गेलेल्या ज्यूंच्या रक्तात व्यापारी संस्कृती आता इतकी भिनली होती की इतर कोणीही त्यांच्या जवळपास येऊ शकत नव्हते. तसेच दूरदूरच्या प्रदेशांशी आणि दीर्घ मुदतीचे व्यापारी करार/व्यवहार करण्याची हातोटी त्यांना चांगली जमली होती. स्वत:मध्ये अंतर्बाह्य बदल घडवत परत-परत बदलणाऱ्या परिस्थितीशी जुळवून घेण्याचे कसब या समाजाने चांगले आत्मसात केले होते. दुसरे म्हणजे पिढ्यान्‌पिढ्या व्यापारात असल्यामुळे समाजातील बहुतेक सर्व जण एकमेकांना चांगले ओळखायचे त्यांचे घरगुती आणि धार्मिक संबंध तर होतेच पण मुख्य म्हणजे सर्व जण एकाच प्रकारची नीतिमूल्ये मानणारे होते. अशा प्रकारे काही प्रमाणात सामाजिक बंधने असल्यामुळे साहजिकच व्यावसायिक निष्ठा आणि परस्पर विश्वास निर्माण होऊन व्यवसायात सचोटी आणि विश्वासार्हतेला आपोआपच महत्त्व आले.

कोणतेही आर्थिक व्यवहार किंवा आर्थिक उलाढाली जर सुरळीत चालवायच्या असतील तर मुळात परस्पर विश्वास असणे ही एक अनिवार्य गोष्ट आहे. एका अर्थशास्त्रज्ञाच्या मते एखादा आर्थिक व्यवहार यशस्वीपणे करण्यासाठी येणारा खर्च, मुळात जर तो व्यवहार परस्परांच्या विश्वासावर केलेला असेल तर आपोआपच खूपच कमी होतो, आणि एवढेच नाही तर एखाद्या माहितीच्या अभावाची त्यात फारशी उणीव भासत नाही. ''सामाजिक नीतिमत्ता आणि सधनतेची निर्मिती'' या पुस्तकाचे लेखक ''फ्रान्सिस फुकुयामा'' या अमेरिकन तत्त्ववेत्त्याच्या म्हणण्यानुसार श्रीमंती, सधनता यासाठी सर्वात महत्त्वाची गोष्ट कोणती असेल तर ती ''विश्वास'' होय. या पुस्तकाच्या ७व्या प्रकरणात आपल्याला आणखी प्रकर्षाने कळून येईल की मार्क रिच यांच्या यशाचे रहस्य ''परस्पर विश्वास'' हेच होते.

ज्यावेळी मार्क रिच यांनी "Philipp Brothers"कंपनीमध्ये १९५४ साली

नोकरीला सुरुवात केली त्यावेळी परस्परांना ओळखणाऱ्या जर्मन ज्यू वंशीयांची एकसंध अशी म्हणून ती कंपनी ओळखली जात होती. त्या कंपनीतील प्रमुख व्यक्तींच्या नामावलीवरूनच त्यांच्या कौटुंबिक पार्श्वभूमीचा अंदाज करता येत होता. लुडविंग जेसलसन (Ludwig Jesselson), ॲडॉल्फ ब्लम (Adolfo Blum) आणि हेन्री रॉथचाइल्ड (Henry Rothchild) हे सर्व त्यांच्या-त्यांच्या परीने व्यापाराच्या जागतिकीकरणाचे उद्गाते होते, त्यांनी व्यापाराच्या जागतिकीकरणाचा इतिहास घडवला. ही सर्व माणसे मार्क रिच यांच्या पाठीशी उभी राहिली, त्यांची मार्गदर्शक बनली कारण मार्क रिच यांचे घराणेपण व्यापारी जगतात ओळखले जात होते, आणि मुख्य म्हणजे त्या सर्वांप्रमाणेच, मार्क रिच यांच्या वडिलांनासुध्दा "जर्मनी" नावाच्या अनर्थाचा फटका बसला होता. मार्क रिच यांना, त्यांच्या सुदैवाने, कारकिर्दीच्या सुरुवातीलाच व्यवसायातील नावाजलेले, मुरब्बी असे लोक मार्गदर्शक म्हणून लाभले, आणि मुख्य म्हणजे मार्क रिच यांच्याकडे अशा शिक्षकांकडून धडे घेण्यासाठी लागणारी, शिकण्यासाठी लागणारी इच्छाशक्ती, जिद्द, चिकाटी आणि पात्रता पुरेपूर प्रमाणात होती.

पहिला व्यवहार

टपालाची आवक-जावक हाताळणारे ते खाते प्रथमदर्शनी जरी अगदी कंटाळवाणे आणि निरुत्साही वाटले तरी एका ध्येयवादी आणि हुशार उमेदवारी करणाऱ्यासाठी त्या ठिकाणीही शिकण्यासारखे खूप होते. सबंध जगातून विविध माहिती देणारे टेलेक्स संदेश तेथे येत असत. कोण काय विकतो आहे? कोण काय विकत घेतो आहे? हा व्यवहार काय किमतीला होतो आहे? माल कोठून कोठे जाणार आहे? त्या व्यवहारात नफ्याचे प्रमाण काय आहे. एखाद्या व्यवहारात मालाची किंमत ठरवण्यासाठी आणि गिऱ्हाइकाला किंमत सांगण्याचे डावपेच शिकण्यासाठी ती एक उत्तम संधी होती. फिलिप ब्रदर्समध्ये मार्क रिच यांच्या समकालीन असलेल्या एका खनिज व्यवहार करणाऱ्याने मार्क रिच यांच्याबद्दल माहिती देताना सांगितले की, "त्यांचा शिकण्याचा वेग आणि हातोटी काही विलक्षणच होती. एकदा त्यांना काही गोष्ट सांगितली की त्यातील सर्व खाचखळग्यांसकट ती त्यांच्या लगेचच लक्षात येत असे, त्यांना परत प्रश्न विचारण्याची गरजच पडत नसे." तासन्तास काम करणाऱ्या आणि सुट्टीच्या दिवशी जादा काम करावे लागणाऱ्या त्या पट्टीच्या वायदे व्यापाऱ्यालापण, उमेदवारी करणाऱ्या या तरुणाच्या हुशारीचे आणि कामासंबंधी वाटणाऱ्या आस्थेचे तेव्हा खूपच आश्चर्य वाटले होते. थोड्याच दिवसांत मार्क रिच यांच्या एकूणच कामाची, त्यांच्या हुशारीची चर्चा व्हायला लागली. त्या व्यवसायात इतक्या लहानवयात, इतकी प्रसिद्धी मिळणे, नाव होणे ही साधी गोष्ट नव्हती. मार्क

रिच ते दिवस आठवताना सांगतात की, ''मी खरोखरच खूप ढोर मेहनत केली, काम करताना कधी वेळेकडे लक्ष दिले नाही.'' या पत्रांची आवक-जावक बघणाऱ्या टपाल खात्यामधून लवकरात लवकर बाहेर पडून प्रत्यक्ष वायदेकरार वगैरे करण्याचा तो अनुभव घेण्याची कधी संधी मिळते याचेच विचार मनात येत होते. माझ्या वरिष्ठांनी माझ्या कामाची दखल लवकरच घेतली आणि मला जरा जास्त जबाबदारीचे काम दिले. या टपाल खात्यातून बाहेर पडून प्रत्यक्ष व्यवहार हाताळण्याचा अनुभव घ्यायला लागल्यावर, या खात्याला ट्रॅफिकखाते असे नाव होते, माझ्या शिक्षणाची तेथे खरी सुरुवात झाली.

प्रत्यक्ष काम करता करताच शिकण्याच्या Phillip Brothersमधील पद्धतीनुसार टपाल खात्यानंतर प्रत्येक उमेदवाराला ट्रॅफिक खात्यामध्ये काम करावे लागे. आज जुन्या आठवणी काढताना आपण ट्रॅफिक मॅनेजरच्या मागे-मागे राहून सर्व कामाचे कसे निरीक्षण करत होतो हे मार्क रिच सांगत होते. त्या मॅनेजरनेच नंतर मार्क रिच यांना बंदरात पाठवून जहाजावरून माल उतरत असताना त्यावर कसे लक्ष ठेवावे, मालाचे वजन आणि प्रत कशी तपासावी, या गोष्टी कागदपत्रानुसार आहेत का नाहीत हे कसे तपासून बघावे, या सर्व गोष्टींमध्ये कोणते खाचखळगे असण्याची शक्यता असते वगैरेंचे शिक्षण त्यांना प्रत्यक्ष काम करता-करता दिले. शेवटी मार्क रिच यांना प्रत्यक्ष वायदे व्यापाराचे सौदे, वायदे करार वगैरे करण्याची संधी लवकरच मिळाली. ''विविध जीवनावश्यक वस्तू, खनिज धातू वगैरे जहाजावर चढवणे, त्यांचे योग्य रकमेचे विमे उतरवणे, बँकांच्या पत पत्राद्वारे (letters of credit) व्यवहाराचे पैसे चुकते करणे इत्यादी कामे मी करायला लागलो,'' मार्क रिच जुन्या आठवणींमध्ये हरवून गेले होते.

थोडक्यात मार्क रिच यांनी वायदे व्यापाराचे धडे अगदी मुळाक्षरापासून गिरवले. दोन वर्षांनंतर त्यांनी प्रत्यक्ष वायदेकरार करण्याची उमेदवारी सुरू केली आणि हेन्री रॉथचाइल्ड यांनी लवकरच त्यांना स्वत:च्या खास निगराणीखाली घेतले. हेन्री रॉथचाइल्ड हे बँकिंगचा व्यवसाय करणाऱ्या त्या प्रसिद्ध घराण्याशी संबंधित नव्हते. त्यांचा जन्म जर्मनीमधील बोचम (Bochum) येथे झाला होता. वयाच्या सोळाव्या वर्षीच ते निरनिराळ्या वस्तूंच्या वायदे व्यापारात शिरले होते आणि त्यांनी आधी मार्क रिच यांच्या वडिलांबरोबर काही व्यवहार केले होते. त्यांनी मार्क रिच यांचे वर्णन एक लाजाळू, अबोल, आणि अत्यंत तल्लख ॲनॅलिस्ट असे माझ्याकडे केले. रॉथचाइल्ड आणि मार्क रिच यांची विचार करण्याची पद्धत सारखीच असल्यामुळे थोड्याच दिवसात त्यांच्यामध्ये गुरू-शिष्याचे नाते निर्माण झाले.

रॉथचाइल्ड हे कामाच्या बाबतीत अत्यंत कर्तव्यदक्ष होते. फिलिप ब्रदर्समध्ये दक्षिण आफ्रिकेची बाजारपेठ सांभाळणे ही त्यांची जबाबदारी होती आणि त्याचबरोबर

युरोपच्या बाजारपेठेत कंपनीच्या कामाचा विस्तार करण्याची जबाबदारी त्यांच्यावर सोपवली होती. त्यामुळे हळूहळू दैनंदिन कामाची पूर्ण जबाबदारी त्यांनी मार्क रिच यांच्यावर टाकली आणि मार्क रिच जवळ-जवळ त्यांचे स्वीय साहाय्यक असल्यासाररखेच झाले. मार्क रिच सांगतात, ''बाजारपेठेचा एकूण विस्तार बघून माझी तर छातीच दडपली होती.'' उदाहरणच घ्यायचे झाले तर क्रुडतेल आणि ॲल्युमिनियमचे घेऊ या, ज्या म्हणून गोष्टीचा तुम्ही विचार कराल त्या गोष्टी बनवण्यासाठी, करण्यासाठी या दोन गोष्टींची आवश्यकता आहेच आहे. संपूर्ण जगाला अगदी पूर्व-पश्चिम, उत्तर-दक्षिण क्रुडतेल आणि ॲल्युमिनियमची गरज आहे, ही त्यांची सुरुवातीची उत्सुकता, हे त्यांना सुरुवातीला वाटलेले नवल, आयुष्यभर त्यांची साथ देणार होते. त्यांनी स्वतंत्रपणे पहिला व्यवहार केला तो मात्र बोलेव्हियन टीन (जस्ताचा) या धातूचा.

बाजारपेठ निर्माण करणे

फिलिप ब्रदर्समध्ये थोड्याच अवधीत एक विशेष देणगी, प्रावीण्य असलेला उमेदवार म्हणून मार्क रिच यांची ख्याती झाली. त्यावेळेपासून मार्क रिच यांना ओळखणारे एक जण सांगतात, ''अगदी सुरुवातीपासूनच वायदे व्यवहार, वायदे करार करताना मार्क रिच यांच्या धूर्ततेचा आणि हुशारीचा प्रत्यय येत होता.'' त्यांच्या यशाचे मुख्य कारण म्हणजे, १९५०च्या मध्यात ज्या एका धातूचा अगदी कमी प्रमाणात व्यापार व्यवहार व्हायचा त्या धातूच्या व्यापारात त्यांनी आपला एक वेगळा ठसा उमटवला, विशेष प्रावीण्य मिळवले. आणि तो खास धातू म्हणजे पारा (Mercury)

कोणाही वायदे व्यापाऱ्याशी जर त्याच्या व्यवसायासंबंधी चर्चा केली तर त्यांच्या व्यवसायातल्या एका खास वैशिष्ट्याचा, अंगाचा उल्लेख जरूर होतो आणि तोसुद्धा अगदी भक्तिभावाने, आणि ते वैशिष्ट्य म्हणजे ''बाजारपेठ निर्माण करणे, मालाला मागणी निर्माण करणे.'' या धंद्यामध्ये प्रत्येक वायदे व्यापाऱ्याचे ध्येय असते, स्वप्न असते की प्रत्येक उत्पादकासाठी योग्य असा खरेदीदार शोधणे, प्रत्येक उत्पादनाला गिऱ्हाईक शोधणे आणि आधी छोट्या, मर्यादित प्रमाणात विकल्या जाणाऱ्या मालासाठी मोठ्या प्रमाणात खरेदीदार निर्माण करणे. हुशार वायदे व्यापाऱ्याला नवीन बाजारपेठ निर्माण करण्यासाठी इतर कोणत्याही गोष्टीपेक्षा एका विशेष गोष्टीची, देणगीची अत्यंत आवश्यकता असते आणि ती म्हणजे भोवतालच्या परिस्थितीचे त्याला भान असणे आवश्यक आहे. परिस्थितीचा अंदाज घेऊन, तिचे विश्लेषण करून, अर्थ लावून, आणि मुख्य म्हणजे प्रतिस्पर्ध्याआधी, त्याला योग्य तो निर्णय घेऊन पावले उचलता आली पाहिजेत. एखाद्या खनिजाचा,

धातूचा, किती साठा कोणाच्या ताब्यात आहे? वैज्ञानिक प्रगतीमुळे, लागलेल्या एखाद्या शोधामुळे, किंवा युद्धासारख्या एखाद्या राजकीय घटनेमुळे कोणत्या गोष्टीची मागणी किती वाढण्याची शक्यता आहे? मागणीत कसा चढउतार होण्याची शक्यता आहे? उदाहरणच घ्यायचे झाले तर क्रुडतेलाचे घेता येईल. वैज्ञानिक प्रगती होण्याआधी कित्येक शतके क्रुडतेलाचा वापर दिव्यासाठी तेल आणि डांबर या दोन गोष्टींच्या उत्पादनासाठीच केला जायचा एकोणिसावे शतक संपता-संपता डिझेलवर चालणाऱ्या इंजिनाचा शोध लागला आणि क्रुडतेलाच्या आर्थिक आणि स्ट्रॅटेजिक ताकदीचे परिमाणच बदलले.

वायदे बाजारातील कित्येक चांगल्या, पट्टीच्या व्यापाऱ्यांना, त्या व्यवसायात आयुष्य घालवून, स्वतंत्र अशी बाजारपेठ निर्माण करता येत नाही. पण, मार्क रिच यांनी मात्र या प्रकारच्या व्यवसायात पदार्पणातच ती करामत करून दाखवली, आणि एकदा नाही तर परत-परत त्यांनी वायदेबाजारात अशा क्रांत्या घडवून आणल्या. क्रुडतेलाच्या व्यवहारांबाबतचे त्यांचे यश तर नेत्रोद्दीपकच म्हणावे लागेल. त्यांचे आणखी एक वैशिष्ट्य म्हणता येईल अशी गोष्ट म्हणजे दुसऱ्यांच्या नजरेतून निसटलेली एखादी गोष्ट मार्क रिच यांच्या लक्षात ताबडतोब यायची.

मार्क रिच यांचे मित्र आणि एकेकाळी त्यांच्या कंपनीत काम करणारे आयझॅक क्युरेब (Isaac Querub) त्यांच्या बद्दल बोलताना म्हणाले, ''मार्कला भविष्याचा वेध घेण्याची दृष्टी होती.'' मार्क रिच यांच्याबरोबर आफ्रिकेला काम केलेल्या एका डिलरच्या म्हणण्याप्रमाणे, ''मार्क रिच यांना ती देणगीच लाभली होती.'' Ursula Santo Domingo उर्सुला सॅन्टो डॉमिंगो त्यात भर घालतात. ''एखाद्या संधीचा आधी अंदाज घेणे हेच तर या प्रकारच्या व्यवसायाचे गमक आहे.'' मार्क रिच यांच्याशी बोलताना मी त्यांना विचारले की, या व्यवसायात परस्पर ओळखींचा, संबंधाचा किंवा आफ्रिकन देशांशी, एकतंत्री हुकूमशहांशी ''ज्यांच्या हातात तिजोरीची चावी आहे'' असा उल्लेख केला जातो, त्याला कितीसे महत्त्व आहे? मार्क रिच यांच्या उत्तराने मी चकितच झालो. ''परस्पर ओळखी, संबंधांपेक्षा तुमचा अंदाज, भविष्यवेध या गोष्टी अधिक महत्त्वाच्या आहेत.''

मार्क रिच यांनी एखाद्या वस्तूसाठी नवीन अशी बाजारपेठ प्रथम तयार केली ती १९५० दशकाच्या मध्यावर. नजीकच्या भविष्यात पारा या धातूसाठी मागणी वाढणार असल्याचे चित्र त्यांना स्पष्ट दिसत होते. त्यांनी या धातूमध्ये जरा विशेष लक्ष घालायचे ठरवले. तेव्हा त्यांचे वय होते फक्त २१. त्यावेळी पाऱ्याचा वापर प्रामुख्याने थर्मामीटर, निरनिराळ्या प्रकारच्या बॅटऱ्या आणि डिटोनेटर्स यासाठीच व्हायचा. त्यामुळे या धातूसाठी मागणी अगदी मर्यादित होती आणि त्यामुळे किमतीपण कमी होत्या. मार्क रिच यांनी बाजारपेठेत एकूण किती पारा व्यापारासाठी

आवश्यक आहे याचा अंदाज घेतला. त्यासाठी मार्क रिच यांनी केलेल्या पाठपुराव्याचे त्यांच्या सहकाऱ्यांना खूप कौतुक वाटले. त्या वेळच्या जागतिक राजकीय परिस्थितीचा अंदाज घेतल्यावर मार्क रिच या निष्कर्षाला आले की लवकरच पाऱ्यासाठी मागणी खूप वाढणार आहे आणि त्याचाच अर्थ त्यावेळी पाऱ्यामध्ये केलेल्या गुंतवणुकीवर कमाईची चांगली संधी होती.

सन १९५०च्या दशकाच्या मध्यावर "शीतयुद्धा"ची तीव्रता एकदम वाढली होती. माओत्सेतुंगच्या नेतृत्वाखाली १९४९मध्ये कम्युनिस्टांनी चीनची सत्ता हस्तगत केली होती. सन १९५०मध्ये कोरियात युद्धाला सुरुवात झाली होती. आणि ते १९५३ सालच्या उन्हाळ्यापर्यंत चालले. १९५३च्या जूनमध्ये रशियन सैन्याने पूर्व जर्मनीतील बंडाळी मोडून काढली होती. इजिप्तच्या पंतप्रधानांनी, गमाल अब्देल नासर यांनी, सुएझ कालव्याचे राष्ट्रीयीकरण केल्यामुळे १९५६मध्ये तो प्रश्न निर्माण झाला होता. त्या राष्ट्रीयकरणाला इंग्लंड, फ्रान्स आणि इस्त्रायल यांचा तीव्र विरोध होता. हंगेरीमधील रशियाच्या पाठिंब्यावर असलेल्या सरकारची सत्ता उलथवण्यासाठी झालेली बंडाळी मोडून काढण्यासाठी रशियाची "रेड आर्मी" हंगेरीमध्ये घुसलेली होती.

जेव्हा मार्क रिच यांनी पारा या धातूमध्ये लक्ष घालून त्याच्या व्यापाराला सुरुवात केली तेव्हा वर सांगितल्याप्रमाणे जगभर युद्धाचे ढग पसरले होते. मार्क रिच यांचे तेव्हाचे एक सहकारी सांगतात की ज्यांचा-ज्यांचा म्हणून पारा धातू तयार करण्याचा व्यवसाय होता, मग तो अगदी कितीही प्रमाणात असो त्यांच्या-त्यांच्याशी पारा खरेदी करण्याच्या संदर्भात मार्क रिच यांनी संपर्क साधला. त्यांचे प्रथम लक्ष गेले ते एका स्पॅनिश खाण कंपनीकडे (Consejo de Administrocion de las Minas de Almadin & Arrayaners) आज ती कंपनी "मायासा" (Mayasa) म्हणून ओळखली जाते. थोड्याच काळात त्यांनी पाऱ्याचे योग्य उत्पादकही शोधले आणि तितकेच योग्य खरेदीदारही शोधले, आणि मार्क रिच यांचे पाऱ्याच्या व्यवहारातले तज्ज्ञ म्हणून नाव झाले.

मधल्या काळात जागतिक बाजारपेठेत पाऱ्यासाठी मागणी एकदम वाढली. अमेरिकेचे, रिपब्लिकन पक्षाचे, अध्यक्ष ड्वाइट डी आयझेनहॉवर (Dwight D Eisenhower) यांच्या नेतृत्वाखालील अमेरिकन सरकारने शस्त्रास्त्र निर्मितीला (Rearmament) परत चालना द्यायचे ठरवले आणि त्यामुळे अमेरिकन हवाईदल आणि सैन्यदलाने त्यांच्याकडील पाऱ्याचा साठा ५० टक्क्यांनी वाढवायचा निर्णय घेतला. अमेरिकन सरकाने इतरही निरनिराळ्या धातूंची मोठ्या प्रमाणावर खरेदी सुरू केली. सन १९४०पासून तोपर्यंत पारा हा फक्त बॅटऱ्यांसाठीच प्रामुख्याने वापरला जायचा, पण आता त्या धातूसाठी बाजारपेठ विस्तारली होती, मागणी

वाढत होती. पारा दीर्घकाळ टिकत असल्यामुळे वॉकीटॉकी, धातूशोधक (Metal detectors) आणि अशा इतर इलेक्ट्रॉनिक उपकरणांमध्ये पाऱ्याच्या बॅटऱ्यांचाच जास्त प्रमाणात वापर होत होता.

नाजूक कामगिऱ्या

आता पाऱ्यासंबंधीच्या कोणत्याही व्यवहारात मार्क रिच आणि त्यांची कंपनी या गोष्टी अपरिहार्य झाल्या होत्या. ही त्यांची व्यवसायातली स्वतंत्रपणे केलेली अशी पहिली खेळी होती आणि त्यामुळे फिलिप ब्रदर्सना खूप फायदा झाला होता. खरं तर फिलिप ब्रदर्समध्ये एक वायदे व्यापारी म्हणून उमेदवारी करायला लागून मार्क रिच यांना फार काळ काही झाला नव्हता, पण त्यांच्या या अपूर्व यशामुळे कंपनीमधील त्यांचा भाव एकदम वधारला. त्यांनी वरिष्ठांना दाखवून दिले होते की येणाऱ्या संधीचा आधीच अंदाज घेऊन त्याचा लाभ उठवण्याची कला त्यांना अवगत होती. एखादा व्यवहार शांतपणे, संयमाने पूर्णत्त्वाला नेण्याइतका धीर होता आणि शेवटी त्या व्यवहारातले संभाव्य धोके टाळण्यासाठी उपजत समज होती, हुशारी होती.

जेव्हा फिलिप ब्रदर्स यांच्या बोलेव्हिया येथील कार्यालयातील मॅनेजरला त्याच्या आईच्या ऑपरेशनसाठी इंग्लंडला येणे भाग पडले तेव्हा त्याच्या गैरहजेरीत त्यांची जागा कोण घेणार हे ठरलेलेच होते. साउथ अमेरिकेतील ज्या देशात डेव्हिड रिच यांनी काही वर्षे व्यवसाय केला होता त्या देशातच हेन्री रॉथचाइल्ड यांनी मार्क रिच यांना सहा महिन्यांसाठी पाठवण्याचे ठरवले. बोलेव्हिया हा देश तेथील सततच्या राजकीय आणि आर्थिक अस्थैर्यामुळे फार धोकादायक म्हणून ओळखला जात होता. अंतर्गत राजकीय चळवळीनंतर आणि १९५२ सालच्या उठावानंतर बोलेव्हियातील सर्व मोठ्या खाणींचे राष्ट्रीयीकरण करण्यात आले होते. सोळाव्या शतकापासून बोलेव्हियातून चांदी, जस्त (Tin) आणि टंगस्टन (Tungstan) या धातूंचा प्रामुख्याने पुरवठा होत होता. बोलेव्हियाची राजधानी ला पाझ (La Paz) येथे राहून मार्क रिच फक्त उत्तम स्पॅनिश भाषाच शिकले नाहीत तर राजकीय दृष्ट्या अस्थिर देशांशी व्यवहार करताना काय काळजी घ्यावी याचे धडेही त्यांनी गिरवले. प्राप्त परिस्थितीशी जुळवून घेण्यात आणि फायदा उठवण्यात ते वाकबगार होते हे तर उघडच आहे. त्या वेळचा त्यांचा एक सहकारी आठवण सांगतो की, ''मार्क रिच हे सर्व संभाव्य धोक्यांचा आधीच अंदाज घेऊन त्यावर नियंत्रण ठेवण्याची दक्षता घेत आणि सर्वांशी उत्तम संबंध ठेवण्यावर त्यांचा भर असे. अर्थात, याचे बरेचसे श्रेय त्यांच्या शांत आणि नम्र व्यक्तिमत्त्वाला होते.''

बोलेव्हियातील त्यांच्या या यशानंतर फिलिप ब्रदर्सनी त्यांच्या या उदयोन्मुख

ताऱ्याला प्रथमच दक्षिण आफ्रिकेला पाठवायचे ठरवले. ते साल होते १९५८. त्यावेळी तो देश अजून ब्रिटिश संघराज्यांपैकीच होता आणि वर्णविद्वेषी राजवटी विरुद्धची व्यापार बंदी (बहिष्कार) अजून लागू झाली नव्हती. हा प्रवास, दुर्दैवाने, त्यांना त्यांच्या पहिल्या पराभवाकडे नेणारा होता. कित्येक महिन्यांच्या वाटाघाटीनंतर आणि सर्व बाजूंचा विचार करून मार्क रिच यांनी मँगेनीज खनिजाच्या खाणीच्या विक्रीचा व्यवहार केला होता. मार्क रिच आज त्याची आठवण काढताना सांगतात की, "त्या व्यवहारासाठीच्या वाटाघाटी खरोखर अत्यंत किचकट होत्या आणि खूप काळ चालल्या होत्या. शेवटी सहा महिन्यांच्या वाटाघाटींनंतर त्या खाणीच्या खरेदीचा व्यवहार झालाच नाही आणि मला हात हालवत परतावे लागले." त्यांचे गुरू आणि मार्गदर्शक, श्री. रॉथचाइल्ड आणि जेसलसन (Rothschild & Jesselson) यांचेकडून या अपयशाबद्दल टीकेची एकही प्रतिक्रिया उमटली नाही. त्या दोघांनाही कल्पना होती की या पराभवातून, या अनुभवातून, मार्क योग्य ते धडे नक्की घेईल, आणि भविष्यात फायदाच उठवेल.

हा पराजय जरी पदरी पडला होता तरी मार्क रिच यांनी अशा प्रकारच्या नाजूक कामगिऱ्या पार पाडण्यासाठी लागणारी कुवत असल्याची पुरेपूर जाणीव त्यांच्या वरिष्ठांना करून दिली होती. अत्यंत गोंधळाच्या परिस्थितीतपण ते शांत राहून विचार करू शकतात याचा पुरावाच, जणू उदाहरणच त्यांनी दाखवून दिले होते. त्यांच्यात एखाद्या गोष्टीचा पाठपुरावा करण्याची, परिस्थितीतून निरनिराळे मार्ग काढण्याची हातोटी होती. पण, हे करताना अविचारी पाऊल उचलले जाणार नाही, अविचारी कृती केली जाणार नाही, याची दक्षता घेण्याचे भान होते. इतर कशाहीपेक्षा उद्योग-धंद्याविषयी नवनवीन विचार आणि नवनवीन कल्पना त्यांच्या डोक्यात नेहमी घोळत असत. आणि १९५९ सालच्या सुरुवातीला त्यांच्या याच गुणावर फिलिप ब्रदर्स यांची पूर्ण भिस्त होती. त्यावेळी एक दाढीवाला क्रांतीकारक क्युबामध्ये नव्याने इतिहास घडवण्याच्या तयारीत होता. क्युबामधील आधीच्या बॅटिस्टा (Batista) राजवटीशी फिलिप ब्रदर्स यांचे घनिष्ठ व्यापारीसंबंध होते, त्यामुळे क्युबामधील राजकीय परिस्थितीवर अर्थातच त्यांचे बारीक लक्ष होते. या परिस्थितीतून मार्ग काढण्यासाठी वाटाघाटीची कला अवगत असलेल्या एका समर्थ आणि लायक अशा माणसाची त्यांना गरज होती.

फिडेल कॅस्ट्रो यांची क्युबातील राज्यक्रांती

सन १९५८च्या नवीन वर्षाच्या मुहूर्तावर क्रांतीकारक अर्नेस्टो "चे" गवेरा (Ernesto "che" Guevara) आणि त्यांच्या बंडखोर साथीदारांनी सॅन्टाक्लारा (Santa Clara)मध्ये प्रवेश केला. सरकारी फौजांच्या ताब्यात असलेल्या शेवटच्या शहराचा

पाडाव झाला होता. हवाना या राजधानीच्या शहरात असलेल्या तेव्हाच्या (Fugencio Batista) या क्युबाच्या हुकूमशहाला योग्य तो संदेश पोहोचला होता आणि त्याने त्याच्या मूठभर साथीदारांसमवेत डॉमिनिक रिपब्लिकला (Dominician Republic) पलायन करून तेथे आश्रय घेतला. दोन वर्षे चाललेल्या गनिमी युद्धानंतर फिडेल कॅस्ट्रो यांच्या क्रांतीसेनेला ८ जानेवारी १९५९ला हवाना शहरात प्रवेश करण्यात यश मिळाले होते.

फिडेल कॅस्ट्रो यांच्या मुक्तिसेनेचे क्युबातील जनतेने जल्लोशाने स्वागत केले. या मुक्तीचा आनंद, हाता-तोंडाशी गाठ असणाऱ्या शेतकरी आणि कामगार वर्गाला विशेषकरून झाला होता. मुक्तिसेनेच्या प्रवेशानंतर काही तासातच सैन्य आणि पोलीसदल क्रांतिकारकांना येऊन सामील झाले. क्युबामधल्या सत्ता बदलानंतर २४ तासांतच हवानामधील परिस्थिती पूर्वपदावर आली होती. कॅस्ट्रो आणि त्याच्या सहकाऱ्यांचे जल्लोशात स्वागत करण्यात आले. बॅटिस्टा (Batista) आणि त्यांचे निकटवर्ती क्युबाच्या नैसर्गिक साधनसंपत्तीची लूट करून बेसुमार गब्बर झाले होते, तर सर्वसामान्य जनतेची परिस्थिती अत्यंत हालाखीची झाली होती. बॅटिस्टाची एकूण संपत्ती काही कोटी डॉलर्सची होती असा सर्वसाधारण अंदाज होता. बॅटिस्टाने अमेरिकेच्या मदतीने १९३३ साली क्युबाची सत्ता हस्तगत केली होती. अमेरिकेने स्वत:ला फायदेशीर अशा व्यापारीसंबंधांच्या बदल्यात बॅटिस्टा यांच्या मिलिटरी हुकूमशाहीला पाठिंबा दिला होता. ज्यावेळी अमेरिकेला क्युबाच्या आर्थिक स्थैर्याविषयी साशंकता निर्माण झाली आणि बॅटिस्टा राजवट मरणपंथाला लागली तेव्हा अमेरिकेने एकच गोष्ट केली ती म्हणजे त्या राजवटीचा पाठिंबा काढून घेतला.

फिडेल कॅस्ट्रो आणि "चे"गवेरा, जे नंतर क्युबाच्या उद्योग आणि खाण खात्याचे मंत्री झाले, यांनी सत्ता हाती येताच प्रथम कशाला सुरुवात केली असेल तर उद्योगांच्या आणि खाणींच्या राष्ट्रीयीकरणाला. या घडामोडी हा फिलिप ब्रदर्स यांच्या व्यापारी हितसंबंधांना एक जबरदस्त धक्काच होता. फिलिप ब्रदर्स यांचा कारखानदारीशी तसा प्रत्यक्ष संबंध नव्हता किंवा त्यात गुंतवणूक नव्हती. त्यांचा व्यवसाय होता ट्रेडिंगचा, खरेदी-विक्रीचा. त्यांनी काही देशांमध्ये कारखानदारांना उत्पादनपूर्व खर्चासाठी कर्जाऊ पैसे देण्यास सुरुवात केली होती. त्या बदल्यात त्यांना त्यांच्या कारखान्याच्या उत्पादनावर दीर्घ मुदतीची आणि एकमेव पुरवठयाची हमी मिळत असे. व्यापार करण्याचा हाच एक मार्ग मार्क रिच यांनी भविष्यात अवलंबला आणि अशा प्रकारच्या व्यापाराच्या पद्धतीत, परिस्थितीनुसार बदल करून त्यांनी ही नवीन पद्धती (प्रकरण १४) विकसित केली.

फिलिप ब्रदर्स यांनी क्युबामधील "पायरेट" खनिजाच्या खाण मालकांना अशा प्रकारे दिलेले जवळ-जवळ १२ लाख डॉलर्सचे कर्ज कॅस्ट्रो यांच्या सरकारने

गोठवले. फिलिप ब्रदर्स यांच्या व्यापारी कंपनीचा सन १९५९ सालचा टॅक्स भरण्याआधीचा निव्वळ नफा होता ६० लाख डॉलर्स. यावरून त्या कर्जाच्या रकमेची, कंपनीच्या व्यवहाराच्या संदर्भात असलेल्या प्रमाणाची पूर्ण कल्पना करता येईल. आता यातून काय आणि कसा मार्ग काढायचा? रॉथचाइल्ड यांनी ताबडतोब त्यांच्या तरुण साहाय्यकाला हवानाला पाठवायचे ठरवले. कंपनीत काम करणाऱ्या तरुणांवर विश्वास टाकण्याची आणि त्यांच्यावर महत्त्वाच्या कामगिऱ्या सोपवण्याची कंपनीची अशी एक खास परंपरा होती. मार्क रिच यांना लॅटिन अमेरिकन देशांमधील लोकांच्या मानसिकतेची चांगली ओळख होती, आणि त्यांना स्पॅनिश भाषा उत्तमपणे अवगत होती.

अशा प्रकारे क्रांतीनंतर थोड्याच दिवसांत नवीन राजवटीशी वाटाघाटी करण्यासाठी केवळ २४ वर्षांचे मार्क रिच लवकरच हवानाच्या विमानतळावर उतरले. सुरू झालेल्या वाटाघाटी सहा महिने चालल्या. मार्क रिच यांची वाटाघाटी करण्याची पद्धत सभ्य, सुसंस्कृत पण ठाम अशी होती. चाणाक्ष आणि धूर्त व्यापाऱ्याच्या पुस्तकातल्या सर्व हिकमतींचा त्यांनी वाटाघाटी करताना अवलंब केला. त्यांना चांगले माहीत होते की दोन्ही बाजूंना फायदेशीर ठरेल असाच सन्माननीय तोडगा त्यांना काढावा लागणार आहे. त्यांनी मुलाखतीचे दरम्यान एकदा मला सांगितले होते की, "जेव्हा वाटाघाटी करणाऱ्या दोन्ही बाजू करारावर सह्या करून हसत-हसत हस्तांदोलन करत टेबलवरून उठतात तेव्हाच त्या कराराला सन्माननीय म्हणता येते आणि तर आणि तरच फक्त त्या कराराला आणि भागीदारीला काही भविष्य असते. नाहीतर त्या फक्त कागदावर केलेल्या सह्या असतात."

मार्क रिच यांनी हवानाला पोहोचताच परिस्थितीचा संपूर्ण आढावा घेतला. त्या घटकेला कॅस्ट्रो आणि त्यांच्या सरकारला कोणत्या गोष्टींची अत्यंत आवश्यकता होती? त्यांना अत्यंत गरज होती ती नोटांची, चलनाची. त्यांना गरज होती आंतरराष्ट्रीय संबंधांची. त्यांना गरज होती नवीन नोकऱ्या निर्माण करण्याची. फिडेल कॅस्ट्रोंना पण जर परकीय चलन यायला सुरुवात झाली, नवीन रोजगार निर्माण झाले तर त्या 'पायरेट'च्या खाणींमध्ये उत्पादन सुरू करायला नक्कीच आवडेल. अशा परिस्थितीतून मार्ग काढण्यासाठी मार्क रिच यांनी एक धाडसी, अगदी अविचारी वाटेल असे, पाऊल उचलायचे ठरवले. हा प्रसंग मार्क रिच मला सांगत असताना आम्ही सेंट मॉरिट्झला स्कि लिफ्टमधून खाली येत होतो. "मी वाटाघाटी करताना याही परिस्थितीत आणखी पैसा गुंतवण्याची तयारी दर्शवली," त्यांनी मला थंडपणे सांगितले, "क्युबावाल्यांना ही कल्पना एकदम पसंत पडली. त्यांनी आम्हाला 'पायरेट'च्या खाणींमध्ये उत्पादनाला सुरुवात करण्याची परवानगी दिली आणि मी संपूर्ण गुंतवणूक, अगदी आधी केलेली, काढून घेण्यात आणि वसूल

करण्यात यशस्वी झालो.''

क्रांतीच्या सुरुवातीला आणि सत्ताबदल झाल्यावर काहीकाळ कॅस्ट्रोंना सर्वसाधारण जनतेची आणि अगदी अमेरिकेची पण खूप सहानुभूती होती, पाठिंबा होता. त्याच्या अगदी विरुद्ध ''चे'' गव्हेरांचे व्यक्तिमत्त्व होते. मार्क रिच त्याचे वर्णन एक ''उत्साही आणि जिंदादिल'' माणूस असे करतात. ते सनातनी मार्किस्ट नव्हते किंवा कम्युनिस्ट सोव्हिएत युनियनचे अंधानुयायी नव्हते. तरीपण थोड्याच काळात नवीन राजवटीतल्या विचारसरणीत तसा ताठरपणा, हडेलहप्पीपणा जनतेला जाणवायला लागला. क्युबामधील राजकीय घडामोडींवर मार्क रिच अगदी जवळून लक्ष ठेऊन होते आणि जसजसे दिवस गेले तसतशी रिच यांना एकूणच साशंकता वाटायला लागली. त्या स्कि लिफ्टमध्ये बोलताना मार्क रिच मला म्हणाले, ''मला हे कळले नाही की त्यांनी कम्युनिस्ट विचारसरणी का स्वीकारली. हे कबूल आहे की त्यांना बॅटिस्टाची भ्रष्टाचारी राजवट बदलायची होती, पण नंतर मी हेही पाहिले की हळूहळू कम्युनिस्टांनी सर्वच गोष्टींवर आपली पोलादी पकड घट्ट केली. त्यांना कोणीही विरोध केला नाही आणि लोकांनी प्राप्त परिस्थितीचा स्वीकार केला. मला हे कळत नाही की जनता कम्युनिस्टांच्या या काव्याला कशी काय फसली? त्यांच्या जाळ्यात कशी काय ओढली गेली? खरं तर ही गोष्ट लोकांसाठी खूपच वाईट होती.'' अविश्वासाने मान हलवत मार्क रिच सांगत होते.

मार्क रिच यांचा तेव्हाचा एक सहकारी मला म्हणाला, ''क्युबा प्रश्नावर मार्क रिच यांची खरी कसोटी लागली, खरा कस लागला. ते काय करू शकतात? काय करू शकत नाहीत? त्यांच्याकडे काही नवीन कल्पना आहेत का? त्यांच्यामध्ये काही निर्माण करण्याची क्षमता आहे का? दबावाखाली काम करण्याची, तो सहन करण्याची त्यांची मानसिकता आहे का?'' मार्क रिच यांच्या टीकाकारांनी असे अनेक प्रश्न वेगळ्याच उद्देशाने उपस्थित केले. त्यांच्यावर आधी एक चरित्रात्मक पुस्तक लिहिणारे A craig copetas, त्यांच्या पुस्तकात मार्क रिच यांच्याबरोबर काम केलेल्या एकाचा हवाला देऊन सांगतात, ''मार्क रिच यांचा खरा कस लागला तो 'हवाना'मध्ये आणि तेथे आलेल्या अनुभवांमुळे भविष्यात त्यांच्या व्यक्तिमत्त्वाला पैलू पडण्यास खूपच मदत झाली असेही म्हणता येईल. कारण तेथील अनुभवांवरून एक धडा त्यांना नक्की मिळाला होता की वेळप्रसंगी बेकायदेशीर व्यवहार पण खपून जातो.''

क्युबावर अमेरिकेने व्यापारी निर्बंध लादले होते, तरीही क्युबाच्या राजवटीशी मार्क रिच यांचा व्यापार मात्र बिनबोभाट चालू होता. मार्क रिच यांच्या आवडीच्या कोहिबा (Cohiba) सिगार्सच्या त्यांना होत असलेल्या पुरवठ्यामध्ये काही खंड नव्हता. एवढेच नाही तर, सन १९६२मध्ये व्यापारी निर्बंध लादले जाईपर्यंत मार्क रिच नियमितपणे हवानाला भेटी देत होते. क्युबाबरोबरचा व्यापारानंतर त्यांच्या

माद्रिद (स्पेन) येथील कार्यालयातून सांभाळला जाऊ लागला. सन १९९०च्या दशकाच्या मध्यापर्यंत सुरुवातीला मुख्यत्वेकरून कच्चा माल म्हणून पायरेट आणि कॉपर (तांबे) या दोन खनिजांचाच क्युबाशी व्यापार होत होता. त्यानंतर हळूहळू स्टीलच्या उत्पादनासाठी लागणारे 'मँगेनीज' आणि नंतर निकेल या धातूंच्या खनिजांचा पण व्यापार सुरू केला. नंतर त्यांच्या कंपनीने क्युबाकडून साखर आयात करून त्या बदल्यात व्हेनेझुएला किंवा रशियाचे क्रुडतेल क्युबाला द्यायला सुरुवात केली. एकदा तर त्यांनी ज्या "Monviso" जहाजातून आईवडिलांबरोबर फ्रान्स सोडून मोरोक्को गाठले होते, ते जहाज भाड्याने घेऊन त्यातून क्युबातून पायरेट हे खनिज भरून ते इटलीला पाठवले. सन १९९१मध्ये दुसऱ्या एका देशात आश्रय घेतलेल्या क्युबाच्या माणसाने असाही दावा केला की, मार्क रिच यांच्या कंपनीने कॅस्ट्रोच्या मुलाशी खाणीमधून 'युरेनियम' काढण्यासंबंधी वाटाघाटी केल्या होत्या. मार्क रिच मात्र या दाव्यात काही तथ्य नाही असे सांगतात, आणि पुढे पुस्ती जोडतात की आमची बोलणी फक्त 'लेड'(Lead) शिसे आणि झिंक (Zink) जस्त या धातूंच्या साठ्यासंबंधीच झाली होती.

क्युबामधील यशस्वी वाटाघाटीनंतर फिलिप ब्रदर्समध्ये मार्क रिच यांचा भाव एकदम वधारला. कंपनीमधील सर्वांच्या नजरा आता त्यांच्यावर होत्या. पुढच्या काही वर्षांत ते जगभर फिरले. सहा महिने भारतात, सहा महिने ॲमस्टरडॅम तर अगदी काँगो, ब्राझील ते सेनेगलपर्यंत त्यांचा प्रवास चालू होता. आणि लक्ष्य होते ते तेथे असलेल्या व्यापाराच्या संधीवर आणि फायदेशीर व्यापारी करारामदारांवर. मात्र मार्क रिच कबूल करतात की, आफ्रिकेमध्ये व्यापारासाठी तितकीशी अनुकूल परिस्थिती नव्हती. तो काळ होता घाऊक पर्यटन व्यवसायाच्या आधीच्या आणि विमान प्रवास हा अत्यंत महाग, आणि काही खास वर्गासाठी राखीव असाच होता. मार्क रिच यांना प्रवासाची आवड होती. त्यांना स्वातंत्र्य प्रिय होते आणि त्यांची वृत्ती साहसी होती. व्यापाराच्या संधींचा अंदाज घेत देशोदेशी फिरणे त्यांना आवडत होते. अगदी विद्यार्थीदशेपासून अशा प्रकारचे जीवन असावे अशीच मार्क रिच यांची इच्छा होती. त्यांना आव्हाने स्वीकारायला आवडायचे. सन १९६४मध्ये, फिलिप ब्रदर्सच्या प्रमुखांनी, लुडविग जेसलसन (Ludwig Jesselson) यांनी, तेव्हा वय वर्षे ३० असलेल्या मार्क रिच यांच्याकडे, त्यांच्या माद्रिद कार्यालयाचे प्रमुख म्हणून सूत्र हाती घेण्यासंबंधी विचारणा केली. मार्क रिच यांनी सेकंदाचाही विचार केला नाही.

फॅसिस्ट स्पेनमधील मित्र

मार्क रिच हे एक अत्यंत भिडस्त आणि विचारी असे व्यक्तिमत्त्व आहे. व्यवसायात भावनांना थारा न देण्याचा प्रत्येक उत्तम व्यापाऱ्यात असलेला गुण

त्यांच्यात अगदी पुरेपूर आहे. त्यांचे विचार, त्यांच्या संवेदना ते स्वत:शीच ठेवतात आणि उगीचच अति उत्साह दाखवणे त्यांच्या स्वभावात बसत नाही. पण जेव्हा ते स्पेनबद्दल बोलायला लागतात तेव्हा मात्र त्यांची अवस्था एखाद्या पौगंडावस्थेतल्या मुलाने त्याच्या पहिल्या प्रेयसीबद्दल बोलावे तशी होऊन जाते. मार्क रिच प्रथम दर्शनीच स्पेनच्या प्रेमात पडले आणि त्यांच्या कर्तृत्त्वाला तेथेच बहर आला. त्यांना स्पॅनिश जीवनशैलीबद्दल एक प्रकारचे आकर्षण वाटायला लागले आणि आज त्यांच्या राहाणीवर, जीवनशैलीवर त्याचा प्रभाव जाणवतो. त्यांना दुपारचे जेवण वेळेत आणि रात्रीचे जेवण उशिरा घ्यायला आवडते. आम्ही त्यांच्या सेंट मॉरिट्झ येथील बंगल्यात बोलत असताना त्यांनी मला सांगितले, ''मला स्पेन इतके आवडले की मी स्पॅनिशच होऊन गेलो. तो फारच सुंदर देश आहे. तेथे वाळवंट आहे. तेथे पर्वत आहे, हिरवीगार कुरणे आहेत, माळ आहेत, सभोवताली समुद्र आहे, संगीत आहे, कला आहे, अगदी सगळे-सगळे आहे.''

थंडीचे बहुतेक दिवस ते सेंट मॉरिट्झ येथील स्कि ट्रॅकवर स्कीग करण्यात घालवतात तर उन्हाळ्यात मात्र विस्तीर्ण जमीनजुमला असलेल्या ''मारबेला'' (Marbella) येथे परत-परत त्यांचे पाय त्यांना ओढून नेतात. तेथे त्यांनी, फ्रँक लॉइडराईट (Frank Lloydwright) यांच्या शिष्याच्या मार्गदर्शनाखाली मुरीश स्थापत्य शैलीचा ४७ कोटी रुपये ($9.5Mn) खर्चून एक बंगला बांधला आहे. त्यांच्या होणाऱ्या बायकोच्या, डेनिसच्या (Denise) प्रेमात ते स्पेनमध्येच पडले. त्यांच्या तीनपैकी दोन मुलींचा जन्म स्पेनमधीलच. डेनिस रिच यांनी बोलताना मला सांगितले की, त्यांच्या वैवाहिक जीवनातला सर्वात आनंदाचा, सुखाचा काळ म्हणजे त्यांचे माद्रिदमधले दिवस. त्यांच्या घरात, इतर भाषांबरोबरच अजूनही स्पॅनिश भाषा बोलली जाते. मार्क रिच मला म्हणाले की, ''आम्ही स्पेन सोडले तरी मुलींनी स्पॅनिश भाषा विसरू नये असेच मला वाटत होते आणि म्हणून आम्ही ती भाषा घरामध्ये बोलणे चालूच ठेवले.'' त्यांच्या घरामध्ये असलेल्या नोकरवर्गापैकी काही स्पॅनिश भाषा येणारे नोकर म्हणून त्यांनी मुद्दाम ठेवले आहेत.

मार्क रिच यांच्या स्वित्झर्लन्ड येथील कार्यालयात स्पॅनिश चित्रकार अ‍ॅन्टोनियो क्विरॉस (Antonio Quiros) (१९१२-१९८४) यांनी काढलेले एक चित्र लावलेले आहे. सन १९६४ साली सुरुवातीला जेव्हा माद्रिदमध्ये त्यांनी एक अपार्टमेंट भाड्याने घेतले होते त्यात ते चित्र लावलेले होते आणि ते त्यांना इतके आवडले की त्यांनी ते चित्र विकत घेतले. ते अपार्टमेन्ट, युरोपमधील त्यावेळी सर्वात उंच समजल्या जाणाऱ्या "Torre de Madrid" या इमारतीमध्ये होते. फिलिप ब्रदर्सची कार्यालये त्याच इमारतीमध्ये होती. मार्क रिच यांनी त्यांची राहाण्याची जागा विचारपूर्वक निवडली होती. त्यामुळे कार्यालयात जाण्याचा वेळ वाचणार होता

आणि लागेल तितका वेळ कार्यालयात उशिरापर्यंत काम करता येणार होते.

त्यांची एक सहकारी उर्सुला सॅन्टो डॉमिंगो मला सांगत होती, "आम्ही खूप खूप काम केले, कष्ट केले. मार्क रिच यांचा काम करण्याचा झपाटा काही विलक्षणच होता." तिची आणि मार्क रिच यांची भेट ४५ वर्षांपूर्वी झाली. मार्क रिच यांनी तेव्हा स्वीय साहाय्यिकेच्या जागेसाठी पेपरमध्ये जाहिरात दिली होती आणि मार्क रिच यांनी तिला मुलाखतीसाठी बोलावले होते. उर्सुला सांगत होती, "मार्कनी मला शनिवारी मुलाखतीसाठी बोलावले." त्यावेळी कार्यालयात कोणीही नव्हते, मार्क रिच यांच्याशिवाय अगदी कोणी म्हणजे कोणीही नव्हते. मला नंतर कळले की मार्क रिच दर शनिवारी आणि रविवारी काम करायचे. त्यांच्या डोक्यात २४ तास व्यापाराविषयीच विचार असायचे. सकाळी सात वाजता सुरू होऊन रात्री दहा वाजता संपणारा १५ तासांचा कामाचा दिवस हा अपवादात्मक असण्यापेक्षा जणू नियमच झाला होता. जे कोणी सहकारी सकाळी साडेआठ वाजता कामावर यायचे त्यांचे "गुड आफ्टरनून" म्हणून मार्क रिच स्वागत करायचे.

सन १९६४च्या काळात स्पेन हा अनेक दृष्ट्या लक्षात राहाण्यासारखा देश होता. सन १९३९ साली स्पॅनिश यादवी युद्ध संपल्यावर त्या देशावर जनरलॅसीमो फ्रान्सिस्को फ्रँको यांची पोलादी पकड असलेली फॅसिस्ट राजवट होती. त्यामुळे सन १९५५पर्यंत राजकीय आणि आर्थिकदृष्ट्या स्पेन इतरांपासून वेगळा पडला होता. त्या देशाला संयुक्त राष्ट्रसंघाचे (UNO) सभासदत्त्व मिळाले नव्हते. पण "शीतयुद्धाची" तीव्रता जशी वाढायला लागली तसे या भागाचे, जिब्राल्टरच्या सामुद्रधुनीला जवळ असल्याच्या कारणामुळे, राजकीय डावपेचांच्या दृष्टीने एकदम महत्त्व वाढले. सन १९६०मध्ये अचानक अर्थव्यवस्थेत तेजी आली आणि सर्व चित्रच पालटून गेले. आत्तापर्यंत मुख्यत्वेकरून शेतीवर आधारित असलेल्या अर्थव्यवस्थेची वाटचाल मुक्त, आधुनिक होती आणि औद्योगिक अर्थव्यवस्थेकडे सुरू झाली होती. अमुलाग्र आर्थीक सुधारणा आणि उदारीकरणामुळे या "स्पॅनीश चमत्काराची" सुरुवात झाली आणि त्याच आर्थीक आणि औद्योगिक विशेषज्ञांनी सरकारमधील फॅसिस्टांच्या समर्थकांना हुसकावून लावले. पायाभूत गुंतवणुकीसाठी पण सर्वसामान्य लोकांचा भरघोस प्रतिसाद मिळाला आणि त्यामुळे सुधारणांना वेग आला.

अनेकांपैकी, अल्फ्रेडो सॅन्टोस ब्लँको (Alfredo Santos Blanco) हा ४१ वर्षांचा, उद्योग मंत्रालयात काम करणारा आणि अर्थशास्त्राचा प्रोफेसर असलेला एक तज्ज्ञ होता. योग्य ठिकाणी संबंध प्रस्थापित करण्याच्या दृष्टीने मार्क रिच यांना त्याची खूपच मदत झाली. त्याच्यामुळे मार्क रिच यांच्यासाठी अनेक दरवाजे उघडले गेले. मार्क रिच त्याविषयी बोलताना सांगतात की, "अल्फ्रेडोशी झालेल्या

मैत्रीमुळे योग्य ठिकाणी ओळखी वाढवायला मला खूपच मदत झाली.'' मार्क रिच जेव्हा प्रथम ''सॅन्टोस ब्लँको''ला भेटले तेव्हा तो "Minas de Almade'n y Arrayanes" या सरकारच्या अखत्यारीतल्या ''पाऱ्याच्या खनिजाच्या'' खाणीचा अध्यक्ष होता. या खाण कंपनीशी मार्क रिच यांनी आधी काही व्यवहार केले होते.

जगातील सर्वात मोठा पाऱ्याच्या खनिजाचा साठा (Cinnabar, मर्क्युरी सल्फाइडच्या स्वरूपात) Almadin येथे आहे आणि तेथील खाणीतून मर्क्युरी सल्फाइड या खनिजाचे, पारा तयार करण्यासाठी उत्खनन पुरातन काळापासून केले जात होते. जर्मनीमधील एक प्रसिद्ध वित्तीय आणि व्यापारी घराणे "The Fuggers" यांच्याकडे सोळाव्या आणि सतराव्या शतकात येथील खाणींमधील खनिजांचे मालकी हक्क होते. आज या खाणी बेकार झाल्या आहेत. त्यामधील खनिजांचे साठे जवळ-जवळ संपलेले आहेत. मार्क रिच यांना त्यांच्या भविष्यातील व्यवसायासाठी, व्यापारासाठी सॅन्टोस ब्लँकोशी संबंध असणे खूप महत्त्वाचे होते. कसे ते आपण पुढील प्रकरणामध्ये बघणारच आहोत. सॅन्टोस ब्लँको याच्या मदतीशिवाय मार्क रिच यांना त्यांच्या कादकिर्दीत एवढ्या लवकर यश मिळणे शक्य नव्हते.

एक ज्यू व्यापारी आणि एक कट्टर कॅथलिक प्राध्यापक यांची घनिष्ठ मैत्री जमणे हा मार्क रिच यांच्या आयुष्यातला एक फार मोठा विरोधाभासच होता. मार्क रिच यांना फॅसिस्ट स्पेनबद्दल इतके प्रेम वाटावे हीसुध्दा एक खरोखरच आश्चर्य करण्यासारखीच गोष्ट होती. फ्रान्सिस्को फ्रँको यांना स्पेनच्या यादवीयुद्धात मिळालेले यश हे खरं तर नाझी जर्मनीकडून मिळालेल्या पाठिंब्यामुळेच होते. दुसऱ्या महायुद्धात स्पेन जरी ''तटस्थ'' राहिले होते तरी त्यांची ॲडॉल्फ हिटलरच्या "National Socialists" पार्टीला उघड-उघड सहानुभूती होती आणि त्यांनी जर्मन पाणबुड्या आणि विमानांना त्यांच्या बंदरांमध्ये आणि विमानतळावर इंधन भरण्याची परवानगी दिली होती. त्याचप्रमाणे फ्रँको स्वत:ला अरब देशांचे मित्र म्हणवून घेत असत आणि त्यांनी ''इस्त्रायलला'' मान्यता दिली नव्हती, ना त्यांच्याशी राजनैतिक संबंध प्रस्थापित करण्यासाठी प्रयत्न केले होते. फ्रँकोंनी १९७४मध्ये PLO (Palestine Liberation Organisationला माद्रिद येथे कार्यालय उघडण्यास परवानगी दिली. इस्त्रायलला स्पेनची मान्यता मिळायला मात्र १९८६ साल उजाडावे लागले.

मार्क रिच यांचे इस्त्रायलशी खूप घनिष्ठ संबंध होते तरीही फ्रँकोंच्या आणि स्पेनच्या इस्त्रायलबाबतच्या धोरणांशी त्यांना काही देणे-घेणे नव्हते. त्यावेळी मार्क रिच यांच्याबरोबर स्पेनमध्ये काम करणाऱ्या त्यांच्या एका मित्राने मला सांगितले, ''मार्क यांच्या खिजगणतीत असल्या गोष्टी नसायच्या. त्यांनी नेहमी फक्त धंद्याचा आणि पैसा कमावण्याचाच विचार केला, त्यांनी राजकारण कधी विचारातच घेतले नाही आणि हेच मार्क यांचे बलस्थान होते.'' मार्क रिच यांच्या धंद्यातील यशाला

अशा प्रकारच्या तटस्थतेची वृत्तीच कारणीभूत होती. भले मग काही लोक याला अनैतिकता समजोत नाही तर आणखी काही समजोत.

त्यांचा मित्र आणखी सांगत होता, ‘‘१९६० या दशकात मार्क रिच स्पेनमध्ये यशाच्या शिखरावर होते.’’ आता ज्याचा उल्लेख उभरती बाजारपेठ किंवा नवीन बाजारपेठ असा केला जातो, तशा प्रकारच्या स्पेनमधील बाजारपेठेचे नियंत्रण संपूर्णपणे तेव्हा फिलिप ब्रदर्सच्या माद्रिद कार्यालयाकडे होते. साउथ अमेरिका, अमेरिकेच्या व्यापारी निर्बंधाखालच्या वस्तू वगळून, संपूर्ण क्युबा इतकी या बाजारपेठेची व्याप्ती होती. सन १९५०च्या दशकाच्या शेवटी-शेवटी आणि सन १९६०च्या दशकाच्या सुरुवातीला आफ्रिकेतील छोटे-छोटे देश वसाहतवाद्यांच्या अमलाखालून मुक्त होत होते आणि त्यांची नवीन अशी एक बाजारपेठ तयार होत होती. या नवीन बाजारपेठेत नैसर्गिक साधन संपत्तीने समृद्ध असलेले काँगो, अल्जेरिया, नायजेरिया यासारखे देश येत होते, आणि हेच देश पुढे मार्क रिच यांच्या व्यापारामध्ये महत्त्वाची भूमिका बजावणार होते. मध्य पूर्वेतील देश जरी फिलिप ब्रदर्स यांच्यासाठी व्यापाराच्या दृष्टीने जितकेसे महत्त्वाचे नव्हते तरी माद्रिद कार्यालयामधून त्यांच्यावर लक्ष ठेवले जात होते. मार्क रिच यांच्या एका सहकाऱ्याने मला सांगितले, ‘‘सर्व राजकीयदृष्ट्या नाजूक देशांचे व्यवहार माद्रिद कार्यालयातून हाताळले जात होते.’’ काही देशांमध्ये यादवी होती, काहीमध्ये अशांतता होती, नवीनच निर्माण किंवा स्वतंत्र झालेल्या काही देशांमध्ये कोणतीच राजकीय व्यवस्था अजून प्रस्थापित झाली नव्हती, तर काहींना आंतरराष्ट्रीय व्यापाराचा अनुभव नव्हता, असे अनेक प्रकारचे प्रश्न होते. परंतु दैवयोगाने अशाच सगळ्या देशांच्या भूभागाखाली विविध प्रकारचे खनिजसाठे मुबलक प्रमाणात उपलब्ध होते, सापडले होते आणि मुख्य म्हणजे त्या सर्व देशांना त्यांच्याकडे असलेल्या या नैसर्गिक साधनसंपत्तीचे खरे महत्त्व, खरे मूल्य आता कळले होते.

अमेरिकन हिरो

जीवनावश्यक वस्तूंच्या आणि खनिजांच्या वायदे व्यापारासाठी आणि वायदेव्यापाऱ्यांसाठी १९६०चे दशक हा विसाव्या शतकातला अत्यंत महत्त्वपूर्ण काळ होता. आशिया, अमेरिका आणि युरोपमधील अर्थव्यवस्था तेजीमध्ये होत्या. त्या दशकाने तंत्रज्ञानाच्या क्षेत्रातले फार महत्त्वाचे आणि फार वेगाने झालेले बदल पाहिले. सन १९६९मध्ये मानवाने चंद्रावर पाऊल ठेवले होते. सर्व जगातच एकंदरीत आशावादी आणि सकारात्मक वातावरण होते.

चालून आलेल्या संधीचा फायदा उठवण्याचे महत्त्व मार्क रिच यांना पुरेपूर माहीत होते. त्यांनी कंपनीच्या इतर देशांतील कार्यालयाच्या तुलनेत माद्रिद कार्यालयाचे

महत्त्व आणि व्यापार कित्येक पटीने वाढवला. या कामगिरीत मार्क रिच यांनी नेमलेल्या स्थानिक तरुण, उत्सुक सहकाऱ्यांचा सहभाग काही कमी नव्हता. मार्क रिच यांनी तेथे कामावर घेतलेल्या आणि नंतर त्यांच्याबरोबर कित्येक चढउतारात त्यांची साथ दिलेल्या एकाने मला सांगितले, ''मार्क रिच यांना तुमच्या जातीपातीशी, वंशाशी तसेच तुमच्या शैक्षणिक पात्रतेविषयी काही देणे घेणे नव्हते.'' जे कर्मचारी पडेल ते काम करायला तयार होते, प्रवास करायला तयार होते, कंपनीशी एकनिष्ठ राहाण्याची ज्यांची तयारी होती आणि ज्यांचे पैसे मिळवणे हे ध्येय होते अशा तरुणांच्या शोधात मार्क रिच नेहमी असायचे. ''विकसनशील किंवा तिसऱ्या श्रेणीचे असे जे देश विदेशी चलनाच्या बदल्यात त्यांच्याकडील नैसर्गिक साधन संपत्ती विकायला तयार होते अशा अनेक देशांना त्यांनी भेटी दिल्या. मार्क रिच मला सांगत होते. ''तो एक खूपच वेगळा आणि चांगला अनुभव होता कारण स्पेनमधून आम्ही ॲल्युमिनियम ते झिंक (A to Z)पर्यंतच्या सर्व गोष्टींचा व्यापार केला. मला सर्व प्रकारच्या वस्तूंमध्ये व्यापार करण्याचा अनुभव मिळाला आणि एकंदरीत खूप मजा आली.''

सन १९६०चे दशक संपता-संपता मार्क रिच यांनी यशाचे शिखर गाठले होते. एके काळचा निर्वासित आणि गरीब ज्यू मुलगा, नाझी छळ छावणी चुकवून, केवळ स्वकष्टाच्या जोरावर समाजातले निरनिराळे थर पार करत येथवर येऊन पोहोचला होता. मार्क रिच जगातील एका मोठ्या व्यापारी कंपनीच्या सर्वात महत्त्वाच्या कार्यालयातले अत्यंत प्रभावशाली असे मॅनेजर झाले होते. स्पेनमधील फॅसिस्ट मिनिस्टरांच्या गोटात आणि क्युबामधील क्रांतीकारकांच्या नेत्यांमध्ये मार्क रिच यांची आता व्यापारी जगतातील एक महत्त्वाची व्यक्ती म्हणून ओळख प्रस्थापित झाली होती.

अमेरिकेतच फक्त असा एखाद्याच्या कारकिर्दी बाबतीत चमत्कार घडू शकतो. मार्क रिच हे अमेरिकन स्वप्न जगत होते. मार्क रिच म्हणजे धैर्य, चिकाटी, धोका पत्करण्याची तयारी, संघ भावना आणि अर्थातच कष्ट या अमेरिकन सद्‌गुणांचे मूर्तिमंत प्रतीक होते. अमेरिकेला त्यांच्या या यशाचा सार्थ अभिमान वाटत होता. आत्तापर्यंत युरोपीयनांच्या हातात असलेला जीवनावश्यक वस्तूंचा खनिजांचा व्यापार आणि वायदे बाजार हिसकावून घेणाऱ्या या अमेरिकन हिरोबद्दल सर्वत्र आदराचीच भावना होती.

मध्य युगापासून कच्च्या/खनिज मालाच्या व्यापारावर युरोपीयन देशांचीच पकड होती, त्यांचेच वर्चस्व होते. पंधराव्या शतकानंतर पोर्तुगीज आणि स्पॅनिश व्यापाऱ्यांच्या हातात या व्यापाराची सूत्रे येण्याआधी उत्तर इटलीमधील व्हेनिस (Venice) आणि जीनोआ (Genoa) या शहरांचीच या व्यापारावर पोलादी पकड

होती. इंग्रज येण्याआधी, सतराव्या शतकाच्या सुरुवातीला डच व्यापारी जहाजांनीच समुद्रीलाटांवर राज्य केले. पहिल्या महायुद्धाआधी जागतिक व्यापाराचा ६० टक्के एवढा हिस्सा हा युरोपीयनांच्या हातात होता. नंतर हळूहळू व्यापाराचा तोंडवळा अमेरिकन होत गेला, आणि याचे श्रेय फिलिप ब्रदर्ससारख्या कंपन्यांना आणि मार्क रिच यांच्यासारख्या व्यक्तींनाच नि:संशय जाते. आधी प्रामुख्याने युरोपीयनांच्या हातात असलेल्या धातूंच्या, खनिजांच्या व्यापारात मिळवलेल्या यशामुळे मार्क रिच यांचे नाव सर्वत्र झालेच पण त्यांच्या या कामगिरीला व व्यक्तिमत्त्वाला एक ऐतिहासिक असे परिमाण प्राप्त झाले.

निरनिराळे धातू / खनिज यामधील व्यापार ही फक्त सुरुवात होती. खऱ्या क्रांतीची सुरुवात झाली ती मात्र ''क्रुडतेला''च्यामुळे.

८

एक धक्कादायक जाग

या क्रांतीची ठिणगी उडाली ती पण सर्वसाधारण इतर क्रांत्यासारखीच अगदी शांतपणे आणि अगदी कळत न कळत – फिलिप ब्रदर्स यांच्या मिलान येथील कार्यालयातील एक संचालक, अॅलन फ्लॅक्स (Alan Flacks) १९६९च्या उन्हाळ्यात ट्युनिसच्या विमानतळावर उतरले. केवळ योगायोगानेच त्यांच्या कानावर बातमी आली होती की ट्युनिशिया त्यांचे क्रुडतेल प्रथमच एका स्वतंत्र खासगी व्यापाऱ्याला विकायला तयार आहे. स्वातंत्र्य मिळवणाऱ्या पहिल्या काही आफ्रिकन देशांपैकी ट्युनिशिया हा एक देश होता आणि ट्युनिशियात तेल साठ्यांचा शोध लागून फक्त पाचच वर्षे झाली होती.

त्या देशाने आज पंचवीस हजार मेट्रिक टन क्रूडतेल "ताबडतोब हस्तांतरणाच्या" तयारीने खुल्या बाजारात लिलाव करून विक्रीला काढले होते. फ्लॅक्सने तेल विकत घेतले आणि लगेचच एका इटालियन तेलशुद्धीकरण कारखान्याला विकले. त्यांनी तेल विकत घेते वेळीच त्यासाठी खरेदीदार तयार ठेवला होता. त्यामुळे या व्यवहारात धोका अजिबातच नव्हता आणि गुंतवणूक लगेचच मोकळी होऊन नफा ताबडतोब मिळणार होता. व्यापारी जगतात अशा प्रकारच्या व्यवहारांना बॅक-टू-बॅक (पाठीला पाठ लावून) व्यवहार असे नाव आहे. अशा व्यवहारात व्यापारी एखादी वस्तू विकत घेतो आणि आधीच ठरवून ठेवलेल्या खरेदीदाराला ती वस्तू लगेचच विकून मोकळा होतो.

मार्क रिच यांना या व्यवहाराची बातमी माद्रिदला जेव्हा कळली तेव्हा त्यांना खूप कौतुक वाटले. पण त्याचबरोबर त्यांना स्वत:ला या संधीचा अंदाज न येता फ्लॅक्स यांनी आधी या संधीचा फायदा उठवल्याबद्दल थोडे वैषम्य वाटले. आज

कित्येक महिने फिलिप ब्रदर्स यांच्या जगभर असलेल्या कार्यालयांचा आणि संबंधांचा उपयोग करून तेल व्यापारात पाय रोवण्याची मार्क रिच यांची खटपट चालू होती. त्या काळी क्रुडतेलाची खरेदी/विक्री खुल्या बाजारात केली जात नव्हती. याचाच अर्थ असा की खऱ्या अर्थाने "क्रुडतेल" ही व्यापार केली जाणारी वस्तू नव्हती. खुल्या बाजारात क्रुडतेलाची खरेदी/विक्री करण्याची, व्यवहार करण्याची कल्पना किंवा विचार मार्क रिच यांच्या मनात जून १९६७च्या सहा दिवसांच्या इस्रायल-इजिप्त युद्धाचे दरम्यान आला. इजिप्तचे अध्यक्ष नासर यांनी मे १९६७मध्ये अकाबा आखातातून (Gulf of Aqaba) जहाजांच्या ये-जा करण्यावर बंदी घातल्यामुळे, विविध मालाची वाहतूक करणाऱ्या इस्रायली जहाजांपुढे प्रश्न निर्माण झाला होता. त्यामुळे "एलाट" (Eilat) बंदराचा जगाशी असलेला संपर्क तुटला होता. इस्रायलची तेलाची आयात एलाट बंदरातून होत होती आणि इस्रायलचा बाह्यजगाशी व्यापारी संपर्क, तांबड्या समुद्रामार्फत राखण्यासाठी, एलाट बंदर हाच एकमेव दुवा होता. जेव्हा इजिप्त, जॉर्डन आणि सीरिया या देशांनी इस्रायली सीमेवर सैन्याची जमवाजमव सुरू केली तेव्हा त्यांचा डाव हाणून पाडण्यासाठी इस्रायलने आधीच धाडसी चढाई केली आणि लढाईला तोंड फुटले. ५ जूनच्या सकाळी इस्रायलच्या लढाऊ विमानांनी शत्रूंच्या विमानतळांवर हवाई हल्ले केले आणि त्यांची सर्व विमाने तळावरच नष्ट करण्यात यश मिळवले. यामुळे युद्धाच्या सुरुवातीलाच इस्रायलच्या हवाईदलाचे निर्विवाद वर्चस्व प्रस्थापित झाले, आणि थोड्याच दिवसात इस्रायली सैन्याने सिनाइ वाळवंटाचा भाग (Sinai Perinsula), गोलान टेकड्या (Golan Heights), गाझापट्टी (Gaza Strip), पश्चिमेकडील भाग (West Bank) आणि पूर्व जेरुसलेम (East Jerusalem) या भागांवर कब्जा केला.

पहिली तेल व्यापार बंदी

या सहा दिवसांच्या युद्धाची परिणती जगाच्या पहिली तेल व्यापार बंदी येण्यात झाली. तेल क्षेत्रातील तज्ज्ञ जाणकार या "तेलअस्त्रा"बद्दल कित्येक वर्षे फक्त बोलत होते आणि आता ते अस्त्र वापरण्यासाठी सिद्ध झाले होते, आणि तशी वेळ आली होती. अल्जेरिया, इराक, कुवैत, लिबीया आणि सौदी अरेबिया यासारख्या तेल उत्पादक देशांनी इस्रायलच्या मित्र राष्ट्रांना, म्हणजे अमेरिका, इंग्लंड काही प्रमाणात जर्मनी, ज्यांनी इस्रायलशी मे १९६५मध्ये राजनैतिक संबंध प्रस्थापित केले होते, होणाऱ्या तेलाची निर्यात थांबवण्याचा निर्णय घेतला. या बंदीचे परिणाम खूप गंभीर झाले असते कारण पश्चिम युरोपच्या एकूण तेलाच्या गरजेच्या ७५ टक्के एवढे तेल मध्य पूर्व आणि उत्तर आफ्रिकन देशांमधून आयात होत होते.

पण या तेल अस्त्राचा परिणाम तितकासा जाणवला नाही. अमेरिका, इंग्लंड

आणि जर्मनी यांनी तेल आयातीमधील ही तफावत अरब देशांव्यतिरिक्त इतर (Non-Arab) देशांकडून तेल आयात करून भरून काढली. व्हेनिझुएलाने त्यांचे तेल उत्पादन वाढवले, त्याचप्रमाणे इराण आणि इंडोनेशियानेपण तेल उत्पादन वाढवले. या सर्व प्रकरणात ज्या देशांनी तेल पुरवठा बंदीची हाक दिली होती त्यांचे उत्पन्न बुडाल्यामुळे नुकसान झाले. ही तेल निर्यात बंदी जेमतेम दोन महिने चालली आणि परत त्या देशांकडून तेलाची निर्यात सुरू झाली आणि परिस्थिती पूर्वपदावर आली. तरीपण इजिप्तने सुएझ कालव्यातून होणाऱ्या तेलाच्या वाहतुकीवरची बंदी सन १९७५पर्यंत तशीच चालू ठेवली. पर्शियन गल्फमधून युरोपीय देशांकडे जाणाऱ्या तेलाची वाहतूक मुख्यत्वेकरून सुएझ कालव्यामधूनच होत होती. या दोन महिन्याच्या तेल निर्यात बंदीच्या काळात, इतर देशांनी तेल उत्पादन वाढवल्यामुळे त्याचा उलट परिणाम असा झाली की आता आंतरराष्ट्रीय बाजारात मागणीपेक्षा तेलाचा पुरवठा जास्त झाला होता.

या सर्व घडामोडींमध्ये आणि त्याच्या झालेल्या परिणामांमध्ये मार्क रिच यांच्यासारख्या विचारी आणि हाडाच्या व्यापाऱ्याला संधी दिसली नसती तरच नवल होते. त्यांनी स्पेनमध्ये असताना हेरले की तेलाच्या व्यापारात पैसा कमावण्याची संधी आहे. मार्क रिच यांनी स्पेनच्या कामगार मंत्रालयात तेव्हा काम करणाऱ्या त्यांच्या अर्थतज्ज्ञ मित्राशी, अल्फ्रेडो सॅन्टोस ब्लँको, या विषयावर आधीच चर्चा केली होती. फॅसिस्ट स्पेनने तेव्हा इस्रायलला अजून मान्यता दिली नव्हती. परंतु तेल समृद्ध अरब जगताशी त्यांचे चांगले संबंध होते. मार्क रिच यांनी या परिस्थितीचा फायदा घेण्याचे जवळ-जवळ निश्चित केले होते पण तेवढ्यात सन १९६९मध्ये ॲलन फ्लॅक यांनी तेलाचा व्यवहार केला आणि मार्क रिच यांच्या टप्प्यात आलेली, त्यांनी शोधलेली नवीन बाजारपेठ हातातून जाण्याची भीती निर्माण झाली. मार्क रिच तसे नशिबवान होते कारण फिलिप ब्रदर्समध्ये व्यापार करण्यावर, म्हणजे ज्याने पहिला व्यवहार केला त्यालाच प्रथम संधी वगैरे असे निर्बंधात्मक नियम नव्हते. ज्या कोणाकडे काही वेगळ्या कल्पना आहेत, ज्या कोणाचे कोठे खास संबंध प्रस्थापित झाले आहेत किंवा जो कोणी नशिबवान आहे त्यांना व्यापार/व्यवहार करण्याची खुशाल मुभा होती. परत एकदा इतरांपासून आपली वेगळी ओळख निर्माण करण्यासाठी, चिवटपणा, निर्धार दाखवत, तेल क्षेत्रात आपला ठसा उमटवण्यासाठी मार्क रिच यांनी आघाडी उघडली.

मार्क रिच सांगत होते, "तेल ही एक अशी वस्तू आहे की जिची फार मोठ्या प्रमाणात एका ठिकाणाहून दुसऱ्या ठिकाणी वाहतूक केली जाते आणि ते होणारे व्यवहार खूप मोठ्या रकमांचे असतात. दुसरे म्हणजे या बाजारपेठेत स्पर्धेला फारसा वाव ठेवला जात नाही आणि व्यवहारही पारदर्शकपणे केले जात नाहीत. माझ्या

मनात सहज असा विचार आला की, या सात भगिनींच्या (Seven Sisters) हस्तक्षेपाशिवाय क्रुडतेलामध्ये व्यापार/व्यवहार व्हायला काय हरकत आहे? बाजारपेठेमध्ये काही विशिष्ट परिस्थिती निर्माण होताना आढळली आणि त्याची काही कारणमिमांसा लागते आहे असे मला वाटले तर मी नक्कीच माझी खेळी करायला तयार असतो.''

सात भगिनी

विसाव्या शतकाच्या मध्यावर आंतरराष्ट्रीय तेलाच्या व्यापारावर प्रभुत्त्व आणि नियंत्रण ठेवणाऱ्या सात मोठ्या तेल कंपन्या ''सात भगिनी'' (Seven Sisters) या टोपण नावाने ओळखल्या जायच्या. त्या सात तेल कंपन्या म्हणजे अमेरिकेच्या ''शेव्हरॉन'' (Chevron), ''एस्सो'' (Esso) (Standard Oil of New Jersey), ''गल्फ'' (Gulf), ''मोबिल''(Mobil), आणि ''टेक्सॅको'' (Texaco) तसेच ''ब्रिटिश पेट्रोलीयम'' (BP) आणि ॲग्लो-डच कंपनी ''शेल''(Shell). तेलाचा व्यापार हा मुक्त बाजारपेठेच्या तत्त्वांप्रमाणे होत नव्हता, केला जात नव्हता, आणि तेलांच्या किमतींमध्ये चढउताराला फारसा वाव ठेवला नव्हता. तेल उत्पादक देश त्यांचे जवळ-जवळ सर्व उत्पादन आधीच ठरवलेल्या किंमतीला, या सात कंपन्यांना विकत होते. ही किंमत दोन-दोन वर्षे आधी ठरवली जायची. उत्पादनाच्या फक्त पाच टक्के क्रुडतेल खुल्या बाजारपेठेत मागणी/पुरवठा या तत्त्वावर विकले जायचे. त्यामुळे तेल विकत घेणाऱ्यांना या कंपन्यांशीच बोलणी करायला लागायची. आणि फार क्वचितच या मोठ्या तेल कंपन्या, कमी वेळात आणि विशिष्ट कारणांसाठीच, खुल्या बाजारात तेल विकायला राजी व्हायच्या, उदाहरणार्थ अवांतर तेलसाठा उपलब्ध असेल तर, किंवा अनपेक्षित तुटवडा भरून काढण्यासाठी वगैरे.

दुसऱ्या महायुद्धानंतर जागतिक तेल व्यापारावरचे या सात कंपन्यांचे वर्चस्व उभे-आडवे वाढले. तेल उत्पादनाच्या आणि वितरणाच्या प्रत्येक गोष्टीवर त्यांचे नियंत्रण होते. अगदी तेल विहिरींतून तेल काढण्यापासून ते त्याचे शुद्धीकरण करणे आणि जेथे ते पेट्रोलच्या स्वरूपात विकले जाते, त्या पेट्रोल पंपांना त्याचा पुरवठा करणे इत्यादी सर्व गोष्टींवर त्यांचे पूर्ण नियंत्रण होते. अर्थशास्त्रीय भाषेत ज्याला ''पुरवठादारांची मक्तेदारी'' (Oligopoly) म्हणजे काही हाताच्या बोटावर मोजण्याइतके पुरवठादार बाजारपेठेवर मक्तेदारी गाजवतात, तशी या सात तेल कंपन्यांची मक्तेदारी झाली होती. जागतिक बाजारपेठेत मागणी/पुरवठ्याची परिस्थिती काहीही असो त्याचा विचार न करता या सात तेल कंपन्या तेलाची किंमत ठरवत होत्या. या सात कंपन्यांचे मूळ धोरण म्हणजे तेल उत्पादकांकडून एका ठरावीक किंमतीला,दीर्घ मुदतीचे करार करून तेल पदरात पाडून घेणे हा होता. त्यामुळे या मक्तेदारांना

जागतिक बाजारपेठेत तेलाच्या किंमती ठरवणे, त्यावर नियंत्रण ठेवणे आणि तेलाच्या वितरणावर लक्ष ठेवणे सोपे जात होते.

आंतरराष्ट्रीय तेल व्यापारावर असलेल्या या सात भगिनींच्या वर्चस्वाचाच दुसरा अर्थ असा होता की, आंतरराष्ट्रीय तेल व्यापार हा पूर्णपणे अमेरिकन आणि युरोपीयन तेल कंपन्यांच्या हातात होता. अमेरिका आणि साम्यवादी (Communist) देश सोडून इतर देशांकडून होणाऱ्या एकूण तेलाच्या उत्पादनाच्या ७५ टक्के हिश्श्यावर या तेल कंपन्यांचेच वर्चस्व होते. इतर व्यवसायांपेक्षा/उद्योगांपेक्षा या धंद्यामध्ये नफ्याचे प्रमाणे खूपच अधिक होते. विहिरीतून तेल काढून अमेरिकेला पाठवण्याचा प्रति बॅरल (४२ गॅलन) खर्च होता फक्त ४० सेंट्स तर या सात भगिनी मात्र तेवढ्याच तेलासाठी प्रति बॅरल २.५ डॉलर किंवा जास्तही किंमत गिऱ्हाइकांकडून वसूल करत होत्या.

सन १९४८ ते १९७० या काळात तेलांच्या किंमती साधारणत: २.५ ते ३ डॉलर प्रति बॅरल या दरम्यान स्थिर राहिल्या होत्या. मात्र अणीबाणी किंवा युद्धप्रसंगी किमतींमध्ये थोडी तेजी यायची. उदाहरणार्थ १९५०-५३च्या कोरियन युद्धाप्रसंगी, किंवा सन १९६७मधील सहा दिवसांच्या युद्धाच्या (इस्त्रायल इजिप्त) काळात. अशी परिस्थिती तेल उत्पादक देशांसाठी मात्र मोठी डोकेदुखी ठरायची. कारण इतर औद्योगिक उत्पादनांच्या किमतीमध्ये याच काळात एकदम खूप वाढ व्हायची आणि अशा परिस्थितीत तेल उत्पादक देशांना दुहेरी तोटा सहन करावा लागे. एक म्हणजे ठरलेल्या कमी किमतीतच (कराराप्रमाणे) त्यांना तेल विकावे लागायचे आणि दुसरे म्हणजे इतर आयात मालाचा खर्च वाढल्यामुळे तेल निर्यातीमधून मिळणाऱ्या उत्पन्नामध्येही मोठी घट येत असे. हा खरं तर एक विरोधाभासच होता. दुसऱ्या महायुद्धानंतर तेलाची मागणी सतत वाढत गेली परंतु तेल उत्पादक देशांच्या क्रयशक्तीचा विचार केला तर (वरील कारणांमुळे) असे आढळून येते की सन १९४८ ते सन १९७०च्या कालखंडात तेलाच्या किमतीमध्ये जवळ-जवळ ४० टक्क्यांनी घटच झाली. त्याचाच अर्थ असा की औद्योगिकीकरणात पुढारलेले किंवा विकसित देश तेलांच्या अप्रत्यक्ष कमी किमतींचा किंवा तुलनात्मक घटणाऱ्या किमतीचा चांगलाच गैरफायदा उठवत होते.

तेल राष्ट्रीयीकरणाची लाट

तेल उत्पादक देशांनी झालेली ही कोंडी फोडण्याचे प्रयत्न सुरू केले आणि त्याचबरोबर तेल कंपन्यांच्या विरोधात उभे राहायचे ठरवले. इराण, इराक, कुवैत, सौदी अरेबिया आणि व्हेनिझुएलासारख्या देशांनी आधीच एकत्र येऊन सन १९६०मध्ये "Organisation of the Petroleum Exporting Countries" (OPEC)ची स्थापना

केलेली होती. तेल कंपन्यांच्या तेलाच्या किमती नियंत्रणात आणि कमीत कमी ठेवण्याच्या तसेच तेलावरील स्वामित्वाची (रॉयल्टी) रक्कम कमीत कमी ठेवण्याच्या दबाव तंत्राला चोख उत्तर देण्यासाठीच हे देश एकत्र आले होते आणि OPECची स्थापना केली होती. अगदी सुरुवातीच्या काळात OPECची दोनच उद्दिष्टे होती, एक म्हणजे वाटाघाटींद्वारे तेल कंपन्यांच्या नफ्यातील हिस्सा जास्तीत जास्त स्वत:साठी मिळवणे आणि दुसरे म्हणजे प्रत्येक देशाला ठरवून दिलेल्या उत्पादनाच्या प्रमाणावर काटेकोर नियंत्रण ठेवणे. सन १९६०मध्ये OPECने त्यांच्या सभासद देशांना त्यांच्या त्यांच्या तेल विहिरींचे/उत्पादनाचे राष्ट्रीयीकरण करण्याचे आवाहन केले परंतु पुढची जवळ-जवळ १० वर्षे OPECच्या सभासद देशांनी त्या दिशेने फारशी पावले उचलली नाहीत. परंतु सन १९७०मध्ये परिस्थिती अचानक स्फोटक बनली आणि थोड्याच कालावधीत संपूर्ण "तेल जगत" तळापासून हादरले.

परिस्थितीच्या या आमूलाग्र बदलाला दोन महत्त्वाच्या घडामोडी कारणीभूत होत्या. ऑगस्ट १९७१मध्ये अमेरिकेचे तेव्हाचे अध्यक्ष रिचर्ड निकसन यांनी सोन्याच्या साठ्यावर आधारित (Gold Standard) चलनाची किंमत (डॉलर) ठरवण्याच्या पद्धतीपासून फारकत घेतली. त्यामुळे इतर चलनांच्या तुलनेत डॉलरची बाजारातील किंमत एकदम २० ते ४० टक्क्यांनी घसरली, आणि त्याचा परिणाम असा झाला की, जागतिक तेल व्यापाराचे चलन डॉलरच असल्यामुळे तेल उत्पादक देशांच्या क्रयशक्तिचा विचार करता, त्यांना तेल निर्यातीपासून मिळणाऱ्या उत्पन्नाची खरी किंमत आणखीनच कमी झाली. परिणामी आंतरराष्ट्रीय बाजारपेठेत खरेदी करताना तेल उत्पादक देशांना तेलाच्या बदल्यात मिळालेले अवमूल्यन झालेले डॉलर्स अधिक प्रमाणात द्यायची वेळ आली. बऱ्याचशा मोठ्या तेल उत्पादक देशांनी मग आपल्या स्थानिक तेल उद्योगाचे राष्ट्रीयीकरण करण्यास सुरुवात केली. उत्तर आफ्रिकेतील अल्जेरिया या देशाने सन १९७१मध्ये त्या दिशेने पहिले पाऊल उचलले, आणि नंतर थोड्याच काळात शेजारील लीबियाने त्याचे अनुकरण केले. जेव्हा इराकसारख्या जगातील सर्वात मोठ्या तेल उत्पादक देशाने १ जून १९७२ रोजी ब्रिटिश पेट्रोलीयम (BP) रॉयल डच शेल (Shell), फ्रेंच कंपनी (Mobil), एक्सॉन (Exxon) यांना दिलेल्या सवलतीचे राष्ट्रीयीकरण केले तेव्हा तर अशा प्रकारच्या राष्ट्रीयकरणाची एक लाटच आली. वरील घडामोडींना सहा महिन्याचा कालावधी होतो तोच (OPEC) ने कुवैत, कतार, अबुधाबी आणि सौदी अरेबिया या तेलउत्पादक देशांच्या वतीने पाश्चिमात्य कंपन्यांना दिलेल्या सवलतींचे राष्ट्रीयीकरण करण्याचा प्रस्ताव मांडला आणि सन १९७३च्या वसंतऋतूमध्ये इराणच्या शाहने इराणच्या संपूर्ण तेल उद्योगाचे राष्ट्रीयीकरण केले.

अशा प्रकारे काही थोड्या वर्षातच तेल उद्योगातील वर्चस्वाच्या, सत्तेच्या

सारीपाटावरच्या सोंगट्या उधळल्या गेल्या होत्या. आज २००९ साली जागतिक तेल उद्योगावर त्या सात भगिनींचा/कंपन्यांचा म्हणावा तसा प्रभाव राहिलेला नाही, नियंत्रण राहिले नाही. आजमितीला जागतिक तेल साठ्याच्या जवळ-जवळ ७५ टक्के हिश्श्यावर १० राष्ट्रीय तेल कंपन्यांचे नियंत्रण आहे. आज सौदी अरेबिया (Saudi Armaco), रशिया (Gazprom) आणि इराण (NIOC) हे राजकीयदृष्ट्या दुबळे देश सर्वात महत्त्वाचे तेल उत्पादक आणि नियंत्रक कंपन्या आहेत.

योग्य वेळी, योग्य जागी असणारी व्यक्ती मी होतो

सन १९६९ साली जागतिक तेल व्यापाराच्या क्षेत्रात एवढी उलथापालथ होईल असे कोणालाही स्वप्नातदेखील वाटले नव्हते, पण परिस्थिती वाचता येणाऱ्याला, वाऱ्याची दिशा ओळखणाऱ्याला असे काही घडणार याची शंका आली होती. तेलाच्या बाजारपेठेतल्या या घडामोडींचा ज्यांना आधी अंदाज आला होता आणि ज्यांची धोका पत्करण्याची तयारी होती त्यांच्यासाठी खूप नव्या संधी निर्माण झाल्या. अस्थिर आणि अनिश्चिततेच्या काळातच जीवनावश्यक वस्तूंचे वायदे व्यापारी घबाड कमावून जातात याचे इतिहासात खूप दाखले बघायला मिळतात. जीवनावश्यक वस्तूंच्या बाजारातील अस्थिरतेत आणि अनिश्चिततेत होणारी वाढ आणि विविध वस्तूंच्या आणि विदेशी चलनांच्या खातरीशीर पुरवठ्याची हमी घेणाऱ्या व्यापाऱ्यांसाठी वाढती मागणी या दोन्ही गोष्टी हातात हात घालूनच जातात. हे व्यापारी मग खरेदीदारांना बाजारातील चढउताराची भरपाई करून देतात.

फिलिप ब्रदर्समधील कर्मचारी ॲलन फ्लॅक्स (Alan Flacks) हा तेल व्यवहारात उडी घेणारा पहिला वायदे व्यापारी, परंतु क्रूडतेलाच्या व्यापारात पुढचे पाऊल उचलण्यास तो धजावला नाही. तेल व्यापाराशी संबंधित असलेल्या अंगभूत अशा प्रश्नांची उकल करण्याचा अनुभव त्याच्याकडे नव्हता. धोका पत्करणे, जोखीम घेणे हा प्रकार त्याच्या बाबतीत संभवतच नव्हता कारण ते त्याच्या स्वभावातच नव्हते, आणि फिलिप ब्रदर्सची व्यवसायाची तत्त्वप्रणाली तशीच होती. फिलिप ब्रदर्स यांच्या जर्मन बोधवाक्याच्या "Besser gut schlafen, als gut essen" अर्थावरून (चांगले खाण्यापेक्षा चांगली झोप महत्त्वाची) हेच स्पष्ट होते. एखादा व्यवहार कितीही फायदेशीर असो पण त्यातली जोखीम पण तशीच मोठी असेल आणि त्यामुळे कंपनीच्या अस्तित्वालाच धोका निर्माण होण्याची भीती असेल तर तो व्यवहार टाळणेच शहाणपणाचे, हे तत्त्व कंपनीमध्ये काम करणाऱ्यांच्या मनावर बिंबवले गेले होते. व्यापारात धोका पत्करण्याच्या बाबतीत मात्र मार्क रिच त्यांच्या वरिष्ठांच्या दोन पावले पुढेच होते. आणि कंपनीचे धोका पत्करण्यापासून परावृत्त करण्याचे धोरणच पुढे त्यांनी फिलिप ब्रदर्स कंपनी सोडून स्वत:ची कंपनी काढण्यामागचे

एक कारण होते. त्या वेळच्या परिस्थितीचे वर्णन करताना मार्क रिच सांगतात, "तेव्हा योग्य वेळेला योग्य जागी असलेला एक योग्य माणूस मी होतो." जणूकाही या एका वाक्यातच त्यांच्या यशाचे रहस्य दडलेले होते. मार्क रिच पुढे सांगत होते, "मी जीवनावश्यक वस्तूंचा व्यापार करणाऱ्या कंपनीत काम करत होतो, तेल व्यवसायातील सात भगिनींची पोलादी मुळे हळूहळू सैल होत होती अशा परिस्थितीत अचानक जगाला तेल उत्पादक देशांचे तेल उपभोक्ता ग्राहक देशांपर्यंत पोहोचवण्यासाठी नवीन व्यवस्थेची गरज भासायला लागली तेच मी नेमके ओळखले आणि केले."

मार्क रिच यांनी बरोबर ओळखले की, तेल उत्पादक देशांना या मोठ्या कंपन्यांची मक्तेदारी मोडून काढण्यासाठी त्यांच्यासारख्या स्वतंत्र व्यापार करणाऱ्यांची गरज भासेल. परंतु स्वतंत्रपणे व्यवसाय करणाऱ्या तेल व्यापाऱ्यांना तेलाच्या बाजारपेठेची बित्तंबातमी ठेवणे, तेल वितरणाची सोय करणे, तेल शुद्धीकरण करणाऱ्या कारखान्यांशी संबंध प्रस्थापित करणे वगैरे सर्व गोष्टी करणे तसे अवघडच नाही तर अशक्यच होते. परंतु मार्क रिच यांना खातरी होती की ते या सर्व गोष्टी, फिलिप ब्रदर्स यांच्या जगभर पसरलेल्या कार्यालयांच्यामार्फत करू शकतील. पाऱ्याच्या व्यवहारात मिळवलेल्या यशाची पुनरावृत्ती त्यांना तेलाच्या व्यापारात करून दाखवायची होती. त्यांना एक नवीन बाजारपेठ तयार करायची होती.

त्यासाठी मार्क रिच यांना प्रथम तीन महत्त्वाचे प्रश्न सोडवणे जरुरीचे होते. एक म्हणजे तेल उत्पादक शोधणे, दुसरे म्हणजे त्या तेलासाठी गिऱ्हाईक शोधणे, आणि तिसरा आणि सर्वात महत्त्वाचा मुद्दा म्हणजे उत्पादकापासून ते ग्राहकांपर्यंत तेल पोहोचवण्याची व्यवस्था करणे. ग्राहकांपर्यंत तेल कसे पोहोचवता येईल? तेल आणि तेलजन्य उत्पादनांची हाताळणी आणि वाहतूक ही धातू किंवा धातूंच्या खनिजांच्या हाताळणीपेक्षा, वाहतुकीपेक्षा खूपच अवघड आणि गुंतागुंतीची गोष्ट होती. तेल हा एक वेगवेगळ्या घनतेचा आणि चिकटपणा असणारा द्रव पदार्थ आहे आणि त्यामुळे वाहतुकीचे दरम्यान गळती लागण्याने, किंवा बाष्पीभवनामुळे कमी किंवा नष्ट होण्याचा धोका असतो. तेलाचे आणखी एक वैशिष्ट्य म्हणजे वाहतुकीचे दरम्यान तपमानातील बदलामुळे तेलाच्या मूळ स्वरूपात आणि गुणधर्मातपण बदल होण्याची शक्यता असते. त्यामुळे तेलाच्या व्यवहारात तेल वाहतुकीला खूपच महत्त्व आहे. तसेच तेलाचे व्यवहार हे बहुतेक वेळी मोठ्या परिमाणात आणि मोठ्या रकमांचे असतात. त्यासाठी बाजारात मोठ्या प्रमाणात पत असणे किंवा बँकेच्या कर्जाची हमी असणे गरजेचे असते. तेलाच्या वाहतुकीसाठी वेगळ्या प्रकारच्या जहाजांची गरज असते आणि वाहतूक जलदगतीने व्हावी लागते. इतर धातू किंवा खनिजे, म्हणजे उदाहरणार्थ बॉक्साइट (Bauxite), मँगेनीज (Managanese),

तांबे (Copper). ग्राहकांपर्यंत किती वेळात पोहोचतात हे तेवढेसे महत्त्वाचे नसते पण तेलासारख्या वस्तूमध्ये लागणारा वेळ हीच सर्वात महत्त्वाची गोष्ट असते.

कोणताही व्यापारी ही गोष्ट जाणून असतो की कोणत्याही व्यवहारात कराराची वेळेवर पूर्तता करणे ही त्या व्यवहारातील सर्वात महत्त्वाची गोष्ट असते. दळणवळण क्षेत्रातील जागतिक किर्तीच्या अनुभवतज्ज्ञाने मला कराराची यशस्वी पूर्तता करण्याच्या कलेची ओळख करून दिली. या पुस्तकासाठी मुलाखती दिलेल्या अनेक व्यक्तींप्रमाणेच त्यांनाही स्वतःचे नाव गुप्त राखणेच पसंत केले. तसेच आम्ही जेथे भेटलो होतो त्या ठिकाणाचे नाव पुस्तकात येऊ न देण्याबद्दल विनंती केली. मी त्यांना एवढी गुप्तता बाळगण्याची गरज वाटण्याचे कारण विचारले. पण त्यांनी मला स्पष्ट सांगितले की, "माझ्यासाठी आणि माझ्या व्यवसायासाठी मी कोण आहे हे कोणाला न कळणेच ठीक राहिल." "एक व्यापारी म्हणून एखादा अत्यंत फायदेशीर व्यवहार, करार करणे ही चांगली गोष्ट आहे." ते म्हणाले, "पण त्याची जर वेळेवर आणि समाधानकारक पूर्तता झाली नाही तर त्याची किंमत शून्य आहे." होणारी प्रत्येक चूक ही फार मोठ्या संकटाला आमंत्रण ठरू शकते. मी त्या सगळ्यातून गेलो आहे. मी ते सगळे पाहिले, अनुभवले आहे. उदाहरणार्थ बँकेच्या पतपत्राच्या गफलतीमुळे माल ठरलेल्या वेळेनंतर खूप उशिरा, ठरलेल्या ठिकाणी पोहोचणे, किंवा अजिबात न पोहोचणे किंवा माल भरलेल्या जहाजाला ठरलेल्या बंदरात अचानकपणे प्रवेश नाकारणे इत्यादी कारणांनी. अशा वेळी कराराची पूर्तता न झाल्यामुळे प्रचंड नुकसान तर सोसावे लागतेच पण गोडाऊनचे भाडे, समुद्रात जहाज अनिश्चित काळ उभे ठेवण्याचे भाडे वगैरेचा भुरदंड सहन करावा लागतो. या सर्वाला कारण एकच की संबंधित सर्व गोष्टींचा गृहपाठ नीट न करणे, कच्चा राहाणे सर्व संभाव्य गोष्टी विचारात न घेणे.

पिंकस ग्रीन

आंतरराष्ट्रीय तेल उद्योगात उडी घेऊन वेगळी बाजारपेठ निर्माण करण्याचे स्वप्न प्रत्यक्षात उतरवण्यासाठी मार्क रिच यांना तेल व्यवसायातील एका तज्ज्ञ व्यक्तीच्या मदतीची गरज होती. मार्क रिच यांना जाणीव होती की प्रथम त्यांना स्वतःची अशी रणनीती ठरवावी लागणार होती, त्यासाठी यंत्रणा उभी करावी लागणार होती आणि अशी यंत्रणा उभी करण्यासाठी सर्वात लायक व्यक्ती कोण आहे याचीही त्यांना कल्पना होती. ती व्यक्ती पिंकस ग्रीन (पिंकी) यांच्याशिवाय दुसरी असूच शकत नव्हती. लवकरच पिंकस ग्रीन हे मार्क रिच यांच्या आयुष्यातली सर्वात महत्त्वाची व्यक्ती होणार होते, जणूकाही मार्क रिच यांचा दुसरा चेहराच होणार होते. पिंकस ग्रीन हे सन १९६५पासून फिलिप ब्रदर्सच्या 'झग' (Zug)

स्वित्झर्लन्ड येथील युरोपीयन मुख्य कार्यालयात काम करत होते. दळणवळणाच्या क्षेत्रात फोटोग्राफिक स्मरणशक्ती असलेले तज्ज्ञ म्हणून त्यांची ओळख होती. कोणती जहाज वाहतूक कंपनी काय दराने मालाची वाहतूक करते आहे, किती फायदेशीर दराने वाहतूक करते आहे? एखादे जहाज त्याच्या प्रवासाचे दरम्यान आजच्या घटकेला कोठे आहे? ही सर्व माहिती नेहमी त्यांच्या जीभेवर असे.

पिंकस ग्रीन हे मार्क रिच यांच्यापेक्षा काही महिन्यांनीच मोठे आहेत, आणि दोघांची कौटुंबिक पार्श्वभूमी आश्चर्यकारकरीत्या सारखीच आहे. पिंकस ग्रीन यांचा जन्म ११ मार्च १९३४ रोजी अमेरिकेतील ब्रुकलीन या शहरात झाला. ते त्यांच्या आईवडिलांच्या आठ अपत्यांपैकी सातवे होते. तो काळ अमेरिकेत अगदी टोकाच्या आर्थिक मंदीचा होता. त्यांच्या आईवडिलांनी सोव्हिएत युनियनच्या युक्रेन भागातून पलायन करून १९२०चे दशक संपता-संपता अमेरिकेत आश्रय घेतला होता. रशियात १९१७च्या ऑक्टोबर क्रांतीनंतर सुरू झालेले रक्तरंजित यादवी युद्ध १९२०-२१च्या हिवाळ्यापर्यंत थांबणार नव्हते. युक्रेनियन सैन्य, शेतकऱ्यांचे सशस्त्र गट, लाल (साम्यवादी) सैन्य (Red Army), क्रांती विरोधी सैन्य, व्हाइट गार्ड्स इत्यादी अनेक गट, सैन्ये एकमेकांशी लढत होती. "युक्रेनियन" ज्यूंची मोठ्या प्रमाणावर कत्तल करण्यात आली. ज्यूंच्या विरोधात बाराशेच्या आसपास विशेष मोहिमा उघडण्यात आल्या, ५३० ज्यू वस्त्यांवर हल्ले करण्यात आले, ६०,००० ज्यूंची कत्तल करण्यात आली. जे ज्यू त्यातून वाचले ते देश सोडून पळाले.

इस्त्रायल ग्रीन यांनी ब्रुकलीनमध्ये अन्नधान्याचे दुकान चालू केले आणि त्यातून त्यांच्या कुटुंबाचा उदरनिर्वाह व्यवस्थितपणे चालला होता. परंतु हे सुख फार काळ टिकले नाही. एका काळ्या मंगळवारी (Black Tuesday) त्यांच्या बँकेने दिवाळखोरी जाहीर केली आणि १९२९च्या आर्थिक मंदीमध्ये ग्रीन कुटुंबाची साठवलेली सर्व पुंजी नष्ट झाली. आर्थिक मंदीमुळे सर्वत्र मोठ्या प्रमाणावर बेकारी आणि गरिबी होती. त्यातून ग्रीन हे कट्टर पुराणमतवादी ज्यू असल्यामुळे शनिवारी काम करण्यावर त्यांचा विश्वास नव्हता, अशा परिस्थितीत ग्रीन यांना नोकरी मिळण्याची शक्यताच नव्हती. ग्रीन कुटुंबाची हाता-तोंडाशी गाठ मिळवण्यासाठी त्यांची चार मुले छोटीमोठी कामे करत होती. इतर दिवशी शाळेच्या वेळेनंतर आणि रविवारी, पिंकस त्याच्या छोट्या सायकलवरून दारोदारी जाऊन गोळ्या चॉकलेट्स विकत असे. पिंकस यांनी ब्रुकलीनमधील ज्यू शाळेत शिक्षण घेतले. वयाच्या १६व्या वर्षी त्यांनी शिक्षणाला रामराम ठोकला आणि मॅनहॅटनमधील कपड्याच्या दुकानात "स्टॉक बॉय" म्हणून नोकरी धरली. थोड्याच दिवसांत त्यांना फिलिप ब्रदर्समध्ये नोकरी मिळाली आणि त्यांनी टपालाची आवक-जावक सांभाळणाऱ्या खात्यात कामाला

सुरुवात केली. त्यांच्या आधीच्या व्यापाऱ्यांच्या कारकिर्दीची सुरुवात त्याच खात्यातून उमेदवारी करून झाली होती आणि त्यांच्यानंतर आलेल्या मार्क रिच यांच्या कारकिर्दीची सुरुवातपण तेथूनच झाली होती. सन १९५५ ते १९५७ ही दोन वर्षे सैन्यात नोकरी केल्यानंतर त्यांनी १९५७मध्ये त्यांची लहानपणीची मैत्रीण लिब्बी (Libby) हिच्याशी विवाह केला. ते दोघे आजही एकत्रच राहात आहेत आणि त्यांची चार मुले आता चांगली मोठी झाली आहेत.

मार्क रिच यांची, इतर जीवनावश्यक वस्तूंच्या व्यापाराप्रमाणे क्रुडतेलाचा व्यापार करण्याची कल्पना ऐकताक्षणीच पिंकस ग्रीन यांना पसंत पडली. दोन परस्पर भिन्न व्यक्तिमत्त्वांची एक विलक्षण जोडी जमली होती. एका बाजूला उदार मतवादी, देव वगैरे न मानणारे, मदिरापान वगैरे करणारे; स्वत:साठी खास शिवून घेतलेलेच सुट घालणारे असे मार्क रिच तर दुसऱ्या बाजूला देवधर्म मानणारे कोट्यधीश असूनही ब्रुकलीनमधील बहुसंख्य ज्यू वस्ती असलेल्या ''फ्लॅट बुश'' (Flat Bush) या भागात अत्यंत साध्या घरात राहाणारे असे पिंकस ग्रीन. त्यांची जोडी हे दोन विषम किंवा विरुद्ध गोष्टी एकमेकांकडे आकर्षिल्या जातात या नियमाची सत्यता पटवणारे मूर्तिमंत उदाहरण होते. जीवनावश्यक गोष्टींच्या जागतिक बाजारात/व्यापारात ते दोघे आमूलाग्र क्रांती घडवून आणणार होते.

६

इस्रायल आणि इराणचे शाह

जागतिक तेल बाजाराला आणि व्यापाराला लवकरच हादरवून सोडणाऱ्या या दोन व्यापाऱ्यांची सुरुवात मात्र तशी साधीच झाली. अगदी पहिले व्यवहार आठवत मार्क रिच सांगत होते, "आमचे पहिले एक-दोन व्यवहार ट्युनिस (Tunis)बरोबर झाले." या एक दोन व्यवहारांमध्ये त्यांनी ६०,००० डॉलर्सचा नफा कमावला; जरी हा नफा फार मोठा नव्हता तरी या धंद्यात पैसा कमावता येण्यासारखा आहे एवढा विश्वास त्यांच्या वरिष्ठांमध्ये निर्माण करण्याइतका नक्कीच होता. जेसलसन आणि रॉथचाइल्ड यांना सकृतदर्शनी ही कल्पना पसंत होती, आणि त्यांचा दृष्टिकोन सरळ स्वच्छ होता परंतु त्यांची भूमिका सावधपणाची होती आणि त्यांनी मार्क रिच यांना संभाव्य धोक्यांची जाणीव करून दिली. खूप मोठ्या प्रमाणात पायाभूत गुंतवणूक करावी लागणाऱ्या या तेल उद्योगातील अंगभूत धोक्यांची त्यांना पूर्ण कल्पना होती, कारण एखादा व्यवहार फसणे म्हणजे कंपनीच्या अस्तित्वालाच धोका निर्माण करण्यासारखे होते.

मार्क रिच यांना एक कल्पना सुचली, जी त्यांच्या अलौकिक बुद्धिमत्तेची साक्ष देणारी ठरली आणि पुढे ती त्यांची व्यापार करण्याची पद्धतच पडून गेली. ती जगावेगळी कल्पनाच पुढे फिलिप ब्रदर्सचे रूपांतर एका आंतरराष्ट्रीय तेल व्यापाराच्या शक्तिकेंद्रात करायला कारणीभूत ठरणार होती. ही गोष्ट मार्क रिच यांच्या यशाबद्दल खूप काही सांगून जाते. त्यांनी ज्यांचा एकमेकांशी अधिकृतपणे काहीही संबंध नाही अशा पक्षांमध्ये व्यवहार करण्याची कल्पना मांडली. ही गोष्ट अत्यंत गोपनीय तर होतीच पण राजकीयदृष्ट्या स्फोटक होती. आजसुद्धा त्या व्यवहारांवर गोपनीयतेचा पडदा तसाच आहे.

मार्क रिच यांच्या माद्रिद कार्यालयात, पूर्वी त्यांच्याबरोबर काम केलेल्या एका अधिकारी व्यक्तीची मुलाखत घेताना मी अशा व्यवहारासंबंधी प्रथम ऐकले. आंतरराष्ट्रीय तेल बाजारपेठेत मार्क रिच इतक्या लवकर शिरकाव कसा करू शकेल हे मला त्यांच्याकडून जाणून घ्यायचे होते. त्यांच्याबरोबर काम केलेल्या एकाशी माझी चांगली जवळीक झाली कारण आमच्यातला एक समान दुवा होता तो म्हणजे आफ्रिकेबद्दल वाटणारे प्रेम. आफ्रिका कधी तरी त्याच्या गरिबीतून आणि दैन्यावस्थेतून बाहेर येऊ शकेल का या विषयावर आम्ही चर्चा करत होतो. शेवटी आम्ही या निर्णयाप्रत आलो की आफ्रिकेने परदेशी मदतीवर विसंबून न राहाता स्वत:च प्रयत्न केले तरच ते होईल. अचानक त्याने मला बोटाने खुणावले आणि टेपरेकॉर्डर बंद करायला सांगितले.

त्याने मला गोपनीयतेची शपथ घातली आणि अविश्वसनीय वाटावी अशी गोष्ट सांगायला सुरुवात केला. इस्रायलच्या, लाल समुद्राला (Red Sea) दरवाजा असलेल्या, 'एलाट'(Eilat) या बंदरापासून ते ॲशकेलॉन (Ashkelon) या मेडिटरेनियन समुद्राच्या किनाऱ्यावरच्या बंदरापर्यंत जाणाऱ्या इराण-इस्रायल यांच्या तेलाच्या पाइपलाइनची. मार्क रिच यांना आंतरराष्ट्रीय तेल बाजारात शिरकाव मिळण्याचे श्रेय त्यांच्या इराण आणि इस्रायलला केलेल्या सहकाराला जाते आणि या पाइपलाइनला जाते.

इस्रायलमधील अति गोपनीय पाइपलाइन

आजच्या दिवसापर्यंत इस्रायलने सर्वात यशस्वीपणे राखलेली गोपनीय गोष्ट कोणती असेल तर त्या तेलाच्या पाइपलाइनशी असलेले इराणचे संबंध. ही तेलाची पाइपलाइन म्हणजे, इस्रायलला त्याच्या भौगोलिक स्थितीमुळे निर्माण झालेला आणि भेडसावणारा सर्वात महत्त्वाचा जो प्रश्न होता, खंड न पडता तेल पुरवठ्यात सातत्य राखण्याचा, तो सोडवण्याचा एक प्रयत्न होता. कारण या गोष्टीवर इस्रायलचे अस्तित्त्वच अवलंबून होते. या संदर्भात इस्रायलमध्ये एक विनोद प्रचलित आहे. – "मध्य पूर्वेत मोझेस ४० वर्षे फिरला आणि शेवटी जेथे तेल साठे नाहीत अशा जागी स्थिरावला." इस्रायलला वेढलेल्या सर्व तेल समृद्ध अरब शत्रुराष्ट्रांनी अगदी प्रथमपासूनच इस्रायलला या महत्त्वाच्या नैसर्गिक खनिजापासून वंचित ठेवण्याचा, त्यांची कोंडी करण्याचा प्रयत्न चालवला होता. इस्रायलमध्ये आयात होणाऱ्या तेलाच्या ९० टक्के तेल हे इराणमधून येते. इराण या अरब नसलेल्या पर्शियन देशाने १९५०च्या दशकाच्या मध्यापासून गुप्तपणे इस्रायलला या काळ्या सोन्याचा (तेलाचा) अविरत पुरवठा केला होता.

सन १९६५च्या उन्हाळ्यात, इस्रायलच्या तेव्हाच्या परराष्ट्रमंत्री श्रीमती गोल्डा मीयर (Golda Meir) यांनी तेहरानमध्ये शाह यांची भेट घेतली. भेटीचे दरम्यान

गोल्डा मीयर यांनी सुचवले की, दोन्ही देशांनी सहकार्याने अशा प्रकारची पाइपलाइन टाकावी आणि तिची व्यवस्था बघावी. दोघांची ही भेट अत्यंत गुप्त ठेवली गेली होती. कारण इराणने तोपर्यंत इस्रायलला अधिकृतपणे मान्यता दिली नव्हती. इराणच्या शाह यांचे स्वत:चे असे काही प्रादेशिक हितसंबंध होते आणि त्यांची इतर अरबराष्ट्रांशी संबंध बिघडवण्याची इच्छा नव्हती. इतर अरब राष्ट्रांच्यादृष्टीने इस्रायल म्हणजे एक वाळीत टाकलेला देश होता आणि त्यांनी संघटित इस्रायलवर बहिष्कार टाकला होता. तरीपण इराणच्या शाह यांनी, गोपनीयतेच्या कारणासाठी ज्यांचा 'लॅन्डलॉर्ड' (Landlord) असा उल्लेख केला जात होता, त्यांनी या संदर्भात गुप्त वाटाघाटी करण्यासाठी सहमती दर्शवली होती. इराणच्यावतीने वाटाघाटीमध्ये "National Iranian Oil Company" (NIOC)च्या अधिकाऱ्यांनी भाग घेतला तर इस्रायलच्यावतीने त्यांच्याकडील उच्च पदस्थ अधिकाऱ्यांना आणि "मोसाद" (Mossad) या त्यांच्या गुप्तचर संस्थेच्या अधिकाऱ्यांना वाटाघाटीसाठी पाठवले होते. यावरूनच या पाइपलाइनच्या योजनेचे डावपेचांच्या दृष्टीने किती महत्त्व होते हे लक्षात येते.

दोन वर्षांनंतर वाटाघाटी एका महत्त्वाच्या टप्प्यावर येऊन ठेपल्या. सहा दिवसाच्या युद्धाला उत्तर म्हणून इजिप्तचे अध्यक्ष नासेर यांनी वाहतुकीसाठी सुएझ कालवा बंद केला. या एका घटनेमुळे इराणच्या शाह यांना त्या भागातील त्यांचे हितसंबंध सुरक्षित राहाण्याच्या दृष्टीने प्रस्तावित पाइपलाइन कशी महत्त्वाची आहे हे लक्षात आले. महम्मद रझा शाह पेहलवी (Mohammod Reza Shah Pahlavi) यांना उमगले की, सुएझ कालवा बंद झाल्यामुळे त्यांच्या तेल वाहतुकीच्या मुख्य मार्गाला धोका निर्माण झाला आहे. कारण इराणच्या ७५ टक्के तेलाची वाहतूक ही सुएझ कालव्यामधूनच होत होती. इराणला त्या भागातील एक प्रमुख तेल उत्पादक देश बनवण्याचे इराणच्या शाह यांचे जे स्वप्न होते त्याला या सुएझ बंदीमुळे तडा जाणार होता. OPECच्या सभासद देशांमध्ये इराण हा एकमेव अरब नसलेला, पर्शियन देश होता आणि शाह पेहलवी हे त्याचे सर्वेसर्वा होते. या सुएझ बंदीमुळे इजिप्तचे इतर अरब मित्रदेश एकत्र होऊन, इजिप्तचे अध्यक्ष नासर यांच्या विरोधात मध्यपूर्वेत एक शक्तिशाली प्रतिस्पर्धी सत्ताकेंद्र म्हणून उभे राहाण्याच्या शाह यांच्या प्रयत्नात अडथळे निर्माण करतील की काय अशी त्यांना भीती वाटू लागली. महम्मद रझा पेहलवी यांचे इजिप्तवरील आणि सुएझवरील अवलंबित्व कमी करण्याचे श्रेय अर्थातच त्या पाइपलाइनला जाते.

इस्रायल आणि इराण यांनी प्रत्येकी ५० टक्के भागीदारीत हा प्रकल्प हाती घेण्याचे ठरवले आणि त्यासाठी त्यांनी "Trans-Asiatic oil Ltd" या कंपनीची स्वित्झर्लन्डमध्ये स्थापना केली. इराणच्या शाह यांची एक अट होती की या

कंपनीतला इराणचा सहभाग अगदी गुप्त राहिला पाहिजे. जर कोणी विचारणा केली तर इराणकडून अधिकृत उत्तर नेहमी "आम्ही इस्रायलला तेल विकत नाही" हेच असणार होते. या पाइपलाइनची देखभाल, त्यातून होणाऱ्या तेलाची वाहतूक, तेल साठवण्याची ठिकाणे, एलाट आणि ॲशकेलॉन येथील तेलसाठा करण्याची केंद्रे इत्यादी इत्यादीवर Trans-Asiatic कंपनीचे नियंत्रण होते. कंपनीने तेलाच्या वाहतुकीसाठी तेलवाहू जहाजांचा काफीला पण बाळगला होता.

या २५४ कि.मी. लांब आणि १०६ सेमी. व्यासाच्या पाइपलाइनचे काम १९६९मध्ये पूर्ण झाले, आणि त्याच वर्षी डिसेंबर महिन्यात पाइपलाइनमधून इराणचे तेल वहायला लागले. त्या इस्रायली पाइपलाइनमधून पहिल्या वर्षी एक कोटी मेट्रिक टन तेलाची वाहतूक झाली. त्यापैकी ३० लाख मेट्रिक टन तेल इस्रायलने स्वत:च्या उपयोगासाठी खरेदी केले, इराणच्या नौदलाची जहाजे, विविध बंदरातून तेल भरून आलेल्या जहाजांना होरमझच्या सामुद्रधुनीपर्यंत सोबत करायची (Strait of Hormurz) आणि नंतर इस्रायलच्या नौदलाच्या संरक्षणात तिरान सामुद्रधुनी (Strait of Tiran)पासून जहाजे आकाबा खाडीत प्रवेश करायची (Gulf of Aquaba). त्या व्यवहाराची संपूर्ण माहिती असणारे मला सांगत होते की ही पाइपलाइन म्हणजे "गेम थेअरी"वाले ज्याला "विन-विन" सिच्युएशन म्हणतात – म्हणजे उभयतांच्या फायद्याची – अशी होती. दोन्ही देशांना यामधून समान फायदा मिळत होता. इराणच्या शाह यांना या पाइपलाइनचा आणखी एक फायदा असा झाला की बहुराष्ट्रीय तेल कंपन्यांच्या वर्चस्वाला ते शह देऊ शकले आणि थोड्याच काळात इराण हे तेल उद्योगाचे महत्त्वाचे सत्ताकेंद्र झाले.

"National Iranian Oil Company" आता प्रथमच त्यांचे तेल खुल्या बाजारपेठेत विकू शकत होती. शाह यांनी तेलापासून अमाप पैसा कमावला आणि त्यांच्या त्या अति श्रीमंत राहणीला तो आवश्यकही होता. शिवाय तेल कंपन्यांवर जास्तीत जास्त नियंत्रण ठेवण्यासाठी पाइपलाइन हे त्यांच्या हातातले एक हत्यार झाले होते. तर दुसरीकडे या पाइपलाइनमुळे इस्रायलला संक्रमण परवान्याच्या (Transit fee) रूपात चांगले उत्पन्न मिळत होते, आणि त्याचबरोबर अबाधित तेल पुरवठ्याची हमी मिळाली होती.

पर्शियाच्या शाह यांच्याशी व्यापार

मार्क रिच यांना पर्शियाच्या शाह यांच्याशी तेलाचा व्यापार करायचा होता आणि इस्रायलच्या हद्दीतून जाणाऱ्या इराणच्या तेलासाठी गिऱ्हाईक, खरेदीदार शोधायचे होते. हा खरं तर एक अत्यंत धाडसी विचार होता, पण तोच पुढे त्यांच्या उत्तुंग यशाला कारणीभूत ठरला. हा त्यांचा विचार, ही त्यांची कल्पना, प्रत्यक्षात

आली नसती तर मार्क रिच यांचे तेल व्यवसायात एकदम धूमकेतूसारखे उगवणे झालेच नसते. या सर्व घटनांचा साक्षीदार असलेल्या एका अंतस्थाच्या म्हणण्याप्रमाणे मार्क रिच यांच्या साम्राज्याचा पाया येथेच घातला गेला. जाणकारांना हेही माहीत आहे की जगाला मार्क रिच यांची सर्वात मोठे आणि स्वतंत्र तेल व्यावसायिक अशी ओळख पिंकस ग्रीन यांच्या सहकार्याशिवाय होऊच शकली नसती. त्या दोघांनाही खूप वर्षे ओळखणारा त्यांचा एक मित्र सांगत होता, ''मार्ककडे भविष्याचा वेध घेण्याची शक्ती होती तर पिंकीकडे त्या प्रत्यक्षात उतरवण्याची ताकद होती.'' एकाचा दुसऱ्याशिवाय विचारच करता येणार नाही. पिंकस ग्रीन यांनी दळणवळण/ वाहतूक क्षेत्रातले तज्ज्ञ म्हणून केलेल्या कामगिरीला जरी पूर्णपणे नाही तरी काही प्रमाणात नक्कीच श्रेय दिले पाहिजे. इराणमध्ये काही खास व्यक्तींशी संबंध प्रस्थापित करण्यात पिंकस ग्रीन यशस्वी ठरले आणि या संबंधांमध्येच पुढे स्थापन होणाऱ्या Marc Rich +co AGची बीजे रोवली गेली. मार्क रिच यांच्या संपूर्ण कारकिर्दीत इराणचा सहयोग इतका महत्त्वाचा होता की त्यांनी त्यांच्या निवृत्तीनंतर कौटुंबिक संपत्तीची देखभाल करण्यासाठी काढलेल्या कंपनीचे नाव ठेवले "Yeshil Management AG." "yeshil" या फारसी शब्दाचा अर्थ ''हिरवा'' असा आहे.

सन १९८३ साली पिंकस ग्रीन यांच्यावर, जे आरोप मार्क रिच यांच्यावर केले गेले होते, बरोबर तेच आरोप त्यांच्यावर ठेवले गेले. आणि २००१ साली अध्यक्ष बिल क्लिंटन यांनी अध्यक्ष पदावरून पाय उतार होताना शेवटच्या दिवशी विशेषाधिकारात, मार्क रिच यांना जशी माफी दिली होती तशीच माफी पिंकस ग्रीन यांनापण दिली. तरीपण, मार्क रिच यांच्या तुलनेत, प्रसिद्धीपासून दूर राहाण्यात ते बऱ्याच प्रमाणात यशस्वी ठरले. गूगल वेबसाइटवर जानेवारी २००९पर्यंत त्यांच्या नावावर ६,७१० वेळा मागणी होती तर मार्क रिच यांच्या नावाला २३,००० वेळा मागणी केली गेली होती. पिंकस ग्रीन यांच्याबद्दल त्यांच्या विरोधकांकडे फक्त चांगलेच बोलण्यासारखे आहे. अमेरिकेच्या पोलीस खात्यातील एक अधिकारी ''केन हिल'' (Ken Hill) यांनी मला सांगितले, ''मला जर कोणी आदर्श शेजार कसा असावा असे विचारले तर पिंकस ग्रीन यांच्यासारखा, हेच माझे उत्तर असेल.''

सन १९६०च्या दशकात पिंकस ग्रीन यांनी फिलिप ब्रदर्ससाठी व्यवहार केले ते प्रामुख्याने ''क्रोम''या खनिजामध्ये, जे स्टेनलेस स्टील बनवण्यासाठी वापरात येते, आणि तांबे (Copper) या खनिजामध्ये! या दोन्ही धातूंची खनिजे पार्शियामध्ये मुबलक प्रमाणात होती. त्याकाळी इराण हा देश पर्शिया या नावाने ओळखला जायचा. पिंकस ग्रीन यांच्या व्यवसायाच्या निमित्ताने न्यूयॉर्क-इराण अशा वारंवार फेऱ्या व्हायच्या आणि त्या दरम्यान त्यांची ''अली रेझा'' (Ali Rezai) यांच्याशी मैत्री जमली. क्रोम आणि तांब्याच्या खाणींचे मालक असलेले ''रेझा'' घराणे हे

पर्शियामधील एक "वजनदार आणि बडे" घराणे होते. अली रेझा हे त्यांच्या घराण्याच्या स्टील उद्योगाशी असलेल्या संबंधांमुळे "मिस्टर स्टील" म्हणूनच ओळखले जायचे. ते नंतर इराणच्या विधिमंडळाचे सदस्य झाले. सगळ्यात महत्त्वाचे म्हणजे अलींची, शाह महम्मद रझा पेहलवी यांच्याशी खूप घनिष्ठ मैत्री होती. इराणच्या एका अभ्यासकाने मला सांगितले की, "पिंकी हा अली रेझांचा फार जवळचा मित्र होता."

अली रेझा यांच्या मैत्रीमुळे पिंकस ग्रीन यांना इराणच्या अर्थव्यवस्थेतील आणि राजकीयदृष्ट्या महत्त्वाच्या व्यक्तींचे दरवाजे उघडले आणि हेच संबंध त्यांना आता अत्यंत महत्त्वाचे ठरणार होते. हे संबंध ग्रीन यांना थेट पर्शियाच्या सर्वशक्तिमान केंद्रस्थानी म्हणजे शाहांपर्यंत घेऊन गेले. मार्क रिच यांनी मला सांगितले, "या संबंधांमुळे पुढे पिंकी यांचे "National Iranian Oil Company"शीपण खूप घनिष्ठ संबंध जुळले. मार्क रिच यांची स्वत:ची मात्र इराणच्या शाह यांच्याशी भेट नंतर कित्येक वर्षांनी सेंट मॉरिट्झ येथे त्यांचे शेजारी म्हणून झाली.

मार्क रिच यांच्या तेल व्यवहारातली सर्वात महत्त्वाची व्यक्ती होती "परविझ मिना" (Parviz Mina). मार्क रिच यांची त्यांच्याशी जेव्हा प्रथम भेट झाली तेव्हा ते "NIOC"च्या व्यवस्थापकीय मंडळावर होते, आणि आंतरराष्ट्रीय संबंध सांभाळणे ही त्यांची जबाबदारी होती. परविझ मिना यांची एक अत्यंत हुशार आणि तांत्रिक बाबींमध्ये अत्यंत कार्यक्षम, लायक व्यक्ती अशी ख्याती होती. इंग्लंडच्या ऊर्जा खात्याचे तेव्हाचे सेक्रेटरी टोनी बेन (Tony Benn) यांनी त्यांचे अत्यंत हुशार असे वर्णन केले होते. मिना यांनी इंग्लंडमधील बर्मिंगहॅम विद्यापीठातून "पेट्रोलीयम इंजिनीअरिंग" या विषयात डॉक्टरेट मिळवलेली होती. मिना १९५३पासून, इराणच्या नॅशनॅलिस्ट सरकारचे पंतप्रधान मोहम्मद मोसादेग (Mohammad Mossadegh) पदच्युत झाल्यापासून, इराणच्या तेल उद्योगात काम करत होते. इतर तेल उत्पादक देशांशीपण त्यांचे उत्तम संबंध होते आणि दोन वर्षे ते OPECच्या "लाँगटर्म स्ट्रॅटेजी कमिटीचे"– तेल उद्योगासाठी दीर्घ मुदतीच्या योजना आखणाऱ्या मंडळाचे सभासद होते.

तेल उद्योगातील मध्यस्थ

मी जेव्हा मार्क रिच यांना या तेलाच्या पाइपलाइन प्रकरणाविषयी विचारले तेव्हा काही क्षण, एकही शब्द न बोलता, ते माझ्याकडे पाहातच राहिले. बहुधा ते ही गौप्य असलेली गोष्ट मान्य करावी की नाही या विचारात असावेत. नंतर त्यांनी मान्य केले की ते पाइपलाइन प्रकरण त्यांच्या कारकिर्दीतला एक महत्त्वाचा टप्पा होता. मार्क रिच थोडक्यात म्हणाले, "एक खूप-खूप महत्त्वाचा टप्पा." तेल कंपनीचे व्यवस्थापक 'परविझ मिना' यांच्याशी असलेल्या संबंधांचे खरं तर आभारच

मानले पाहिजेत. तसेच ज्यांनी हे सगळे १९७३मध्ये सुरू केले त्या "मि.स्टील" अली रेझा यांचे आभार मानले पाहिजेत. सुरुवातीला किती तेलाचा व्यापार केला हे मार्क रिच नक्की सांगू शकले नाहीत पण त्यांना एक गोष्ट नक्की आठवते की, त्यांचा इराणशी असलेला तेलाचा व्यापार हळूहळू वाढत दरवर्षाला ऐंशी लाख ते एक कोटी टनापर्यंत (अंदाजे सहा कोटी ते साडेसात कोटी बॅरल्स) गेला होता. मार्क रिच पुढे म्हणाले की, ती पाइपलाइन (तेल) इस्रायलच्या भूभागावरून जात असल्यामुळे सुरुवातीला व्यापारी त्या पाइपलाइनचा वापर करायला फारसे उत्सुक नव्हते, कारण इस्रायलशी अधिकृतपणे व्यापार करणाऱ्यांवर अरब देशांच्या काळ्या यादीत नाव जाण्याची भीती होती. "परंतु पाइपलाइन तर झाली होती, मला तिचे फायदेपण दिसत होते आणि मी तिचा हळूहळू उपयोग करायचे ठरवले." मार्क रिच यांनी राजकीयदृष्ट्या वादग्रस्त असलेल्या तेलाची वाहतूक गुप्तपणे इस्रायली जहाजांमधून मेडिटरेनियन समुद्रातून त्यांच्या दत्तक देशाकडे म्हणजे स्पेनकडे केली. तेल कोणत्या देशाचे आहे किंवा कोणत्या देशातून आले आहे हे लपवण्यासाठी तेलाची जहाजे काही काळ "रोमानियात" थांबवून ठेवली जायची. रोमानियामध्ये साम्यवादी (Communist) राजवट होती, आणि १९६५पासून तेथे निकोलाय कॉसेक्यु (Nicolae ceausescu) यांची हुकूमशाही सत्ता होती. रोमानियात हा एकच "Eastern Block"मधील असा देश होता की ज्याने त्या सहा दिवसांच्या युद्धानंतर इस्रायलशी असलेले राजनैतिक संबंध तोडले नव्हते.

या निर्णयामागे तसेच एक कारण होते. आधी उल्लेख केल्याप्रमाणे Generalissimo Francisco Francoया स्पेनच्या हुकूमशहाने इस्रायलला अधिकृतपणे मान्यता द्यायला वारंवार नाकारले होते. परंतु तेल मिळवण्याला मात्र ते उत्सुक होते. सन १९६०च्या दशकात प्रचंड प्रमाणावरचे औद्योगिकरण आणि आर्थिक तेजीच्या "स्पॅनिश चमत्कारामुळे" या देशाची तेलाची तहान खूपच वाढली होती, आणि अशा परिस्थितीत सर्वसाधारणपणे जे घडते तेच झाले होते – व्यवहार्यतेने भावनिक/तात्विक विचारांवर मात केली होती. या व्यवहारांची पूर्ण माहिती असलेले एक जण मला सांगत होते "स्पेनचे इस्रायलशी राजनैतिक संबंध नव्हते तरी स्पेन इस्रायलकडून तेल विकत घेत होता." "हे शेवटी सगळे राजकारण आहे." त्यांनी हसत-हसत मान हालवत सांगितले.

तेलाच्या किमती तुलनेने कमी असल्यामुळे मार्क रिच त्यांच्या प्रतिस्पर्ध्यांपेक्षा स्वस्त दरात तेल देऊ शकत होते. आणि त्यामुळे ज्या कोणा देशाला तेलाच्या इस्रायली संबंधांची अडचण वाटत होती त्यांच्यासाठी स्वस्त तेलाची मात्रा लागू पडत होती. मार्क रिच सांगत होते, "तेलाच्या किमतीत बराच फरक होता." तेलाचे दर कमी असण्याचे कारण म्हणजे वाहतुकीचा आणि इतर खर्च खूपच कमी

होता. इराणच्या तेलाचा पाइपलाइनमधून वाहून नेण्याचा खर्च हा जहाजाने पूर्ण आफ्रिका खंडाला वळसा घालून नेण्यासाठी येणाऱ्या खर्चाच्या खूपच कमी होता. इराणच्या एक मेट्रिक टन तेलाची किंमत एलाट बंदरात (Eilat) २१ डॉलर एवढी होती तर त्याच आणि तेवढ्याच तेलाची किंमत केप ऑफ गुडहोपला वळसा घालून युरोपला नेल्यानंतर २८ डॉलर एवढी होत होती. त्या वेळेला नेहमीच्या सुएझ कालव्यामधून तेलाची वाहतूक करणे शक्य नव्हते कारण इजिप्तने १९६७ ते १९७५ या काळात तो मार्ग वाहतुकीसाठी बंद केला होता.

मार्क रिच यांचा फ्रँको यांच्या सरकारमध्ये त्यांचा अर्थतज्ज्ञ मित्र Alfredo Santos Blanco याच्या मदतीने शिरकाव झाला. मार्क रिच सांगत होते, ''त्याची मला खूपच मदत झाली. तो प्रत्येकाला ओळखत होता आणि प्रत्येक जण त्याला ओळखत होते.'' स्पेनच्या सरकारशी संबंध प्रस्थापित होण्याचे आणि स्पेनच्या तेल शुद्धीकरण कारखान्यामध्ये, जे नंतर आमचे गिऱ्हाईक झाले, संबंध प्रस्थापित होण्याचे सर्व श्रेय त्याला जाते. सॅन्टोस ब्लँको १९७४मध्ये स्पेनचे उद्योगमंत्री झाले. नंतर काही वर्षांनी मंत्रीपदाचा राजीनामा देऊन, त्यांनी मार्क रिच यांच्या कंपनीत जनसंपर्क अधिकारी म्हणून काम पाहिले. मार्क रिच यांना स्पेनला तेल पुरवठा करण्याचे विशेष अधिकार मिळाले होते कारण त्यांनी स्पेन आणि इजिप्त यांच्यामधील एक राजकीय पेचप्रसंग सोडवण्यात सक्रिय हातभार लावला होता. स्पेनचे इजिप्तवर बरेच मोठे कर्ज होते, आणि इजिप्त त्या कर्जाची परतफेड करण्यास असमर्थ होता. मार्क रिच यांनी स्पेनसाठी इजिप्तचे तेल विकत घेण्याची योजना तयार केली आणि खरेदीसाठी त्या कर्जाचा थोडासा हिस्सा वापरला. त्याच्या बदल्यात, या योजनेसाठी स्पेन सरकारने त्यांना तेलाच्या पुरवठ्यामध्ये ठरावीक सरकारी हिश्श्याची हमी दिली. अनेक देशांप्रमाणे स्पेन सरकारनेही आयात तेलाच्या ठरावीक हिश्श्यावर नियंत्रण ठेवले होते. स्पेन सरकारच्या आयात तेलाच्या ३० टक्के हिश्श्यावरचा भाग म्हणून मार्क रिच यांनी हे ''पाइपलाइन तेल'' स्पेन सरकारला नंतर कित्येक वर्षे विकले.

''हो, ती पाइपलाइन माझ्यासाठी फारच महत्त्वाची होती,'' परत एकदा मार्क रिच म्हणाले आणि त्यांनी तो विषय तेथेच थांबवला. ही गोष्ट मार्क रिच यांच्या इराण, स्पेन, आणि इस्रायल या देशांबरोबर असलेल्या विशेष संबंधांबाबत खूप काही सांगून जाते. या सहकार्याचा त्यात सहभागी असलेल्या सर्वच जणांना खूपच फायदा झाला. पुढील प्रकरणांमध्ये या संबंधांचे आणखी महत्त्वाचे पैलू लक्षात येतील. यावरून मार्क रिच यांच्या इस्रायलच्या गुप्तहेर संघटनेशी (Mossad) असलेल्या संबंधांचे महत्त्व लक्षात येते. मार्क रिच यांनी केलेल्या तेलाच्या अनेक धाडसी, अविश्वसनीय व्यवहारांपैकी या पाइपलाइनच्या तेलाच्या व्यवहाराइतके

त्यांच्या कारकिर्दीवर परिणाम करणारे व्यवहार फारच कमी असतील. आपण स्वत:च्या अंतर्मनावर, आतल्या आवाजावर विश्वास टाकू शकतो याची मार्क रिच यांना खातरी पटली. परत एकदा अगदी योग्य वेळेला योग्य जागी मार्क रिच होते आणि त्यांचा निर्णय पण योग्य ठरला होता. इस्रायलच्या जन्मापासून त्याच्याभोवती असलेले मतभेद बघता मार्क रिच यांनी पत्करलेला धोका काही कमी नव्हता, पण हा धोका ते यशस्वीपणे हाताळू शकले, आणि सगळ्यात महत्त्वाचे म्हणजे हा संपूर्ण व्यवहार खूप फायदेशीर ठरला. सन १९७०च्या दशकाच्या सुरुवातीलाच, एका रात्रीत फिलिप ब्रदर्स ही तेल व्यापारातली जगातील सर्वात मोठी कंपनी झाली. आणखीही एक महत्त्वाची गोष्ट घडली ती म्हणजे मार्क रिच यांनी तेल उद्योगामध्ये "Spot Market" ''तत्काळ व्यवहार'' या पद्धतीची सुरुवात केली. हीच पद्धत त्यांनी पुढे स्वत:च्या कंपनीत आणखी सुधारणा करून पूर्णत्त्वाला नेली. त्यांनी तेलाची विक्री प्रामुख्याने स्पेनला केली, काही प्रमाणात इटलीला केली आणि अमेरिकेतील छोट्यामोठ्या तेल कंपन्यांना केली. तेल उद्योगात ही एक संपूर्णत: नवीन घटना होती. तेल आता अगदी तत्काळ तत्त्वावर विनाविलंब विकत घेता येत होते. त्यासाठी आता दीर्घ मुदतीच्या करारांची आवश्यकता नव्हती, किंवा मोठ्या तेल कंपन्या आणि तेल उपादकांच्या मेहरबानीची गरज नव्हती.

व्यापारात किंवा व्यवहारात दोन अगदी असंभाव्य व्यक्तींना भागीदार म्हणून आणण्याचे मार्क रिच यांचे चातुर्य हीच त्यांची नंतर व्यापार करण्याची वेगळी ओळख होणार होती. अशा दोन असंभाव्य व्यक्तींमध्ये व्यवहार, व्यापार, घडवून आणण्यासाठी भविष्यात वारंवार त्यांना ''क्रुडतेलाच्या मध्यस्थाची'' भूमिका बजावावी लागणार होती. आणि ते सर्व व्यवहार एकापेक्षा एक फायदेशीर ठरणार होते. क्रुडतेल ही राजकीय डावपेचांच्याद‍ृष्टीने एक महत्त्वाची गोष्ट होती. संकटकाळामध्ये देश आणि त्यांची सरकारे वेळप्रसंगी तेलासाठी जास्त किंमत मोजायला तयार असायचे. मार्क रिच यांनी तेल उद्योगामध्ये स्वत:चे असे काही विशेष स्थान निर्माण केले की त्यामुळे त्यांचे वरिष्ठ सरकारी पातळ्यांवर खूप मोठ्या प्रमाणावर संबंध प्रस्थापित झाले आणि तेल उद्योगाचा सर्वांगाने अनुभव घेता आला. या मोठ्या प्रमाणावर प्रस्थापित झालेल्या संबंधांमुळेच फिलिप ब्रदर्स सोडून स्वत:ची कंपनी काढणे त्यांना शक्य झाले. मार्क रिच लवकरच तेल व्यापाराचे निर्विवादपणे अनभिषिक्त सम्राट होणार होते. या त्यांच्या यशात इस्रायल, स्पेन आणि अर्थातच इराणचा वाटा मोठा होता.

यॉम किप्पूर युद्ध

ज्ञान, माहिती ही एक खूप मोठी ताकद आहे. जीवनावश्यक वस्तूंच्या व्यापाराच्या बाबतीत इतर कोणत्याही क्षेत्रापेक्षा, लष्कराचा अपवाद वगळता हे

अगदी खरे आहे. संपत्ती आणि सर्वनाश यातील अंतर प्रामुख्याने माहितीच्या खरेपणावर आणि तिच्या वेळेवर मिळण्यावर अवलंबून आहे. मार्क रिच आणि पिंकस ग्रीन यांनी इराणमध्ये प्रस्थापित केलेल्या संबंधांची तुलना केवळ काळ्या सोन्याच्या (तेलाच्या) किमतीनेच करता येईल. या त्यांच्या उत्तम जनसंपर्कामुळेच १९७०च्या दशकाच्या सुरुवातीलाच मार्क रिच यांच्या लक्षात आले होते की तेल उत्पादक देशांमध्ये काहीतरी खदखदते आहे. चलनवाढीचा वेग आणि डॉलरचे झालेले प्रचंड अवमूल्यन यामुळे तेल विक्रीतून मिळणारे खरे उत्पन्न घटले होते. सन १९७३च्या वसंतऋतूमध्ये मार्क रिच आणि पिंकस ग्रीन यांना तेल उद्योगात काहीतरी उलथापालथ घडणार आहे, काहीतरी नवीन शिजत आहे, अशी खबर मिळाली होती. शिवाय असेही कळले होते की "OPEC"पण त्यांच्या प्रतिस्पर्ध्यांना कळायच्या आत तेलाच्या किमतीत वाढ करण्याचा विचार करते आहे. इराणबरोबरच्या तेल करारात सहभाग असलेल्या एका व्यापाऱ्याने मला सांगितले की, ''मी या बातमीला अंतर्गत बातमी म्हणणार नाही, तर संबंधितांकडून ही एक अगदी सरळ-सरळ मिळालेली माहिती होती. इतर दुसऱ्या कंपन्यांना याचा सुगावा लागायच्या आत आम्ही आधीच तेथे पोहोचलो होतो आणि त्यांच्या आधीच तेल बाजारातील इत्थंभूत खबरबात आम्हाला होती.''

इतरांच्या लक्षात यायच्या आत मार्क रिच यांनी ही संधी बरोबर हेरली होती. त्या वेळच्या घटना आठवताना मार्क रिच सांगत होते, ''आमचा अंदाज होता सर्व बाजारपेठेत, नव्हे सर्व जगात उलथापालथ होणार आहे. आम्हाला आमच्या प्रतिस्पर्ध्यांपेक्षा जास्त माहिती होती. अर्थात याचे श्रेय माझे माझ्या गिऱ्हाइकांशी असलेल्या घनिष्ठ संबंधांना जाते.'' सन १९७३च्या वसंतऋतूमध्ये पिंकस ग्रीन परत एकदा इराणमध्ये होते. त्यांना अशी बातमी मिळाली होती की 'NIOC'ला खुल्या बाजारात तेल विकायचे आहे. ''या वेळेला आम्ही असा विचार केला की, त्या परिस्थितीत तेलाच्या व्यवहारात दीर्घ मुदतीची गुंतवणूक (Long position) फायदेशीर ठरेल.'' त्यांनी वाढीव किमतीचा पर्याय स्वीकारून इराणी कंपनीशी दीर्घ मुदतीच्या करारावर सह्या केल्या. त्यांनी हा सर्व व्यवहार फिलिप ब्रदर्स यांच्या न्यूयॉर्क येथील मुख्य कार्यालयातील वरिष्ठांना अंधारात ठेवून केला. मार्क रिच यांनी सांगितल्याप्रमाणे तो करार पुढील काही वर्षांत एकूण १०लाख मेट्रिक टन (अंदाजे ७५ लाख बॅरल्स) तेल, ५ डॉलर प्रति बॅरल या ठरलेल्या किमतीने खरेदी करण्याचा होता तो एकूण व्यवहार अंदाजे (रु. १८७.५०कोटी) इतक्या रकमेचा होता.

फिलिप ब्रदर्सचे अध्यक्ष लुडविग जेसलसन (Ludwig Jesselson) यांना जेव्हा या व्यवहाराबद्दल कळले तेव्हा त्यांना धक्काच बसला. मार्क रिच यांच्या अंगावर ओरडत ते म्हणाले, ''तुम्ही असे करूच कसे शकता? प्रति बॅरल ५ डॉलर

किंमत ही त्या वेळच्या बाजारपेठेतल्या तेलाच्या किमतीपेक्षा प्रति बॅरल २ डॉलर एवढ्या रकमेने जास्त होती. त्याहूनही आणखी काळजीची गोष्ट म्हणजे हा व्यवहार (Back-to-Back) प्रकारे नव्हता. मार्क रिच आणि पिंकस ग्रीन यांच्याकडे येवढ्या मोठ्या प्रमाणात तेलासाठी कोणी खरेदीदारपण तयार नव्हते. दुसऱ्या शब्दात सांगायचे म्हणजे हा करार करून फिलिप ब्रदर्स यांनी, तेलामध्ये, बाजारपेठेतील किमतीपेक्षा जवळ-जवळ रु. ७५ कोटी जास्त गुंतवणूक करून धोका पत्करला होता. ''चांगले खाण्यापेक्षा शांत झोप अधिक महत्त्वाची'' (It is better to sleep well than to eat well) या कंपनीच्या ध्येय धोरणात वाढलेल्या जेसलसन यांच्यासाठी हा धोका, ही जोखीम असह्य होती.

त्यानंतर टेलीफोनवरून चर्चांच्या, संभाषणांच्या फैरी झडायला लागल्या. मध्येच या चर्चा गरमागरम असायच्या तर कधी संभाषण अगदी हातघाईवरच यायचे आणि या सर्वाचा परिणाम म्हणजे जेसलसन यांनी मार्क रिच आणि ग्रीन यांना हे सर्व तेल लवकरात लवकर विकून टाकण्याची आज्ञाच केली. मार्क रिच म्हणतात, ''तो सर्व प्रकारच एकंदरीत त्रासदायक होता.'' त्यांच्यापुढे दुसरा काही पर्यायच उरला नव्हता. आज्ञापालन करणे त्यांना भाग होते. मार्क रिच सांगत होते पिंकिने ते सर्व तेल अगदी कमी नफ्यामध्ये ''केंटुकी - Kentucky'' येथील ॲशलॅन्ड (Ashland) तेल कंपनीला विकले. नंतर तो संपूर्ण व्यवहारच त्यांच्या नावे केला, एकंदरीत फारच वाईट झाले. जेसलसन यांचा आता आपल्यावर विश्वास उरला नाही, जेसलसन आपल्या मताला किंमत देत नाहीत असा अर्थ त्या एकंदरीत सर्व प्रकरणावरून मार्क रिच यांनी काढला. फिलिप ब्रदर्समधून लवकरच वेगळे होण्याच्या प्रकरणाची ती जणू नांदीच होती.

ॲशलॅन्ड तेल कंपनीच्या इतिहासात तो एक सर्वात फायदेशीर व्यवहार ठरला होता यात शंकाच नाही कारण थोड्याच महिन्यात मार्क रिच आणि ग्रीन यांचे भाकीत खरे ठरले होते. ६ ऑक्टोबर १९७३ यॉम किप्पूर (Yom Kippur) युद्ध. इजिप्त आणि सीरियाने इस्रायलवर चढाई केली होती. अरब देश इस्रायलचा युद्धात पराभव करणार अशी लक्षणे इतिहासात पहिल्यांदाच दिसत होती. रशियाचा इजिप्त आणि सीरियाला पाठिंबा होता तर अमेरिका इस्रायलच्या पाठीशी उभी राहिली. इस्रायलने कसेबसे शत्रूला माघार घेणे भाग पाडले, पण त्यांना बऱ्यापैकी भूभागावर पाणी सोडावे लागले. या तीन आठवडे चाललेल्या युद्धात कोणालाच निर्णायक जय मिळाला नाही. अरब राष्ट्रे आणि इस्रायलमध्ये झालेले हे चौथे युद्ध होते. या आधीची तीन युद्धे म्हणजे १९४८चा इस्रायलचा स्वातंत्र्य लढा, १९५६-५७ चे सुएझ युद्ध, आणि १९६७चे सहा दिवसांचे युद्ध.

या परिस्थितीचा फायदा घेऊन तेल उत्पादक देशांनी ''तेल अस्त्राचा'' परत

एकदा वापर करण्याचे ठरवले. या आधी, सहा दिवसांच्या युद्धाच्या वेळी त्यांच्या प्रयत्नाला यश आले नव्हते पण आता राजकीय आणि आर्थिक परिस्थिती खूपच बदललेली होती, वेगळी होती. सौदी अरेबिया आणि लीबिया हे त्या दिशेने पावले उचलणारे पहिले देश. त्यांनी अमेरिकेला आणि पश्चिम युरोपला होणारा तेलाचा पुरवठा बंद केला. सन १९७३ संपता-संपता युनायटेड अरब एमीरेट्स(UAE), इराण, इराक, कुवैत, अल्जेरिया आणि कतार हे सहा देश बहिष्कारात सामील झाले. त्याचवेळी OPEC ने तेल उत्पादक कमी करून किमती वाढवायचे ठरवले. जे तेल अस्त्र केवळ सहा वर्षांपूर्वी फुसका बार ठरले होते त्याचाच आता बॉम्ब झाला होता. त्याच सुमाराला तेव्हाचे अमेरिकेचे अध्यक्ष रिचर्ड निकसन यांनी "Emergency Petroleum Allocation Act" वर सही केली आणि अमेरिकेतील तेलाच्या किमतींवर नियंत्रण आणले. याच कायद्यामुळे मार्क रिच यांच्या समोर अजून १० वर्षांनी अनेक प्रश्न उभे राहाणार होते. (प्रकरण ९वे)

फारकत

ते वर्ष संपताना मार्क रिच यांचा तेलाच्या परिस्थितीबाबतचा अंदाज किती बरोबर होता याची सर्वांनाच कल्पना आली होती. परिस्थिती आधी ओळखून इराणबरोबर केलेला दीर्घ मुदतीचा करार हा त्यांच्या बुध्दिकौशल्याचा पुरावाच होता आणि अशा संधी वारंवार येत नाहीत. युद्धाच्या अगोदर ३ डॉलर प्रति बॅरल असलेली किंमत बघता-बघता अधिकृतपणे ११.६० डॉलर प्रति बॅरल इतकी झाली, आणि खुल्या बाजारात तीच किंमत १३ डॉलर प्रति बॅरलपर्यंत, म्हणजे मार्क रिच यांनी इराणशी सौदा केलेल्या दरापेक्षा ८ डॉलरने अधिक, पोहोचली होती. फिलिप ब्रदर्सच्या वरिष्ठांनी मार्क रिच यांच्यावर केवळ विश्वास ठेवला असता तरी आज त्या व्यवहारापासून त्यांच्या कंपनीला ६० कोटी डॉलर (रु.३०० कोटी)चा फायदा झाला असता. तरीपण मार्क रिच यांनी इस्रायल, स्पेन आणि इराण यांच्याशी केलेल्या व्यापारातून फिलिप ब्रदर्स यांचा खूप फायदा झाला होता. फिलिप ब्रदर्स ही कंपनी आता "Englhard Mineral & Chemical" या कंपनीचा एक भाग झाली होती आणि सन १९७३मध्ये त्यांनी प्रचंड नफा कमावला होता. प्रामुख्याने क्रुडतेलाच्या व्यवहारांमुळे हे शक्य झाले होते. फिलिप ब्रदर्स लवकरच तेल व्यापारातील जगातली सर्वात मोठी कंपनी म्हणून ओळखली जाणार होती याचे श्रेय अर्थातच मार्क रिच आणि पिंकस ग्रीन यांनाच होते.

आत्तापर्यंत कंपनीच्या इतिहासात, केवळ दोन व्यक्तींमुळे, इतका प्रचंड नफा कंपनीला कधीच झाला नव्हता. सन १९७३ साली मार्क रिच आणि ग्रीन यांनी केलेल्या तेलाच्या व्यापारामुळे, व्यवहारांमुळेच जवळ-जवळ $4Mn (रु.२०

कोटी) ते $5Mn (रु.२५ कोटी) इतका नफा कंपनीला मिळाला होता. मार्क रिच यांचा त्या काळात साधारणत: रु.३५ लाख किंवा थोडा कमीच एवढा दर वर्षाचा पगार होता आणि त्या वर्षी (सन १९७३) बोनसची रक्कम धरून त्यांना एकूण रु.५० लाख मिळाले असावेत. एवढे उत्तुंग यश मिळाल्यावर मार्क रिच या निर्णयाप्रत आले की वर्षाला रु.५० लाख एवढ्याच रकमेवर समाधान मानण्यात काही अर्थ नाही.

सन १९७४च्या फेब्रुवारीमध्ये, जेसलसन यांच्याशी बोलणी करण्यासाठी, मार्क रिच माद्रिदहून निघून स्वित्झर्लन्डच्या विमानतळावर उतरले. त्यावेळी जेसलसन स्वित्झर्लन्डच्या आल्पसच्या पर्वतराजीत स्कीइंगसाठी रजेवर होते. त्यांनी जेसलसन यांच्यासमोर त्यांच्यासाठी आणि पिंकी ग्रीन साठी प्रत्येकी ५ लाख डॉलर (रु. २.५० कोटी) बोनसचा प्रस्ताव ठेवला. मार्क रिच यांचे म्हणणे होते ''माझी मागणी ही, कंपनीने त्या व्यवहारातून कमावलेला प्रचंड नफा विचारात घेऊनच केलेली होती.'' जेसलसन यांचे वय त्यावेळी ६३ वर्षांचे होते. त्यांनी बोनस म्हणून १,५०,००० डॉलर (रु.७५ लाख) देण्याची तयारी दाखवली. त्यांनी मार्क रिच यांचे न्यूयॉर्कला परत येण्याविषयीपण मन वळवण्याचा प्रयत्न केला. त्यांच्यानंतर मार्क रिच यांनी फिलिप ब्रदर्सचे अध्यक्ष म्हणून धुरा सांभाळावी अशी त्यांची इच्छा होती. ''पगार आणि बोनसबाबतची माझी मागणी मान्य असेल तर माझी यायची तयारी होती'' मार्क रिच सांगत होते. जेसलसन यांनी १,५०,००० डॉलर्सपेक्षा (रु. ७५ लाख) जास्त बोनस देण्यास तत्वत: नकार दिला. ''त्यामुळे कंपनी सोडणे मला भाग होते,'' मार्क रिच म्हणाले, ''मला खरं तर कंपनी सोडण्याची इच्छा नव्हती, मी त्या कंपनीमध्ये २० वर्षे काम केले होते. मला कंपनीही आवडायची, मला जेसलसन आवडायचे आणि मला वाटते मी त्यांना आवडत होतो. या कंपनीमध्येच आपली कारकिर्द करावी असे मला नेहमीच वाटत आले होते. जेसलसन यांनी तात्विक मुद्द्यावर आडमुठेपणा दाखवला.''

जेसलसन यांच्याशी बोलणी झाल्यानंतर मार्क रिच यांनी पिंकस ग्रीन यांना फोन केला. तेव्हा ग्रीन न्यूयॉर्क येथे होते. ''मी त्याला सांगितले जेसलसन यांना आपल्या मागण्या मान्य नाही, बोलणी फिसकटली.'' पिंकीने एका क्षणाचाही विचार केला नाही आणि म्हणाला, ''तर मग आपण बाहेर पडू या.'' टेलीफोनवरील त्या दोघांचे संभाषण ही जगाने आत्तापर्यंत पाहिलेल्या, सर्वात यशस्वी वायदे व्यापारी कंपनीची सुरुवात होती.

७

मार्क रिच आणि कंपनी

आता अनेक गोष्टींची वेगाने जुळवाजुळव करायला पाहिजे होती. जेसलसन यांच्याबरोबर झालेल्या काहीशा कडवट भेटीनंतर मार्क रिच ताबडतोब स्वित्झर्लन्डहून माद्रिदला परतले. विमानतळावरून तडक ते त्यांच्या कार्यालयात आले आणि त्यांनी त्यांच्या सर्वात जवळच्या दोन सहकाऱ्यांना त्यांच्या भेटीचा वृत्तांत सांगितला. त्यांनी, फिलिप ब्रदर्समधून राजीनामा देऊन पिंकस ग्रीन यांच्या मदतीने स्वत:ची वेगळी कंपनी सुरू करण्याचा मनोदय त्यांना सागिंतला. मार्क रिच यांनी त्यांना हेही सांगितले की त्यांना त्यांच्या नवीन कंपनीमध्ये अजून दोन-तीन भागीदारांची गरज आहे. मार्क रिच यांचे वैयक्तिक साहाय्यक जॉन ट्रॅफोर्ड (John Trafford) आणि तेल व्यवसायामधील आफ्रिका आणि साउथ अमेरिका भागाचे तज्ज्ञ जॅक हॅचूल (Jacques Hachuel) यांनी क्षणाचाही विलंब न लावता त्यांच्याबरोबर येण्याचे ठरवले. "आम्ही तुमच्याबरोबर आहोत," ते दोघे म्हणाले. थोड्याच वेळात पिंकस ग्रीन यांनी एक फोन केला. तो फोन होता ग्रीन यांचेबरोबर स्विस कार्यालयात काम केलेल्या आणि ॲल्युमिना (Alumina) या खनिजासंबंधी व पूर्व युरोपच्या बाजारपेठेविषयी तज्ज्ञ असलेल्या ॲलेक हॅकेल (Alexander-Alec-Hackel) या त्यांच्या सहकाऱ्याला. पिंकस ग्रीन त्यांनाही बरोबर घेण्यात यशस्वी झाले होते.

मार्क रिच यांनी, स्वित्झर्लन्ड येथील, जेसलसन यांच्या बरोबरची भेट होऊन पुरते २४ तास झाले नव्हते. तेवढ्या वेळात मार्क रिच यांनी त्यांच्या नव्या कंपनीची मध्यवर्ती कार्यकारिणी (Core Team) एकत्र केली होती. या पुस्तकाच्या लिखाणासाठी, त्या कंपनीत काम केलेल्या बऱ्याच कर्मचाऱ्यांच्या मी मुलाखती घेतल्या. सर्व

कर्मचारी त्या पाच जणांचा कंपनीचे संस्थापक भागीदार असा आदराने उल्लेख करत होते. मार्क रिच सांगत होते, "आमचा सर्वांचा संघ उत्तम प्रकारे जमून आला होता आणि पैसा कमवायला खूप संधी आहेत असे सर्वांनाच वाटत होते." स्वत:च्या अंत:प्रेरणेविषयी किंवा ध्येय-धोरणांविषयी बोलताना आणि कर्मचाऱ्यांना प्रवृत्त करणाऱ्या आशा-आकांक्षांविषयी बोलताना "पैसा कमावणे" हा शब्दप्रयोग मी मार्क रिच यांच्या तोंडून वारंवार ऐकला. "पैसा कमावणे" हे या सगळ्या धडपडीमागचे मुख्य ध्येय होते, मुख्य शक्ती होती, मुख्य उद्दिष्ट होते. फिलिप ब्रदर्सच्या १९७४ सालच्या ताळेबंदासाठी त्यांच्या दर वर्षीच्या पद्धतीप्रमाणे एकत्र फोटो काढण्यासाठी जेव्हा सर्व वरिष्ठ अधिकारी एकत्र जमले तेव्हा काही तरी अघटित घडले आहे याची त्यांना जाणीव झाली. मार्क रिच आणि पिंकस ग्रीन हे फोटोसाठी हजर नव्हते. जेसलसन यांनी त्यांचे भाषण सुरू केले – "अफवा पसरण्याआधीच मला तुम्हाला काही सांगायचे आहे. मार्क रिच आणि पिंकस ग्रीन यांनी कंपनीच्या नियमांमध्ये आणि परंपरेमध्ये न बसण्याइतक्या मोठ्या रकमेची बोनस म्हणून मागणी केली होती. ते दोघे वेगळे झाले आहेत आणि आता आपण अजून एकत्र येण्याची गरज आहे." त्या दोघांच्या जाण्याचा अर्थ बऱ्याच जणांनी एक दगाबाजीचा प्रकार असा लावला. सर्वसाधारणत: फिलिप ब्रदर्सची परंपरा अशी होती की कर्मचारी अगदी तरुण वयात तेथे उमेदवारीला सुरुवात करायचा आणि निवृत्तीच्या वयापर्यंत त्या कंपनीत काम करायचा. सर्वसाधारणपणे प्रत्येक विभक्त होण्यात जी भावना असते, म्हणजे कडवटपणाची, तशीच भावना या वेगळे होण्यात होती. त्यानंतर मार्क रिच आणि जेसलसन यांनी कधीही एका शब्दाने संभाषण केले नाही. जेसलसन म्हणाले, "माझ्या वैयक्तिक जीवनातली ती एक वाईट घटना होती. ते दोघे मला माझ्या मुलांसारखे होते. शून्यातून मी त्यांना उभे केले आणि त्यांनीच मला धोका दिला." या वेगळे होण्याच्या घटनेबाबत जेव्हा मी मार्क रिच यांच्याशी बोललो तेव्हा उपरोधाने ते म्हणाले, "त्यांच्या मृत्यूपत्रात माझे नाव घालायला कसे ते विसरले." ते पुढे म्हणाले, "जेसलसन यांच्या बायकोने मात्र माझ्या आईला फोन करून माझ्याविषयी तक्रार केली होती."

स्वित्झर्लन्डमधील "झग"(Zug) गावात त्या दिवशी आकाश जरी ढगाळ असले तरी दिवसाचे तपमान मात्र सुखद उबदार होते. तो दिवस होता ३ एप्रिल १९७४. त्या दिवशी झगच्या उपनगरात, एका वकिलाच्या कार्यालयात मार्क रिच आणि कंपनीची स्थापना झाली. पाच भागीदारांनी मिळून, कंपनीचे बीज भांडवल म्हणून एकूण २० लाख स्विस फ्रँक जमवले होते. मार्क रिच यांनी थोडी रक्कम त्यांचे सासरे "एमिल आयझेनबर्ग" (Emil Eisenberg) यांच्याकडून आणि थोडी रक्कम त्यांच्या वडिलांकडून कर्जाने घेतली. जॉन ट्रॅफोर्ड यांनी त्यांची रक्कम उभी

करण्यासाठी त्यांची एक जुनी कार विकली. ॲलेक हॅकेल (Alec Hackel) यांच्याकडे पैसे नव्हते म्हणून मार्क रिच यांनी त्यांना उधार दिले. सर्व मिळून एकूण १०.५५ लाख स्विस फ्रँक इतकी रक्कम त्यांनी क्रेडिट सुसी (Credit Suisse) या बँकेत जमा केली. मार्क रिच यांनी कंपनीचे पहिले अध्यक्ष म्हणून जबाबदारी स्वीकारली. पिंकस ग्रीन आणि तीन स्विस वकील हे ''सुपरवायझरी बोर्डाचे'' सदस्य झाले तर ॲलेक हॅकेल यांची कंपनीचे डायरेक्टर म्हणून निवड झाली.

स्विस गुप्तता

मार्क रिच यांनी त्यांच्या ''मार्क रिच आणि कंपनी ''च्या प्रमुख कार्यालयासाठी स्वित्झर्लन्डची निवड करावी यात अर्थातच आश्चर्य वाटण्यासारखे काही नव्हते. फिलिप ब्रदर्सचे युरोपमधील मुख्य कार्यालयपण सन १९५७पासून ''झग'' येथेच होते. झग(Zug) हे छोटेसे टुमदार आणि सुंदर शहर आल्प्स पर्वताच्या पायथ्याशी, मध्य स्वित्झर्लन्डमध्ये, एका तळ्याच्या काठावर वसलेले आहे. त्या गावाच्या नैसर्गिक सौंदर्याबरोबरच त्या गावाची मुख्य कार्यालयासाठी निवड करण्यात तीन महत्त्वाचे फायदे होते. पहिले म्हणजे स्वित्झर्लन्ड हे राष्ट्र राजकीयदृष्ट्या नेहमीच तटस्थ राहिले आहे, आणि सन १९७०च्या दशकात तर ते संयुक्त राष्ट्राचे (UNO)चे सभासद पण नव्हते. दुसरे म्हणजे ''झग'' हे आंतरराष्ट्रीय विमानतळ असलेल्या, झुरिक(Zurich)पासून जवळ आहे. तेथे उत्तम दर्जाच्या शाळा आहेत आणि मुख्य म्हणजे ते एक आर्थिक व्यवहारांची गुप्तता कठोरपणे बाळगणारे मोठे वित्तीय केंद्र आहे. अर्थात त्याचे श्रेय स्वित्झर्लन्डच्या कठोर वित्तीय गुप्ततेच्या नियमांना जाते. आणि शेवटी आंतरराष्ट्रीय दरांच्या तुलनेत तेथे आयकर, कंपनीवरील कर (Income Tax, Corporate Tax) यांचे दर खूपच कमी असल्यामुळे तो कर वाचवू बघणाऱ्यांसाठी स्वर्गच आहे. सन १९७०च्या दशकाच्या मध्यावर, मध्यम आकाराच्या अमेरिकन कंपनीला नफ्याच्या जवळ-जवळ ५० टक्के हिस्सा आयकर विभागामध्ये (IRS - Internal Revenue Service) कर म्हणून भरावा लागत होता. तर ''झग''मध्ये कंपनीच्या नफ्याचा १० टक्के एवढा हिस्साच कर म्हणून भरावा लागत होता. मार्क रिच मला सांगत होते, ''झग''मध्ये फक्त एकच वाईट गोष्ट आहे आणि ती म्हणजे तेथील ''धुके''

दुसऱ्या महायुद्धानंतर अमलात आणलेल्या या, कमी कर आकारणी, साधे नियम आणि सरळ नोकरशाही (Bureancracy), या दोन धोरणांमुळे ''झग''कडे खूप आंतरराष्ट्रीय कंपन्या आकर्षित झाल्या आणि थोड्याच अवधीत ते एक व्यापारी आणि विविध सेवा पुरवणाऱ्या कंपन्यांचे प्रमुख केंद्र बनले. प्रथम फिलिप ब्रदर्ससारख्या काही अमेरिकन कंपन्यांनी १९५० आणि १९६०च्या दशकात तेथे कार्यालये

उघडली. त्यांच्या पाठोपाठ १९७० आणि १९८०च्या दशकात जर्मन आणि ब्रिटिश कंपन्या तेथे आल्या आणि १९९० नंतर बऱ्यापैकी प्रमाणात रशियन कंपन्यांनी त्यांची कार्यालये तेथे उघडली. अर्थशास्त्रातल्या मागणी/पुरवठा तत्त्वाप्रमाणे "झग" हे व्यापारातल्या "पुरवठा बाजूचे"(Supply side) उत्तम उदाहरण म्हणता येईल. एकेकाळी "झग"मधील काही परगण्यांमधील रहिवासी गुरेढोरे पालन/उत्पादन आणि दुग्ध उत्पादनाच्या व्यवसायावर कसेबसे जगण्याची धडपड करत होते. आज तेच परगणावासी स्वित्झर्लन्डमधील श्रीमंत वर्गात मोडतात. मार्च २००९मध्ये तेथे बेकारीचा दर होता फक्त अडीच टक्के.

फिलिप ब्रदर्ससारख्या, दोन महायुद्धात तग धरून राहिलेल्या एका मोठ्या व्यापारी कंपनीला मार्क रिच आणि कंपनी ची स्थापना हा एक फार मोठा धक्का होता. हेल्मल वॉझिस(Helmut Waszkis) ज्यांनी त्यांचे निम्मे आयुष्य फिलिप ब्रदर्स कंपनीत काम केले होते, ज्यांना कंपनीची इत्थंभूत माहिती होती आणि ज्यांनी फिलिप ब्रदर्स कंपनीच्या वाटचालीवर एक पुस्तक लिहिले होते. त्यांच्या म्हणण्याप्रमाणे, "मार्क रिच यांच्या जाण्याच्या घटनेमुळे कंपनीवर जो दूरगामी परिणाम होणार होता, अशा दूरगामी परिणाम करणाऱ्या घटना कंपनीच्या इतिहासात फारच थोड्या दाखवता येतील. जीवनावश्यक वस्तूंचा व्यापार आणि त्यातूनही वायदे व्यवहार हा एक व्यवसाय असा आहे की ज्याला स्वत:ची अशी काही व्यापारी ओळख नाही, ठसा नाही किंवा नाव नाही. तो व्यवसाय प्रामुख्याने व्यक्तिगत संबंधांवर आणि विश्वासावरच चालतो. एका व्यावसायिकाने बोलताना सांगितले की, "जाताना तुम्ही कंपनीची एक-दोन मोठी गिऱ्हाइके घेऊन जाता आणि कंपनीची छोटीमोठी गुपिते घेऊन जाता." मार्क रिच तर व्यक्तिगत संबंधांचे जाळेच निर्माण करण्यात वाक्बगार होते. प्रत्येक नाव, नंबर, तारीख, वार, याची बारीक अक्षरात काटेकोर नोंद असलेली काळ्या कातडी कव्हरची त्यांची डायरी ही त्यांच्या कंपनीच्या कर्मचाऱ्यांच्या चर्चेचा नेहमी विषय असायची. त्यांची एकेकाळची स्वीय साहाय्यक सांगत होती, "ते आवर्जून वाढदिवस लक्षात ठेवतात, आठवणीने फुले पाठवतात, आणि कशाना कशा प्रकारे संबंध टिकून राहातील याची दक्षता घेतात." उर्सुला सॅन्टो डॉमिंगो (Ursula Santo Domingo) हिच्या म्हणण्याप्रमाणे "एकनिष्ठेला त्यांच्या लेखी खूप महत्त्व होते, अजून माद्रिदला आले की ते मला आवर्जून फोन करतात.

बदला/वैर

सुरुवात अगदी साधेपणाने झाली. "झग"मधील फारशा प्रसिद्ध नसलेल्या "Reidmatt Quarter" या भागातल्या एका चार खोल्यांच्या जागेत अगदी

मोजक्या सौदे व्यापाऱ्यांनी कामाला सुरुवात केली. फर्निचर अगदी साधेच होते. मार्क रिच ते दिवस आठवताना सांगतात, "सुरुवातीला टेलेक्स मेसेज पाठवण्यासाठी आम्हाला स्थानिक पोस्ट ऑफिसमध्ये जावे लागायचे." थोड्याच दिवसात कंपनीने टेलेक्स मशीन घेतले, ते ठेवायला चांगली जागा नव्हती. शेवटी त्यासाठी एकमेव जागा सापडली ती म्हणजे आमची रेस्टरूम (कर्मचाऱ्यांची खोली). हळूहळू मार्क रिच आणि त्यांच्या सहकाऱ्यांनी, इतके वर्ष जोपासलेले संबंध व्यवसायातला अनुभव, ज्ञान, इत्यादीच्या जोरावर त्यांच्या आधीच्या कंपनीची गिऱ्हाइके आणि व्यवहार एक-एक करून स्वत:कडे खेचून घ्यायला सुरुवात केली आणि फिलिप ब्रदर्सच्या बाजारपेठेतील वर्चस्वाला खिंडार पडायला सुरुवात झाली, ज्याचे शिक्षण एकेकाळी त्या सर्वांना फिलिप ब्रदर्समध्येच मिळालेले होते.

त्या व्यवसायातील प्रत्येकाच्या तोंडी मार्क रिच आणि फिलिप ब्रदर्स यांच्यामधील वैराची, बदल्याच्या भावनेची आणि स्पर्धेचीच चर्चा होती. त्या दरम्यान घडणाऱ्या घटना तर एखाद्या बाँडच्या चित्रपटातून जशाच्या तशा उचलल्यासारख्या वाटाव्या अशा सुरस आणि अविश्वसनीय अशा होत्या. उदाहरणार्थ ब्युनॉस आयरिस येथे फिलिप ब्रदर्सच्या कर्मचाऱ्याने मार्क रिच यांच्या कंपनीच्या कर्मचाऱ्याला फिलिप ब्रदर्स कंपनीच्या टेलेक्स संदेशांमधील माहितीच्या बदल्यात मोठी रक्कम देताना पकडले, किंवा "आम्ही धातू खनिजांच्या व्यवसायात खरेदी/विक्रीसाठी भरलेली देयके (टेंडर्स) किंवा लावलेल्या बोली अगदी कमी किमतींच्या फरकाने आमच्यापासून हिरावून घेतल्या जात होत्या." हा एक आरोप किंवा फिलिप ब्रदर्सच्या एका प्रतिनिधीने अशीही तक्रार केली की, "आमच्या आधीच आम्ही लावणार असलेल्या बोलींची माहिती, आमच्या मुख्य कार्यालयांतील संदेशांवरून, त्यांना कळत होती." फिलिप ब्रदर्स यांच्या टोकियो येथील कार्यालयात मार्क रिच यांच्या कंपनीसाठी हेरगिरी करणारा एक कर्मचारी पकडला गेला होता आणि ही माहिती मार्क रिच यांच्या कार्यालयात फिलिप ब्रदर्स यांच्यासाठी हेरगिरी करणाऱ्या एका कर्मचाऱ्याकडूनच मिळाली होती. काही जाणकारांचा तर असा ठाम विश्वास होता की एखाद्या व्यवहारात फिलिप ब्रदर्स यांना तोटा व्हावा किंवा कमीत कमी फायदा व्हावा म्हणून मार्क रिच यांनी काही वेळा मुद्दाम स्वत: तोटा सहन केला. मार्क रिच यांची या सर्व मतप्रदर्शनांवर प्रतिक्रिया होती, "शुद्ध मूर्खपणा आहे." ते या सर्व गोष्टींसाठी एकच स्पष्टीकरण देतात की, "मी फिलिप ब्रदर्स सोडल्यामुळे केला गेलेला हा सर्व भावनांचा खेळ होता." "कोणत्याही कंपनीला जेव्हा त्यांचे चांगले कर्मचारी काम सोडून जातात आणि प्रतिस्पर्धी कंपनी काढतात तेव्हा आनंद होत नाही."

या सर्व हेरगिरीच्या कथांकडे जरी एकवेळ दुर्लक्ष केले तरी त्यातून एक गोष्ट स्पष्ट होते की, "जीवनावश्यक वस्तूंचा सौदे व्यापार किंवा वायदे व्यवहार ही,

त्यातील स्पर्धेचा विचार केला तर, तितकी साधी गोष्ट नव्हती, आणि काळाबरोबर ती स्पर्धा आणखीनच तीव्र होणार होती.'' प्रतिस्पर्धी एकेक व्यवहारात, सौद्यामध्ये, एकमेकांना घाम फोडत होते. फिलिप ब्रदर्स यांनी मार्क रिच यांना अर्थात त्यांच्याच भाषेत उत्तर देऊन पुरेपूर परतफेड केली. आर्थिक व्यवहार बघणाऱ्या एका तज्ज्ञाने मला सांगितले की, ''फिलिप ब्रदर्स यांनी काही बँकांवर मार्क रिच यांच्या कंपनीला कोणत्याही प्रकारे कर्जपुरवठा न करण्यासाठी दबाव आणला होता.'' आणि तसे काही झाले असते तर मार्क रिच यांची कंपनी उभीच राहू शकली नसती, तेव्हाच संपली असती.

बँकेकडून सततच्या आणि भरपूर कर्ज पुरवठयाची हमी असल्याशिवाय आंतरराष्ट्रीय स्तरावरचा जीवनावश्यक वस्तूंचा व्यापार, वायदे व्यवहार करताच येणार नाही. कर्ज पुरवठयाची हमी हा तर त्यांच्यासाठी प्राणवायू आहे, अत्यावश्यक गोष्ट आहे. त्यातून मार्क रिच आणि कंपनीसारख्या नव्याने स्थापन झालेल्या कंपनीसाठी तर हे आणखीनच जरुरी होते, कारण त्यांच्याकडे ना स्वत:चे भांडवल होते, ना इतर पैसा होता. त्यामुळे कंपनीच्या पुढील पहिला आणि महत्त्वाचा प्रश्न म्हणजे क्रुडतेलाच्या व्यापारासाठी बँकेकडून प्रथम भरपूर प्रमाणात कर्ज पुरवठ्याची हमी मिळवणे. बँक कोणत्याही व्यवसायासाठी, तारणाचा विचार करून, एका ठरावीक मर्यादेपर्यंतच कर्जाची हमी घेते. अर्थात त्याबद्दलपण ठरावीक 'फी' आकारली जाते आणि नंतर कंपनी ज्याप्रमाणे गरज असेल त्याप्रमाणे ठरवून दिलेल्या मर्यादेपर्यंत कर्ज वापरू शकते. काही वेळा ज्या वस्तूच्या व्यवहारासाठी कर्ज उचल केली आहे ती वस्तूच तारण म्हणून घेतली जाते. बँकेचे ''पतपत्र'' (Letter of Credit) हा त्यातलाच एक प्रकार आहे. या कर्जाच्या प्रकारामध्ये बँक त्यांच्या गिऱ्हाइकांच्यावतीने पैसे देण्याची हमी घेते. हा कर्जाचा प्रकार म्हणजे विक्रेत्यासाठी आणि खरेदीदारांसाठी एक प्रकारचा विमाच आहे. या प्रकारामध्ये विक्रेत्याने ठरलेल्या प्रतीचा आणि ठरलेल्या वजनाचा कच्चा माल पुरवल्यानंतरच खरेदीदाराने पैसे घ्यायचे असतात; शिवाय विक्रेत्याला त्याने त्या पतपत्रात नमूद केल्याप्रमाणे, कागदपत्रे बँकेला दिल्यावर त्याचे पैसे लगेचच मिळण्याची हमी असते.

इराणचे तेल

मार्क रिच यांनी स्वत:ची कंपनी स्थापन करण्याचा निर्णय घेणे यात नवल वाटण्यासारखे काही नव्हते. जवळ-जवळ एक वर्षापूर्वी जेसलसन यांनी इराणबरोबर केलेला दीर्घ मुदतीचा करार रद्दबातल करण्यासाठी मार्क रिच यांना भाग पाडले होते आणि तेव्हाच मार्क रिच यांनी आपले फिलिप ब्रदर्समधील दिवस आता संपले

आहेत ही खूणगाठ मनाशी बांधली होती. फिलिप ब्रदर्समधून बाहेर पडण्याचा मार्क रिच गांभीर्याने विचार करायला लागले आणि ते प्रत्यक्षात उतरवण्यासाठी, कोणत्याही मुरब्बी व्यापाऱ्याप्रमाणे अनपेक्षित घडामोडींना तोंड देण्याच्या दृष्टीने तयारीला लागले.

इराण-इस्त्रायल तेल पाइपलाइनशी असलेले त्यांचे संबंध ते राखून होते, आणि तोच मार्क रिच यांचा हुकमाचा एक्का होता. थोड्याच काळात तेलाच्या पाइपलाइन संदर्भातला संपूर्ण व्यवहार/व्यापार मार्क रिच यांच्या कंपनीकडे खेचून आणू शकले आणि त्याचे संपूर्ण श्रेय जाते ते, "Mr Steel" मि. स्टील, अली रझा (Ali Rezai) आणि "Dr Mina" परविझ मिना (Parviz Mina) NIOCचे डायरेक्टर यांच्याशी असलेल्या त्यांच्या घनिष्ठ संबंधांना मार्क रिच सांगत होते, ''तेलाच्या पाइपलाइन संदर्भातल्या सर्व घडामोडींचे, करारमदारांचे संपूर्ण ज्ञान असल्यामुळेच मी नवीन कंपनी काढण्याचे धैर्य दाखवू शकलो.'' त्यांनी या तेलासाठी दीर्घ मुदतीचा एक खरेदीदार (स्पेन) शोधून ठेवला होता. याच स्पेन सरकारला त्यांनी आधीपण गुप्तपणे तेल पुरवठा केला होता. इराणच्या तेलासाठी आणखी एक खरेदीदार त्यांनी तयार ठेवला होता. ती होती एक अमेरिकन तेल कंपनी. ''अटलांटिक रिच फील्ड कंपनी '' (Atlantic Rich field co) (ARCO) या कंपनीबरोबर मार्क रिच यांचे भविष्यात उत्तम संबंध प्रस्थापित झाले. ARCOशी झालेला करार हा त्यांच्यासाठी विशेष महत्त्वाचा होता कारण स्पेन सरकारशी असलेल्या कराराप्रमाणे, हा व्यवहार त्यांना लपूनछपून करण्याची गरज नव्हती. त्याशिवाय ARCOबरोबरच्या कराराचा तारण म्हणून बँकेत उपयोग करून मार्क रिच यांनी त्यांची पहिलीवहिली आणि सर्वात महत्त्वाची कर्जाची हमी बँकेकडून मिळवली.

नव्या कोऱ्या कंपनीसाठी जॉन ट्रॅफोर्ड(John Trafford) यांनी पहिला नवीन व्यवहार पूर्ण केला. मार्क रिच यांच्या या पूर्वीच्या साहाय्यकाचे; नायजेरिया या पश्चिम आफ्रिकन देशामध्ये, तेल उत्पादन करणाऱ्या 'एल्फ'(Elf) या फ्रेंच तेल कंपनीमध्ये उत्तम लागेबांधे होते. मार्क रिच यांचे स्वत:चे 'ओहीयो'(Ohio)येथील स्टँडर्ड तेल कंपनी (जॉन डी रॉकफेलर यांनी १८७० साली स्थापन केलेली Sohio ही कंपनी)मध्ये उत्तम संबंध होते. अशा रितीने आम्ही एल्फ (Elf) आणि सोहीयो (Sohio) यांची मोट बांधली आणि प्रति बॅरल १५ सेंट्स नफा कमावला. मार्क रिच ते दिवस आठवत म्हणाले, ''त्या वेळेला त्या परिस्थितीत तो चांगलाच नफा होता.'' एकूण दीडलाख मेट्रिक टनाच्या (अंदाजे ११ लाख बॅरल) नायजेरियन बोनी लाईट क्रुडतेलाच्या (Bony Light Crude) व्यवहारात नव्या कंपनीला १,६५,००० डॉलर्सचा फायदा झाला. आणखीही एक महत्त्वाची गोष्ट घडली ती

म्हणजे "Sohio" कंपनीने त्यांच्या बँकेचे ''पतपत्र'' (Letter of Credit) देण्याचे कबूल केले आणि त्याचा उपयोग मार्क रिच यांना आणखी तेल खरेदीसाठी करता आला. तो व्यवहार सांगताना मार्क रिच म्हणाले, ''सुरुवातीला ते पतपत्राद्वारे तेलाचे पैसे देण्यास तितकेसे उत्सुक नव्हते, तेलाची किंमत आणि नियमित पुरवठ्याची हमी या दोन्ही गोष्टी त्यांना आकर्षक वाटल्यामुळे त्यांनी नंतर मान्य केले. आम्हाला जी पतपत्रे मिळाली ती आम्ही तारण म्हणून, हमी म्हणून आमच्या पुरवठादारांना हस्तांतरित केली.''

अशा रितीने थोड्याच काळात मार्क रिच आणि कंपनी दीर्घ मुदतीचे आणि हुकमी खरेदीदारांचे आणि विक्रेत्यांचे/उत्पादकांचे जाळे प्रस्थापित करू शकली. पहिले काही व्यवहार (Bankers Trust Co आणि Bank Paribar) या फ्रेंच बँकेच्या कर्ज पुरवठ्यांमुळे करता आले. मार्क रिच सांगत होते, ''एकदा बँकांना आमच्या व्यवहारांची कल्पना आल्यावर त्यांनी आम्हाला जेव्हा पाहिजे, जेथे पाहिजे आणि जशी पाहिजेत तशी पतपत्रे दिली.'' मार्क रिच यांच्याबरोबर काम केलेल्या एकांनी सांगितले की, ''लोकांच्या (बँकांच्या) पैशाने स्वत:चा पैसा कमावणे,'' हे कंपनीचे धोरण होते, आर्थिक तत्त्वज्ञान होते. जीवनावश्यक वस्तूंच्या बाजारात/व्यापारात जी बँक कर्जाची हमी घेते, कर्ज देते, ती बँक प्राथमिक जोखीम घेते कारण हमी किंवा तारण म्हणून असते खरेदी/विक्री केली जाणारी वस्तू. या व्यवहारामध्ये ती वस्तू होती ''तेल.''

१९७४चे तेल संकट

जीवनावश्यक वस्तूंच्या सौदे व्यापारात, वायदे व्यापारात जे व्यापारी स्वत:साठी पैसा कमावण्याच्या उद्देशाने उतरले होते त्यांच्यासाठी तो काळ फार चांगला होता. यॉम किप्पूर युद्धाची परिणती अरब तेल उत्पादक देशांच्या तेल निर्यात बंदीत झाली होती. परिणामी तेलाच्या किमती गगनाला भिडल्या होत्या आणि जागतिक तेल बाजाराचा चेहरामोहराच बदलून गेला होता. या घडामोडींमुळे जगाने ''तेलाचा'' पहिला झटका अनुभवला होता आणि त्याचे गंभीर आर्थिक परिणाम जगभर जाणवायला सुरुवात झाली होती. एक गॅलन (४.५ लिटर) गॅसोलीन (पेट्रोल)ची मे १९७३मध्ये ३८.५ सेंट्स एवढी असलेली किंमत जून १९७४मध्ये ५५.१० सेंट्स एवढी वर गेली होती. दुसऱ्या महायुद्धानंतर प्रथमच अमेरिकेला गॅसोलीन (पेट्रोल)ची टंचाई जाणवली होती. पेट्रोल पंपावर गॅसोलीनसाठी लांबच लांब रांगा लागत होत्या. अशी परिस्थिती याआधी फक्त गरीब आफ्रिकन आणि साउथ अमेरिकन देशांमध्येच बघायला मिळायची. वेगाने वाढणाऱ्या तेलाच्या किमतींमुळे औद्योगिकदृष्ट्या पुढारलेल्या देशांपुढे गंभीर आर्थिक संकट उभे राहिले.

मार्क रिच आणि त्याच्या सहकाऱ्यांसाठी हा पर्वणीचा काळ होता. अमेरिकन तेल कंपन्या आणि कार मालक ज्यावेळी तेल टंचाई अनुभवत होते त्याचवेळी मार्क रिच आणि कंपनी अक्षरश: तेलात पोहत होती – त्या तेलासाठी अमेरिकन आणि युरोपीयन तेल कंपन्या वाटेल तेवढी किंमत द्यायला तयार होत्या. मार्क रिच ते दिवस आठवत हसत-हसत सांगत होते, ''ती खरोखरच आमच्यासाठी उत्तम परिस्थिती होती – एकीकडे तेल टंचाई होती तर आमच्याकडे पाहिजे तेवढे तेल होते.'' मार्क रिच यांच्या कंपनीने हळूहळू इराणबरोबरचा तेल खरेदीचा करार ८० लाख मेट्रिक टन प्रति वर्षीवरून एक कोटी मेट्रिक टनापर्यंत (अंदाजे सहा कोटी ते साडेसात कोटी बॅरल्स)वर नेला.

मला सुगावा लागला की इक्वेडोर(Ecuador)पण त्यांच्याकडील तेल विक्रीसाठी काढते आहे. मी जॅक हॅचूल(Jacques Hachuel) यांना ते तेल खरेदी करण्यासाठी इक्वेडोरला पाठवले. या दक्षिण अमेरिकन देशात सैन्याच्या उठावानंतर एक खरोखरच चांगला हुकूमशहा सत्तेवर आला होता. "Guillermo Rodriguez Lara" याचे टोपण नाव होते ''जनरल बॉम्बिटा''(General Bombita) त्याच्या राजवटीत त्याने शाळा, दवाखाने, हॉस्पिटल्स आणि देशाच्या इतर पायाभूत गरजांमध्ये चांगली गुंतवणूक केली. इतक्या मोठ्या प्रमाणावरचा खर्च फक्त तेलाच्या पैशातूनच करणे शक्य होते आणि त्यासाठी त्याने तेल उत्पादनाला चालना दिली. कारण काळ्या सोन्याच्या बदल्यात नगद पैसा मिळणे सोपे जाणार होते.'' मार्क रिच आणि कंपनीचे नशीब एकंदरीत जोरावरच होते. मूळ अर्जेंटिनाच्या असलेल्या जॅक हॅचूल याने परत येताना टँकरभर तेलापेक्षाही खूप काही जास्त आणले. त्याने इक्वेडोरच्या राष्ट्रीय तेल कंपनीशी (The Corporacion Estatal Petrolera Ecuatoriana) (CEPE) केलेला दीर्घ मुदतीचा तेल करार आणला. त्या तेलाचा सगळ्यात मोठा हिस्सा (ARCO)ने पुढे खरेदी केला.

मार्क रिच आणि कंपनीला पहिल्या दिवसापासूनच मिळालेले व्यावसायिक यश आश्चर्यजनकच होते. सन १९७४ साली म्हणजे कंपनीच्या पहिल्या आर्थिक वर्षात कंपनीची एकूण आर्थिक उलाढाल १०० कोटी डॉलर्सची झाली, तर निव्वळ नफा झाला होता २.८ कोटी डॉलर्स. सन १९७५च्या आर्थिक वर्षात कंपनीचा निव्वळ नफा होता ५ कोटी डॉलर्स आणि सन १९७६च्या आर्थिक वर्षात निव्वळ नफा होता, त्या काळात अविश्वसनीय वाटावा असा, म्हणजे २० कोटी डॉलर्स.

वेगाने, दूरवर आणि धडाक्याने

मार्क रिच यांच्या यशाची, ज्या यशामुळे संपूर्ण व्यापारी जगताला आश्चर्याचा धक्का बसला होता, तीन मुख्य कारणे होती. पहिले कारण म्हणजे मार्क रिच

यांच्या कंपनीची, त्यांच्या प्रतिस्पर्ध्यांपेक्षा जास्त धोका, जास्त जोखीम पत्करण्याची नेहमीच तयारी असायची. दुसरे कारण म्हणजे त्या व्यवसायातील सर्वोत्तम माणसे त्यांच्या कंपनीसाठी काम करत होती. आणि शेवटचे तसेच महत्त्वाचे कारण म्हणजे मार्क रिच आणि कंपनी ही पहिलीच अशी कंपनी होती की ज्यांनी तेल व्यवसायात स्वतंत्रपणे व्यवहार करण्याची संपूर्ण वेगळी अशी पद्धत विकसित केली. मार्क रिच आणि पिंकस ग्रीन यांनी "तत्काळ व्यवहार" (Spot Market) ही पद्धत क्रुडतेलाच्या व्यापारात प्रथम वापरली आणि विकसित केली असे म्हटले तर फारशी अतिशयोक्ती होणार नाही.

मार्क रिच आणि कंपनीचे व्यापार करण्याचे धोरण, तत्त्वज्ञान हे फिलिप ब्रदर्स यांच्या व्यापार करण्याच्या धोरणांपेक्षा संपूर्णत: वेगळे होते. वेगाने किंवा त्वरित निर्णय घेणे, धोका पत्करण्याची तयारी ठेवणे आणि दीर्घ मुदतींच्या करारांना पहिली पसंती देणे या गोष्टी त्यांच्या धोरणात येत होत्या. एखादी संधी दिसताक्षणीच किंवा अंदाज येताक्षणीच प्रतिस्पर्ध्यांपेक्षा जलद तिचा पाठपुरावा करणे, निर्णय घेणे यावर मार्क रिच आणि कंपनीच्या भागीदारांचा भर होता. कंपनीच्या भागीदारांचा, तेल व्यवसायात जणूकाही नवीन प्रदेश शोधला आहे आणि त्यात मुशाफिरी करायला निघालो आहोत असा एकूण अविर्भाव होता, आणि जितका दीर्घ मुदतीचा करार पदरात पाडून घेता येईल तेवढा घेण्याकडे त्यांचा कल होता. इक्वेडोर (Ecuador) तेल विकते आहे? पहिले विमान पकडून तिकडे जा आणि विक्रीसाठी काढलेले तेलच फक्त घेऊ नका तर तेल उत्पादकाला दीर्घ मुदतीच्या करारासाठी राजी करता येईल का याचा अंदाज घ्या. टर्की (Turkey) तेलाच्या शोधात आहे, त्यांना तेल पाहिजे आहे? पहिले विमान पकडा आणि इक्वेडोरचे तेल त्यांना विकून टाका, ही त्यांची व्यवसायाची पद्धत होती. मार्क रिच संभाषणाचे दरम्यान एक आठवण सांगत होते. "पिंकी आणि मी ह्युस्टनला एका तेलाच्या व्यवहारासंबंधी बोलणी करायला गेलो होतो, आम्ही प्रवासात असतानाच आम्हाला बातमी लागली की टर्कीला तेलाची गरज आहे. पिंकी एकेकाळी टर्कीमध्ये राहिला होता. त्याने ह्युस्टनची भेट अर्ध्यावरच सोडली आणि इस्तंबूलचे विमान पकडले, आणि एक खूप फायदेशीर करार पदरात पाडून घेतला. या सगळ्या गोष्टी आम्ही आमच्या प्रतिस्पर्ध्यांना सुगावा लागायच्या आत केल्या."

संपूर्ण जगाला बसलेल्या "तेल अस्त्राच्या" त्या झटक्यानंतरच्या, अनिश्चिततेचे वातावरण असलेल्या, त्या काही वर्षांत मार्क रिच आणि कंपनीच्या जास्त धोका पत्करण्याच्या धोरणाचा त्यांना खूपच फायदा झाला. मार्क रिच आणि कंपनीने त्यांच्या प्रतिस्पर्ध्यांच्या तुलनेत कितीतरी चांगली रक्कम तेल उत्पादक देशांना

त्यांच्या तेलासाठी देऊ केल्याने त्यांना खूप करारमदार करता आले आणि खूप व्यापार करता आला. त्यांनी तेल उत्पादक देशांना अधिकाधिक आकर्षक करारांची आमिषे दाखवली आणि त्यांच्याकडून पुढील अनेक वर्षे सततच्या तेल पुरवठ्याची हमी मिळवली. मार्क रिच यांनी परिस्थितीचा पूर्ण अभ्यास केला होता, अंदाज घेतला होता आणि ते या निर्णयाप्रत आले होते की पुढील बराच काळ मध्यपूर्वेतील देशांत अशांतताच राहिल आणि राजकीय अस्थिरताच राहिल. मार्क रिच यांनी मांडलेल्या प्रमेयाप्रमाणे भविष्यात तेलाच्या किमती वरवरच जात राहातील. मार्क रिच सांगत होते, ''जागतिक तेल बाजारपेठ बदलत होती, जग बदलत होते. तेलाच्या किमती वरवर जात होत्या. भविष्यातील तेलाच्या चढ्या भावांचा विचार करता, तेल उत्पादक देशांना, तेलासाठी ते आज जी जास्त किंमत देत होते त्याची भविष्यात नक्कीच पुरेपूर भरपाई होईल याची त्यांना खातरी होती, विश्वास होता,'' मार्क रिच सांगत होते. ''कोणत्याही व्यापाऱ्यासाठी किंवा व्यावसायिकासाठी सर्वात महत्त्वाची गोष्ट म्हणजे ''संधी'' ओळखता येणे. मी जे स्पष्ट पाहू शकत होतो त्याचा इतरांना अंदाज आला नव्हता.''

भविष्यातील त्यांच्या सर्व योजना प्रत्यक्षात आणण्यासाठी मार्क रिच यांना योग्य व्यक्तींची गरज होती. मार्क रिच यांनी जेव्हा त्यांचे चार भागीदार निवडले तेव्हा त्यांच्या डोक्यात काही विचार नक्की होते. जगाच्या वेगवेगळ्या भागातील बाजारपेठांची जबाबदारी प्रत्येकावर टाकण्यात आली होती. मार्क रिच यांनी इराणचे तेल व्यापार आणि कर्मचाऱ्यांची निवड या गोष्टी स्वत:कडे ठेवल्या होत्या. जॅक हॅचूल (Jacques Hachuel) यांच्यावर आफ्रिका आणि दक्षिण अमेरिका या नवीन बाजारपेठांची जबाबदारी होती. जॉन ट्रॅफोर्ड (John Trafford) यांच्याकडे उत्तर आफ्रिका आणि फ्रान्सच्या बाजारपेठांची जबाबदारी होती तर शेवटी धातू आणि खनिजे या विषयात तज्ज्ञ असलेल्या ॲलेक हॅकेल (Alec Hackel) यांना पूर्व युरोपीयन बाजारपेठेची खडान्‌खडा माहिती होती. हॅकेल यांचे त्यांच्या विषयातले प्रावीण्य एवढे वादातीत होते की मार्क रिच त्यांच्यावर डोळे झाकून विश्वास ठेवायचे. मार्क रिच म्हणायचे, ''तो एक शहाणा माणूस आहे. त्याच्याकडे नेहमीच बरोबर उत्तरे असतात किंवा बरोबर प्रश्न तरी.''

बाजारपेठेतील ''तत्काळ व्यवहार'' युगाची सुरुवात

पिंकस ग्रीन –''ॲडमिरल'' हा एक असा माणूस होता की ज्याच्या सहकार्याशिवाय, ज्याच्या मदतीशिवाय मार्क रिच यांना एवढे यश कधीच मिळाले नसते. पिंकस ग्रीन यांच्यावर मुख्य जबाबदारी होती ती ''वाहतूक दळणवळण'' आणि ''कर्ज उभारणी'' या दोन गोष्टींची. तेलवाहू जहाजातून तेलाची वाहतूक करणे ही एक स्वतंत्र आणि

वेगळीच गोष्ट आहे. प्रत्येक जहाजाची, वाहतुकीची तऱ्हा काही वेगळीच असते. मार्क रिच सांगत होते, ''ग्रीन यांना प्रत्येक गोष्टीची माहिती असायची. तेलवाहू जहाजांची फक्त भाडीच नाहीत तर त्यातील तांत्रिकबाबी, भाडे करारांची कलमे, त्यातील मान्य होण्यासारखी कोणती, अमान्य करण्यासारखी कोणती, वाहतुकीसाठी जवळचा मार्ग कोणता, उत्तम मार्ग कोणता इत्यादी इत्यादी. त्या क्षेत्रातल्या एका नावाजलेल्या तज्ज्ञाने मला सांगितले की, ''सुरुवाती-सुरुवातीला व्यापारी या तेल वाहतूकदारांना (Charterers) फारशी किंमत द्यायचे नाहीत. परंतु पिंकस ग्रीन आल्यापासून वाहतूकदारांकडे बघण्याच्या दृष्टिकोनात खूपच बदल झाला. त्यांनाही आता योग्य तो मान मिळायला लागला आहे.'' मार्क रिच यांच्या वेगवेगळ्या व्यवहारांना कर्ज पुरवठा करणाऱ्या एका स्विस बँक अधिकाऱ्याने मला सांगितले की, ''तेलवाहतूक आणि दळणवळणाच्या क्षेत्रात ग्रीन यांची बुद्धी काही औरच होती, वाहतुकीच्या भिन्न मार्गांमुळे दोन बंदरांमध्ये पडणाऱ्या अंतरांच्या फरकांमुळे किंवा त्यामुळे होणाऱ्या दिरंगाईमुळे, पडणाऱ्या किमतींच्या फरकांतून जास्तीत जास्त फायदा मिळवण्याची कला त्यांना साधली होती.''

मार्क रिच आणि कंपनी व्यापारामध्ये चांगल्या प्रकारे स्थिरावल्यानंतरच्या काही काळामध्ये पिंकस ग्रीन यांनी या किमतींमधल्या फरकाचा कसा उपयोग करून घेतला याची खालील घटना हे बोलके उदाहरण आहे. सन १९८०च्या दशकात सोव्हिएत युनियनने (रशियाने) त्यांच्याप्रमाणेच साम्यवादी विचारसरणी मानणाऱ्या क्युबाला स्वस्त तेल पुरवठा करून मदत केली. या तेलाची रशिया ते क्युबा इतक्या लांब अंतराची वाहतूक करण्याऐवजी ''क्युबा मेटल्स'' या त्यांच्या राष्ट्रीय व्यापारी कंपनीने त्या तेलाच्या काही भागाचा सौदा मार्क रिच आणि कंपनीबरोबर केला. केलेल्या सौद्या इतक्या तेलाचा पुरवठा, जे तेल त्यांनी जवळच्याच व्हेनेझुएल्लाकडून घेतले होते त्यातून, मार्क रिच आणि कंपनीने नंतर क्युबाला केला. आणि अशा प्रकारे मार्क रिच यांनी क्युबाचे खास कमी केलेल्या दराचे रशियन तेल घेऊन ते जागतिक बाजारपेठेत चांगल्या फायद्याने विकले.

क्रुडतेलाच्या वाहतुकीसाठी स्वतंत्रपणे तेलवाहू जहाजे (टँकर्स) वापरण्याची सुरुवात पिंकस ग्रीन यांनी केली. अशा प्रकारची तेलवाहू जहाजांमधून तेलाची वाहतूक या आधी ''सात भगिनींच्या'' पुरवठा साखळीपुरतीच मर्यादित होती. तेलवाहतुकीसंदर्भातल्या अशा काही सुधारणांशिवाय तेल व्यापारात स्पर्धात्मक आणि तत्काळ बाजारपेठेची निर्मिती आणि वापर करणे शक्यच होणारे नव्हते. या सर्व घडामोडींमुळे, सुधारणांमुळे आता तेल खरेदीदारांना, गिऱ्हाइकांना तेल उत्पादनापासून ते पेट्रालपंपापर्यंतच्या किमती वाढीच्या साखळीवर नियंत्रण ठेवणाऱ्या उत्पादक कंपनीच्या लहरींना बळी पडण्याची आता गरज भासणार नव्हती. अर्थातच याचे

संपूर्ण श्रेय होते नवीन निर्माण झालेल्या ''तत्काळ बाजारपेठेचे'' (Spot Market). आता उपभोक्ते/गिऱ्हाइके त्यांना हवे तेव्हा आणि हवे त्याच्याकडून तेल विकत घेऊ शकत होते. याचा परिणाम असा झाला की, नवनवीन पुरवठादारांमध्ये स्पर्धा सुरू झाली आणि गिऱ्हाइकांना ''तत्काळ व्यवहारात'' स्वस्तात स्वस्त तेल मिळण्याची सोय झाली. आर्थिकदृष्ट्या विचार केला तर ''सात भगिनींच्या'' एकाधिकारशाहीपेक्षा तत्काळ व्यवहाराची पद्धत अधिक कार्यक्षम आणि सुलभ होती. तेल व्यवहारात फायदा मिळवण्यासाठी तेल व्यापारांच्या सर्व टप्प्यांवर, आणि या साखळीमध्ये कोणत्या ना कोणत्यातरी एका टप्प्यावर कंपन्या स्वत:चे असे काहीतरी वैशिष्ट्य किंवा मर्यादित एकाधिकारशाही निर्माण करायचा प्रयत्न करायला लागल्या आणि जेवढे स्पर्धात्मक राहाता येईल तेवढे राहायचा प्रयत्न करायला लागल्या.

खुल्या आणि मुक्त बाजारपेठेची निर्मिती, नव्याने स्वतंत्र होणाऱ्या आफ्रिकेतील देशांच्या दृष्टीने चांगली आणि फायद्याची घटना होती. त्या देशांच्या भूभागाखाली तेलाचे विपुल साठे सापडले होते. ते तेल काढणे, त्याचे शुद्धीकरण करून ते बाजारपेठेत विक्रीला आणणे, हे त्यांना स्वत:ला अनेक कारणांनी शक्य होण्यासारखे नव्हते. तेल उद्योगातल्या एका अनुभवी व्यापाऱ्याने मला सांगितले की, ''तत्काळ'' खरेदी/विक्रीच्या बाजारपेठेमुळे सर्वच छोट्या-मोठ्या देशांना आता नवीन तेल विहिरी खोदणे, तेल काढणे आणि स्वत:ची निर्यात करणे यात आता रस वाटू लागला होता. या सर्वांचा परिणाम असा झाला की सन १९७०च्या दशकाच्या मध्यापासून तेलाचा खुलेपणाने व्यापार होऊ लागला, अधिक कार्यक्षमतेने होऊ लागला, आणि मुख्य म्हणजे पूर्वीच्या तुलनेत पारदर्शकपणे होऊ लागला. तेल शुद्धीकरणाचा आणि वाहतुकीचा नक्की असलेला खर्च विचारात घेऊन, बहुराष्ट्रीय कंपन्यांच्या आणि सरकारी किमतींच्या तुलनेत, मार्क रिच यांच्यासारखे स्वतंत्र व्यापारी आता या व्यवसायात आल्यामुळे तेलाच्या किमती त्यांना स्पर्धात्मक ठेवणे शक्य झाले. त्याचप्रमाणे, स्पर्धात्मक दबाव आणि एकूणच व्यवस्थापकीय खर्चाचे प्रमाण यामुळे तेल किमतींबाबत ''सात भगिनी'' जे करू शकल्या नाहीत, ते करणे मार्क रिच यांना सहज शक्य झाले. उदाहरण द्यायचे झाले तर मार्क रिच अर्धा टँकर तेल स्पेनमधील खरेदीदाराला विकू शकत होते आणि उरलेले अर्धा टँकर तेल त्याच खरेदीदाराच्या अमेरिकेतील प्रतिस्पर्ध्याला विकू शकत होते. त्यामुळे दोन्ही खरेदीदारांना स्वस्त तेलाचा फायदा मिळू शकत होता. जो एरवी त्यांना मिळाला नसता, किंवा मिळवण्यासाठी गरज नसतानाही पूर्ण टँकर तेल घ्यावे लागले असते. जादा तेलासाठी खरेदीदार त्वरित शोधणे/मिळणे सोपे होते आणि पुरवठ्यामधील तफावत भरून काढणे सहज शक्य झाले होते. थोडक्यात मागणी आणि पुरवठ्यामधील समतोल किंवा ताळमेळ राखणे सहज आणि सोपे झाले होते. नव्याने निर्माण

झालेल्या तत्काळ व्यवहाराच्या बाजारपेठेमुळे या व्यवसायातील उत्पादनक्षमता वाढली होती आणि व्यवसायाचा चेहरामोहरा अंतरबाह्य बदलून गेला होता. मार्क रिच यांनी पूर्वी भाकीत वर्तवल्याप्रमाणेच ''तेल''सुद्धा आता इतर सर्व जीवनावश्यक वस्तुंप्रमाणेच सर्वसामान्य व्यापाराची वस्तू झाले होते. तेल व्यवसायातील तांत्रिक बाबी, खाचा खोचा समजावून सांगणाऱ्या एका तज्ज्ञाने मला सांगितले, ''मार्क रिच यांनीच तेलाचा स्वतंत्रपणे व्यापार करण्याच्या संकल्पनेचा प्रथम विचार केला आणि तो अमलातही आणला आणि म्हणूनच तेल व्यवसायाच्या इतिहासात मार्क रिच हे एक मोठे नाव झाले आहे. अर्थतज्ज्ञांनी अनेक वर्षांपूर्वी जो सिद्धांत मांडला होता, तोच मार्क रिच आणि त्यांच्या भागीदारांनी/सहकाऱ्यांनी प्रत्यक्ष कृतीत आणला. देशादेशांतील राजनैतिक संकटांच्यावेळी एखाद्या जीवनावश्यक वस्तूच्या पुरवठ्याचा, टंचाईचा जेव्हा प्रश्न निर्माण होतो आणि जेव्हा परिस्थिती धोकादायक असते तेव्हाच तरबेज व्यापारी परिस्थितीचा फायदा उठवत जास्तीत जास्त नफा कमावतात. अशाच प्रसंगी स्पर्धात्मक अनुकूलतेचा चांगला फायदा व्यापारी करून घेऊ शकतात. हार्वर्ड बिझनेस स्कूलमधील ''व्यवसायाचा इतिहास'' किंवा ''व्यापाराचा इतिहास'' या विषयाचे प्राध्यापक ''जॉफ्री जोन्स'' (Geoffrey Jones), ज्यांचा व्यापारी कंपन्यांचा विशेष अभ्यास आहे, त्यांच्या सांगण्याप्रमाणे, ''आंतरराष्ट्रीय व्यापारामध्ये परिस्थिती जेव्हा धोकादायक असते तेव्हा व्यापारी कंपन्यांना खरेदीदार/विक्रेता शोधणे, वाटाघाटी करणे, करारमदार करणे यावरील खर्चाची, जो सर्व साधारणपणे सुरुवातीलाच करावा लागतो, खूप प्रमाणात बचत होते, आणि या बचतीचा काही हिस्सा व्यापारी आपल्या गिऱ्हाइकांना सवलतीच्या स्वरूपात देऊन त्यांची मदत करू शकतात.''

अरब बाजारात मसाले किंवा जाजमे (कार्पेट्स) यांच्या सर्वसाधारण किमतीचा अंदाजपण नसताना ज्या कोणी त्या गोष्टी विकत घेण्यासाठी घासाघीस केली असेल त्यांना या गोष्टीची चांगली कल्पना येऊ शकेल. सोप्या भाषेत सांगायचे म्हणजे जेव्हा एखाद्या व्यवहारामध्ये करारमदार करणे अवघड असते तेव्हा अनुभवी व्यापाऱ्याला आपण कोणाशी आणि कोठे व्यवहार करत आहोत याची पूर्ण माहिती असते. फिलिप चालमिन (Philippe Chalmin) या फ्रेंच अर्थशास्त्राच्या प्राध्यापकाच्या म्हणण्याप्रमाणे, ''राजनैतिक अस्थिरतेच्या काळात'' किंवा युद्धासारख्या अणीबाणीच्या प्रसंगी ज्या व्यापाऱ्यांना ठरावीक वेळात जीवनावश्यक वस्तूंचा पुरवठा सतत चालू ठेवण्याचे काम करायचे आहे अशांना त्या प्रसंगी महत्त्वाची आणि प्रत्यक्ष भूमिका बजावावी लागते. कारण तशा अस्थिर काळातल्या व्यवहारांच्या यशापयशाचे प्रमुख कारण (Raison detre) ती परिस्थितीच ठरणार असते. अस्थिर, अणीबाणीच्या परिस्थितीत केवळ टिकून राहाणेच नाही तर तेलाच्या अनिर्बंध पुरवठ्याची हमी

घेणाऱ्या मार्क रिच आणि कंपनीची अमेरिकेच्या संरक्षण मंत्रालयाला आठवण झाली आणि त्यांनी मार्क रिच आणि कंपनीबरोबर तेल पुरवठ्यासाठी करार केला. सन १९७८च्या जुलै महिन्यात अमेरिकेच्या संरक्षण मंत्रालयाने $४५.६०Mn. (रु.२२८ कोटी) इतक्या किमतीच्या तेलाची खरेदी मार्क रिच आणि कंपनीकडून केली. या तेल खरेदीचा उद्देश, सन १९७३मधील तेल संकटानंतर, देशाची ऊर्जेची गरज भागवण्यासाठी तर होताच पण एकूणच ऊर्जा निर्मिती सुरक्षित करण्याच्या दृष्टीने ज्या "Strategic Petroleum Reserve"ची स्थापना केली होती त्यात भर घालणे हाही होता. त्यानंतर लगेच ऑगस्ट महिन्यात संरक्षण मंत्रालयाने $४६.७०Mn. (रु.२३३.५० कोटी) इतक्या रकमेच्या तेलाची खरेदी केली. ही सर्व खरेदी अंदाजे ७१ लाख बॅरल्स म्हणजे १० लाख मेट्रिक टन एवढी होती.

विश्वासाचे गुपित

मार्क रिच आणि कंपनी मध्ये काम करणाऱ्या कर्मचाऱ्यांची लवकरच तरुण आणि धडाडीचे सौदे/वायदे व्यापारी म्हणून बाजारपेठेत ओळख निर्माण झाली. मार्क रिच यांनी कटाक्षाने त्यांच्या कंपनीत ''लायकी आधारित'' व्यवस्था निर्माण केली. या बाबतीत त्यांनी फिलिप ब्रदर्समधील अनुभव/लायकी आधारित व्यवस्थेचेच अनुकरण केले. मार्क रिच यांनी कर्मचाऱ्यांच्या महाविद्यालयीन पदवीला आणि शिक्षणाला फारसे महत्त्व दिले नाही, तर कर्मचाऱ्यांना कामाचे पूर्ण स्वातंत्र्य दिले, आणि ते पेलू शकतील तेवढी त्यांच्यावर जबाबदारी टाकली. मार्क रिच बोलताना एकदा म्हणाले होते की, ''आम्ही तरुण मुलांना पोहण्याच्या तलावात ढकलून देत होतो. त्यांच्या पुढे दोनच पर्याय होते एक पोहायला शिकणे किंवा बुडणे.'' त्यांच्याकडे काम करणाऱ्या एकाने मला अभिमानाने सांगितले की, ''मार्क रिच यांनी मला माझे स्वातंत्र्य दिले. माझे कर्तृत्व सिद्ध करायला मला पूर्ण मोकळीक दिली.''

मार्क रिच यांचेबरोबर पंचवीस वर्षे काम केलेले अॅवनेर अॅझूले (Avner Azulay) यांनी मला सांगितले, ''ते जेव्हा एखाद्यावर विश्वास टाकतात तेव्हा पूर्ण विश्वास टाकतात. ते तुम्हाला योग्य वाटेल त्या पद्धतीने काम करण्याचे पूर्ण स्वातंत्र्य देतात. त्यामुळे कोणत्याही बंधनाशिवाय पूर्णपणे मन लावून काम करणे सोपे जाते, आणि तुम्हाला तुमच्या मताप्रमाणे योग्य वाटेल तो निर्णय घेण्याची संधी देतात.'' ''संपूर्ण विश्वास'' हे मार्क रिच यांच्या यशाच्या अनेक गुपितांपैकी एक आहे. या विश्वास टाकण्याच्या कृतीमागे एक आर्थिक विचार आहे. समाजामध्ये किंवा एखाद्या कंपनीमध्ये स्पर्धेसाठी, स्थैर्यासाठी आणि एकूणच आर्थिक प्रगतीसाठी. काही प्रमाणात जर परस्पर विश्वासाचे वातावरण असेल तर ते किती लाभदायक,

निर्णायक ठरू शकते हे फ्रान्सिस फुकुयामा (Francis Fukuyama) या राजकीय अर्थतज्ज्ञाने (Political Economist) त्यांच्या प्रसिद्ध "Trust" या पुस्तकात दाखवून दिले आहे. ज्या समाजांमध्ये परस्पर विश्वासाचे वातावरण सर्वसाधारण कमी आहे. उदाहरणार्थ चीन, फ्रान्स किंवा इटली, अशा समाजात सर्व जण नियमाप्रमाणेच वागतील असे गृहीत धरणे अशक्य होते. अशा समाजामध्ये लोकांना नियम नव्याने ठरवावे लागतात किंवा त्यासाठी कोर्टकचेऱ्या करण्याची वेळ येते. थोडक्यात खर्चीक मार्ग अवलंबावे लागतात. याउलट ज्या समाजामध्ये परस्पर विश्वासाचे वातावरण अधिक आहे. उदाहरणार्थ जर्मनी, जपान वगैरे अशा समाजामध्ये व्यवसाय करताना एकमेकांवर अधिक विश्वास टाकला जातो, कारण सर्व जण काही प्राथमिक मुल्ये मानणारे असतात आणि तेथे फसवणुकीचा प्रकारच संभवत नाही. मोठ्या प्रमाणावरच्या परस्पर विश्वासामुळे व्यवसाय करण्याचा खर्च आपोआपच कमी होतो. त्यामुळे मोठ्या आणि यशस्वी खासगी उद्योजकांना अशा वातावरणात समाजात आणखी मोठे होणे, आणखी यशस्वी होणे सोपे जाते.

प्रसिद्ध अर्थतज्ज्ञ आणि नोबेल पारितोषिक विजेते केनेथ जे. ॲरो (Kenneth J. Arrow) यांनी विश्वास, परस्पर विश्वास यावर बोलताना त्यासंबंधी ''सामाजिक व्यवस्था सुरळीतपणे चालण्यासाठी लागणारे वंगण'' असे मतप्रदर्शन केले आहे. विश्वास ही एक फार महत्त्वाची गोष्ट आहे, त्यामुळे एकमेकांना दुसऱ्याच्या शब्दावर विश्वास टाकणे सोपे होते आणि भविष्यातले खूप त्रास वाचू शकतात. विश्वासाप्रमाणेच आणखीही आवश्यक असलेले गुण म्हणजे बांधिलकी, खरे बोलणे इत्यादी. ज्याचे अर्थतज्ज्ञ ''पैशाव्यतिरिक्त पण पैशाइतक्याच व्यापाराला आवश्यक असलेल्या गोष्टी'' असे वर्णन करतात. हे गुण कोणत्याही वस्तू इतकेच आवश्यक आहेत, ते प्रत्यक्षात कृतीत आणता येतात, त्यांची आर्थिक किंमत करता येते, आणि मुख्य म्हणजे ते व्यवसायाची, व्यापाराची कार्यक्षमता, गती वाढवायला मदत करतात.

मी स्वत: मार्क रिच यांच्या विश्वासाचा प्रत्यक्ष अनुभव घेतला आहे. मला भेटायला राजी होण्यासाठी मार्क रिच यांनी कित्येक वर्षे घेतली. एकदा त्यांनी या पुस्तकासाठी मला भेटायची तयारी दाखवल्यावर मात्र मला पूर्ण मोकळीक दिली. सुरुवातीला मी अंदाज केल्याप्रमाणे मला त्यांच्या वकिलाशी दोन हात करण्याची वेळ आली नाही. मी लिहिलेल्या मजकुरामध्ये बदल करण्याच्या हक्काबद्दल ते फार आग्रही नव्हते. उलट स्वतंत्रपणे संशोधन करून पुस्तक लिहिण्याच्या माझ्या इच्छेला त्यांनी मान दिला. या पुस्तकातील मजकुरावर, लिखाणावर शेवटचा शब्द माझाच असेल हेही त्यांनी मान्य केले.

''माझा शब्द हाच माझा करार आहे.''"Dictum meum Pactum" - या अर्थाच्या लॅटिन भाषेतल्या वाक्प्रचाराचा व्यापारी जगतामध्ये वारंवार उल्लेख होतो.

व्यापारी जगतामध्ये दूरदूरच्या प्रदेशांशी व्यवसाय/व्यापार करताना त्याकाळी लेखी करारमदार करणे शक्य नव्हते. सोळाव्या शतकापासून या वाक्प्रचाराचा वापर केला जात होता. "Dictum meum Pactum" हे सन १९२३पासून ''लंडन स्टॉक एक्सचेंजचे'' ब्रीदवाक्य आहे. कित्येक शतकाची व्यापारी परंपरा असलेल्या या वाक्प्रचारावर मार्क रिच यांची श्रद्धा होती. मी जेव्हा त्यांना ''नेतृत्व गुणाला अत्यंत आवश्यक असलेल्या'' त्यांच्या मताबद्दल, तत्त्वाबद्दल विचारले तेव्हा मार्क रिच म्हणाले, ''माझे तत्त्व एकच आहे एकदा मान्य केलेली, कबूल केलेली गोष्ट मग कोणत्याही परिस्थितीत ती तडीस नेणे, पूर्ण करणे.''

मी जेव्हा रॉबर्ट फिंक (Robert Fink), ज्यांनी मार्क रिच यांचे वकील म्हणून बरीच वर्षे काम केले होते, त्यांना मार्क रिच यांचे बलस्थान कोणते – हा प्रश्न विचारला तेव्हा ते काही काळ माझ्याकडे एकही शब्द न बोलता फक्त बघतच बसले. बहुधा ते हा विचार करत असावेत की जे उत्तर ते देतील त्यावर माझा विश्वास बसेल का नाही. थोड्या वेळाने ते म्हणाले, ''मार्क रिच हे शब्दाला पक्के आहेत. प्रामाणिकपणा, दिलेला शब्द पाळणे आणि विश्वासार्हता ही मला वाटते मार्क रिच यांच्या यशाची कारणे आहेत, त्यांची बलस्थाने आहेत.'' सन १९७०च्या दशकात विश्वास आणि विश्वासार्हता या दोन गोष्टी जीवनावश्यक वस्तूंच्या सौदे व्यापारामध्ये निर्णायक अशा होत्या. व्यापार/व्यवसाय आजच्या इतक्या पारदर्शकतेने तेव्हा केला जायचा नाही. तेव्हा मोबाइल नव्हते, इंटरनेट नव्हते की सतत वेगवेगळी माहिती, बातम्या पुरवत राहाणाऱ्या ब्लूमबर्ग (Bloomberg) आणि थॉमसन रॉयटर (Thomson Reuters)सारख्या व्यापारी वृत्तसंस्था नव्हत्या. त्याकाळी जागतिक बाजारपेठेतील वेगवेगळ्या वस्तूंच्या किमतीबद्दल माहिती काढणे, त्यांची सत्यता पडताळणे इत्यादी गोष्टी आजच्या एवढ्या सहज आणि सोप्या नव्हत्या. ज्यांचे कोणाचे नशिबाने विश्वासू व्यापाऱ्यांशी संबंध जोडले जायचे त्यांनाच अर्थात स्पर्धात्मक फायदा मिळायचा.

त्यांना तुझा जीव खाऊ देऊ नकोस

अत्यंत उच्च दर्जाची कंपनीशी बांधिलकी आणि सर्वसाधारण अपेक्षेपेक्षा जास्त काम करण्याची तयारी ही मार्क रिच यांच्या कंपनीतील कर्मचाऱ्यांची वैशिष्ट्ये सांगता येतील. त्यांच्याकडे एकवेळ पदव्या नसतील पण त्यांच्या कामाच्या प्रती असलेल्या निष्ठेला तोड नव्हती. पंधरा-पंधरा, सोळा-सोळा तास काम करणे ही कंपनीच्या कर्मचाऱ्यांसाठी काही विशेष गोष्ट नव्हती. कंपनीतील काम करण्याच्या पद्धतीबद्दल बोलताना एका वायदे व्यापाऱ्याने सांगितले की, ''मला काम करायला मजा येत होती. मी सकाळी पावणेआठ वाजता कामावर यायचो आणि पहाटे एक

वाजता परत जात होतो. मी शनिवार, रविवारी कामावर जात होतो. २५ डिसेंबरला मी कामावर असायचो आणि १ जानेवारीला पण मी कामावर असायचो. आणि फक्त मीच नाही तर इतर वायदे व्यापारीही असायचे.'' नंतर त्यांनी आणखी एक गोष्ट सांगितली, ''अति कामाबद्दल एकदा तर त्यांना वैद्यकीय उपचार घ्यायची वेळ आली होती.''

सौदे/वायदे व्यापारामध्ये एकंदरीत महिलांचे प्रमाण अगदीच कमी आहे. त्यातील एका महिलेने, आम्ही टॅक्सीमधून जात असताना सांगितले की, ''आम्ही वायदे व्यापारी थोडेफार नशेबाजांसारखेच असतो.'' तिने नोकरी खूप वर्षांपूर्वीच सोडली, पण बॉक्साइटच्या किमतींमधील रोजचे चढउतार, गयाना (Guinea)मधील कामगारांच्या संपाची परिस्थिती कारण तेथे बॉक्साइटच्या खाणी मोठ्या प्रमाणावर आहेत. इत्यादी गोष्टींची खबरबात ती अजून ठेवते. हे व्यसन, ही सवय यावर काही प्रमाणात नियंत्रण ठेवता येते. परंतु त्यापासून पूर्णपणे मुक्तता मात्र करून घेता येत नाही.

मी या व्यवसायातून बाहेर पडलेल्या बऱ्याच सौदे/वायदे व्यापाऱ्यांशी बोललो. नंतरसुद्धा कित्येक वर्षे ते संबंधित व्यवसायिकांचे फोन नंबर्स, तेल शुद्धीकरण कारखान्यांची नावे, त्यांची उत्पादनक्षमता इत्यादी गोष्टींची माहिती त्यांच्या पाकिटात बाळगत होते हे त्यांनी मोकळेपणाने मान्य केले. मार्क रिच यांच्या कंपनीत पूर्वी काम करणाऱ्या एका कर्मचाऱ्याने त्या पाच संस्थापक भागीदारांपैकी एकाच्या पत्नीने त्याला दिलेल्या सल्ल्याविषयी सांगितले. तिने त्याला सांगितले होते, ''काम वगैरे सर्व ठीक आहे, पण त्यांना तुझा जीव खाऊ देऊ नकोस.'' वायदे व्यापाऱ्यांच्या मर्यादित वर्तुळात मार्क रिच यांच्या कंपनीमधील एखाद्या वायदे व्यापाऱ्याला त्याच्या विशेष कामगिरीमुळे अचानक प्रसिद्धी मिळायची आणि त्या विशेष कामगिरीबद्दल त्याला खास बोनस वगैरे पण दिला जायचा, आणि कधीकधी त्याची एकूण मिळकत गुंतवणूक क्षेत्रातील वित्तीय संस्थेच्या (Investment Banker) व्यवस्थापकापेक्षा जास्त असायची. स्वित्झर्लन्डमध्ये इतर कोणत्याही कंपनीपेक्षा मार्क रिच यांच्या कंपनीने अधिक दशलक्षाधीश (Millionaires) घडवले याचा त्यांना सार्थ अभिमान आहे. कंपनीच्या स्थापनेपासूनच मार्क रिच यांनी कंपनीत काम करणाऱ्या कर्मचाऱ्यांना कंपनीच्या भाग-भांडवलात गुंतवणूक करून कंपनीचे शेअर घेण्यास प्रवृत्त केले होते, आणि हे एक त्या काळातले क्रांतिकारक पाऊल होते. मार्क रिच त्याविषयी सांगतात की, ''मला माझ्या कर्मचाऱ्यांनी ''त्यांच्या''कंपनीसाठी काम करायला हवे होते आणि कंपनीच्या यशातले भागीदार/हिस्सेदार व्हावे असे वाटत होते.'' कंपनीमधील अगदी स्वीय साहाय्यकांना पण त्यांनी शेअर देऊ केले होते.

मी जेव्हा मार्क रिच यांना, एखाद्या कर्मचाऱ्याची निवड करण्याच्या त्यांच्या पद्धतीवर विचारले तेव्हा ते म्हणाले, "त्याच्यामध्ये काम करण्याची प्रबळ इच्छा हवी, त्याला किंवा तिला व्यापार करण्याची मनापासून आवड हवी, तासन्‌तास काम करण्याची आणि कष्ट करण्याची तयारी हवी, एखाद्या गोष्टीचा सतत पाठपुरावा करण्याची मानसिकता हवी." त्यांच्या कंपनीमध्ये काम करणाऱ्या एका वरिष्ठ अधिकाऱ्याने मला सांगितले की, कंपनीमध्ये अधिकाराची किंवा पदांची उतरंड नव्हती आणि दुसरे म्हणजे कंपनीचे खुले आणि मुक्त धोरण. अशी कामाची पद्धत ठरून गेली होती. पुढे त्यांनी आणखी सांगितले की, "मार्क रिच यांच्या स्वत:च्या वागणुकीमुळे प्रत्येक कर्मचाऱ्याला आपण एका मोठ्या कुटुंबाचे सदस्य आहोत असे वाटे आणि कर्मचाऱ्यांनाही मार्क रिच यांच्यासाठी काम करताना अभिमान वाटे."

जागतिकीकरणाचा प्रणेता

मार्क रिच हे दूरदृष्टीचे आणि वृत्तीने अग्रेसर असे व्यक्तिमत्त्व होते. आज ना उद्या व्यापाराचे जागतिकीकरण होणार हे त्यांना आधीच समजले होते आणि या जागतिकीकरणाची सुरुवात होणार होती "तेल व्यापारा"पासून. कारण तेल ही अशी एक वस्तू होती की, ज्याची सर्वांनाच गरज होती. हे ज्या वायदे व्यापाऱ्याने मला सांगितले तो तेलाच्या व्यवसायात अगदी प्रथमपासूनच होता, त्याची आणि माझी भेट माद्रिदमध्ये झाली. माद्रिद येथे आता त्याची स्वतंत्र व्यापारी कंपनी आहे. त्याचे कार्यालय दोन लहान खोल्यांमध्ये आहे. मोठे-मोठे व्यवहार करण्यासाठी तीन टेलीफोन्स, एक साहाय्यक, एक कॉम्प्युटर आणि इतक्या वर्षांच्या व्यवसायातून जोडले गेलेले व्यक्तिगत संबंध, एवढ्या गोष्टी त्याच्या व्यापाराला पुरेशा आहेत. सन १९७०च्या दशकात तो जेव्हा तरुण होता तेव्हा त्याच्यामध्ये धडाडी होती. ते दिवस आठवत तो मोठ्या उत्साहाने बोलत होता, "तेल या वस्तूला त्या काळात एक वेगळेच स्थान होते, ग्लॅमर होते. तेल व्यापारातले आम्ही वायदे व्यापारी म्हणजे हिरोच होतो. आम्ही जणू त्या नाट्यातले मुख्य नायक होतो. त्याकाळी सर्वच नवीन होते, व्यापार केली जाणारी वस्तू "तेल" ही पण नवीनच होती."

मार्क रिच यांचेबरोबर बराच काळ काम केलेल्या अनेक वायदे व्यापऱ्यांकडून यासारख्या अनेक गोष्टी मी ऐकल्या. त्या सर्वांनीच "तेल" या नवीन वस्तूच्या शोधाच्या आणि त्यासाठीच्या बाजारपेठेच्या विकासाच्या प्रयत्नांचा तो काळ हा त्यांच्या आयुष्यातला सर्वात रोमांचकारी काळ होता असे सांगितले. सन १९६० आणि १९७०च्या दशकामध्ये नव्याने स्वतंत्र झालेल्या आफ्रिकन देशांमध्ये व्यापाराच्या संधी शोधणाऱ्या एका व्यापाऱ्याच्या शब्दात सांगायचे तर, "आधी कोणीही पाऊल

न ठेवलेल्या अशा एखाद्या प्रदेशात जाणे आणि तेथे नवीन संधीचा शोध घेणे ही मनाला सर्वात सुखावणारी गोष्ट आहे.'' ज्यांच्याशी व्यापार करायचा आहे त्यांच्यातील मुख्य भिडू कोण आहेत? त्यांच्यापर्यंत पोहोचण्याचे मार्ग कोणते? तेथे व्यापाराची व्याप्ती काय प्रमाणात असू शकेल? तेथे तुम्ही कोट्यवधी डॉलर्सचा व्यवहार केलात तरी थरकाप उडणार नाही अशी मार्क रिच आणि कंपनीसारखी कंपनी तुमच्या मागे आहे ही कल्पनाच किती सुखावणारी आणि आत्मविश्वास वाढवणारी होती.

मार्क रिच आणि कंपनीमध्ये सुरुवातीपासून असलेला एक वायदे व्यापारी उत्साहाने सांगत होता, ''आम्ही एका नवीनच जगात मुशाफिरी करत होतो.'' खरोखरच ते सर्वस्वी नवीनच जग होते. एकोणिसाव्या शतकात व्यापाराच्या अगदी प्राथमिक अवस्थेतील जागतिकीकरणाला सुरुवात झाली. ती प्रक्रिया विसाव्या शतकात पहिले महायुद्ध सुरू होताच थांबली होती. आता सन १९६०, १९७०च्या दशकांमध्ये व्यापाराची परत जागतिकीकरणाच्या दिशेने वाटचाल सुरू झाली होती. या दुसऱ्या पर्वातल्या व्यापाराच्या जागतिकीकरणाचा मात्र जागतिक अर्थव्यवस्थेवर कायमचा ठसा उमटला होता. सन १९६०चे दशक संपता-संपता त्या सात भगिनींची तेल व्यापारावरची एकूण पकड विचारात घेता जगातल्या एकूण क्रुडतेलाच्या उत्पादनाच्या जेमतेम पाच टक्के एवढाच हिस्सा खुल्या बाजारात व्यापारासाठी उपलब्ध होत होता, आणि केवळ १० वर्षातच सर्व चित्र पालटले होते. निम्म्यापेक्षा जास्त क्रुडतेलाचे व्यवहार आता खुल्या बाजारात आणि ''तत्काळ'' तत्त्वावर (Spot Market) व्हायला लागले होते आणि मुख्य म्हणजे तेलाच्या किमती मागणी/पुरवठा या तत्त्वावर आधारित होऊ लागल्या होत्या.

या सर्व घडामोडींचा जास्तीत जास्त फायदा कसा उठवायचा ही कला फक्त मार्क रिच यांनाच चांगल्या प्रकारे अवगत होती आणि त्या जोरावर त्यांनी केवळ पाच वर्षांच्या कालावधीत व्यापारी कंपनीचे एका मोठ्या व्यापारी साम्राज्यात रूपांतर घडवून आणले. बऱ्याच वर्षांनंतर जागतिक उद्योगात मार्क रिच आणि कंपनी ही अगदी नवखी कंपनी आपले एक स्वतंत्र स्थान निर्माण करण्यात यशस्वी झाली होती, आणि ते पण केवळ इतर कंपन्यांप्रमाणे एक कंपनी म्हणून नाही, तर तेल उद्योगातल्या मोठ्या-मोठ्या कंपन्यांना आव्हान देऊ शकेल असे एक सत्ताकेंद्र म्हणून. सन १९७०चे दशक संपता-संपता कंपनीची जगभरात तीस कार्यालये काम करत होती. पाच संस्थापक/भागीदारांनी आपापली कार्यक्षेत्रे वाटून घेतली होती. न्यूयॉर्क (रिच आणि ग्रीन), लंडन (जॉन ट्रॅफोर्ड), माद्रिद (जॅक हेचूल), आणि झग (ॲलेक हॅकेल).

आणि अचानक एक दिवशी आंतरराष्ट्रीय तेल उद्योगाला हादरवून टाकणारी,

अस्थिर करणारी घटना घडली – ज्या संधीची वायदे व्यापारी अगदी वाट बघत असतात अगदी अशी घटना घडली. मंगळवार १६ जानेवारी १९७९, २५०७ वर्षांची परंपरा असलेली पर्शियन राजवट संपुष्टात आली. मोहम्मद रेझा शाह पेहलवी (Mohammad Reza Shah Pahlavi) आणि राणी फराह दिबा (Farah Diba) यांना देश सोडावा लागला. अधिकृत घोषणा अशी केली गेली की, ते दोघे जण इजिप्तला सुट्टी घालवण्यासाठी जात आहेत. ते आता परत येणार नाहीत, हे सर्वांना माहीत होते. इराणच्या शाह यांच्या एककल्ली आणि एकछत्री राजवटीच्या विरोधात शेवटच्या काही महिन्यांत विरोधाला आणि आंदोलनांना सुरुवात झाली होती आणि इराण यादवीयुद्धाच्या उंबरठ्यावर उभा होता. कुझेस्तान (Khuzestan) प्रांतात तेल उत्पादकांच्या संपामुळे तेल उत्पादनात आणि पर्यायाने तेल निर्यातीत प्रचंड प्रमाणात घट झाली होती. त्यामुळे अर्थव्यवस्था कोलमडली होती. शाह यांच्या इराणमधून परागंदा होण्यामुळे, पलायनामुळे, मार्क रिच यांनी तेल व्यवहारातील त्यांचा सर्वात महत्त्वाचा भागीदार ''इराण'' गमावला होता.

८

अयातुल्ला खोमेनी यांच्याबरोबर व्यापार

मार्क रिच यांच्या संपूर्ण व्यावसायिक कारकिर्दीमध्ये इराणचे शाह पदच्युत होणे ही त्यांच्या कंपनीच्या व्यापाराच्या दृष्टीने सर्वात मोठा प्रश्न निर्माण करणारी गंभीर घटना होती. त्यांनी स्वत:ची कंपनी स्थापन केल्यापासून इराण हा त्यांचा सर्वात मोठा आणि क्रुडतेलाचा पुरवठा करणारा प्रमुख देश होता. मार्क रिच यांची कंपनी दरवर्षी ८० लाख ते १ कोटी मेट्रिक टन, प्रति दिवशी दोन लाख बॅरल्स इतके क्रुडतेल इराणकडून घेत होती. इराणच्या क्रुडतेलाशिवाय मार्क रिच कधीच "तेल सम्राट" होऊ शकले नसते. परंतु ज्या इराणच्या शहेनशाह, महम्मद रझा पेहलवी, यांच्याशी त्यांचे उत्तम संबंध प्रस्थापित झाले होते त्यांनाच आता वनवासात जावे लागले होते. अर्थात त्यांनी त्यांच्या ऐशआरामी जीवनशैलीसाठी अनेक विदेशी बँकांमध्ये पुरेपूर सोय करून ठेवली होती. नॅशनल इराणियन ऑइल कंपनी (NIOC) चे एक व्यवस्थापक डॉ. परवेझ मिना पॅरिसला पळून गेले. त्यांना लगेचच तेथे एका तेल उद्योगामध्ये सल्लागार म्हणून नोकरी मिळाली. अली रेझा "मिस्टर स्टील" या इराणच्या उद्योगपती आणि राजकारणींनी खासगी विमानाने लॉसएंजेलिस गाठले. एकूणच मार्क रिच यांच्या या इराणी साहसाची आता कटू अखेर होणार अशीच चिन्हे दिसायला लागली.

जेवढे काही सांभाळता येईल, जेवढे काही वाचवता येईल तेवढे प्रथम वाचवायची हीच वेळ आहे हे सौदे/वायदे व्यापाऱ्यांनी हेरले. पिंकी ग्रीन यांना फारसी भाषा चांगली अवगत होती. तसेच ते इराण संबंधीच्या गोष्टींचे चांगले जाणकार होते. त्यांनी नव्याने स्थापन झालेल्या सरकारशी व्यापारी बोलणी, तसेच करारमदार करण्याच्या दृष्टीने चाचपणी करण्यासाठी इराणला जाण्याची तयारी

दर्शवली. पर्शियाची राजेशाही संपुष्टात आल्यानंतर पहिले दोन आठवडे तेहरान विमानतळावर उतरणे अशक्यच होते. कारण नव्याने स्थापन झालेल्या सरकारमधील प्रमुख धार्मिक राजकीय नेते ''शाहपूर बख्तियार'' (Shahpur Bakhtiar) यांनी पहिल्यांदा काय केले असेल तर ''मेहराबाद आंतरराष्ट्रीय विमानतळ'' वाहतुकीसाठी बंद केला. १ फेब्रुवारी १९७९या दिवशी – जो दिवस नंतर ऐतिहासिक ठरणार होता – विमानतळ वाहतुकीसाठी खुला केल्या-केल्या पहिल्या विमानाने पिंकी ग्रीन इराणमध्ये आले. त्या सत्ताबदलाच्या अस्थिर आणि स्फोटक काळात इराणमध्ये पाऊल ठेवणे ही धाडसी गोष्टच होती. त्यातून एका ज्यू अमेरिकन व्यापाऱ्यासाठी तर ती अजिबात योग्य वेळ नव्हती. इराणच्या बऱ्याच मोठ्या जनतेमध्ये अमेरिका विरोधी आणि द्वेषाची भावना अगदी ओतप्रोत भरून राहिली होती. बऱ्याच लोकांची अशी कल्पना झाली होती की शाह हे अमेरिकेच्या हातातले बाहुले होते. अप्रिय शाह यांना आणि त्यांच्या भोवतीच्या भ्रष्टाचारी टोळक्याला इराणची सत्ता मिळवण्यासाठी अमेरिकेनेच मदत केली होती आणि एवढेच नाही तर सर्वकाळ त्यांच्या राजवटीला अमेरिकेने संरक्षण दिले. इस्रायलसारखा देश ज्याचे शाह यांच्या राजवटीबरोबर, छुपे का होईना पण सलोख्याचे संबंध होते, तोसुद्धा आता जनतेच्या रोषाचा लक्ष्य झाला होता. बख्तियार यांच्या राजवटीने सत्तेवर येताच पहिला काय निर्णय घेतला असेल तर तो इस्रायलला होणारी तेलाची निर्यात थांबवण्याचा. हे पाऊल म्हणजे लोकांच्या भावना आणि धर्मांधविरोधी पक्षांना शांत करण्याचा त्यांचा एक प्रयत्न होता.

पिंकस ग्रीन, मेहराबाद विमानतळावरच्या कस्टम्सचा अडथळा पार करून बाहेर येताच त्यांच्या मागच्या कटकटींना सुरुवात झाली. इराणच्या इमिग्रेशन अधिकाऱ्यांनी त्यांचा अमेरिकन पासपोर्ट जप्त केला. पिंकस ग्रीन यांनी अत्यंत नम्रपणे पण तितक्याच निर्धाराने त्या अधिकाऱ्याला पासपोर्ट परत करण्यासाठी विनंती केली कारण त्याशिवाय त्यांना इराणमध्ये इतरत्र फिरणे कठीण होऊन बसले असते. त्या अधिकाऱ्याने नकारार्थी मान हालवली आणि पिंकस ग्रीन यांना अंदाज आला की पासपोर्ट परत करण्याचा त्याचा काही विचार नाही. पिंकस ग्रीन एक अनुभवी आणि मुरलेले व्यापारी होते. त्यांना अशा परिस्थितीमधून नवनवीन मार्ग काढण्याची कला चांगली अवगत होती. त्या इमिग्रेशन अधिकाऱ्याला पासपोर्ट परत करण्यासाठी कमीपणा वाटणार नाही किंवा अपमानास्पद वाटणार नाही असा काही मार्ग शोधणे, उपाय काढणे आवश्यक होते. पिंकस ग्रीन यांनी फारसी भाषेतून पासपोर्ट मिळाल्यासंबंधीची पोचपावती त्याच्याकडे मागितली. ग्रीन यांची ही युक्ती कामाला आली. त्या अधिकाऱ्याने एका पॅकिंगच्या कागदामागे ग्रीन यांचे नाव, जन्मतारीख आणि पासपोर्ट नंबर लिहून सही-शिक्क्यानिशी एक अनोखी अशी पावती बनवून त्यांना दिली.

खोमेनी यांचे आगमन

त्या दिवशी म्हणजे १ फेब्रुवारी १९७९ रोजी मेहराबाद विमानतळावर लाखोंच्या संख्येने लोक जमले होते. ते सर्व जण एका म्हाताऱ्या माणसाला घेऊन येणाऱ्या एअर फ्रान्सच्या बोईंग ७४७ विमानाची वाट बघत होते. शहात्तर वर्षांचे अयातुल्ला रुहोल्लाह खोमेनी हे त्यांचा फ्रान्समधला १५ वर्षांचा विजनवास संपवून इराणला परतत होते. त्यांनी इराणला आल्यावर चारच दिवसांत ''इस्लामिक क्रांतिकारी सरकार''ची स्थापना केली आणि विश्वासू मेहदि बझारगन (Mehdi Bazargan) यांनी पंतप्रधान म्हणून सूत्रे हाती घेतली. हा मधला सर्व काळ पासपोर्ट ताब्यात नसल्यामुळे ग्रीन यांना इराणमध्येच अडकून पडावे लागले. त्यांना कोणतेही काम करण्याची बंदी होती आणि इराण अंतर्गत प्रवास करता येत नव्हता. ते अगदी एकटे पडल्यासारखे झाले होते. ''झग''येथील प्रमुख कार्यालयातील त्यांच्या सहकाऱ्यांना आणि कर्मचाऱ्यांना आता त्यांच्या सुरक्षिततेची काळजी वाटायला लागली. एखादा तरबेज आणि हुशार व्यापारी सर्व बाजूंनी कोंडी झाल्यावर काय करू शकतो ते ग्रीन यांनी करून दाखवले. इराणमध्ये येऊन आता त्यांना एक आठवडा झाला होता. ग्रीन, त्यांचे नाव, जन्मतारीख आणि पासपोर्ट नंबर लिहिलेली पोचपावती घेऊन परत त्या इमिग्रेशन अधिकाऱ्याकडे गेले आणि बऱ्याच खटपटी -लटपटींनंतर त्यांचा पासपोर्ट मिळवण्यात आणि लगोलग इराण सोडण्यात यशस्वीपण झाले, कारण इराणमध्ये आता सार्वजनिकरीत्या अमेरिकनांच्या आणि ज्यूंच्या विरोधात प्रतिक्रिया उमटायला सुरुवात झाली होती.

अयातुल्ला खोमेनी यांना इराणमध्ये येऊन आता दोन आठवड्यांचा कालावधी उलटून गेला होता आणि ''इस्लामिक कट्टर पंथियांची'' इराणवरील पोलादी पकड आता घट्ट झाली होती. या सत्तांतराच्या दरम्यान शाह यांच्या सरकारमध्ये राहिलेल्या आणि त्यांच्या प्रती निष्ठा असलेल्या डझनभर मंत्र्यांची ''इस्लामिक जनता न्यायालयात'' (Islamic peoples Courts) थातूरमातूर सुनावणी करण्यात आली आणि सर्वांना मृत्युदंडाची शिक्षा ठोठावण्यात आल्या. सैन्य तसेच पोलीस खात्यामधील हजारो अधिकाऱ्यांना अटक करण्यात आली आणि गोळ्या घालण्यात आल्या. पंतप्रधान बझारगन (Bazargan) यांनी इस्रायलशी असलेले राजनैतिक संबंध तोडले, आणि त्याचबरोबर शेकडो दंगलखोरांनी इस्रायलच्या दूतावासात घुसून तेथे लुटमार आणि तोडफोड केली. काही दिवसांनंतर अयातुल्ला खोमेनी यांनी इस्रायली दूतावास (PLO)च्या ताब्यात दिला. त्या दूतावासावर पॅलेस्टाइनचा ध्वज फडकवण्यासाठी चेअरमन यासर अराफत (Yasser Arafat) स्वत: जातीने इराणला आले आणि त्यांनी ध्वज फडकवला. या कृतीमधून अयातुल्ला खोमेनी

यांनी इस्त्रायलसंबंधीच्या त्यांच्या भविष्यकालीन धोरणांची, दृष्टिकोनाची जणू चुणूकच दाखवून दिली होती. त्यांचा असा ठाम विश्वास होता की, जगाच्या त्या भागातून जर इस्त्रायलचे वेळीच उच्चाटन केले नाही तर इस्लाम धर्माला आणि मुसलमानांना नष्ट करणारा तो एक कॅन्सर ठरेल. खोमेनी यांचे तर असेही म्हणणे होते की कुराणाच्या शिकवणुकीप्रमाणे इस्त्रायलला अस्तित्वातच राहाण्याचा अधिकार नाही.

अमेरिका आणि इस्त्रायल या देशांनी इराणमध्ये राहाणारे त्यांचे सर्व नागरिक परत घेऊन जाण्याची व्यवस्था केली. जवळ-जवळ सर्व आंतरराष्ट्रीय कंपन्यांनी इराणमध्ये असलेली त्यांची कार्यालये बंद केली आणि त्यांच्या कर्मचाऱ्यांना परत बोलावून घेतले. पण एका कंपनीने मात्र अशा अस्थिर आणि स्फोटक राजकीय परिस्थितीत त्यांचे इराणमधील कार्यालय चालूच ठेवले. ती कंपनी अर्थातच मार्क रिच आणि कंपनी होती. या कंपनीचा एक विशेष म्हणजे अशा अस्थिर राजकीय परिस्थितीत त्या देशामध्ये तग धरून राहाण्याचा त्यांना पूर्वानुभव होता. याआधी क्युबा आणि बेलेव्हियामध्ये त्यांनी अशाच परिस्थितीत काम केले होते. कोणत्याही परिस्थितीत मार्क रिच यांना, त्यांच्या दृष्टीने अत्यंत महत्त्वाची असलेली, इराणची तेल बाजारपेठ हातातून जाऊ द्यायची नव्हती आणि त्यासाठी जितके दिवस तेथे पाय रोवून राहाता येईल तितके दिवस राहाण्याचा त्यांचा निर्धार होता. मार्क रिच आणि कंपनीच्या इराणस्थित कार्यालयात काम करणारा एक प्रतिनिधी फ्रेंच नागरिक होता आणि त्याला इराणमध्ये काम करण्याचा चांगला अनुभव होता, त्याने इराणमध्ये खूप वर्षे काम केले होते. राजकीय सत्ताबदलाच्या काळात त्याचा बाह्य जगाशी कित्येक दिवस संपर्क तुटला होता.

कधीकधी तर त्याला कार्यालयाबाहेर संरक्षणासाठी कृत्रिम आडोसे उभे करावे लागले. त्या कृत्रिम आडोशांवर आपटून परावर्तित होऊन येणाऱ्या बंदुकीच्या गोळ्यांपासून स्वत:चा बचाव करावा लागला. अनेक खटपटी-लटपटी करून शेवटपर्यंत त्याने किल्ला लढवला आणि त्याने दाखवलेल्या या चिकाटीचा अर्थातच त्यांना लवकरच चांगला फायदा मिळणार होता.

इराण हा जगातील काही मोठ्या तेल उत्पादक देशांपैकी एक देश होता. तेथील इस्लामिक क्रांतीनंतर झालेल्या सत्ताबदलामुळे जगाच्या तेल बाजारात अभुतपूर्व अस्थिरता निर्माण झाली होती. इराणच्या तेल उत्पादनात लक्षणीय घट झाली आणि मध्ये एकवेळ अशी आली की, तेल उत्पादन जवळ-जवळ थांबले. सन १९७७मध्ये इराणचे तेल उत्पादन दिवसाला ७० लाख बॅरल्स इतके होते. पण सन १९७९च्या सुरुवातीच्या महिन्यात तेच उत्पादन प्रति दिवशी पाच लाख बॅरल्स किंवा त्याहीपेक्षा कमी इतके खाली घसरले. जागतिक तेल बाजारातल्या मागणी/पुरवठा तत्त्वानुसार ही पुरवठ्यामधील प्रचंड प्रमाणातील घट तेलाच्या

किमतींवर अर्थातच परिणाम करणारी होती आणि अपेक्षेप्रमाणे लवकरच बाजारात तेलाच्या किमती चढायला लागल्या. सन १९७४ आणि १९७८च्या दरम्यानच्या ''अरब तेल बहिष्काराच्या'' काळात त्या मानाने किमती बऱ्याच स्थिर राहिल्या होत्या, असे म्हणता येईल. कारण किमतींमधला चढउतार $१०.७३ ते $१३.३९ प्रति बॅरल इतक्याच मर्यादित प्रमाणात होता. परंतु १९७९च्या इस्लामिक क्रांतीनंतर संभाव्य धोक्याची जाणीव होऊन घाबरलेल्या, गोंधळलेल्या अमेरिकन तेल कंपन्यांनी ''तत्काळ तत्त्वावर'' (Spot Market) पण $२८ प्रति बॅरल इतकी किंमत देण्याची तयारी दर्शवली. तेव्हा OPECने ठरवलेली अधिकृत किंमत होती. $१३.३४ प्रति बॅरल. म्हणजे अमेरिकन तेल कंपन्यांची दुपटीपेक्षाही जास्त किंमत देण्याची तयारी होती. तेल उद्योगाच्या इतिहासातले १९७९ हे वर्ष एका अस्थिर दशकातले सर्वात स्फोटक वर्ष म्हणून ओळखले जाणार होते. OPECने परिस्थितीचा फायदा घेण्याच्या दृष्टीने थोड्या-थोड्या अंतराने तेलाच्या किमतीत दोन वेळा १५-१५ टक्के भाव वाढ केली, त्यामुळे तेलाची अधिकृत किंमत झाली होती $१६.७५ प्रति बॅरल.

इराणमधील ''ओलीस'' संकट

ज्या दिवसाच्या घटना सर्व जगाला आणि अमेरिकेला हादरवून सोडणाऱ्या होत्या आणि जो दिवस मार्क रिच यांच्याबद्दलचे जनमत कायमचे बदलवून टाकणार होता, तो ४ नोव्हेंबर १९७९ हा दिवस उजाडला. दिवस चांगला वर येऊन बराच वेळ झाला होता. अचानक इमाम खोमेनी यांना मानणाऱ्या मुस्लीम विद्यार्थी गटाचे ५०० इराणी तरुण तेहरानमधील अमेरिकन दूतावासाच्या इमारतीत शिरले आणि दूतावासातल्या ९० कर्मचारी आणि इतर यांना त्यांनी बंधक केले. त्यात ६३ जण अमेरिकेचे नागरिक होते. अमेरिकन दूतावासाचे प्रमुख ब्रुस लेनजीन (Bruce Laingen) आणि इतर दोन अधिकाऱ्यांना इराणच्या विदेश मंत्रालयात बंधक करण्यात आले. अयातुल्ला खोमेनी यांनी या बंधक बनवण्याच्या आणि ओलीस ठेवण्याच्या विद्यार्थ्यांच्या कृतीचे ''ही जनमानसाची नैसर्गिक प्रतिक्रिया आहे'' असे समर्थनच केले आणि एवढेच नाही तर दूतावासाचे ''हा एक अमेरिकन हेरांचा अड्डाच आहे'' असे वर्णन केले. खोमेनी अमेरिकेचा उल्लेखच मुळी ''मोठा राक्षस'' (Great Satan) असा करायचे. काही दिवसांनी इस्रायलचा उल्लेख ते ''छोटा राक्षस'' (Little Satan) असा करायला लागले.

या ओलिसांची मुक्तता करण्यासाठी इस्लामिक संघटनेच्या विद्यार्थ्यांनी अमेरिकेकडे पदच्युत शाह, महम्मद रझा पेहलवी, यांना त्यांच्या ताब्यात देण्याची मागणी केली. या घटनेच्या दोनच आठवडे आधी न्यूयॉर्क येथील ''कॉर्नेल मेडिकल सेंटर''

(Cornell Medical Centre)मध्ये महम्मद रझा पेहलवी (Lymhpatic Cancer) कर्करोगाच्या उपचारासाठी दाखल झाले होते. त्या संपूर्ण काळात इस्लामिक संघटनेचे विद्यार्थी अमेरिकेच्या अध्यक्षांच्या, कार्टर यांच्या, विरोधात घोषणा देत होते; शाह यांची परत-परत मागणी करत होते आणि अमेरिकेला इराणविरोधी कटांबद्दल लाखोली वाहात होते. ज्या कटाचा ते उल्लेख करत होते तो कट म्हणजे इराणचे भूतपूर्व पंतप्रधान ''महम्मद मोसादेग'' (Mohammad Mossadegh) यांची राजवट उलथवून टाकण्याचा कट. महम्मद मोसादेग यांनी इराणच्या तेल व्यवसायाचे १९५१ साली राष्ट्रीयीकरण केले होते आणि इराणच्या शाह यांच्या अधिकारावर इतक्या मर्यादा आणल्या होत्या की शाह यांना शेवटी देश सोडून जाणे भाग पाडले होते. सन १९५३मध्ये मोसादेग यांची राजवट इराणच्या सैन्याने उलथवून टाकली आणि त्यासाठी सैन्यातील अधिकाऱ्यांना अमेरिकेच्या सीआयए या गुप्तहेर खात्याची आणि ब्रिटनच्या गुप्तहेर खात्याची मदत मिळाली होती.

अमेरिकन दूतावासावरील हल्ला आणि दूतावासातील कर्मचाऱ्यांना ओलीस ठेवण्याची घटना म्हणजे व्हिएन्ना येथे १८१४-१८१५मध्ये परस्पर देशांमधील राजनैतिक संबंधांबाबत केलेल्या कराराचा सरळ-सरळ भंग होता, उल्लंघन होते. या व्हिएन्ना कराराचे पालन दुसऱ्या महायुद्धाच्या काळात अगदी नाझी सैन्याने कटाक्षाने केले होते. एखाद्या देशाच्या दूतावासाच्या इमारतीला आणि त्या भोवतालच्या जागेला, यजमान देशाच्या दृष्टीने परकीय भूमीचा दर्जा असतो आणि तो स्थानिक कायद्याच्या कक्षेबाहेरचा समजला जातो. अमेरिकेचे अध्यक्ष कार्टर (Jimmy Carter) यांनी दूतावासावरील हल्ल्याचे केलेले वर्णन हे वस्तुस्थिती दर्शकच होते. ती घटना म्हणजे आंतरराष्ट्रीय कायद्याचा उघड-उघड भंग होता आणि तो एक अतिरेकी हल्ला होता. सर्व जगभरातल्या दूरदर्शन वाहिन्यांना बोलावून त्यांच्यामार्फत, डोळे बांधलेल्या आणि अपमानित केलेल्या ओलिसांची छायाचित्रे प्रसारित करण्यात आली. अमेरिकेचा राष्ट्रध्वज जाळण्यात आला, कार्टर यांच्या पुतळ्याला प्रतीकात्मक फाशी देण्यात आले आणि अमेरिकेसारखा बलाढ्य देश हे सर्व हताशपणे बघण्यापलीकडे काहीही करू शकत नव्हता. दररोज संध्याकाळी एबीसी टेलीव्हिजन वाहिनीवरून ''बंधक अमेरिका'' या शीर्षकाखाली ओलिसांसंबंधी बातम्या दाखवल्या जात असत. इराणमधील ''ओलीस'' घटना ही अमेरिकेच्या संपूर्ण इतिहासात सर्वात मोठी नाचक्कीची घटना होती. पण त्याचा एक फायदा असा झाला की अमेरिकेमधील जनमत संघटित झाले. त्या बंधक म्हणून ठेवल्या गेलेल्यांना भावनिक पाठिंबा दर्शवण्यासाठी लोकांनी घरांवर, दारांवर, बागेतल्या झाडांवर पिवळ्या रंगाच्या रिबीनी लावल्या होत्या.

सन १९७९ नोव्हेंबरमध्ये कार्टर प्रशासनाने इराणच्या विरोधात अनेक प्रकारच्या

आर्थिक आणि राजकीय निर्बंधांच्या घोषणा केल्या. इराणकडून होणाऱ्या क्रुडतेलाच्या आयातीवर बंदी घातली. अमेरिकेमधील जवळ-जवळ $८Bn (अंदाजे रु. ४०,००० कोटी) इतकी इराणची गुंतवणूक, हितसंबंध गोठवले. एवढेच नाही तर इराणच्या मध्यवर्ती (प्रमुख) बँकेच्या आणि तिच्या अखत्यारीत येणाऱ्या, ज्या अमेरिकेच्या सार्वभौमत्त्वाखाली येतात, इतर सर्व वित्तीय संस्थांच्या मालकीच्या स्थावर तसेच जंगम मालमत्तेच्या हक्कांच्या हस्तांतरणावर, विक्रीवर आणि व्यापारावर कार्टर यांनी एका विशेष आदेशान्वये संपूर्ण बंदी घातली. त्याला प्रत्युत्तर म्हणून इराण सरकारनेपण इराणमध्ये व्यवसाय करणाऱ्या अमेरिकन तेल कंपन्यांबरोबरचे सर्व करारमदार रद्दबातल केले. त्यांच्यावर इराणचे क्रुडतेल इराणबाहेर निर्यात करायला बंदी घातली.

७ एप्रिल १९८० रोजी अमेरिकेने इराणबरोबरचे असलेले राजनैतिक संबंध तोडले. (तेव्हापासून स्वित्झर्लन्डचे सरकार इराणमधील अमेरिकन हितसंबंधांचे रक्षण करते आहे.) अध्यक्ष कार्टर यांनी एका विशेष अध्यादेशाद्वारे इराणबरोबरच्या सर्व आर्थिक व्यवहारांवर बंदी घातली. तसेच अमेरिकेच्या नागरिकांना इराणबरोबर किंवा इराण संबंधित कोणत्याही व्यवस्थापनाशी, इराण सरकारशी, इराणी माणसाच्या मालकीच्या कंपनीशी कोणतेही आर्थिक व्यवहार करण्यास, शिवाय घरखर्च यासारख्या खासगीकरणाव्यतिरिक्त पैसे पाठवण्यास संपूर्ण बंदी घातली. शेवटी ४४४ दिवसांनंतर, २० जानेवारी १९८१, रोजी त्या ओलिसांची मुक्तता करण्यात आली.

इराणमधील दूतावासातले कर्मचारी ओलीस ठेवले जाण्याची ही घटना अमेरिकेच्या दृष्टीने अत्यंत वाईट अशी शोकांतिका होती. एवढेच नाही तर त्याहूनही वाईट अशा एका गोष्टीचा सल निर्माण करणारी गोष्ट होती आणि ती म्हणजे "अमेरिकेच्या परराष्ट्रीय धोरणाचे ते एक मोठे अपयश होते. या घटनेला आणखी एक अर्थ होता. क्रुडतेलाच्या जागतिक बाजारपेठेचा केंद्रबिंदू आणि पर्यायाने सत्ताकेंद्र अमेरिका आणि पाश्चिमात्त्य औद्योगिक देशांकडून हळूहळू मध्यपूर्वेतील तेल उत्पादक देशांच्या दिशेने निर्विवादपणे सरकू लागल्याचे ही घटना हे एक चिन्ह होते."

सन १९७९, तेलाचा दुसरा मोठा झटका

इराणमधील राजकीय उठावाचा जागतिक तेल बाजारावर तिहेरी परिणाम झाला. सन १९८०मध्ये OPECने ठरवलेली क्रुडतेलाची अधिकृत किंमत जरी प्रति बॅरल ३८ डॉलर इतकी होती, तरीपण वैयक्तिकपणे केलेल्या काही तेल व्यवहारांमध्ये प्रति बॅरल ५० डॉलर इतकी किंमत मोजली गेली होती. इराणचे शाह पदच्युत होण्याच्या सुमाराला जी तेलाची किंमत होती त्यापेक्षा ही किंमत तीन ते चार पटीने जास्त होती, आणि तेल व्यवसायाच्या इतिहासात तोपर्यंत दिली गेलेली

ती सर्वात जास्त किंमत होती. त्याच काळात पेट्रोलची किंमत प्रति गॅलन ६३ सेंट्सवरून १.३० डॉलर म्हणजे जवळ-जवळ दुप्पट झाली. तसेच अमेरिकेला होणाऱ्या तेल पुरवठ्यात थोडा काळ का होईना पण अनिश्चितता निर्माण झाली आणि शेवटचे म्हणजे नवीन राजवटीतल्या मुल्लांनी अमेरिकन आणि युरोपीयन तेल कंपन्यांशी असलेले जुने संबंध संपूर्णत: तोडून टाकले. असे सगळे जरी होते तरी तेल विक्री आणि तेल निर्यात परत सुरू करण्यासाठी त्यांना नव्याने संबंध प्रस्थापित करणे, मध्यस्थ शोधणे इत्यादी करणे भाग होते.

मार्क रिच आणि कंपनीचे मुख्य कार्यालय स्वित्झर्लन्ड येथे, एका तटस्थ देशात ठेवण्याच्या निर्णयाचा फायदाच झाला होता. मार्क रिच क्रुडतेलाच्या खरेदी-विक्रीचे बहुतेक व्यवहार त्यांच्या झग येथील कार्यालयातूनच करत. त्याचे प्रमुख कारण म्हणजे तेथील सुलभ कर पद्धती आणि कर आकारणी हे होते, पण नंतर इराण आणि साउथ आफ्रिकेबरोबरच्या व्यवहारांच्या बाबतीत त्याला एक राजकीय परिमाण मिळाले. स्वित्झर्लन्डसारख्या तटस्थ देशातून या देशांशी व्यापार करणे फायद्याचे होते आणि राजकीयदृष्ट्या सुरक्षित होते. अध्यक्ष कार्टर यांनी काढलेल्या अध्यादेशात पुढील व्यक्ती आणि संस्थांना वगळण्यात आले होते. "अमेरिकन कायद्याच्या कक्षेतील कोणतीही बिगर वित्तीय संस्था, कंपनी किंवा व्यापारी मंडळ ज्याची रचना, स्थापना इतर देशाच्या कायद्यान्वये झालेली आहे आणि व्यवसाय त्या देशाच्या कायद्यान्वये केला जातो." मार्क रिच यांच्या म्हणण्याप्रमाणे वरील अध्यादेश त्यांच्या स्वित्झर्लन्डस्थित आणि स्थापित कंपनीला लागू होत नव्हता.

सन १९७९च्या वसंतऋतूमध्ये जगाने विसाव्या शतकातील एक थक्क करणारी व्यावसायिक भागीदारी झालेली पाहिली. इराणमधील वाहाणारे क्रांतीचे वारे जरा स्थिरावल्यावर अयातुल्ला खोमेनींच्या ज्यू-विरोधी, अमेरिकाविरोधी आणि भांडवलशाहीविरोधी राजवटीने दुसऱ्या-तिसऱ्या कोणाशी नाही तर मार्क रिच नावाच्या एका अमेरिकन ज्यूबरोबरच व्यापार करण्याचे ठरवले. ज्या राजवटीने इराणच्या शाह यांच्या काळात झालेले सर्व करारमदार रद्दबातल ठरवले होते त्याच राजवटीने शाह यांच्या सर्वात महत्त्वाच्या व्यावसायिक भागीदाराशी परत व्यवहार करण्याचे ठरवले.

"त्यांनी सर्व करारमदार अगदी कसोशीने पाळले," मार्क रिच आम्ही एकत्र जेवत असताना मला म्हणाले. शाह यांच्या राजवटीमध्ये जे करार झाले होते त्याप्रमाणे प्रतिवर्षी ८० लाख ते १ कोटी मेट्रिक टन क्रुडतेलाचा (अंदाजे सहा कोटी ते साडेसात कोटी बॅरल्स) पुरवठा NIOC कंपनीने मार्क रिच आणि कंपनीला चालू ठेवला. "त्यांची काहीच तक्रार नव्हती," मार्क रिच सांगत होते.

जणूकाही परिस्थितीच्या संपूर्ण बदलण्याने विशेष असे काही घडलेच नव्हते. मी मार्क रिच यांना विचारले की इराणचे शाह यांच्याशी त्यांचे अगदी जवळचे संबंध असतानासुद्धा ते आणि त्यांची कंपनी खोमेनी राजवटीचा विश्वास कसा काय संपादन करू शकली? त्यांनी दिलेल्या संक्षिप्त उत्तरातून त्यांच्या व्यवसायाचे मर्म कळते आणि हेही समजते की मार्क रिच यांच्यासारखे व्यावसायिक कोणत्याही परिस्थितीत तग कसे धरू शकतात आणि त्यांच्यासारख्या व्यावसायिकांना एवढी मोठी मागणी का आहे. मार्क रिच म्हणाले, "आम्ही त्यांना विविध सेवा पुरवल्या. आम्ही फक्त तेलच विकत घेतले नाही तर त्या तेलाच्या वाहतुकीची जबाबदारी सांभाळली, त्या तेलाची आम्ही विक्रीही केली. इतक्या सगळ्या गोष्टी त्यांच्याने होणाऱ्या नव्हत्या, त्या आम्ही त्यांच्यासाठी केल्या."

ज्यावेळी शाह यांनी इराण सोडले त्याचवेळी NIOC मधील अनुभवी अधिकारी आणि अभियंते यांनी इराणमधून पळ काढला होता. तेथे काम करणारे विदेशी तंत्रज्ञ तर आधीच निघून गेले होते. नवीन अधिकाऱ्यांना तेल कंपनीच्या कामाचा आणि चालवण्याचा काहीही अनुभव नव्हता. त्या सर्वांची त्या-त्या जागी झालेली नेमणूक ही फक्त तेव्हाच्या राजवटीशी असलेल्या वैचारिक निष्ठेमुळे आणि धार्मिक विश्वासामुळे झालेली होती आणि कोणत्याही प्रकारच्या तांत्रिक ज्ञानामुळे झालेली नव्हती. कंपनीमध्ये उच्च पदांवर विराजमान झालेल्यांना तेल व्यवसायाचे आर्थिक अंग, विम्याचे नियम, तेलाची वाहतूक, बंदरांमधील चढउतार इत्यादीबद्दलचे प्राथमिक ज्ञान नव्हते. ते सर्व जण त्या बाबतीत पूर्ण अडाणी, अनभिज्ञ होते. त्यावेळेच्या घटना आठवताना मार्क रिच म्हणाले, "त्यांना कोणत्याच प्रकारचे शिक्षण मिळालेले नव्हते." मी मार्क रिच यांना विचारले, "तर मग NIOCमधील अधिकारी संपूर्णपणे मार्क रिच आणि कंपनीच्याच अनुभवावर आणि मार्गदर्शनावर अवलंबून होते का? त्यांच्या मदतीशिवाय कंपनीच्या अधिकाऱ्यांची परिस्थिती अगदी असह्य झाली असती का?" मार्क रिच यांनी हसत-हसत उत्तर दिले, "त्यांनी वरकरणी तसे दर्शवले नाही, पण परिस्थिती खरोखर तशीच झाली होती."

मार्क रिच यांचे इराणबरोबरचे व्यावसायिक संबंध सर्वसाधारण अंदाज केला गेल्यापेक्षा खूप घनिष्ठ होते आणि खूप काळ ते चालले. सरकारी वकील रुडॉल्फ डब्ल्यू गुलियानि (Rudolph W. Guliani) यांनी त्यांच्या आरोपपत्रात नमूद केलेल्या पाच व्यवहारांपेक्षा आणखी बरेच व्यवहार त्यांनी केले होते. इराणबरोबर केलेला तेल पुरवठ्यासंबंधीचा करार, ज्याची मुदत दर वर्षी वाढवली जात होती, अगदी जेव्हा दूतावासातील कर्मचाऱ्यांचे ओलीस नाट्य चालू होते, तेव्हा पण वैध होता. त्यासंबंधी बोलताना मार्क रिच एवढेच म्हणतात, "त्या राजकीय घडामोडी होत्या त्यांचा व्यापारावर, व्यवसायावर परिणाम होण्याचे काही कारण नव्हते."

मार्क रिच पुढे म्हणाले, ''दूतावासातील कर्मचारी ओलीस ठेवले जाणे ही कर्मचाऱ्यांसाठी अत्यंत वाईट आणि दु:खद घटना होती आणि अमेरिकेसाठी फार लाजिरवाणी गोष्ट होती. त्याचा आमच्या व्यवसायावर, व्यापारावर काहीही परिणाम झाला नाही.''

आम्ही त्यावेळी क्रुडतेलाची विक्री केली कारण -१) ते आम्हाला सहज मिळत होते. २) त्याची किंमत आमच्या व्यापाराच्या दृष्टीने अगदी योग्य होती. एवढ्याच कारणासाठी आम्ही व्यापार केला, व्यवहार केला. आम्ही कोणावरही आम्हाला तेल विकण्यासाठी किंवा आमच्याकडून तेल घेण्यासाठी दबाव आणला नव्हता की बळजबरी केली नव्हती. या दोन्हीमध्ये उत्पादकांनी आम्हाला तेल विकले कारण त्यात त्यांचा फायदा होता आणि खरेदीदारांनी आमच्याकडून घेतले कारण आमची किंमत त्यांना योग्य वाटत होती. सरतेशेवटी आम्ही मध्यस्थ म्हणून एक सेवा उपलब्ध करून देत होतो. मी त्यांना विचारले की त्यांनी इराणबरोबर किती काळ व्यापार केला. यावर त्यांचे उत्तर होते, ''बरीच वर्षे, अगदी मी माझी कंपनी आमच्या व्यवस्थापनाला १९९४ साली विकेपर्यंत.''

''आमच्याकडे तेल होते तर आमच्या प्रतिस्पर्ध्यांकडे ते नव्हते.''

सन १९७९ सालातले दुसरे जागतिक तेल संकट पण, पहिल्या १९७३ सालच्या अरब तेल निर्यात बंदीच्या काळातल्या संकटाप्रमाणेच, मार्क रिच यांना फायद्याचेच ठरले, एक वरदानच ठरले. ते उत्पादक देशांमधील त्यांनी प्रस्थापित केलेल्या काही घनिष्ठ संबंधितांनी दिलेल्या खास माहितीवरून मार्क रिच यांनी असा अंदाज बांधला की येणाऱ्या काळात मध्यपूर्वेतील राजकीय परिस्थिती अस्थिरच राहाणार आहे आणि त्यांना खातरीने वाटत होते की, मध्यम काळासाठी तेलाच्या किंमती वाढतच राहातील, चढ्याच राहातील. त्यामुळे नवनवीन तेल उत्पादकांचा त्यांचा शोध चालूच ठेवला आणि दीर्घ मुदतीसाठी तेल पुरवठा करण्याची हमी घेणाऱ्यांना त्यांच्या तेलासाठी उत्तम किंमत देण्याची तयारी दाखवली. मार्क रिच यांच्या तेल उत्पादक पुरवठादारांमध्ये, ज्यांच्याकडून ते तेल विकत घेत होते, इराणचे स्थान सर्वात महत्त्वाचे होते. अर्थातच तो एकमेव देश नव्हता.

जॅक हॅचूल यांनी अशा प्रकारचा दीर्घ मुदतीचा करार, हे संकट येण्याआधी, मार्क रिच आणि कंपनीच्यावतीने इक्वेडोरबरोबर केला होता हे मागील प्रकरणात आलेच आहे. मार्क रिच आणि कंपनीची दोन आफ्रिकन देशांबरोबरची व्यापारी भागीदारीपण तितकीच महत्त्वाची होती. सन १९७०च्या दशकात आफ्रिका खंडातला सर्वात जास्त लोकसंख्या असलेला देश, नायजेरिया, हा सर्वात जास्त तेल निर्यात करणारा देश म्हणून उदयाला येत होता. हा पश्चिम आफ्रिकी देश म्हणजे ज्याला ''साधन संपत्ती शापित'' (Resource Curse) म्हणता येईल याचे जितेजागते,

थक्क करणारे उदाहरणच होता. या देशातील तेलाची अफाट संपत्ती सर्वसामान्य नागरिकांपर्यंत झिरपलीच नाही. या देशाला एका मागून एक होणाऱ्या सशस्त्र उठावांचा इतिहासच आहे. प्रत्येक उठावानंतर नव्या गटाने सत्ता हातात घ्यायची आणि देशाच्या साधनसंपत्तीची, खनिजसंपत्तीची लूट करून स्वत:चे खिसे भरून घ्यायचे हेच वर्षानुवर्षे चालत आले आहे. नायजेरियाबरोबर अनेक वर्षे व्यापार केल्याचा अनुभव मार्क रिच यांच्या गाठीशी होता. त्यांचे तर असे स्पष्ट मत होते की हा देश म्हणजे ''जागतिक भ्रष्टाचाराची राजधानी आहे.'' दु:खाने मान हालवत मार्क रिच म्हणाले, ''अशा परिस्थितीत लोकांचे मरण ओढवते बाकी काही नाही.'' खनिजदृष्ट्या एवढा श्रीमंत देश लोकांपर्यंत काहीच फायदा पोहोचवत नाही. पण हे जरी सगळे होते तरी नोव्हेंबर १९७६ आणि सप्टेंबर १९७८ साली मार्क रिच यांच्या कंपनीने "Nigerian National Petroleum Corporation" या नायजेरियन राष्ट्रीय तेल कंपनीबरोबर दररोज ५०,००० बॅरल्स तेल पुरवण्याचा करार केला. सन १९७६ साली दक्षिण/पश्चिमेला असलेल्या मार्क्सवादी विचार सरणीच्या ''अंगोला'' (Angola) देशाबरोबर त्यांनी खूप प्रमाणात तेल खरेदीचा एक दीर्घ मुदतीचा करार केला (प्रकरण १४ वे).

मार्क रिच स्वत: त्यांच्या दूरदृष्टीला, दूरवरचा विचार करण्याच्या सवयीला त्यांच्या यशाचे गमक मानतात. ''माझे अगदी प्रथमपासूनच आणि स्पष्ट मत होते की गिऱ्हाइकांशी दीर्घ मुदतीचे संबंध ठेवणे, असणे हे गरजेचे आहे. दीर्घ मुदतीचा करार केलेला पुरवठेदार पाठीशी असल्यामुळे आमच्याकडे नेहमीच तेल उपलब्ध असायचे आणि ते आमच्या खूपच फायद्याचे होते. याउलट आमच्या प्रतिस्पर्ध्यांकडे तेल उपलब्ध नसायचे. त्याचमुळे तेलाची जबरदस्त भूक असलेल्या अमेरिकन आणि युरोपीयन तेल कंपन्यांना तेलाचा ते सततचा पुरवठा करू शकत होते.'' म्हणूनच तेल व्यापारात मार्क रिच हे अत्यंत खातरीलायक भरवशाचे व्यापारी म्हणून ओळखले जायचे. त्यांनी एकदा सांगितले की त्यांच्याकडे क्रुड उपलब्ध आहे, म्हणजे ते नक्कीच असायचे. त्यांचा एक अमेरिकन खरेदीदार म्हणाला, ''शेव्हरॉन'' (Chevron) या अमेरिकन कंपनीतील जागतिक तेल व्यापार विभागाचे डायरेक्टर रिचर्ड पर्किन्स यांच्या सांगण्याप्रमाणे मार्क रिच यांनी नेहमीच केलेल्या करारमदारांचे काटेकोर पालन केले आणि त्यामुळे तेल व्यवसायात त्यांच्या नावाला वजन होते.'' इराणकडून आयात होणाऱ्या तेलामध्ये अचानक घट झाल्यामुळे अमेरिकेपुढे गंभीर प्रश्न निर्माण झाला. अमेरिकेच्या एकूण गरजेच्या सहा टक्के तेलाची गरज या इराणकडून येणाऱ्या तेलातून भागत होती. दुसऱ्या शब्दात सांगायचे तर अमेरिका प्रति दिवशी १० लाख बॅरल्स तेल इराणकडून आयात करत होती. तेल पुरवठ्यामध्ये निर्माण झालेल्या छोट्या का होईना पण या तुटवड्यामुळे

अनेक प्रश्न निर्माण झाले. मुख्य म्हणजे पेट्रोलपंपांवर परत लांबचलांब रांगा दिसायला लागल्या. अमेरिकेचे अध्यक्ष कार्टर यांनी त्यांच्या (Crisis of confidence) "विश्वासाचा प्रश्न" या भाषणात निर्माण झालेल्या या ऊर्जाप्रश्नाचे नैतिक युद्धसदृश परिस्थिती असे वर्णन केले. यामध्ये सर्वात मोठा झटका बसला होता तो इराणच्या "National Iranian Oil co"बरोबर एकीकरण केल्या गेलेल्या छोट्या-छोट्या अमेरिकन तेल कंपन्यांना. इराणच्या तेल उद्योगाचे १९५० साली राष्ट्रायीकरण केले गेले तेव्हा इराणच्या "National Iranian Oil co"बरोबर अमेरिकन, ब्रिटिश, डच आणि फ्रेंच तेल कंपन्यांचे विलीनीकरण करून त्यांचा एक गट स्थापन करण्यात आला होता आणि इराणमधील क्रांतीनंतर तो गट विसर्जित करण्यात आला. एक्सॉन (Exxon), गल्फ (Gulf), किंवा मोबिल (Mobil) यांसारख्या मोठ्या अमेरिकन तेल कंपन्या इतर देशांची तेलाची गरज काही प्रमाणात भागवण्यास सक्षम होत्या, पण "अटलांटिक रिच फील्ड" (Atlantic Rich field)सारख्या छोट्या कंपन्यांचे अस्तित्त्वच धोक्यात आले होते. त्या अस्थिर आणि अनिश्चित दिवसांमध्ये तेल कंपन्यांपुढे निर्माण झालेल्या अनेक प्रश्नांचे, त्या काळातील अमेरिकेतील सातव्या क्रमांकाची मोठी कंपनी, "ARCO" हे उत्तम उदाहरण होते. कंपनीला अचानक प्रति दिवशी १,२५,००० बॅरल्स तेलाचा तुटवडा जाणवायला लागला आणि खोमेनींचे सरकार तेल द्यायला तयार नव्हते. त्यामुळे अचानक ARCOसारख्या कंपनीला त्यांच्या करारांची पूर्तता करणे अवघड होऊन बसले आणि केलेल्या करारांची पूर्तता करू न शकणे म्हणजे धंद्यातून बाहेर फेकले जाणेच होते. ARCOबरोबर केलेल्या कराराच्या आधारावरच मार्क रिच यांना सन १९७४ साली बँकेकडून कर्ज मिळणे शक्य झाले होते हे आपण सातव्या प्रकरणामध्ये पाहिलेच आहे. ARCOमधील एक अनुभवी वायदे व्यापारी विल्यम अरियानो (Willam FAriano) यांची मार्क रिच यांचेबरोबर घनिष्ठ मैत्री होती आणि त्यांची कंपनी मार्क रिच आणि कंपनीची काही काळ गिऱ्हाईकपण होती. जेव्हा अरियानो (Ariano) यांच्या लक्षात आले की, इराणमधील इस्लामिक क्रांतीनंतर आता इराणचे तेल मिळणे अशक्य आहे, तेव्हा ऑगस्ट १९७९मध्ये अत्यंत तणावग्रस्त अवस्थेत त्यांनी मार्क रिच यांचेबरोबर संपर्क साधला आणि त्या संकटाच्या संपूर्ण काळामध्ये मार्क रिच आणि कंपनी ARCOया कंपनीची सर्वात प्रमुख तेल पुरवठेदार कंपनी झाली. सन १९७९ आणि १९८०मध्ये मार्क रिच आणि कंपनीने नायजेरियन तेलाच्या हजारो बॅरल्सचा प्रति दिवशी पुरवठा केला. ARCO कंपनीने त्या काळात मार्क रिच आणि कंपनीकडून एकूण २ कोटी ७० लाख बॅरल्स तेलाची खरेदी केली. त्यांनी केलेल्या कराराप्रमाणे प्रति बॅरल २.५० डॉलर ते ८ डॉलर इतकी जास्त रक्कम, मार्क रिच यांनी तेल उत्पादकांना दिलेल्या प्रति बॅरल

रकमेच्या द्यावी लागली. त्या काळातल्या तेल व्यवसायातील लोकांच्या मन:स्थितीचे थोडक्यात वर्णन ARCO कंपनीच्या एका प्रतिनिधीने माझ्याकडे याप्रमाणे केले, ''जेवढ्या कमी किमतीत क्रुडतेल घेता येईल तितके घ्या, पण काहीही झाले तरी क्रुडतेल घेऊन ठेवा.''– असे आदेशच व्यवसायातील सर्वांना दिले गेले होते. ''मार्क रिच यांनी ARCOबरोबर केलेल्या व्यवहारांमध्ये, केवळ १८ महिन्यांत त्यांनी अंदाजे $१२०Mn (अंदाजे रु.६००कोटी) इतका नफा कमावला होता. ARCO पण मार्क रिच सांगतील ती किंमत मोजायला तयार होती. कारण त्यांना त्याहीपेक्षा जास्त किंमत देणारे गिऱ्हाईक मिळत होते. मार्क रिच त्यांच्या नेहमीच्या गिऱ्हाइकांना लावत असलेल्या तेलाच्या किमतीपेक्षा, बाजारपेठेमधील ''तत्काळ''(Spot) व्यवहारांतील तेलाची किंमत खूपच जास्त होती.''

मार्क रिच, त्यांच्या नेहमीच्या गिऱ्हाइकांना, मुद्दामच फार चढ्या भावाने तेल विकत नव्हते कारण तसे करणे हे त्यांच्या दूरदर्शी धोरणांच्या विरुद्ध झाले असते. ''एखाद्या गरजू गिऱ्हाइकाला, मिळण्याची शक्यता असतानासुद्धा जास्तीत-जास्त चढ्या किमतीने एखादी वस्तू विकणे म्हणजे लहान मुलाच्या हातातील लॉलीपॉप काढून घेण्यासारखे आहे.'' मार्क रिच यांच्या कंपनीमधील एका अत्यंत अनुभवी वायदे व्यापाऱ्याने त्यांच्या कंपनीचे धोरण, व्यापार करण्याचे तत्त्वज्ञान समजावून सांगताना मला सांगितले, ''आमचे उद्दिष्ट नेहमीच माफक आणि योग्य नफा कमावण्याचे राहिले आहे. आम्हाला खातरी होती की, आमच्या या धोरणामुळे आमची नेहमीची गिऱ्हाइके आम्हाला उपकृत राहून नेहमी आमच्याशीच व्यापार करतील, बांधिलकी ठेवतील, आणि एके दिवशी त्याची भरपाई करतील. आमचे माफक नफ्याचे धोरण ही आमची भविष्यातली गुंतवणूक होती. तेलासाठी जास्तीत जास्त किंमत लावणे ही तितकीशी महत्त्वाची गोष्ट नव्हती. आंतरराष्ट्रीय तेल व्यापारात कंपनीचे एक स्थान निर्माण करणे आणि गिऱ्हाइकांशी प्रदीर्घ काळ टिकतील असे व्यावसायिक संबंध प्रस्थापित करणे या गोष्टी जास्त महत्त्वाच्या होत्या.''

पण याचा अर्थ असाही नाही की नफा न कमावता व्यापार करायचा. मार्क रिच यांच्या कंपनीत काम केलेल्या एकाने मला सांगितले की, ''इराणमध्ये क्रांती झाल्यावर अचानक जेव्हा तेल संकट उद्भवले त्या एका कालखंडात मार्क रिच आणि कंपनीने एका बॅरलमागे तब्बल १४ डॉलर्सचा नफापण कमावला होता.

इस्त्रायलची मुक्ती

त्या अनिश्चिततेच्या आणि अस्थिरतेच्या काळात मार्क रिच यांचा सर्वात महत्त्वाचा खरेदीदार/गिऱ्हाईक, ज्याला त्यांनी आयुष्यभरासाठी उपकृत करून

ठेवले, आणि जो त्यांच्या संकटकाळी मदतीसाठी धावून आला, असा देश म्हणजे – इस्रायल. अयातुल्ला खोमेनी या ज्यू बहुसंख्य देशाचा उल्लेख नेहमी ''लहान राक्षस'' आणि ''इस्लामचा एक नंबरचा शत्रू'' असाच करायचे. शाह परागंदा होण्याचा सर्वात मोठा फटका, जवळ-जवळ दक्षिण आफ्रिकेइतकाच, जर कोणाला बसला असेल तर तो इस्रायलला. इराणच्या नवीन राजवटीने तर त्यांचे इस्रायलविरोधी धोरण आणखीनच कडक केले होते. प्रत्येक तेल विक्रीच्या करारामध्ये इराणचे तेल नंतर इस्रायलला किंवा दक्षिण आफ्रिकेला विकण्यावर संपूर्ण बंदी घालणारे कलम घातलेले असायचे. शाह महम्मद रझा पेहलवींच्या राजवटीत इस्रायल त्यांच्या गरजेच्या एकूण ६० ते ९० टक्के तेल इराणमधूनच आयात करत होता आणि त्यामुळे ऊर्जा निर्मितीच्या बाबतीत इस्रायल जवळ-जवळ संपूर्णपणे इराणवरच अवलंबून होता, आणि इराणमधील क्रांतीमुळे इस्रायलची परिस्थिती एकदमच अवघड होऊन बसली.

इस्रायलला या संकटातून मुक्तीचा मार्ग दुसऱ्या कोणी नाही तर तो मार्क रिच यांनी दाखवला. ही गोष्ट आजपर्यंत जवळ-जवळ कोणालाच माहीत नव्हती. इस्रायलवर मार्क रिच यांचे खूप उपकार आहेत, ऋण आहेत. त्यांनी इस्रायलच्या अत्यंत कठीण काळात त्यांची ऊर्जा निर्मितीची गरज भागवली. ही गोष्ट मला ॲव्हनर अझूल (Avner Azulay) यांनी सांगितली. अझूल हे इस्रायली सैन्यदलात कर्नल होते आणि नंतर ''मोसाद'' (Mossad) या त्यांच्या गुप्तहेर संघटनेमध्ये वरिष्ठ अधिकारी होते आणि राजकीय संबंधांचे, त्यांचे जगभर जाळेच होते. आज ते मार्क रिच यांच्या एका लोकहितासाठी मदतकार्य करणाऱ्या संस्थेचे प्रमुख आहेत.

मार्क रिच आणि इस्रायल यांच्या संबंधांना सुरुवात झाली ती १९७३ साली, आणि पुढील २० वर्षे मार्क रिच हे इस्रायलचे सर्वात प्रमुख तेल पुरवठादार राहिले. त्या काळात इस्रायलचे अस्तित्त्वच जणू मार्क रिच यांचेवर अवलंबून होते. मार्क रिच तो दिवस आठवत सांगतात – ''मी इस्रायलला १० लाख ते २० लाख मेट्रिक टन क्रुडतेल प्रतिवर्षी, म्हणजे ७० लाख ते १.५० कोटी बॅरल्स तेल पुरवत होतो. सन १९७०मध्ये इस्रायलची तेलाची गरज होती एक लाख ते दोन लाख बॅरल्स प्रति दिवशी एवढी, म्हणजे दुसऱ्या शब्दात सांगायचे झाले तर लागणाऱ्या प्रत्येक पाच बॅरल्समध्ये एक बॅरल मार्क रिच पुरवत होते.

मार्क रिच यांच्यासाठी इस्रायलबरोबर झालेला तो व्यापार अगदी स्वप्नवत होता. एकतर त्यांनी भरपूर पैसा कमावला आणि दुसरे म्हणजे त्यांनी केलेला तेल पुरवठा इस्रायलचे अस्तित्त्व टिकवण्याच्या दृष्टीने फार महत्त्वाचा ठरला. ''मी स्वत: ज्यू असल्यामुळे इस्रायलला मदत करण्यात मला काहीही वावगे वाटले

नाही.'' मार्क रिच यांनी अगदी साध्या सरळ शब्दात त्यांची भावना व्यक्त केली. ''त्या व्यवहारामध्ये धंद्याचा भाग तर होताच पण त्याहीपेक्षा तेव्हा इस्त्रायलला त्यांच्या मदतीची खूप गरज होती,'' मार्क रिच यांच्या अत्यंत जवळच्या मित्राने मला सांगितले. इराण सरकारच्या अधिकृत धोरणाप्रमाणे इस्त्रायलला अस्तित्त्वातच राहाण्याचा हक्क नव्हता, परंतु इराण सरकारमधील अंतस्थ गोटामध्ये मार्क रिच यांच्या इस्त्रायलबरोबरच्या संबंधांची, व्यापाराची पूर्ण माहिती होती. इराणला त्यांचे तेल नक्की कोठे जात आहे याची पूर्ण कल्पना होती तरी NIOCमधील कोणीही वरिष्ठांनी त्यात कधी लक्ष घातले नाही. मार्क रिच बोलताना मला म्हणाले, ''त्यांना त्या गोष्टीचे काही महत्त्व वाटत नव्हते.'' इराणच्या तेल उद्योगातील व्यावसायिकांनी त्याची फारशी चिंता केली नाही, त्यांना फक्त त्यांचे तेल विकण्याशी मतलब होता. त्यांचे व्यापारी संबंध सन १९९०च्या मध्यापर्यंत कायम राहिले. यावरून बाकी काही नाही तरी इराणमधील मूलतत्ववाद्यांचा (Fundamentalists) वैचारिक गोंधळ आणि भंपकपणाच उघड होतो. जेथे पैशाचा प्रश्न आला तेथे राजकीय किंवा अतिरेकी घोषणाबाजीपेक्षा फायदा हाच महत्त्वाचा ठरला. मुक्त बाजारपेठेने निव्वळ तात्त्विकतेवर मात केल्याचा हा पुरावाच होता. शिवाय अतिरेकी विचारसरणीच्या राजवटीशी, सर्व संकटांवर मात करून, संबंध प्रस्थापित करून, आपला व्यापार चालू ठेवण्याचा मार्क रिच यांच्या कौशल्याचाही हा पुरावाच होता.

मार्क रिच यांनी इस्त्रायलला केलेल्या या मदतीमुळे त्यांचे इस्त्रायलच्या सरकार दरबारी अगदी वरिष्ठ पातळीवर घनिष्ठ संबंध प्रस्थापित झाले. इस्त्रायलच्या Yitzhak Rabin, Menachem Begin, Yitzhak Shamir, आणि Shimon Perer या पंतप्रधानांशी त्यांच्या वैयक्तिक ओळखी होत्या, वैयक्तिक संबंध होते. त्याविषयी बोलताना मार्क रिच सांगतात, ''मी त्यांना माझ्या व्यवसायाच्या संदर्भातच भेटत होतो, आणि सर्वसाधारण इस्त्रायलबद्दल वाटणारी आपुलकी हे एक कारण होते.'' इस्त्रायलबरोबरच्या त्यांच्या एकूणच व्यवहारांमुळे त्यांचे ''मोसाद''बरोबर जवळचे संबंध जुळले. जेव्हा-जेव्हा तेलसंदर्भात, ऊर्जेसंबंधात राजनैतिक पेच प्रसंग उद्भवले तेव्हा-तेव्हा इस्त्रायलच्या ''मोसाद'' या गुप्तहेर संघटनेला पडद्यामागून सूत्रे हालवावी लागली आणि महत्त्वाची भूमिका बजावावी लागली. मार्क रिच यांच्या व्यावसायिक संबंधांमध्ये त्यांनी बरेच लक्ष घातले. ते सर्व आपण १२व्या प्रकरणामध्ये बघणार आहोत.

सन १९८०च्या दशकाच्या सुरुवातीलाच मार्क रिच त्यांच्या व्यावसायिक यशाच्या आणि प्रभावाच्या शिखरावर विराजमान झाले होते. त्यांनी व्यावसायिक यशाचे शिखर गाठले होते. जगातील सर्वात मोठे आणि स्वतंत्र तेल व्यावसायिक अशी त्यांची ख्याती झाली होती. त्यांची दर दिवसाची तेलामधील उलाढाल

(खरेदी/विक्री) ही कुवैतपेक्षा पण जास्त होती. जेम्स बेकर इन्स्टिट्युटच्या (James Baker Institute) ॲमी मेयर जॅफ (Amy Myers Jaffe) यांच्या म्हणण्याप्रमाणे सन १९७९ सालात आंतरराष्ट्रीय तेल बाजारपेठेत तत्काळ तेल मिळू शकेल का? काय दराने मिळण्याची शक्यता आहे? इत्यादी गोष्टींचा अंदाज घेण्यासाठी मार्क रिच यांच्याशी संपर्क असणे अनिवार्य झाले होते. मेटल मेन (Metal Men) या पुस्तकाचे लेखक A craig copetas म्हणतात, "मार्क रिच हे तेल व्यवसायात इतके मोठे झाले की एखादा मोठा तेल करार, व्यवहार करताना ते एखाद्या सौदी शेख असल्यासारखेच भासायला लागले – आणि त्यामुळे बरेच वेळा अमेरिकन तेल कंपन्यांची परिस्थिती मात्र अवघडल्यासारखी व्हायची."

सन १९८० साली मार्क रिच यांच्या कंपनीची उलाढाल एकूण $१५Bn (रु.७,५०० कोटी अंदाजे) इतकी झाली, ते ज्या देशांशी व्यापार करत होते त्यापैकी कित्येक देशांचे एकूण राष्ट्रीय उत्पन्न (Gross Domestic Product) सुद्धा एवढे नसेल. झग येथील आयकर खात्याच्या कागदपत्रांवरून असे दिसते की, मार्क रिच यांनी स्वित्झर्लन्डमधील स्वत:ची २९२,७८४,०००SWF (तेव्हा अंदाजे $१७५Mn - रु.८७५कोटी) इतकी संपत्ती घोषित केली होती. स्वित्झर्लन्डमधील त्यांच्या कंपनीने त्या वर्षीचा (१९८२) निव्वळ नफा ४०,६४,००,०००SWF (तेव्हा अंदाजे $२६०Mn - रु.१,३००कोटी) इतका घोषित केला होता. सन १९७४ ते १९८३ हा काळ म्हणजे, कंपनीच्या स्थापनेपासून ते कंपनीचे बस्तान बसण्यापर्यंत, तसेच इराणमधील क्रांती आणि सत्ताबदल, या सर्व काळाचे मार्क रिच यांच्या कंपनीमधील कर्मचारी "सुवर्णकाळ" असे वर्णन करतात. त्या संपूर्ण काळात कंपनीमध्ये काम केलेला एक वायदे व्यापारी सांगत होता, "तो फारच रोमांचकारी अनुभव होता, आम्ही कोणतेही आव्हान स्वीकारायला तयार होतो, आमच्यात जगावर राज्य करण्याची ईर्षा होती."

मार्क रिच व्यावसायिक यशाच्या शिखरावर असतानाच त्यांच्या कारकिर्दीला ग्रहण लागले आणि व्यावसायिक अध:पतनाला सुरुवात झाली. एके दिवशी St.Andrews plaza येथील मॅनहॅटन कार्यालयात एक फोन आला. ती सुरुवात होती.

९

खटला

सन १९८१चा ऑक्टोबर - नोव्हेंबर महिना असावा तो, एके दिवशी सकाळी मॉरीस ''सॅन्डी'' विनबर्ग (Morris "Sandy Weinberg") यांच्या 1st Andrews Plaza येथील कार्यालयात एक फोन आला. विनबर्ग हा एक ध्येयवादी, उत्साही, तरुण, साहाय्यक सरकारी वकील होता,आणि त्याच्या अखत्यारीमध्ये न्यूयॉर्क शहराचा ''सदर्न डिस्ट्रिक्ट''चा कार्यभाग येत होता. फोनवर दुसऱ्या बाजूला ''न्याय खात्याच्या गुन्हे विभागातील ''अफरातफर'' उपविभागात काम करणारा एक कर्मचारी होता. न्याय खात्याला, न्यूयॉर्कमधील पार्क अॅव्हेन्यूसारख्या उच्चभ्रू भागात कार्यालय असलेल्या मार्क रिच नावाच्या एक तेल व्यावसायिकासंबंधी काही गुन्हेगारी आणि खळबळजनक माहिती मिळाली होती. ''मार्क? कोण?'' विनबर्ग यांनी फोनवरून पुन्हा विचारले, ''मार्क रिच हे नाव मी याआधी कधी ऐकले नाही.''

त्यावेळचा साहाय्यक सरकारी वकील आज एका यशस्वी कायदेविषयक कंपनीमध्ये भागीदार आहे. – त्यांच्या ५७ वर्षाच्या मानाने ते खूपच तरुण दिसतात. त्यांनी निळा शर्ट घातला आहे आणि त्यावर पिवळा टाय लावला आहे. त्यांच्यासमोर मिनरल वॉटरची बाटली आहे आणि अधूनमधून ते पाणी पीत आहेत. आम्ही एका मोठ्या अंडाकृती टेबलाभोवती, अत्यंत मऊ मुलायम कृत्रिम चामड्याचे कव्हर असलेल्या आणि व्यवस्थित मांडून ठेवलेल्या खुर्च्यांमध्ये बसलो आहोत. टॅम्पा (Tampa) शहराच्या मध्यभागी असलेल्या ''बँक ऑफ अमेरिकेच्या'' इमारतीच्या १२व्या मजल्यावरील विनबर्ग यांच्या या ऑफिसमधून त्या एप्रिलमधल्या थंड सकाळी अगदी St. Petersburg पर्यंतचा टापू नजरेच्या टप्प्यांत येत होता.

१२व्या मजल्यावरच्या ऑफिसच्या खिडकीसमोरूनच एक पेलिकन पक्षी उडत गेला.

संभाषणाला कोठून तरी सुरुवात करायची म्हणून आम्ही, जगातील निर्विवादपणे नंबर एक असलेल्या स्विस टेनिसपटू रॉजर फेडरर (Roger Federer)बद्दल बोलायला सुरुवात केली. विनबर्ग तरुणपणी स्वत:च एक व्यायामपटू आणि कुस्तीगीर होते, आणि त्यांनी स्थानिक स्पर्धांमध्ये भाग घेतला होता. रॉजर फेडरर हा जगातील सर्वोत्कृष्ट टेनिसपटू आहे असे त्यांचे मत होते.

विनबर्ग यांचा जन्म अमेरिकेच्या दक्षिण-मध्य भागात असलेल्या 'टेनेसी'(Tennessea) प्रांतातल्या चॅटनुंगा(Chattanooga) या औद्योगिक चेहरामोहरा असलेल्या शहरात झाला होता. त्यांच्या बोलण्यातल्या त्या विशिष्ट लकबीवरूनच त्या प्रांताची कल्पना येत होती. त्यांची मते उदारमतवादाकडे झुकणारी आहेत आणि त्यांच्यावर ''नागरी हक्क चळवळीचा''(Civil Rights Movement) खूपच प्रभाव आहे. यांची आई चर्चची सक्रिय सभासद होती. त्यांच्या वडिलांचे आयुष्य ब्रुकलीन(Brooklyn) येथे गेले. ते जन्माने ज्यू होते आणि त्यांनी वंशभेदाचे चटके सहन केले होते. स्वत:बद्दल बोलतांना विनबर्ग म्हणतात, ''एकंदरीत प्रगत आणि पुरोगामी विचारसरणीत त्यांचे पालन-पोषण झाले. त्यांच्या दोन बंधूंप्रमाणेच, त्यांचे शिक्षण प्रिन्स्टन(Princeton) येथे झाले आणि त्यानंतर त्यांनी व्हॅंडरबिल्ट विद्यापीठातून(Vanderbilt University) कायद्याची पदवी मिळवली. विनबर्ग वयाच्या २९व्या वर्षी सरकारी वकील म्हणून काम करायला लागले. वयाच्या ३०व्या वर्षी न्याय खात्याकडून त्यांना ''तो'' फोन आला आणि मार्क रिच यांची केस त्यांच्याकडे सोपवली गेली.

कोण हा मार्क?

मार्क रिच हे जरी जगांतील सर्वात मोठे स्वतंत्रपणे व्यापार करणारे तेल व्यावसायिक होते आणि अमेरिकेमधील अति श्रीमंत व्यक्तींमध्ये जरी त्यांची गणना होत होती तरी सर्वसामान्य लोकांमध्ये अगदी १९८१च्या ऑक्टोबरपर्यंत, त्यांचे नाव जवळ-जवळ कोणालाच माहीत नव्हते. खनिज, तेल, जीवनावश्यक वस्तूंच्या वायदे/सौदे व्यापार करणाऱ्यांच्या त्या बंदिस्त वर्तुळाबाहेर जवळ-जवळ कोणालाच त्यांचे नाव माहीत नव्हते. व्यापार आणि तेल विषयाला वाहिलेली मासिके सोडली तर मार्क रिच आणि त्यांच्या कंपनीबद्दल इतरत्र कोठेही काहीही छापून आलेले नव्हते. त्यांनी कधीही कोणालाही मुलाखत दिलेली नव्हती आणि कोणत्याही वृत्तसंस्थेकडे त्यांचा फोटोही नाही. या गोष्टींचा त्यांना उलट आनंदच होता. झुरिक (Zurich) येथील एका ज्यू व्यापाऱ्याने एकदा मला सांगितले की, ''वृत्तपत्रांमधून आमच्याबद्दल जेव्हा काहीही लिहिले जात नाही, आमच्याकडे दुर्लक्ष केले जाते तेव्हाच आम्ही जास्त खूश असतो. ख्रिश्चन धर्मियांच्या त्या पौराणिक गोष्टीतील तो

राक्षस ज्याप्रमाणे त्या पवित्र जलाला घाबरतो त्याचप्रमाणे आम्ही सौदे/वायदे व्यापारी प्रसिद्धीला घाबरतो. मी जर कॅथलिक असतो तर हीच उपमा मी दिली असती.''

न्याय खात्याकडून ''तो'' फोन आल्यावर मात्र मार्क रिच यांचे नाव सगळ्या जगाला माहीत व्हायला फार वेळ लागणार नव्हता. मार्क रिच आणि कंपनी AG या कंपनीच्या न्यूयॉर्कस्थित ''मार्क रिच इंटरनॅशनल'' या उपकंपनीने (Subsidiary) केलेल्या व्यवहारांच्या चौकशीला एफबीआयने आधीच सुरुवात केली होती. टेक्सास येथील दोन तेल कंपन्यांनी एफबीआयला मार्क रिच यांच्या तेल व्यवहारासंबंधी काही खातरीलायक माहिती दिली होती. मार्क रिच यांच्यावर असा आरोप केला होता की,त्यांनी खूप मोठ्या प्रमाणात पैसा देशाबाहेर पाठवून, विदेशी बँक खात्यांमध्ये जमा करून, कागदोपत्री कमी नफा दाखवला आहे आणि अशा प्रकारे (Internal Revenue Service) सरकारची फसवणूक केली आहे. न्याय खात्याच्या ''त्या'' फोननंतर काही आठवड्यातच, डिसेंबर १९८१मध्ये, विनबर्ग आणि एफबीआयचे काही अधिकारी त्या तेल व्यापाऱ्यांना भेटण्यासाठी टेक्सासच्या विमानतळावर उतरले.

एफबीआयला ती खास माहिती पुरवणारे होते डेव्हिड रॅटलिफ (David Ratliff) आणि जॉन ट्रोलँड (John Troland) अमेरिकेतील कन्सास प्रांतातल्या ॲबेलिन (Abilene) या छोट्या गावात ''वेस्ट टेक्सास मार्केटिंग''(West Texas Marketing) (WTM) नावाची यांची छोटीशी कंपनी होती. त्या दोघांना टेक्सास प्रांतातील "Big Spring" येथील सरकारी सुधारणा केंद्रात (Federal Penitentiary) राहाण्याची १४ महिन्यांची शिक्षा झाली होती. ही शिक्षा त्यांना दुसऱ्या एका बेकायदेशीर तेल व्यवहाराच्या संदर्भात झालेली होती, आणि मार्क रिच यांच्या व्यवहारांबद्दलची माहिती सरकारला (एफबीआय) पुरवून स्वत:च्या शिक्षेमध्ये सूट मिळवण्याचा त्यांचा प्रयत्न चालला होता. त्यांची सरकारबरोबरची ही एक प्रकारची सौदेबाजी होती. विनबर्ग यांनी ताबडतोब योग्य ती सूत्रे हलवून त्या दोघांना रजेवर तुरुंगाबाहेर काढले आणि ते दोघे जण विनबर्ग यांना घेऊन ॲबेलिन येथील त्यांच्या कार्यालयात पोहोचले. ''अशा रितीने त्या वीकएन्डला मी ॲबेलिनसारख्या अगदी ओवाळून टाकलेल्या आड गावात होतो,'' विनबर्ग मला सांगत होते. त्यांनी त्यांच्या कादपत्रांमधून एक ''खास'' फाइल बाहेर काढली. त्या खास फाइलमध्ये एकूण सात कोटी डॉलर्स (70Mn$) इतक्या रकमेच्या व्यवहारांचे कागदपत्र होते. त्यांच्या सांगण्याप्रमाणे मार्क रिच यांनी सन १९८० आणि सन १९८१मध्ये बेकायदेशीरपणे तेलाची पुनर्विक्री करून सात कोटी डॉलर्सपेक्षा जास्त रकमेची कमाई केली होती, आणि ती रक्कम अमेरिकेच्या सागरीहद्दीबाहेरील (Off shore) कंपन्यांमार्फत त्यांच्याच स्वित्झर्लन्ड येथील कंपनीच्या खात्यात पाठवली होती आणि अशा प्रकारे त्यांनी त्या रकमेवर आयकर भरण्याचे चुकवून कर विषयक

कायद्याचे उल्लंघन केले होते आणि अमेरिकेच्या ऊर्जा तेल वापराच्या निर्बंधांचे (Federal Energy Oil Control Regulations) उल्लंघन केले होते.

विनबर्ग यांच्या ताबडतोब लक्षात आले की एक फार मोठे प्रकरण त्यांना हाताळावे लागणारे आहे. "ते एक फार मोठे प्रकरण होते, नशीबानेच ते माझ्या हातात पडले होते आणि त्याने माझ्यासारख्या नवख्या, तरुण वकिलाला प्रसिद्धी, ओळख मिळवून दिली." एवढेच नाही तर त्या केसमुळे विनबर्ग (Weinberg) यांना देशभर प्रसिद्धी मिळाली, वृत्तपत्रांच्या मथळ्यांमधून त्याने नाव झळकले आणि टॅम्पा (Tampa)सारख्या शहरामध्ये वकील म्हणून त्यांच्या कारकिर्दीच्या भरभराटीला सुरुवात झाली. ट्रोलॅन्ड (Troland) आणि रॅटलिफ (Ratliff) यांच्या, मार्क रिच यांच्याशी झालेल्या व्यवहारांची सखोल तपासणी केल्यावर एकंदरीत विनबर्ग यांचे स्वत:चे असे मत झाले की,"त्यांनी आत्तापर्यंतच्या सर्वात मोठ्या अशा कर विषयक अफरातफरीचा गौप्य स्फोट केला आहे." त्यांनी अगदी अभिमानाने मला ही गोष्ट सांगितली. त्यांच्या निळ्या डोळ्यांनी माझ्याकडे रोखून बघत ते मला म्हणाले, "तसे प्रकरण अगदी सरळ होते. त्या माणसाने (मार्क रिच यांनी) बेकायदेशीर मार्गाने अमाप पैसा कमावला, त्या पैशाचा ते हिशेब देऊ शकत नव्हते, त्यांना तो पैसा हातातून सोडायचा पण नव्हता आणि त्यामुळे त्यांनी अगदी पद्धतशीरपणे तो काळा पैसा पांढरा करण्याची योजना आखून क्रुडतेलाचे व्यवहार केल्याची खोटी कागदपत्रे तयार करून तो बेनामी पैसा अमेरिकेबाहेर नेला."

न्यूयॉर्कला विमानातून परतत असताना विनबर्ग यांच्या डोक्यात विचारचक्र सुरू झाले होते. त्यांनी मनातल्या मनात या खटल्यासाठी सरकारतर्फे कोणाकोणाला फिर्यादी (Prosecution) म्हणून घेता येईल हे ठरवून टाकले; सरकारी गुप्तचर यंत्रणा (एफबीआय) तर असणारच होती, राजस्वखाते (Treasury Dept), आयकर विभाग, कस्टमखाते, गृहखाते इत्यादी इत्यादी. या विचारांनीच विनबर्ग फार उत्तेजित झाले होते. "माझ्या डोक्यात या केसशिवाय दुसरा विचारच नव्हता." दर एक दिवसाआड समोर येणाऱ्या केससारखी ही केसच नव्हती. या केसमुळे इतिहास घडणार होता.

बेधडकपणे गोळीबार करतच....

एडवर्ड बेनेट विल्यम्स (Edward Bennett Williams) यांनी खूप दुनिया पाहिली होती. हे वर्णन कदाचित पुरेसे होणार नाही, तर दुनियेमध्ये जेवढे काही बघायचे आहे ते सर्व त्यांचे बघून झाले होते हे म्हणणेच जास्त योग्य ठरेल. वॉशिंग्टनमधल्या या नावाजलेल्या वकिलाला हालवू शकेल अशी कोणतीच गोष्ट आता उरली नव्हती. गायक फ्रँक सिनात्रा, अमेरिकन सिनेटर जोसेफ मॅकार्थी, प्लेबॉय मासिकाचे मालक ह्युज हेफनर (Hugh Hefner), सावकारी व्यवसायातील रॉबर्ट व्हेस्को (Robert Vesco),

रशियन गुप्तहेर इगॉर मेलेख (Igor Melekh) आणि माफिया बॉस फ्रँक कोस्टेलो (Frank Costello) अशांसारख्या नावाजलेल्या आरोपींच्यावतीने त्यांनी खटले लढवले होते. अंतस्थ गोटातल्या बातम्यांची खबरबात ठेवणारे आणि त्याचबरोबर तुमच्या केसची तीव्रता, गांभीर्य नक्की किती आहे हे अचूक सांगू शकणारे एक असामान्य वकील म्हणून त्यांची ख्याती होती. ‘‘अट्टल गुन्हेगारांची निर्दोष मुक्तता करण्याची किमया घडवू शकणारा वकील’’ अशी त्यांची ख्याती होती.

मार्क रिच विल्यम्सना चांगल्या प्रकारे ओळखत होते. विल्यम्स हे हॉलीवूडमधील प्रसिद्ध "20th Century Fox" या चित्रपट निर्मिती करणाऱ्या कंपनीच्या व्यवस्थापक समितीवर (Board of Directors) होते आणि त्या कंपनीच्या निम्म्या भाग भांडवलाची (Shares) मालकी, गुप्तपणे, मार्क रिच यांच्याकडे होती. थोड्याच दिवसात पुढील घटनाक्रम जसा उलगडत गेला आणि अमेरिकन सरकार या खटल्याबाबत किती गंभीर आहे हे स्पष्ट झाले तसे मार्क रिच यांनी त्यांचे वकीलपत्र विल्यम्स यांना दिले. विल्यम्स यांनी मार्क रिच यांना धीर दिला. वरवर बघता केस अगदी साधीसुधी आणि सरळ वाटत होती, म्हणजे बेकायदेशीर तेल व्यवहाराच्या आरोपाचे गांभीर्य वाढवण्यासाठी कर चोरीच्या आरोपामध्ये रूपांतर केल्यासारखे वाटत होते. सरकारी खात्यांकडून नेहमीच अशा पद्धतीने खटले लादले जातात आणि नंतर तडजोडीने मिटवलेही जातात. विल्यम्स यांनी मार्क रिच यांना खातरी दिली की, जर मार्क रिच यांच्यावर ज्या रकमेचा आरोप केला गेला होता त्या रकमेच्या काही टक्के कर भरण्याची आणि वर थोडाफार दंड भरण्याची तयारी दाखवतील तर तेही आरोप सिद्ध न होता केस तडजोडीने मिटवू शकतील. विल्यम्स त्यांच्या सर्वसाधारण अशिलांना जो सल्ला द्यायचे तोच त्यांनी मार्क रिच यांना दिला. ‘‘गप्प राहा आणि न बोलता मार्गात जास्तीत-जास्त अडथळे कसे निर्माण होतील ते बघा.’’ विल्यम्स यांनी मार्क रिच यांना पुढे सांगितले की, ‘‘फिर्यादींशी आपण बोलायला गेलो तर गोष्टी आणखी बिघडू शकतात, त्यापेक्षा $३०Mn. (अंदाजे रु.१५०कोटी)मध्ये मी हे प्रकरण मिटवतो. आणि मग मात्र सरकारी वकिलांच्या कार्यालयात आपण गोळीबार करतच घुसायचे.’’ मार्क रिच यांना प्रोत्साहित करण्यासाठी ते म्हणाले.

विल्यम्स, मे १९८३मध्ये, सरकारी वकील सॅन्डी विनबर्ग यांच्या न्यूयॉर्क येथील कार्यालयात जेव्हा त्यांना भेटायला गेले तेव्हा नेमके याच आविर्भावात गेले. विनबर्ग यांच्या कार्यालयात शिरल्या-शिरल्या त्यांनी स्वत:ला एका खुर्चीमध्ये झोकून दिले, थोडेसे मागे रेलत आणि पुढे असलेल्या टेबलावर पाय ठेवत विनबर्ग यांना त्यांनी विचारले, ‘‘या दाव्यामध्ये तडजोड करायला सरकारला किती पैसे पाहिजेत?’’ शिवाय उपकार करत असल्याच्या आविर्भावात पुढे म्हणाले, ‘‘तुम्ही

चिंता करू नका, माझा अशील पळून जाणाऱ्यापैकी नाही.'' यावर विनबर्ग यांनी अगदी थंडपणे सुचवले की, मार्क रिच यांनी जेवढा कर चुकवला आहे तेवढा भरावा आणि वर दंडाची दिलेली रक्कम भरावी.

स्वत:च्या नावलौकिकावर विल्यम्स अवास्तव विश्वास टाकत होते का? या तरुण सरकारी वकिलाला आपण अगदी सहजपणे दबावाखाली आणू शकू असे त्यांना वाटले होते का? काही का असे ना पण सॅन्डी विनबर्ग यांच्यापुढे त्यांची डाळ शिजणार नव्हती. विनबर्ग यांनी त्या नावाजलेल्या, प्रसिद्ध वकिलाकडे रोखून बघत, मान हलवत आणि नावापुरताच आदर दाखवत स्पष्ट सांगितले, ''त्यांना तडजोड करण्यात स्वारस्य नाही.'' काहीशा गोंधळलेल्या विल्यम्स यांनी विनबर्ग यांना सरळच विचारले की मग त्यांचा काय विचार आहे? विनबर्ग यांनी स्पष्ट सांगितले की – ''तुरुंगवास'' – त्यांनी पुढे हेही सांगितले की मार्क रिच यांच्यासाठी मोठी दंडाची रक्कम आणि बऱ्यापैकी काळाचा तुरुंगवास या अटींचा समावेश असल्याशिवाय सरकार कोणत्याही तडजोडीचा विचारच करणार नाही. विल्यम्स यांनी तडजोडीची रक्कम $100Mn. (अंदाजे रु.५००कोटी)पर्यंत वाढवली पण विनबर्ग यांच्यावर त्याचा काहीही परिणाम झाला नाही (प्रकरण १३वे). मार्क रिच यांचे स्विस वकील आन्द्रे ए विकि (Andre A Wicki) यांच्या म्हणण्याप्रमाणे विनबर्ग यांनी मार्क रिच यांना कमीत कमी २५ वर्षे तुरुंगात पाठवण्याची तयारी चालवली होती. एवढेच नाही तर त्यांनी मार्क रिच आणि पिंकस ग्रीन यांनी तडजोड स्वीकारली नाही तर त्यांच्या कंपन्यांवर ''संघटित कट'' (Racketerring) करण्याचा आरोप ठेवण्याची धमकी दिली.

विनबर्ग यांना आजपण त्यांच्या त्या वेळच्या अरेरावीपणाचा आनंदच वाटतो. त्या वेळच्या त्यांच्या वागणुकीचे, कृत्याचे ते समर्थनच करतात. ते सांगत होते, ''त्या दिवशी मी एड विल्यम्स यांच्या हृदयाचा ठोकाच चुकवला होता.'' आज विनबर्ग बहुतेककरून संभावित गुन्हेगारांचेच (White Collar) खटले लढवतात. पण त्यांचे असे म्हणणे आहे की त्यावेळी त्यांनी विल्यम्स यांना दिलेला नकार हा त्यांच्या तत्त्वाचा भाग होता. ''सगळ्यात मोठ्या कर विषयक अफरातफरीचा गुन्हेगारपण जर पैसे देऊन तडजोड करून तुरुंगाबाहेरच राहाणार असेल तर त्यानंतर कोणताच कर विषयक खटला कोर्टापर्यंत जाणार नाही.'' मार्क रिच यांच्यावर ''संघटित कट करण्याचा (Racketeering) जो आरोप ठेवण्यात आला होता तो अत्यंत गंभीर होता आणि त्यामुळे खटल्याचे महत्त्व वाढले होते.''

मार्क रिच यांचे स्वित्झर्लन्डला पलायन

दर वेळच्या त्यांच्या वार्षिक रिवाजाप्रमाणे त्या दिवसांमध्ये मार्क रिच आणि

त्यांचे कुटुंबीय न्यूयॉर्क येथील लाँग आयलन्ड भागातल्या लिडो बीच (Long Islands' Lido Beach) येथे असलेल्या त्यांच्या दुसऱ्या घरी राहायला गेले होते. "खरं तर आम्ही आमच्या लिडो बीचवर असलेल्या घरी आठवडी सुट्टी घालवायला गेलो होतो आणि बोलता-बोलता अचानक मार्क म्हणाला, आपल्याला देश सोडून जावे लागणार असे दिसते." तो दिवस आठवला तरी डेनिस रिच (Denise Rich) यांचा अजून थरकाप उडतो. आम्ही त्यांच्या ७८५ फिफ्थ ॲव्हेन्यु (785 Fifth Avenue) येथे असलेल्या आलिशान पेंट हाउसमध्ये बसलो आहोत. भिंतींवर त्यांच्या मुलींच्या लग्नाचे फोटो टांगलेले होते. एका भिंतीवर प्रसिद्ध रशियन पेंटर मार्क छगाल (Marc Chagall) (1887-1985) याचे फुलांचे पेंटिंग आहे.

डेनिस रिच यांचे बोलणे, हावभाव, सगळेच नाट्यपूर्ण असते. मार्क यांनी ती धक्कादायक बातमी जणूकाही आत्ताच सांगितली आहे असा आविर्भाव चेहऱ्यावर दाखवत, मोठे-मोठे डोळे करून आणि अविश्वासाने मान हालवत त्या मला त्या वेळची घटना सांगत होत्या. "मला काहीच माहिती नव्हती, त्यांचे काय चालले आहे याची मला जरासुद्धा कल्पना नव्हती. मी मार्कला विचारले – का? तर तो एवढेच म्हणाला, काही गंभीर प्रश्न निर्माण झाले आहेत. परत मी त्याला विचारले पण का? तर तो म्हणाला आपले वकीलच तुला सांगतील. आमचे वकील बॉब थोमजान (Bob Thomojan) यांच्याशी बोलत-बोलत आम्ही आमच्या न्यूयॉर्क येथील बंगल्याभोवती तीन फेऱ्या मारल्या, तरीपण मला काही ओ का ठो कळले नाही. जर आपल्याला देश सोडावा लागणार आहे तर ठीक आहे, मी तरी काय करणार होते? तुला माहीत आहे, माझे माझ्या नवऱ्यावर खूप प्रेम आहे, माझ्या मुलांवर खूप प्रेम आहे. मी माझ्या वडिलांशी बोलले, ते खूप हुशार आहेत. त्यांचा मला खूप आधार वाटत आला आहे. मी काय करू? मी वडिलांना विचारले."
"अर्थात तू तुझ्या नवऱ्याबरोबर जा."

डेनिस तिच्या वडिलांच्या एमिल आयझेन बर्ग यांच्या सल्ल्याप्रमाणेच वागली. जून १९८३च्या पहिल्या आठवड्यात मार्क रिच यांनी घाई-गडबडीने आपले बस्तान स्वित्झर्लन्डला, जेथे त्यांनी नऊ वर्षांपूर्वी कंपनीची स्थापना केली होती, तेथे हालवले. एड विल्यम्स यांचा सुरुवातीलाच खटल्यावरचा ताबा सुटल्यामुळे मार्क रिच मनातून हादरले होते, आणि त्याबरोबरच कोर्टाबाहेर काही तडजोड होण्याची शक्यता मावळली होती. आज मार्क रिच स्वत: निर्दोष असल्याचेच ठामपणे सांगतात, पण सुरुवातीपासूनच फिर्यादी पक्षाने जे आक्रमक धोरण अवलंबिले होते त्यामुळे त्यांना काळजी वाटायला लागली होती. संघटित गुन्हेगारीचा आरोप ठेवल्यामुळे त्यांच्यावरील आरोपाचे गांभीर्य आणि खटल्याची तीव्रता वाढली होती.

RICO (संघटित आणि संगनमताने केलेले गुन्हे आणि भ्रष्टाचारी कंपनी) अंतर्गत ठेवलेल्या आरोपांसाठी, विल्यम्स यांच्या म्हणण्याप्रमाणे, खटला कोर्टात उभा राहाण्याआधीच मार्क रिच यांची सर्व स्थावर तसेच जंगम मालमत्ता गोठवली जाण्याची शक्यता होती. या अत्यंत कठोर अशा कायद्याविषयी याच प्रकरणामध्ये पुढे विश्लेषण आलेले आहे. त्यावरून कळून येईल की या कायद्याअंतर्गत तुरुंगवासाची शिक्षा सांगितलेली आहे.

मार्क रिच यांना हा खूप मोठा धक्का होता. मार्क रिच यांच्यासारख्या, पैशाने सर्व प्रश्न सोडवण्याची सवय असलेल्या माणसाला त्यांच्या विरोधात अशा काही घडामोडी घडतील याची कल्पनाच आली नाही. त्यांनी यावरून एकच निष्कर्ष काढला की अशा परिस्थितीत देश सोडून जाणे हेच योग्य ठरेल. डेनिस रिच यांची मात्र अशी समजूत होती की हा काही आठवड्यांचा किंवा फार तर महिन्यांचाच प्रश्न आहे. पण तो अंदाज खोटा ठरणार होता, हा बदल कायमचाच ठरणार होता. मार्क रिच यांच्यासाठी मात्र स्वित्झर्लन्डला करावे लागणारे हे स्थलांतर ही त्यांची दुसरी सुटका होती (पहिली अॅन्टवर्पहून झालेली सुटका) ज्यामध्ये भविष्यात काही बदल होण्याचा किंवा परतण्याचा प्रश्नच नव्हता. मार्क रिच यांनी सप्टेंबर १९८२मध्ये अमेरिकन नागरिकत्त्वाचा त्याग करून स्पेनसारख्या तटस्थ देशाचे नागरिकत्त्व स्वीकारले होते. मार्क रिच यांच्या सांगण्याप्रमाणे, "मी कायद्याप्रमाणे स्पेनचा नागरिक होतो मी स्पेनच्या राजाच्या प्रती निष्ठेची शपथ घेतली होती आणि अमेरिकेचे नागरिकत्व सोडल्याचे अधिकृतपणे जाहीर केले होते." पण अमेरिकेच्या गृह खात्याचे म्हणणे होते की, मार्क रिच यांनी नागरिकत्त्व सोडल्याच्या दाखल्याला त्यांनी कधीच मान्यता दिली नव्हती आणि म्हणून त्यांनी अमेरिकेचे नागरिकत्त्व कायदेशीरपणे अजून सोडलेले नव्हते. मार्क रिच यांनी जुलै १९८३मध्ये इस्त्रायलचे नागरिकत्त्व पण घेतले.

एडवर्ड विल्यम्स यांच्या चरित्रकाराने, ते जेव्हा लॉसएंजेलिस येथील "मार्विन डेव्हिस" (Marvin Davis) यांच्या कार्यालयात आले तेव्हाच्या एका घटनेचे वर्णन केले आहे. त्यांना मार्क रिच यांनी स्वित्झर्लन्डला केलेल्या स्थलांतराची बातमी कळली होती. विल्यम्स फोनवरून किंचाळत होते "तू शुद्धीवर आहेस का मार्क? तू अमेरिकेच्या राष्ट्रध्वजावर थुंकला आहेस. तू अमेरिकेच्या न्यायव्यवस्थेवर थुंकला आहेस. तुला आता जी काही शिक्षा मिळेल तिलाच तू योग्य आहेस, तुला कमीत कमी शिक्षा व्हावी यासाठी आम्ही नक्कीच प्रयत्न केले असते, आता मात्र तू ठार बुडाला आहेस." मार्क रिच यांच्या सांगण्याप्रमाणे या घटनेमध्ये एक टक्का पण सत्य नाही. याउलट मार्क रिच म्हणतात की, "ना विल्यम्स ना त्यांच्या फर्ममधील इतर कोणा वकिलाने फोन करून त्यांना कधी अमेरिकेला परतण्याविषयी

विचारणा केली होती.''

ते काहीही असो पण विल्यम्स यांच्या अतिरेकी आत्मविश्वासाने घोळ केला होता ही गोष्ट मात्र खरी. एकंदरीत परिस्थितीच्या आकलनामध्ये झालेल्या त्यांच्या चुकीमुळे त्यांच्या अशिलावर ही परिस्थिती ओढवली होती आणि त्यांच्या अशिलाला अवाजवी प्रसिद्धी मिळालेली होती. मायकेल ग्रीन (Michael Green) जे मार्क रिच यांच्या कायदे सल्लागारांच्या वर्तुळात १९८५मध्ये दाखल झाले त्यांच्या म्हणण्याप्रमाणे याला ''Scorched earth policy'' अंदाधुंद जाळपोळ, नाश, करण्याचे धोरण म्हणतात. विल्यम्स खरं तर कडवी झुंज देणार वकील म्हणून प्रसिद्ध होते, पण कधीकधी हे धोरण यशस्वी ठरते तर कधीकधी साफ फसते, मार्क रिच यांच्या खटल्याप्रमाणे.

रुडॉल्फ डब्ल्यू गुलियानी

प्रसारमाध्यमांना आवडावा असाच हा खटला होता. या खटल्याला एक ''ऐतिहासिक महत्त्व आहे.'' ऐतिहासिक या शब्दाचा, अगदी न कंटाळता, वारंवार उल्लेख फिर्यादीच्या वकिलांनी केला. एवढेच नाही तर कालपरवापर्यंत अज्ञात असलेला एक कोट्यधीश, पार्क अॅव्हेन्यू येथील आलिशान घरात राहाणारी त्याची सुंदर बायको इत्यादी गोष्टींचा वारंवार उल्लेख केला गेला. हॉलीवूड येथील सिनेनिर्मिती करणारी प्रसिद्ध कंपनी 20th Century Fox, या कंपनीमध्ये मार्क रिच यांची निम्मी भागीदारी आहे, ही बातमी काही दिवसात वार्ताहरांनी काढली. डेनव्हर येथील (Denver) एक तेल व्यावसायिक मार्विन डेव्हिस (Marvin Davis) यांनी जून १९८१मध्ये जेव्हा $722Mn. (अंदाजे रु.३६१० कोटी) एवढ्या रकमेचा खरेदी करार केला तेव्हा मार्क रिच यांच्या नावाचा उल्लेख माध्यमांमध्ये कोठे झाला नव्हता. 20th Century Fox कंपनी तेव्हा यशाच्या शिखरावर होती. जॉर्ज ल्युकास (George Lucas) यांचा स्टार वॉर्स (Star Wars) या सिनेमालिकेतील तिसरा सिनेमा "Return of the Jedi" काही दिवसांपूर्वीच प्रदर्शित झाला होता. तो सिनेमा सिनेइतिहासातील आर्थिकदृष्ट्या एक अत्यंत यशस्वी सिनेमा समजला जातो. 20th Century Fox या सिनेकंपनीच्या कार्यकारी मंडळावर (Board of Directors) भूतपूर्व राष्ट्राध्यक्ष जेराल्ड फोर्ड, (Gerald R. Ford), भूतपूर्व सेक्रेटरी ऑफ स्टेट हेन्री ए किसींजर यांसारख्या प्रसिद्ध आणि प्रतिष्ठित व्यक्ती होत्या.

न्यूयॉर्कच्या सर्दन डिस्ट्रिक्टच्या सरकारी वकीलपदी, १९८३च्या वसंतात रुडॉल्फ डब्ल्यू गुलियानी यांची नेमणूक झाली आणि गेले जवळ-जवळ वर्षभर धुमसत राहाणाऱ्या या खटल्याने एकदम आग लागल्याप्रमाणे पेट घेतला. गुलियानी

यांनी त्याच्या हाताखालच्या वकिलांवर नवनवीन खटले भरण्यासाठी आणि प्रलंबित खटले लवकरात लवकर निकालात काढण्यासाठी दबाव टाकायला सुरुवात केली. त्यांना वॉलस्ट्रीट (अमेरिकन शेअर बाजारात)वरील आणि संभावित (व्हाइट कॉलर) गुन्हेगारांचा कर्दनकाळ अशी स्वत:ची प्रतिमा निर्माण करण्याची घाई झाली होती. आपला जन्मच जणू फार मोठ्या गोष्टी हाताळण्यासाठी, फार मोठ्या कार्यासाठी झाला आहे असा काहीसा त्यांचा समज झाला होता. अत्यंत धडाडीचे, बेधडक अशी काही बिरुदे, विशेषणे गुलियानी यांचे वर्णन करताना वारंवार वापरली जायची. न्यूयॉर्कचे भूतपूर्व मेयर (महापौर) डेव्हिड डिनकिन्स (David Dinkins) गुलियानी यांच्या एकूणच काम करण्याच्या पद्धतीचे वर्णन "ध्येयाच्या पूर्ततेसाठी सर्व काही क्षम्य आहे" (Ends justify the Means) असे करतात. एड विल्यम्स यांचा चरित्र लेखक, आधी फिर्यादीचे वकील आणि नंतर न्यूयॉर्कचे मेयर झालेल्या गुलियानी यांचे वर्णन "अत्यंत कडवे (Zealous) आणि राजकीय महत्त्वाकांक्षा बाळगणारे" असे करतो, तर राष्ट्राध्यक्ष निकसन यांच्या काळातले विशेष राजदूत आणि संयुक्त राष्ट्रांमधील भूतपूर्व प्रतिनिधी आणि ज्यांनी मार्क रिच यांचा खटला सन १९८५मध्ये काही काळ चालवला होता त्या लीओनार्ड गारमेंट (Leonard Garment) यांचे असे मत होते की गुलियानी यांना समजून चुकले होते की या खटल्याच्या रूपाने त्यांना स्वत:ची प्रतिमा निर्माण करण्याची आणि जबरदस्त प्रसिद्धी मिळवून देणारी संधी चालून आली आहे.

या सर्वाचा गंभीर परिणाम असा झाला की सरकारी यंत्रणा आणि मार्क रिच यांचे वकील यांच्यामध्ये अजिबात संपर्क राहिला नाही. त्यातून मार्क रिच यांच्या तेव्हाच्या वकिलांच्या गटाने, खटला लांबवण्यासाठी जितके म्हणून बेकायदेशीर मार्ग अवलंबता येतील तेवढे अवलंबायला सुरुवात केली आणि परिस्थिती आणखीनच बिघडली. सॅन्डी विनबर्ग यांना आजसुद्धा मार्क रिच यांच्या त्या वेळच्या एकंदरीतच वागणुकीचा अर्थ लागत नाही. मान हालवत त्यांनी मला सांगितले, "तो त्यांचा गाढवपणाच होता. ते आत्मघात करण्यासारखेच होते. त्यांनी आम्हाला कमी लेखले आणि खऱ्या/खोट्या कागदपत्रांचे खेळ केले. त्यांनी खटला एरवी झाला नसता त्यापेक्षा दसपट गुंतागुंतीचा केला आणि वाढवून ठेवला. मार्क रिच येथेच राहिले असते आणि खटल्याला सामोरे गेले असते तर एखादेवेळी खटला सुरळीत पार पडला असता, त्यांना थोड्या काळासाठी तुरुंगवासाची शिक्षा झाली असती पण अगदी थोड्या काळापुरतीच."

या खटल्यातील मुख्य कळीचा मुद्दा होता तो मार्क रिच यांच्या कंपनीमधील व्यवसायासंबंधीच्या कागदपत्रांचा. सदर्न डिस्ट्रिक्ट येथील सरकारी वकिलांनी एकदा या खटल्याच्या तपासाला सुरुवात केल्यावर तपासासाठी त्यांनी ज्यूरींची नेमणूक

केली आणि त्यांनी मग मार्क रिच इंटरनॅशनल, मार्क रिच आणि कंपनी, विविध तेल कंपन्या यांच्याबरोबर ज्यांनी व्यवहार केले होते असे अमेरिकेतील पुनर्विक्रेते तेल व्यावसायिक इत्यादींकडून हजारो, लाखो कागदपत्रांची मागणी करायला सुरुवात केली. न्यूयॉर्कमध्ये शाखा कार्यालय (Branch Office) असलेली मार्क रिच इंटरनॅशनल ही स्विस कंपनी, ही अमेरिकेमध्ये कर भरत होती आणि त्या कंपनीने मागणी केलेली सर्व कागदपत्रे पुरवली. मार्क रिच आणि कंपनी, स्विस कायद्याप्रमाणे स्वित्झर्लन्डमध्ये व्यवहार करणारी कंपनी, त्या कंपनीने कोणत्याही प्रकारची कागदपत्रे पुरवायला स्पष्ट नकार दिला. त्यांचे असे म्हणणे होते की, स्विस गोपनीयतेच्या कायद्याप्रमाणे कोणत्याही प्रकारची कागदपत्रे देण्याआधी त्यांना स्विस सरकारची परवानगी घेणे आवश्यक आहे.

राक्षसी दंड

मार्क रिच यांच्या वकिलांनी मार्क रिच आणि कंपनीकडून त्यांच्या ''झग'' (स्वित्झर्लन्ड) येथील कार्यालयातील कागदपत्रांची मागणी करणारी नोटीस रद्द करण्यासंबंधीची केलेली विनंती, जिल्हा कोर्टाचे न्यायाधीश ''लिओनार्ड सॅन्ड'' (Leonard Sand) यांनी फेटाळून लावली. जेव्हा कंपनीने कागदपत्रे देण्याचे सतत नाकारले तेव्हा न्यायाधीश सॅन्ड यांनी कोर्टाची अवमानता केल्याबद्दल, जोपर्यंत कंपनी कागदपत्रे दाखल करत नाही तोपर्यंत ५०,००० डॉलर्स (अंदाजे रु.२५लाख) प्रतिदिन एवढा दंड कंपनीवर ठोठावला. स्विस सरकारने हा निर्णय म्हणजे त्यांच्या अंतर्गत गोपनीयतेच्या कायद्याचे आणि सार्वभौमत्त्वाचे उल्लंघन असल्याचे सांगत निषेध नोंदवला. तरी हा अवास्तव दंड जून १९८३च्या सुरुवातीपासून लादण्यात आला.

मार्क रिच यांनी हा दंड भरण्यास सपशेल नकार दिला. त्यांनी मार्क रिच इंटरनॅशनल ही त्यांची कंपनी त्यांचा जवळचा मित्र आणि एकेकाळचा संस्थापक भागीदार असलेल्या ॲलेक हॅकेल (Alec Hackel) याला गुपचूप विकून टाकली. ॲलेक हॅकेल यांची कलॅरेन डॉन लि., (Clarendon Ltd) ही कंपनी तेव्हा झग येथे कार्यरत होती. न्यायाधीश सॅन्ड यांनी या कंपनी विक्रीचा अर्थ ''कोर्टाच्या आदेशाची अंमलबजावणी टाळण्यासाठी काढलेली पळवाट'' असा लावला आणि मार्क रिच आणि कंपनीची अमेरिकेतील सुमारे $55Mn. (अंदाजे रु.२७५कोटी), ही सुमारे २० अमेरिकन आणि युरोपीयन बँकांमध्ये असलेली रक्कम, तसेच इतर कंपन्यांनी मार्क रिच यांच्या कंपनीला असलेली देणी गोठवण्याची धमकी दिली.

न्यायाधीश सॅन्ड यांनी लादलेल्या अवास्तव दंडाची आणि अमेरिकेतील कंपनीची मालमत्ता गोठवण्याच्या धमकीची झळ मार्क रिच यांच्या व्यवसायाला

हळूहळू बसायला लागली. मार्क रिच यांच्याबरोबर व्यवसाय करणारे; तसेच त्यांच्या बँका हे या सर्व भानगडीतून लवकरात लवकर मार्ग काढण्यासाठी मार्क रिच यांच्यावर दबाव आणायला लागले. बँकाकडून होणाऱ्या कर्ज/पत पुरवठ्यामध्ये अनिश्चितता निर्माण झाल्यामुळे मार्क रिच यांच्या वकिलांनी तडजोड काढण्यासाठी वाटाघाटींचा प्रस्ताव मांडला. ५ ऑगस्ट १९८३ रोजी, दोन्ही बाजूंच्या वकिलांची, न्यायाधीश सॅन्ड यांच्या मॅनस्टॅन येथील घरी खूप रात्री उशिरापर्यंत बैठक झाली आणि मध्यरात्र होण्याआधी तडजोडीचा मसूदा ठरला. झालेल्या तहाची कलमे अशी होती. मार्क रिच यांनी त्या दिवसापर्यंत लागू झालेल्या दंडाची रक्कम $1.35Mn. (अंदाजे रु. ६.७५कोटी) न्यूयॉर्क कोर्टामध्ये भरण्याचे मान्य केले. कोर्टाने मागितलेली सर्व कागदपत्रे सादर करण्याची तयारी दाखवली आणि खटल्याचा जेव्हा निकाल लागेल तेव्हा त्याप्रमाणे होणाऱ्या दंडाची रक्कम भरण्याची तयारी दाखवली. या सर्व घडामोडींनंतर आता जरा वादळ शांत होईल आणि खटला योग्य रितीने पुढे सरकायला लागेल अशी आशा वाटायला लागली होती.

सॅन्डी विनबर्ग (Weinberg) त्या वेळच्या घटना आठवत म्हणाले, "पण चारच दिवसांनी म्हणजे ९ ऑगस्ट १९८३ रोजी माझ्या कार्यालयात एक फोन आला. फोनवरील व्यक्ती सांगत होती, "मी एक आतला आवाज" (Deep Throat) बोलतो आहे, मी अजिबात मस्करी करत नाही आहे." तो फोन आला होता मिलग्रिम थोमजान आणि ली (Milgrim,Thomajan & Lee) या मार्क रिच यांनी नेमलेल्या त्यांच्याच वकिलांच्या कार्यालयातून. ती व्यक्ती सांगत होती, "कोर्टाने मागवलेली सर्व कागदपत्रे स्विस एअरच्या विमानाने अमेरिकेबाहेर पाठवली जात आहेत." त्याने नंतर फोन करून नेमका विमान नंबर सांगितला. एसआर १११ हे विमान होते जीनीव्हा (Geneva) आणि झुरिक(Zurich)ला जाणारे. विनबर्ग यांचा आपल्या कानावर विश्वासच बसला नाही. त्यांनी रागाच्या भरात इतक्या जोरात शिवी हासडली की कार्यालयातील इतर लोक चमकून त्यांच्याकडे बघायला लागले. थोडे शांत झाल्यावर त्यांनी त्यांच्या कार्यालयातील माणसांना जॉन एफ केनेडी आंतरराष्ट्रीय विमानतळावर पाठवले.

संध्याकाळचे सात वाजले होते आणि स्विस एअरचे बोईंग ७४७ धावपट्टीवर उड्डाणासाठी अगदी तयार होते. उड्डाणाला काही मिनिटेच बाकी असताना पोलिसांनी कारवाई करून विमानाचे उड्डाण थांबवले. मार्क रिच यांनी नेमलेल्याच वकिलांच्या कार्यालयातून मिळालेल्या गुप्त माहितीच्यामुळे मार्क रिच यांच्या कंपन्यांच्या व्यवहारासंबंधीच्या कागदपत्रांनी भरलेल्या दोन मोठ्या ट्रंका विनबर्ग यांनी पाठवलेल्या माणसांच्या हातात पडल्या. थोड्याच वेळानंतर, प्रसिद्धीमाध्यमांचा वापर करून घेण्यात हुशार असलेल्या, गुलियानी यांनी मार्क रिच यांच्या उद्दाम वागणुकीचा

प्रत्यक्ष पुरावा म्हणून त्या दोन ट्रंका न्यायाधीश सॅन्ड यांच्या कोर्टामध्ये पेश केल्या आणि ताबडतोब या घटनेची जनतेला माहिती देण्यासाठी एक पत्रकार परिषद बोलावली. या घटनेला अर्थातच "Steamer Trunk Affair" असे नाव पडले. या घटनेमुळे मार्क रिच यांची विश्वासार्हता मात्र अगदी रसातळाला गेली. विनबर्ग सांगत होते, ''या घटनेनंतर मार्क रिच यांची प्रतिमा एक बदमाश व्यक्ती अशी झाली आणि आमची फिर्यादींची बाजू आपोआपच मजबूत झाली. कोर्टाचे मत आणि जनमत अर्थातच त्यांच्या विरुद्ध झाले. जेव्हा एखाद्या गुन्ह्याच्या चौकशीमध्ये कोणी ढवळाढवळ करतो आणि न्यायदानाच्या प्रक्रियेत अडथळे निर्माण करतो तेव्हा आपोआपच तुमची बाजू सत्याची आहे हे सिद्ध होते. मार्क रिच यांच्या वकिलांचे मात्र असे म्हणणे होते की,''ती कागदपत्रे स्वित्झर्लन्डला पाठवण्यामागे त्यांचा उद्देश एवढाच होता की ती सर्व कागदपत्रे एकदा त्यांच्या स्विस वकिलांच्या नजरेखालून घालावीत आणि त्यामध्ये काही गोपनीय माहिती तर नाही ना याची शहानिशा करावी.'' या घटनेमुळे चिडलेल्या न्यायाधीशांनी, मार्क रिच यांच्या सर्व कंपन्यांनी त्यांची सर्व कागदपत्रे येणाऱ्या शुक्रवारपर्यंत न्यायालयात दाखल करण्याचे आदेश दिले. येणाऱ्या शुक्रवारपर्यंत? मार्क रिच यांच्या घाबरलेल्या, गोंधळलेल्या वकिलांनी विचारले, ''आमची जगभरात ४८ कार्यालये आहेत.'' न्यायाधीश सॅन्ड यांनी शांतपणे सांगितले, ''येणाऱ्या शुक्रवारपर्यंत!''

इकडे आड तिकडे विहीर

स्वित्झर्लन्डवासीयांनी आत्तापर्यंत कधीही अनुभवला नसेल इतका उन्हाळा १९८३मधील त्या ऑगस्ट महिन्यात होता. आणि त्याहीपेक्षा गरम वातावरण मार्क रिच यांच्या झग येथील कार्यालयात होते. दहा-बारा माणसे एकूण कागदपत्रांच्या ढिगाऱ्यातून अमेरिकेत खटला लढवायला लागणारी कागदपत्रे शोधण्यात, बाजूला काढण्यात गुंतलेली होती. केवळ कागदपत्रे पाठवण्यासाठी मार्क रिच यांनी एक जेट ठरवले होते. त्यांच्यापैकी एकाने मला सांगितले, ''आम्ही १४-१४, १५-१५ तास दिवसरात्र काम करत होतो.'' हे सर्व काम चाललेले असताना मार्क रिच, पिंकस ग्रीन, ॲलेक हॅकेल आणि जॉन ट्रॅफोर्ड असे, एकूण पाचपैकी चार संस्थापक भागीदार, दोन वकील आणि काही तरुण नोकरवर्ग सर्व काळ तेथे हजर होता. तीन दिवसातच जवळ-जवळ दोन लाख कागदपत्रे त्यांनी अमेरिकेतील अधिकाऱ्यांच्या ताब्यात दिली आणि ही केवळ सुरुवात होती.

या घटनेनंतर १३ ऑगस्ट रोजी स्वित्झर्लन्ड येथील ॲटर्नी जनरल यांच्या कार्यालयातील अधिकाऱ्यांनी मार्क रिच यांच्या झग येथील कार्यालयात प्रवेश केला आणि अमेरिकन सरकारने मागितलेल्या कागदपत्रांपैकी उरलीसुरली कागदपत्रे स्वतःच्या

ताब्यात घेतली. त्यांनी त्यांच्या या कृतीसाठी स्विस पीनलकोडमधील २७३ नंबरच्या कलमाचा आधार घेतला होता. हे कलम आर्थिक हेरगिरीच्या संदर्भामध्ये परकीय देशाला माहिती पुरवण्यासंबंधी आहे. स्विस सरकारने अमेरिकेच्या गृह खात्याला आणि जिल्हा कोर्टाला (District Court) पत्र लिहून कळवले की, ''मार्क रिच आणि कंपनीला स्थानिक कायद्यानुसार यापुढे अमेरिकन ॲटर्नींना स्वित्झलन्डमधील कोणतीही कागदपत्रे प्रत्यक्षपणे पुरवणे शक्य होणार नाही.'' आत्तापर्यंत मार्क रिच यांना अमेरिकन सरकारची डोकेदुखी कमी होती की काय म्हणून आता त्यांच्या मागे स्विस सरकारचा ससेमिरा लागला. आजसुद्धा वायदे/ सौदे बाजारात काम करणारा त्यांचा एक सहकारी मला सांगत होता, ''आता मार्क रिच त्या दोघांच्या धुमश्चक्रीमध्ये सापडला होता.''

स्विस सरकारच्या या प्रतिक्रियेचा न्यायाधीश सॅन्ड(Sand) यांच्या निर्णयावर काहीही परिणाम झाला नाही. त्यांनी त्यांना लागणाऱ्या कागदपत्रांची मागणी चालूच ठेवली आणि एवढेच नाही तर कोर्टाच्या अवमानाबद्दलचा रोजचा १,५०,००० डॉलर्स एवढा दंडपण चालूच ठेवला. पुढचे एक वर्षभर मार्क रिच यांच्या कार्यालयातील कर्मचारी दर सोमवारी १,५०,००० डॉलर्स (अंदाजे रु.७५ लाख) आणि दर शुक्रवारी दोन लाख डॉलर्स (अंदाजे रु.१ कोटी) इतक्या रकमेचे चेक फेडरल कोर्टामध्ये जमा करत राहिला आणि वर्षभराच्या काळात मार्क रिच यांनी जवळ-जवळ $21Mn. (अंदाजे रु.१०५ कोटी) इतकी दंडाची रक्कम जमा केली. तर दुसऱ्या बाजूला ''आंतरराष्ट्रीय कायद्याने सर्वसाधारणपणे मान्य केलेल्या तत्त्वांचे उल्लंघन'' असा सूर लावत स्वित्झर्लन्ड सरकारने अमेरिकन सरकारला निषेध खलिते पाठवणे चालूच ठेवले. त्यांचे असेही म्हणणे होते की, ''कोणत्याही परकीय सत्तेने त्यांचे कायदे स्विस हद्दीमध्ये लादण्याचा प्रत्यक्ष वा अप्रत्यक्ष प्रयत्न करणे हा स्वित्झर्लन्डच्या सार्वभौमत्त्वाचा अपमान आहे आणि म्हणून ते सर्वस्वी अमान्य आहे.''

केवळ एक वर्षाआधीपर्यंत ''रिच'' हे आंतरराष्ट्रीय तेल उद्योगासंबंधित, जवळ-जवळ संपूर्णपणे अनोळखी असलेले नाव आता जवळजवळ निम्म्या जगाला माहीत झाले होते आणि त्या गोष्टीचा असाही एक तोटा झाला की, रूडी गुलियानी (Rudy Giuliani) आणि सॅन्डी विनबर्ग (Sandy Weinberg) यांचे महत्त्व आणखीनच वाढले. अमेरिकन आणि आंतरराष्ट्रीय प्रसारमाध्यमांनी पण रिच यांच्या खटल्यासंबंधीच्या बातम्यांना आणि त्यामुळे होऊ शकणाऱ्या आंतरराष्ट्रीय परिणामांना नियमितपणे प्रसिद्धी देण्याचा सपाटाच लावला होता. आणि या सर्वाची परिणती या दोन सरकारी वकिलांभोवती सिनेस्टार किंवा खेळाडूंप्रमाणे प्रसिद्धीचे वलय निर्माण होण्यातच झाली.

मार्क रिच यांच्यावरचे आरोप लवकरात लवकर ठरवण्यासाठी गुलियानी त्यांच्याबरोबर काम करणाऱ्या वकिलांच्यामागे अगदी हात धुवून लागले होते. शिवाय त्यांच्याकडे मार्क रिच यांच्यासंबंधीची आणखी काही छुपी पाने होती ती वेगळीच. त्यांनी १९८३च्या सप्टेंबर महिन्यात एक वार्ताहर परिषद बोलावली. वार्ताहरांना हा अनुभव नवीनच होता. गुलियानी यांच्या म्हणण्याप्रमाणे ही वार्ताहर परिषद एक ऐतिहासिक घटना होती.

सर्वात मोठा कर चुकवेगिरीचा आरोप

सप्टेंबर १९, १९८३ सोमवार, वेगवेगळ्या प्रसिद्धी माध्यमांचे वार्ताहर अमेरिकेच्या सरकारी वकिलांच्या आठव्या मजल्यावरील कार्यालयातील लायब्ररीमध्ये एकत्र जमले होते. रुडॉल्फ गुलियानी त्यांची वाटच बघत होते. तेथे वार्ताहरांना एक नवीनच घटना बघायला मिळाली. सरकारी वकिलांनी वार्ताहर परिषदेमध्ये आरोपपत्राचे मोठ्याने आणि जाहीर वाचन केले. गुलियानी यांनी ज्यावेळी "अमेरिकन संघराज्ये – विरुद्ध – मार्क रिच, पिंकस ग्रीन आणि इतर" म्हणून आरोपपत्र वाचनाला सुरुवात केली तेव्हा बऱ्याच जणांना जुन्या काळातल्या शिकागोमधल्या न्यायदानाच्या पद्धतीची आठवण झाली. त्या आरोपपत्रामध्ये फसवणूक, खोटे दस्तऐवज तयार करणे, कर चुकवणे, फसवण्याच्या उद्देशाने कट करणे इत्यादी कारणे मिळून एकूण ५१ आरोप ठेवण्यात आले होते.

गुलियानी म्हणाले, "आत्तापर्यंतच्या इतिहासातील हा सर्वात मोठा कर चुकवेगिरीचा घोटाळा आहे." त्यांनी न कंटाळता आरोपपत्रांचे वाचन चालूच ठेवले. "आरोपींनी संगनमताने कट करून मार्क रिच इंटरनॅशनल कंपनीचे $100Mn. (अंदाजे रु.५०० कोटी) इतके करपात्र उत्पन्न दडवून त्यावरील कर चुकवला आहे. तसेच हे उत्पन्न आरोपी कंपनीने अमेरिकेचे ऊर्जेसंबंधीचे नियम व कायदे मोडून बेकायदेशीररीत्या मिळवलेले आहे. आरोपी कंपनीने (मार्क रिच इंटरनॅशनल) पद्धतशीरपणे कट करून, योजना आखून, सन १९८०-८१ या आर्थिक वर्षासाठी $48Mn. (अंदाजे रु.२४० कोटी)पेक्षा जास्त कर चुकवला आहे."

गुलियानी यांनी त्यांचा हुकमाचा पत्ता असलेला सर्वात गंभीर आरोप वार्ताहर परिषद संपण्याच्या वेळेपर्यंत राखून ठेवला होता. हा गंभीर आरोप, ठपका मार्क रिच यांचा जन्मभर पाठपुरावा करणार होता. नोव्हेंबर ४, १९७९, इराणच्या नागरिकांनी तेहरानमधील अमेरिकेच्या दूतावासात घुसून त्याचा ताबा घेतला. त्यानंतर अमेरिकेच्या ५३ नागरिकांना १४ महिन्यांसाठी, म्हणजे १९ जानेवारी १९८१ रोजी त्यांची सुटका होईपर्यंत त्यांना बंधक बनवण्यात आले होते. अमेरिकेचे अध्यक्ष जिमी कार्टर (Jimmy Carter) यांनी या ओलिसांच्या घटनेनंतर

इराणवर व्यापारी आणि इतर निर्बंध लादले असतांना मार्क रिच आणि कंपनीने इराणकडून क्रुडतेल आणि ज्वलनशील तेल विकत घेण्याचे NIOC (National Iranian Oil co) बरोबर करार केले ''मार्क रिच आणि पिंकस ग्रीन यांनी व्यक्तिश: मार्क रिच इंटरनॅशनल कंपनीच्या न्यूयॉर्क येथील कार्यालयामधून अंदाजे २,०२,८०६.२९१ डॉलर्स (अंदाजे रु. १,०१४.०३ कोटी) इतक्या किमतीच्या, अंदाजे ६२.५० लाख बॅरल्स, इराणी तेलाच्या विक्रीचे व्यवहार केले.''

शत्रुराष्ट्राशी व्यापारी संबंध ठेवणे हा सर्वात गंभीर आरोप होता. कनेक्टिकट राज्याचे निवडून आलेले प्रतिनिधी ''ख्रिस शे'' (Chris Shays) त्या वेळच्या मार्क रिच आणि पिंकस ग्रीन यांच्याबाबतच्या सर्वसाधारण जनमताचे असे वर्णन करतात. ''बहुसंख्यांच्या मताप्रमाणे त्या दोघांनी त्यांच्या देशाच्या प्रती देशद्रोहच केला होता.'' एका मुलाखतीचे दरम्यान सॅन्डी विनबर्ग यांनी मला सांगितले की, ''आमचा तपास खरं तर कर चुकवेगिरीच्या आरोपापुरताच मर्यादित होता. त्यांच्या इराणबरोबर असलेल्या व्यापारी संबंधांचा शोध त्या तपासादरम्यान आम्हाला अचानकच लागला. इराणबरोबरचे त्यांचे व्यापारी संबंध भयानकच होते, अगदी कल्पनेपलीकडले होते.''

तेलाच्या किमतींवर नियंत्रण

मार्क रिच यांच्याविरुद्ध दाखल केलेला गुन्हेगारी (Criminal) खटला नक्की काय प्रकारचा होता हे समजून घेण्यासाठी प्रथम आपल्याला अमेरिकन सरकारने १९७३ साली, पहिल्या तेल संकटाचेनंतर, तेल विक्रीच्या किमतींवर नियंत्रण घालण्याच्या संदर्भात अत्यंत गुंतागुंतीचे निर्बंध लादणारे असे जे नियम केले होते ते प्रथम थोडक्यात समजून घेणे गरजेचे आहे. याआधी आपण पाहिल्याप्रमाणे अरब देश आणि इस्रायल यांच्यामधील यॉम किप्पूर (Yom Kippur) युद्धानंतर अरब देशांनी ऑक्टोबर १९७३मध्ये तेल निर्यातीवर निर्बंध आणले. त्याचे सर्वात जास्त तीव्र परिणाम संपूर्ण अमेरिकेमध्ये प्रकर्षाने जाणवले. अरब देशांची तेल निर्यात बंदी झाल्यानंतर काही आठवडेच उलटले होते, अमेरिकेच्या तेव्हाच्या राष्ट्राध्यक्षांनी, रिचर्ड निकसन (Richard Nixon) यांनी खबरदारीचा उपाय म्हणून ("Emergency Petroleum Allocation Act") ''तेल वितरण कायदा'' लागू केला.

सन १९७३ नोव्हेंबर ते १९८१ फेब्रुवारी या काळात अमेरिकन सरकारने देशांतर्गत उत्पादनाला चालना मिळण्यासाठी क्रुडतेलाच्या किमतींवर नियंत्रण ठेवले. तेलाच्या प्रतीप्रमाणे त्याची तीन प्रकारांमध्ये वर्गवारी करून त्यासाठी वेगवेगळ्या किमती ठरवण्यात आल्या. तेलाची ही जी तीन प्रकारात वर्गवारी करण्यात आली होती त्या तेलांमध्ये रासायनिकदृष्ट्या काहीही फरक नव्हता तर ज्या

भागातून ते तेल काढले गेले होते त्यावर त्याची प्रत किंवा दर्जा निश्चित करण्यात आला होता. ज्या तेल विहिरींमधून सन १९७२ साली ठरवून दिलेल्या उत्पादनक्षमतेइतक्या किंवा त्यापेक्षा कमी प्रमाणात तेल काढले जात होते या तेलाला "Old Oil" किंवा जुने तेल म्हटले जात होते आणि तीन प्रकारामधले हे तेल सर्वात स्वस्त होते. दुसरा प्रकार म्हणजे ''नवीन तेल'' (New Oil) ज्या तेल विहिरींमधून तेल उत्पादन १९७३ सालानंतर सुरू झाले किंवा १९७२ सालच्या उत्पादन क्षमतेपेक्षा अधिक तेल ज्या विहिरींमधून काढले जात होते ते होते ''नवीन तेल'' किंवा (New Oil) आणि सर्वात महागडे होते ते "Stripper Oil" ज्या तेल विहिरींमधील तेलसाठा संपत आला आहे आणि ज्या तेल विहिरींमधून प्रति दिवशी १० बॅरल्सपेक्षापण कमी तेलाचे उत्पादन होते आहे अशा तेलाला "Stripper Oil" म्हटले जात होते.

फक्त "Stripper Oil" प्रकारच्या तेलाचीच जागतिक बाजारपेठेमध्ये बाजारभावाने किंवा शक्य तितक्या चढ्या भावाने विक्री करणे शक्य होते, आणि त्याची किंमत नवीन आणि जुन्या तेलाच्या विक्रीच्या नियंत्रित किमतीपेक्षा कितीतरी पटीने जास्त होती. सन १९८०मध्ये Stripper तेलाच्या एका बॅरलच्या विक्रीची किंमत जुन्या तेलाच्या एका बॅरलच्या किमतीपेक्षा २० डॉलरने किंवा त्याहीपेक्षा अधिक होती. त्याचप्रमाणे नव्या तेलाच्या एका बॅरलच्या किमतीपेक्षा Stripper तेलाच्या एका बॅरलची किंमत कमीत कमी १५ डॉलरने अधिक होती. या नियंत्रणांचा जगातील इतर देशांवर किंवा त्यांच्या तेलांच्या किमतींवर काहीही परिणाम झाला नाही.

तेलाच्या किमतींवर नियंत्रण ठेवण्याचा हा जो काही गुंतागुंतीचा प्रकार होता त्याच्या अंमलबजावणीवर लक्ष ठेवणे हे फक्त अवघडच नव्हते तर ते खुल्या बाजारपेठेच्या तत्त्वांचे उघड-उघड उल्लंघन होते. वेगवेगळ्या प्रकारच्या, प्रतींच्या तेलांचे उत्पादक, तेल शुद्धीकरण कारखाने, विक्रेते, त्याचप्रमाणे वेगवेगळ्या तेल विहिरींमधून त्यांच्या उत्पादनक्षमतेनुसार काढले जाणारे तेल इत्यादी गोष्टींसाठी वेगवेगळे नियंत्रक नियम होते. हा एक राजकीय तमाशा होता. त्यामुळे आंतरराष्ट्रीय आणि देशांतर्गत तेल बाजारपेठेमध्ये मोठ्या प्रमाणात विसंवाद निर्माण झाला. नंतर आलेल्या राष्ट्राध्यक्षांनी, रोनाल्ड रेगन यांनी, जानेवारी १९८१मध्ये त्यांच्या पदग्रहणाच्या पहिल्याच दिवशी एका वैधानिक आदेशान्वये हा कायदा रद्दबातल ठरवला.

तो कायदा फार क्लिष्ट तर होताच पण त्याहीपेक्षा तेल बाजारपेठेचे वास्तव आणखीनच गुंतागुंतीचे होते. तेलाच्या विक्रीच्या किमतीवरील नियंत्रण हे फक्त अमेरिकेमधील नियंत्रित तेलाच्या पहिल्या विक्रीच्या व्यवहारालाच लागू होते. मात्र त्या तेलाच्या पुढील विक्रींच्या व्यवहारांसाठी किंवा खुल्या बाजारामधील गुंतवणुकीच्या

उद्देशाने केलेल्या व्यवहारांसाठी त्यावर कमावल्या जाणाऱ्या नफ्याच्या प्रमाणावर नियंत्रण ठेवण्याचे प्रावधान होते आणि त्या आधारे किंमत नियंत्रित केलेली होती. पुढील प्रत्येक विक्रीवरील / व्यवहारामधील नफ्याचे प्रमाणे हे ऊर्जा खात्याकडून (Department of Energy), "मान्य केलेले सर्वसाधारण नफ्याचे प्रमाण (Permissible Average Markup) (PAM) या तत्त्वाप्रमाणे त्या-त्या कंपन्यांच्या भूतकाळातील नफ्याच्या प्रमाणावरून ठरवण्यात आले होते. नवीन कंपन्या ज्यांना तेल विक्रीचा/व्यापाराचा अगदी कमी किंवा अजिबातच अनुभव नव्हता, उदाहरणार्थ मार्क रिच आणि कंपनी, अशांसाठी ही "सर्वसाधारण नफ्याच्या प्रमाणाची" सुविधा सप्टेंबर १९८०पर्यंत लागूच नव्हती. १ सप्टेंबर १९८०पासून म्हणजे राष्ट्राध्यक्ष रेगन यांनी हा कायदा रद्दबातल करण्याच्या काही महिने आधी तेलाच्या पुर्नविक्री व्यवहारांमध्ये प्रति बॅरल जास्तीत जास्त, २० टक्के नफा कमावण्याची मुभा देण्यात आली."

अशा या तेल व्यवहारांवर, किमतींवर नियंत्रण ठेवणाऱ्या गुंतागुंतीच्या कायद्यांच्या पार्श्वभूमीवर मार्क रिच व्यापार करण्याचा आणि नफा कमावण्याचा प्रयत्न करत होते. इतर तेल व्यावसायिकांना जेथे फक्त अडथळे आणि संकटे दिसत होती तेथे मार्क रिच यांना व्यवसाय/व्यापार करण्याची संधी दिसत होती. मार्क रिच यांनी तेल विक्रीचे हे गुंतागुंतीचे नियम त्यांच्या फायद्याच्या दृष्टीने वापरून/वाकवून जास्तीत जास्त फायदा मिळवण्याचा प्रयत्न केला. तेल बाजारपेठांनी प्राप्त परिस्थितीशी/ नियमांशी लवकरच जुळवून घेतले. त्याचवेळी तेल व्यापाऱ्यांनी मात्र शक्य असेल तेथे किमतींवरच्या नियंत्रणांना बगल देण्याचेच धोरण अवलंबले. आणि यासाठी व्यापाऱ्यांनी दोन वेगवेगळ्या व्यवहारांची एकत्रितपणे सांगड घालून पळवाट शोधली होती. यामध्ये नियंत्रित किमतींमधला देशांतर्गत/स्थानिक (Domestic) तेलाचा व्यवहार आणि अनियंत्रित किंवा बाजारपेठेनुसार ठरवल्या गेलेल्या किमतींमध्ये विदेशी तेलाचा व्यवहार यांची सांगड घातली होती. यासाठी तेल कंपन्यांनी "एकमेका साहाय्य करू"चे धोरण अवलंबले होते. कंपन्यांनी आपापसात वेगवेगळ्या प्रकारच्या/प्रतींच्या तेलाची देवाणघेवाण/अदलाबदल (Swap) सुरू केली. त्यामुळे दोघांपैकी कोणातरी एकाला अनियंत्रित दराचे तेल मिळणे शक्य होऊ लागले. ज्याची पुढे बाजारपेठेतील दराने विक्री करणे शक्य झाले. यासाठी तेल दरांमध्ये आकर्षक सवलती देणे आणि इतर अनेक प्रकारची प्रलोभने दाखवली जायला लागली. अशा प्रकारच्या व्यापारासाठी, व्यवहारांसाठी अमेरिकन तेल कंपन्यांना तेलाच्या आंतरराष्ट्रीय बाजारपेठेचा चांगला अनुभव असलेल्या, बाजारपेठेमध्ये उत्तम संबंध असलेल्या पुनर्विक्रेत्याची, मध्यस्थाची गरज होती, आणि यासाठी मार्क रिच अगदी सर्वार्थाने योग्य होते. सन १९७९ आणि १९८०मध्ये मार्क रिच हे आंतरराष्ट्रीय बाजारपेठेमधले एक वजनदार नाव होते. मध्यपूर्व आफ्रिका आणि

युरोपमधील देशांमध्ये त्यांच्या इतके उत्तम संबंध असलेले दुसरे कोणीच नव्हते. त्या वेळेच्या परिस्थितीमध्ये तेल व्यापारामध्ये जास्तीत जास्त नफा कमावण्याच्या दृष्टीने त्यांच्या दोन कंपन्यांची कार्यालये मार्क रिच इंटरनॅशनल (MRI)चे न्यूयॉर्क येथील कार्यालय आणि मार्क रिच आणि कंपनी (AG)चे स्वित्झर्लन्ड येथील प्रमुख कार्यालय - ही अगदी "योग्य वेळी आणि योग्य ठिकाणी" असल्याप्रमाणे होती.

वेस्ट टेक्सास मार्केटिंग (West Texas Marketing) कंपनीचे एक मालक जॉन ट्रोलँड (John Troland) यांना या परिस्थितीची पूर्ण कल्पना होती आणि १९७९च्या ऑक्टोबर-नोव्हेंबर महिन्यामध्ये त्यांनी मार्क रिच यांच्यापुढे एक कल्पना मांडली. ट्रोलँड यांचा प्रस्ताव असा होता की, त्यांची वेस्ट टेक्सास मार्केटिंग ही कंपनी कायदेशीररीत्या नियंत्रित (कमी) दराने आणि प्रमाणात घेतलेल्या तेलाची अनियंत्रित दराच्या स्थानिक तेलाबरोबर अदलाबदल (Tier Trade) करेल, म्हणजेच एका थरातील/प्रकारातील तेलाची दुसऱ्या थरातील/प्रकारच्या तेलाशी अदलाबदल करेल आणि त्यामुळे त्या तेलाची बाजारपेठेनुसार ठरलेल्या किमतीने, म्हणजेच अनियंत्रित किंमतीने, नंतर विक्री करता येईल. परंतु (WTM) कंपनीला नियंत्रित किमतीचे तेल मिळणेच कठीण जाऊ लागले, कारण बहुतेक तेल उत्पादक त्यांच्याकडील नियंत्रित किमतीचे आणि प्रमाणात असलेले तेल, जर त्याबरोबर दुसरा एखादा फायद्याचा बदली सौदा (Back to Back) शक्य असेल तरच, द्यायला तयार होते. हे सर्व व्यवहार अनियंत्रित विदेशी तेलाच्या आणि नियंत्रित स्थानिक तेलाच्या खरेदी/विक्री संदर्भातले होते. WTM कंपनीच्या ट्रोलँड यांच्या बाजारपेठांमध्ये, ओळखी नव्हत्या, आणि त्यांचे फारसे संबंध नव्हते. मार्क रिच यांना तेल व्यापाराचे संपूर्ण ज्ञान आहे, त्यांच्या योग्य ठिकाणी ओळखी आहेत आणि संबंध आहेत आणि मुख्य म्हणजे आंतरराष्ट्रीय तेल बाजारपेठेमध्ये मोठे व्यवहार करण्याची त्यांची कुवत आहे या सर्व गोष्टींची ट्रोलँड यांना चांगली कल्पना होती.

अशा व्यवहाराचे एक उदाहरणच द्यायचे झाले तर, चार्टर क्रुड ऑइल कंपनी (Charter Crude Oil co) या टेक्सास येथील अमेरिकन तेल उत्पादक कंपनीला मार्क रिच आणि कंपनीने सवलतीच्या दरात केलेली अनियंत्रित विदेशी तेलाची सागरीहद्दीबाहेरील (Off Shore) विक्री. त्या बदल्यामध्ये Charter Crude Oil Coने स्थानिक नियंत्रित स्वस्त दराच्या तेलाची, मार्क रिच इंटरनॅशनलला विक्री करण्याची तयारी दर्शवली, ज्याची नंतर मार्क रिच इंटरनॅशनल कंपनीने (WTM) (West Texas Marketing) या कंपनीला पुनर्विक्री केली. WTM कंपनीने या स्वस्त दराच्या तेलाची, अधिक किमतीच्या अनियंत्रित तेलाबरोबर अदलाबदल (Swap) केली आणि हे तेल सवलतीच्या दराने परत मार्क रिच इंटरनॅशनल कंपनीला विकले. मार्क रिच इंटरनॅशनल कंपनीने हे तेल नंतर बाजारभावाने

आंतरराष्ट्रीय तेल बाजारपेठेमध्ये विकले. हा सर्व व्यवहार पूर्ण झाल्यावर मार्क रिच इंटरनॅशनल कंपनीने मार्क रिच आणि कंपनीला नियंत्रित तेल मिळवण्यासाठी चार्टर क्रुड ऑइल कंपनीला, द्याव्या लागलेल्या सवलतींबद्दल योग्य ती भरपाई दिली. या अशा प्रकारच्या सवलतींशिवाय चार्टर क्रुड ऑइल कंपनीला स्वस्त दराच्या स्थानिक तेलाची विक्री करणेच शक्य झाले नसते.

सप्टेंबर १९८०पासून मार्क रिच इंटरनॅशनल या कंपनीला, आधी पाहिल्याप्रमाणे, २० टक्क्यांपर्यंत "सर्वसाधारण वाढीव नफ्याचा" (Permissible average markup) फायदा मिळायला लागल्यावर अशा प्रकारचे तेल विक्री व्यवहार चालूच राहिले. या व्यवहारांची आखणी किंवा पद्धती अशा प्रकारे केली की मार्क रिच इंटरनॅशनलचा त्यामधील सहभाग कमी-कमी दिसेल. मार्क रिच इंटरनॅशनल कंपनीने सवलतीच्या दरात स्थानिक तेल घेणे बंद केले आणि त्याचबरोबर मार्क रिच आणि कंपनीला त्यांनी सागरीहद्दीत केलेल्या व्यवहारांच्या बदल्यात झालेली नुकसानभरपाई देणे बंद केले. त्याऐवजी (WTM) (West Texas Marketing) आणि दुसरी एक कंपनी "लिस्टो पेट्रोलीयम" (Listo Petroleum) यांनी स्थानिक तेलाची प्रतीनुसार विक्री अनियंत्रित (जास्त) दराने करून मार्क रिच आणि कंपनीला या व्यवहारामधला हिस्सा देणे सुरू केले. अशा वेगळ्या प्रकारच्या व्यवहारांमध्ये सहभागी असलेले दोन अमेरिकन तेल उत्पादक म्हणजे "चार्टर" आणि "अटलांटिक रीच फील्ड," ज्यांची मार्क रिच इंटरनॅशनलबरोबर तेल व्यापारामध्ये दीर्घकालपर्यंत व्यावसायिक भागीदारी होती.

अशा प्रकारच्या गुंतागुंतीच्या व्यवहारांमागचा उद्देश कायम एकच राहिला होता. या संपूर्ण साखळीमधल्या एखाद्या व्यापाऱ्याला अनियंत्रित तेलाच्या उपलब्धतेची माहिती मिळत असे, जे अर्थातच नंतर आंतरराष्ट्रीय बाजारपेठेमध्ये चढ्या किमतीने विकले जायचे आणि त्या बदल्यामध्ये, अशा प्रकारच्या बदली (Back to Back) व्यवहारामध्ये सहभागी असलेल्यांना त्यांनी घेतलेल्या त्रासाबद्दल आणि त्यासाठी कराव्या लागलेल्या खर्चाबद्दल योग्य ती भरपाई दिली जात असे.

दिखाऊ/खोटे व्यवहार

तेलांच्या प्रतींप्रमाणे, प्रकाराप्रमाणे, केलेले वेगवेगळे खरेदी/विक्रीचे व्यवहार हे संपूर्णपणे कायद्याला धरून होते. आणि सर्व प्रस्थापित तेल कंपन्यांनी कधी ना कधी तसे व्यवहार केलेही होते. तरी मार्क रिच इंटरनॅशनल आणि मार्क रिच आणि कंपनी, यांच्या दरम्यान झालेली पैशाची देवाणघेवाण किंवा आर्थिक व्यवहार अनेक प्रश्न निर्माण करत होते. मार्क रिच यांच्या वकिलांचे असे ठाम मत होते की हे सर्व आर्थिक व्यवहार अमेरिका आणि स्वित्झर्लन्ड या दोन देशांच्या दरम्यान झालेल्या कर विषयक कराराप्रमाणेच आणि कायद्याला धरूनच होते. मार्क रिच यांचे

वॉशिंग्टन येथील वकील ''मायकेल ग्रीन'' (Michael Green) यांच्या मताप्रमाणे स्वित्झर्लन्डबरोबरचा कर विषयक करार ''अथपासून इतिपर्यंत'' या व्यवहारांना लागू होतो, तर फिर्यादी पक्षाचे विनबर्ग (Weinberg) आणि गुलियानी(Giuliani) यांचे मत अगदी विरुद्ध होते. फिर्यादी पक्षाचा असा स्पष्ट आरोप होता की मार्क रिच इंटरनॅशनल यांनी अमेरिकेमध्ये करपात्र असलेले त्यांचे उत्पन्न त्यांच्याच स्वित्झर्लन्ड येथील मार्क रिच आणि कंपनी, या प्रमुख कंपनीला बेकायदेशीरपणे हस्तांतरीत करून अमेरिकेमध्ये कर चुकवलेला आहे. त्यांनी स्वित्झर्लन्डबरोबर असलेला अमेरिकेचा कर विषयक करार विचारात पण घेतला नाही. फिर्यादी पक्षाने मार्क रिच यांच्या तेल खरेदी/विक्री व्यापारामध्ये झालेल्या या सर्वच व्यवहारांकडे, पैशाच्या देवाणघेवाणीकडे एकूणच अत्यंत संशयित नजरेने पाहिले. त्याचप्रमाणे सागरीहद्दीबाहेर झालेले तेल खरेदी/विक्रीचे व्यवहार, झालेली तेलाची आवक-जावक आणि ज्या प्रमाणात पैशाची देवाणघेवाण झाली त्यावर तर ते अजिबातच विश्वास ठेवायला तयार नव्हते. फिर्यादी पक्षाने या सगळ्याच व्यवहारांना खोटे ठरवले. त्यांच्या म्हणण्याप्रमाणे खोटे आणि बनावट दस्तऐवज, कागदपत्रे करून, खोट्या वजावटी दाखवून, केवळ कागदोपत्री केलेले हे व्यवहार होते. त्यांचे असे ठाम मत झाले होते की, मार्क रिच यांनी बेकायदेशीरपणे कमावलेला नफा, पैसा असे खोटे व्यवहार दाखवून आणि खोटी कागदपत्रे करून परदेशामध्ये हस्तांतरीत केला, पाठवला.

आरोपपत्रामध्ये नमूद केल्याप्रमाणे मार्क रिच आणि WTM (West Texas Marketing) यांनी संगनमताने, प्रचंड प्रमाणात कमावलेली नफ्याची रक्कम, जिचा कागदोपत्री "POT" असा उल्लेख केला गेला होता, मार्क रिच इंटरनॅशनल कंपनीच्या ताळेबंदामध्ये न दाखवता ती WTM कंपनीच्या खात्यामध्येच राहिल याची काळजी घेतली होती. त्या आरोपपत्रामध्ये पुढे असेही नमूद करण्यात आले होते की, ''हे सर्व व्यवहार लपवण्याच्या हेतूने मार्क रिच आणि ग्रीन यांनी, जरी मार्क रिच इंटरनॅशनल ही कंपनी WTM या कंपनीकडून स्ट्रीपर (Stripper) तेलाचे बॅरल्स प्रत्यक्षामध्ये खूप कमी किंमत देऊन घेत होती. तरी ते खूप जास्त किमतीला विकत घेत आहेत असे दाखवणारी/दर्शवणारी खोटी कागदपत्रे WTM या कंपनीकडून संगनमताने तयार करून घेतली आणि अशा प्रकारे WTM कंपनीने कमावलेला आणि "POT"मध्ये ठेवलेला प्रचंड नफा आरोपी कंपनीला लाचेच्या स्वरूपामध्ये परत दिला.''

फिर्यादी पक्षाचा असा ही आरोप होता की, मार्क रिच यांनी नियंत्रित तेल नियमित केलेल्या नफ्यापेक्षा (२० टक्के) जास्त नफ्याने विकले आणि ही नफ्याची रक्कम खोट्या कागदपत्रांच्या मदतीने देशाबाहेर पाठवून कर चुकवला होता. फिर्यादी पक्षाचा मार्क रिच आणि कंपनी या स्विस कंपनीवर असा आरोप होता की,

त्यांनी नफ्याची रक्कम लपवण्यासाठी त्यांची अमेरिकेमधील उपकंपनी मार्क रिच इंटरनॅशनलला अवास्तवरीत्या वाढवलेल्या किमतीला तेल विकल्याचे दाखवणारी कागदपत्रे तयार केली आणि जेव्हा या उपकंपनीने त्या तेलाची पुनर्विक्री बाजारभावापेक्षा कमी किमतीने केली तेव्हा अर्थातच त्यांना अमेरिकेतील व्यवहारामध्ये बऱ्यापैकी तोटा सहन करावा लागला आणि अशा प्रकारे कंपनीला कर चुकवणे शक्य झाले. विनबर्ग सांगत होते, ''परवानगी दिलेल्या २० टक्के नियंत्रित नफ्याऐवजी मार्क रिच प्रति बॅरल ५ डॉलर इतका नफा कमावत होते हस्तलिखित व्यापारी वह्यांचे दोन संच आमच्या हाती लागले त्यामध्ये या खोट्या व्यवहारांच्या दोन्ही बाजूंची माहिती आम्हाला सापडली. तसेच न झालेल्या तेल विक्रीचा तपशील मिळाला. मग तुम्ही मला सांगा हे सगळे कायदेशीर कसे होते? फिर्यादी पक्षाचे वकील या सगळ्याकडे फक्त कर चुकवेगिरी किंवा कर वाचवण्याची खटपट एवढ्याच मर्यादित दृष्टीने नक्कीच बघत नव्हते तर त्यांच्या मते या सगळ्याचा आणखी एक अर्थ होता आणि तो म्हणजे ''संघटित, संगनमताने केलेली गुन्हेगारी.''

''फिर्यादी पक्षाचे अण्वस्त्र''

संगनमताने, संघटितपणे केलेला कंपन्यांचा भ्रष्टाचार रोखण्यासाठी असलेला अमेरिकेमधील कायदा "Racketeer Influenced and corrupt organisation" अत्यंत कठोर आहे. या कायद्याचा उल्लेख नेहमी त्याच्या संक्षिप्त नावाने "RICO" केला जातो. या कायद्याला असे नाव अशा विशिष्ट संक्षिप्त नावासाठी मुद्दामच देण्यात आले आहे, कारण "Little caesar" या १९३१ साली तयार केलेल्या सिनेमामध्ये Edward E Robinson या नटाने त्या सिनेमामध्ये "RICO" नावाच्या एका गुंडाची भूमिका केली होती. हा कायदा अत्यंत कठोर आणि कडक करण्यामागे सरकारला आणि पोलिसांना संघटित गुन्हेगारी आणि त्यांच्या आर्थिक ताकदीला, वर्चस्वाला मोडून काढणे सोपे जावे हाच उद्देश होता. या कायद्याच्याा अंतर्गत कोर्टामध्ये खटला उभा राहाण्याआधीच किंवा आरोप ठेवले जाण्याआधीच आरोपींची मालमत्ता ताब्यात घेण्याचा अधिकार सरकारला, पोलिसांना दिले गेले आहेत. हा कायदा म्हणजे सरकारी वकिलांच्या भात्यामधील ''रामबाण'' किंवा सरकारी वकिलांच्या हातामधील ''ब्रह्मास्त्र'' होते. अमेरिकेचे अध्यक्ष रिचर्ड निकसन यांचे वकील जॉन डब्ल्यू डीन (John W. Dean) तर या कायद्याचा उल्लेख फिर्यादी वकिलांच्या हातातले ''अण्वस्त्र'' असा करतात. अमेरिकेच्या गुन्हेगारी कायद्यांमध्ये (Criminal Code) हा सर्वात वादग्रस्त कायदा समजला जातो.

एवढा कठोर कायदा सर्वसाधारणत: माफिया किंवा अमली पदार्थांचा व्यापार करणाऱ्यांविरुद्धच्या खटल्यांमध्ये वापरला जातो. परंतु गुलियानी(Giuliani) यांनी

तो मार्क रिच यांच्याविरुद्ध खटल्यामध्ये वापरायचा ठरवले, प्रथमच अशा प्रकारच्या खटल्यासाठी इतका कठोर कायदा वापरला जात होता. रिच यांच्याविरुद्ध आरोपपत्र दाखल केल्या-केल्या अमेरिकन अधिकाऱ्यांनी मार्क रिच यांची विविध बँकांमधील वैयक्तिक खाती तसेच अमेरिकेमधील त्यांच्या कंपन्यांची बँकेतील खाती ताबडतोब गोठवली आणि त्यामध्ये व्यवहार करण्यावर बंदी आणली. यामध्ये मार्क रिच यांची मार्क रिच आणि कंपनी यामधील गुंतवणूक, तसेच 20th Century Fox या सिनेनिर्मिती करणाऱ्या कंपनीमधील गुंतवणुकीचा समावेश होता. आरोपपत्र दाखल केल्यानंतर थोड्याच दिवसात IRS (Internal Revenue Service) खात्याने मार्क रिच इंटरनॅशनलवर $91Mn. (अंदाजे रु.४५५ कोटी)पेक्षा जास्त रकमेची कर देयकाची नोटीस बजावली. त्या नोटीशीमध्ये त्यांच्या एकूण मालमत्तेची, जी सरकार जमा होण्याची शक्यता होती, यादी दिली होती. त्या यादीमध्ये त्यांच्या बँकेमधील खात्यांपासून ते त्यांची एकूण गुंतवणूक, त्यांची स्थावर मालमत्ता, कार्यालये, कार्यालयांतील सामान, फर्निचर इत्यादी सर्व गोष्टी नमूद केल्या होत्या. त्यांच्या आरोपपत्राबरोबर जोडण्यात आलेली त्यांच्या जप्त केलेल्या मालमत्तेची यादीच सहा पानांची होती. मार्क रिच यांचे 5th Avenueवरील राहाते घर, तसेच सुट्टीच्या काळात जाण्याचा Long Island येथील त्यांचा बंगला, त्यांची "Steinhardt Investment" या Hedge फंडातील गुंतवणूक, त्यांची रिटायरमेंट फंडामधील गुंतवणूक इत्यादी गोष्टी जप्त तरी केल्या किंवा गोठवण्यात तरी आल्या. एवढेच नाही तर IRSने मार्क रिच यांच्याबरोबर व्यवहार करणाऱ्या बँका आणि कंपन्यांवर नोटीशी बजावल्या. त्या कंपन्यांना सूचना देण्यात आल्या की, मार्क रिच यांच्याकडून त्यांना मिळालेली रक्कम जप्त केली जाऊ शकते तसेच त्यांनी मार्क रिच यांना देय असलेली रक्कम देण्यावर बंदी घातली.

एका आसुरी आनंदाने सॅन्डी विनबर्ग मला म्हणाले, ''ते सर्वच अत्यंत विलक्षण होते. आम्ही त्यांची अमेरिकेमधील सर्व स्थावर तसेच जंगम मालमत्ता गोठवली, अगदी 20th Century Foxमधील गुंतवणूकपण. आम्ही त्यांची चहूबाजूंनी कोंडी केली. आम्ही त्यांची कंपनी जवळ-जवळ एक वर्ष बंद पाडली, त्यांना अमेरिकेमध्ये व्यवसाय करणेच अशक्य होऊन बसले होते, या सगळ्याचा त्यांना चांगलाच आर्थिक फटका बसला होता. माझ्या अंदाजाप्रमाणे त्यांचे कमीत कमी $1Bn. (अंदाजे रु.५,००० कोटी) इतके नुकसान झाले असावे.''

''बिनशर्त शरणागती''

मार्क रिच यांच्या कंपनीला बँकांकडून होणारा कर्जपुरवठा बंद झाला होता. तसेच कित्येक व्यापारी पेढ्यांनी मार्क रिच यांच्या कंपनीला देण्यात येणाऱ्या

उधारीवर नियंत्रणे घातली आणि त्याची मर्यादा कमी-कमी करत आणली. या खाती गोठवण्याच्या परिणामांवर बोलत असताना मार्क रिच यांनी स्वत:च सांगितले की, "आमच्या कंपन्या बंद पडण्याच्या मार्गावर आल्या होत्या." गुलियानी आणि विनबर्ग यांनी मार्क रिच यांना शरण आणण्यासाठी, गुडघे टेकायला लावण्यासाठी वापरलेल्या "RICO" अण्वस्त्राचा उपयोग झाला होता. त्यामुळे मार्क रिच यांच्यावर तहाची बोलणी करण्यासाठी, वाटाघाटी करण्यासाठी दबाव वाढला होता. मार्क रिच यांचे स्विस वकील आन्द्रे ए विकि (Andri A. Wicki) यांनी मला सांगितले की, "यावर विकल्प म्हणजे गुन्हा कबूल करणे आणि दंडाची/कराची रक्कम भरणे किंवा सरळ जीव देणे." एवढेच होते. दुसरे एक वकील मायकेल ग्रीन (Michael Green) यांनी सांगितले, "RICO कायद्याअंतर्गत खटला म्हणजे जणूकाही कंपन्यांना ठोठावलेली मृत्युदंडाची शिक्षाच." त्यातून गुलियानी यांना "गुन्हेगारांचा कर्दनकाळ" अशी स्वत:ची प्रतिमा निर्माण करायची असल्यामुळे त्यांना कोणत्याही परिस्थितीमध्ये मार्क रिच यांना शरणागती पत्करायला भाग पाडायचेच होते आणि स्वत:च्या शिरपेचात आणखी एक तुरा खोवायचा होता. या सर्वाची परिणती म्हणजे मार्क रिच यांनी संपूर्ण आणि बिनशर्त शरणागती पत्करली.

१० ऑक्टोबर १९८४ रोजी मार्क रिच आणि कंपनी AG आणि मार्क रिच इंटरनॅशनल या कंपन्यांनी, त्यांच्यावर केलेल्या आरोपांबाबत, तडजोड करण्याच्या दृष्टीने, कर चुकवण्याच्या उद्देशाने खोटी विधाने केल्याचा आणि $48Mn. (अंदाजे रु.२४० कोटी) इतका कर चुकवल्याचा गुन्हा मान्य केला. दोन्ही कंपन्यांनी $150Mn. (अंदाजे रु.७५० कोटी) आणि ८१३,००० डॉलर्स (अंदाजे रु.४.०६ कोटी) इतक्या रकमा अनुक्रमे तडजोडीची दंडाची रक्कम आणि कोर्टाचा खर्च म्हणून भरण्याचे मान्य केले. शिवाय तडजोडीच्या रकमेपैकी $40Mn. (अंदाजे रु.२०० कोटी) एवढी रक्कम त्यांनी कर परतावा (Tax deduction) म्हणून न दाखवण्याचे मान्य केले, शिवाय आत्तापर्यंत कोर्टात भरलेली $21Mn. (अंदाजे रु.१०५ कोटी) इतकी रक्कम सोडून द्यायचे मान्य केले. या दोन कंपन्यांनी केलेल्या तडजोडीची एकूण रक्कम $200Mn. (अंदाजे रु.१,००० कोटी) पेक्षा जास्त होत होती. त्या बदल्यामध्ये सरकारने मार्क रिच यांची आणि त्यांच्या कंपन्यांची वर्षभर गोठवलेली वेगवेगळी खाती आणि अमेरिकेतील मालमत्ता मोकळी केली. तजोडीची ही सर्व रक्कम उभी करण्यासाठी मार्क रिच यांना त्यांच्या 20th Century Fox या सिनेकंपनीतील ५० टक्के भागीदारी विकावी लागली. त्या बदल्यामध्ये त्यांना मार्विन डेव्हिस (Marvin Davis) यांचेकडून $116Mn. (अंदाजे रु.५८० कोटी) एवढी रक्कम मिळाली, त्याशिवाय त्यांना त्यांच्या 'Guam' येथील तेलशुद्धीकरण कारखाना विकावा लागला.

लगेचच एक दिवसानंतर म्हणजे ११ ऑक्टोबर १९८४ रोजी फोले स्क्वेअर (Foley Square) येथील फेडरल कोर्टांमध्ये एक संस्मरणीय मीटिंग झाली. मार्क रिच यांच्या वकिलांनी, त्यांनी चौदा अमेरिकन आणि युरोपीयन बँकाना देणे असलेल्या रकमेचा म्हणजे $130Mn. (अंदाजे रु.६५० कोटी)चा धनादेश चेस मॅनहॅटन बँकेच्या वकिलांच्याकडे सुपूर्द केला. चेस मॅनहॅटन बँकेच्या वकिलांनी त्याचवेळी सॅन्डी विनबर्ग यांना ११३,०१८,३०६.७१ डॉलर्स (अंदाजे रु.५६५.१० कोटी) इतक्या रकमेचा धनादेश दिला. मार्क रिच इंटरनॅशनलच्या वकिलांनी IRS ने एका वर्षापूर्वी जप्त केलेल्या ३६,९८१,६९३.२९ डॉलर्स (अंदाजे रु.१८४.९० कोटी) रकमेवरचा त्यांची कंपनी हक्क सोडून देत आहे अशी घोषणा केली. गुलियानी यांनी ताबडतोब एक पत्रकार परिषद बोलावली आणि उत्साहाने हात उंचावून पत्रकारांना तो चेक दाखवला आणि परत एकदा पत्रकारांना त्यांनी त्यांच्या या कामगिरीचे ऐतिहासिक महत्त्व पटवून दिले. पत्रकारांना त्यांनी सांगितले की, जवळ-जवळ $200Mn. (अंदाजे रु.१,००० कोटी) रकमेची केलेली वसुली ही अमेरिकेच्या आत्तापर्यंतच्या कर चुकवेगिरीसंबंधीच्या खटल्यामधील ऐतिहासिक आणि विक्रमी वसुली आहे.

मार्क रिच यांच्या दोन्ही कंपन्यांचे कामकाज जरी पूर्ववत सुरू झाले तरी या तहामध्ये, तडजोडीमध्ये मार्क रिच आणि पिंकस ग्रीन हे दोघे वैयक्तिकरीत्या सहभागी केले गेले नव्हते. त्यांचे व्यक्तिश: हिशोब अजून चुकते व्हायचे होते. फिर्यादी पक्षाचे वकील गुलियानी यांनी, विनबर्ग यांनी एड विल्यम्स (Ed Williams) यांना एका वर्षापूर्वी जे सांगितले होते, तेच परत सांगितले; "जर या दोघांसाठी त्यामध्ये बऱ्यापैकी काळ तुरुंगवासाची शिक्षा नसेल तर अशा कोणत्याही प्रकारच्या तडजोडीचा प्रस्ताव ते मान्य करणार नाहीत." सॅन्डी विनबर्ग बोलताना मला म्हणाले, "रुडी गुलियानी यांना स्वत:बद्दल कधीच खातरी वाटत नसे." आणि जेव्हा ते म्हणतात की रुडीला निवडणुकीमध्ये मी कधीच मत दिले नसते तेव्हा त्यावर विश्वास ठेवणे भाग आहे. "तो पक्का राजकारणी माणूस आहे, एका गुन्हेगाराबरोबर तडजोड केली म्हणून उद्या न्यूयॉर्क टाइम्समध्ये त्यावर टीका होईल की काय याचीच चिंता त्यांना लागलेली असते." मार्क रिच आणि पिंकस ग्रीन यांच्यावर लावलेले सर्व आरोप पुढील १७ वर्षे तसेच राहिले. अमेरिकेतील कायद्याप्रमाणे आरोपीवर त्याच्या अनुपस्थितीमध्ये खटला चालवता येत नाही.

त्या पत्रकार परिषदेमध्ये गुलियानी एक गोष्ट मात्र पत्रकारांना सांगायला विसरले की एका वर्षाआधीच मार्क रिच यांना अटक करण्याची उत्तम संधी त्यांना आली होती, पण ती संधी त्यांनी गमावली.

१०

रुडी गुलियानी यांचे अपयश

सन १९८३मधील २८ जून, हा उन्हाळा असला तरी, अवेळी पावसामुळे ओला दिवस होता. त्या दिवशी स्विस सरकारचे वकील जोर्ग ल्युटर्ट (Jurg Leutert) यांनी अमेरिकन वकिलांची त्यांच्या मॅनहॅटन येथील कार्यालयात भेट घेतली. गुलियानी यांनी पत्रकार परिषद बोलावून मार्क रिच यांच्यावर ठेवलेल्या आरोपपत्रांचे जाहीर वाचन करण्याच्या तीन महिने आधी ही भेट झाली होती. मार्क रिच आणि पिंकस ग्रीन यांनी त्यांच्या परिवारासहित स्वित्झर्लन्डला प्रयाण केले होते त्याला आता थोडा काळ उलटून गेला होता. दोघा वकिलांमधील ही भेट फारसा गाजावाजा न करता झाली होती. किंबहुना आत्तापर्यंत अशी काही भेट झाली आहे याची फार कोणाला कल्पनाही नव्हती. ल्युटर्ट हे स्विस सरकारच्यावतीने अधिकृतपणे बोलणी करायला आले होते. स्विस सरकार मार्क रिच यांच्या संबंधीच्या या एकूणच घडामोडीला एक दुर्दैवी आणि लज्जास्पद घटना म्हणून बघत होते. गेल्या काही वर्षांमध्ये अमेरिका आणि स्वित्झर्लन्ड या दोन देशांमध्ये असे कायदेशीर पेचप्रसंग, खटल्याचे प्रसंग वारंवार उद्‌भवले होते. बहुतेक खटले, घटना हे ''अंतर्गत माहितीचा वापर करून नफा कमावणे'' "(Inside Trading)" अशा स्वरूपाचे होते. अशा प्रकारे नफा कमावण्याच्या घटना बहुतेक देशांमध्ये नित्यनेमाने घडतच असतात. नफा कमावण्याचा हा प्रकार स्वित्झर्लन्डमध्ये त्यावेळी बेकायदेशीर समजला जात नव्हता. दोन्ही देश आपापल्या भूमिकांवर ठाम होते.

स्वित्झर्लन्डचे अमेरिकेबरोबर असलेले आर्थिक संबंध अत्यंत महत्त्वाचे होते. सन १९८३मध्ये अमेरिकेच्या भांडवली बाजारपेठेमध्ये स्वित्झर्लन्डचा सहभाग, त्यांच्या विदेशी व्यापाराच्या जवळ-जवळ एक षष्ठांश इतका किंवा $20Bn.

(अंदाजे रु.१ लाख कोटी)पेक्षा थोडा जास्त होता. अमेरिका ही, स्वित्झर्लन्डची, जर्मनीनंतरची दोन नंबरची मोठी निर्यात बाजारपेठ होती. मार्क रिच यांच्या प्रकरणाला आणि खटल्याला मिळणारी अवास्तव प्रसिद्धी स्विस सरकारच्या दृष्टीने अजिबात चांगली गोष्ट नव्हती, त्यामुळे या प्रकरणातून काहीसा विवेकी आणि वास्तववादी तोडगा काढण्याकडे त्यांचा कल होता की ज्यामुळे उभय देशांना आपापल्या प्रतिमा जपणे शक्य झाले असते.

सन १९८३मधील जून महिन्याच्या शेवटी-शेवटी जोर्ग ल्युटर्ट (Jurg Leutert), फिर्यादी पक्षाच्या वकिलांच्या कार्यालयात जेव्हा आले तेव्हा गुलियानी यांना अशा प्रकारची संधी देण्याच्या, तोडगा सुचवण्याच्या उद्देशानेच आले होते. ल्युटर्ट यांनी प्रथम हे स्पष्ट केले की, अशा प्रकारचा कर चुकवेगिरीचा आरोप असलेल्यांची बाजू घेण्यात किंवा त्यांना वाचवण्यात स्विस सरकारला काहीही स्वारस्य वाटत नाही. पण त्याचबरोबर त्यांनी हे ही स्पष्ट केले की स्विस सरकार त्यांच्या सार्वभौमत्त्वावर कोणत्याही प्रकारचे आक्रमण किंवा तसा प्रयत्न सहन करणार नाही. तसेच कोणत्याही परकीय कायदा अंमलबजावणी यंत्रणेला, त्यांच्या स्पष्ट परवानगीशिवाय त्यांच्या भूमीवर कोणत्याही प्रकारे काम करू देणार नाही. ल्युटर्ट यांनी स्पष्ट केले की, "स्विस कंपन्या फक्त स्विस कायद्याला बांधील आहेत." ल्युटर्ट यांनी गुलियानी यांना विचारले की, अमेरिकेचे मार्क रिच यांच्याबाबत नक्की काय धोरण आहे? "कारण मार्क रिच यांच्यावर नक्की आरोप काय आहेत हेच आम्हाला बरेच दिवस माहीत नव्हते." त्यांच्यावर कर चुकवण्याचा आरोप होता का? कारण त्या बाबतीत स्विस कायद्याप्रमाणे त्यांना कोणत्याही प्रकारे कायदेशीर मदत करणे आम्हाला शक्य नव्हते कारण ते बेकायदेशीर होते. मी गुलियानी यांना सांगितले की, "करसंबंधी भ्रष्टाचाराचा आरोप असेल तर मात्र आम्ही काही मदत करू शकतो." ल्युटर्ट यांनी हे ब्राझीलहून टेलीफोनवरून दिलेल्या मुलाखतीचे दरम्यान मला सांगितले. त्यांनी स्विस सरकारचे राजदूत म्हणून ब्राझीलमध्ये बरीच वर्षे काम केले होते आणि आता ते तेथे एक व्यवस्थापन सल्लागार (Management Consultancy) कंपनी चालवतात." "कर चुकवेगिरी" आणि "कर विषयक भ्रष्टाचार" या दोन गोष्टींमध्ये केलेला फरक हे स्वित्झर्लन्डच्या कर विषयक कायद्याचे धोरणाचे, अंमलबजावणी वैशिष्ट्य म्हणता येईल. स्वित्झर्लन्डमध्ये "टॅक्स रिटर्न" दाखल करताना त्यामध्ये एखादे उत्पन्न किंवा एखादी गुंतवणूक जाणूनबुजून न दाखवणे हा गुन्हा ठरत नाही तर फक्त कर चुकवेगिरी समजली जाते, आणि दंडात्मक रक्कम भरून ती चूक सुधारता येते. परंतु गुन्हेगारी प्रवृत्तीने बँक स्टेटमेंट, इन्व्हॉइस, वार्षिक ताळेबंद इत्यादींसारखी कागदपत्रे खोटी किंवा बनावट तयार करून कर चुकवण्याचा प्रयत्न केला तर मात्र तो गंभीर गुन्हा

समजला जातो.

सन १९८३मध्ये फिर्यादींना किंवा त्यांच्या विदेशी वकिलांना, स्विस कायद्याची मदत घेण्यासाठी दोन कायदेशीर मार्ग उपलबध होते. एक म्हणजे सन १९००मध्ये मान्यता पावलेला "एकमेकांचे आरोपी सुपुर्द करण्याचा कायदा" (Extradiction Treaty), आणि दुसरे म्हणजे गुन्हेगारीला आळा घालण्यासाठी त्या संदर्भांमध्ये, परस्परांना साहाय्य करण्यासाठी आंतरराष्ट्रीय स्तरावर केलेला आणि १ जानेवारीपासून अमलात आणला गेलेला नवीन "स्विस फेडरल ॲक्ट" (IMAC) गुलियानी यांनी स्विस सरकारची मदत मिळवण्यासाठी कशी पावले उचलावीत याबाबत ल्युटर्ट यांनी त्यांना मार्गदर्शन केले. "स्विस फेडरल ॲक्ट" अंतर्गत कर विषयक भ्रष्टाचाराच्या खटल्यांमध्ये माहितीचे, कागदपत्रांचे, तसेच साक्षीदारांनी दिलेल्या जाब-जबाबांचे आदानप्रदान करण्याची शिवाय मालमत्ता तसेच इतर गुंतवणुकीवर टाच आणण्याची तरतूद केली होती. त्याहूनही अधिक लक्षात घेण्यासारखी गोष्ट म्हणजे, सन १९००मध्ये केलेल्या कराराप्रमाणे ज्या व्यक्तींवर सार्वजनिक तसेच वैयक्तिक खोटे दस्तऐवज तयार करणे, खोटी कागदपत्रे करणे, त्यांचा वापर करणे किंवा खोटेपणाने भासवून पैसे किंवा मालमत्ता मिळवणे इत्यादी प्रकारचे आरोप ठेवलेले आहेत, अशा व्यक्तीला दुसऱ्या देशाच्या ताब्यामध्ये देण्याची तरतूद केली होती. मार्क रिच यांच्यावरील आरोपांमध्ये गुलियानी यांनी अगदी हेच शब्दप्रयोग वापरले होते.

एक गूढ चूक

त्या वेळच्या घटना आठवत ल्युटर्ट म्हणाले, "या कराराच्या कक्षेमध्ये येणाऱ्या आरोपीसाठी केवळ एक टेलीफोन पुरेसा होता." मार्क रिच नावाच्या स्वित्झर्लन्ड येथे राहाणाऱ्या व्यक्तीविरुद्ध बनावट कागदपत्रे तयार करणे, ती वापरून फसवणूक, भ्रष्टाचार करणे इत्यादीसंबंधीचे सबळ पुरावे असलेला खटला आमच्याकडील कोर्टात प्रलंबित आहे एवढे तरी कोणा अमेरिकन अधिकाऱ्याने आम्हाला कळवायला पाहिजे होते, आणि आम्ही त्याच्या प्रत्यार्पणासाठी अधिकृतपणे विनंती करेपर्यंत तुम्ही कृपया त्याला अटक कराल का? एवढेच त्यांनी आम्हाला कळवायला पाहिजे होते. त्यानंतर आमच्याकडे भराभर चक्रे फिरली असती आणि आमच्या पोलीस खात्याने मार्क रिच यांना कच्च्या कैदेमध्ये घेतले असते. कायदेशीर कारवाई करण्यासाठी आवश्यक असलेला हा सगळा घटनाक्रम मी गुलियानी यांना सांगितला. आमची भेट जवळ-जवळ दोन तास झाली. अत्यंत मोकळेपणाने, मित्रत्त्वाने आणि सहकार्य करण्याच्या भावनेने ती भेट झाली होती. गुलियानी यांनी मला सांगितले की ठेवलेले आरोप आणि तो खटला कर विषयक भ्रष्टाचार

संबंधीचाच होता आणि मी दिलेल्या माहितीचा ते नक्कीच उपयोग करतील, परंतु नंतर काहीच घडले नाही. सन १९००मध्ये केलेल्या त्या कराराचा उपयोग करून न घेण्यामागच्या गुलियानी यांच्या कारणांचे गूढ काही मला अजून उकलेले नाही.

"International Mutual Assistance in Criminal Matters" (IMAC) संबंधित असलेल्या स्विस फेडरल ॲक्ट अंतर्गत मार्क रिच आणि कंपनीच्या व्यवसायासंबंधित कागदपत्रे स्विस सरकारला केवळ एक विनंतीवजा पत्र लिहून गुलियानी मागवू शकले असते. कारण स्विस फेडरल ॲक्ट कायद्यातील तरतुदींना स्विस बँकांच्या गोपनीयतेच्या कायद्यापेक्षा प्राधान्य किंवा अग्रक्रम आहे. परस्पर मदतीसाठी दोन देशांना उपलब्ध असलेले मार्ग याआधी कित्येक वेळा यशस्वीपणे वापरले गेले होते. ही गोष्ट ल्युटर्ट यांनी गुलियानी यांच्या नजरेला आणून दिली होती. अमेरिकन सरकारने गेल्या सहा वर्षांत स्वित्झर्लन्ड सरकारकडे २५० विनंतीवजा विचारणा केल्या होत्या. त्यापैकी २४८ विनंत्यांवर स्वित्झर्लन्ड सरकारने सहकार्य केले होते आणि या आल्प्स पर्वतांच्या कुशीत विसावलेल्या निसर्गरम्य देशाने अमेरिकेच्या एकाही प्रत्यार्पण विंनतीला नकार दिलेला नव्हता.

त्यामुळे सर्वसाधारणपणे फिर्यादी पक्षाने वरील सर्व गोष्टी विचारामध्ये घेऊन त्याप्रमाणे जर पावले उचलली असती तर मार्क रिच यांना अटक होऊ शकली असती आणि त्यांच्या बेकायदेशीर, गैरव्यवहारांची माहिती मिळू शकली असती. गुलियानी यांना या सर्व गोष्टींची माहिती होती, कल्पना होती आणि सप्टेंबर १९८३मध्ये घेतलेल्या पत्रकार परिषदेमध्ये त्यांनी आरोपपत्राच्या वाचनाचे दरम्यान अमेरिका लवकरच स्वित्झर्लन्डला मार्क रिच यांच्या प्रत्यार्पणासाठी विनंती करेल असेही घोषित केले होते. प्रत्यक्षात मात्र अमेरिकेच्या सरकारी वकिलांनी, यंत्रणेने वेगळाच मार्ग पत्करला आणि हा खटला सतत प्रकाशझोतामध्ये राहिल याची खबरदारी घेतली. गुलियानी यांनी प्रत्यार्पणाची विनंती करणारे पत्र शेवटपर्यंत पाठवलेच नाही. उलट खटला जास्तीत जास्त गुंतागुंतीचा कसा होईल हेच पाहिले. मार्क रिच यांना जन्माची अद्दल घडवून आपण संभावित गुन्हेगारीविरुद्ध कसे कडक धोरण अवलंबले आहे हेच सिद्ध करण्याची गुलियानी यांना घाई झाली होती.

या सर्व घटनाक्रमामुळे अमेरिका आणि स्वित्झर्लन्ड या दोन देशांमध्ये कधी नव्हे एवढा कटू असा राजनैतिक पेचप्रसंग निर्माण झाला आणि त्याची परिणती उघड-उघड राजनैतिक वादात झाली आणि या दोन देशांमधील राजनैतिक संबंध पुढील कित्येक वर्षे ताणलेलेच राहिले. "Neue Zurcher Zeitung"सारख्या प्रतिष्ठित आणि नि:पक्ष स्विस वर्तमानपत्राने गुलियानी यांच्या वागणुकीवर, केलेल्या चुकांबद्दल आश्चर्य व्यक्त केले. त्यांनी असे म्हटले की, ''सर्वसाधारणत: अशा खटल्यांमध्ये सुरुवातीलाच स्विस कायदा खात्याकडे मदतीसाठी अधिकृतपणे

लेखी विचारणा केली जाते आणि स्विस कायदा खात्याकडून त्याची तातडीने दखल घेतली जाते. परंतु या खटल्यासंबंधी अमेरिकेने अशा प्रकारे कोणतीही विचारणा न करण्यामागे काय कारण असावे हे एक गूढच आहे आणि स्थानिक अमेरिकन भाष्यकारांना एक न सुटलेले कोडेच आहे.'' आंतरराष्ट्रीय वृत्तपत्रकारितेमध्ये नाव असलेल्या आणि सर्वसाधारणत: अमेरिकेकडे कल असलेल्या "Die Weltwoche" या साप्ताहिकाने लिहिले होते की, ''या खटल्याच्या बाबतीत अमेरिका कायदेशीर मार्ग अवलंबण्याचे का टाळते आहे हे समजत नाही, अमेरिकेच्या इतिहासातील कर विषयक भ्रष्टाचाराचा, कर चुकवेगिरीचा सर्वात मोठा खटला असे ढोल बडवून गुलियानी यांचे मोठा गाजावाजा करत ही केस लढवण्याचे आणि प्रसिद्धी मिळवण्याचे स्वप्न असावे.''

स्वित्झर्लन्डची ताठर भूमिका

अमेरिकेच्या न्याय खात्याने जुलै १९८४मध्ये म्हणजे, ल्युटर्ट आणि गुलियानी यांच्यामध्ये बोलणी झाल्यानंतर एक वर्षाने आणि मार्क रिच यांच्यावर आरोप ठेवल्यानंतर १० महिन्यांनी, स्वित्झर्लन्डला कायदेशीर मदतीसाठी विनंती करणारे पत्र पाठवले. नंतर काही दिवसांनी अमेरिकेने मार्क रिच यांच्या प्रत्यार्पणाची मागणी केली. हे सगळे असले तरी, आणि स्विस सरकारने निषेध नोंदवूनही, रोजची भरावी लागणारी ५०,००० डॉलर्स (अंदाजे रु.२५ लाख) इतकी दंडाची रक्कम मात्र थांबवली नव्हती. खरं तर अमेरिकन सरकारने पाठवलेली विनंतीपत्रे मिळताच स्विस सरकारने लवकरात लवकर त्यावर विचार करून ''तीन आठवड्याच्या आत'' त्यावर योग्य ती कारवाई करण्याचे आश्वासन दिले होते. आता मात्र स्विस अधिकाऱ्यांनी ताठर भूमिका स्वीकारली. त्यांनी मार्क रिच यांना अमेरिकेच्या हवाली करायला नकार तर दिलाच पण त्यांनी मागणी केलेली कागदपत्रेही द्यायला नकार दिला. पोलिसांच्या अखत्यारीतील बाबींसंबंधीच्या स्विस खात्याने अमेरिकन सरकारने केलेली विनंती धुडकावून लावणारे एक अधिकृत निवेदन प्रसिद्ध केले. त्यामध्ये त्यांनी म्हटले होते की, स्विस कायद्याप्रमाणे मार्क रिच यांची कृत्ये ही केवळ व्यापार तसेच चलन विषयक धोरणांची पायमल्ली करणारी किंवा नियमबाह्य ठरणारी आहेत. म्हणून आम्ही त्यांची विनंती धुडकावून लावत आहोत.

आणि हे केवळ अर्धसत्य होते. ही केवळ नाण्याची एक बाजू होती. स्विस सरकारच्या दृष्टीने मार्क रिच यांचा हा खटला आता तितकासा महत्त्वाचा राहिला नव्हता तर हे आता अधिकाऱ्यांना स्वित्झर्लन्डच्या सार्वभौमत्त्वावर अतिक्रमण वाटायला लागले होते. या सर्व घटना म्हणजे अमेरिकेने स्वित्झर्लन्डच्या सार्वभौमत्त्वावर केलेला हल्ला आहे असे त्यांना आता वाटायला लागले होते. स्विस सरकारने हे

स्पष्ट केले की कायद्याची मदत आणि इतर देशाने केलेली बळजबरी या दोन स्वतंत्र आणि वेगवेगळ्या गोष्टी आहेत. अमेरिकेमधील स्विस राजदूतावासाने १३ जुलै १९८४ रोजी जारी केलेल्या एका गोपनीय पत्रामध्ये स्पष्टपणे म्हटले होते की, "अमेरिकन सरकारने स्वित्झर्लन्डच्या भूमीवर एकतर्फी चालवलेल्या या दमदाटीला, दबाव तंत्राला बळी पडून त्यांना कायद्याची मदत देण्याचे अजिबात कारण नाही. अशा रितीने स्विस सरकारने आपण केलेली मदत ही अमेरिकेने स्वित्झर्लन्डच्या सार्वभौमत्त्वाचा आदर करण्यावर अवलंबून असेल हे स्पष्ट केले."

या खटल्यामध्ये सहभागी असलेल्या एका वरिष्ठ स्विस अधिकाऱ्याने मला सांगितले की, "कोणालाही स्विस सरकारची मदत हवी असेल तर त्यांना स्विस कायद्याचा मान ठेवावाच लागेल, कोणत्याही प्रकारे दडपशाही करून किंवा स्विस कायद्याकडे दुर्लक्ष करून ते साध्य होणार नाही." एका वर्षापूर्वी अमेरिकेने मार्क रिच यांच्या अटकेची विनंती केली असती तर ती ताबडतोब मान्य केली असती. जोर्ग ल्युटर्ट त्यांची बाजू सांगताना म्हणाले की, "या प्रकरणाच्या सुरुवातीला जेव्हा त्यांनी कायदामंत्री कर्ट फर्गलर (Kurt Furgler)) यांची भेट घेतली होती त्यावेळी कायदामंत्र्यांनी त्यांना स्पष्ट सूचना दिल्या होत्या, "अमेरिकन सरकारला जे काही हवे ते ताबडतोब द्या." आणि नेमक्या याच गोष्टीची मार्क रिच यांच्या वकिलांना भीती होती. कारण त्यांना माहीत होते की स्विस सरकार अमेरिकेबरोबर चांगले राजनैतिक संबंध ठेवण्यात अति उत्सुक होते. आन्द्रे विकि (Andr'e Wicki) यांनी मला सांगितले की, "मार्क रिच यांच्या प्रत्यार्पणाची मागणी हा आमच्या पुढचा सगळ्यात मोठा पेच होता. पण प्रत्यार्पणासंबंधीच्या तांत्रिक बाजू पुढे करून मार्क रिच आणि पिंकस ग्रीन यांची अटक आम्ही टाळू शकलो."

रुडी गुलियानी यांनी १९८३मध्येच जर प्रत्यार्पणासाठी विनंती केली असती तर काय घडले असते? स्विस राजदूत आणि मार्क रिच यांचे वकील यांनी केलेल्या विधानांवरून हे स्पष्ट होते की प्रत्यार्पणासंबंधीच्या तांत्रिक बाबींची पूर्तता होईपर्यंत मार्क रिच यांना कमीतकमी तात्पुरत्या कैदेत ठेवावे लागले असते. (रोमन पोलान्स्कि (Roman Polanski)) या चित्रपट दिग्दर्शकाच्या बाबतीत २००९ साली अमेरिकेने जेव्हा त्यांच्या प्रत्यार्पणाची मागणी केली होती तेव्हा झुरिक (Zurich) येथे असेच घडले होते. एखाद्या व्यक्तीच्या प्रत्यार्पणासाठी केवळ आरोप ठेवणे एवढे पुरेसे आहे का हा कायदेतज्ज्ञांसाठी आज एक वादाचा मुद्दा ठरलेला आहे. तरी मार्क रिच यांनी तपास कार्यात सहकार्य करण्याची दाखवलेली तयारी विचारात घेता या संपूर्ण प्रकरणानेच निश्चितपणे वेगळे वळण घेतले असते, परंतु गुलियानींसारख्या धूर्त आणि चाणाक्ष वकिलांना त्यांच्या स्वत:च्या व्यवसायासाठी जास्त फायदेशीर काय ठरेल याची चांगलीच कल्पना होती, आणि त्यामुळे मार्क रिच यांना अटक

करण्याची आलेली एकमेव संधी त्यांनी हातातून निसटू दिली.

अमेरिकन न्यायव्यवस्थेचा वेगळेपणा

अमेरिकेमधील विविध वैधानिक यंत्रणांना "तात्पुरत्या अटकेचे" महत्त्व चांगलेच माहीत होते. त्या वेळच्या परिस्थितीचे वर्णन करताना "ऑल्विन डी लॉडिश" (Alvin D Lodish) यांनी सांगितले की, "आरोपी म्हणून घोषित केलेल्या व्यक्तीला तात्पुरते ताब्यात, कच्च्या कैदेत घेतले जाणे ही कोणाच्याही यशस्वी प्रत्यार्पणाच्याआधीची पायरी समजली जाते." लॉडिश यांनी अमेरिकेतील न्याय खात्याच्या आंतरराष्ट्रीय संबंधातील प्रश्नांबाबतच्या विभागामध्ये वरिष्ठ वकील म्हणून काही काळ काम केले होते. आरोपींना कच्च्या कैदेत घेतल्यानंतर अनेक खटले जलद गतीने सोडवले गेले. कच्च्या कैदेच्या विनंतीसाठी करावी लागणारी कायदेशीर कागदपत्रांची तयारी ही प्रत्यार्पणाच्या विनंतीसाठी कराव्या लागणाऱ्या कागदपत्रांच्या तयारीपेक्षा खूप कमी आहे.

परंतु गुलियानी यांनी चढवलेला "कर्तव्य कठोर आणि न्याय निष्ठुरतेचा" मुखवटा यामध्ये आला. दुसऱ्या देशांच्या कायद्यांची किंवा कायदा कक्षांची पर्वा न करता, विचार न करता, स्वत:च्या देशाच्या कायद्याची किंवा अधिकाराची बळजबरीने अंमलबजावणी करण्याचे जे काही धोरण अमेरिका अवलंबायला लागली होती, त्या सुरुवातीच्या काळातील हा खटला होता आणि या त्यांच्या खेळीमुळे अमेरिका चकव्यामध्ये अडकली. आज मागे वळून पाहाताना सर्व शक्तिमान अशा अमेरिकेच्या त्या वेळच्या धोरणांची, कृतींची गंमत वाटते. त्या खटल्याचा आवाका बघता काहीही नक्की धोरण नव्हते, कृती आराखडा नव्हता, कोणालाही विश्वासात घेतले गेले नाही. राजकीय वास्तवाचे भान न ठेवता केलेल्या या दडपशाहीमुळे उलट मित्र राष्ट्रे कायमची दुरावली आणि दुखावली जाण्याचीच शक्यता होती.

स्वित्झर्लन्डच्या राजधानीमध्ये ज्यांच्याकडे या खटल्याची जबाबदारी सोपवली होती त्यांच्या म्हणण्याप्रमाणे, "गुलियानी यांच्या हडेलहप्पीपणामुळे म्हणजे "प्रथम गोळी घाला आणि मग प्रश्न विचारा" या धोरणामुळे हा खटला लवकरच काहीही निष्पन्न न होण्याच्या अवस्थेत गेला. त्यामुळे १९८३च्या उन्हाळ्यामध्ये ज्या संधीचा दरवाजा खुला होता तो एक वर्षाच्या काळातच बंद म्हणजे अगदी कुलूप बंद झाला. ल्युटर्ट (Leutert) यांच्या म्हणण्याप्रमाणे अमेरिकन साहाय्यक वकील विनबर्ग (Weinberg) यांची त्यांच्याबरोबरची वागणूक अगदी आक्रमक आणि उद्धटपणाची होती. त्यांनी मला अशी वागणूक दिली की मी जणू एखाद्या गुन्हेगार सरकारचा किंवा आश्रित देशाचा प्रतिनिधी आहे. ज्यांच्याकडून तुम्ही मदतीची आणि माहितीची अपेक्षा करता त्यांना अशा प्रकारची वागणूक देणे ही नक्कीच

शहाणपणाची गोष्ट नाही.'' त्यामुळे ल्युटर्ट यांनी लवकरच, ''फिर्यादी पक्षाला या खटल्यामध्ये तोडगा काढण्यात काहीही रस नाही'' असा निष्कर्ष काढला तर आश्चर्य वाटण्यासारखे नव्हते. याबद्दल इंग्लंडहून निघणाऱ्या "Economist" या प्रतिष्ठित साप्ताहिकामध्ये संक्षिप्त पण नेमके भाष्य आले होते ''अमेरिकन सरकारने त्यांच्या संभ्रम निर्माण करणाऱ्या धोरणांनी, कृतींनी आधीच चिडलेल्या स्विस सरकारला अगदी चुकीच्या वेळी दुखावले आहे.''

कोणत्याही आणि कितीही मोठ्या सत्तेपुढे, ताकदीपुढे न वाकण्याच्या मानसिकतेमुळेच स्विस जनता आणि सरकार भूतकाळात त्यांचे स्वातंत्र्य मिळवू शकले होते आणि आजवर अबाधित राखू शकले आहेत, त्यामुळे या वेळेला कोणत्याही दबावाला ते बळी पडण्याचा प्रश्नच नव्हता. अमेरिकेने जानेवारी १९६१मध्ये जेव्हा क्युबाबरोबरचे राजनैतिक संबंध तोडले होते आणि इराणमधील अमेरिकन नागरिकांच्या ओलीस प्रकरणानंतर, इराणबरोबरचे राजनैतिक संबंध सन १९७९ साली तोडले होते तेव्हा खरं तर स्विस सरकारने त्या देशांमधील अमेरिकेच्या हितसंबंधांचे रक्षण करण्याची, सांभाळण्याची जबाबदारी घेतली होती. त्या पार्श्वभूमीवर अमेरिकेची आत्ताची वागणूक स्विस सरकारला खूपच अपमानास्पद वाटली.

काही स्वतंत्र राजनैतिक विश्लेषकांना अमेरिकेने मार्क रिच यांच्या खटल्यासंबंधात उचललेले हे कायदेशीर पाऊल काही पसंत पडले नव्हते. अमेरिकेतील एक प्रमुख कर विषयक सल्लागार जे रॉस मॅकडोनाल्ड (J.Ross Mac Donald) यांच्या मते तर, ''मार्क रिच खटला म्हणजे दोन देशांच्या सरकारांनी एखाद्या मुद्द्यावर यशस्वी न होण्यासाठी कशी बोलणी करावी याचे उत्तम उदाहरण होते.'' त्या काळामध्ये अमेरिकेच्या गृह खात्याला ''आंतरराष्ट्रीय कायद्या''बाबत सल्ला देणारे हेरॉल्ड जी मायर (Harold G Maier) यांनी टीकेचा सूर लावतच सांगितले की, ''अमेरिकन अधिकाऱ्यांनी दोघांच्या परस्पर फायद्याचा विचारच केला नाही किंवा परस्परांमधील देवाणघेवाणीला काही वाव ठेवला नाही.'' जेव्हा त्यांच्या कोर्टाने किंवा न्यायसंस्थेने इतर देशांच्या स्थानिक कायद्याच्या विरोधात किंवा सार्वभौमत्त्वाला बाधा पोहोचेल अशी एखादी गोष्ट करण्यासंबंधी किंवा न करण्यासंबंधी निर्बंध किंवा आदेश काढण्याआधीच अमेरिकन सत्ताधारी एखाद्या व्यक्तीवर किंवा संस्थेवर अधिकारशाही गाजवायला लागतात तेव्हा ज्याच्यामध्ये एरवी गोडीगुलाबीचे संबंध असणाऱ्या अशा दोन देशांमध्ये क्षणात तणाव निर्माण करण्याची ताकद आहे.

अशा आततायी वृत्तीमुळे शेवटी अमेरिकेचाच तोटा झाला या मायर (Maier) यांच्या मताशी असहमत असण्याचे कारणच नाही. एखाद्या देशाने आपल्या सार्वभौमत्वाचे रक्षण करणे हे फक्त त्या देशापुरतेच किंवा राजनीती पुरतेच महत्त्वाचे नाही तर सर्वसाधारण नागरिकांच्या हिताच्या दृष्टीने पण ती तितकीच महत्त्वाची

गोष्ट आहे. जेव्हा अमेरिकन न्यायसंस्था किंवा अधिकारशाही दुसऱ्या देशामध्ये त्यांच्या सार्वभौम कायद्यामध्ये न बसणाऱ्या गोष्टी लादू पाहाते तेव्हा आंतरराष्ट्रीय कायदा अशा प्रकारच्या मनमानीला किंवा ढवळाढवळीला परवानगी देत नाही, हे अमेरिकन अधिकारशाहीने, न्यायसंस्थेने लक्षात घेणेच योग्य ठरले असते.

आंतरराष्ट्रीय कायद्याचा गाढा अभ्यास असणारे ब्रिटिश अर्थतज्ज्ञ ॲलन नील (Alan Neale) यांनी मार्क रिच खटल्यासंबंधित अमेरिकेच्या ''कायदेशीर'' दडपशाहीवर किंवा दुसऱ्या देशाच्या कायद्यांना न जुमानण्याच्या वृत्तीवर कडक टीका केली आहे. इतर देशांच्या सार्वभौमत्त्वावर किंवा कायदेशीर हक्कांवर, आततायीपणे आक्रमण करण्याच्या अमेरिकन वृत्तीमुळे किंवा तसा स्वत:चा अधिकार असल्याचे मानण्याच्या वृत्तीमुळे आत्तापर्यंत अमेरिकेचे नुकसानच झाले आहे. मार्क रिच यांच्या खटल्यासंबंधी अमेरिकेच्या न्याय खात्याचा, स्वित्झर्लन्ड येथे नोंदणीकृत असलेल्या कंपनीविरुद्ध दिलेल्या आदेशाची अंमलबजावणी करण्याचा हट्ट किंवा प्रयत्न (एवढेच नाही तर त्याच समूहाच्या अमेरिकन कंपनीच्या ताब्यातील कागदपत्रे मिळवण्याचा दाखवलेला आततायीपणा) अखेर संपूर्णपणे निष्फळ ठरला.

गुलियानी आणि विनबर्ग यांची स्विस सरकार/अधिकाऱ्यांशी वागणूक एवढी असहकाराची का होती? आलेल्या इतक्या संधींचा फायदा ते दोघे जण का घेऊ शकले नाहीत? हा खटला इतक्या थरापर्यंत आणण्यामागे त्यांचा काय उद्देश होता? मी अनेक वेळा विनंतीकरून गुलियानी यांनी मला मुलाखत द्यायला किंवा माझ्या लेखी प्रश्नांना उत्तरे द्यायला वारंवार नकार का दिला? ते सांगतील त्या वेळेला, त्यांच्या सोयीने त्यांची मुलाखत घेण्याची मी नेहमीच तयारी दाखवली होती. मार्क रिच यांच्या प्रत्यार्पणाच्या संदर्भात झालेल्या अनेक चुकांबाबत, विनबर्ग यांच्याबरोबर त्यांच्या कार्यालयात झालेल्या मुलाखतीचे दरम्यान मी जेव्हा उल्लेख केला तेव्हा तर सरळ-सरळ ते माझ्यावर उखडलेच. ''खरं तर प्रत्यार्पणासंबंधीच्या बाबींची पूर्तता करणे किंवा प्रयत्न करणे हे आमचे कामच नाही. प्रत्यार्पणासंबंधीच्या गोष्टींची पूर्तता न्याय खात्यामार्फत वॉशिंग्टन येथील विदेश मंत्रालयाच्या मदतीने केली जाते.'' मी त्यांना मुद्दाम डिवचण्यासाठी जेव्हा विचारले की, ''खटला या थराला गेल्याचे बघून त्यांना आनंदच झाला असेल नाही?'' विनबर्ग थोडा वेळ थांबून विचार करून मला म्हणाले, ''स्वित्झर्लन्ड सरकारच्या कृतींमुळे मला उलट मदतच झाली.''

अनेक चुका

मार्क रिच यांना अटक न होण्यामागे फिर्यादी पक्षाने वेळोवेळी केलेल्या चुकाच बऱ्याच अंशी कारणीभूत होत्या. फिर्यादी पक्षाच्या अशा वागणुकीचे मार्क रिच यांचे

वकील "विकि" (Wicki) यांना खूप आश्चर्य आणि एका अर्थाने बरे पण वाटले होते. "मार्क रिच यांच्या प्रत्यार्पणाला नकार देण्याच्या स्विस सरकारच्या निर्णयाला अमेरिकन सरकारने कायदेशीर आव्हान दिले नाही किंवा त्यांच्या प्रत्यार्पणासाठी परत विनंतीपण केली नाही." खरं तर या दोन्ही गोष्टी सहजपणे करता येण्यासारख्या होत्या. ल्युटर्ट यांनी गुलियानी यांना सुचवल्याप्रमाणे "प्रत्यार्पणाच्या दुसऱ्या विनंतीबरोबर, दोन्ही देशांमध्ये दखलपात्र आणि शिक्षेची तरतूद असलेल्या "अफरातफर आणि खोटी कागदपत्रे तयार करणे" यांसारख्या गुन्ह्यांची केवळ यादीच जोडण्याची गरज होती."

बऱ्याच वर्षांनंतर, म्हणजे सन १९९२ साली, मार्क रिच आणि पिंकस ग्रीन हे दोघे जण का पकडले गेले नाहीत याचा शोध घेण्यासाठी एक उच्चाधिकार हाउस कमिटी (House Committee on Government Operations) नेमली गेली. कमिटीने हेच निष्कर्ष काढले आणि तेव्हाच्या अधिकाऱ्यांच्या वर्तनावर आणि कृतींवर ताशेरे ओढले. "सर्व तपशीलावरून असे दिसते की प्रत्यार्पण कायदा लागू होण्यासाठी योग्य असे जास्त गुन्हे किंवा योग्य अशी कायद्याची कलमे लावली गेली नाहीत, त्याशिवाय "प्रत्यार्पण करणे अनिवार्य ठरेल अशा रीतीने गुन्ह्याचा तपास करण्यात अधिकाऱ्यांना अपयश आले किंवा त्यांनी तसे करण्याची संधी गमावली." स्पेन आणि इस्रायलसारख्या देशांना, जेथे मार्क रिच वारंवार भेटी देत असत, अशा देशांना अमेरिकेने त्यांच्या प्रत्यार्पणासाठी विनंती पत्रे पाठवली नाहीत. मार्क रिच बहुतेक त्यांच्या उन्हाळी सुट्ट्या दक्षिण स्पेन येथील "मारबेला" (Marbella)मधील त्यांच्या प्रशस्त बंगल्यात (Villa) व्यतीत करायचे, तर प्रथमत: त्यांचे इस्रायलला वारंवार होणारे दौरे जरी व्यवसायानिमित्त होत होते तरी नंतर-नंतर तेथील सेवा/मदत कार्याच्या विस्ताराच्या निमित्ताने त्यांच्या इस्रायलच्या भेटी मोठ्या प्रमाणात वाढल्या."

गुन्ह्याचा तपास करणाऱ्यांच्या गलथानपणाचे किंवा मार्क रिच यांच्या प्रत्यार्पणासंबंधीच्या हाताळणीमध्ये दाखवल्या गेलेल्या नवखेपणाचे किंवा बाळबोधपणाचे एकच उदाहरण द्यायचे झाले तर, १९९० सालच्या सुरुवातीला न्याय खात्याला मार्क रिच यांनी इस्रायलचे नागरिकत्त्व घेतले होते की नाही याचीही माहिती नव्हती, त्यांनी हा मुद्दाच विचारात घेतला नव्हता. खूप वर्षांपूर्वी म्हणजे सन १९८४ साली अमेरिकेच्या न्याय खात्याने इस्रायल सरकारला, पुढील भेटीसाठी जेव्हा मार्क रिच इस्रायलला येतील तेव्हा त्यांना अटक करण्याची, विनंती केली होती परंतु १० वर्षांपूर्वीच इस्रायल सरकारने नकारात्मक उत्तर देऊन त्यांची विनंती धुडकावून लावली होती. इस्रायलचे त्या वेळचे ॲटर्नी जनरल मायकेल बेन-यीर (Michael Ben-yair) यांनी त्यांच्या मुलाखतीचे दरम्यान सांगितले की, "या त्यांच्या

मागणीसोबत प्रत्यार्पणासाठी विनंती करणारे पत्र किंवा त्यांच्यावर असलेल्या गुन्ह्यांची यादी किंवा त्यासंबंधीचे शपथ पत्र वगैरे काही नव्हते. आम्ही त्यांच्या मागणीचा विचार केला, पण त्याला काही कायदेशीर आधार नव्हता. मार्क रिच यांच्यावरचे आरोप आर्थिक स्वरूपाचे होते आणि फसवणूक किंवा अफरातफरीच्या स्वरूपाचे नव्हते. त्यामुळे मार्क रिच यांची केस ही प्रत्यार्पणासंबंधीच्या नियमांतर्गत येत नव्हती.''

अमेरिकन अधिकाऱ्यांनी मार्क रिच यांना स्पेनमधून प्रत्यार्पित करून घेण्याचा प्रयत्न केला नाही. कारण त्यांचा असाच समज होता की स्पेन त्यांच्या देशाच्या नागरिकाला कोणत्याही परिस्थितीमध्ये दुसऱ्या देशाच्या हवाली करणार नाही. आणि कोणत्याही सबळ कारणांशिवाय असा समज करून घेण्यासाठी उच्चाधिकार हाउस कमिटीने संबंधित अधिकाऱ्यांवर खूप कडक ताशेरे ओढले होते. खरं तर मार्क रिच यांच्यावर ज्या गुन्ह्यांबद्दल आरोप ठेवले होते त्या गुन्ह्यांच्या कथित तारखांनंतर मार्क रिच यांनी त्या देशाचे नागरिकत्त्व घेतले होते. त्यामुळे त्या देशाचे नागरिकत्त्व हे प्रत्यार्पणाच्या आड येण्याचा संभवच नव्हता, एवढेच नाही तर "US National Central Bureau of Interpol" ने पण मार्क रिच यांच्यावर आरोप ठेवल्यावर जवळ-जवळ तीन वर्षांनी International Red Notice (File No 5031/87, Control No A-147/4/1987) जारी केली होती. Interpol Red Notice जारी करण्यामागचा उद्देश हाच की प्रत्यार्पणासंबंधींच्या बाबींची पूर्तता करण्याबरोबरच तात्पुरत्या अटकेचा मार्ग मोकळा करणे. आंतरराष्ट्रीय स्तरावरच्या फरारी गुन्हेगारांना पकडण्यासाठी ''रेड कॉर्नर नोटीस'' जारी करणे ही एक सार्वत्रिक मान्यता पावलेली कायदेशीर गोष्ट आहे आणि अशा नोटीसांनी महत्त्वपूर्ण भूमिका बजावल्या आहेत. सर्व देशांच्या कायदा अंमलबजावणी यंत्रणांना रेड कॉर्नर नोटीसांचे महत्त्व माहीत आहे. ही नोटीस जेवढ्या लवकर जारी होईल तेवढे लवकर फरारी गुन्हेगाराला अटक करणे सोपे होते. फिर्यादी पक्षाने या सर्व प्रकरणामध्ये इतक्या काही चुका केल्या होत्या आणि एवढे वेळ काढू धोरण अवलंबले होते की गुलियानी आणि विनबर्ग यांना मार्क रिच आणि पिंकस ग्रीन हे पकडले जाण्याशी काहीही देणे-घेणे नव्हते अशाच प्रकारचे चित्र निर्माण झाले होते. हाउस कमिटी चौकशीतून याच निष्कर्षाला आली होती की, ''या दोन फरारी गुन्हेगारांना पकडण्यासाठी लागणारी राजकीय इच्छाशक्तीच अमेरिकन कायदा अंमलबजावणी यंत्रणेने दाखवली नाही.''

निर्दोष मानले नाही

मार्क रिच यांचेवरील आरोप कधीच सिद्ध झाले नाहीत, मार्क रिच अमेरिकेला

कधीच न परतल्यामुळे मुळात तो खटलाच कोर्टात उभा राहिला नाही. सरकारने त्यांच्यावर केलेल्या आरोपांच्या सत्या-असत्याबद्दल कोणत्याच कोर्टाने कोणताही निकाल दिला नाही. अमेरिकन कायद्याला मान्य असलेल्या ''जोपर्यंत गुन्हा सिद्ध होत नाही तोपर्यंत निर्दोष'' या परंपरागत चालत आलेल्या तत्त्वाचा जर विचार केला तर मार्क रिच यांना ''निर्दोषच'' मानावे लागेल.

परंतु त्या मागचे सत्य काही वेगळेच आहे. प्रसारमाध्यमे, अमेरिकेतील तत्कालीन जनमत आणि राजकारण्यांनी केलेली विविध मत प्रदर्शने लक्षात घेता मार्क रिच यांच्या ''निर्दोष समजल्या जाण्याच्या अधिकारा''वर मात्र गदा आली होती, आणि त्या संपूर्ण काळामध्ये जसा-जसा मध्ये वेळ गेला तसतसे माध्यमे आणि जनमत यांमध्ये त्यांची प्रतिमा प्रथम केवळ संशयित, नंतर आरोपी, नंतर भ्रष्टाचारी लबाड आणि शेवटी देशद्रोही अशी आपोआपच बदलत गेली आणि जरी एकही आरोप कोर्टात सिद्ध झाला नाही तरी फिर्यादी पक्षाचे वकील सॅन्डी विनबर्ग यांच्या नंतर लक्षात आले की मार्क रिच यांची ''जगातील एक सर्वात मोठा गुन्हेगार'' अशी टोकाची प्रतिमा उगाचच रंगवली गेली.

मार्क रिच यांना दोषी किंवा निर्दोषी सिद्ध करणे हा या पुस्तकाचा अजिबात हेतू नाही, तर आता मध्ये इतका काळ गेल्यानंतर त्या वेळच्या घटनांवर वेगवेगळे प्रश्न विचारून, त्यावेळी सर्वांनीच कशा चुका केल्या ते दाखवून देण्याचा आहे. मागील प्रकरणामध्ये वर्णन केलेली फिर्यादी पक्षाची बाजू, कायदेशीर बाबींचा विचार करता तितकीशी स्पष्ट आणि सरळ नव्हती. अमेरिकेमधील काही प्रसिद्ध कायदेतज्ज्ञ तर अशा निष्कर्षाप्रत आले होते की, या खटल्याचा केला गेलेला तपास आणि ठेवलेले आरोप या दोन्ही गोष्टी चुकीच्या पद्धतीनेच झाल्या आणि हे तज्ज्ञ होते लिओनार्डो गार्मेंट (Leonard Garment) आणि जॅक क्विन (Jack Quinn) व्हाइट हाउसमधील माजी वकील द्वय; I Lewis "Scooter" अमेरिकन अध्यक्षांचे माजी साहाय्यक आणि उपाध्यक्षांचे चीफ ऑफ स्टाफ, जॉर्ज टाऊन युनिव्हर्सिटी लॉ सेंटरचे प्रोफेसर मार्टिन गिन्सबर्ग (Martin Ginsburg), हॉवर्ड स्कूल ऑफ लॉचे बर्नार्ड वुल्फमन (Bernard Wolfman) आणि माजी उपसाहाय्यक ॲटर्नी जनरल आणि न्याय खात्याच्या भ्रष्टाचार प्रतिबंधक विभागाचे प्रमुख लॉरेन्स उर्गेनसन (Lawrence Urgenson) या सर्व तज्ज्ञांची खातरी पटली होती की मार्क रिच यांच्यावर ठेवलेल्या आरोपांमध्ये काहीही तथ्य नव्हते आणि ते निर्दोष आहेत.

त्या संपूर्ण काळामध्ये, वेगवेगळ्या वेळी यावरील सर्वांची मार्क रिच यांनी खटल्यामध्ये त्यांची बाजू मांडण्यासाठी किंवा खटल्यातील कागदपत्रांवर मत घेण्यासाठी मदत घेतली होती. तरीपण त्यांच्या मतांना, त्यांच्या युक्तिवादाला गांभीर्याने घ्यावेच लागेल.

पाच दोष

त्यांनी त्यांची मते, त्यांचे निष्कर्ष खालील पाच मुद्द्यांवरून काढले होते. त्या मुद्द्यांचा विचार करता मार्क रिच यांच्यावर जे आरोप ठेवले गेले होते त्याबाबत गंभीर संशयाला जागा उरते.

नंतर बऱ्याच वर्षांनी जॅक क्विन यांनी मार्क रिच यांच्यावतीने अध्यक्ष क्लिंटन यांना जो माफीचा अर्ज केला (प्रकरण १८) त्यामध्ये खालील काही मुद्द्यांचा, युक्तिवादांचा समावेश केला होता.

१. रिको (RICO - "The Racketeer Influence of and Corrupt Organisation Act and RICO forfeiture statute") :- हा सर्वसाधारणपणे माफिया, अमली पदार्थांचा व्यापार करणारे, खून, अपहरणासारखे गुन्हे करणारे यांना जरब बसवण्यासाठी वापरला जाणारा आणि खूप कडक तरतुदी असलेला कायदा प्रथमच एका "संभावित गुन्हेगारी" (White Collar Crime) खटल्यामध्ये वापरला गेला. रुडी गुलियानी आणि सॅन्डी विनबर्ग यांनी एक सरळ,साधा कर चुकवेगिरीचा गुन्हा आणि त्यासंबंधीचा खटला इतक्या भयंकर कायद्याच्या कक्षेत आणल्याबद्दल मार्क रिच यांच्या वकिलांनी त्याबद्दल नापसंती व्यक्त केली होती. टेलीफोनवरून दिलेल्या एका प्रदीर्घ मुलाखतीमध्ये जॅक क्विन (Jack Quinn) यांनी मला सांगितले की, "मार्क रिच यांच्या विरुद्ध रिको (RICO) कायद्याचा हातोडा वापरून त्याचा सरळ-सरळ दुरुपयोग केला गेला. जॅक क्विन, अमेरिकेचे अध्यक्ष बिल क्लिंटन यांच्या काळात व्हाइट हाउसचे प्रवक्ते होण्याआधी उपाध्यक्ष अलगोर (Algore) यांच्या काळात "चीफ ऑफ स्टाफ" होते. जॅक क्विन यांनी मार्क रिच यांच्यावर आरोपपत्र ठेवल्यानंतर, मुद्दाम लक्षात आणून दिले की न्याय खात्याने हे ठरवलेले होते की अमेरिकन काँग्रेसचा रिको (RICO) हा कायदा कर चुकवेगिरीच्या गुन्ह्यांसाठी वापरण्याचा मूळ उद्देशच नव्हता. त्याहूनही महत्त्वाची गोष्ट म्हणजे या कायद्यामधील मालमत्ता जप्तीच्या तरतूदींचा उपयोग जो आरोपींवर दबाव आणण्यासाठी केला जायचा त्या तरतुदींचा उपयोग सन १९८९नंतर, फिर्यादी पक्षाने वापरण्यावर बंदी आणली. तसेच आरोपीच्या कामकाजावर किंवा व्यवसायावर खटला उभा राहाण्याआधीच जी बंदी घातली जायची ती तरतूद शिथिल करण्यात आली."

२. दिवाणी दावा, गुन्हेगारी स्वरूपाचा नव्हे:- मार्क रिच यांचे वकील या खटल्याचे वैशिष्ट्य सांगताना मुद्दाम सांगतात की, "मार्क रिच यांच्या कंपन्यांवर ठेवलेले

आरोप हे दिवाणी स्वरूपाचे नाही तर गुन्हेगारी स्वरूपाचे होते. अशाच प्रकारच्या आरोपांखालचे इतर खटले दिवाणी स्वरूपाचे होते, आणि दिवाणी कोर्टांपुढे चालू होते.'' मार्क रिच यांच्या वकिलांच्या गटाचे म्हणणे होते की, ''हा खटला एका प्रकारे कर आकारणी आणि किमतींचे नियंत्रण यांच्या बाबतीतील परस्पर नियमांसंदर्भातला होता. एकाही अमेरिकन तेलउत्पादकाविरुद्ध, ज्यांनी त्यांच्या स्थानिक तेलाच्या विक्रीची सागरीहद्दीबाहेरील विदेशी तेल विक्रीशी अगदी ठरवून सांगड घातली होती आणि फायदा कमावला होता, अशा प्रकारचा गुन्हेगारी खटला दाखल केला गेला नव्हता.

३. ऊर्जाखाते:- सन १९८५ सालच्या या खटल्यासंबंधी मार्क रिच यांच्या वकिलांनी असा युक्तिवाद केला की, मार्क रिच यांच्या कंपन्यांनी आर्थिक व्यवहारांच्या, हिशोबाच्या दृष्टीने स्थानिक (नियंत्रित) आणि विदेशी तेल व्यवहारांची योग्य ती सांगड घातली होती हे अमेरिकेच्या ऊर्जा खात्याने मान्य केले होते. पण फिर्यादी पक्षाने या गोष्टीचा नेमका उलटा अर्थ घेतला आणि अशा काही व्यवहारांचा त्यांच्या आरोपपत्रामध्ये उल्लेख केला होता.

४. कर सल्लागारांचे विश्लेषण:- लिओनार्ड गार्मेंट (Leonard Garment) यांनी मार्टिन गिन्सबर्ग (Martin Ginsburg) (George town Law) जॉर्ज टाऊन लॉचे, तसेच हॉवर्ड लॉ स्कूलचे बर्नार्ड वुल्फमन (Bernard Wolfman) यांची मार्क रिच यांच्या कंपन्यांच्या व्यवहारांचा, ज्याच्या आधारांवर आरोप ठेवले गेले होते त्यांचा, अभ्यास करण्यासाठी एक समिती नेमली. त्या समितीने स्वतंत्रपणे अमेरिकेच्या आयकर कायद्याच्या दृष्टिकोनातून काय अर्थ निघू शकतो यावर मत प्रदर्शन केले. त्यांच्या या कामाबद्दल गिन्सबर्ग (Ginsburg - सुप्रीम कोर्टाच्या न्यायाधीश रुथ बाडर गिन्सबर्ग (Ruth Bader Ginsburg) यांचा नवरा – आणि वुल्फमन (Wolfman) यांना अनुक्रमे ६६,१९९ डॉलर्स (अंदाजे रु.३३ लाख) आणि ३०,७४५ डॉलर्स (अंदाजे रु.१५.४० लाख) एवढे पैसे दिले. या समितीने जो निष्कर्ष काढला तो मोठा रंजक होता. त्यांनी स्पष्टपणे मत दिले होते की – मार्क रिच इंटरनॅशनल आणि मार्क रिच आणि कंपनी यांनी त्यांच्या आर्थिक व्यवहारांचा, उत्पन्नांचा आणि त्यायोगे देय असलेल्या कराचा जो अर्थ काढला होता तो बरोबर होता, आरोपपत्रामध्ये जरी म्हटले होते तरी त्यांनी कोणतेही उत्पन्न दडवले नव्हते किंवा कर रूपाने त्यांनी कोणतीही जास्तीची रक्कम देय नव्हती. त्यांनी दिलेल्या रिपोर्टमध्ये पुढे असेही म्हटले होते की, ''दोन स्विस कंपन्यांकडून मिळालेले उत्पन्न जे त्यांनी ''विदेशी स्रोतापासूनचे उत्पन्न'' म्हणून धरले होते ते बरोबरच होते आणि म्हणून अमेरिका - स्वित्झर्लन्डमधील

कर विषयक कराराप्रमाणे, ते अमेरिकन कर आकारणीपासून मुक्त होते. फिर्यादी पक्ष ज्या रकमांना ''खोट्या वजावटी'' म्हणून समजत होता त्या रकमा प्रत्यक्षपणे ''तेल विक्रीसाठी आलेला खर्च'' या सदराखाली मोडत होत्या. थोडक्यात त्या दोन्ही कर विषयक तज्ज्ञांच्या मते मार्क रिच यांच्या कंपन्या करापोटी काहीही देणे लागत नव्हत्या.

५. इराण :- अगदी आजसुद्धा मार्क रिच यांच्या डोक्यात त्यांनी इराणसारख्या शत्रुराष्ट्राबरोबर वैयक्तिकपणे व्यापार केल्याच्या आरोपाची तलवार लटकतेच आहे. प्रतिष्ठित साप्ताहिक ''टाइम''च्या म्हणण्याप्रमाणे ''हा सगळ्यात गंभीर आरोप आहे.'' बहुतेक जण एक महत्त्वाची गोष्ट लक्षात घेत नाहीत. ती म्हणजे ''मार्क रिच इंटरनॅशनल'' आणि ''मार्क रिच आणि कंपनी '' या दोन्ही कंपन्या कायद्याच्या दृष्टीने ''स्विस कंपन्या'' होत्या. मार्क रिच इंटरनॅशनल ही स्वित्झर्लन्डच्या कायद्याप्रमाणे १९७८ साली योग्य रितीने स्थापन केलेली, 'मार्क रिच आणि कंपनी'ची संपूर्ण मालकी असलेली उपकंपनी होती. तर 'मार्क रिच आणि कंपनी' स्विस कायद्याप्रमाणे १९७४ साली स्थापन केलेली कंपनी होती. ज्या कालावधीतील व्यवहारांवर हा खटला केंद्रित केला होता त्या संपूर्ण कालावधीत 'मार्क रिच इंटरनॅशनल' तसेच मार्क रिच आणि कंपनी' या दोन्ही कंपन्यांनी बहुतेक व्यवहार झग-स्वित्झर्लन्ड येथूनच केले होते आणि तेथे या दोन्ही कंपन्यांची प्रमुख कार्यालये होती. मार्क रिच यांच्या वकिलांच्या म्हणण्याप्रमाणे अशा प्रकारच्या कंपन्या आणि अगदी अमेरिकन कंपन्यांची संपूर्ण मालकी असलेल्या दुसऱ्या देशातील उपकंपन्यांना (Subsidiary) अगदी स्पष्टपणे इराणविरुद्धच्या व्यापारी निर्बंधांतून वगळण्यात आले होते, आणि म्हणून इराणबरोबर व्यापार करण्याबद्दल त्यांना गुन्हेगार ठरवता येण्यासारखेच नव्हते. राष्ट्राध्यक्ष कार्टर यांनी काढलेल्या अध्यादेशामध्ये अशा प्रकारची सूट दिल्याचे स्पष्टपणे नमूद करण्यात आले होते. इराणमधील अमेरिकन दूतावासाचे ओलीस नाट्य चालू असताना अनेक कंपन्यांनी त्यांच्या विदेशी उपकंपन्यांना इराणबरोबर व्यापार करण्याची मुभा दिली होती, आणि एवढेच नाही तर ज्या कंपन्यांनी इराणवरील व्यापारी निर्बंधाकडे उघडपणे दुर्लक्ष केले अशा कंपन्यांच्या यादीत संरक्षण मंत्रालयाला पुरवठा करणाऱ्या दोन कंत्राटदारांची नावेपण होती.

''हाउस कमिटी ऑन गव्हर्नमेंट रीफॉर्म्स'' (House Committee on Government Reforms) समोर जबानी देताना स्कूटर लिब्बी (Scooter Libby) यांनी सांगितले की, ''माझा असा विश्वास आहे की "South Dist.of New York" यांनी वस्तुस्थितीकडे दुर्लक्ष केले आणि कायद्याचा विपर्यास केला.'' त्यांनी

पुढे असेही म्हटले की, "सर्व उपलब्ध पुराव्यांचा विचार करता मला नाही वाटत की मार्क रिच आणि पिंकस ग्रीन हे दोन सद्गृहस्थ त्यांच्यावर ठेवलेल्या आरोपांबाबत दोषी ठरतील." लिब्बी (Libby), जे नंतर राष्ट्राध्यक्ष जॉर्ज बुश यांचे सहकारी होते आणि उपराष्ट्राध्यक्ष डिक चेनी (Dick Chency) यांचे "चीफ ऑफ स्टाफ" होते त्यांनी मार्क रिच यांचा खटला १९८०च्या दशकाच्या मध्यात आणि शेवटी-शेवटी लढवला होता. मार्क रिच यांच्या माफीनाम्याच्या वेळी मात्र यांचा सहभाग नव्हता. "हाउस कमिटी" समोर जबानी देताना जॅक क्विन (Jack Quinn) यांनी सांगितले की, "आज या घटकेपर्यंत माझा असा ठाम विश्वास आहे आणि खातरी आहे की, फिर्यादी पक्षाने या खटल्यातील आरोपांच्या संदर्भात एक कायदेशीर पत्त्यांचा बंगला बांधला होता. हा खटला मुळातच चुकीचा होता." मार्क रिच यांच्यावर ठेवलेल्या आरोपांचा फोलपणा आणि फिर्यादी पक्षाच्या तेव्हाच्या सरकारी वकिलांची, गुलियानी यांची, उघड-उघड पक्षपाती वागणूक आणि टोकाची खुनशी वृत्ती याबद्दल क्विन यांनी राष्ट्राध्यक्ष क्लिंटन यांना लिहिले होते.

आपल्या अशिलाची बाजू उत्तम रितीने मांडणे हे अर्थातच प्रत्येक वकिलाचे जरी काम असले तरी निरनिराळे युक्तिवाद विचारात घेताना या युक्तिवादांमध्येच कितपत तथ्य आहे या गोष्टीची जाणीव असणे हे तितकेच महत्त्वाचे आहे, जरुरीचे आहे. पण यात आश्चर्याची गोष्ट अशी की, त्या संपूर्ण काळात प्रसारमाध्यमांनी आणि मुख्यत्वेकरून न्यायसंस्थेने या सर्व युक्तिवादांकडे पूर्ण दुर्लक्ष केले (प्रकरण १३) आणि यावर कोणत्याही प्रकारचा संवाद किंवा प्रतिवाद न होण्याचे मुख्य कारण म्हणजे बहुधा त्यांनी त्यांची मते आधीच ठरवून टाकली होती. मार्क रिच यांना अमेरिकेच्या इतिहासातील सर्वात मोठा "कर विषयक घोटाळेबाज" असे जणू ठरवूनच टाकले होते, यापेक्षा त्यांचे इतर कोणतेही वेगळे वर्णन करणे राजकीयदृष्ट्या तेव्हा बरोबर ठरले नसते, दिसले नसते. त्यांच्या खटल्यासंबंधी माहिती देणारे वार्ताहर आणि विश्लेषक "संशयित" किंवा "आरोपी" इत्यादीसारखी विशेषणे त्यांच्या संदर्भात वापरण्याचे जणू विसरूनच गेले होते.

सन १९७० आणि १९८०च्या दशकांमध्ये जे कोणी संघटित गुन्हेगारी आणि संभावित गुन्हेगारीविरुद्ध आवाज उठवत होते त्यांना अल्पावधीतच प्रसिद्धी मिळत होती. छोट्यामोठ्या वर्तमानपत्रांमधून रुडी गुलियानी यांचा उदोउदो चालला होता. एलियॉट नेस (Eliot Ness)चा आधुनिक अवतार म्हणून त्यांचा उल्लेख होत होता. एलियॉट नेस हा एकेकाळी "शिकागो" (Chicago)मधील गुन्हेगारांचा कर्दनकाळ ठरला होता. त्याने माफिया टोळीचा प्रमुख 'अल्‌कपोने' (Al Capone) यालाच खुले आव्हान दिले होते. मार्क रिच त्यांच्या दृष्टीने मोठेच खलनायक होते, कारण वाहन चालक पेट्रोल पंपावर लांबच लांब रांगा लावून जेव्हा उभे राहात होते

तेव्हा त्या परिस्थितीचा फायदा घेत तेलाच्या व्यापारामध्ये प्रचंड नफा कमावत होते. तेल आणि पेट्रोलच्या सतत वाढणाऱ्या किमतींमुळे अमेरिकेमध्ये चलन फुगवट्याची आणि पर्यायाने महागाईची परिस्थिती निर्माण झाली होती. मार्क रिच यांचा ज्या देशाबरोबर सुखेनैव व्यापार चालत होता अशा इराणने अमेरिकन नागरिकांना जणू ओलीस ठेवले होते. थोडक्यात आणि साध्या शब्दात सांगायचे तर या अशा परिस्थितीमुळे अमेरिकन जनतेच्या मनात मार्क रिच यांच्याबद्दल चीड निर्माण झाली होती. एका तेल व्यापाऱ्याने सुभाषित वजा एक सत्य सांगितले, "जेव्हा बाजारपेठेमध्ये काही गडबड निर्माण होते तेव्हा प्रत्येक जण दोष देण्यासाठी कोणाला तरी शोधत असतो."

त्यात महत्त्वाची गोष्ट म्हणजे मार्क रिच यांच्यासारखी, प्रसिद्धी माध्यमांनी आधीच बदनाम केलेली एक हाडामासाची व्यक्ती समोर दिसत असल्यामुळे जनतेच्या रागाचे सहज लक्ष्य बनली. बहुतेक सर्व तेल कंपन्या या असंख्य अनामिक भागधारकांच्या सहभागातून बनल्या होत्या. मार्क रिच यांच्या कंपन्यांच्या नावामध्ये त्यांचेच नाव प्रामुख्याने होते. एरवी सर्वसाधारण जनतेच्या मनात या जीवनावश्यक/खनिज सौदे/वायदे व्यापाऱ्यांबद्दल एक प्रकारचा राग होताच, कारण त्यांच्या मते हे लोक म्हणजे केवळ, "एक टेलीफोन, एक विमानाचे तिकीट आणि एक फोन/पत्ते असलेली डायरी' एवढ्या भांडवलावर कोट्यवधी डॉलर्सच्या मालाची उलाढाल करून स्वत:साठी लक्षावधी डॉलर्स कमावणारे" अशी काहीशी प्रतिमा होती.

रिच यांचा अडथळा

त्यावेळी प्रसारमाध्यमांपैकी कोणीही मार्क रिच यांची बाजू समजून घ्यायला किंवा मांडायला तयार नव्हते. त्यासाठी काही प्रमाणात एक कारण म्हणजे मार्क रिच यांनी संवाद साधण्यात केलेल्या घोडचुका तसेच परिस्थितीचे वास्तव आणि प्रसारमाध्यमांचे महत्त्व ओळखण्यात केलेली चूक. प्रसारमाध्यमांशी मार्क रिच यांच्या असलेल्या संबंधांचे वर्णन जर एका शब्दात करायचे झाले तर "भ्रमिष्टासारखे" (Paranord) असेच करता येईल. कित्येक वर्षे मार्क रिच यांनी प्रसारमाध्यमांशी ना संपर्क ठेवला होता ना कोणाला मुलाखती दिल्या होत्या. एवढेच नाही तर त्यांनी वार्ताहरांचे फोन घेण्याची किंवा त्यांना परत फोन करण्याची तसदीही घेतली नव्हती. त्यामुळे परिणाम असा झाला की प्रसारमाध्यमांमध्ये जे काही त्यांच्या किंवा त्यांच्या कंपन्यांविरुद्ध लिहून येत होते त्याला ना ते प्रत्युत्तर देऊ शकत नव्हते, ना त्यांचे म्हणणे खोडून काढू शकत होते. त्यामुळे मार्क रिच, स्वत:च्या निर्दोषत्त्वाबाबत वाटणारी खातरी किंवा विधानंही प्रसारमाध्यमांमधून व्यक्त करू शकत नव्हते. या

सर्व गोष्टींमुळे जनतेमध्ये, मार्क रिच म्हणजे एक गुपचूपपणे व्यवहार करणारी ज्यांच्याकडे लपवाछपवी करण्यासारख्या बऱ्याच गोष्टी आहेत, आणि ज्या अर्थी ते स्वत:चा बचाव करण्याचा प्रयत्न करत नाहीत त्या अर्थी होत असलेल्या आरोपांमध्ये नक्कीच तथ्य असणार अशी काहीशी प्रतिमा दृढ होत गेली. मार्क रिच यांना जनसंपर्काविषयी सल्ला देणारे कोठेतरी कमी पडले होत आणि शेवटी त्यामुळे त्यांचेच जास्त नुकसान झाले.

त्यांच्या वकिलांचे आणि कायदे सल्लागारांचे अगम्य आणि मती गुंग करणारे तसेच अडथळे निर्माण करणारे धोरणच जास्त करून सुरुवाती-सुरुवातीला या खटल्याची व्याप्ती प्रमाणाबाहेर वाढवण्यास कारणीभूत ठरले. प्रत्येक गोष्टीमध्ये अडथळे निर्माण करणे, ते कागदपत्रांनी भरलेल्या ट्रंकेचे प्रकरण, 'मार्क रिच इंटरनॅशनल' या कंपनीची कागदोपत्री केलेली विक्री आणि नंतर ''क्लॅरेंनडॉन'' (Claren don) असे केलेले नामाभिधान इत्यादी घटनांमुळे फिर्यादी पक्षाचा आणि जनतेचा एकूणच विश्वास बसणे कठीण होते. काही काळानंतर जॅक क्विन (Jack Quinn) यांनी या सर्व परिस्थितीचे थोडक्यात वर्णन असे केले, ''मार्क रिच यांनी स्वत:च्या बचावासाठी, कोणाशीही संवाद नाही, कामामध्ये सहकार्य नाही, कोणाबरोबर वाटाघाटी किंवा चर्चा नाही असे मोठे दुर्दैवी आणि स्वत:च्या पायावर धोंडा पाडून घेणारे धोरण अवलंबले होते.'' जॅक क्विन यांनी हे त्यांचे मत गुलियानी यांच्यानंतर आलेल्या सरकारी वकिलांना लिहिलेल्या पत्रात दिले होते. मार्क रिच यांना हे धोरण खूपच महागात पडले.

तरीसुद्धा प्रसारमाध्यमांमध्ये काही वेगळा विचार, काही वेगळी मते मांडणारे पत्रकार होते ज्यांनी टीकाकारांच्या कळपात सामील व्हायचे नाकारले. अशांपैकी एक होते ''येल लॉ स्कूल'' (Yale Law School)चे पदवीधर आणि वॉल स्ट्रीट जर्नलचे (Wall Street Journel) माजी प्रकाशक ''गॉर्डन क्रोविट्झ'' (Gordon Crovitz) ज्यांनी निर्भीडपणे स्वत:ची मते मांडली. ''गुलियानी यांच्या पहिल्याच मोठ्या (RICO) खटल्याचे पुनरावलोकन करणे अत्यंत गरजेचे आहे.'' क्रोबिट्झ यांनी लिहिले, ''हाच तो मार्क रिच या श्रीमंत तेल व्यापाऱ्याच्या विरुद्धचा खूप गाजावाजा केलेला सन १९८४ मधला खटला. त्यांच्यावर ठेवल्या गेलेल्या आरोपांचे सखोल वाचन केले तर असे लक्षात येते की हा एक फक्त ''कर विषयक'' खटला आहे. या आरोपांचा मतिथार्थ फार तर एवढाच काढता येईल की मार्क रिच यांनी चुकीने स्थानिक कंपनीचे उत्पन्न त्यांच्या विदेशी उपकंपनीच्या नावावर दाखवले. त्यामुळे फार तर हा दिवाणी दावा होऊ शकतो आणि रिको (RICO) अंतर्गत नक्कीच येत नाही; आणि रिको (RICO) कायद्याअंतर्गत आरोपांखाली तुरुंगात जाण्यापेक्षा मार्क रिच यांनी स्वित्झर्लन्ड येथे राहाणे पसंत

केले, असेच म्हणावे लागेल.''

लॉरेन्स उर्गेनसन (Lawrence Urgenson) मला म्हणाले, ''रुडी गुलियानी हे जनसंपर्कात फारच हुशार आहेत, तरबेज आहेत, रिको (RICO) कायद्याशिवाय आणि इराण संकटाशिवाय हा खटला एक सर्वसामान्य इतर कर चुकवेगिरीच्या खटल्याप्रमाणेच होता आणि थोड्याच दिवसात वर्तमानपत्राच्या पहिल्या पानावरून कधीच गायब झाला असता.'' लिओनार्ड गार्मेंट यांनी एके ठिकाणी लिहिले होते की, ''आरोपपत्राबाबत वर्तमानपत्रांना ज्या बातम्या पुरवल्या जात होत्या त्यामध्ये ठेवलेल्या आरोपांवरच जास्त भर दिलेला असे. आणि मुख्यत: वर्तमानपत्रांनी १९८० सालातील इराणमधील अमेरिकन दूतावासातील ओलीस नाट्याशी या आरोपांचा संबंध जोडला.'' आन्द्रे विकिच्या म्हणण्याप्रमाणे मार्क रिच यांचा इराणबरोबरचा क्रुडतेलाचा व्यापार आणि त्यासंबंधी ठेवले गेलेले आरोप याचा फक्त एकच परिणाम झाला आणि तो म्हणजे ''देशद्रोही'' मार्क रिच यांच्या बाबतीत जनमत आणि वर्तमानपत्रीय लिखाण आणखीनच कडक झाले, तीव्र झाले. न्यूयॉर्कमधील, इ.स.१९७९पासूनचे मार्क रिच यांचे वकील रॉबर्ट फिंक (Robert Fink) यांच्या म्हणण्याप्रमाणे, ''या सगळ्या प्रकरणामध्ये ''इराण'' हे उपप्रकरण अगदी शेवटच्या क्षणी घातले गेले आणि ते एक मोठेच त्रांगडे होऊन बसले.'' रॉबर्ट फिंक सॅन्डविच खाता-खाता हवेत दोन्ही हात हालवत म्हणाले, ''ते संपूर्ण प्रकरणच स्फोटक बनले. नंतर या खटल्याने संपूर्ण वेगळे वळण घेतले कारण रिको (RICO) आणि इराण या दोन्ही गोष्टींनी जतनेच्या भावनांनाच हात घातला होता. मार्क रिच यांना खिंडीतच गाठण्याचा सरकारचा उद्देश होता.''

सर्वसाधारणपणे वकिलांनी आपल्या अशिलांच्यावतीने केलेली विधाने ही तितपतच गांभीर्याने घ्यायची असतात कारण त्यात थोडीफार अतिशयोक्ती अभिप्रेतच असते, परंतु मार्क रिच यांच्यावरील आरोपांनंतर सर्वसाधारण जनतेमध्ये उमटलेल्या तीव्र प्रतिक्रियांमुळे त्यांच्या मतांना एक प्रकारे पाठबळच मिळाल्यासारखे झाले. ''शत्रुराष्ट्राशी व्यापारी संबंध ठेवणे'' या एका आरोपामुळे संपूर्ण चित्रच बदलले होते. इराणमधील अमेरिकन राजदूतावासातील ओलीस नाट्यानंतर उसळलेला जनक्षोभ आणि दु:ख याचे सर्व खापर मार्क रिच यांच्या डोक्यावरच फोडले गेले. आणि या अशा प्रकारच्या आरोपांनंतर त्यांचा खटला केवळ कायदेशीर युक्तिवादावर आणि कायद्यातील तरतुदींनसुार चालणे शक्यच नव्हते. तो खटला आता फक्त कायद्याच्या चौकटीपुरता मर्यादित राहिला नव्हता, तर आता नैतिकतेचा प्रश्न उभा राहिला होता. माझ्या कॉलेजमधील राजकीय तत्त्वज्ञानाच्या (Political Philosophy) प्राध्यापकांचे नेहमी एकच सांगणे असायचे, ''नैतिकतेच्या न्यायालयामधल्या कामकाजांच्या रितींना कोणतेही नियम नसतात. तेथे कायदेशीर निर्दोषत्त्व सिद्ध करणारे पुरावे

विचारात घेतले जात नाहीत, जनमताचा कौल ठरलेला असतो आणि त्यावर पुनर्विचार होत नाही.''

हॉवर्ड साफिर (Howard Safir) - (Associate Director of Operations for US Marshals), जे १७ वर्षे मार्क रिच यांच्या मागावर होते आणि ज्यांनी नंतर, गुलियानी न्यूयॉर्कचे मेयर झाल्यावर, पोलीस कमिशनर (Police Commissioner) म्हणून काम केले (प्रकरण १२), त्यांच्या म्हणण्याप्रमाणे – ''मार्क रिच, केवळ चैनीत राहाता यावे म्हणून 'झग' (Zug)ला पळून गेले. इराणमधील अमेरिकन दूतावासातील लोकांना जेव्हा ओलीस ठेवले होते आणि त्यांचा छळ चालला होता तेव्हा ते इराणबरोबर व्यापार करत होते, तो काही चांगला माणूस नाही.'' "House Government Reform Committee" चे चेअरमन ''डॅन बर्टन'' (Dan Burton) म्हणाले, ''या खटल्यामध्ये मुख्य फरक पडला तो 'इराण'मुळे. आमचे नागरिक त्या देशामध्ये बंधक झालेले होते आणि त्यावेळी मार्क रिच त्यांच्याशी व्यापार करत होते. त्यांनी त्या देशावर घातलेल्या निर्बंधाचे उल्लंघन केले होते, मार्क रिच इराणबरोबर व्यापार करून त्यांचे क्रुडतेल विकत होते आणि त्याच इराणमध्ये आमच्या ओलीस ठेवलेल्या अमेरिकन नागरिकांनी, अतिशय बिकट अशा परिस्थितीत कंठत खूप दिवस काढले.'' मार्क रिच यांच्या खटल्याबाबत आणखी एक दुर्दैवी गोष्ट म्हणजे, त्याच सुमाराला 'रेगन' (Regan) यांचे सरकार गुपचूपपणे इराणला शस्त्रास्त्रांची विक्री करण्यात गुंतले होते आणि तो पैसा ''निकाराग्वा'' (Nicaragua) मधील कम्युनिस्ट राजवटी विरोधी बंडखोरांना मदत म्हणून पुरवत होते. नंतर राष्ट्राध्यक्ष जॉर्ज डब्ल्यू बुश (George H.W.Bush) यांनी या ''इराण-बंडखोर'' प्रकरणात गुंतलेल्या अनेकांना माफी दिली, त्यामध्ये एक होते संरक्षण खात्याचे सचिव कास्पर डब्ल्यू विनबर्ग (Caspar W. Weinberg).

एक राजकीय खटला

मार्क रिच आणि त्यांच्या सहकाऱ्यांनी व्यापार करताना, व्यवसायासाठीच्या घालून दिलेल्या मर्यादा बरेच वेळा खूपच ताणल्या. कर वाचवण्यासाठी शक्य असलेली प्रत्येक पळवाट वापरली. भांडवलशाहीशी जोडल्या गेलेल्या अनेक संशयास्पद मार्गांचा त्यांनी अवलंब केला. मार्क रिच यांनी त्यांच्या सुरुवातीच्या काळात एका कर्मचाऱ्याला नोकरीवर ठेवताना एक सल्ला वजा तत्त्वज्ञान सांगितले होते. ''एक वायदे/सौदे व्यापारी म्हणून काम करताना अनेक वेळा चाकूच्या धारदार पात्यावरून चालावे लागते त्यामुळे नेहमी काळजी घेणे आणि पाय घसरू न देणे हे फार महत्त्वाचे आहे.'' आणि मार्क रिच स्वत:पण व्यवसाय करत असताना हेच तत्त्वज्ञान जगत होते. तरी मला नाही वाटत मार्क रिच या खटल्यामध्ये कोर्टात दोषी

ठरले असते. त्यांच्यावर ठेवल्या गेलेल्या आरोपांच्या बाबतीत त्यांना संशयाचा फायदा मिळण्याचा खूपच वाव होता. न्यायसंस्थेतील, राजनैतिक दूतावासातील आणि या खटल्याशी संबंधित इतर अनेकांशी बोलल्यानंतर, या खटल्यासंबंधित अनेक कागदपत्रे, त्यापैकी काही गोपनीयसुद्धा, बघितल्यानंतर मी या निष्कर्षाला आलो आहे.

माझ्या सर्व संशोधनामधून हे स्पष्टपणे दिसून आले की या खटल्याला राजकीय रंग होता. फिर्यादी पक्षाचे वकील गुलियानी यांना खातरी होती की हा खटला त्यांच्यासाठी राजकारणात वरवर नेणारी शिडी होती. – ज्यामुळे नंतर ते न्यूयॉर्क शहराचे मेयर झाले आणि अमेरिकेच्या राष्ट्राध्यक्षाच्या पदासाठी, जरी ते अपयशी ठरले तरी, दावा सांगू शकले. अगदी असेही म्हणता येईल की, या खटल्यामुळेच गुलियानी यांच्या राजकीय आणि सामाजिक कारकिर्दीला खऱ्या अर्थाने सुरुवात झाली, आणि प्रत्यक्ष घटना क्रमावरून हे दिसूनच आले आहे की जसजसा खटला स्फोटक होत गेला, किंवा प्रसारमाध्यमांनी केला, ही बाब गुलियानी यांना अप्रत्यक्षपणे फायदेशीरच ठरत गेली. शिवाय एकंदरीत त्या वेळची परिस्थिती बघता हेही अशक्य नव्हते की खटला स्फोटक करण्यासाठी मुद्दाम प्रयत्न केले गेलेच नसतील.

संभावित गुन्हेगार आणि गुन्हेगारी (White collar)चा अभ्यास असलेले कार्डिफ विद्यापीठातील एक तज्ज्ञ मायकेल रेव्ही (Michael Revi) यांच्या मताप्रमाणे मार्क रिच यांच्या खटल्यामागे राजकीय प्रेरणाच होत्या. ''त्यांच्यावर खटला भरण्यासाठी काही राजकीय निर्णयच कारणीभूत होते.'' उदाहरणार्थ, कर चुकवणे आणि कागदपत्रांच्या घोटाळ्याच्या आरोपांखाली सन १९८३-८४मध्ये अमेरिकेतील वायदे/सौदे व्यापारी मार्क रिच यांच्यावर खटला दाखल केला गेला, शिवाय अमेरिकेने व्यापारी निर्बंध लादल्यावर इराणकडून गुपचूपपणे तेल विकत घेण्याबाबत नंतर आरोप ठेवले गेले. शेवटी त्यांनी काही आरोप मान्य केले तरीपण काही लोकांच्या मनात असा संशय आल्या वाचून राहात नाही की त्यांनी जर शत्रुराष्ट्राशी व्यापार केला नसता तर मुळात हा खटलाच दाखल केला गेला असता का?

मी सॅन्डी विनबर्ग (Sandy Weinberg) यांच्या टॅम्पा येथील कार्यालयात, वर उपस्थित केल्या गेलेल्या सर्व मुद्द्यांवर चर्चा करण्याच्या इराद्याने गेलो तेव्हा क्षणार्धात तेथील वातावरण मला जरा गारठल्यासारखे वाटले. तो एकूण प्रसंगच अशा काही दुर्मीळ प्रसंगांपैकी होता की त्यांना माझ्याबरोबर अतिशय नम्रतेने संभाषण करण्याची कसरत करता-करता वरकरणी शांत असल्याचे नाटक करावे लागले. त्यामध्ये आश्चर्य वाटण्यासारखे काही नव्हते, कारण या खटल्यासंबंधी

ज्या काही प्राथमिक मुद्द्यांवर टीका झाली होती त्यांनाच थेट भिडणारे माझे प्रश्न होते.

विनबर्ग (Weinberg) शक्य तितका शांत चेहरा ठेवून मला म्हणाले, "आम्ही या खटल्यासंबंधीच्या गुन्ह्यांची अगदी शास्त्रशुद्ध पद्धतीने चौकशी केली होती, आम्ही अगदी नि:पक्षपणे वागलो, आमच्या हातामध्ये एक चांगलाच नाही तर अगदी उत्तम खटला होता. मला खटला कसा चालवला जातो याची चांगली माहिती आहे. जॅक क्विन (Jack Quinn) यांच्या मते आमचा हा जर कायदेशीर पत्त्यांचा बंगला होता तर मग आमच्या हातात सगळे एक्के होते. मी त्या पदावरून जाईपर्यंत मग लोक का थांबले? यापैकी कोणतेही मुद्दे १९८३-८४ साली का काढले नाहीत. कोणीही वकील कधीही माझ्याकडे आले नाहीत आणि म्हणाले नाहीत की यात फौजदारी गुन्हा नाही तर फार तर दिवाणी गुन्हा आहे." बर्नार्ड वुल्फमन (Bernard Wolfman) आणि मार्टिन गिन्सबर्ग (Martin Ginsburg) या अमेरिकेतील दोन कर विषयक तज्ज्ञ प्राध्यापकांनी या खटल्याच्या कागदपत्रांच्या अभ्यासातून काढलेल्या निष्कर्षाबद्दल विनबर्ग (Weinberg) यांचे काय मत होते? क्षणार्धात विनबर्ग यांचा पारा चढला आणि ते म्हणाले, "तो एक बकवास आहे, तो अहवाल कचऱ्याच्या डब्यात फेकण्याच्या लायकीचा होता, त्याला काहीच अर्थ नव्हता." विनबर्ग बोलत-बोलता एकदम थांबले, जणूकाही त्यांना स्वत:लाच त्यांच्या या उद्धट आणि अतिरेकी मतप्रदर्शनाचे आश्चर्य वाटले होते. नंतर माझ्याकडे रोखून बघत या त्यांच्या प्रतिक्रियेचा माझ्यावर काय परिणाम झाला असावा याचा अंदाज घेत, ते पुढे म्हणाले, "आणि हे अजिबात विसरू नकोस की मार्क रिच यांच्या कंपन्यांनी काही आरोप मान्य केले होते, शिवाय मार्क रिच यांनी कायद्यापासून पळून जाणेच पसंत केले. आणि हा खटला जर एवढा चुकीचा होता तर मग ते परत का आले नाहीत, त्यांनी त्यांच्यावरील गुन्ह्यांना कोर्टात आव्हान का दिले नाही?" विनबर्ग यांचा हा प्रश्न बिनतोड होता. या प्रश्नाचे उत्तर फक्त मार्क रिच हेच देऊ शकत होते आणि त्यांनी ते दिलेही. ते बघू या पुढील प्रकरणात.

११

मी कधीही कायदा मोडला नाही

नेहमीपेक्षा आज मार्क रिच यांच्या आवाजाची पट्टी खालची आहे. "मला नाही वाटत तो एक साधासुधा माणूस आहे." माझ्याकडे एक भेदक कटाक्ष टाकत ते म्हणतात. आजच्या आमच्या मुलाखतीसाठी ते त्यांच्या नेहमीच्याच पेहेरावामध्ये आहेत – गडद रंगाचा सूट, पांढरा शर्ट, लाल रंगाचा टाय आणि डाव्या मनगटावर चकाकणारे सोन्याचे रोलेक्स घड्याळ. आज ७४व्या वर्षीसुद्धा त्यांच्या चेहऱ्यावर त्यांच्या तरुणपणातल्या देखणेपणाच्या सगळ्या खुणा दिसत आहेत. मूक चित्रपटाच्या जमानातल्या, दु:खी भूमिका करणाऱ्या रुडॉल्फ व्हॅलेंटिनो (Rudolph Valentino) या देखण्या नटाशी, मार्क रिच यांचे जुने फोटो पाहिले तर, कोठेतरी साम्य आढळते. मार्क रिच यांची निरीक्षण शक्ती तीक्ष्ण आहे, ते फार कमी बोलतात, आणि ते पण अगदी ऐकू येईल न येईल अशा आवाजात. त्यांचे बोलणे अगदी थोडक्यात पण मुद्देसूद असते. कितीही उंचावरून टाकले तरी पायावरच पडणाऱ्या मांजरासारखी, कोणत्याही परिस्थितीमध्ये तग धरून राहाण्याची त्यांची वृत्ती आहे. त्यांच्या सर्वकाळ सावधगिरीमधून असे जाणवते की ते वेळ येताच झेप घेण्यासाठी अगदी जाणीवपूर्वक अंतर राखून, दबा धरून थांबले आहेत. परिस्थितीचा अंदाज घेऊन ते हल्ला तरी करतील नाहीतर काढता पाय तरी घेतील. मी त्यांना त्यांच्या सर्वनाशाला कारणीभूत ठरलेल्या, रुडॉल्फ गुलियानींबद्दल त्यांचे मत विचारले होते. "मला नाही वाटत तो एक साधासुधा माणूस आहे, स्वत:चा फायदा बघणे एवढेच त्याला जमते, बस्स!" मार्क रिच म्हणाले. हा प्रसिद्ध वायदे/सौदे व्यापारी आज प्रथमच त्याच्या खटल्याबद्दल उघडपणे बोलला. मार्क रिच यांनी माझ्या कोणत्याही प्रश्नाला उत्तर द्यायचे टाळले नाही की गोलमाल उत्तर देऊन

सारवासारव केली नाही. त्याउलट आणि त्याहून आश्चर्याची गोष्ट म्हणजे ज्यांच्यावर गेली २५ वर्षे सर्वात मोठा कर घोटाळेबाज म्हणून शिक्का बसला आहे, ते आजपण त्यांच्या निर्दोष असण्याबाबत तितकेच ठाम आहेत. अर्थात त्यांनी कराची रक्कम कमीत कमी करण्याचा नक्कीच प्रयत्न केला, हे त्यांना मान्य होते. त्यांनी नफ्याची रक्कम, जेथे अमेरिकेच्या तुलनेत कराचे दर खूपच कमी आहेत, अशा स्वित्झर्लन्डला पाठवली, अर्थातच त्यांच्या कंपन्यांनी एकमेकांना फायदेशीर अशा दराने परस्परांकडून तेलाची, मालांची खरेदी-विक्री (Transfer Pricing) केली, पण तसे तर सर्वच बहुराष्ट्रीय कंपन्या करतात. मार्क रिच स्वत:ची बाजू मांडताना, स्वत:चे निर्दोषत्त्व पटवून देताना उगीचच माफीचा साक्षीदार असल्याचा आव आणत नाहीत. मी कायद्याची मर्यादा कधीही ओलांडली नाही, मी केलेली प्रत्येक गोष्ट कायद्याला धरूनच होती. मी कधीही कायदा मोडला नाही आणि चुकीचे वागलो नाही.

त्यांना बळीचा बकरा हवा होता

मार्क रिच यांनी प्रथमच त्यांच्या क्रुडतेलाच्या आंतरराष्ट्रीय व्यापाराबद्दल, कामकाजाबद्दल बोलण्याची तयारी दाखवली. मार्क रिच यांनी सुरुवातीलाच स्पष्ट केले की, "त्यांच्यावर ठेवल्या गेलेल्या आरोपांपैकी "शत्रुदेशाबरोबर व्यापार करणे" – हा सर्वात गंभीर आणि स्फोटक आरोप होता, पण त्या मागचे सत्य काही वेगळेच आहे." मी इराणबरोबर व्यापार करत होतो तो एका स्विस कंपनीसाठी आणि ते कायद्याला धरून होते. मार्क रिच आणि कंपनी या स्वित्झर्लन्ड येथे नोंदणी झालेल्या कंपनीने वर्षानुवर्षे इराणच्या नॅशनल इराणियन तेल कंपनी (National Iranian Oil Co.)कडून, अगदी इराणचे शाह पदच्च्युत होण्याआधीपासून, आणि अमेरिकन दूतावासातील ओलीसांचे संकट उभे राहाण्याआधीपासून, तेल खरेदी केले होते. नंतर ते तेल आम्ही जागतिक बाजारपेठेत विकत होतो. सर्व विदेशस्थित तेल कंपन्यांप्रमाणे, अगदी अमेरिकन तेल कंपन्यांच्या उपकंपन्या धरून, 'मार्क रिच आणि कंपनी'ने 'नॅशनल इराणियन तेल कंपनी'कडून, इराणमध्ये राजकीय क्रांती झाल्यावर, तेल विकत घेणे चालूच ठेवले.

त्यांना बोलताना मध्येच थांबवत मी विचारले, "जर त्यांच्या म्हणण्याप्रमाणे ते निर्दोष असतील, तर मग "सर्वात मोठा कर घोटाळेबाज," तसेच "अमेरिकेचा शत्रू" इत्यादी ठपके त्यांच्यावर का बसले?" मार्क रिच यांनी मान थोडी तिरकी केली, त्यांच्या डाव्या गालावर असलेली लाल ठिपक्याची जन्मखूण उगीचच थोडी गडद झाल्यासारखी मला वाटली. मार्क रिच मला म्हणाले, "मला असे खातरीपूर्वक वाटते की, अनेक राजनैतिक प्रश्नांचा तो परिपाक होता आणि त्यांना त्यावेळी

कोणीतरी बळीचा बकरा हवा होता, आणि मला लक्ष्य करणे साहजिकच सोपे होते. कारण एक व्यक्ती, ती पण प्रचंड पैसा कमावणारी, व्यवसायामध्ये यशस्वी असलेली आणि ज्यू धर्मीय. शिवाय मी त्या एकूणच व्यवस्थेच्या बाहेरचा होतो.'' मार्क रिच यांचा ठाम विश्वास होता की, ते त्या व्यवस्थेबाहेरचे असल्यामुळे आणि वरील कारणांमुळेच एकटे पडले, आणि व्यवस्थेचे बळी ठरले. मार्क रिच पुढे म्हणाले की, ''अशाच प्रकारच्या व्यवसायामध्ये गुंतलेल्या शेकडो कंपन्यांचे अनामिक आणि असंख्य भागधारक शोधत बसण्यापेक्षा माझ्या एकाच्या मागे लागणे त्यांना अगदी सोपे होते. राष्ट्राध्यक्ष रिचर्ड निकसन यांनी १९७३मध्ये क्रुडतेलाच्या किमतींवर नियंत्रण आणल्यावर जागोजागी तेलाच्या पुनर्विक्रेत्यांची जमात उगवली. अरब देशांनी लादलेल्या तेल निर्यात बंदीच्या आधी अमेरिकेमध्ये फक्त १२ तेल-पुनर्विक्रेते होते, आणि सन १९७८ साल उजाडताना जवळ-जवळ ५०० कंपन्या या व्यवसायामध्ये होत्या. मला काही व्यक्तींनी मुद्दाम लक्ष्य केले होते, ज्या व्यक्तींना त्यांच्या व्यवसायात पुढे जाण्याची फार घाई झाली होती, आणि ज्यांना त्यातून फक्त स्वतःचा स्वार्थ साधायचा होता,'' मार्क रिच म्हणाले. ते पुढे म्हणाले, ''त्यांनी या खटल्याची व्याप्ती मुद्दामच प्रमाणाबाहेर वाढवली कारण त्यांना त्यामध्ये त्यांचा फायदा दिसत होता, त्यांना आयतीच प्रसिद्धी मिळत होती. त्यांचा वैयक्तिक स्वार्थ आणि खुनशीपणाच यामधून काही न्याय्य मार्ग निघण्याआड आला.''

आजच्या मुलाखतीमध्ये हे सर्व मोकळेपणाने सांगताना मार्क रिच चांगलेच मूडमध्ये आले होते, भरभरून बोलत होते. त्यांच्या एका मित्राने सांगितलेली एक गोष्ट मला आठवली. तो म्हणाला होता की, ''मार्क रिच स्वभावाने फार भिडस्त आहेत. स्वतःच्याच कोशात राहाणारे आहेत, कोणत्याही गॅदरिंगमध्ये किंवा समारंभामध्ये एखाद्या कोपऱ्यात शांतपणे बसून राहाणे पसंत करतात, शांतपणे त्यांच्या आवडत्या ब्रॅन्डचा सिगार ओढत लोकांचे निरीक्षण करणे त्यांना आवडते. पण सत्य हे आहे की थंड डोक्याने नीती-अनीतीची चाड न बाळगता व्यापार करणारी एक व्यक्ती या त्यांच्या सामाजिक प्रतिमेच्या अगदी विरुद्ध, प्रसिद्धी पराङमुखतेचे मार्क रिच हे मूर्तिमंत उदाहरण आहेत.''

अतिरेकी प्रतिक्रिया

मार्क रिच यांच्याबरोबर त्यांच्या खटल्यासंबंधी चर्चा करत असताना आमच्या संभाषणाने सहजच इतर देशांच्या कायद्यांपेक्षा स्वतःच्या कायद्यांना महत्त्वाचे समजणे, वरचढ समजणे इत्यादी अमेरिकन प्रवृत्तीकडे वळण घेतले. युरोपीयन देशांमध्ये या अमेरिकन प्रवृत्तीवर बोलताना थट्टेमध्ये म्हटले जाते की – ''अमेरिकेकडून निर्यात

होणाऱ्या तीन प्रमुख गोष्टी म्हणजे – त्यांचे रॉक ॲन्ड रोल संगीत, निळ्या जीन्स आणि त्यांची जगाविषयीची मते.'' मार्क रिच यांचे म्हणणे असे की, ''अमेरिका त्यांचे काही विशिष्ट कायदे सर्व जगावर लादायला बघते. मला तेव्हाही होते आणि आत्ताही समाधान आहे की स्वित्झर्लन्डने त्यांची ऐतिहासिक प्रतिमा कायम राखली, आणि अमेरिकेसारख्या प्रबळ राष्ट्राच्या दबावाला बळी पडली नाही.'' मार्क रिच यांनी त्यांच्या भावनांना जर्मन भाषेतून वाट करून दिली. "Die Schweiz verbeugte sichnicht" ''स्वित्झर्लन्ड झुकले नाही.''

मार्क रिच यांनी त्यांचे मतप्रदर्शन चालूच ठेवले – ''अमेरिकेतील राजकीय आणि कायदा व्यवस्थेला ''अतिरेकी प्रतिक्रिया'' देण्याची फार जुनी परंपरा आहे.'' ते लोक पक्षी मारण्यासाठी तोफेचा वापर करतील. अलीकडच्या काळातील प्रसिद्ध उदाहरणेच द्यायची झाली तर, मार्था स्टीवर्ट (Martha Stewart) आणि आर्थर ॲन्डरसन (Arthar Andersen) यांच्या विरोधातले खटले. त्यापैकी आर्थर ॲन्डरसन ही अमेरिकेने पूर्णपणे नामशेष करण्याआधी, जगामधील पाच मोठ्या ऑडिट फर्मपैकी एक होती. काही थोड्या वरिष्ठ अधिकाऱ्यांच्या चुकीच्या निर्णयांमुळे ती कंपनी बंद करण्याची वेळ आली आणि त्याचा फटका मात्र ८५,००० निर्दोष कर्मचारी आणि असंख्य भागधारकांना सहन करावा लागला.

मी जेव्हा मार्क रिच यांना विचारले की, ''अमेरिकेच्या न्यायव्यवस्थेबद्दल त्यांच्या मनात संशय आहे का?'' त्यावर त्यांचे उत्तर होते – ''माझा कायदा प्रणालीवर, न्यायव्यवस्थेवर विश्वास आहे, पण दुर्दैवाने माणसांनी बनवलेल्या आणि चालवलेल्या अनेक गोष्टींप्रमाणे ही गोष्ट परिपूर्ण नाही आहे.'' याबद्दल विन्स्टन चर्चिल यांनी फार मार्मिक मतप्रदर्शन केले होते, ''अमेरिकनांवर एखादी गोष्ट ते बरोबर करतील म्हणून तुम्ही कधीही विश्वास ठेऊ शकता – पण इतर सर्व मार्ग आधी चोखाळण्याचा प्रयत्न करून झाल्यावर.''

मार्क रिच यांची सर्वात मोठी चूक

माझी सर्वात मोठी चूक? मार्क रिच मीच विचारलेला प्रश्न परत स्वत:शीच विचारत म्हणतात, ''या अमेरिकन अति उत्साही वकिलांची पारख करण्यात मी चूक केली आणि दुसरे म्हणजे स्वत:साठी चुकीचे वकील निवडले. भूतकाळात मागे जेव्हा केव्हा पोलीस खात्याबरोबर काही प्रश्न उपस्थित झाले होते ते मी त्यांच्याशी सरळ-सरळ बोलून सोडवले होते. अगदी या वेळीपण फिर्यादी पक्षाच्या वकिलांशी प्रथम बोलायचे मी ठरवले होते,'' परंतु त्या वेळचे माझे वकील एड विल्यम्स (Ed Williams) मला म्हणाले, ''त्यांच्याशी मी बोलायला जाणे ही सर्वात मोठी चूक ठरेल. आपण त्यांना सरळ-सरळ आव्हान देऊ या. ही माझी फार

मोठी चूक होती, त्यामुळे प्रश्नाची तीव्रता वाढली, आता मला त्याचा पश्चात्ताप होतो.''

बोलता-बोलता त्यांनी भाषेचा सांधा बदलला आणि एक जर्मन शब्द "die ohnmacht" वापरला. या शब्दाचा अर्थ ''शक्तिहीनता, दुर्बलता किंवा नपुंसकता'' असा होतो. मी त्यांना विचारले, ''या सर्व घडामोडींमध्ये, त्यांच्या मते सर्वात दु:खद घटना कोणती आहे?'' कारण जी व्यक्ती स्वकर्तृत्वाने वर आली होती अशा व्यक्तीला अमाप पैसा, अनेक महत्त्वाच्या व्यक्तींबरोबर असलेले व्यक्तिगत संबंध – प्रबळ इच्छाशक्ती इत्यादी सर्व असताना अशा प्रकारे शक्तिहीनतेची किंवा दुर्बलतेची भावना होणे म्हणजे मरणप्राय यातनाच असणार. मी जेव्हा 'डेनिस रिच' यांच्याबरोबर या खटल्याचा त्यांच्या कुटुंबावर झालेल्या परिणामासंबंधी बोलत होतो तेव्हा त्या म्हणाल्या होत्या, ''त्यांना नेहमीच सर्व सूत्रे स्वत:च्या हातात ठेवणे आवडते.'' त्यावेळी घडणाऱ्या घटनांवर त्यांचा ताबा राहिला नव्हता. त्यामुळे त्यांच्या मनाप्रमाणे ते गोष्टी करू शकत नव्हते, ते मोकळेपणाने प्रवास करू शकत नव्हते. एकंदरीतच ते खचले होते. ''मी माझ्या ''शोध पत्रकारितेच्या'' कारकिर्दीमध्ये, ज्यांचा असा ठाम समज होता की अति उत्साही प्रसारमाध्यमे आणि न्यायव्यवस्थेमुळे त्यांच्यावर अन्याय झाला होता अशा अनेक लोकांना भेटलो आहे. त्यांच्याशी बोललो आहे. त्यापैकी प्रत्येकाची हीच खोलवर भावना होती, त्यांना त्या-त्या वेळी असेच शक्तिहीन, दुर्बल, स्वत:ची बाजू पटवून देण्यात आलेले अपयश, एकंदरीत त्यांच्या विरुद्ध तयार झालेले संघटित जनमत इत्यादींचा असाच अनुभव आलेला होता.'' मार्क रिच यांची मन:स्थिती त्याहून काही वेगळी नव्हती. निराशेने मान हालवत मार्क रिच म्हणाले, ''समाजामध्ये चांगल्यापैकी प्रतिष्ठा पावलेली मी एक व्यक्ती होतो, या खटल्यामुळे कारण नसताना माझ्या प्रतिष्ठेला धक्का बसला.''

आमच्या संभाषणाची गाडी परत एकदा इंग्रजीच्या रुळावर आणताना मार्क रिच परत एकदा म्हणाले, "Die ohnmacht". माझा खटला संपूर्णपणे नि:पक्षपातीपणे झाला नाही हा सल कोठेतरी राहिलाच. फिर्यादी पक्षाच्या वागणुकीचा आम्हाला अनुभव होताच. त्यांनी आमची बँकांमधील सर्व खाती गोठवली होती, व्यवसायामधील व्यापारी वर्तुळातील संबधितांवर त्यांनी दबाव आणला होता, त्यांनी अगदी चारी बाजूंनी आमच्यावर हल्ला केला होता. या सगळ्याचा अर्थातच आमच्या व्यवसायावर, व्यापारावर नकारात्मक परिणाम झाला. आमच्या कंपन्या जवळ-जवळ मोडकळीला आल्या होत्या. मार्क रिच यांच्या म्हणण्याप्रमाणे या खटल्याची भानगड जर उद्‌भवली नसती तर त्यांचे व्यापारी साम्राज्य कित्येक पटीने वाढले असते. मार्क रिच यांच्या म्हणण्याप्रमाणे, काही वर्षांनंतर त्यांना त्यांची कंपनी विकावी लागण्याचे मुख्य कारण म्हणजे अमेरिकन सरकारने त्यांचा केलेला छळ. (प्रकरण १७वे)

सप्टेंबर १९८३मध्ये आरोपपत्र दाखल झाल्यावर मार्क रिच यांच्या प्रतिस्पर्ध्यांची

खातरी झाली की मार्क रिच यांच्या कंपन्यांची कलेवरे पाण्यावर तरंगायला आता फार वेळ नाही. संगनमताने ठरवून गुन्हे केल्याचा आरोप आणि त्याचबरोबर कोट्यवधी डॉलर्सची गुंतवणूक गोठवली जाणे या गोष्टींनी कितीही मोठ्या कंपनीला गुडघे टेकायला भाग पाडले असते, परंतु मार्क रिच यांनी कसाबसा व्यवसाय चालू ठेवला. चारही बाजूंनी पुरती कोंडी झाली होती पण कंपनी तग धरून होती. ''माझे कुटुंबीय, माझे मित्र आणि व्यवसायामधले जुने भागीदार कायम माझ्या पाठीशी उभे राहिले. कारण त्यांना खरे काय ते माहीत होते, त्यांना सर्व गोष्टींची जाणीव होती. आमच्याबरोबर व्यापार करणाऱ्यांना आमच्या सचोटीबद्दल, नेकीबद्दल, आमच्या रास्त दरांबद्दल खातरी होती म्हणून त्या सर्वांनी आमच्याबरोबर व्यवसाय/व्यापार करणे पूर्वीप्रमाणे चालूच ठेवले,'' मार्क रिच सांगत होते.

ते परत का आले नाहीत?

या प्रकरणाबाबत एक बिनतोड आणि कळीचा मुद्दा उपस्थित करण्यात सॅन्डी विनबर्ग (Sandy Winberg) अजिबात कचरले नाहीत. ''आम्ही दाखल केलेला खटला जर इतका चुकीचा होता तर मार्क रिच यांनी अमेरिकेमध्ये येऊन आरोपांना तोंड का दिले नाही? मी हाच प्रश्न जेव्हा मार्क रिच यांना विचारला तेव्हा त्यांनी अशा काही अविश्वासाच्या नजरेने माझ्याकडे पाहिले की, त्यांनी इतका वेळ जे मला सांगितले होते ते जणूकाही माझ्या डोक्यातच शिरले नव्हते. त्यांनी परत एकदा खालच्या आवाजात बोलायला सुरुवात केली. ''माझा खटला, एकंदरीत येथले अस्थिर, स्फोटक आणि तणावपूर्ण वातावरण बघता, नि:पक्षपातीपणे चालेल याची मला खातरी वाटत नव्हती. माझा खटला, काही कारण नसताना, खूपच गुंतागुंतीचा करून ठेवला होता. त्यांनी परत एकदा त्यांचा जो काही समज झाला होता तो मला बोलून दाखवला की, हाच एक असा खटला होता की ज्यामध्ये फिर्यादीपक्षाने सर्व मर्यादा ओलांडल्या होत्या, आणि एकंदरीतच वातावरण इतके दूषित आणि नकारात्मक झाले होते की माझा त्या परिस्थितीमध्ये कोणावरही विश्वास बसणेच शक्य नव्हते, तेव्हाची परिस्थिती सर्वसामान्य अशी नक्कीच नव्हती.

या सर्व प्रकरणामध्ये मार्क रिच यांना अनपेक्षित अशा बाजूने पाठिंबा मिळतो. स्वित्झर्लन्डच्या न्याय खात्याच्या माजी मंत्री 'Elisabeth Kopp - Ikle' यांचेही मार्क रिच यांच्याप्रमाणेच मत आहे. ती एक भिडस्त पण अत्यंत हुशार आणि अभ्यासू बाई आहे. तिला अमेरिकेबद्दल एकूणच सहानुभूती वाटते कारण तिने तारुण्यातील काही वर्षे अमेरिकेमध्ये काढली होती. प्रसारमाध्यमांनी त्यांच्यातर्फे मार्क रिच यांच्या खटल्याचा निकाल आधीच लावला होता. जनमत आधीच कलुषित झाले होते आणि रुडॉल्फ गुलियानी हे त्यांच्या स्वत:च्या ध्येयपूर्तीच्या

मागे होते. "Kopp - Ikle" बाई पुढे म्हणाल्या, ''माझ्या तेव्हाच लक्षात आले होते की, मार्क रिच यांना अमेरिकेमध्ये न्याय मिळण्याची शक्यता नाही.'' त्यापुढे त्या म्हणाल्या, ''त्या खटल्याची नि:पक्ष सुनावणी होण्याची शक्यताच नव्हती.''

मार्क रिच यांचे बराच काळ वकील म्हणून असलेले रॉबर्ट फिंक (Robert Fink) यांनी मला सांगितले – ''त्यावेळी प्रत्येक जण जणू पेटलेला होता.'' एखाद्या गुळगुळीत फळीवरून हात फिरवावा तशी हाताची हालचाल करत त्यांनी मला सांगितले, ''गाडी स्टेशनवरून सुटली होती, आता ती थांबणे शक्य नव्हते, सर्व वातावरणच दूषित झाले होते, वातावरणात संताप होता, ताण होता, दबाव होता.'' मार्क रिच यांना ''राक्षस'' ठरवून टाकले होते, त्यांच्यावर खलनायकाचा शिक्का बसला होता. वॉल स्ट्रीटवरील सावकारी व्यवसायातील मायकेल स्टाईनहार्ट (Michael Steinhardt) यांनी मला सांगितले, ''आमची सर्वांची ठाम समजूत झाली होती की, ''मार्क रिच जर परत आले तर प्रथम त्यांना अटक करून तुरुंगामध्ये टाकले जाईल आणि त्यांच्या कोठडीच्या कुलपाची चावी फेकून दिली जाईल.''

वरील सर्व टीका आणि विविध मते जेव्हा मी सॅन्डी विनबर्ग (Sandy Wienberg) यांना सांगितली आणि त्यांची प्रतिक्रिया विचारली तेव्हा ते म्हणाले – ''मूर्खपणा आहे, मार्क रिच यांच्यावरचा खटला नक्कीच नि:पक्षपणे चालला असता. त्यांच्या खटल्याची त्यांनीच जास्त जाहिरात केली, आम्ही नाही. त्यांनी हे सगळे स्वत:वर ओढवून घेतले होते.'' लॉरेन्स उर्जेनसन मला म्हणाले, ''तरीपण फिर्यादी पक्षाची, या गुन्ह्यांबद्दलची ३२५ वर्षे तुरुंगवासाची खरी/खोटी धमकी ही आरोपीसाठी फारच धक्कादायक होती. ऊर्जेनसन यांनी सन १९९४पासून मार्क रिच यांचे वकील म्हणून काम पाहिले होते आणि नंतर त्यांच्या माफीच्या सुनावणीचे काम त्यांनीच पाहिले होते. त्यांनी त्यांच्या ३० वर्षांच्या वकिली व्यवसायाच्या, शिवाय राष्ट्राध्यक्ष 'रेगन' (Regan) आणि 'जॉर्ज एच डब्ल्यू बुश' यांच्या काळात साहाय्यक ॲटर्नी जनरल म्हणून केलेल्या कामाच्या अनुभवाच्या आधारावर एक शहाणपणाचा सल्ला दिला. जेव्हा एकदा खटला एखाद्या गोष्टीचे प्रतीक होतो, खूण बनतो तेव्हा आरोपी नक्कीच संकटात असतो. आमच्या चर्चेच्या शेवटी ऊर्जेनसन म्हणाले, ''न्यूयॉर्कच्या सदर्न डिस्ट्रिक्टसाठी मार्क रिच यांचा खटला एक प्रतीक बनला होता, त्यांच्या दृष्टीने हा एक अति श्रीमंत माणूस, एक कोट्यधीश भामटा, जो स्वत:ला कायद्याच्या वरचढ समजतो याला इतके सहजासहजी निसटू देता कामा नये.'' असा जणू ठाम निश्चय त्यांनी केला होता.

अशा प्रकारचे फरारी गुन्हेगारांचे खटले अमेरिकेच्या पोलीस खात्याच्या (US Marshals Service) अखत्यारीमध्ये येतात, कारण आंतरराष्ट्रीय फरारी गुन्हेगारांना

अमेरिकेतील कोर्टापुढे आणणे ही त्यांची जबाबदारी आहे. बऱ्याच खटल्यांमधले आरोपी फरार झालेले असतात, त्यांचा ठावठिकाणा माहीत नसतो. परंतु मार्क रिच यांच्याबाबत ते नक्की कोठे सापडतील हे पोलिसांना माहीत होते. त्यांचा ठावठिकाणा माहीत होता. पोलिसांकडे त्यांचा पत्ताही होता. "Himmelrich strasse 28" येथे ते एका आलिशान घरात राहात होते. त्यांचे घर, ''बार'' (Baar) खेड्याजवळच्या जंगलाच्या सीमारेषेवर, जेथून ''झग'' तलावाचे सुंदर दृश्य दिसते, अशा ठिकाणी होते. मार्क रिच खुलेआमपणे तेथे राहात आहेत, याचाच अमेरिकन पोलीस खात्याला खूप राग होता आणि त्यांनी मार्क रिच यांना वाट्टेल त्या परिस्थितीमध्ये तेथून 'उचलण्याची' शपथच घेतली होती. अमेरिकन पोलीस खात्याचे ''असोसिएट डायरेक्टर'' (Associate Director) हॉवर्ड साफिर (Howard Safir) यांना चांगले माहीत होते की, एखाद्या असाध्य रोगासाठी उपाय तेवढाच जालीम करावा लागतो. मार्क रिच यांना अमेरिकन कोर्टापुढे आणण्यासाठी शक्य असेल ते सर्व करण्याची त्यांची तयारी होती, फक्त ते करताना आरोपीच्या मानवीहक्कांचे उल्लंघन होणार नाही एवढीच त्यांची अट होती. सन १९८५च्या ऑक्टोबर महिन्यामध्ये साफिर यांनी बॅग भरली आणि स्वित्झर्लन्ड गाठले. कोणत्याही परिस्थितीमध्ये रिकाम्या हातांनी न परतण्याचा त्यांनी निश्चय केला होता. जाताना त्यांनी सहकाऱ्यांना सांगितले, ''या खेपेला त्यांची अटक नक्की आहे.''

१२

मार्क रिच यांच्या मागावर

ज्या माणसांवर अमेरिकेने देशद्रोही आणि फरारी गुन्हेगार असा शिक्का मारला होता, अशा माणसाच्या एकूणच कर्तृत्त्वाच्या उंचीला साजेसे अनेक प्रकारचे अथक प्रयत्न अमेरिकन अधिकाऱ्यांनी नंतरच्या वर्षांमध्ये त्यांच्या अटकेसाठी सुरू केले. प्रयत्न अनेक प्रकारचे होते, कधी ते अत्यंत प्रभावी आणि परिणामकारक वाटावे असे होते तर कधीकधी ते अगदी विनोदी वळणावर पण गेले. अमेरिकन अधिकाऱ्यांनी अवलंबिलेल्या मार्गांचे प्रकार अनेकविध होते. मार्क रिच यांच्यावर मानसिक दबाव आणण्यापासून ते त्यांना आमिषे दाखवून मोहात पाडून, येनकेन प्रकारेण, स्वित्झर्लन्डमधून बाहेर काढण्यापर्यंत होते; त्यांच्या प्रत्येक हालचालीवर नजर ठेवण्यापासून ते अगदी त्यांच्या अपहरणाचा प्रयत्न करण्यापर्यंत त्यांची मजल गेली. यातील बऱ्याच गोष्टी आत्तापर्यंत कधीच उघड करण्यात आल्या नव्हत्या.

सन १९८५मधील ऑक्टोबर महिन्यातील ती सकाळ होती. मध्य स्वित्झर्लन्डच्या निसर्गसुंदर पार्श्वभूमीवर असलेले ''झग'' तळे धुक्याने संपूर्णपणे वेढले गेले होते. पानगळीच्या काळात दुपारपर्यंत सर्वसाधारणपणे धुके विरून जाते. ''हॉवर्ड साफिर'' त्या सकाळी एक पर्यटक म्हणून ''झग''मध्ये दाखल झाले. त्यांच्याबरोबर होते चीफ इन्स्पेक्टर ''डॉन फेरारोन'' (Don Ferrarone). हे एक अशा प्रकारच्या आंतरराष्ट्रीय कामाचा दांडगा अनुभव असलेले नावाजलेले 'DEA' एजंट होते. अमली पदार्थांच्या (Drugs) तस्करीबद्दल प्रसिद्ध असलेली "French Connection" नावाने ओळखली जाणारी केस सोडवण्यात त्यांचा महत्त्वाचा सहभाग होता.

त्यांच्याबरोबर असलेल्या दोन पोलीस अधिकाऱ्यांकडे, मार्क रिच यांना अटक करण्याच्या योजनेचा भाग म्हणून, मार्क रिच यांचे निवासस्थान असलेल्या परिसराचे, त्यांची कार्यालये असलेल्या परिसरांचे अगदी तपशीलवार नकाशे होते. त्यांना "बार" गावातील रस्त्यांची, लांबी, रुंदी, चढ, उतार इत्यादीची इत्थंभूत माहिती होती. त्यांनी केलेल्या पाहणीवरून त्यांच्या लक्षात आले होते की, गरज पडली तर तेथील रस्त्यांवर हेलीकॉप्टर उतरवणे सहज शक्य होते.

हॉवर्ड साफिर यांची योजना अगदी साधी व सरळ होती. मार्क रिच यांना जबरदस्तीने अटक करायची आणि गुप्तपणे स्वित्झर्लन्ड बाहेर न्यायचे आणि हे सगळे स्विस अधिकाऱ्यांना अंधारात ठेवून करायचे होते. ही गोष्ट अर्थातच संपूर्णपणे बेकायदेशीर होती. त्यांच्या योजनेप्रमाणे या "तेल व्यापाऱ्याला" अटक करायची आणि स्वित्झर्लन्ड आणि जर्मनी किंवा फ्रान्स या देशांदरम्यानच्या खुल्या "सीमारेषा भागातून (Green Border)" यापैकी एका देशात गुप्तपणे रवानगी करायची. सीमारेषांच्या या भागांमध्ये स्वित्झर्लन्डच्या कस्टम विभागाचे तुलनेने, कमी टेहळणी नाके आहेत आणि अशा कमी टेहळणी भागांना "ग्रीन बॉर्डर" म्हटले जाते. साफिर यांनी त्यांची योजना अगदी काटेकोरपणे बनवली होती, कोणतीही गोष्ट नशिबावर सोडलेली नव्हती. स्वित्झर्लन्डमध्ये प्रवेश करण्यापूर्वी त्यांनी जर्मनीमध्ये स्थानिक पोलीस अधिकाऱ्यांची भेट घेऊन या खटल्यासंबंधी चर्चा केली होती. तसेच या अत्यंत नाजूक कामगिरीवर जाण्याआधी अमेरिकेतील इंटरपोल (Interpol)च्या कार्यालयाने, पॅरिस शहराबाहेर असलेल्या त्यांच्या "Saint-cloud" भागातील मुख्यालयाकडे मार्क रिच यांच्या प्रत्यार्पणासंबंधीच्या दृष्टीने पूर्तता करण्यासाठी जरुरी असलेले "अटक वॉरंट" पाठवले आहे की नाही याची खातरी करून घेतली.

९ ऑक्टोबर १९८५ रोजी काढलेल्या त्या अटक वॉरंटचे शीर्षक होते "Wanted International Criminal". त्या अटक वॉरंटवर इंटरपोलच्या अमेरिकन कार्यालयाचे प्रबंधक (डायरेक्टर) रिचर्ड स्टाईनर (Richard C. Steiner) यांची सही होती. त्या अटक वॉरंटमध्ये म्हटले होते, "मार्क रिच, हे एक वायदे/सौदे व्यापारी, ज्यांच्यावर आयकर चुकवणे, संगनमताने गुन्हा करणे, शत्रुराष्ट्राशी व्यापार करणे इत्यादी आरोपांसाठी अमेरिकेला हवे आहेत." या गुन्ह्यांसाठी जास्तीत-जास्त ३२५ वर्षे तुरुंगवास आणि/किंवा $100Mn. (अंदाजे रु.५०० कोटी) इतक्या रकमेची जप्ती किंवा दंड अशा शिक्षेची तरतूद होती. त्या अटक वॉरंटमध्ये मार्क रिच यांचे शारीरिक वर्णन असे होते – १७७.८ सेमी उंची, ८१ किलो वजन, काळे केस, तपकिरी डोळे – आणि सोबत फोटो होता. तेव्हा माध्यमांना उपलब्ध असलेल्यापैकी तोच शेवटचा फोटो होता. फिर्यादी पक्षाने तो १९८४ सालच्या फोर्ब्स (Forbes) मासिकामधून घेतला होता. त्या अटक वॉरंटमध्ये मार्क रिच

यांना ओळखण्याची महत्त्वाची खूण म्हणून त्यांच्या डाव्या गालावर असलेल्या फिकट लाल चामखिळीचा उल्लेख केला होता.

पोलिसांनी या मोहिमेमध्ये उद्‌भवू शकणाऱ्या प्रत्येक बाबीचा विचार केला होता. मार्क रिच यांना अटक करून, त्यांनी स्वित्झर्लन्डची सीमारेषा ओलांडताक्षणीच हॉवर्ड साफिर हे त्यांचा पर्यटकाचा मुखवटा उतरवणार होते. त्या परिस्थितीत फ्रेंच किंवा जर्मन पोलीस अधिकाऱ्यांनी मार्क रिच यांना ताबडतोब अटक केली असती. हॉवर्ड साफिर (Safir) यांना, एक अमेरिकन पोलीस अधिकारी म्हणून, त्यांचे स्वित्झर्लन्डमधील कृत्य हे संपूर्णपणे बेकायदेशीर आहे याची पूर्ण कल्पना होती. स्वित्झर्लन्डच्या दंडात्मक कायद्याच्या (Penal Code) २७१ कलमान्वये स्विस सरकारच्या परवानगीशिवाय दुसऱ्या देशाने त्यांच्या सीमेअंतर्गत अशा प्रकारचे कृत्य करण्यावर बंदी होती, आणि या कायद्याच्या उल्लंघनासाठी तुरुंगवासाचीच शिक्षा होती. साफिर (Safir) आणि फेरारोन (Ferrarone) यांना संपूर्ण जाणीव होती की, मार्क रिच यांच्या अपहरणाचा प्रयत्न हा एक अत्यंत गंभीर गुन्हा होता, परंतु मार्क रिच यांची अटक ही अत्यंत महत्त्वाची असल्यामुळे त्यांनी हा धोका पत्करायचे ठरवले होते.

मार्क रिच यांच्या ''झग'' (Zug) येथील कार्यालयाच्या इमारतीबाहेर पोलीस खात्यातील दोन गुप्तहेर योग्य संधीची वाट बघत उभे होते. परंतु त्यांना फारसे यश येण्याची शक्यता नव्हती. थोड्या वेळातच स्विस पोलीस खात्यामधील दोन अधिकाऱ्यांनी त्या दोन गुप्तहेरांना हटकले. त्यांनी साफिर (Safir) आणि फेरारोन (Ferrarone) यांना त्यांची ओळखपत्रे दाखवण्यास सांगितले. साफिर यांच्या क्षणात लक्षात आले की त्यांचा डाव उधळला गेला आहे. स्विस पोलीस अधिकाऱ्यांनी त्या दोन अमेरिकन पोलीस अधिकाऱ्यांना अत्यंत स्पष्ट शब्दांमध्ये आणि शांतपणे समज दिली, ''तुम्ही स्वित्झर्लन्डमध्ये जर काही गडबड करायचा प्रयत्न कराल तर तुम्हाला ताबडतोब अटक करण्यात येईल.''

अमेरिकन पोलीस अशा प्रकारच्या गुप्त कटांचे खास वेगळ्या प्रकारे समर्थन करतात – त्यांच्या मते हा एक ''देशाच्या परवानगीने'' रचलेला अपहरणाचा कट होता. हा शब्दप्रयोग जॉर्ज डब्ल्यू बुश यांच्या ''दहशतवादाविरुद्धच्या युद्धा''च्या वेळी (War on Terror) खूपच प्रचलित झाला होता. अशा प्रकारच्या पद्धतीचा उगम हा, दुसऱ्या देशांच्या अतिरेक्यांना किंवा दहशतवाद्यांना अटक करण्यासाठी काढलेल्या मोहिमांमध्ये किंवा एकोणिसाव्या शतकामध्ये ''नशीब काढण्यासाठी'' काढल्या गेलेल्या मोहिमांच्या संकल्पनांमध्ये आहे. अशा प्रकारचे ठळक उदाहरण म्हणून, एडविन विल्सन (Edwin Wilson) या अमेरिकेच्या गुप्तचर खात्याच्या (CIA) माजी गुप्तहेराचे देता येईल. तो बेकायदेशीरपणे शस्त्रास्त्रे आणि दारूगोळा

निर्यात करण्यात सहभागी होता. सन १९८२मध्ये अमेरिकन पोलीसखात्यामधील एका गुप्तहेराने विल्सन याला फसवून त्याच्या लीबियामधील सुरक्षित ठिकाणातून बाहेर काढले होते. त्या गुप्तहेराच्या सांगण्यावर विश्वास ठेऊन विल्सन एका "भेटी"साठी म्हणून "डॉमिनिकन रिपब्लिक" (Dominican Republic) येथे विमानाने आला असता त्याला अटक करून अमेरिकेला जाणाऱ्या एका विमानात बसवण्यात आले होते. नंतर "हंबर्टो अल्वारेझ मोचीन" (Humberto Alvarez Mochain) या प्रसिद्ध खटल्यामध्ये अमेरिकेच्या सर्वोच्च न्यायालयाने अशा प्रकारे पळवून नेण्याला उघडपणे "कायदेशीर" ठरवले होते. हंबर्टो मोचीन हा एक मेक्सिकन डॉक्टर होता. त्याच्यावर अमेरिकेच्या पोलीस खात्यामधील "अमली पदार्थ विरोधी" विभागामधील एका पोलिसाच्या खुनाचा आरोप होता. त्याला अशाच प्रकारे मेक्सिकोमधून पळवून आणून अमेरिकन कोर्टात उभे केले गेले होते. (नंतर त्याची निर्दोष सुटका झाली.)

अमेरिकन व्यवस्थापनातील गळती

ऑक्टोबर १९८५मधील धुक्याने भरलेल्या त्या दिवशी हॉवर्ड साफिर यांना एकदम एक साक्षात्कार झाला; साक्षात्कार कसला तो एक बसलेला झटकाच होता. त्यांच्या डोक्यामध्ये एक विचार चमकून गेला. अमेरिकी पोलीस खात्याच्या व्यवस्थापनामध्ये किंवा आंतरराष्ट्रीय कायदा व्यवस्थापनाच्या कार्यालयामधून कोणीतरी माहिती फोडत असावे, मार्क रिच यांना माहिती पुरवत असावे. आणि साफिर यांना आलेली ही शंका चूक नव्हती. जरी हा प्रकार अधिकृतपणे मान्य करणे अधिकाऱ्यांना शक्य नव्हते तरी या संशयामध्ये तथ्य होते; या सर्व प्रकरणाशी संबंधित असलेल्या एका स्विस अधिकाऱ्याने मान्य केले की त्यांना साफिर यांच्या या योजनेची आधी खबर लागली होती. आता ही बातमी अमेरिकेच्या न्याय खात्याकडून मिळाली होती का अमेरिकेच्या गृह खात्याकडून? हा वादाचा मुद्दा होता. वॉशिंग्टनमधील स्विस दूतावासातील या प्रकरणासंबंधीच्या कागदपत्रांमधून काही उघड-उघड सूचक माहिती मिळते. "वरिष्ठ अमेरिकन अधिकाऱ्यांना आता हे जाणवू लागले आहे की, न्यायसंस्था आणि इतर सरकारी खात्यांकडून गेल्या काही वर्षांत या प्रकरणामध्ये काही प्रमाणात अतिरेक झाला आहे. त्यांच्या आता हेही लक्षात यायला लागले आहे की आधीच्या काही खटल्यांमध्ये न्यायालयांचे निकाल जरी त्यांच्या मदतीला आले होते तरी जेव्हा इतर देशांचा विरोध झाला तेव्हा अशा प्रकारचे निर्णय निष्प्रभ, कुचकामी ठरले आहेत." उदाहरणच द्यायचे झाले तर, मार्क रिच यांच्या खटल्याचा विचार करता दुसऱ्या किंवा परक्या देशाला ते निर्णय हास्यास्पद वाटावे असेच होते. त्यातून अमेरिकी न्यायखाते आणि गृहखाते यांचे मार्क रिच यांच्या खटल्याबाबत

अनेक मुद्द्यांवर एक मत होत नव्हते. हे तर उघड गुपित होते. अमेरिकन गृह खात्याचे मत स्विस सरकारची मदत घ्यावी असे होते, तर न्याय खात्याला त्यांच्या मदतीची गरज वाटत नव्हती.

मार्क रिच आणि पिंकी ग्रीन यांना वाट्टेल त्या परिस्थितीत आणि वाट्टेल त्या किमतीला अटक करण्यासाठी ऑटफोर्ड प्रॉजेक्ट (Otford Project) नावाची जी अति गुप्त योजना आखण्यात आली होती. त्यातील साफिर यांची ही अपयशी कारवाई हा एक छोटा भाग होता. या ऑटफोर्ड प्रॉजेक्ट अंतर्गत एफबीआय, आयआरएस न्याय खात्यामधील आंतरराष्ट्रीय बाबींचा विभाग, इंटरपोल पोलीसखाते, न्यूयॉर्क (South District) खात्यामधील वकील इत्यादी वेगवेगळ्या खात्यांमधून निवडक माणसे घेऊन एक टीम करण्यात आली होती. अमेरिकेच्या पोलीस खात्याचे या ऑटफोर्ड प्रॉजेक्टवर नियंत्रण होते आणि सन १९७९मध्ये फरारी गुन्हेगारांना पकडण्याची जबाबदारी त्यांच्याकडे होती. त्याआधी अशी जबाबदारी एफबीआयकडे होती.

साफिर यांनी ज्या अमेरिकन पोलीस अधिकाऱ्याकडे मार्क रिच यांना अटक करण्याची जबाबदारी सोपवली होती त्याचे नाव होते केन हिल (Ken Hill). मार्क रिच यांनी १९८३साली स्वित्झर्लन्डला पलायन केल्यापासून या खटल्याची संपूर्ण आणि एकमेव जबाबदारी केन हिल यांच्यावर सोपवण्यात आली होती आणि पुढे १४ वर्षे ही जबाबदारी त्यांच्याकडे राहिली. या १४ वर्षांच्या काळात त्यांनी या वायदे/सौदे व्यापाऱ्याबद्दल जेवढी माहिती गोळा केली होती तेवढी माहिती मार्क रिच यांच्या बायकोला पण नसेल. ब्रुकलीन पुलाजवळील एका जुनाट इमारतीमध्ये असलेल्या कार्यालयातून केन हिल यांनी मार्क रिच आणि पिंकी ग्रीन यांच्यावर नजर ठेवली होती. ही कामगिरी, जबाबदारी लवकरच त्यांचे संपूर्ण आयुष्य व्यापून टाकणारी ठरणार होती.

मी केन हिल यांना फ्लोरिडा येथे भेटलो. अमेरिकेच्या पोलीस खात्यामध्ये ३० वर्षे नोकरी करून ते १९९७ साली निवृत्त झाले आणि आता डायव्हिंग (Diving) प्रशिक्षक म्हणून काम करत होते; या ६२ वर्षीय पोलीस अधिकाऱ्यासाठी "कामासंबंधी गुप्तता" ही आज पण तेवढीच महत्त्वाची गोष्ट आहे. अधिकृतपणे "हिल" यांचा फक्त एकच फोटो अस्तित्वात आहे. त्या फोटोमध्ये "वेटसूट"(Wet Suit) आणि डायव्हिंग मास्कमुळे ते ओळखू येत नाहीत. माझ्या "टॅम्पा" येथील हॉटेलच्या खोलीत सकाळी साडेनऊच्या जरा आधीच केन हिल आले.

सांकेतिक नाव – "एक कोडे"

भेटीच्या सुरुवातीलाच प्रथम शुभेच्छांची देवाणघेवाण झाल्यानंतर केन हिल यांनी ताबडतोब मुद्द्यावर येत सांगितले, "हा सर्व पैशांचा मामला आहे. मार्क रिच

हा माणूस पक्का व्यवहारी आहे. तुला फोन करण्याआधी तो स्वत:ला दोन प्रश्न विचारेल, १) तुझ्याबरोबरच्या व्यवहारातून मला आज काही लाभ होणार आहे का? २) आज नाही तर उद्यातरी काही लाभ होण्याची शक्यता आहे का? आणि जर तसे काही नसेल तर रामराम!'' ''केन हिल'' यांचे सांकेतिक नाव होते "The Riddle" ''एक कोडे.'' मार्क रिच यांच्या मागावर ते १४ वर्षे होते. त्या काळामध्ये मार्क रिच यांच्याशी कोणत्याही प्रकारे संबंध असलेल्या अशा असंख्य व्यक्तींशी ते बोलले. अगदी त्यांच्या कंपनीमध्ये काम करणारा एखादा असंतुष्ट कर्मचारी असो किंवा त्यांचा व्यवसायातील प्रतिस्पर्धी असो. हिल यांच्या मनामध्ये मार्क रिच यांची एक ठाम अशी प्रतिमा बनून गेली होती. ''तुला मुले आहेत का?'' हिल यांनी अचानकपणे हा प्रश्न फोनवरील एका संभाषणाच्या दरम्यान मला विचारला होता. ''तो (मार्क रिच) एखाद्या मुलासारखा आहे ज्याची साधारणपणे अशी समजूत असते की ''मला कोणतेच नियम लागू होत नाहीत, मला सर्व गोष्टी माफ आहेत.'' तो माणूस अत्यंत हुशार आहे यात काही संशयच नाही पण त्याने त्याच्या संपूर्ण आयुष्यभर अशी समजूत करून घेतली होती की मला कोणतेही नियम लागू होत नाहीत. त्याला कोणत्याही देशाबद्दल, लोकांबद्दल, कायद्याबद्दल अजिबात आदर नाही, त्याने खूप लोकांना फसवले आहे.''

मला अंदाज आला होता की हिल यांच्यासाठी मार्क रिच यांचे प्रकरण हे त्यांच्या नेहमीच्या कामापैकी एक असे नव्हते. थोड्याच काळामध्ये मार्क रिच यांचा शोध घेण्याच्या ध्येयाने ते जणू पछाडून गेले. अमेरिकन न्याय खात्याच्या एका भूतपूर्व अधिकाऱ्याने मला सांगितले की, ''केन हिल यांनी या प्रकरणासाठी वेळ -काळाची पर्वा न करता अपार कष्ट केले.'' परंतु शेवटी-शेवटी हिल एवढे हताश झाले की, त्यांच्या मित्रांना त्यांना अगदी टोकाचे नैराश्य येते की काय अशी भीती वाटायला लागली. यात आश्चर्य करण्यासारखे काही नव्हते. अमेरिकन सरकारने पाहणी करून एक निष्कर्ष काढला होता की, ''सर्वसाधारणपणे कर चुकवेगिरीचा आरोप असलेला आरोपी सरासरी तीन वर्षे आणि आठ महिनेपर्यंत हुलकावणी देण्यामध्ये यशस्वी होतो.'' परंतु मार्क रिच आणि पिंकस ग्रीन मात्र जवळ-जवळ १७ वर्षे म्हणजे राष्ट्राध्यक्ष बिल क्लिंटन यांनी जानेवारी २००१मध्ये त्यांना माफी देण्यापर्यंत, अमेरिकन सरकारला हुलकावणी देण्यात यशस्वी झाले.

केन हिल यांनी जो घटनापट उलगडून दाखवला तो दाखवताना त्यांच्या मनातील खदखद, राग, संताप इत्यादी भावना अगदी उघडपणे जाणवत होत्या. एक उदाहरण म्हणून सांगताना हिल म्हणाले, ''सन १९९१चे खाडीयुद्ध चालू असताना जेव्हा इराकी सैन्य जेरुसलेमवर स्कड क्षेपणास्त्रांचा मारा करत होते तेव्हा तेथे हॉटेलमध्ये वास्तव्य असलेल्या पिंकी ग्रीन यांना फोन करून मी विचारले की,

खरोखरच ते अमेरिकेला परत येण्यास उत्सुक नाहीत का? तसेच दुसऱ्या एका प्रसंगी केन हिल यांनी जेव्हा मार्क रिच सेंट मॉरिट्झ येथे ''स्कि'' हॉलिडेवर होते तेव्हा त्यांना उंची मद्याची एक बाटली पाठवली होती. या कृतींमागे हिल यांचा उद्देश फक्त एवढाच होता की, त्या दोघांनाही त्यांच्यावर लक्ष असल्याची, त्यांच्या आवडत्या उक्तीची, वचनाची सतत आठवण त्यांना करून द्यायची होती – ''मला हजारो चुका करायची मुभा आहे पण तुला मात्र एक चूक पण महागात पडेल.''

अशा प्रकारच्या मानसिक युद्धाला अमेरिकन पोलीस खात्यामध्ये ''चुका करायला प्रवृत्त करण्याचे धोरण'' असे म्हटले जाते. केन हिल यांना आशा होती, नाही खातरीच होती की आज ना उद्या कोठेतरी, काहीतरी चूक मार्क रिच करतील आणि जाळ्यात सापडतील. पण मार्क रिच यांनी केन हिल यांची १७ वर्षे निराशाच केली. केन हिल म्हणतात, ''मार्क रिच यांची एक पाताळयंत्री माणूस अशीसुद्धा ओळख सांगितली जाते.'' ''प्रत्यक्षात त्यांनी स्वत:च्या सुरक्षिततेवर अफाट खर्च केला होता, त्यांची सुरक्षायंत्रणा खूपच विस्तृत होती, ते यंत्रणेतल्या प्रत्येकाला ओळखत होते, त्यांना आजूबाजूला घडणाऱ्या प्रत्येक गोष्टीची माहिती असे. ते अफाट श्रीमंत तर होतेच पण तितकेच प्रभावशाली होते. त्यांच्या चारी बाजूला त्यांची सुरक्षायंत्रणा सतत तैनात असे; त्यांची माणसे सतत संशयास्पद वाटणाऱ्या गोष्टींच्या मागावर असत. त्यांच्याकडे त्यांच्या सुरक्षिततेसाठी लागणाऱ्या अत्याधुनिक गोष्टी खरेदी करण्यासाठी पैसा होता. मार्क रिच यांच्या अटकेचा प्रश्न हा एखाद्या देशाच्या प्रश्नाप्रमाणेच गंभीर आणि गुंतागुंतीचा होता. मार्क रिच आणि पिंकी ग्रीन यांना पकडण्याच्या प्रयत्नांमध्ये अमेरिकन पोलीस खात्याने जेवढी कल्पकता दाखवली होती तेवढी कल्पकता क्वचितच त्यांनी इतर प्रकरणांमध्ये दाखवली असेल. अमेरिकन पोलीस खात्याने काय केले नव्हते? जेवढे म्हणून करता येण्यासारखे होते ते सर्व केले होते. त्यांनी मार्क रिच यांच्या विविध देशांतील व्यावसायिक संबंधितांवर नजर ठेवण्यासाठी त्यांच्यापैकी काही जणांनी वायदे/सौदे व्यापारी म्हणून काम केले. मार्क रिच यांच्या हालचालींची, दौऱ्यांची खबरबात मिळवण्यासाठी स्थानिक विमानतळ अधिकाऱ्यांशी संधान बांधले, त्यांच्या सतत संपर्कात राहिले. देशोदेशीच्या विमानतळावरील कस्टम अधिकाऱ्यांकडून मार्क रिच यांच्या त्या-त्या देशांमधील संभाव्य भेटींबाबत माहिती गोळा केली आणि त्यावर त्यांनी नजर ठेवली. मार्क रिच यांच्या खासगी विमानाच्या वैमानिकाने त्यांना दूर-दूरच्या खास पर्यटन स्थळांना भेटी देता याव्यात यासाठी काही हवाई नकाशे किंवा दिशादर्शक उपकरणे वगैरे मागवली/खरेदी केली आहेत का? याची माहिती त्यांनी, अशा प्रकारचे नकाशे बनवणारी जवळ-जवळ एकमेव असलेली कंपनी ''जेपसन सॅन्डरसन'' (Jeppeson Sanderson)बरोबर सतत संपर्क ठेवून, काढण्याचा

प्रयत्न केला. त्यांनी स्विस पोलीस खात्यामध्ये संधान बांधले, आणि ते पण, जरी अधिकृतपणे त्यांच्यावर बंदी होती तरी, अमेरिकन पोलिसांना अनधिकृतपणे काही माहिती पुरवत होते. केन हिल म्हणाले, ''आमचे स्विस पोलिसांशी मैत्रीचे संबंध होते. आम्हाला त्यांच्याकडून मार्क रिच यांच्या प्रवासाबद्दल/भेटीगाठींबद्दल काही नक्की माहिती मिळण्याची आशा वाटत होती.''

लंडनच्या धुक्याने रिच यांना वाचवले

नोव्हेंबर १९८७मध्ये म्हणजे हॉवर्ड साफिर यांच्या स्वित्झर्लन्डमधील त्या अपयशी मोहिमेनंतर, अमेरिकन पोलीस खात्याला, मार्क रिच यांना अटक करण्याची आणखी एक संधी चालून आली, किंवा त्यांना तसे वाटले. केन हिल यांनी मार्क रिच यांच्या व्यवसायातील संबंधितांबरोबर जे संबंध प्रस्थापित केले होते त्या त्यांच्या प्रयत्नांना अखेर यश आले. मार्क रिच यांच्या व्यावसायिक संबंधितांपैकी एकाने त्यांना दगा दिला आणि त्यानं मार्क रिच हे तो आठवडा संपता-संपता लंडनला येणार असल्याची खबर पोलिसांना दिली. माहिती अशी होती की मार्क रिच हे त्यांच्या "Gulf Stream IV" या विमानाने येतील, ते विमान झुरिकच्या क्लोटन विमानतळावरून उडेल (Kloten Airport) आणि केंट (Kent) परगण्यातील ''बिगिन हिल'' (Biggin Hill) विमानतळावर उतरले.

केन हिल उर्फ ''एक कोडे'' यांनी ताबडतोब लंडन गाठले आणि पोहोचल्यावर लगेचच लंडनच्या मेट्रोपोलिटन पोलीसखाात्यामधील अफरातफर/फसवणूक विभाग (Fraud Unit) आणि प्रत्यार्पण विभाग यांच्याशी संपर्क साधला. ते थंडीचे दिवस होते आणि तो दिवस जरा जास्तच थंड होता. बिगिन हिल विमानतळाच्या आरामदायी आगमनकक्षामध्ये, केन हिल आणि लंडनच्या पोलीस खात्यामधील एक अधिकारी असे दोघे जण संपूर्ण धावपट्टीबरोबर दृष्टिक्षेपात येईत अशी जागा निवडून नजर लावून बसले होते. दुसऱ्या महायुद्धाच्या काळात हा विमानतळ प्रामुख्याने ब्रिटिश रॉयल एअरफोर्सच्या लढाऊ विमानांचा तळ होता, त्यांच्या वापरासाठी होता. पण आता तो नागरी विमानतळ म्हणून अति श्रीमंत लोकांच्या खासगी विमानांसाठी त्याच्या लंडनशी असलेल्या सान्निध्यामुळे, वापरला जात होता. मार्क रिच यांना पकडताच प्रथम काय म्हणायचे ते वाक्य केन हिल यांनी स्वत:शीच हजार वेळा तरी घोकले असेल. – ''तू फार मोठी घोडचूक केलीस.'' — केन हिल यांच्याकडे, मार्क रिच यांना अटक केल्या-केल्या वरिष्ठांना कळवण्यासाठी, तेव्हा नवीनच वापरात आलेला सॅटेलाइट टेलीफोन तयार होता.

बिगिन हिल (Biggin Hill) येथील तो दिवस दाट धुक्याने वेढलेला होता. दर तासागणीक धुके जास्तच दाट होत होते आणि ते दोघे ज्या आगमनकक्षामध्ये

बसले होते तेथून धावपट्टी अगदीच अंधूक दिसत होती. सकाळी आठ वाजताच्या हवामानाच्या अंदाजामध्ये सांगितले होते की जवळ-जवळ अर्धे ब्रिटन दाट धुक्याने वेढले गेले आहे आणि शेकडो उड्डाणे एकतर दुसरीकडे वळवावी लागतील नाहीतर रद्द तरी करावी लागतील.

लंडनमध्ये व्यापारानिमित्त एका व्यावसायिकाला भेटण्यासाठी निघालेले मार्क रिच यांचे गल्फ स्ट्रीम विमान तेव्हा आकाशामध्येच होते आणि अचानक त्यांना त्यांचे उड्डाण मध्येच रद्द करण्यास सांगण्यात आले. या फरारी सौदे/वायदे व्यापाऱ्यासाठी त्या दिवशी ते दाट धुके अप्रत्यक्षपणे वरदानच ठरले होते. आज नशिबानेच त्यांना साथ दिली होती. त्यांचे विमान युरोपच्या हवाईहद्दीमध्ये असतानाच त्यांना परत वळण्यासाठी आणि झुरिकच्या क्लोटेन (Kloten) विमानाकडे परतण्यासाठी भाग पाडण्यात आले होते.

केन हिल यांनी भल्या सकाळी चार वाजता (स्थानिक वेळ) त्याच्या वरिष्ठांना, साहाय्यक वकील जेम्स कोमी (James Comey) यांना ही वाईट बातमी कळवली. केन हिल यांनी त्यांच्या सॅटेलाइट फोनवरून ''धुक्याला'' लाखोली वाहिली आणि फोन बंद केला.

मी खूप काळजी घेतली होती

अमेरिकन अधिकाऱ्यांच्या, त्यांना अटक करण्याच्या या योजनेचा मार्क रिच यांना आधी सुगावा लागला होता का? ''सर्वसाधारणपणे सांगायचे झाले तर – होय, लागला होता.'' त्यांच्या पुढे असलेल्या खास Tafelspitz या ऑस्ट्रियन पदार्थाचा तुकडा मोडत मार्क रिच यांनीच मला सांगितले. आम्ही ''झग'' येथे मार्क रिच यांच्या ''Glashof'' या आवडत्या हॉटेलमध्ये जेवत होतो. हे हॉटेल जरी त्यांच्या कार्यालयासमोरच, रस्त्याच्या दुसऱ्या बाजूला, होते तरी मार्क रिच यांचे दोन अंगरक्षक आमच्या पुढेमागे होते. एक आमच्या पुढे चालत होता तर एक आमच्या मागे होता. मार्क रिच स्वत:च्या सुरक्षिततेबाबत अत्यंत जागरूक आहेत आणि स्वत:ची सुरक्षा ते खूप गांभीर्याने घेतात. आम्ही हॉटेलमध्ये एका बाजूच्या प्रवेशद्वारातूनच प्रवेश केला. आमची बसण्याची व्यवस्था एका खास खोलीमध्ये करण्यात आली होती. हे हॉटेल एकेकाळी मार्क रिच यांच्या कंपनीच्याच मालकीचे होते. ते विकत घेण्यामागे, पिंकस ग्रीन आणि कंपनीमधील इतर कर्मचारी जे खाण्यापिण्याबाबत कडक धार्मिक नीतिनियम पाळणारे होते, त्यांना खास प्रकारचे ज्यू पद्धतीचे जेवण मिळावे, हे प्रमुख कारण होते. हॉटेलच्या मालकाने व्यक्तिश: आमचे स्वागत केले आणि आमच्या जेवणाची व्यवस्था पाहिली. मार्क रिच यांनी त्यांच्या खास आवडीची "2000CVNE Rioja Imperial Reserva" ही वाइन

मागवली. हीच वाइन त्यांनी मला त्यांच्या सेंट मॉरिट्झ येथील बंगल्यामध्ये दिली होती. ''मी सर्व काळजी घेतली होती,'' मार्क रिच सांगत होते, ''आणि काळजी घेत असतानाच मला अशा काही कटाची कुणकुण लागली होती.''

नंतर त्यांनी मला जी गोष्ट सांगितली ती एखाद्या गुप्तहेर कादंबरीतले प्रकरण म्हणूनच शोभली असती. सन १९९२चा उन्हाळा संपता-संपता इस्रायलहून बऱ्याच वर्षांपासून त्यांच्या माहितीची असलेली एक व्यक्ती भेटायला आली. त्या व्यक्तीने त्यांची एका रशियन माणसाशी ओळख करून दिली. तो रशियन माणूस मार्क रिच यांच्याबरोबर खूप मोठ्या प्रमाणावर तेलाचे व्यवहार करू इच्छित होता. मार्क रिच म्हणाले, ''त्याचे प्रस्ताव खूपच आकर्षक आणि मोहात पाडणारे होते.'' मिखाईल गॉर्बाचोव्ह (Mikhail Gorbachov) यांनी डिसेंबर १९९१मध्ये नुकताच आपल्या पदाचा राजीनामा दिला होता आणि त्याच वर्षी २५ डिसेंबरला अधिकृतपणे सोव्हिएत युनियनचे विसर्जन करण्यात आले होते. रोनाल्ड रेगन (Ronald Regan) यांनी ज्या सोव्हिएत संघराज्याचे एक ''दुष्ट राजवट'' असे वर्णन केले होते त्याचे अस्तित्त्व आता संपुष्टात आले होते. नंतर आलेल्या बोरिस येल्तसिन (Boris Yeltsin) या नवीन अध्यक्षांनी ताबडतोब आर्थिक सुधारणांचा आराखडा जनतेसमोर ठेवला होता. त्यांनी सन १९९२च्या सुरुवातीलाच आधी असलेले किमतींवरचे नियंत्रण उठवले, राज्याच्या खर्चांमध्ये कपातीची घोषणा केली आणि खुली विदेशी व्यापारनीती अवलंबण्याची घोषणा केली. जगाने आत्तापर्यंत पाहिली नव्हती अशी मोठी खासगीकरणाची प्रक्रिया रशियात सुरू केली आणि यापेक्षा व्यापार करण्याची दुसरी मोठी संधी कोणती असू शकते?

मार्क रिच म्हणाले, ''त्या रशियन व्यापाऱ्याने मला सांगितले की, करारांवर सह्या करण्यासाठी मला रशियाला यावे लागेल.'' ज्या इस्रायली मध्यस्थांनी ही संधी आणली होती त्यांच्यावर मार्क रिच यांचा पूर्ण विश्वास होता आणि त्यामुळे या रशियाच्या भेटीबाबत संशय येण्याचे काहीच कारण नव्हते. तो इस्रायली मध्यस्थ आधी ''शिन बेट'' (Shin Bet) या इस्रायलच्या अंतर्गत गुप्तहेर संघटनेमध्ये काम करत होता आणि आता तो ''क्रोल'' (Kroll) या लंडनस्थित कंपनीसाठी काम करत होता. क्रोल ही कंपनी जागतिक स्तरावर वेगवेगळ्या प्रकारची संकटे आणि उद्‌भवणारे धोके या संबंधी जागरूकता आणि त्यावर नियंत्रणासंबंधी सल्ला देण्याचे काम करते. ''जर तुम्हाला वेळ नसेल तर आम्ही तुमच्यासाठी खासगी विमानाची व्यवस्था करू. रशियामधील नवीन सरकारला तुमच्याबरोबर व्यापार करण्याची उत्सुकता आहे.'' त्या रशियन व्यापाऱ्याने अगदी सहजपणे हे सांगितले. त्यांनी १९९२मधील सप्टेंबर महिन्यातल्या दुसऱ्या आठवड्यात भेटण्याच्या शक्यतेबाबत चर्चा केली.

सप्टेंबर १, रात्री ८.५६ मिनिटे EDT (Eastern Daylight Time), अमेरिकेच्या एफबीआय कार्यालयातून एक गुप्त फॅक्स इंटरपोलच्या रशियातील कार्यालयात आला. त्या फॅक्सवर लिहिले होते, 'फक्त पोलिसांच्या उपयोगासाठी' त्या फॅक्समध्ये म्हटले होते "एफबीआयकडे अशी खातरीलायक माहिती आली आहे की, मार्क रिच ७ सप्टेंबर १९९२रोजी ठरलेल्या मीटिंगसाठी ६ सप्टेंबर १९९२ दरम्यान मॉस्कोला येत आहेत आणि ११ सप्टेंबर १९९२पर्यंत ते मॉस्कोमध्ये राहाण्याची शक्यता आहे. खातरीलायक मिळालेल्या माहितीप्रमाणे त्यांचा मुक्काम मास्कोमधील "मेट्रोपोल हॉटेल" (Metropol Hotel) येथे असेल." एफबीआयने स्थानिक रशियन पोलिसांना, मार्क रिच वरील तारखांच्या दरम्यान मॉस्कोमधील वास्तव्यात हॉटेल मेट्रोपोल येथेच राहातील याची एकदा खातरी करून घ्यायला सांगितले. न्याय खात्याच्या आंतरराष्ट्रीय संबंधांबाबतच्या खात्याने मार्क रिच यांच्या विरुद्ध तात्पुरते अटक वॉरंट जारी केले. एफबीआयने रशियन पोलिसांना असेही सांगितले की, हॉटेलमध्ये मार्क रिच एखादेवेळी वेगळ्या नावाने पण राहाण्याची शक्यता आहे. त्यामुळे "त्यांना इंटरपोलकडे असलेल्या त्यांच्या फोटोची मदत घेणे गरजेचे आहे. एफबीआयने सर्व गोष्टींचा विचार केला होता आणि रशियन पोलिसांना हेही सांगितले की मार्क रिच स्वत:जवळ नेहमी शस्त्र बाळगतात आणि प्रसंगी ते धोकादायक ठरू शकतात, त्यांच्याबरोबर प्रवासामध्ये शस्त्र बाळगणारे त्यांचे खासगी अंगरक्षक नेहमी असतात. त्यांच्या खासगी अंगरक्षक/ कर्मचाऱ्यांबरोबरच खासगी वेषातले शस्त्र बाळगणारे भाडोत्री सुरक्षा रक्षक त्यांच्या मोटारीच्या ताफ्याबरोबर पुढेमागे असतात.

ॲव्हनर ॲझूल

त्यांनी तुम्हाला नेण्यासाठी खासगी विमान पाठवण्याची तयारी दाखवली? मार्क रिच यांनी जेव्हा त्यांना त्यांचा खासगी विमानाने मास्कोला जाण्याचा बेत सांगितला, तेव्हा ॲव्हनर ॲझूल यांचे कान उभे राहिले. "ही गोष्ट मला तितकीशी पटत नाही." स्वित्झर्लन्डच्या मध्यवर्ती असलेल्या "ल्युसर्न" (Lucerne) शहरातल्या एका उच्चभ्रु हॉटेलमध्ये बसून आम्ही कॉफी पीत होतो. आमची मुलाखत सुरू होण्याआधी त्यांनी मला ताकीद दिल्याच्या स्वरात सांगितले, "मी फक्त एकदाच विश्वास ठेवतो." मला प्रश्न विचारायची परवानगी देण्याआधी त्यांना माझ्याबद्दलची सर्व माहिती जाणून घ्यायची होती. ॲझूल या जवळ-जवळ सत्तरीच्या घरातल्या देखण्या माजी गुप्तहेरावर मार्क रिच यांच्या सुरक्षिततेची आज कित्येक वर्षे जबाबदारी होती. डोक्यावरचे केस पूर्णपणे पांढरे झालेले, डोळ्यामध्ये बरेच जग पाहिल्याचा भाव, असे त्यांचे व्यक्तिमत्त्व होते. त्यांना योग्य प्रश्न विचारण्याबद्दल

आणि पदोपदी संशय घेण्याबद्दलच पगार मिळत होता. "वेळ आली तर रशियामध्ये तुमचे रक्षण कोण करणार आहे?" त्यांनी मार्क रिच यांना सरळच एक चिंता निर्माण करणारा प्रश्न विचारला. "सोव्हिएत रशियाच्या विघटनानंतर तेथे कोठेही कायद्याचे राज्य नाही आणि हे विसरून चालणार नाही की, अमेरिकेला खूश करण्यासाठी रशियन एकही संधी सोडणार नाहीत, त्यासाठी ते काहीही करतील."

मार्क रिच यांनी जराशा नाखुशीनेच मॉस्कोची त्यांची भेट रद्द केली — आणि तो निर्णय नंतर शहाणपणाचाच ठरला. ॲझूल यांच्या मनोदेवतेने दिलेला कौल परत एकदा बरोबर ठरला होता. नंतर त्यांनी जेव्हा या प्रकरणाचा सखोल अभ्यास केला तेव्हा त्यांना आढळून आले की मार्क रिच यांना व्यापारी कराराच्या मोहात पाडून रशियात नेऊन अटक करण्याचा हा एक डाव होता, आणि त्यामध्ये पण आश्चर्य वाटावी अशी गोष्ट म्हणजे यासाठी अमेरिकेच्या गुप्तहेर खात्याला, इस्रायलच्या एका माजी गुप्तहेराची, त्याच्या नकळत, मदत झाली होती. अमेरिकेच्या गुप्तहेर खात्याने मार्क रिच यांच्याबरोबर त्यांच्या रक्षकांच्या अंतर्गत वर्तुळामध्ये काम करणाऱ्यांबरोबर संधान साधण्यात यश मिळवले होते; आणि मार्क रिच यांनी एखादी तरी चूक करावी म्हणून दबा धरून बसलेल्या केन हिल यांच्या प्रयत्नांना मार्क रिच ही चूक करून यश मिळवून देण्याच्या बेतात होते. या प्रकरणावर नंतर बोलताना अमेरिकन अधिकाऱ्यांनी सांगितले की, "मार्क रिच यांचे नंतर प्रत्यार्पण करणे सोपे जाईल अशाच एखाद्या देशामध्ये त्यांना झुलवून नेण्याचा आमचा प्रयत्न होता. मार्क रिच यांचे दिवस आता नक्कीच भरले आहेत. याबद्दल आमच्या मनात शंकाच नव्हती."

अमेरिकेसारख्या बलाढ्य देशाच्या गुप्तहेर खात्याला आणि पोलिसांना जवळ-जवळ २० वर्षे गुंगारा देण्यात मार्क रिच यशस्वी होण्यामागे ॲझूल यांचे हेरगिरीच्या खेळामधल्या डावपेचांचे ज्ञान आणि प्रदीर्घ अनुभव हेच मुख्यत्वेकरून कारणीभूत होते. ॲझूल यांची जर पूर्वपीठिका बघितली तर ॲझूल हे अशा कामासाठी अगदी योग्य व्यक्ती होते हे लक्षात येते. ते इस्रायलच्या संरक्षण दलातून "कर्नल" पदावरून निवृत्त झाले होते आणि १९७०च्या दशकात स्पेन आणि इस्रायल यांचे दरम्यान जेव्हा राजनैतिक संबंध नव्हते तेव्हा त्यांनी इस्रायलच्या "मोसाद"(Mossad) या गुप्तहेर खात्यासाठी स्पेनमध्ये काम केले होते. त्यानंतर त्यांना त्या वेळेच्या सर्वात कठीण आणि स्फोटक परिस्थिती असलेल्या देशामध्ये, म्हणजे लेबेनॉनमध्ये, अतिगुप्त कामगिरीवर पाठवण्यात आले होते. त्यांनी बैरूतमध्येही मोसादसाठी पाळेमुळे रोवण्यात यश मिळवले आणि तेव्हा बैरूतमध्ये त्यांची ये-जा समुद्रमार्गे चाले. त्या काळातच त्यांची "एहूड बराक" (Ehud Barak) यांच्याबरोबर भेट झाली. एहूड बराक हे तेव्हा इस्रायलच्या सैन्य दलाच्या गुप्तहेर

खात्याचे प्रमुख होते, आणि नंतर ते इस्रायलचे पंतप्रधान झाले.''

मोसादमधून १९८३-८४मध्ये राजीनामा दिल्यानंतर ॲझूल हे एका स्पॅनिश बँकेला ''बास्क'' (Basque) या अतिरेकी संघटनेपासून संरक्षण करण्याविषयी सल्ला देण्याचे काम करत होते; आणि त्याचवेळी त्यांची मार्क रिच यांच्याबरोबर गाठ पडली. रुडी गुलियानी यांनी जेव्हा मार्क रिच यांच्यावर आरोपपत्र दाखल केले त्याच सुमाराला ॲझूल हे मार्क रिच यांच्या सेवेमध्ये दाखल झाले. ते दिवस आठवत ॲझूल म्हणाले, ''त्यांच्या वैयक्तिक सुरक्षिततेचा प्रश्न होता. त्याचबरोबर त्यांच्या व्यावसायिक सुरक्षिततेचा पण प्रश्न होता.'' आणि नंतर त्यांनी मार्क रिच यांच्या सुरक्षिततेला धोका संभवू शकणाऱ्या संभाव्य जागा शोधण्यासाठी कशी पावले उचलली याची माहिती सांगितली. हा काही जादूचा खेळ नाही. प्रत्येक घटनेचे, प्रत्येक परिस्थितीचे योग्यतेनुसार विश्लेषण करणे वेळीच गांभीर्य ओळखणे हे महत्त्वाचे असते. उदाहरणार्थ, मार्कला कोठूनही जेव्हा बोलावणे येई तेव्हा माझा पहिला प्रश्न असे – हे आमंत्रण कसे काय आले असेल? हे आमंत्रण कोणाकडून आले आहे? या आमंत्रणामागे खरे कोण असण्याची शक्यता आहे? या आमंत्रणामागे काय कारण, काय उद्देश असेल? या सगळ्याची काही संगती लागते का? म्हणजेच थोडक्यात सर्व संभाव्य शक्यतांची तपासणी करणे. ॲझूल यांना सुरक्षा तंत्रज्ञानाचे तुलनात्मक ज्ञान उत्तम होते आणि जगभर त्यांचे खबऱ्यांबरोबर घनिष्ठ जाळे होते. ॲझूल यांचे युरोपातील कित्येक गुप्तहेरांशी, आधी नोकरीत असताना त्यांनी केलेल्या मदतीमुळे, त्यांचे वैयक्तिक संबंध होते.

मार्क रिच यांना कल्पना होती की, त्यांनी भेटी दिलेल्या देशांपैकी अनेक देशांमध्ये त्यांना अटक होऊन त्यांचे अमेरिकेला प्रत्यार्पण होऊ शकले असते. त्यामुळे कोणत्याही प्रवासाचा कार्यक्रम ठरवताना ते अत्यंत काळजी घेत. शक्यतो त्यांचा नागरी हवाई वाहतूक कंपन्यांची विमान सेवा टाळण्याकडेच कल असे. शक्यतो ते खासगी विमानानेच जाणे पसंत करत, परंतु त्यातून ते स्वत:च्या विमानाने जाणे टाळत असत. कारण ते खूपच धोकादायक होते. त्यांच्या विमानाचा रजिस्ट्रेशन नंबर कॉम्प्युटरच्या पडद्यावर झळकणे म्हणजे जगभराच्या पोलीस खात्यांसाठी धोक्याचा लाल दिवाच होता. उदाहरणार्थ, मार्क रिच यांना जर दक्षिण अमेरिकेला किंवा कॅरेबियन बेटांवर सुट्टीसाठी, सहलीसाठी जायचे असेल तर अमेरिकन हवाई हद्दीचा भंग होणार नाही याची काटेकोर खबरदारी घ्यावी लागे. विमानाचा मार्ग या सगळ्या गोष्टी विचारात घेऊनच ठरवावा लागे. हॉटेलमध्ये उतरतानासुद्धा ते वेगळ्या नावानेच नोंद करत. काही काळ स्वित्झर्लन्डमध्ये प्रवास करताना ते गोळी प्रतिबंधक (बुलेटप्रुफ) मर्सिडिज बेंझ कारचा वापर करत. त्यांच्या कारच्या पुढेमागे, प्रथम युद्धाचा अनुभव असलेले इस्रायली आणि नंतर खास

प्रशिक्षण दिलेले स्विस सैनिक अंगरक्षक म्हणून प्रवास करायचे. अत्याधुनिक टेहळणी यंत्रणेद्वारे त्यांच्या बंगल्याच्या दिशेने येणाऱ्या प्रत्येक मोटारीच्या नंबर प्लेटची नोंदणी होण्याची व्यवस्था केली होती. कोणत्याही संशयास्पद गोष्टीची स्विस पोलिसांना ताबडतोब खबर दिली जात असे. त्यांची सुरक्षा यंत्रणा एवढी कार्यक्षम होती की, एक कॅनडियन मनोरुग्ण अतिरेकी, ज्याने स्वत:च्या आईवडिलांना मारले होते आणि मार्क रिच यांच्याबद्दल विविध माध्यमांमध्ये येणारी माहिती वाचून तो पिसाळल्यासारखा झाला होता, तो पण ती सुरक्षा यंत्रणा भेदून मार्क रिच यांच्या खासगी निवासस्थानाच्या जवळपास पोहोचू शकला नव्हता.

केविलवाणे प्रयत्न

अमेरिकन सरकारच्या बहुविध खात्यांनी मार्क रिच यांना पकडण्यासाठी आखलेल्या डावपेचांना उधळून लावण्यात मार्क रिच यांची खासगी सुरक्षा यंत्रणा नेहमीच यशस्वी ठरली. सन १९८७मधील ते थंडीचे दिवस होते, मार्क रिच यांना पकडण्याच्या कामगिरीवर असलेले अमेरिकन पोलीस खात्याचे हेर फ्रान्समध्ये त्यांना जाळ्यात पकडण्यात जवळ-जवळ यशस्वी झाले होते. त्यांनी त्यांची एका आफ्रिकन देशाच्या तेल खात्याच्या मंत्र्याबरोबर ठरलेली भेट अगदी ऐनवेळी रद्द केली. अशाच एका प्रयत्नामध्ये पोलीस खात्याने मार्क रिच यांना जर्मनीमधील ड्युसेलडॉर्फ (Dusseldorf) येथे, एका व्यापारी कराराच्या निमित्ताने येण्यास मोहात पाडले होते, परंतु त्यांचे खासगी विमान ड्युसेल डॉर्फ विमानतळावर उतरलेच नाही आणि पोलीस विमानतळावर वाट पाहून निघून गेले. सन १९९१च्या सप्टेंबरमध्ये एफबीआय आणि इंटरपोल (Interpol) यांनी फिनलन्डमध्ये मार्क रिच यांना अटक करण्याचा एक प्रयत्न केला. फिनलन्डच्या "नेस्ट" (Neste) या तेल कंपनीच्या "पर्टि रूहो" (Pertti Ruoho) नावाच्या अधिकाऱ्याने मार्क रिच हे त्यांच्या कंपनीकडून फार मोठ्या प्रमाणावर तेल खरेदीसंबंधी करार करण्यासाठी हेलसिंकी (Helsinki) येथे येणार आहेत ही खबर पोलिसांना दिली. "रूहो" (Ruoho) यांनी मार्क रिच यांच्या संपूर्ण दौऱ्याचा कार्यक्रम देण्याचे कबूल केले. त्या काळामध्ये फिनलन्डच्या पोलीस खात्याने फिनलन्डमध्ये येणाऱ्या/जाणाऱ्या प्रत्येक व्यक्तीवर नजर ठेवली, पासपोर्ट पाहिले. परंतु मार्क रिच यांचे नाव कोठेही सापडले नाही. मार्क रिच यांचे विमान त्यांना या गोष्टीचा आधीच सुगावा लागल्यामुळे अगदी शेवटच्या क्षणी स्वीडनकडे वळवण्यात आले असावे, असे आज अमेरिकन पोलीस खात्याला वाटते.

हॉवर्ड साफिर (Howard Safir) सांगत होते, "अशीच एक आम्हाला त्यांच्या जमेकाच्या दौऱ्याविषयी खबर मिळाली होती, जमेकामध्ये त्यांचे घनिष्ठ

व्यावसायिक संबंध होते, परंतु एक-दोन दिवसांच्या फरकाने तेव्हा मार्क रिच आमच्या हातून निसटले.'' आम्ही ''ग्लॅश ऑफ हॉटेल'' (Glash of Restaurant)मध्ये बसलेलो असताना जेव्हा मी मार्क रिच यांच्याकडे वरील गोष्टींचा उल्लेख केला तेव्हा ते मान हालवून हसले आणि म्हणाले, ''माझा या गोष्टींवर विश्वास नाही, मी १९६६ साली माझ्या पहिल्या हनीमूनच्या वेळी जमेकाला गेलो होतो, आम्ही तेथे होतो तेव्हा तो संपूर्ण दिवस धो-धो पाऊस कोसळत होता समुद्र किनाऱ्यावर गेलो असताना माझा काटेरी माशावर (Sea Urchin) पाय पडला एवढेच मला आठवते. त्यानंतर काही मी जमेकाला गेलो नाही.''

मार्क रिच आणि पिंकस ग्रीन यांना पकडण्यात येणाऱ्या प्रत्येक अपयशानंतर फिर्यादी पक्ष आणखीनच इरेला पेटत होता आणि मार्क रिच यांच्याबद्दल मिळणाऱ्या छोट्या-छोट्या बातम्यांवर विश्वास टाकत होता. पोलीस खात्यातील काही गोपनीय दस्तऐवजांच्या आधारेच बोलायचे झाले तर मार्क रिच यांना पकडण्याच्या मोहिमेची अगदी केविलवाणी अवस्था झाली होती. एका अमेरिकन नागरिकाला ५ मे १९९२ रोजी मॉस्कोच्या "Sheremetyevo II" (Internation Airport) आंतरराष्ट्रीय विमानतळावर मार्क रिच यांचे स्वागत करणारी पाटी वाचल्यासारखे वाटले. त्याने जबाबदार नागरिकाचे कर्तव्य म्हणून ही गोष्ट पोलिसांना कळवली. मार्क रिच यांच्या आगमनाबद्दल स्वागत करणारी पाटी? आंतरराष्ट्रीय संबंधांबाबतच्या कार्यालयात असोसिएट डायरेक्टर या पदावर असलेल्या ''मेरी जो ग्रोटेनराथ'' (Mary Jo Grotenrath) यांना इंटरपोलच्या रशियन कार्यालयातील एक अधिकारी ''बोरिस सेंचुकोव्ह'' (Boris Senchukov) यांना तातडीने फोन करण्यासाठी एवढे कारण पुरेसे होते, ''अत्यंत महत्त्वाचे'' आणि ''फक्त पोलीस आणि कोर्ट यांच्या उपयोगासाठी'' असे लिहिलेल्या पोलीस दस्तऐवजांवरून असे दिसते की ग्रोटेनराथ (Grotenrath) यांनी ''मार्क रिच हे मॉस्कोमध्ये आल्याची खबर आहे आणि त्या बातमीच्या खरेखोटेपणाची शहानिशा करण्यासाठी तुमच्या तातडीच्या मदतीची अत्यंत गरज आहे.'' असा संदेश ''सेंचुकोव्ह'' (Senchukov) यांना पाठवला होता. अर्थात त्यामधून नंतर काही निष्पन्न झाले नाही.

२१ फेब्रुवारी १९९२ रोजी पाठवलेला एक फॅक्स अमेरिकन पोलीस खात्याच्या तपासातील ढिसाळपणावर प्रकाश टाकतो. "US National Central Bureau of Interpol" चे साहाय्यक डायरेक्टर ''डोनाल्ड एस डोनोव्हॅन'' (Donald S Donovan) यांनी अमेरिकन पोलीस खात्याचे उपडायरेक्टर ''डॉन वॉर्ड'' (Don Ward) यांना हा फॅक्स पाठवला होता. त्या फॅक्समध्ये असे म्हटले होते की, ''आमच्या गुन्हा शाखेच्या पोलिसांनी खातरीलायक बातमी काढली आहे की

आरोपी (मार्क रिच) यांच्या कंपनीची एक शाखा "Stepanska 34, Prague, Czechoslovakia" या पत्त्यावर काढलेली आहे.'' एवढी स्फोटक खबर असलेली बातमी प्राग (Prague)च्या संबंधित खात्याच्या रजिस्टरमध्ये सहा महिन्यांपूर्वी अधिकृतपणेच दिली गेलेली होती.

अगदी इरेला पेटून शेवटी अमेरिकन गुप्तहेरांनी ''जोसेफ लँग'' (Josef Lang) यांची मदत घेण्याचे ठरवले. श्री.लँग हे स्वित्झर्लन्डमधील मार्क रिच यांचे एक नंबरचे कडवे टीकाकार होते. स्विस पार्लमेंटमध्ये ते पूर्वाश्रमीचे ''ट्रॉटेस्किस्ट (Trotskyist)" आणि अति डाव्या विचारसरणीचे सदस्य म्हणून ओळखले जायचे. लँग यांनी अमेरिकेचे वर्णन ''युद्धखोर'' (Warmonger) देश असे तर राष्ट्राध्यक्षांचे "Death-Penalty barbarians" ''मृत्युदंडाची शिक्षा देणारे रानटी'' असे केले होते. ''शत्रूचा शत्रू तो मित्र'' या अरब म्हणीप्रमाणे, अमेरिकेच्या एफबीआय या गुप्तहेर संघटनेने १९९२मध्ये लँग यांच्याबरोबर संपर्क साधला. मॅनहॅटन येथील "26 Federal Plaza"या इमारतीतील १४ व्या मजल्यावरील एफबीआयच्या मुख्य कार्यालयात येण्याचे निमंत्रण त्यांना गेले. दोन गुप्तहेरांनी त्यांचे मन वळवण्याचा प्रयत्न केला. ते गुप्तहेर लँग यांना झुरिक (Zurich) विमानतळावरील तंत्रज्ञांमध्ये दोन-तीन खबरे पेरण्याची विनंतीवजा सूचना करत होते. त्यांना आशा वाटत होती की त्यामुळे मार्क रिच यांच्या हवाई प्रवासांची बित्तंबातमी मिळणे सोपे जाईल. ''परंतु मला त्यांच्या विनंतीला मान देणे शक्यच नव्हते. मी राजकारणी आहे. गुप्तहेर नाही, शिवाय हे स्विस कायद्याविरुद्ध आहे,'' लँग ती घटना आठवून मला सांगत होते. एफबीआयचे गुप्तहेर मार्क रिच यांच्यावर असलेल्या ७,५०,००० डॉलर (अंदाजे रु. ३.७५ कोटी) इतक्या रकमेच्या बक्षिसाचा वारंवार उल्लेख करत होते. हा स्विस राजकारणी आपल्या मतावर ठाम राहिला.

मार्क रिच यांच्या अटकेसाठी बक्षिसाची रक्कम जरी अधिकृतपणे जाहीर केली नव्हती तरी पण अशा प्रकारे बक्षीस ठेवले आहे हे जगभर सर्वांना माहीत होते. ''व्हॉइस ऑफ अमेरिका'' या रेडिओच्या माध्यमातून जगभरामध्ये सर्व संबंधितांना जागरूक करण्यासाठी आंतरराष्ट्रीय गुन्हेगारांची माहिती (International Crime Alert) वेळोवेळी प्रसारित केली जाते. या माध्यमांमधून असे प्रसारित करण्यात आले होते की, ''मार्क डेव्हिड रिच यांच्या अटकेला साहाय्यभूत ठरेल, मदत ठरेल. अशा खातरीलायक माहितीसाठी अमेरिकेन सरकारतर्फे योग्य ते बक्षीस दिले जाईल.'' पुढे अमेरिकन सरकारने अशी पण हमी दिली होती की देण्यात आलेली प्रत्येक माहिती सखोलपणे तपासली जाईल, तिची पूर्णपणे शहानिशा केली जाईल आणि ती माहिती व देणाऱ्याचे नाव गोपनीय ठेवले जाईल. आणि त्यातून जर

माहिती देणाऱ्याला संरक्षणाची गरज भासली तर त्याचे इतर ठिकाणी पुनर्वसन केले जाईल. त्यामुळे मार्क रिच हे व्यावसायिक अपहरणकर्त्यांचे, त्यांच्या वाईटावर असणाऱ्या प्रतिस्पर्धांचे आणि नशीब काढायला उत्सुक असलेल्यांचे साहजिकच लक्ष्य झाले. एका युरोपीयन अतिरेकी संघटनेने, अमेरिकन सरकारला, घसघशीत बक्षिसाच्या मोबदल्यात मार्क रिच यांना पकडून देण्याची तयारी पण दाखवली आहे, अशी अफवा तेव्हा जगभर पसरली होती.

मार्क रिच यांना पकडण्यासाठी १९८४ ते १९९० या काळामध्ये अमेरिकन सरकारने जवळ-जवळ १९.२ मानव वर्षे (Man-years) खर्च केली आणि तीसुद्धा "GS/GM 13" किंवा त्यापेक्षा जास्त वरिष्ठ पदावर काम करणाऱ्या अधिकाऱ्यांची. दुसऱ्या शब्दात सांगायचे तर तीन वरिष्ठ अधिकारी पूर्णवेळ या फरारी वायदे/सौदे व्यापाऱ्याच्या मागावर होते. याच काळात ५५,००० डॉलर्स (अंदाजे रु.२७.५० लाख) इतका केवळ "प्रवास खर्च" झाला होता.

तरी या सर्व खर्चाची निष्पत्ती शून्य होती. या संपूर्ण काळात मार्क रिच नेहमीच त्यांच्या मागावर असणाऱ्यांच्या दोन पावले पुढेच राहिले. मार्क रिच यांना या काळात त्यांचे व्यावसायिक यश किंवा संपत्ती लपवण्याची गरज वाटली नाही. उलट त्यांनी अमेरिकन अधिकाऱ्यांना डिवचण्याची एकही संधी सोडली नाही. त्यांनी त्यांचा ५०वा वाढदिवस ल्युसर्न (Lucerne) येथे "ग्रॅन्ड हॉटेल नॅशनल" (Grand Hotel National) येथे मोठ्या धुमधडाक्यात साजरा केला. त्या वाढदिवसाच्या समारंभामध्ये स्वित्झर्लन्डमधील दोन प्रख्यात विदूषकांची लुटुपुटुची खास बॉक्सिंग मॅच ठेवली होती. एका विदूषकाच्या मागे पाठीवर मार्क रिच यांच्या कंपनीचे चिन्ह (Logo) होते आणि तो भला मोठा रबरी हातोडा घेऊन दुसऱ्या विदूषकाच्या मागे, ज्याच्या पाठीवर NYPD (New york Police Dept.) लिहिले होते, लागला आहे असा एक फोर्स बसवण्यात आला होता. त्या वाढदिवसाच्या समारंभाला जगभरातून ३०० आमंत्रित आले होते आणि त्यांनी या फार्सचा आनंद मनमुराद लुटला.

गुप्त संरक्षण?

या सर्व प्रकारामुळे मार्क रिच यांच्या मागावर असणाऱ्यांच्या अंगाचा तिळपापड झाला नसता तरच नवल होते. एफबीआयच्या "मोस्ट वॉटेड" यादीमध्ये मार्क रिच यांचे नाव "सशस्त्र दरोड्याचा" गुन्हा असलेल्या "व्हिक्टर गेरेना" (Victor Gerena) आणि गर्भपात केंद्र चालवणाऱ्या आणि अॅटलांटा ऑलिम्पिकच्या दरम्यान पार्कमध्ये बॉम्बस्फोट घडवून आणणाऱ्या "एरिक रुडॉल्फ" (Eric Rudolph) या गुन्हेगारांच्या नावामध्ये होते. असे जरी होते तरी मार्क रिच यांचा व्यापार जगभर

निर्धोकपणे चाललेला होता. व्यापाराच्या निमित्ताने त्यांचा जगभर प्रवास चालू होता. पोलिसांनीच दिलेल्या माहितीप्रमाणे स्पेन, पोर्तुगाल, बेल्जियम, बोलेव्हिया, इंग्लंड, पूर्व युरोप, इस्रायल, स्कँडिनेव्हीया आणि पूर्वीचा रशिया एवढ्या देशांना त्यांनी भेटी दिल्या.

जगातील सर्वात शक्तिशाली देशाचे सरकार ''एका अट्टल फरारी गुन्हेगाराला'' पकडण्यात अपयशी ठरते याला काय कारणे असू शकतात? हा प्रश्न रिपब्लिकन पक्षाच्या (वेस्ट व्हर्जिनिया) (West Virginia) प्रांताच्या रॉबर्ट इ वाइज (Robert E. Wise) यांनी अगदी घायकुतीला येऊन पार्लमेंटमध्ये उपस्थित केला होता. ''हा कोणी नेहमीचा, भुरटा चोर किंवा गुन्हेगार नाही की ज्याने रस्त्यावर कोणाला तरी उडवून तो फरारी झाला आहे आणि मार्सेलिस बंदरामध्ये त्याने हैदोस घातला आहे, तर हा मार्क रिच आहे जो स्वित्झर्लन्डमधील उंच इमारतीतील त्याच्या कार्यालयात बसून त्याचा व्यवसाय बेधडकपणे करतो आहे. त्याला अटक करणे, त्याला पकडणे ही गोष्ट सरकारच्या अति महत्वाच्या यादीमध्ये किंवा अग्रक्रमावर का नाही?'' या आणि अशा टीकेमुळे तसेच प्रश्नांच्या भडिमारामुळे १९९२ साली मार्च/एप्रिलमध्ये मिशिगन (Michigan) प्रांताचे डेमोक्रॅटिक पक्षाचे सदस्य जॉन कॉनर (John Conyers) यांच्या अध्यक्षतेखालील "House Committee on Government Operations" समोर एक सुनावणी झाली.

मार्क रिच परत-परत यशस्वीपणे गुंगारा देऊ शकण्यामागे आणि अटक टाळण्यामागे, त्यांचे कोणीतरी रक्षण करतो आहे, त्यांना कोणीतरी मदत करतो आहे असा संशय बळावायला लागला, आणि याचा भक्कम पुरावा म्हणजे मार्क रिच यांना स्वित्झर्लन्डमध्ये अटक करून पळवून नेण्याच्या हावर्ड साफिर यांच्या सर्व प्रयत्नांचा स्विस पोलिसांना आधीच सुगावा लागत होता. यावरून वरील अनुमानाला साहजिकच बळकटी मिळत होती. अर्थात सर्वांनीच यामध्ये काहीही तथ्य नाही असे म्हटले होते. फ्लोरीजमध्ये केन हिल (Ken Hill) यांनी बोलताना मला सांगितले होते की, ''मला खातरी आहे की मोसाद (Mossad) त्यांना मदत करत होते.'' स्विस पार्लमेंटचे सदस्य आणि संयुक्त राष्ट्रसंघामधले माजी प्रतिनिधी जेन झिगलर (Jean Ziegler) यांच्या म्हणण्याप्रमाणे, ''मार्क रिच यांना स्वित्झर्लन्डच्या न्याय आणि पोलीस खात्याचे (Federal Department of Justice & Police) गुप्त संरक्षण मिळत असले पाहिजे.''

मार्क रिच यांच्या तब्बल १४ वर्षे मागावर राहिलेल्या केन हिल यांच्या म्हणण्याप्रमाणे या गोष्टीमध्ये संशयाला काहीच जागा नव्हती. जगातील बहुसंख्य देशांशी मार्क रिच यांचे व्यावसायिक संबंध होते याची या माजी पोलीस अधिकाऱ्याला पूर्णपणे कल्पना होती. त्याचप्रमाणे त्या देशांच्या दृष्टीने मार्क रिच यांच्याबरोबरचे

व्यापारी संबंध त्यांना पकडून अमेरिकेच्या स्वाधीन करण्यापेक्षा कितीतरी महत्त्वाचे होते. युरोप आणि आशियामधील अनेक देशांना जीवनावश्यक वस्तूंचा आणि कच्च्या तेलाचा पुरवठा करण्यामध्ये त्यांची महत्त्वाची भूमिका आहे याची चांगली कल्पना होती. मला केन हिल सांगत होते, ''आणि हे पण विसरून चालणार नाही की, जगामध्ये कोणाला US 1 Bn.(अंदाजे रु.५,००० कोटी) इतकी रक्कम सहजी कर्जाऊ देणाऱ्या व्यक्तीपण तशा कमीच आहेत. अशा लोकांचा त्यांचा असा एक खास गट असतो, संबंध असतात, हितसंबंध असतात. आणि असे संबंध हेच त्यांचे सुरक्षा कवच असते. त्यांनी नक्कीच कोणत्यातरी गुप्तहेर संघटनेचे संरक्षण घेतलेले असणार.'' या विधानांवरून असा निष्कर्ष काढता येतो की अमेरिकेला मार्क रिच यांच्या प्रकरणामध्ये इतर देशांकडून अपेक्षित अशी मदत किंवा पाठिंबा मिळाला नाही. फिर्यादी पक्षाने (अमेरिकन सरकारने) ''इंटरपोल''चे सभासद असलेल्या सर्व देशांना मार्क रिच यांना अटक करण्याची विनंती करणारी निवेदने पाठवली होती. परंतु त्यांच्या एकाही निवेदनाला प्रतिसाद मिळाला नाही. हॉवर्ड साफिर यांनी शेवटी मान्य केले की, ''मार्क रिच यांना अटक करणे तसे अवघडच होते कारण बहुतेक देशांमध्ये त्यांचा चांगलाच प्रभाव होता.''

माझ्याविरुद्धची मोहीम

''इतर देशांना अमेरिकेचा दृष्टिकोन पसंत नव्हता त्यामुळे त्या देशांनी, अमेरिकेने माझ्याविरुद्ध चालवलेल्या मोहिमेमध्ये त्यांच्या प्याद्याची भूमिका वठवायला नकार दिला,'' मार्क रिच शांतपणे मला म्हणाले. मार्क रिच यांना जेव्हा मी सरळच विचारले की त्यांना अमेरिकन पोलीस खात्याच्या हालचालींची आधीच खबर लागत होती का? किंवा त्यांना कोणाचे संरक्षण होते का? त्यावर मार्क रिच यांनी दिलेले उत्तर जेवढे थोडक्यात होते तेवढेच ते भाष्य करणारे होते. ''शक्यता आहे,'' वाइनचा घोट घेत हे उत्तर देताना त्यांच्या चेहऱ्यावर मिस्कील भाव होते.

अमेरिकेच्या गृह खात्यामधील कर्मचाऱ्यांना इतर देशांमध्ये चालणाऱ्या त्यांच्या कारवायांची सर्व माहिती असणे स्वाभाविकच आहे. मार्क रिच फरारी म्हणून घोषित केले गेले होते आणि सरकारची इतर खातीही त्यांच्या मागावर होती, तरीपण त्यातील फार थोड्या जणांनाच त्यांच्यापैकीच काही जण मार्क रिच यांच्या थेट संपर्कात सदैव होते याची कल्पना असेल. कसे ते मी आपल्याला पुढील काही प्रकरणांमध्ये दाखवेनच. मध्य पूर्वेसारखा प्रदेश, जो अमेरिकेच्यासाठी राजनैतिक आणि मिलिटरी डावपेचांच्या दृष्टीने अत्यंत महत्त्वाचा आहे अशा सदैव स्फोटक राजकीय परिस्थिती असलेल्या भागामध्ये मार्क रिच यांच्याबरोबरचे असलेले व्यावसायिक संबंध त्यांच्या दृष्टीने अत्यंत महत्त्वाचे, मौल्यवान होते.

अगदी कनिष्ठ पातळीवर काम करणाऱ्यांना हे चांगले माहीत होते. परंतु हॉवर्ड साफिर यांनी "Committee on Government Operations" समोर साक्ष देताना अगदी स्पष्ट आणि रोखठोकपणे सांगितले की, ''माझे असे अगदी ठाग मत आहे की आंतरराष्ट्रीय पातळीवर कायद्याची अंमलबजावणी करण्यात जर सगळ्यात मोठा अडथळा कोणाचा असेल तर तो गृह खात्यातील बाबूशाहीचा (Bureaucracy).'' त्यांनी नियमांच्या अंमलबजावणीच्या दरम्यान येणाऱ्या बंधनांवर टीका केली. त्यांनी स्पष्टपणे सांगितले की, फरारी गुन्हेगारांना पकडण्यात येणाऱ्या अपयशांना प्रमुख कारण म्हणजे सरकारमधील उच्चपदस्थांकडून वाजवी मदत किंवा पाठिंबा न मिळणे. ''माझा ठाम विश्वास आहे की मार्क रिच आणि पिंकस ग्रीन यांना अटक करण्याचा राजकीय निर्णय जर सरकारच्या सर्वोच्च पातळीवर घेण्यात आला असता आणि त्यानंतर आम्हाला सर्व मार्ग चोखळण्याची मुभा जर दिली असती तर आम्ही मार्क रिच आणि पिंकस ग्रीन यांना कधीच अटक केली असती.'' सरकारी कामामध्ये सुधारणा सुचवण्यासाठी तयार केलेल्या समितीनेसुद्धा (The Committee on Government Reforms) हाच निष्कर्ष काढला. ''अमेरिकन सरकारने फरारी गुन्हेगारांना पकडण्यासाठी लागणारी राजकीय इच्छाशक्ती दाखवली नाही.'' आणि त्याचबरोबर या खटल्यामधून सन्मान्य तोडगा काढण्यासाठी लागणाऱ्या राजकीय इच्छाशक्तीचा अभाव जाणवला.

१३

गुप्त बोलणी

२८ जुलै१९९२, झुरिक (Zurich) येथे एकत्र जमलेल्या त्या सर्व व्यक्ती तशा नामांकित आणि सुप्रसिद्ध होत्या, त्यांच्या इतमामाला साजेशा अशाच सर्वात उत्तम अशा ''ग्रॅन्ड हॉटेल डोल्डर'' (Grand Hotel Dolder) येथे सर्व जण जमले होते. उन्हाळ्यामध्ये वितळणाऱ्या "Lake Zurich" च्या किनाऱ्याला लागूनच असलेल्या चढणीवर असलेल्या या हॉटेलला स्विस आल्प्सची बारमाही बर्फाच्छादित शिखरांची पार्श्वभूमी लाभली आहे. कोण होत्या त्या व्यक्ती? लिओनार्ड गार्मेंट (Leonard Garment), मार्क रिच यांचे सर्व मोक्याच्या जागी संधान असलेले वॉशिंग्टनस्थित वकील. त्यांचे असे मत होते की मार्क रिच यांच्या खटल्यामध्ये तडजोडीच्या दृष्टीने फिर्यादी पक्षाबरोबर परत एकदा वाटाघाटी/बोलणी करण्याची आता वेळ आली आहे.

सॅन्डी विनबर्ग यांनी मार्क रिच यांचा खटला हातात घेऊन आता ११ वर्षांचा कालावधी उलटून गेला होता. मधील काळामध्ये मार्क रिच यांच्या खटल्याशी संबंधित असलेले सरकारी वकील आणि त्यांचे साहाय्यक सरकारी वकील दोघेही बदलले होते. विनबर्ग यांनी फ्लोरीडामध्ये स्वतंत्र वकिली व्यवसाय करण्यासाठी १९८५मध्येच आपल्या पदाचा राजीनामा दिला होता. व्यवस्थापकीय कायदे (Corporate Law) क्षेत्रासारख्या पैसे मिळवून देणाऱ्या क्षेत्रामध्ये पाय रोवण्यासाठी मार्क रिच यांच्या खटल्याचा आणि मिळालेल्या प्रसिद्धीचा त्यांनी शिडीसारखा उपयोग करून घेतला होता. आणि विशेष सांगण्यासारखी गोष्ट म्हणजे विनबर्ग त्यांच्या व्यावसायिक जाहिरातीसाठी, प्रसिद्धीसाठी या खटल्याचा उपयोग अजून करतात. ''आंतरराष्ट्रीय किर्तीचे सौदे/वायदे व्यापारी मार्क रिच आणि त्यांचे

सहकारी यांच्याविरुद्धच्या अमेरिकेच्या इतिहासातल्या अत्यंत गाजलेल्या कर चुकवेगिरीच्या आणि फसवणुकीच्या खटल्यामध्ये केवळ ३२व्या वर्षी फिर्यादी पक्षातर्फे महत्त्वाची कामगिरी पार पाडली.'' ''मार्क रिच यांनी कर चुकवण्यासाठी काढलेल्या अनेक कंपन्यांच्या अत्यंत गुंतागुंतीच्या आर्थिक व्यवहारांची त्यांनी उकल केली आणि देशामधील नामांकित कायदे तज्ज्ञांच्या युक्तिवादाला यशस्वी टक्कर दिली.'' तर दुसऱ्या बाजूला गुलियानी यांनी १९८९ साली न्यूयॉर्क शहराच्या महापौरपदाची निवडणूक हरल्यानंतर काही काळासाठी सामाजिक कार्य थांबवले आणि एका कायद्याच्या फर्ममध्ये भागीदारी स्वीकारली. अर्थात चारच वर्षांनी गुलियानी मेयर पदाची निवडणूक जिंकून न्यूयॉर्कचे महापौर झाले.

अमेरिकेचे अध्यक्ष रिचर्ड निकसन (Richard Nixon) यांचे व्हाइट हाउसमधील सल्लागार म्हणून एकेकाळी काम केलेले लीओनार्ड गारमेंट (Leonard Garment) यांना अशी आशा वाटत होती की मार्क रिच यांच्याविरुद्धच्या खटल्याचे काम पाहाणारे आताचे वकील त्यामध्ये भावनिक दृष्ट्या फार गुंतलेले नसावेत. त्यामुळे मार्क रिच यांच्या विरुद्धच्या खटल्यामध्ये, त्यांच्या मते, जे काही मूलभूत कच्चे दुवे आहेत त्याकडे फिर्यादी पक्ष जरा जास्त नि:पक्षपातीपणे पाहू शकेल, अशी त्यांना आशा वाटत होती. सन १९९०च्या नोव्हेंबरमध्ये गारमेंट यांनी गुलियानी यांच्यानंतर आलेले ''ऑटो जी ओबरमीयर'' (Otto G. Obermaier) यांच्याबरोबर संपर्क साधला. गारमेंट यांनी ओबरमीयर यांच्या माहितीसाठी त्या खटल्यासंदर्भात एक २० पानी मसुदा तयार केला. – त्यामध्ये मूळ मतभेदाचा मुद्दा, त्यानंतरचे आरोप-प्रत्यारोप, दिल्या गेलेल्या धमक्या आणि संबंधितांच्या प्रसिद्धीच्या हव्यासामुळे खटल्याला मिळालेली अवास्तव प्रसिद्धी या सर्वांबद्दल गारमेंट यांनी सविस्तर लिहिले. त्या पत्रामध्ये या खटल्याचा पुनर्विचार करणे का योग्य ठरेल हे पटवून देताना गारमेंट म्हणतात, ''या खटल्याला अनेकविध आणि चिंताजनक असे पैलू आहेत, परंतु याच्या मुळाशी जे व्यवहार आहेत ते कोणत्याही प्रकारे गुन्हेगारी स्वरूपाचे नव्हते आणि नाहीत. त्यातून अशा प्रकारच्या खटल्यासाठी कधीही वापरला न गेलेला महाभयंकर अशा "रिको (RICO)" कायद्याच्या कलमांचा वापर केला गेला, साहजिकच बचाव पक्षाने संभाव्य परिणामांचा विचार करून कोर्टबाजीपेक्षा तहाचा, तडजोडीचा मार्ग स्वीकारण्याचे ठरवले. खटल्याच्या वेळची एकंदरीत परिस्थिती, त्याच्या संभाव्य निकालाचे होणारे परिणाम आणि मुख्य म्हणजे निर्माण झालेला गुन्हेगारी कायद्याच्या अंमलबजावणीचा प्रश्न इत्यादी गोष्टींच्या पार्श्वभूमीवर या खटल्याचा पुनर्विचार करणे योग्य ठरले असे वाटते.''

मार्क रिच यांच्याबरोबर गुप्त बैठक

ओबरमीयर यांनी तो मसुदा वाचल्यानंतर गारमेंट यांच्याबरोबर त्या खटल्यासंबंधी

चर्चा करायचे मान्य केले, एवढेच नाही तर त्यांनी मार्क रिच यांच्या प्रत्यक्ष भेटीसाठी स्वित्झर्लन्डला यायची तयारी दाखवली. एखाद्या अमेरिकन सरकारी वकिलाने बचावपक्षाला/आरोपीला चर्चेसाठी भेटण्याची तयारी दाखवणे किंवा त्यासाठी दुसऱ्या देशामध्ये जाण्याची तयारी दाखवणे ही एक फारच अपवादात्मक घटना होती. या घडामोडींमुळे मार्क रिच यांच्या आशा पुन्हा पल्लवित झाल्या. ओबरमीयर हे खटल्याचा पुनर्विचार करतील, अशी त्यांना आशा वाटायला लागली. आणि त्यांच्या या आशावादाला पुष्टी मिळण्याचे आणखी एक कारण म्हणजे ओबरमीयर यांचे साहाय्यक सरकारी वकील जेम्स कोमी (James Comey) हे त्यांच्याबरोबर येणार होते.

या सगळ्या पार्श्वभूमीवर त्या दिवशी म्हणजे २८ जुलै १९९२ रोजी दुपारी झुरिकच्या ग्रॅन्ड हॉटेल डोल्डर येथे जेवणाच्या निमित्ताने ओबरमीयर (Obermaier), कोमी (Comey), स्वत: मार्क रिच, लीओनार्ड गारमेंट आणि स्विस वकील आन्द्रे ए विकि टेबलाभोवती एकत्र आले. मुद्द्याला हात घालण्याआधी या प्रतिस्पर्ध्यांनी हवा-पाण्याच्या गप्पा मारत काही खास स्विस पदार्थांवर ताव मारला. जेवणानंतर गारमेंट आणि विकि यांनी मार्क रिच यांची बाजू सविस्तरपणे मांडली (प्रकरण १०वे). त्या वेळच्या घटना आठवत विकि मला म्हणाले, ''या खटल्याला अमेरिकेच्या इतिहासातील सर्वात मोठा करसंबंधी घोटाळा'' असे संबोधले गेल्यामुळे आम्ही फिर्यादी पक्षाला प्रथम वुल्फमन-गिन्सबर्ग (Wolfman-Ginsburg) यांनी केलेले कर विषयक विश्लेषण समजून घेण्याची, त्याची दखल घेण्याची विनंती केली. त्यावर त्यांच्या काही शंका असतील, त्यांचे काही प्रश्न असतील तर त्या दोन्ही तज्ज्ञांना परत पाचारण करण्याची तयारी दाखवली.'' ती भेट आठवत मार्क रिच म्हणाले, ''त्यांचा ऐकून घेण्याकडे, समजून घेण्याकडे कल दिसला.'' मार्क रिच यांच्या वकिलांनी त्यांच्या बाजूचे चार मुख्य मुद्दे, प्रतिवाद मांडले :- मार्क रिच यांच्या कंपन्यांनी त्यांचे सर्व उत्पन्न दाखवले होते आणि त्यावरचा त्यांचा कर भरणाही कायदेशीरच होता, केवळ खटल्यासाठा रिकोसारखा (RICO) कठोर कायदा वापरणे हे त्या परिस्थितीमध्ये उघड-उघड अन्यायकारक होते. कारण तशाच प्रकारे इतर दावे दिवाणी दावे म्हणून गणले जात होते, लढले जात होते. तर हा एकच खटला गुन्हेगारी स्वरूपाचा म्हणून लढला जात होता. त्याचप्रमाणे ऊर्जाखाते चौकशीअंती याच निष्कर्षाप्रत आले होते की फिर्यादी पक्षाने जरी त्यावर आक्षेप घेतले असले तरी मार्क रिच यांच्या कंपन्यांनी त्यांच्या सर्व व्यवहारांच्या नोंदी योग्य प्रकारेच ठेवल्या होत्या.

मार्क रिच म्हणाले, ''ओबरमीयर आणि कोमी यांनी शांतपणे सर्व ऐकून घेतले. सुरुवातीला या भेटीमधून काही सकारात्मक घडेल असे मला वाटले.''

चर्चा जरी फार खेळीमेळीच्या वातावरणात झाली असे म्हणता आले नाही तरी ११ वर्षांमध्ये प्रथमच दोन्ही पक्षांनी एकमेकांचा आदर ठेऊन बोलणी केली, असे नक्कीच म्हणता येईल. दुसऱ्या दिवशी दोन्ही पक्षांनी परत एकदा भेटण्याचे ठरवले. दुसऱ्या दिवशीच्या भेटीमध्ये ओबरमीयर म्हणाले, ''आमचे हात बांधले गेले आहेत.'' ते पुढे म्हणाले, ''फरारी गुन्हेगाराबरोबर तडजोड करण्याबाबत, बोलणी करण्याबाबत सरकारची भूमिका अगदी स्पष्ट आहे आणि कठोर आहे. जोपर्यंत मार्क रिच अमेरिकेला परतून खटल्याला सामोरे जात नाहीत तोपर्यंत त्यांच्यावर असलेल्या कर विषयक आरोपांची वैध/अवैधतेची शहानिशा करणे शक्य होणार नाही.'' जी भूमिका मार्क रिच यांच्या खटल्याबाबत विनबर्ग आणि गुलियानी यांनी आधी घेतली होती तीच भूमिका आत्ताचे सरकारी वकील ओबरमीयर यांनी घेतली. म्हणजे थोडक्यात मार्क रिच यांच्या कोणत्याही अटींवर, मुद्द्यांवर चर्चा करण्याआधी त्यांना प्रथम तुरुंगात जावे लागेल आणि शिवाय कोर्टात खटल्याचा निकाल लागून त्यांना किती वर्षांची शिक्षा होईल याबाबत सरकार काही हमी घेणार नाही किंवा मध्यस्थी करण्याची तयारी दाखवणार नाही.

एकही दिवस तुरुंगामध्ये जाणार नाही

फिर्यादी पक्षाने घेतलेल्या या ताठर भूमिकेमुळे मार्क रिच खूपच निराश झाले, गारमेंट यांनी त्यांचे मनोधैर्य उंचावण्याचा प्रयत्न केला. त्यांच्या अशिलापुढे दोनच पर्याय होते. एक म्हणजे मार्क रिच यांनी खटल्याला सामोरे जाऊन एकदा नशिबाची परीक्षा घ्यायची किंवा दुसरे म्हणजे ज्या आरोपांसाठी थोडी फार तुरुंगवासाची शिक्षा आहे असे काही आरोप मान्य करायचे. ''हा फक्त काही महिन्यांचाच प्रश्न आहे,'' गारमेंट यांनी मार्क रिच यांना सुचवले. मार्क रिच यांनी ताबडतोब गारमेंट यांना सुनावले, ''नाही, एक दिवसही नाही. मी एकही दिवस तुरुंगामध्ये जाणार नाही कारण मी कोणताही गुन्हा केलाच नाही.'' मार्क रिच यांना त्यांच्या लहानपणी मोरोक्कोमध्ये निर्वासित म्हणून असताना कुंपण घालून बंदिस्त केलेल्या ज्यूंसाठीच्या वसाहतीमध्ये आईवडिलांसोबत राहावे लागले होते. त्या बंदिस्त वातावरणाचा त्यांच्या मनावर खूप खोलवर आघात झाला होता आणि तशा प्रकारचा अनुभव परत घेण्याची त्यांची अजिबात तयारी नव्हती, मन:स्थिती नव्हती. मी जेव्हा त्यांना त्याबद्दल विचारले तेव्हा ते म्हणाले, ''ती गोष्टच माझ्या स्वभावाविरुद्ध आहे, मी निर्दोष आहे आणि मला माझे स्वातंत्र्य प्रिय आहे.''

अर्थात मार्क रिच यांनी आशा सोडली नव्हती आणि याच त्यांच्या हार न मानण्याच्या स्वभावामुळे, वैशिष्ट्यामुळे तर ते जगातील एक सर्वात यशस्वी वायदे/सौदे व्यापारी झाले होते. त्यांच्या मते ''नकार हा कधीच अंतिम नसतो.''

मार्क रिच यांनी नेहमीच व्यापार करताना प्रदीर्घ मुदतीच्या फायद्याचाच विचार केला आणि या खटल्याबाबत त्यांची तीच भूमिका होती. थोडे दिवस जाऊ देत आपण परत प्रयत्न करू या. अमेरिकेचे फिर्यादी पक्षाचे, सरकारी वकील, किंवा साहाय्यक सरकारी वकील जेव्हा-जेव्हा बदलले तेव्हा-तेव्हा प्रत्येक वेळी मार्क रिच यांच्या वकिलांनी त्यांच्याशी संपर्क साधला. त्या काळातील सरकारी आणि साहाय्यक सरकारी वकिलांची नामावली म्हणजे जणू त्या काळातील अमेरिकेच्या न्याय प्रणालीतील दिग्गजांची जंत्रीच होती.

ओबरमीयर यांनी १९९३मध्ये जेव्हा सरकारी वकील पद सोडले तेव्हा ''न्यूयॉर्क सदर्न डिस्ट्रिक्ट''च्या इतिहासात त्या पदावर प्रथमच एका स्त्रीची, ''मेरी जो व्हाइट'' (Mary Jo White) यांची नेमणूक झाली. त्याच वर्षात त्यांनी ''वर्ल्ड ट्रेड सेंटर''वर झालेल्या विमान हल्ल्याच्या खटल्यामध्ये सरकारी वकील म्हणून यशस्वीपणे काम पाहिले. पुढे जेव्हा राष्ट्राध्यक्ष बिल क्लिंटन यांनी मार्क रिच यांना त्यांच्या विशेषाधिकारामध्ये माफी दिली त्याची चौकशी करण्यासाठी जी समिती नेमली होती त्या चौकशीच्या वेळी फिर्यादी पक्षाच्या त्या प्रमुख वकील होत्या. जॅक क्विन (Jack Quinn) यांनी त्यांना भेटीसाठी वेळ देण्याची विनंती करणारे पत्र पाठवले होते. त्यात म्हटले होते की, ''आम्हाला अशी आशा आहे की सरकारबरोबर फलदायी बोलणी करण्याची हीच योग्य वेळ आहे या आमच्या मताशी आपण सहमत व्हाल.'' परंतु त्यांची ही फक्त आशाच ठरली.

जेव्हा गेरार्ड ई लिंच (Gerard E Lynch), ज्यांनी इराण प्रकरणाची चौकशी करणाऱ्या समितीमध्ये महत्त्वाची भूमिका बजावली होती, त्यांची नेमणूक न्यूयॉर्कच्या सदर्न डिस्ट्रिक्टच्या गुन्हेगारी शाखेचे प्रमुख म्हणून झाली तेव्हा त्यांना एक दिवस प्राध्यापक बर्नार्ड वुल्फमन या कर विषयक तज्ज्ञांचे एक पत्र मिळाले. त्या पत्रामध्ये म्हटले होते की, ''प्राध्यापक गिन्सबर्ग (Ginsburg) आणि मला, तुमच्या सवडीने, मार्क रिच यांच्या खटल्यासंदर्भात काही मुद्द्यांवर चर्चा करायला आवडेल आणि त्यासाठी तुम्ही आम्हाला एक संधी आणि वेळ द्याल अशी आशा करतो.'' लींच (Lynch) यांनी त्यांना तशी संधी दिली नाही.

पॅट्रिक फिट्जेराल्ड (Patrick Fitzgerald) यांना जेव्हा ते साहाय्यक सरकारी वकील झाले तेव्हा असेच एक पत्र मिळाले. पुढे व्हॅलेरी पाम विल्सन (Valerie Palme Wilson) प्रकरणामध्ये त्यांना प्रसिद्धी मिळाली. न्याय खात्याने नेमलेल्या चौकशी समितीचे, त्यांनी विशेष सरकारी वकील म्हणून काम पाहिले होते. मार्क रिच यांचे आणखी एक वकील लॉरेन्स ए उर्गेनसन (Lawrence A Urgenson) यांनी फिट्जेराल्ड यांना ते पत्र लिहिले होते. त्यामध्ये त्यांनी म्हटले होते की, ''तुम्ही जर थोडा वेळ देऊ शकलात तर आणि तुमच्या खात्याच्या धोरणांना धक्का

न लावता, या खटल्यासंदर्भात काही महत्त्वाच्या मुद्द्यांवर, काही शंकांवर त्यातून मार्ग काढण्याच्या दृष्टीने चर्चा करता येईल.'' फिट्जेराल्ड यांनी त्या पत्राला केराची टोपली दाखवली.

फरारी गुन्हेगाराबरोबर चर्चा नाही

मार्क रिच यांचे वेगवेगळे वकील जसे तेच मुद्दे, तेच युक्तिवाद परत-परत करत होते त्याचप्रमाणे फिर्यादीपक्ष पण तीच ती कारणे देऊन – ते परत-परत फेटाळत होते. उर्जेनसन यांनी लिहिलेल्या पत्राला फिट्जेराल्ड यांनी उत्तर पाठवले ''मार्क रिच यांच्याविरुद्ध असलेल्या पुराव्यांची संपूर्ण तपासणी केली आणि आम्ही जरी तुम्हाला पटवून दिले की सरकार तुमच्या अशिलाचे गुन्हे सिद्ध करू शकते तरीसुद्धा आमची खातरी आहे की तुमच्या वर्तनामध्ये काही फरक पडणार नाही. तुमचे अशील तेच तुणतुणे वाजवायचे चालू ठेवेल, कदाचित आणखी एक नवीन वकील घेऊन. त्याचमुळे सरकारचे असे मत आहे की या खटल्याच्या योग्यायोग्यतेमध्ये फार जाण्यात अर्थ नाही आणि त्यात काही तथ्य नाही.''

''मेरी जो व्हाइट'' (Mary Jo White) यांनी जॅक क्विन यांना लिहिले की, ''फरारी गुन्हेगाराबरोबर त्याच्या वरच्या गुन्ह्यांची चर्चा न करण्याचे आमचे धोरण आहे. अशा वाटाघाटींमुळे उलट आरोपीला पळून जायला मदतच होईल, शिवाय सरकारची पण अशी धारणा आहे की त्याचा आरोपीला अप्रत्यक्ष फायदा मिळून तो सरकारला त्याच्या अटी मान्य करायला भरीस पाडू शकतो. आणि हे त्याचे फरारी राहाण्याचे एक कारण होऊ शकते.'' आन्द्रे विकिंसारख्या विनोदबुद्धी असलेल्या आणि विचारी वकिलाला मेरी जो व्हाइट यांच्याकडून आलेला हा जबाब अपमानास्पद वाटला. त्यांचे असे स्पष्ट मत होते की, ''सरकारची अशी धारणा, धोरण वगैरे झूट आहे, उलट या सदर्न डिस्ट्रिक्टमध्ये आणि अमेरिकेत इतरत्र अशी अनेक उदाहरणे दाखवता येतील की फिर्यादीपक्षाने गुन्हेगारी स्वरूपाच्या खटल्यांमध्ये वाटाघाटी करून तडजोडी केलेल्या आहेत आणि आरोपींविरुद्ध कोर्टात खटले उभे राहिले नाहीत.''

न्यूयॉर्क सदर्न डिस्ट्रिक्ट पोलीस खात्याला त्यांची बाजू पटवून देण्यासाठी आणि नशीब आजमावण्यासाठी मार्क रिच यांनी ज्या प्रमाणात वेळ आणि पैसा ओतला तो खरोखरच आश्चर्यकारक होता. पण त्यांच्या वाट्याला वेळोवेळी निराशाच आली. त्यांनी वकिलांच्या फीपोटी लाखो डॉलर्स खर्च केले. त्यांच्यासाठी काम करणाऱ्या वकिलाने महिना ५०,००० डॉलर्स (अंदाजे रु.२७.५ लक्ष) कमावणे म्हणजे काही विशेष गोष्ट नव्हती.

''माझ्या खटल्याच्या संदर्भांमध्ये मी जरी परत-परत तडजोडीचे प्रयत्न करत

होतो तरी माझ्या पदरी निराशाच आली. कारण विरुद्ध बाजूच्या लोकांचे वैयक्तिक हितसंबंध आणि भावना या गोष्टीतून मार्ग काढण्याच्या आड येत होत्या.'' एखाद्याने नशिब, प्रारब्ध यांसारख्या विषयावर बोलावे अशा स्थितप्रज्ञ वृत्तीने मार्क रिच यांनी मला सांगितले. असे जर होते तर त्यांनी प्रयत्नच का केले? ते अगदी स्वाभाविक आहे. कारण मी निर्दोष आहे,'' मार्क रिच म्हणाले. मी त्यांना मध्येच अडवत म्हटले, ''तुम्ही स्वत:चीच समजूत काढायची की मी येथे स्वित्झर्लन्डमध्ये सुरक्षित आहे, मला येथे काही धोका नाही, व्यवसाय व्यवस्थित चालला आहे, अमेरिकेमध्ये जे काय झाले ते विसरून जावे आणि नव्याने आपले आयुष्य जगावे.'' यावर मार्क रिच म्हणाले, ''मी ते पण करायचा प्रयत्न केला, पण शक्य झाले तर हे प्रकरण मिटवावे असेच मला वाटले.'' मी परत त्यांना विचारले, ''समजा तडजोड झाली असती तर त्याचा तुम्हाला काय फायदा होणार होता?'' ''मी संपूर्णपणे मुक्त झालो असतो, तसा आत्ता पण मी मुक्तच आहे,'' मार्क रिच म्हणाले. न्यूयॉर्क सदर्न डिस्ट्रिक्टचे वकील, फिर्यादीपक्ष इतक्या अडेलतट्टूप्रमाणे का वागले असतील? मार्क रिच यांनी शांतपणे उत्तर दिले, ''मला वाटते तडजोडीमुळे त्यांचा काही फायदा होण्यासारखा नव्हता.'' हे सांगताना फिर्यादीपक्षाच्या वागणुकीबद्दल आलेल्या संतापाचा अजिबात मागमूस मार्क रिच यांच्या चेहऱ्यावर नव्हता. लॉरेन्स उर्गेनसन (Lawrence Urgenson) म्हणाले, ''आपण आपली बाजू मांडू शकलो नाही, पटवून देऊ शकलो नाही, आपल्याला एवढी बदनामी का सहन करायला लागावी ही सगळी आज मार्क रिच यांना पडलेली मोठी कोडी आहेत.''

खुनशी काळ

न्यूयॉर्क सदर्न डिस्ट्रिक्टमध्ये अमेरिकेच्या न्याय खात्याचे एकंदरीत ज्या प्रकारे काम चालले होते त्याबद्दल मार्क रिच यांच्या वकिलांनी त्यांचा निषेध किंवा एकूणच नापसंती लपवण्याचा कधी प्रयत्न केला नाही. सरकारी वकिलांना, फिर्यादीपक्षाला, सत्या-सत्यतेशी काहीही देणे-घेणे राहिले नव्हते. एक आश्चर्याची गोष्ट म्हणजे राजकीय वातावरण एकंदरीत असे होते की फिर्यादी पक्षाला मनमानी करण्याची जणू मुभाच मिळाली होती. या थराला राजकारणाची पातळी येणे ही परिणती होती ''वॉटर गेट'' प्रकरणाची. त्या काळाचे लीओनार्ड गारमेंट यांनी ''खुनशी काळ'' असे वर्णन करताना वरीलप्रमाणे मत नोंदवले होते. तो काळ होता व्हिएतनाम युद्धानंतरचा आणि ''वॉटर गेट'' प्रकरणानंतरचा. त्या काळामध्ये राजकीय परिस्थिती एवढी ढवळून निघाली होती की एखाद्या साध्या धोरणात्मक मतभेदाचे ताबडतोब ''प्रकरण'' व्हायचे आणि सरकारबरोबरचे कोणतेही भांडण हे

आपोआपच गुन्हेगारी स्वरूपाचे समजले जायचे. मार्क रिच यांचे दुर्दैव असे की त्यांचा कर विषयक खटला नेमका याच काळात उभा राहिला. अमेरिकेचे दुसरे एक सरकारी वकील "बॉब फिंक" (Bob Fink) म्हणाले, "स्वत:ची काही चूक आहे की काय हे बघण्यापेक्षा सरकारी वकिलांनी हा त्यांच्या पदासाठी प्रतिष्ठेचा प्रश्न केला होता. त्यामुळे त्यांनी जर स्वत:ची चूक मान्य केली असती तर त्यांच्या प्रतिष्ठेला आणि पदाला तो मोठाच धक्का ठरला असता."

एफबीआयच्या "मोस्ट वाँटेड" यादीमध्ये जवळ-जवळ दोन तपे मार्क रिच यांचे नाव होते. अमेरिकेचे राष्ट्राध्यक्ष बिल क्लिंटन यांनी २१ जानेवारी २००१ रोजी त्यांच्या विशेषाधिकारामध्ये मार्क रिच यांना माफी दिल्यानंतर या यादीमधून त्यांचे नाव काढले गेले. त्या यादीमध्ये नाव असल्यामुळे मार्क रिच यांना मोकळेपणाने व्यापार, व्यवसाय करणे तसे कठीण गेले. पण त्यांचा व्यवसाय थांबला नाही. "त्याउलट, मी इतर कितीतरी नवीन देशांना व्यापाराच्या निमित्ताने भेटी देऊ शकलो, माझ्यावर त्यामुळे कधी काही बंधने वगैरे असल्यासारखे वाटलेच नाही," मार्क रिच मला म्हणाले. हे सांगताना त्यांच्या चेहऱ्यावर समाधान स्पष्टपणे दिसत होते.

१४

यशाची रहस्ये

अंगोला ते दक्षिण आफ्रिका

"ती एक आश्चर्यचकित करणारीच घटना होती, काहींना तर तो व्यापारी जगतामधला चमत्कारच वाटत होता." जगातील सर्वात शक्तिशाली देश जरी त्यांच्या मागावर होता आणि त्यांच्या व्यवसायामध्ये, मार्गामध्ये अडथळे निर्माण करण्यासाठी जंग-जंग पछाडत होता तरी पण मार्क रिच यांचा व्यवसाय वाढतच होता, व्यापाराची चढती कमानच होती. आणि काही काळातच त्यांची कंपनी खनिज तेल आणि खनिज धातूंमध्ये व्यापार करणारी जगातील सर्वात मोठी कंपनी म्हणून गणली जाऊ लागली. सन १९९०मध्ये, म्हणजे न्यूयॉर्कमध्ये त्यांच्यावर खटला दाखल झाल्यावर सात वर्षांनी, जगातील १२८ देशांमध्ये त्यांचा व्यापार पसरला होता. जगभरामध्ये त्यांच्या कंपनीची ४८ कार्यालये होती आणि कंपनीसाठी १,२०० कर्मचारी काम करत होते. त्यांची कंपनी दिवसाला १५ लाख खनिज तेलाच्या बॅरल्सची खरेदी-विक्री करत होती. म्हणजे कुवैतच्या प्रतिदिन सरासरी तेल उत्पादनापेक्षा जास्तच. त्यांच्या कंपनीची वार्षिक उलाढाल US $30Bn (अंदाजे रु. १५,००० कोटी) एवढी होती. आणि दरवर्षी US $200Mn (अंदाजे रु. १०० कोटी) ते US $400Mn (अंदाजे रु. २०० कोटी) एवढा नफा कमावत होती. मार्क रिच यांची वैयक्तिक संपत्ती US $ 1.00Bn (अंदाजे रु. ५,००० कोटी)च्या घरात होती. "फायनान्शियल टाइम्स" (Financial Times)सारख्या वृत्तपत्राने जवळ-जवळ आदरयुक्त भक्तिभावाने त्यांच्याविषयी लिहिताना म्हटले होते, "या भूतलावरचा सर्वात श्रीमंत आणि प्रभावशाली सौदे/वायदे व्यापारी."

मार्क रिच आणि कंपनीला एवढे यश मिळेल हे कंपनीमध्येच काम करणाऱ्या,

कितीही आशावादी कर्मचाऱ्याला, स्वप्नामध्ये पण वाटले नसेल. मार्क रिच यांच्या मागे लागलेला कायद्याचा आणि खटल्याचा ससेमिरा, त्यांच्यावर परागंदा होण्याची आलेली वेळ इत्यादी घडामोडींवरून काही पत्रपंडितांनी आणि व्यवसायिकांनी त्यांचा जवळ-जवळ "व्यावसायिक मृत्युलेखच" लिहिला होता. "कंपनी आता संपली, तिला आता काही भवितव्य उरलेले नाही" याची, मार्क रिच यांचे सुरुवातीपासूनचे एक सहकारी आणि भागीदार जॅक हॅचूल (Jack Hachuel) यांना खातरीच पटली होती आणि त्यांनी कंपनी सोडण्याचा निर्णय घेतला. त्यानंतर त्या दोन भागीदारांमध्ये, वायदे/सौदे व्यापाऱ्यांमध्ये आजतागायत एक शब्दानेही संभाषण झालेले नाही. ते काहीही जरी असले तरी मार्क रिच यांच्या व्यवसायाचे आश्चर्यकारकरितीने आणि इतक्या प्रभावीपणे पुनरागमन होणे ही जीवनावश्यक वस्तूंच्या आंतरराष्ट्रीय सौदे/वायदे बाजारपेठेमध्ये मोठा ठसा उमटवणारी घटना होती.

त्यांना हे कसे साध्य झाले? ते त्यांच्या प्रतिस्पर्ध्यांवर कशा रितीने मात करू शकले? त्यांनी असे काय वेगळे हातखंडे वापरले होते? ते इतरांपेक्षा सरस कसे ठरले? मार्क रिच यांच्या यशाची रहस्ये जाणून घेण्यासाठी या प्रश्नांची उत्तरे शोधावी लागतील. या त्यांच्या यशोगाथेच्या मुळाशी जाण्याच्या उद्देशाने गेल्या तीन वर्षांत पाच खंडातल्या डझनावारी सौदे/वायदे व्यापाऱ्यांच्या मी मुलाखती घेतल्या. जगाने आणि विशेषत: अमेरिकेने या तीन वर्षात (२००६-२००८) जे नाट्यमय बदल अनुभवले तसे गेल्या कित्येक दशकांत अनुभवले नसतील. सन २००८ साली जगभरामध्ये आलेल्या आर्थिक संकटामुळे ज्या उलथापालथी झाल्या त्याचा अंदाज कदाचित अगदी टोकाच्या निराशावादी माणसालाच आला असता. सन १८५०मध्ये स्थापन झालेली, आणि बँकिंगच्या व्यवसायामध्ये लोकांच्या आदरास आणि विश्वासाला पात्र झालेली "लेहमन ब्रदर्स" (Lehman Brothers) ही बँक बुडीत निघाली आणि अमेरिकेच्या इतिहासातील सर्वात मोठी दिवाळखोरी जाहीर करण्याची तिच्यावर वेळ आली. गुंतवणूक बँकिंग (Investment Banking)च्या क्षेत्रामधील "गोल्डमन सॅच" (Goldman sachs) आणि "मॉर्गन स्टॅनले" (Morgan Stanlay) या दोन बँकांना त्यांच्या क्षेत्रातील अधिकाराला धक्का बसला. तो एका युगाचाच शेवट होता.

महाशय हा दीर्घ मुदतीचा मामला आहे

जेव्हा त्या भान हरपलेल्या काळाकडे आपण आज तटस्थतेने बघतो आणि कित्येक पिढ्यांनंतर आलेल्या त्या सर्वात वाईट आर्थिक संकटांच्या कारणांचा शोध घ्यायचा प्रयत्न करतो तेव्हा एक कारण प्रामुख्याने नक्कीच लक्षात येते आणि ते

म्हणजे, सर्व वित्तीय संस्थांच्या अधिकाऱ्यांची, सन १९८०पासून, फक्त आज/उद्या पलीकडे विचार न करण्याची तयार झालेली मानसिकता. येणाऱ्या तिमाही नफ्याच्या आकड्यांपलीकडे न बघण्याची मानसिकता, फक्त तेवढ्याच गोष्टीला महत्त्व देण्याची वृत्ती. गेल्या काही तपांच्या अनुभवातून शिकायला मिळालेल्या आर्थिक धड्यांचे, सारासार विवेकाचे महत्त्व त्यांना वाटेनासे झाले होते. समभागांवर मिळणारा २० ते ३० टक्के परतावा? नफ्यामध्ये होणारी दोन आकडी वाढ? धोकादायक वाटणाऱ्या गुंतवणुकीतून मिळणारा अवास्तव नफा? अतिरंजित वाटणारे पगार? एकेकाळी अपवादात्मक वाटणाऱ्या या सर्व गोष्टी आता दैनंदिन जीवनाचा भाग वाटायला लागल्या. इतिहासाने जरी वेळोवेळी दाखवून दिले आहे तरी हे विश्वास न बसणारे वास्तव होते. या सगळ्याचा मार्क रिच यांच्याशी कसा संबंध पोहोचतो? वरवर बघता वाटणार नाही पण या सर्व गोष्टींचा त्यांच्याशी खूप संबंध आहे. त्या आर्थिक संकटाच्या काळात ज्या म्हणून मोठ्या आणि प्रतिष्ठित कंपन्या, पुढील तिमाही निकालांच्यापलीकडे न बघण्याच्या त्यांच्या धोरणांमुळे संकटात आल्या त्या कंपन्यांपेक्षा मार्क रिच यांच्या कंपनीची व्यवसाय करण्याची, व्यवसायाकडे बघण्याची दृष्टी, पद्धती अगदी वेगळी होती, अगदी सरळ-सरळ विरुद्ध होती. टंचाईच्या काळामध्ये जेव्हा खनिज तेलाच्या किमतींनी उच्चांक गाठला, तेव्हा केवळ एका दूरध्वनीवरील संभाषणात, काही सेकंदामध्ये, सौदे/वायदे व्यापारी लाखो डॉलर्सची कमाई करू शकतात या कपोलकल्पित गोष्टीला एक प्रकारे पुनर्जन्मच मिळाला. परंतु वास्तव काही वेगळेच आहे. जीवनावश्यक वस्तूंचा सौदे/वायदे व्यापार ही खूप कठीण गोष्ट आहे, मोठ्या प्रमाणावर प्राथमिक गुंतवणूक लागणारी आणि अत्यल्प नफ्याचे प्रमाण असणारी अशी ही गोष्ट आहे. सर्वसाधारण काळामध्ये दोन ते तीन टक्के नफा म्हणजे योग्य नफा समजला जातो. परंतु आंतरराष्ट्रीय बाजारपेठेमध्ये जेव्हा अस्थिरता असते, उदाहरणार्थ १९७३-७४, १९७९-८० या काळातील तेल संकटे, तेव्हा अर्थातच नफ्याचे प्रमाण खूपच जास्त होते.

सौदे/वायदे व्यापाराच्या या एका प्रकारे वर्तुळाकार ठरावीक पद्धतीने चालणाऱ्या व्यवसायामध्ये यशस्वी व्हायचे असेल तर भविष्यामध्ये खूप दूरवर बघण्याची कला अवगत असावी लागते, त्याची अत्यंत गरज आहे. मार्क रिच यांच्या म्हणण्याप्रमाणे या व्यवसायामध्ये यश आणि संपत्ती मिळवायची असेल तर भविष्यात दूरवरचा विचार करण्याची क्षमता, कला हवीच. दक्षिण आफ्रिकेमध्ये एका खाणीच्या खरेदी करण्याच्या संदर्भात बोलणी करण्यासाठी सहा महिने? घेतलेल्या कर्जाच्या व्यवस्थित परतफेडीसाठी क्युबामध्ये सहा महिने ठाण मांडून बसणे? खनिजांपासून धातू वेगळा करण्यासाठी लागणाऱ्या भट्ट्या, ज्याची उभारणी करण्यासाठी वर्षानुवर्षे

लागतात, त्यासाठी आज करावी लागणारी प्रचंड गुंतवणूक? या अशा गोष्टी, ज्या कंपन्या फक्त पुढील तिमाहीवरील नफ्या-तोट्यावर लक्ष ठेवतात, त्यांच्या कल्पनेच्या आणि विचारांपलीकडल्या आहेत. आजच्या परिस्थितीमध्ये दूरचा, प्रदीर्घ मुदतीचा विचार करण्याचे जवळ-जवळ सर्वांनाच विस्मरण झाले आहे. याउलट कुटुंबांच्या, घराण्यांच्या मालकीचे आणि चालवलेले जे व्यवसाय आहेत त्यामध्ये चालू पिढीच्या मनामध्ये नेहमीच पुढच्या पिढीचे विचार असतात आणि तेच कृतीमध्ये उतरतात. माझी खातरी आहे की मार्क रिच यांची प्रदीर्घ मुदतीचा, भविष्याचा विचार करण्याची पद्धत हेच त्यांच्या यशाचे प्रमुख रहस्य आहे. आणि त्यामुळेच त्यांच्या व्यावसायिक कारकिर्दीमध्ये त्यांनी आखलेल्या धोरणांचा उलगडा होतो, अर्थ लागतो.

मार्क रिच यांचा त्यांच्याशी व्यवहार करणाऱ्यांबरोबर, व्यापार करणाऱ्यांबरोबर प्रदीर्घ मुदतीचे करारमदार करण्यावर भर असे. नवीन बाजारपेठ निर्माण करणे, नवनवीन गिऱ्हाइके शोधणे, त्यांच्याबरोबर वाटाघाटी करणे, करार करणे इत्यादी पैशाचा विचार केला तर, प्राथमिक गुंतवणूक कराव्या लागणाऱ्या तशा खर्चीक गोष्टी आहेत, परंतु एकदा गिऱ्हाकाबरोबर प्रदीर्घ काळासाठी व्यावसायिक संबंध प्रस्थापित झाले, जोडले गेले की मग वरीलपैकी बरीचशी करावी लागणारी गुंतवणूक आटोक्यात येते, वाचते. जितका प्रदीर्घ मुदतीचा करार तेवढे इतर खर्च कमी आणि अर्थातच नफ्याचे प्रमाण जास्त. सन १९७०च्या काळामध्ये मार्क रिच यांच्या कंपनीमध्ये काम केलेल्या एका वायदे व्यापाऱ्याने ज्यांचा आफ्रिकेची बाजारपेठ विकसित करण्यामध्ये मोठा वाटा होता, त्याने सांगितले की, "आम्ही नव्या देशामध्ये काही लाख डॉलर्स कमाई करून परत घरी येण्याच्या उद्देशाने कधीच गेलो नाही तर तेथे राहाण्यासाठी, बस्तान बसवण्यासाठी, दीर्घ मुदतीसाठी व्यापार करण्याच्या उद्देशानेच गेलो. आम्हाला स्थानिक लोकांची, सरकारची खातरी पटवून द्यायची होती की आम्ही तेथे राहाण्याच्या उद्देशाने आलो आहोत. आणि धंद्यातील यशासाठी ही फार महत्त्वाची गोष्ट होती."

पैशांची देवाणघेवाण

मार्क रिच यांच्या यशाच्या रहस्याबाबत "हाउस कमिटी ऑन गव्हर्नमेंट रीफॉर्म्स" (House Committee on Government Reforms)चे मात्र अगदी वेगळे मत आहे. या पुस्तकातील दुसऱ्या प्रकरणामध्ये वर्णन केल्याप्रमाणे "हाऊस कमिटीचा" मार्क रिच यांच्यावर सरळ-सरळ असा आरोप होता की, "मार्क रिच यांचे हे व्यापारी साम्राज्य पद्धतशीरपणे लाचखोरी आणि भ्रष्ट सरकारी अधिकाऱ्यांना विकत घेण्याच्या त्यांच्या ताकदीवर उभे राहिले आहे." मार्क रिच यांच्याबरोबर

काम केलेल्या एका स्विस सौदे व्यापाऱ्याने मला सांगितले की, ''त्यांचा मुख्य आणि एकमेव उद्देश पैसा कमावणे हाच होता आणि त्यासाठी वाट्टेल ते करायची त्यांची तयारी होती. मार्क रिच यांना नीती-अनीतीची अजिबात चाड नाही. त्यांनी त्यांची श्रीमंती ही काही फक्त त्यांच्या हुशारीवर मिळवलेली नाही आणि हे धंद्यामधील सर्वांना माहीत होते, आणि मी विकला जाणाऱ्यांपैकी नव्हतो.''

मी जेव्हा या विविध आरोपांचा त्यांच्याकडे उल्लेख केला तेव्हा ते जरासे चिडूनच म्हणाले, ''मी त्यांच्याशी अजिबात सहमत नाही.'' पण सत्य हेच आहे की मार्क रिच आणि कंपनी एवढ्या मोठ्या प्रमाणावर व्यापार, करारमदार हे लाचखोरी आणि ती पण अगदी मोठ्या-मोठ्या रकमांची केल्याशिवाय करूच शकली नसती. ज्यांनी मध्य पूर्वेच्या आणि आफ्रिकेतील देशांबरोबर व्यापार केला आहे त्यांना चांगले माहीत आहे की त्या देशांमध्ये मोठ्या प्रमाणावर बक्षिसे, भेटवस्तू इत्यादी, मग लाचेला काहीही नाव द्या, दिल्याशिवाय व्यापारच करता येत नाही, मग कंपनीचे नियम काहीही असोत. मार्क रिच यांच्यावर "Metal Men" या ए क्रेग कोपेटास (A. Craig Copetas) यांनी लिहिलेल्या पुस्तकामध्ये एका, स्वतःचे नाव गुप्त ठेऊ इच्छिणाऱ्या सौदे/वायदे व्यापाऱ्याच्या सांगण्याप्रमाणे मार्क रिच यांच्या कंपनीने नॅशनल इराणियन ऑइल कंपनीच्या संचालकाला १२,५०० डॉलर्स (अंदाजे रु. ६.२५ लाख) इतकी लाच दिल्याचा उल्लेख आहे. नायजेरियाच्या सरकारचे व्यापारामध्ये सहकार्य मिळवण्यासाठी आणि ते कायम ठेवण्यासाठी नायजेरियातील वाहतूक खात्याच्या मंत्र्याला $1.00Mn (अंदाजे रु. ५.०० कोटी) एवढी लाच दिल्याचा त्याच पुस्तकामध्ये उल्लेख आहे. मार्क रिच अर्थातच याबद्दल बोलायला आणि स्पष्टीकरण द्यायला फारसे उत्सुक नसले तरी त्यांनी अशा प्रकारे लाच देण्यासाठी परवानगी दिल्याचे स्पष्टपणे नाकारले नाही. त्यावर मत प्रदर्शन करताना ते एवढेच म्हणतात की, ''इतर कंपन्या व्यापार करण्यासाठी जी किंमत मोजायला तयार होत्या तीच किंमत मोजून आम्ही व्यापार केला. देशांच्या सरकारांसाठी खरेदी-विक्रीचे सौदे करताना आम्हाला मोजावी लागणारी किंमत त्यांच्या दृष्टीने तोट्याची किंवा गैरसोयीची नक्कीच नव्हती.'' एकतर व्यापार करण्याची संधी मिळावी म्हणूनच लाच दिली गेली होती आणि दुसरे म्हणजे तेवढीच किंमत मोजून इतर कंपन्या व्यापार करायला उत्सुक होत्या.

विकसनशील देशांमध्ये व्यापार करण्यासाठी तेथील अधिकाऱ्यांना किंवा राजकारण्यांना लाच देणे हे एकजात अनैतिक किंवा गुन्हा ठरवणे हे प्रत्येकाच्या नैतिकतेच्या मापदंडावर अवलंबून असते. ते काहीही असले तरी बहुतेक विकसनशील देशांमध्ये लाच देण-घेणे ही अगदी सर्वसामान्य आणि सहज प्रक्रिया होती आणि ती फक्त सौदे/वायदे व्यापारापुरतीच मर्यादित नव्हती. अमेरिकेमध्ये पण "Foreign

Corrupt Practices Act 1977" हा कायदा होण्याआधी परदेशी अधिकाऱ्यांना लाच देणे हे वैधच मानले जात होते, कायद्याला धरून होते. स्वित्झर्लन्डमध्ये सन २०००पर्यंत हा प्रकार कायदेशीर होता. स्वित्झर्लन्ड आणि इतर बऱ्याच देशांमधील कंपन्या लाचेपोटी द्यावी लागलेली रक्कम व्यापार वृद्धीसाठी करावा लागलेला खर्च (Commercially Justified Expenses) या नावाने, त्यांची वार्षिक कर देयकाची रक्कम ठरवताना वजावट म्हणून कायदेशीरपणे दाखवू शकत होत्या. एकूणच लाच देण्या-घेण्याबाबत प्रश्न विचारला असता मार्क रिच यांच्या वकिलांनी "त्यांनी कधी स्विस कायद्याचा भंग केला नाही" एवढेच उत्तर देणे पसंत केले. नायजेरिया आणि झैरे (Nigeria and Zaire) या लाचखोरीसाठी अत्यंत कुप्रसिद्ध देशांमध्ये व्यापार करणाऱ्या एका सौदे/वायदे व्यापाऱ्याने सांगितले, "शेवटी कायदा हा प्रमाण आहे, तुमची नैतिकता नाही. एक सौदे/वायदे व्यापारी म्हणून तुम्हाला तुमची वैयक्तिक नैतिकता तुमच्या व्यवसायापासून वेगळी काढता आली पाहिजे आणि हे जर तुम्हाला मान्य नसेल तर तुम्ही कंपनी सोडू शकता."

काही वेळा मार्क रिच यांना त्यांच्या प्रतिस्पर्ध्यापेक्षा एखादे काम लवकर मिळण्यामागचे कारण लाचखोर अधिकारी हेच असे. अशा गैर मार्गाने व्यावसायिक करारमदार करण्यात त्यांनी त्यांच्या प्रतिस्पर्ध्यांना मागे टाकले असेल: पण त्यांच्या यशाला फक्त हेच एक कारण होते असे मानणे वास्तवाला धरून ठरणार नाही. मार्क रिच यांनी खनिज तेलाच्या आणि इतर जीवनावश्यक वस्तूंच्या सौदे/वायदे व्यापारामध्ये काही दशके वर्चस्व गाजवले ते काही फक्त लाचखोरीच्या जोरावर नव्हे. "यशस्वी सौदे/वायदे व्यापारी हे लाचखोर नसतात आणि असलेच तर ते फार काळ टिकत नाहीत." जगातील एका मोठ्या व्यापारी कंपनीच्या मुख्य अधिकाऱ्याचे, जो स्वतःचे नाव गुप्त ठेऊ इच्छितो, त्याचे हे मत आहे. अल्जेरियाच्या राष्ट्रीय तेल कंपनीचे - "सोनाट्रॅक" (Sonatrach) – मुख्य अधिकारी स्लिमन बुगेरा यांच्या मते, "मार्क रिच इतका काळ व्यवसायात टिकाव धरू शकेल कारण त्यांच्याकडे हुशारी होती."

प्रतिभावान श्री. मार्क रिच

मार्क रिच यांच्या हुशारीच्या अनेकविध पैलूंपैकी काहींची ओळख या पुस्तकामध्ये आधीच झालेली आहे. मार्क रिच हे त्यांच्या प्रतिस्पर्ध्यांपेक्षा जलद निर्णय घेत आणि त्यांची व्यापार करण्याची पद्धत आक्रमक होती. नवीन बाजारपेठ ओळखण्यात तयार करण्यात तसेच भविष्याचा वेध घेण्यात ते नेहमीच आघाडीवर असायचे. मार्क रिच यांनी स्वतःच त्यांच्या संधी ओळखण्याच्या, बघण्याच्या कौशल्याला त्यांना मिळालेली सर्वात मोठी देणगी असल्याचे म्हटले आहे. त्यांच्या हुशारीचे,

नरसंहारातून सुटका झाल्यावर. मार्क रिच त्यांची आई (पॉला) आणि वडील (डेव्हिड) यांच्यासमवेत मॉनव्हिसो बोटीवर (१९४०)

सात वर्षांचे मार्क रिच त्यांची आई, आजी आणि तिच्या जुळ्या बहिणीसमवेत (१९४२)

१६ वर्षांचे मार्क रिच (१९५१),
'कन्सास'

मार्क रिच त्यांच्या विशीमध्ये,
'फिलीप ब्रदर्स'मध्ये नोकरी
लागल्यावर

मार्क रिच आई-
वडिलांसमवेत, हेग
नेदरलँड (१९६२)

मार्क रिच त्यांची भावी पत्नी डेनिस आयसेन बर्गसमवेत (१९६६)

डेनिस आयसेन बर्ग रिच यांनी एकटेपणा घालवण्यासाठी गाणी लिहायला सुरुवात केली

मार्क रिच आई-वडिलांसमवेत, बोलेव्हिया

मार्क रिच, त्यांचे भागीदार - अलेक हॅकेल (डावीकडे) आणि पिंकी ग्रीन (मध्ये) यांच्यासमवेत (१९८०)

पॉला रिच आणि डेव्हिड रिच. (१९८५)

ग्रॅब्रिएल रिच आऊद, मार्क आणि डेनिस रिच यांची दुसरी मुलगी. १९९६ मध्ये रक्ताच्या कॅन्सरने मृत्यू.

मार्क रिच, त्यांची दुसरी बायको गिझेला रोसींसमवेत (१९९६)

मार्क रिच त्यांच्या एकनिष्ठ मित्रांसमवेत (डावीकडून) ॲव्हनर ॲझूल, मार्क रिच, मायकेल स्टाईनहार्ट, आयझॅक क्युरेब

मार्क रिच, नोबेल पारितोषिक विजेते आणि इस्राईलचे अध्यक्ष श्री. शिमॉन पेरेझ यांच्यासमवेत

मार्क रिच इस्राईलच्या 'बार-ईलान' विद्यापीठाकडून मानद डॉक्टरेट स्वीकारताना

मार्क रिच त्यांची मैत्रीण डोलोरेस-लोला-रुईझसमवेत – मारबेला, स्पेन

इलोना (डावीकडे) आणि डॅनिएला (उजवीकडे) यांच्यासमवेत सेंट मॉरिटझ येथे स्किईंग करताना

मार्क रिच – आजचे

भविष्याचा वेध घेण्याच्या, कौशल्याचे उदाहरणच द्यायचे झाले तर भविष्यात कच्च्या तेलाच्या किमती सतत वाढतच जाणार आहेत हे ओळखून १९७०च्या दशकाच्या मध्यात आणि शेवटी-शेवटी त्यांनी नायजेरिया, इराण, अंगोला, इक्वेडोरसारख्या या देशांशी केलेले दीर्घ मुदतीचे व्यापारी करार, हे देता येईल.

त्या देशांनी मार्क रिच यांनी केलेल्या व्यापारी आणि इतर प्रकारच्या मदतीची किंमत चांगलीच ओळखली होती. त्यामुळे त्या-त्या देशांमधील राजकीय राजवटी जरी बदलल्या/उलथवल्या गेल्या तरी त्यांच्या कंपन्यांने व्यापारी करार अबाधित राहिले, त्यांना धक्का पोहोचला नाही. फिडेल कॅस्ट्रो यांची क्युबामधील कम्युनिस्ट क्रांती, इराणमधील खोमेनी यांची इस्लामिक क्रांती, दक्षिण आफ्रिकेमधील वर्णविद्वेषी राजवटीचा शेवट ही त्याची ठळक उदाहरणे म्हणून सांगता येतील. क्युबा आणि इराणमध्ये व्यापारी करार अबाधित ठेवण्याचे राजनैतिक कौशल्य किंवा कसब अगदी अमेरिकेच्या विदेश नीतिज्ञांना जमले नव्हते.

मार्क रिच यांच्याच कंपनीमध्ये काम करणाऱ्या एकाने मला सांगितले, ''इतर कोणी जेथे जायला धजावणार नाही तेथे मार्क रिच बिनदिक्कतपणे शिरकाव करायचे – आखून दिलेल्या मार्गाने जाणाऱ्यांपैकी ते नाहीत.'' हे फक्त भौगोलिकदृष्ट्या जेथे अजून बाजारपेठा तयार झाल्या नव्हत्या अशा अंगोला आणि झैरे सारख्या देशांच्या बाबतीतच खरे नव्हते तर तेच तत्त्व त्यांना नैतीक आणि कयदेशीर दृष्ट्या पण शिरकाव करण्यासाठी तितकेच खरे होते. ज्यांच्यावर अमेरिकेने किंवा आंतरराष्ट्रीय समुदायाने व्यापारी निर्बंध लादले होते अशा क्युबा, इराण किंवा वर्णविद्वेषी दक्षिण आफ्रिका यांसारख्या देशांना कच्च्या तेलाचा किंवा जीवनावश्यक इतर गोष्टींचा पुरवठा मार्क रिच बिनदिक्कतपणे करत होते. आणि अशा देशांशी केलेले करारमदारच जास्त फायदेशीर होते. याचे कारण त्यांना सर्व तऱ्हेच्या वस्तूंचा पुरवठा करण्यासाठी मार्क रिच जी जोखीम घेत होते त्याबद्दल हे देश त्या वस्तूंसाठी वाटेल ती किंमत मोजायला तयार होते. थोड्याच काळात मार्क रिच यांची ''पैशासाठी वाट्टेल ते करण्याची तयारी असलेले'' अशी ओळख निर्माण झाली.

दोन देश जे अधिकृतपणे, राजनैतिकदृष्ट्या एकमेकांना ओळखत नव्हते आणि ज्यांना एकमेकांशी कोणत्याही प्रकारे संबंध ठेवण्याची इच्छा नव्हती अशा देशांना व्यापाराच्या निमित्ताने एकत्र आणण्यात मार्क रिच यांनी मध्यस्थाची भूमिका बजावली. उदाहरणार्थ, इराण आणि इस्रायल, अरब राष्ट्रे आणि दक्षिण आफ्रिका, कम्युनिस्ट (Marxists) आणि भांडवलदार. आजवर कोणालाही माहीत नसलेले उदाहरण म्हणजे निकाराग्वा (Nicaragua)च्या डॅनीयल ओर्टेगा (Daniel Ortega) यांच्या सॅन्डिनिस्टा सरकारने (Sandinista), त्यांना त्यांच्या ''साम्यवादी भावाकडून'' म्हणजे लीबिया आणि अल्जेरियासारख्या देशांकडून मिळालेल्या स्वस्त कच्च्या

तेलाची जागतिक बाजारपेठेमध्ये विक्री करण्यासाठी मार्क रिच यांची घेतलेली मदत. मार्क रिच यांच्या कंपनीमध्ये काम करणाऱ्या एकाने, ज्याने १९८०च्या दशकामध्ये अशा प्रकारच्या व्यवहारात प्रत्यक्ष भाग घेतला होता, मला सांगितले की, ''आम्हाला तेल हवे होते आणि त्यांना पैसा हवा होता.'' अशा प्रकारच्या विरोधाभासामधून हेच प्रकर्षाने जाणवते की अत्यावश्यक वस्तूंच्या सौदे/वायदे व्यापारामध्ये असे अनेक पैलू असतात की जे वरवर दिसतात तसे ते प्रत्यक्षात नसतात. उघडपणे जरी डाव्यांनी मार्क रिच यांची विकसनशील देशांचा शत्रू, त्यांच्या नैसर्गिक साधनसंपत्तीचा लुटारू वगैरे म्हणून हेटाळणी केली, टीका केली. तरी प्रत्यक्षात मात्र त्यांचीच कंपनी सॅन्डिनिस्टा सरकारला आर्थिक पाठबळ, स्थैर्य देत होती आणि डाव्या विचारांकडे झुकणारे अनेक जण त्यांचे ''स्वातंत्र्यसैनिक'' म्हणून गोडवे गात होते.

आयन रॅन्ड

कोणत्याही सौदे/वायदे व्यापाऱ्याला त्याच्या व्यवसायाविषयी जर विचारले तर एकच उत्तर परत-परत ऐकायला मिळेल ते म्हणजे, ''या व्यापारामागचे मुख्य तत्त्व ''सेवा देणे'' हे आहे.'' मार्क रिच त्यांच्या व्यवसायाचे वर्णन ''प्राथमिकरीत्या हा एक सेवा व्यवसाय आहे, आम्ही विक्रेता आणि खरेदीदार यांना एकत्र आणतो आणि या सेवेबद्दल आमची फी आकारतो.'' असे करतात. मुक्त विचारांवर आधारित व्यापाराचे तत्त्वज्ञान मांडणाऱ्या ''आयन रॅन्ड'' या लेखिकेच्या व्यापारविषयक तत्त्वज्ञानाचे हे मूर्त स्वरूप आहे. आयन रॅन्ड यांच्या मते ''कोणत्याही संतुलित व्यवहारामध्ये, व्यापारी तत्त्वाप्रमाणे ''योग्य मूल्याची, किमतीची'' देवाणघेवाण होते.''

आयन रॅन्ड यांच्या या तत्त्वज्ञानाचा मार्क रिच यांच्या आयुष्यावर मुख्य प्रभाव होता. आयन रॅन्ड या प्रत्येकामधील संयुक्तिक अभिमानाच्या (Rational Egoism) गुणाचा पुरस्कार करतात. त्यांच्या म्हणण्याप्रमाणे, ''प्रत्येकासाठी स्वतःचे जीवन ही अमूल्य गोष्ट असते आणि स्वतःच्या कल्पनेप्रमाणे आनंदाचा, सुखाचा शोध घेणे, मिळवणे हे त्याचे प्रमुख ध्येय असते. स्वार्थीपणा म्हणजे फक्त स्वतःच्या मनाचा कौल मानणे आणि स्वतःला हवी ती गोष्ट प्रयत्नपूर्वक मिळवतानाच इतरांवर कोणतीही गोष्ट न लादणे किंवा त्यासाठी प्रयत्न करणे.'' आयन रॅन्ड यांनी "Atlas Shrugged" या त्यांच्या १९५७ साली प्रसिद्ध झालेल्या सूचक कादंबरीमध्ये असा विचार मांडला आहे की, ''व्यापारी व्यवसाय करणारे, धंद्यामध्ये जोखीम घेणारे हे खरे भांडवलशाहीचे हिरो आहेत, ते काहीतरी निर्माण करण्याच्या ध्येयाने स्वयंप्रेरित झालेले असतात आणि असेच लोक समाजाला सुबत्ता आणू शकतात.''

त्या कादंबरीमधील एक प्रमुख पात्र ''हँक रियरडेन'' (Hank Rearden) हा एक मोठा उद्योगपती आहे. त्याने त्याच्या आयुष्याची सुरुवात साधा कामगार म्हणून केलेली असते आणि आज तो अमेरिकेमधील सर्वात मोठ्या स्टील फॅक्टरीचा मुख्याधिकारी झाला आहे. पुढे मालाच्या विक्रीसंबंधी केलेले कायदे न पाळल्याबद्दल त्याला कोर्टात खेचण्यात येते आणि प्रसारमाध्यमे त्याची एक विधिनिषेध शून्य माणूस, जनतेचा शत्रू वगैरे विशेषणे वापरून हेटाळणी करतात. कादंबरीमधील ''रियरडेन''ची अवस्था आणि मार्क रिच यांच्या नशिबी आलेल्या गोष्टी यांच्यामधील साम्य लक्ष्यवेधी आहे.

कोणत्याही व्यापारामध्ये योग्य मूल्याची, किमतीची देवाण-घेवाण होते. मार्क रिच आणि त्यांच्या सहकाऱ्यांनी हे व्यावसायिक तत्त्व त्यांच्या व्यवसायामध्ये अगदी पूर्णत्वास नेले आणि त्याच जोरावर त्यांना हवे तसे दीर्घ मुदतीचे व्यापारी करार ते करू शकले. घानामधील एका उद्योगपतीने मला सांगितले, ''मार्क रिच यांची माणसे व्यापारी कराराबरोबरच कच्च्या मालाच्या खरेदीसाठी कर्जाची सोय, सम व्यावसायिकांबरोबर संबंध प्रस्थापित करायला मदत, किंवा बँकेमध्ये खाते उघडायला मदत इत्यादी गोष्टींमध्ये सहकार्य करण्याची तयारी दाखवत असत. मार्क रिच आणि कंपनीने हीच कल्पना नंतर पुढे इतक्या टोकाला नेली की थोड्याच काळात अनेक विकसनशील देशांसाठी ते जणू ''बँकर''च झाले आणि बँकेचीच भूमिका निभावायला लागले. हे विकसनशील देश असे होते की त्यापैकी एकालाही त्याच्या अत्यंत वाईट प्रत क्रमवारी (Credit Rating)मुळे सर्वसाधारण आर्थिक बाजारपेठेमधून, बँकांकडून पत पुरवठा होणे अवघडच होते. आणि अशा देशांना तरीही कर्ज पुरवठा करणारी एखादी बँक मिळाली असती तरी त्यांच्या कर्जावरील व्याजाचा दर या देशांना न परवडण्यासारखाच राहिला असता. या पार्श्वभूमीवर मार्क रिच यांच्या कंपनीने जमेका, झैरे, दक्षिण आफ्रिका, नामिबीया, आणि अंगोला यांसारख्या देशांना त्यांच्या देशांमध्ये खनिजांच्या खाणी खोदण्यासाठी, खनिजांचे धातूंमध्ये रूपांतर करणारे कारखाने उभारण्यासाठी, तेल शुद्धीकरण कारखाने उभारण्यासाठी किंवा तेल उत्पादनांसाठी पत पुरवठा करण्याचे धोरण अवलंबिले. त्या बदल्यामध्ये मार्क रिच यांनी त्यातून होणाऱ्या उत्पादनांची विक्री करण्याचे एक वर्ष किंवा त्याहीपेक्षा दीर्घ मुदतीसाठीचे ''एकमेव हक्क'' फक्त त्यांच्या कंपनीकडे घेण्याचे धोरण अवलंबिले.

''तुम्हाला आमची गरज आहे आणि आम्हाला तुमची गरज आहे हे लक्षात घेऊन किंवा याच तत्त्वावर आपल्याला एकमेकांशी संबंध ठेवावे लागतील.'' मार्क रिच यांच्याबरोबर काम करणाऱ्या एका अनुभवी आणि अत्यंत यशस्वी अशा भागीदाराने एखाद्या भावी गिऱ्हाइकाबरोबर बोलणी करताना, व्यवहार करताना

त्यांची कंपनी कशा प्रकारे विचार करायची किंवा काय धोरण ठेवायची याविषयी माहिती देताना सांगितले. दीर्घ मुदतीचे व्यापारी करार पदरात पाडून घेताना आधी आर्थिक मदत करण्याचे त्यांचे हे धोरण किंवा व्यापारी डावपेच, मार्क रिच यांच्या कंपनीने पुढील चार देशांबरोबर व्यापार करताना प्रामुख्याने अवलंबिल्याचे दिसते. कम्युनिस्ट अंगोला, जमेका जो कधी साम्यवादी तर कधी मुक्त अर्थव्यवस्थेचा पुरस्कार करणाऱ्या राजवटीखाली होता, वर्णद्वेषी राजवट असलेला दक्षिण आफ्रिका आणि पूर्व आफ्रिकेमधील जगातील सर्वात गरीब देशांपैकी एक असलेला ''बुरुंडी'' (Burundi) हे ते देश होते. जवळ-जवळ सर्व प्रकारच्या राजवटी, राजकीय व्यवस्था असलेल्या या चार देशांना मार्क रिच यांनी अशा काही अटींवर मदत देण्याची तयारी दाखवली की त्यांना ती नाकारणे शक्यच नव्हते.

गूढ श्री. डोलो

सन १९८०च्या दशकाच्या सुरुवातीला, श्री. डोलो (Ndolo) ही एक गूढ व्यक्तिमत्व असलेली व्यक्ती ''नॅशनल इराणियन ऑइल कंपनी''च्या नियमीत संपर्कात होती. बुरुंडी या पूर्व आफ्रिकेतील अति दरिद्री देशातील ही निग्रो व्यक्ती होती. बुरुंडी हा देश १९६२ साली जर्मनीच्या जोखडातून स्वतंत्र झाला. आधी तो देश जरी जर्मनीच्या अधिपत्याखाली होता तरी तेथील शासनव्यवस्था बेल्जियन होती. श्री. डोलो हे Cobuco (Compagnie Burundaise de commerce) या सरकारी मालकीच्या कंपनीचे मुख्याधिकारी होते. ही कंपनी देशासाठी विविध अत्यावश्यक वस्तूंची खरेदी करण्याचे काम करायची. Cobuco कंपनीचे कार्यालय बेल्जियमची राजधानी आणि नाटो (NATO) फौजांचे मुख्यालय असलेल्या ''ब्रुसेल्स''मध्ये विविध देशांच्या वकिलाती असलेल्या "Rue Marie Depage7" या भागामध्ये होते.

इराणमधील तेल कंपनीचे अधिकारी श्री. डोलो यांना फक्त आवाजावरून ओळखत होते. कारण ब्रुसेल्सहून अगदी नियमितपणे तेहरानमधील नॅशनल इराणियन कंपनीच्या मुख्यालयात त्यांचे फोनवरून संभाषण होत असे. जर ''नॅशनल इराणियन कंपनी''च्या इराणी अधिकाऱ्यांना श्री. डोलो यांना कधी भेटण्याची संधी मिळाली असती तर त्यांना आश्चर्याचा धक्काच बसला असता. श्री. डोलो हे खरे म्हणजे बुरुंडीयनही नव्हते आणि काळेही नव्हते. ते एक गोरे 'सौदे/वायदे' व्यापारी होते आणि मार्क रिच यांच्या कंपनीसाठी काम करत होते. बुरुंडीयन असल्याचा आणि काळे असल्याचा तो एक केवळ मुखवटा होता. आणि एवढेच नाही तर "Cobuco" ही पण सर्वांचा जो समज होता तशी सरकारी मालकीची वगैरे कंपनी नव्हती. सत्य हे होते की "Cobuco" ही एक मार्क रिच आणि बुरुंडीयन सरकारची ५०:५०

टक्के भागीदारी असलेली "संयुक्त व्यापारी कंपनी" होती.

त्या कंपनीची स्थापना खास इस्लामिक क्रांतीनंतरच्या इराणबरोबर व्यापार करण्यासाठी केली गेली होती. मार्क रिच यांच्या या गोऱ्या सौदे/वायदे व्यापाऱ्याने, पुढे ज्याने श्री. डोलो हे नाव धारण केले त्याने, एका मध्यस्थामार्फत बुरुंडी सरकारशी संपर्क साधला आणि व्यापार करण्यासाठी एक अगदी आगळावेगळा प्रस्ताव मांडला. बुरुंडी सरकारने इराणच्या क्रांतीकारी सरकारला कच्च्या तेलाचा पुरवठा करण्यासाठी एका दीर्घ मुदतीच्या करारासाठी विनंती करताना ज्या व्यक्तीने श्री. डोलो यांची भूमिका बजावली होती ती व्यक्ती तिचे नाव या पुस्तकात आलेले बघू इच्छित नाही. परंतु त्यांच्या कंपनीला हा व्यवहार किती आणि कसा फायदेशीर ठरला हे मात्र उत्साहाने सांगायला तयार होती. "तेल पुरवठ्याच्या करारासंबंधी वाटाघाटी करण्यासाठी बुरुंडी सरकारचे एक शिष्टमंडळ तेहरानला गेले. मी पडद्यामागे राहून शिष्टमंडळातील लोकांना सूचना करत होतो. माझा असा अंदाज होता की, बुरुंडीसारख्या अति गरीब देशाला इराणच्या इस्लामिक सरकारकडून त्यांच्या तेलाची किंमत चुकवण्यासाठी अगदी टोकाच्या सवलतींची आणि विशेष अशा अनुकूल अटींची मागणी करता येईल. मी त्या शिष्टमंडळाला सुचवले की त्यांनी इराण सरकारकडे, आम्ही तुम्हाला OPECच्या अधिकृत दरानेच तेलाची किंमत देऊ आणि ती पण तेल मिळाल्यानंतर एक वर्षाने आणि बिनव्याजी, अशी मागणी करावी." श्री. डोलो यांना कल्पना होती की इराण इस्लामिक अर्थकारणाचा, बँकिंगचा पुरस्कार करू इच्छितो आणि पवित्र कुराणाने घालून दिलेल्या नियमांप्रमाणे रकमेवर व्याज आकारायला मनाई आहे. प्रदीर्घ वाटाघाटींनंतर इराणने शेवटी बुरुंडीयन शिष्टमंडळाने सुचवलेल्या प्रस्तावाला मान्यता दिली आणि दोन्ही देशांनी एक दीर्घ मुदतीच्या तेल पुरवठ्याच्या करारावर स्वाक्षऱ्या केल्या.

मार्क रिच यांनी तातडीने पर्शियन गल्फमधील इराणी बंदर "बंदर अब्बास" (Bandar Abbas) येथून कच्चे तेल घेऊन जाण्यासाठी तेलवाहू जहाजांची तजवीज केली. 'NIOC'चा असा समज होता की ही तेलवाहू जहाजे आता हे तेल केनियामधील तेल शुद्धीकरण कारखान्याकडे घेऊन जातील, तेथे ते शुद्ध केले जाईल, आणि तेथून तेलवाहू टँकरमधून खुश्कीच्या मार्गाने बुरुंडीला नेले जाईल आणि थोड्याच काळात बुरुंडीच्या अर्थव्यवस्थेला चालना मिळेल आणि विकासाच्या कामांना गती यईल. परंतु या मागचे वास्तव काही वेगळेच होते. एका युरोपीयन देशाच्या राजधानीत स्वत:च्या कार्यालयात बसलेल्या श्री. डोलो यांनी मला सांगितले, "आम्हाला लॉटरी लागली होती." खुर्चीवर मागे रेलत आणि सिगारेटचा खोल झुरका घेत ते म्हणाले, "आज आंतरराष्ट्रीय बाजारपेठेमध्ये, तेलव्यापारामध्ये सर्वसाधारणपणे ३० दिवसांमध्ये पैसे चुकवावे लागतात. परंतु या व्यवहारामध्ये

पैसे चुकते करण्यासाठी एक वर्षाचा कालावधी होता आणि तोही बिनव्याजी.''

मार्क रिच यांच्या कंपनीच्या दृष्टीने या एका करारामध्ये त्यांच्या फायद्याच्या दोन गोष्टी होत्या. त्यांना एक तर OPECच्या, जो तेलाच्या खुल्या बाजारपेठेतील त्या दिवसाच्या दरापेक्षा कमी असतो, दराने पैसे द्यायचे होते आणि दुसरे म्हणजे त्यांचे खरेदीदार मात्र त्यांना बाजारपेठेतील दरांप्रमाणे, सर्वसाधारण ३० दिवसांनी पैसे चुकते करणार होते. सन १९८०च्या दशकाच्या सुरुवातीला व्याजाचा दर भयंकर म्हणजे १८ टक्क्यांच्या आसपास होता. (फेब्रुवारी २००९मध्ये तो ३.२५ टक्के इतका होता.) मार्क रिच यांच्या हातामध्ये एकूण येणाऱ्या तेलापैकी फार थोडे तेल प्रत्यक्ष बुरुंडीला जात होते आणि बाकीचे बहुतेक तेल मार्क रिच खुल्या बाजारपेठेमध्ये तत्काळ तत्त्वावर बाजारभावाने किंवा किमतीवर १८ टक्क्यांनी व्याज आकारणी करून विकत होते. दोन्ही पक्ष वाटाघाटींच्या टेबलावर, दोघांनाही फायदेशीर असलेल्या आणि मार्क रिच यांच्या मनासारख्या करारावर स्वाक्षऱ्या करताना अत्यंत खूश होते. ''आम्हाला बुरुंडीकडून तेल हवे होते आणि बुरुंडीला नगद पैशांची गरज होती.'' या सर्व व्यवहारामधून आम्हा दोघांनाही प्रचंड नफा मिळवता आला. संभाषणाची भाषा एकदम फ्रेंचवरून इंग्रजीमध्ये बदलत श्री. डोलो यांनी डोळे मिचकावत एक गुपित सांगितले, ''आफ्रिकन लोकांना यशस्वीपणे व्यवसाय, व्यापार कसा करावा ही कला चांगली अवगत आहे.''

अंगोलीयन वैचित्र्य

दक्षिण-पश्चिम आफ्रिकेतील अंगोला हा तेलसमृद्ध देश शीतयुद्धाच्या काळामध्ये एका सर्वात मोठ्या विरोधाभासाचे उत्तम उदाहरण होता. सन १९७५मध्ये पोर्तुगीज राजवटीपासून स्वातंत्र्य मिळाल्यावर लगेचच अंगोलामध्ये अंतर्गत यादवी माजली आणि ते यादवी युद्ध २७ वर्षे चालले. ही यादवी म्हणजे खरे तर पश्चिमेकडील भांडवलशाही देश आणि पूर्वेकडील साम्यवादी (कम्युनिस्ट) देश यांनी लांबून सूत्रे हालवून लढलेले दुरस्थ युद्ध होते. स्वातंत्र्य मिळाल्यावर लगेचच एमपीएलए (The Popular Movement for Liberation of Angola) या मार्कसिस्ट कम्युनिस्ट राजवटीच्या हातात देशाची सूत्रे आली आणि या राजवटीला आर्थिक रसद मिळत होती रशिया आणि क्युबा या देशांकडून. त्यांच्या विरोधात असलेल्या ''युनिटा'' (National Union for the total Independence of Angola) या बंडखोर पक्षाला आर्थिक आणि विचारसरणीची मदत होती ती अमेरिका आणि दक्षिण आफ्रिका या देशांची.

तेव्हाची ''गल्फ ऑइल'' (आता शेव्हरॉन) ही अमेरिकन कंपनी सन १९६८पासून दक्षिण अटलांटिक समुद्र किनाऱ्यावरी अंगोला, झैरे आणि काँगो या तीन देशांच्या

सीमारेषा जेथे मिळातात अशा ''कबिंडा'' (Cabinda) या ठिकाणी तेल उत्पादन करत होती. मार्कसिस्ट सरकार अंगोलामध्ये सत्तेवर आल्यानंतर बहुतेक कंपन्यांनी या देशामधून, आपल्या तज्ज्ञांसकट, आपला गाशा गुंडाळला आणि सरकारने त्या कारखान्यांचे, तेल विहिरींचे राष्ट्रीयीकरण केले. पण ''गल्फ ऑइल'' कंपनीने मात्र ''एमपीएलए'' सरकारशी जुळवून घेतले, साम्यवाद्यांशी सहकाराचे धोरण अवलंबिले आणि आपले त्या देशातील काम चालू ठेवले. त्यामुळे ''एमपीएलए'' सरकारला मिळणाऱ्या एकूण उत्पादनाचा फार मोठा भाग हा ''गल्फ ऑइल'' कंपनीकडून मिळत राहिला. पण त्याचा परिणाम असा झाला की त्यांची ''कबिंडा''येथील संपूर्ण तेल उत्पादन व्यवस्था, यंत्रणा ही ''युनिटा'' बंडखोरांचे मुख्य लक्ष्य बनली. ''युनिटा'' बंडखोरांना त्या कंपनीकडून सरकारला मिळणारे उत्पन्न संपूर्णपणे बंद करायचे होते. त्यासाठी त्यांनी शेजारी देशांच्या हद्दीमधून गल्फ ऑइलच्या तेल उत्पादन व्यवस्थेवर नियमितपणे हल्ले करणे सुरू केले.

''युनिटा'' बंडखोरांच्या हल्ल्यांना तोंड देण्यासाठी फिडेल कॅस्ट्रो यांनी ''एमपीएलए'' सरकारच्या मदतीसाठी क्युबन सैन्याची एक तुकडी 'कबिंडा' (Cabinda) येथे पाठवली. भांडवलशाहीवादी; पिट्सबर्ग पेनसिल्वानिया (Pittsbugh Pennsylvania) स्थित, ''गल्फ ऑइल'' कंपनीच्या अंगोला येथील तेल उत्पादन करणाऱ्या कंपनीच्या संरक्षणाची जबाबदारी आता क्युबासारख्या साम्यवादी देशाने पाठवलेल्या सैन्याची होती आणि त्यांना संरक्षण करायचे होते ''युनिटा'' बंडखोरांच्या हल्ल्यांपासून, ज्यांना परत अमेरिकेसारख्या भांडवलशाही देशाकडून आर्थिक रसद मिळत होती.

सन १९७६मध्ये साम्यवादी (मार्क्सिस्ट) सरकारने त्यांच्या स्वत:च्या मालकीच्या तेल कंपनीची ''सोनॅन्गोल''(The Sociedade Nacional de Conbustiveis de Angola) स्थापना केली. अंगोलामधील तेल उत्पादनाचे आणि विक्रीचे सर्वाधिकार एकमेव या कंपनीकडे होते. परंतु कंपनीला कुशल आणि प्रशिक्षित कामगारांची आणि तंत्रज्ञाची उणीव भासत होती. गल्फ ऑइलमध्ये काम करणारे प्रशिक्षित कामगार आणि तंत्रज्ञ सोडले तर इतर अंगोला सोडून कधीच निघून गेले होते. अंगोला सरकारला त्यांचे स्वत:चे तेल आंतरराष्ट्रीय बाजारपेठेमध्ये विकण्यासाठी अनुभवी आणि स्वतंत्र अशा मध्यस्थांची गरज होती, आणि त्यांना ''झग'' स्वित्झर्लन्ड येथे असा योग्य मध्यस्थ सापडला. ''झग'' येथील त्यांच्या कार्यालयामध्ये कॉफी पिता-पिता मार्क रिच सांगत होते, ''अंगोलीयन तेलाच्या विक्रीसाठी बऱ्यापैकी काळ आम्ही त्यांचे एकमेव मध्यस्थ होतो, प्रतिनिधी होतो.'' ''सोनॅन्गोल'' ही कंपनी खरं तर अंगोलीयन सरकारने आणि मार्क रिच यांनी संयुक्तरीत्या स्थापन केली होती. हे आजपर्यंत कसोशीने राखले गेलेले एक गुपित आहे. परत एकदा दोन्ही पक्षांसाठी ही गोष्ट, अशा प्रकारची योजना फायदेशीर होती. मार्क रिच सांगत

होते, ''अंगोलीयन सरकारला तेलाच्या आंतरराष्ट्रीय बाजारपेठेचा अनुभव घ्यायचा होता आणि मार्क रिच यांना त्यांना सर्वात प्रिय असलेली गोष्ट – पैसा हवी होती.'' व्यापार म्हणजे शेवटी ''योग्य मूल्याची, किमतीची देवाणघेवाण.''

या संयुक्त कंपनीच्या स्थापनेमुळे चमत्कारिक परिस्थिती निर्माण झाली. अंगोलामध्ये राजकीय उलथपालथ होऊन 'गल्फ ऑइल' कंपनीने तेल व्यवसायामध्ये यश मिळवल्याचे बघून अमेरिकेची आणखी एक तेल कंपनी, तेव्हाची एक्सॉन (Exxon) आता ''एक्सॉन मोबिल'' यांनी आफ्रिकन देशांच्या तेलाच्या बाजारपेठेमध्ये पाय रोवण्याचे प्रयत्न सुरू केले. एक्सॉनच्या अधिकाऱ्यांनी ''सोनॅन्गोल'' कंपनीच्या प्रतिनिधींबरोबर एक मीटिंग ठरवली. त्यांना या सरकारी मालकीच्या कंपनीमधील मार्क रिच आणि कंपनीच्या सहभागाची काहीही माहिती नव्हती. 'एक्सॉन'चे प्रतिनिधी कंपनीच्या कार्यालयामध्ये साम्यवादी विचारसरणीच्या काळ्या कार्यकर्त्यांची वाट बघत थांबले. जेव्हा कार्यालयामध्ये पिंकस ग्रीन यांनी ''काय कसे काय चालले आहे'' अशा शब्दांत त्यांचे स्वागत करत प्रवेश केला तेव्हा एक्सॉनच्या प्रतिनिधींची काय अवस्था झाली असेल याची केवळ कल्पनाच केलेली बरी.

मार्क रिच यांनी या साम्यवादी (मार्क्सिस्ट) देशासाठी, त्यांना स्वत:ला प्रयत्न करून मिळाली नसती आणि ज्याशिवाय तेलाच्या आंतरराष्ट्रीय बाजारपेठेमध्ये त्यांना उतरणे शक्य झाले नसते, अशी एक गोष्ट मिळवून दिली आणि ती म्हणजे आंतरराष्ट्रीय बँकांची मदत. मार्क रिच यांच्या कंपनीने अशा प्रकारचे आर्थिक प्रश्न सोडवण्यामध्ये प्रावीण्य संपादन केले होते. त्यामुळे व्यापारामध्ये नेहमीच प्रतिस्पर्ध्यांच्या पुढे दोन पावले राहाणे त्यांना शक्य झाले. जीवनावश्यक वस्तूंच्या व्यापारामध्ये आफ्रिकन बाजारपेठेमध्ये यशस्वी ठरलेल्या एका तज्ज्ञाने मला सांगितले की, ''जेव्हा तुम्ही आफ्रिकेतील बाजारपेठेमध्ये काम करता तेव्हा फक्त वस्तूसाठी मोजलेल्या किंवा मिळालेल्या किमतीवर यशस्वी होता येत नाही, तर तुमच्या गिऱ्हाइकांच्या आर्थिक प्रश्नावर तुम्ही कसा आणि काय तोडगा काढता यावर तुमचे यश अवलंबून असते. जर तुम्ही आर्थिक प्रश्नावर सन्मान्य तोडगा काढू शकलात तर तुम्ही तुमच्या प्रतिस्पर्ध्याला मोडीत काढू शकता आणि मग यशाचे अत्युच्च शिखर काही फार लांब नाही.''

मार्क रिच आणि कंपनीची ''सोनॅन्गोल''मधील भागीदारी किंवा गुंतवणूक सन १९८३पर्यंत राहिली. तो पर्यंत स्वत:ची स्वतंत्र कंपनी काढून, मार्क रिच यांच्या कंपनीने आत्तापर्यंत पार पाडलेली जबाबदारी घेण्याइतका आत्मविश्वास अंगोलीयन लोकांना आला होता. मार्क रिच यांच्या भागीदारीत काढलेल्या संयुक्त कंपनीमुळे अंगोला लवकरच आफ्रिकेमधील नंबर दोनचा तेल उत्पादक देश झाला. मार्क रिच आणि कंपनीच्या एका मुख्याधिकाऱ्याने मला सांगितले की, ''त्यांना (अंगोलीयन

लोकांना) तेल बाजारपेठेची अजिबात माहिती नव्हती, आम्ही त्यांना अगदी प्राथमिक अवस्थेपासून सर्व शिकवले, धडे दिले. त्यानंतर आम्ही जे करत होतो किंवा केले होते त्याचे त्यांनी अनुकरण केले. आम्ही त्यांच्यासाठी ज्ञानाचे नवीन दालन खोलले होते.''

जमेकातील वेडेपणा

१० फेब्रुवारी १९८९, मार्क रिच आणि कंपनीमधील 'झग' कार्यालयातील 'जमेकन' खात्यामध्ये अत्यंत निराशेचे वातावरण पसरले होते. जमेकामधील एक वलयांकित आणि लोकप्रिय राजकारणी ''मायकेल मॅनली'' (Michael Manley) यांची किंग्जस्टन येथे पंतप्रधान म्हणून नुकतीच निवड झाली होती. निवडणुकीमध्ये त्यांची ''सोशालिस्ट पीपल्स नॅशनल पार्टी'' (Socialist Peoples' National Party) बहुमताने निवडून आली होती. त्यामुळे आता होणाऱ्या वाईटात वाईट परिणामांना तोंड देण्याची मार्क रिच यांच्या कंपनीने तयारी चालवली होती. मार्क रिच यांच्याबरोबर काम करणाऱ्या एका सौदे/वायदे व्यापाऱ्याने, ज्याला स्वत:च्याच भवितव्याची चिंता लागली होती त्याने सांगितले की, ''तुम्ही आता स्वित्झर्लन्डमध्येच राहा आणि आता जमेकाला येण्याची तसदी घेऊ नका.'' हे मॅनली यांच्या माणसांनी आम्हाला येऊन सांगण्याचीच आम्ही वाट बघत होतो. त्या काळामध्ये युरोपामधील ''डाव्या चळवळीचे'' मायकेल मॅनली हे हिरो होते. मॅनली यांना कामगार चळवळीची पार्श्वभूमी होती आणि ट्रेड युनियनचे पदाधिकारी म्हणून अमेरिकाविरोधी, साम्राज्यवादाच्या विरोधी विचारसरणीची पोपटपंची त्यांनी चांगली आत्मसात केली होती आणि त्यांच्या देशासाठी, जमेकासाठी, त्यांनी साम्यवादी क्युबाचे उदाहरण डोळ्यासमोर ठेवले होते. नुकत्याच झालेल्या निवडणुकांमध्ये जमेकातील नैसर्गिक साधनसंपत्तीचा विनियोग, उपयोग कसा करायचा हाच कळीचा मुद्दा होता. याच मुद्द्यावर निवडणूक लढली गेली होती. कॅरेबियन समुद्रातील या बेटावर ''बॉक्साइट''(Bauxite) हे खनिज विपुल प्रमाणात सापडते आणि जमेका बॉक्साइट उत्पादनात जगातील सर्वात मोठ्या देशांपैकी एक गणला जातो. बॉक्साइट या खनिजापासूनच ॲल्युमिनियम तयार होते. आधीच्या सरकारबरोबर असलेल्या मार्क रिच यांच्या संबंधांवर निवडणुकीच्या दरम्यान मॅनली यांनी कडाडून टीका केली होती.

मार्क रिच यांचे नाव प्रसिद्ध झाले ते तेलाच्या आंतरराष्ट्रीय व्यापारामुळे ही गोष्ट खरीच आहे, पण आधी उल्लेख केल्याप्रमाणे त्यांची कंपनी ॲल्युमिनियम ते झिंक (A to Z)पर्यंत सर्व प्रकारच्या खनिजांच्या आणि अत्यावश्यक वस्तूंच्या व्यापारामध्ये होती. त्यांच्या कंपनीच्या एकूण उत्पन्नापैकी एक चतुर्थांश उत्पन्न बॉक्साइट, ॲल्युमिनियम ऑक्साइड आणि ॲल्युमिनियमच्या व्यापारातून मिळत

होते. मार्क रिच यांची "क्लेरेनडॉन" (Clarendon) ही कंपनी जमेकामध्ये कार्यरत होती आणि आधीच्या जमेकन सरकारशी तिचे थेट संबंध होते. निवडणुकीच्या दरम्यान मॅनली यांच्या पीपल्स नॅशनल पार्टीने मार्क रिच यांच्याबरोबरचे सर्व व्यापारी संबंध ताबडतोब थांबवण्याची आणि आधीच्या सरकारने केलेल्या सर्व व्यापारी करारांचा पुनर्विचार करण्याची घोषणा केली होती. त्यांच्या पक्षाच्या मिरवणुकांमध्ये आणि कार्यालयांमध्ये मार्क रिच यांचे रक्ताने माखलेले हात दाखवणारे मोठे-मोठे बॅनर्स, फोटो लावले होते. त्यांनी विविध भाषणांमधून मार्क रिच यांच्यावर "परदेशी बांडगूळ" "लुटारू" इत्यादी शेलक्या शब्दांत टीका केली होती.

परंतु मार्क रिच यांच्या टीकाकारांसाठी मॅनली यांचे जमेकाच्या संसदेमधले पहिलेच भाषण अत्यंत धक्कादायक ठरले. मार्च १९८९मधील अर्थसंकल्पाच्या चर्चेच्या वेळी मॅनली यांनी संसदेमध्ये "मार्क रिच यांच्या बाबतीत" चूक झाल्याचे कबूल केले आणि आधीच्या सरकारने केलेले सर्व व्यापारी करार अर्थातच त्यांचे सरकार पाळेल अशी घोषणा केली. मार्क रिच यांचे जगभरातील टीकाकार – विशेषकरून वर्णविद्वेषी विरोधी चळवळीतील, ज्या चळवळीशी मॅनली यांचा निकटचा संबंध होता – अत्यंत निराश झाले. त्यांना आशा होती की निवडून येताच मॅनली मार्क रिच यांची कोंडी करतील, त्यांच्यावर निर्बंध लादतील. टीकाकारांना स्वत:लाच प्रश्न पडला, मॅनली यांनी असे १८० अंशात तोंड कसे काय फिरवले?

मार्क रिच यांच्यासाठी काम केलेल्या एका बँकरने मला त्याचे साधे आणि सोपे उत्तर सांगितले, "मार्क रिच यांनी जमेकाला वाचवले होते, त्यांनी जमेकाची फार मोठ्या संकटामधून सुटका केली होती." सन १९८९च्या मार्च/एप्रिलमध्ये इंटरनॅशनल मॉनेटरी फंडाच्या (आयएमएफ) अधिकाऱ्यांचे एक पथक, त्यांनी जमेकन सरकारला दिलेल्या मदतीच्या विनियोगाची तपासणी करण्यासाठी किंग्जटनला आले होते आणि या अधिकाऱ्यांच्या अहवालावर आयएमएफकडून पुढील मदत देण्याचे अवलंबून होते, ठरणार होते. एखाद्या नशाबाजाला ज्याप्रमाणे ड्रग्जची सवय लागते त्याप्रमाणे कॅरेबियन समुद्रातील हे बेट जणू परदेशी कर्जांवरच जगत होते. जमेका कर्जांमध्ये खोलवर रुतलेला होता. त्या देशाचे आयात/निर्यातीचे प्रमाण खूपच व्यस्त होते आणि जमेकन डॉलरची आंतरराष्ट्रीय बाजारपेठेतील किंमत घसरणीला लागली होती. सन १९८९तील आयएमएफच्या अधिकाऱ्यांच्या तपासणीमध्ये, परीक्षेमध्ये जमेका नापास होणार अशीच चिन्हे दिसत होती. सगळ्यात महत्त्वाची बाब म्हणजे आयएमएफच्या नियमाप्रमाणे जमेकाने कमीत कमी जेवढी रोख रक्कम शिलकीत ठेवण्याची अट होती त्यापेक्षा खूपच कमी रोख रक्कम शिलकीमध्ये होती. जमेकाला कर्जावरील व्याज चुकवण्याला आणि कर्जाचा पुढील हप्ता

मिळवण्याला अडचण येऊ नये एवढाच या अटीचा उद्देश होता. त्यामुळे नवीन सरकारला या अटीची पूर्तता करण्यासाठी US $ 45Mn (अंदाजे रु. २२५.०० कोटी) एवढ्या रोख रकमेची तूट भासत होती. एवढ्या रकमेची ताबडतोब सोय झाली नाही तर आयएमएफकडून देशाला पुढील कर्जाचा पुरवठा बंद होणार हे नक्की होते. आणि तसे झाल्यास आंतरराष्ट्रीय बाजारपेठेतील देणी वेळच्या वेळी चुकवणे जमेकासाठी अशक्य होणार होते आणि त्याचा जमेकाच्या अर्थव्यवस्थेवर, जनतेवर आणि प्रतिमेवर खूपच विपरीत परिणाम झाला असता.

सरतेशेवटी साम्यवादी भिकाऱ्यांना पण निवडीचे स्वातंत्र्य नसते. पंतप्रधान पदावर विराजमान झाल्यावर थोड्याच दिवसात मॅनली यांनी क्लेरेनडॉन (Clarendon) कंपनीच्या अधिकाऱ्यांना बोलणी करण्यासाठी पाचारण केले. त्या मीटिंगमध्ये मार्क रिच यांचेकडून जमेकाला मिळू शकणाऱ्या कर्जाच्या शक्यतेची चाचपणी केली आणि त्यांच्या लक्षात आले की ते "धर्मांतर केलेल्यालाच धर्मांतर करण्याबद्दल भाषण देत आहेत." आयएमएफच्या नियमाप्रमाणे रोख रकमेच्या शिलकीची तूट भरून काढण्यासाठी कोणत्याही देशाने कर्ज काढण्यावर, उसनवारी करण्यावर बंदी होती आणि त्यामुळे सरळ-सरळ कर्ज घेणे शक्य नव्हते. तरी पण मार्क रिच यांच्या कंपनीच्या अधिकाऱ्यांचा असा विश्वास होता की हा प्रश्न थोड्या वेगळ्या पद्धतीने सोडवल्यास, थोड्या नावीन्यपूर्णतेने ताळेबंद (Creative Accounting) मांडल्यास सुटू शकणार आहे. त्यांनी जमेकाला अत्यंत निकडीची गरज असलेली $ 45Mn (अंदाजे रु. २२५ कोटी) इतकी रक्कम देण्याची तयारी दर्शवली, पण कर्ज म्हणून नाही तर भविष्यात खरेदी करण्यात येणाऱ्या ॲल्युमिनियम ऑक्साइडच्या बदल्यामध्ये दिलेली अगाऊ, अनामत रक्कम म्हणून. जमेकावरचे संकट टळले होते. आयएमएफच्या अधिकाऱ्यांनी सरकारी ताळेबंद मान्य केले आणि पुढील कर्जाला मंजूरी दिली.

मार्क रिच यांच्या टीकाकारांचे यावर म्हणणे असे की, मार्क रिच यांनी मॅनली यांना सरळ-सरळ विकत घेतले आणि जमेकाला वेठीला धरले. परंतु त्या वेळच्या परिस्थितीचे वास्तव हेच होते की कोणतीही बँक, कोणतीही आंतरराष्ट्रीय पतसंस्था किंवा इतर कंपनी जमेकाला एका पैशाचेसुद्धा कर्ज द्यायला तयार झाली नसती. त्या देशावर एकूण US $ 4 Bn (अंदाजे रु.२०,००० कोटी) एवढे कर्ज होते आणि त्या देशाची आंतरराष्ट्रीय बाजारपेठेमध्ये अजिबात पत उरलेली नव्हती. जमेकासंबंधीच्या या सर्व वाटाघाटींमध्ये बोलणी करण्यामध्ये ज्यांनी महत्त्वाची भूमिका बजावली होती अशा मार्क रिच यांच्या एका सहकाऱ्याने मला सांगितले की, "दुसऱ्या कोणत्याही कंपनीमध्ये जमेकासारख्या दिवाळखोरीच्या उंबरठ्यावर उभ्या असलेल्या देशाला पैसा देण्याचा विचार करणे मूर्खपणाचेच वाटले असते, परंतु आमच्याबरोबर व्यापार करणाऱ्यांना आम्ही वाऱ्यावर सोडत नाही, वेळप्रसंगी तोटा पण सहन

करायची आमची तयारी असते.'' अर्थातच मार्क रिच यांची कंपनी संपूर्ण धर्मादाय बुद्धीने ही मदत करतच नव्हती. ''प्रत्येक उद्‌भवणारी परिस्थितीही आमच्यासाठी एक संधी होती, त्यातूनही आम्ही ताबडतोब फायदा मिळवण्याची अपेक्षाच ठेवली नव्हती. यामधून आम्हाला फक्त दीर्घ मुदतीचे संबंध प्रस्थापित करायचे होते.''

नव्या बाजारपेठेत शिरकाव करून घेण्याच्या उद्देशाने किंवा बाजारपेठेमधील आपला हिस्सा वाढवण्याच्या उद्देशाने मार्क रिच यांच्या कंपन्यांची अगदी कमीत कमी नफा मिळवून व्यापार करण्याची तयारी असायची आणि कधीकधी तर तात्पुरता तोटा सहन करून व्यापाराची पण तयारी असायची. अत्यावश्यक वस्तूंचा व्यापार – आणि त्यात विशेषत: ॲल्युमिनियमसारख्या धातूचा व्यापार हा ठरावीक वर्तुळात चालतो. एक-दोन वर्षाच्या काळात एखाद्या वस्तूच्या किमती जर चढ्या राहिल्या तर नंतरच्या काळात, त्यापेक्षा जास्त काळ, किमती पडलेल्या अवस्थेमध्ये राहातात. किमतींच्या चढउताराचा अंदाज घेऊन ज्या व्यापाऱ्यांची प्रवाहाच्या विरुद्ध पोहोण्याची तयारी असते, म्हणजे किमती पडलेल्या असताना वाट बघण्याची तयारी असते आणि अगदी त्या कठीण काळामध्ये नवीन गुंतवणूक करण्याची तयारी असते. त्यांना ज्यावेळी किमती चढायला लागतात तेव्हा चांगला नफा कमावण्याची संधी असते. मार्क रिच यांच्या जमेकामधील ॲल्युमिनियमबाबतच्या या व्यवहाराच्या खेळीपेक्षा वरील धोरणाचे उत्तम उदाहरण शोधूनही सापडणार नाही.

आयएमएफ अधिकाऱ्यांच्या ताळेबंद तपासणीच्या संकटाआधी चार वर्षे अशाच एका संकटामधून मार्क रिच यांनी जमेकाची सुटका केली होती. सन १९८५ साली ॲल्युमिनियमच्या किमती मेट्रिक टनाला १,०८० डॉलर (अंदाजे रु. ५४,०००) इतक्या गडगडल्या होत्या. गेल्या कित्येक वर्षांमध्ये ॲल्युमिनियमच्या किमतींनी गाठलेली ही सर्वात खालची पातळी होती आणि त्याच वेळेला कच्च्या तेलाच्या किमती मात्र गगनाला भिडल्या होत्या. त्यामुळे खनिजापासून ॲल्युमिनियमचे उत्पादन काढण्याची क्रिया, ज्यासाठी प्रचंड ऊर्जेची आवश्यकता आहे, ती अति खर्चीक होऊन बसली होती. ॲल्युमिनियमचे उत्पादन करणारी ''अल्कोआ'' ही अमेरिकन कंपनी, जी आत्तापर्यंत विमान आणि मोटार उद्योगाला ॲल्युमिनियमचा पुरवठा करून नफा कमावत होती, तिने जमेकामधील त्यांचा कारखाना बंद करण्याचा विचार केला होता. कारण बॉक्साइट या खनिजापासून ॲल्युमिनियम ऑक्साइड तयार करणे हे उत्पादन खर्चात वाढ झाल्यामुळे, अति खर्चीक झाले होते. ''अल्कोआ'' कंपनीला बाजारपेठेमध्ये ॲल्युमिनियम ऑक्साइड खरेदी करणे स्वस्त वाटत होते.

''अल्कोआ'' कारखाना बंद होणे ही जमेकाच्या दृष्टीने फारच मोठी दुर्दैवी

घटना होती कारण या कॅरेबियन बेटासाठी बॉक्साइटचे साठे आणि पर्यटन उद्योग हीच मोठी उत्पादनाची साधने होती. मार्क रिच यांच्यासाठी ही सुवर्णसंधी होती. त्यांच्या कंपनीचे अधिकारी ताबडतोब, आधीचे पंतप्रधान ''एडवर्ड सेगा'' (Edward Seaga) यांना भेटले. मार्क रिच यांचा एक कर्मचारी म्हणाला, ''आम्हाला नक्की काय हवे आहे हे आम्हाला चांगले माहीत होते. आम्हाला बाजारपेठेमधील A to Z वस्तूंमध्ये हिस्सा हवा होता. आम्ही तेव्हाच्या उद्योगमंत्र्यांना ''ह्युज हार्ट'' (Hugh Hart) यांना सांगितले की त्यांनी अल्कोआ कंपनीला असे सुचवावे की त्यांनी कारखाना बंद करण्यापेक्षा सरकारला भाड्याने चालवण्यास द्यावा. आम्हाला खातरी होती की अल्कोआ याला तयार होईल कारण बंद पडलेल्या कारखान्यावरही त्यांचा बऱ्यापैकी खर्च होणार होता. त्याचवेळी आम्ही जमेकन सरकारला आश्वासन दिले की, कारखान्यातून होणारे सर्व उत्पादन आम्ही पुढील १० वर्षे एका ठरावीक किमतीला विकत घेऊ. आम्ही सरकारला हेही सांगितले की, इतर सर्व गोष्टींची आम्ही काळजी घेऊ, त्यांनी फक्त कारखान्यातून उत्पादन चालू ठेवायचे आहे.'' (Clarendon) क्लॅरेनडॉन या मार्क रिच यांच्या कंपनीने जमेकाला अगदी स्वस्त दराच्या तेलाचा पुरवठा पण केला.

सन १९८६च्या सुरुवातीला ''सेगा'' (Seaga) यांच्या सरकारने क्लॅरेनडॉन कंपनीबरोबर, 'अल्कोआ' कारखान्यातून होणारे सर्वच्या सर्व वार्षिक उत्पादन, म्हणजे ७ लाख ५० हजार मेट्रिक टन, इतके ॲल्युमिनियम ऑक्साइड पुढील १० वर्षे घेण्याच्या करारावर सह्या केल्या. क्लॅरेनडॉन कंपनीसाठी त्या परिस्थितीमध्ये इतक्या दीर्घ मुदतीचा अशा प्रकारचा करार करणे, विशेषत: जेव्हा उत्पादनासाठी येणाऱ्या खर्चाची जबाबदारी तेच घेणार होते, फारच जोखमीचे होते. धातू तज्ज्ञांचा असा अंदाज होता की पुढील काही वर्षे धातूंच्या किमती पडलेल्याच राहातील. ही अशी गुंतवणूक होती, अशी जोखीम होती की ज्याची थांबण्याची तयारी असेल, वाट बघण्याची तयारी असेल, त्यांनाच पुढे काही नफा कमावण्याची आशा होती. मार्क रिच ही अशीच व्यक्ती होती जिला कसे आणि किती काळ थांबायचे हे माहीत होते.

क्लॅरेनडॉन कंपनीने एका ठरावीक किमतीला १० वर्षे उत्पादन विकत घेण्याच्या करारावर सह्या केल्यानंतर दोनच वर्षात बाजारपेठेमध्ये ॲल्युमिनियमची मागणी वेगाने वाढायला सुरुवात झाली आणि किमती त्याच वेगाने चढायला लागल्या. सन १९८८मध्ये एका मेट्रिक टन ॲल्युमिनियमची बाजारामध्ये किंमत होती २,४३०डॉलर (अंदाजे रु. १,२१,५००) म्हणजे करारातील दराच्या दुपटीपेक्षा जास्त होती. मार्क रिच यांनी या व्यवहारातून अमाप नफा कमावला, या सगळ्याचे तात्पर्य इतकेच होते की मार्क रिच यांची किमतींच्या पडत्या काळात थांबण्याची

आणि तेव्हा गुंतवणूक करण्याची जोखीम घेण्याची तयारी होती. ॲल्युमिनियमच्या चढ्या किमतींमुळे जमेकाला चांगला फायदा झाला. कारण मार्क रिच यांच्याबरोबर केलेल्या करारातील किमतीमध्ये ठरवलेली किंमत (Fixed Rate), लंडन मेटल एक्सचेंजबरोबर जोडलेली किंमत (London Metals Exchange Linked Price), आणि ॲल्युमिनियमच्या बदल्यात तेल, असे तीन भाग होते. सन १९८० ते १९९० या दशकामध्ये मार्क रिच यांनी जमेकन सरकारला, ॲल्युमिनियम ऑक्साइडचे संपूर्ण वार्षिक उत्पादन सुरक्षित करण्यासाठी जवळ-जवळ $320Mn (अंदाजे रु.१,६०० कोटी) इतकी रक्कम कर्जाऊ दिली. मार्क रिच यांच्या टीकाकारांनी नेहमीप्रमाणे एका खासगी उद्योजकाने एका देशाच्या नैसर्गिक साधनसंपत्तीची चालवलेली लूट म्हणून दुःख व्यक्त केले, टीका केली. परंतु मार्क रिच यांच्या 'किंग्जस्टन'मधील तेव्हाच्या एका अधिकाऱ्याचे मात्र संपूर्ण वेगळे मत होते. त्याने मला सांगितले, "जमेकन लोक आमचे कायमचे कृतज्ञ राहातील. आम्ही त्यांना त्यांचा अभिमान, सन्मान मिळवून दिला. अल्कोआ कारखाना परत नफ्यामध्ये चालत होता, त्यांच्या नोकऱ्या वाचल्या होत्या. तो करार, व्यवहार खरोखरच सर्वांना फायदेशीर असाच होता. योग्य मूल्याची, योग्य किमतीची देवाणघेवाण होती ती."

दक्षिण आफ्रिकन खेळी

ते एक वरवर बघता सर्वसाधारण कोणत्याही बंदरामधले तेल वाहतुकीचे नेहमीचे दृश्य होते. २१ सप्टेंबर १९८८, ओडेसा (Odessa) बंदरामध्ये "डग्ली" (The Dagli) नावाचे नॉर्वेजियन तेलवाहू जहाज उभे होते आणि तेथे त्या जहाजामध्ये रशियन तेल चढवण्यात आले होते. समुद्री माल वाहतुकीच्या कागदपत्रांप्रमाणे ते तेल 'इटालियन' बंदर "जीनोआ" (Genoa) येथे नेले जाणार होते. "डग्ली" या तेलवाहू जहाजाचा काळा समुद्र (Black Sea), इस्तंबूलनंतर बॉस्फोरसच्या (Bosporus Strait) सामुद्रधुनीतून असा प्रवास चालू होता. ते तेलवाहू जहाज मेडिटरेनीयन (Mediterranean) समुद्रात शिरण्याच्या बेतात होते. तेव्हा जहाजाच्या कॅप्टनला मूळ योजनेमध्ये बदल झाल्याचे कळवणारा एक टेलेक्स संदेश आला. या पुस्तकाच्या लेखकाच्या ताब्यामध्ये असलेल्या त्या टेलेक्स संदेशाच्या प्रतीप्रमाणे ज्यांनी ते तेलवाहू जहाज भाडे कराराने घेतले होते त्यांनी ते जहाज दक्षिण आफ्रिकेच्या केपटाऊन (Cape Town) बंदराकडे वळवण्यास सांगितले होते आणि जहाजाच्या कॅप्टनला अशा सूचना देण्यात आल्या होत्या की त्या क्षणापासून रेडिओद्वारे संदेश देताना त्या जहाजाची ओळख "डग्ली" ऐवजी आता "MFI" अशी असेल आणि सर्व संदेशांची देवाणघेवाण ही गुप्त आणि

सांकेतिक भाषेमध्येच होईल. त्या जहाजामध्ये असलेल्या मालाबाबत आणि प्रवासाच्या अंतिम स्थानाबाबत, बंदराबाबत कोणालाही कोणत्याही प्रकारची माहिती देण्यावर बंदी घालण्यात आली. टेलेक्स संदेशामधील सूचना अगदी स्पष्ट होत्या. "सर्व संदेशांमध्ये फक्त मालाच्या चढउतारासंबंधीची माहिती दिली जाईल. पण जहाजावरील मालाचा किंवा जहाजाच्या नावाचा किंवा अंतिम ठिकाणाचा, बंदराचा अजिबात उल्लेख नसेल. तसेच कोणत्याही परिस्थितीमध्ये जहाजाने नेहमीच्या वापरातील खाणाखुणांचा वापर करू नये." तीन आठवड्यांनंतर म्हणजे १५ ऑक्टोबर १९८८ रोजी "डग्ली"ने केपटाऊन बंदरामध्ये प्रवेश केला. ते जहाज बंदरामध्ये शिरले तेव्हा त्यावरचे नाव ताडपत्रीने झाकण्यात आले होते. आणि जहाजावर फडकणारा नॉर्वेचा ध्वज काढण्यात आलेला होता. थोडक्यात त्या जहाजाबद्दल सर्व गोष्टी गूढ होत्या. अत्यंत गुप्तपणे त्या जहाजावरचे तेल केपटाऊन बंदरामध्ये उतरवण्यात आले आणि ज्या गूढपणे ते जहाज बंदरामध्ये आले होते त्याच गूढपणे ते गायब झाले.

या सर्व गुप्ततेमागे अर्थातच कारण होते. त्या जहाजावरचे तेल मार्क रिच यांच्या मालकीचे होते आणि दक्षिण आफ्रिकेच्या सरकारने ते खरेदी केलेले होते. ज्या रशियाने अधिकृतपणे तेथील वर्णविद्वेषी राजवटीच्या निषेधार्थ बहिष्कार घातला होता आणि १९५६ सालीच त्या देशाबरोबरचे राजनैतिक संबंध तोडले होते, त्या रशियामधून ते तेल आलेले होते. परत एकदा अशी विशिष्ट परिस्थिती निर्माण झाली होती. आणि मार्क रिच यांनी एक अति संवेदनशील वस्तू (कच्चे तेल) एका संवेदनशील विक्रेत्याकडून घेऊन दुसऱ्या संवेदनशील खरेदीदाराला विकून मध्यस्थाची भूमिका बजावली होती. ज्या दोन देशांमध्ये अधिकृतपणे राजनैतिक तसेच कोणत्याही प्रकारचे व्यापारी संबंध नव्हते अशा दोन देशांना व्यापाराच्या निमित्ताने एकत्र आणण्यात मार्क रिच यशस्वी झाले होते.

दक्षिण आफ्रिकेचे अस्तित्वचमुळी मार्क रिच यांच्यासारख्या मध्यस्थांवर अवलंबून होते. दक्षिण आफ्रिकेसाठी इराणमधील क्रांती आणि सत्ताबदल हे एक फार मोठे संकट होते. फेब्रुवारी १९७९मध्ये तेहरानमधील मुल्लांनी दक्षिण आफ्रिकेबरोबर असलेले सर्व राजनैतिक तसेच आर्थिक संबंध तोडले. इराणच्या नॅशनल इराणियन ऑइल कंपनीने त्यांच्या सर्व गिऱ्हाइकांना अगदी लेखी करार करून तेलाचा एक थेंब वर्णविद्वेषी दक्षिण आफ्रिकेला द्यायला बंदी केली. इराणमध्ये क्रांती होण्याआधी दक्षिण आफ्रिकेची तेलाची ९० टक्के गरज इराणकडून भागत होती. अरब देशांनी दक्षिण आफ्रिकेवर लादलेल्या व्यापारी निर्बंधांमध्ये आणि अगदी १९७३मध्ये घातलेल्या बहिष्कारामध्ये, इराणच्या शाह यांनी सहभागी होण्यास सतत नकार दिला होता. इराणच्या शाह यांचे जागतिक तेल व्यापारामध्ये एक सत्ताकेंद्र होण्याचे

स्वप्न होते आणि म्हणून ते नवनवीन गिऱ्हाइकांबरोबर मोठे-मोठे आणि दीर्घ मुदतीचे करार करण्यात खूश होते. ''प्रीटोरिया''तील (Pretoria) सरकारशी ''महम्मद रझा पेहलवी'' यांचे वेगळेच नाते होते आणि असे वेगळे नाते असण्यासाठी कारणही तसेच होते. ग्रेट ब्रिटन आणि सोव्हिएत युनियन या दोन देशांनी सन १९४१मध्ये त्यांच्या वडिलांना ''रझा शाह'' (Reza Shah) यांना सत्तेवरून पायउतार होऊन परागंदा होण्याला भाग पाडले होते. रझा शाह यांनी त्यांचे शेवटचे दिवस जोहान्सबर्ग येथे व्यतीत केले आणि १९४४मध्ये त्यांचा तेथेच मृत्यू झाला. आज हे ऐकायला किंवा वाचायला आश्चर्यकारक वाटेल पण तेथील वर्णविद्वेषी राजवटीने त्यांच्या ''वंशीक'' कायद्याखाली ''इराणी नागरिकांना'' ''सन्मान्य गोरे'' (Honorary Whites) असा वेगळा दर्जा बहाल केला होता.

फारच थोडे देश दक्षिण आफ्रिकेला तेल पुरवठा करायला तयार होते. अरब देशांच्या बहिष्काराबरोबरच संयुक्त राष्ट्रसंघाच्या आमसभेने (United Nations General Assembly) १९७७ साली अनेक ठराव करून दक्षिण आफ्रिकेविरुद्ध तेल निर्बंध लादले होते. त्यातील खरी गोम सांगायची म्हणजे संयुक्त राष्ट्रसंघाचे हे बहिष्काराचे ठराव बंधनकारक नव्हते तर ते पूर्णपणे ऐच्छिक होते. तरीपण बहुतेक तेल उत्पादक देशांनी निर्बंध अधिकृतपणे अमलात आणले आणि त्यामध्ये मोठ्या तेल उत्पादक कंपन्यांनी दक्षिण आफ्रिकेबरोबर व्यापार करणे थांबवले. सन १९८६मध्ये अमेरिकेने एक सर्व समावेशक असा वर्णविद्वेषी विरोधी कायदा केला आणि त्या कायद्यान्वये अमेरिकन तेल कंपन्यांवर दक्षिण आफ्रिकेला तेल पुरवठा करण्याबाबत संपूर्ण बंदी आणली.

दक्षिण आफ्रिकेची या पेचप्रसंगातून सुटका मार्क रिच यांच्या रूपाने झाली. अर्थातच फार मोठी किंमत मोजून हे सांगायला नकोच. मार्क रिच यांच्या कंपन्यांचे दक्षिण आफ्रिकेमध्ये योग्य अशा ठिकाणी चांगले संबंध होते. आधीच्या या कॉमनवेल्थ देशामध्ये राहाणारा एक ब्रिटिश तरुण, ॲलन फेन्टॉन (Alan Fenton) हा कंपनीचे काम बघायचा. त्याने त्याचे आधीचे ''फेलसेनस्टीन'' (Felsenstein) हे नाव बदलून 'फेन्टॉन' (Fenton) हे नाव घेतले होते. सन १९७०च्या दशकाच्या शेवटी-शेवटी फेन्टॉन हा कंपनीच्या दक्षिण आफ्रिकेतील एकूण कामकाजामध्ये प्रामुख्याने ''मँगेनीज'' (Manganese)) आणि ''क्रोम''(Chrome) या खनिजाचे व्यवहार सांभाळायचा. मार्क रिच आणि कंपनीचे एक संस्थापक भागीदार 'ॲलेक हॅकेल' (Alec Hackel) हे कंपनीच्या झग येथील मुख्य कार्यालयात दक्षिण आफ्रिकेसंबंधीचा विभाग सांभाळायचे. इराणमधील राज्यक्रांतीनंतर थोड्याच दिवसांमध्ये सवर्णविद्वेषी सरकारच्या प्रतिनिधींनी गुप्तपणे तेल पुरवठयाच्या शक्यतेची चाचपणी करण्यासाठी फेन्टॉन यांच्याबरोबर संपर्क साधला आणि लवकरच सन्मान्य तोडगा

काढायला दोन्ही पक्षांना वेळ लागला नाही.

१२ एप्रिल १९७९ रोजी दक्षिण आफ्रिकेचे सरकार आणि मार्क रिच यांची कंपनी यांनी मोठ्या प्रमाणावर तेल पुरवण्याच्या दीर्घ मुदतीच्या करारावर सह्या केल्या. हा व्यवहार आणि संबंधित करार गुप्त ठेवण्याच्या उद्देशाने त्या करारामध्ये एका अनोळखी स्विस कंपनीचे नाव घालण्यात आले होते. ''मिनॉइल'' (Minoil) या कंपनीचे कार्यालय मार्क रिच यांच्या झग येथील मुख्य कार्यालयापासून केवळ काही यार्ड अंतरावर होते. ''मिनॉइल'' ही कंपनी मार्क रिच यांच्याच व्यापारी साम्राज्याचा एक भाग होती हे कोणालाही माहीत नव्हते. मार्क रिच आणि कंपनीचे प्रमुख कार्यालय ठेवण्यासाठी स्वित्झर्लन्ड हेच कसे योग्य ठिकाण आहे हे परत एकदा सिद्ध झाले होते. त्या दिवसांमध्ये 'तटस्थ' देश संयुक्त राष्ट्रसंघाचे सभासद नसायचे आणि त्यांनी घातलेल्या राजकीय आणि आर्थिक निर्बंधांमध्ये पण सर्वसाधारणपणे सहभागी व्हायचे नाहीत.

त्या करारातील अटींप्रमाणे, कमीत कमी एक वर्ष, कोणताही खंड पडू न देता, दक्षिण आफ्रिकेला तेल पुरवठा करण्याची मार्क रिच यांची जबाबदारी होती. त्या कराराप्रमाणे पहिल्या सहामाहीमध्ये ''मिनॉइल'' कंपनीला २.४Mn मेट्रिक टन तर दुसऱ्या सहामाहीत 1.6Mn मेट्रिक टन तेल पुरवठा करणे बंधनकारक होते. दक्षिण आफ्रिकेच्या तेलाच्या एकूण वार्षिक गरजेपैकी जवळ-जवळ एक तृतीयांश पुरवठा या कराराने निश्चित झाला होता. या तेलासाठी दक्षिण आफ्रिका मार्क रिच यांना बॅरलमागे सरासरी ३२.८० डॉलर एवढी किंमत मोजणार होती – म्हणजे बाजारपेठेतील 'तत्काळ' किमतीपेक्षा ८ डॉलरने ही रक्कम जास्त होती– या एकूण 4.00Mn मेट्रिक टन तेलाची – म्हणजे जवळ-जवळ तीन कोटी बॅरल्सची किंमत होती US $ 1.00Bn (अंदाजे रु. ५,००० कोटी). या व्यवहारामध्ये मार्क रिच यांनी अंदाजे $230Mn (अंदाजे रु. १,१५० कोटी) इतका नफा कमावला होता.

दक्षिण आफ्रिकेची सर्व बाजूंनीच कोंडी झाली होती आणि तेल मिळवण्यासाठी त्यांना ''वाटेल त्या मार्गाचा'' अवलंब करणे भाग होते. दक्षिण आफ्रिकेचे ॲडव्होकेट जनरल ''पेट व्हॅन्डर वॉल्ट'' (Piet Vander walt) जे तेल पुरवठ्यामध्ये झालेल्या प्रचंड भ्रष्टाचाराची चौकशी करत होते त्यांच्या २७ जून १९८४या तारखेच्या अहवालामधील शब्द आहेत, त्या ''वाट्टेल त्या मार्गांपैकी'' एक महत्त्वाचा मार्ग म्हणजे बाजारभावापेक्षा प्रत्येक बॅरलमागे ८ डॉलर (अंदाजे रु. ४००) इतकी जास्त किंमत मोजणे. ही रक्कम म्हणजेच बाजारभावापेक्षा अवाजवी जास्त किंमत घेऊन मार्क रिच यांनी कमावलेला नफा. व्हॅन्डर वॉल्ट यांचा अहवाल म्हणतो, ''सन १९८०मध्ये, आंतरराष्ट्रीय तेल कंपन्यांनी दक्षिण आफ्रिकेला तेलाचा पुरवठा चालू ठेवावा म्हणून, विशेष सूट देण्याच्या धोरणाखाली प्रति बॅरल ८ डॉलर

(अंदाजे रु. ४००) इतकी रक्कम ''प्रोत्साहन रक्कम'' म्हणून दिली गेली. आयात केलेल्या तेलाची प्रत उत्तम राखण्यासाठी कंपनीला प्रति बॅरल ८ डॉलर इतकी जास्त किंमत देण्यात आली. दक्षिण आफ्रिकेचे अध्यक्ष ''पीटर डब्ल्यू बोथा'' (Peter w. Botha) यांनी नंतर मान्य केले की, ''दक्षिण आफ्रिकेवरील राजनैतिक आणि आर्थिक बहिष्कारामुळे देशाला तेलाचा अव्याहत पुरवठा चालू ठेवण्यासाठी सर्वसाधारण बाजारभावापेक्षा प्रतिवर्षी अंदाजे US $ 1.00Bn (अंदाजे रु.५,०००कोटी) ते US $ 2.00Bn (अंदाजे रु.१०,०००कोटी) इतकी रक्कम जास्त मोजावी लागली.''

अत्यावश्यक वस्तूंच्या सौदे/वायदे व्यापारामध्ये पाळल्या जाणाऱ्या व्यावसायिक नीती/अनीतीचा विचार करायचा झाला तर वर्णविद्वेषी राजवट असलेल्या दक्षिण आफ्रिकेला तेल पुरवठा करताना अवलंबिले गेलेले दुहेरी मापदंड हे त्याचे उत्तम उदाहरण आहे. वर्णविद्वेषी राजवटीसाठी ज्या देशांकडून तेल मिळवले गेले त्या देशांची यादी पाहिली तर त्यामध्ये जवळ-जवळ सर्वच तेल उत्पादक देश होते. इराण, सौदी अरेबिया, युनायटेड अरब एमीरेट आणि ओमान या देशांकडून प्रामुख्याने तेल मिळाले. दुबई, अंगोला, नायजेरिया, इक्वेडोर, ब्रुनेई आणि सोव्हिएत युनियन या देशांकडून तेल पुरवठा झाला. हे सर्व देश दक्षिण आफ्रिकेमधील वर्णविद्वेषी राजवटीचे कट्टर टीकाकार होते आणि अनेक आंतरराष्ट्रीय व्यासपीठांवरून त्यांनी दक्षिण आफ्रिकेवरील बहिष्काराचे तावातावाने समर्थन केले होते.

परंतु वास्तव हे होते की या देशांच्या बाबतीत व्यापारी नफ्याने तत्त्वांवर मात केली होती. इस्लामिक इराण, साम्यवादी सोव्हिएत युनियन आणि भांडवलशाही इक्वेडोर या सर्व देशांना नकद पैशांची गरज होती. या सर्व देशांनी मार्क रिच यांच्या मध्यस्थीने वर्णविद्वेषी दक्षिण आफ्रिकेशी गुप्तपणे अत्यंत फायदेशीर असे व्यवहार केले. दुसरीकडे या सर्व देशांनी त्यांच्या वागणुकीमधील विरोधाभास, म्हणजे एकीकडे दक्षिण आफ्रिकेविरोधी राजकीय घोषणाबाजी आणि दुसरीकडे गुप्त आर्थिक, व्यापारी संबंध लपवण्यासाठी मार्क रिच यांचा वापर करून घेतला. मार्क रिच यांना नंतर जी राजकीय झळ पोहोचली त्याबद्दल या देशांना कसलेही सोयरसुतक नव्हते. आज ही गोष्ट अगदी स्पष्ट आहे की सन १९७९ ते १९९४ (ज्या वर्षी मार्क रिच यांनी कंपनी विकली) या दरम्यान मार्क रिच हे बहिष्कृत दक्षिण आफ्रिकेचे सर्वात मोठे आणि महत्त्वाचे तेल पुरवठादार होते. डच शिपिंग रीसर्च ब्युरोच्या (Dutch Shipping Research Bureau) अगदी सर्वसाधारण अनुमानाप्रमाणे, सरळ-सरळ सिद्ध करता येईल अशा तेल पुरवठ्यापैकी जवळ-जवळ१५ टक्के तेल पुरवठा मार्क रिच यांच्या कंपनीने केलेला होता. हेच दुसऱ्या भाषेत सांगायचे तर तेलवाहू जहाजांच्या १४९ फेऱ्या, २६.२Mn मेट्रिक टन किंवा अंदाजे २० कोटी

बॅरल्स. परंतु या पुस्तकासाठी वेगवेगळ्या व्यक्तींच्या मुलाखती घेत असताना त्यांच्याकडून मिळालेल्या माहितीप्रमाणे माझी खातरी आहे की अंदाजे ४० कोटी बॅरल्स इतका तेल पुरवठा त्यांच्या कंपनीने केला होता.

त्या काळामध्ये मार्क रिच यांनी अमाप पैसा कमावला. मार्क रिच यांचा एक निकटवर्तीय, जो कंपनीच्या व्यवहारांच्या नोंदी बघू शकत होता, त्याने माझ्याजवळ मान्य केले की, ''आम्ही दक्षिण आफ्रिकेबरोबर प्रचंड प्रमाणात व्यापार केला, अगदी प्रचंड प्रमाणात, माझ्या बोलण्यावर विश्वास ठेव.'' प्रथम तो मला नक्की रक्कम, नक्की आकडे सांगायला तयार नव्हता म्हणून मी त्याला आकड्यांच्या खेळामध्ये ओढायचा प्रयत्न केला. एक बिलियन डॉलर्स (अंदाजे रु. ५,००० कोटी)? मी त्याला विचारले. तो मान हलवून फक्त हसला. दीड बिलियन डॉलर्स (अंदाजे रु. ७,५०० कोटी)? इतर काही भाव न दर्शवता तो म्हणाला, ''जास्तच.'' मी अविश्वासाने मान हलवली. त्यावर तो म्हणाला, ''दोन बिलियन'' (अंदाजे रु. १०,००० कोटी). आम्ही दक्षिण आफ्रिकेतील व्यापारामध्ये दोन बिलियन डॉलर्स (अंदाजे रु. १०,००० कोटी) इतका नफा कमावला. दोन बिलियन डॉलर्स (अंदाजे रु. १०,००० कोटी) ही त्या काळामध्ये अविश्वसनीय रक्कम होती आणि ही रक्कम अतिरंजित किंवा अंदाजपंचे नव्हती याचा पुरावा दक्षिण आफ्रिकेच्या संसदेमध्ये एप्रिल १९८४मध्ये झालेल्या वेगवेगळ्या चर्चांमधून मिळतो. एका चर्चेच्या दरम्यान असे उघड झाले की, देशाच्या "State Strategic Fuel Fund"मधून मार्क रिच यांना केवळ एका मोठ्या व्यवहारातच, बाजारभावापेक्षा US $ 306Mn (अंदाजे रु. १,५३० कोटी) इतकी जास्त रक्कम दिली गेली होती.

मी जेव्हा मार्क रिच यांना या US $ 2 Bn (अंदाजे रु. १०,००० कोटी) या आकड्याविषयी विचारले तेव्हा ''मला काही माहीत नाही'' एवढीच त्यांची प्रतिक्रिया होती. तो प्रश्न ते टाळत आहेत अशीच माझी भावना झाली. मी जेव्हा त्यांना, ''तुम्हाला ती गोष्ट आठवायची नाही आहे का?'' असे विचारले तेव्हा शेवटी ते म्हणाले ''दक्षिण आफ्रिकेबरोबरच्या त्या १५ वर्षांत, व्यापारामध्ये किती कमाई केली याचा मी हिशोबच केला नाही.'' तरीपण त्यांनी एक मान्य केले की, दक्षिण आफ्रिकेबरोबर केलेला तो व्यापार आणि तो काळ अत्यंत महत्त्वाचा आणि अत्यंत फायदेशीर होता.

मार्क रिच यांच्या व्यवसायामधील एक भागीदार आणि मित्र ''आयझॅक केरब'' (Isaac Querub) यांनी मार्क रिच यांच्याबद्दल काढलेले उद्‌गार महत्त्वाचे आहेत. ''मार्क रिच यांची एका अर्थाने कार्ल मार्क्सबरोबर तुलना करता येईल.'' कारण ''त्यांनी तेल उत्पादक देशांना त्यांच्याकडे असलेल्या नैसर्गिक खनिज संपत्तीच्या खऱ्या किमतीची जाणीव करून दिली.'' जमेकामधील एक व्यापारी मार्क रिच

यांच्याबाबत बोलताना म्हणाले, "त्यांनी विकसनशील देशांना प्रथमच जागतिक बाजारपेठेमध्ये महत्त्वाची भूमिका बजावण्याची संधी दिली. तर अंगोलामधील एक व्यापारी त्यांच्याविषयी बोलताना म्हणाले, "मार्क रिच यांच्याबरोबर काम करणारे कर्मचारी नफा हे उद्दिष्ट डोळ्यासमोर ठेवून विकासाची दिशा दाखवणारे होते. आणि त्यांनीच आम्हाला ज्ञानाची गुरूकिल्ली दिली." अंगोला आणि जमेका हे देश या विचारसरणीचा फायदा उठवणारे उत्तम उदाहरण म्हणून दाखवता येतील. तर वर्णविद्वेषी दक्षिण आफ्रिकेचे उदाहरण याउलट होते. अंगोला आणि जमेका त्यांच्या विचारांवर ठाम राहिले आणि स्वत:चा विकास साधू शकले, परंतु दक्षिण आफ्रिकेच्या बाबतीत नेमके या विरुद्ध झाले. परंतु सरतेशवेटी मार्क रिच यांनी केलेली मदत, काळ्या जनतेवर जुलूम करणाऱ्या राजवटीला साहाय्यभूत ठरली हे खरे.

हुकूमशहांबरोबर व्यवहार

एखादी व्यक्ती वर्णविद्वेषी, हुकूमशाही प्रवृत्तीच्या आणि भ्रष्टाचारी वृत्तीच्या सरकारबरोबर व्यापार कसा करेल? त्या सरकारच्या दुष्कृत्यांमध्ये सहभागी झाल्याशिवाय किंवा त्याचा एक भाग झाल्याशिवाय ते शक्य आहे का? मी या प्रश्नांवर मार्क रिच यांच्याशी त्यांच्या झग येथील कार्यालयामध्ये चर्चा केली. बाहेर थांबून-थांबून पावसाच्या सरी कोसळत होत्या, खिडकीच्या काचेवरून पाणी ओघळत होते, आमच्या चर्चेसाठी अगदी योग्य असे वातावरण होते. मार्क रिच यांचे टेबल जे साधारणपणे नीटनेटके आणि स्वच्छ असते, त्यावर काही औषधांच्या उघडलेल्या बाटल्या आणि खोकी होती. आमच्या संपूर्ण चर्चेच्या दरम्यान मार्क रिच यांचे शिंकणे चालू होते.

- **अशा देशांबरोबर व्यापार करताना, व्यवहार करताना संपूर्ण तटस्थ राहाणे शक्य असते का?**

- होय. व्यापार हा तटस्थच असतो. तुम्ही सहानुभूतीवर व्यापारी कंपनी चालवू शकत नाही.

- **इराण, क्युबा, दक्षिण आफ्रिका, तुम्ही नेहमी संकटांच्या प्रसंगातून तुमचा फायदा करून घेतलात.**

- आम्ही जे काही केले ते कायद्याप्रमाणे केले. आम्ही इराण, क्युबा, दक्षिण आफ्रिका यांच्याबरोबर एक स्विस कंपनी म्हणून व्यापार केला. तो व्यापार, ते व्यवहार संपूर्णपणे स्विस कायद्याला धरून होते.

- **कायदा हीच एक कसोटी होती का?**

- कायदा हाच एक सर्वसाधारण आणि सर्वमान्य मापदंड आहे.

◗ **दक्षिण आफ्रिकेच्या बाबतीत तुम्ही अप्रत्यक्षपणे वर्णविद्वेषी राजवटीला पाठिंबा दिलात.**

- तुमचे टीकाकार तर म्हणतात तुमच्यामुळेच वर्णविद्वेषी राजवट जास्त काळ टिकू शकली.

त्यामध्ये काही तथ्य आहे का नाही हे मला माहीत नाही. मला संशय आहे. मी स्वत: वर्णविद्वेषीचा कट्टर विरोधक होतो. आम्ही सगळेच त्याचे विरोधक होतो. दक्षिण आफ्रिकेशी सर्वसामान्य व्यापार करणे एवढाच माझा उद्देश होता.

◗ **या दोन्हीची तुम्ही कशी सांगड घालाल?**

- मी राजकारणी माणूस नाही. आमची कंपनी कोणत्याही राजकीय विचारसरणीची नव्हती. आमच्या गिऱ्हाइकांसाठी सर्वात उत्तम व्यापारी कंपनी बनणे आणि सेवा देणे एवढाच आमचा उद्देश होता. दक्षिण आफ्रिकेला तेलाची गरज होती आणि इतर देश, त्यांच्यावरील व्यापारी निर्बंधांमुळे, त्यांना तेल विकण्यास तयार नव्हते. आम्ही ते करायला तयार झालो कारण त्यामध्ये काहीही बेकायदेशीर नाही, अशी आमची खातरी होती.

◗ **बरेच लोक अगदी काही व्यापारीसुद्धा तुम्ही केलेल्या व्यवहारांपैकी काही व्यवहार, केवळ नैतिकतेच्या कारणावरून, करणे पसंत करणार नाहीत. हा त्यांचा भाबडेपणा, भोळसटपणा आहे का?**

- मला पण तसेच वाटते.

◗ **का?**

- कारण आम्ही केलेला व्यापार, केलेले व्यवहार संपूर्णपणे कायदेशीर होते. कायद्याला धरून होते.

◗ **तुम्ही तुमच्या टीकाकारांनी उपस्थित केलेले काही मुद्दे समजून घेऊ शकता का?**

- त्यांना काहीही करून मला लक्ष्य करायचे आहे. काहीतरी नाटकी मुद्दे वाद उपस्थित करून त्यांना त्यांच्या वर्तमानपत्रांचा खप वाढवायचा आहे किंवा स्वत:साठी प्रसिद्धी मिळवायची आहे. राजकारण्यांना तर कायमच प्रसारमाध्यमांमध्ये चमकायला आवडते.

◗ **तुम्हाला कशाबद्दलही अजिबात खंत किंवा पश्चाताप वाटत नाही?**

- नाही, अजिबात नाही.

मार्क रिच यांना हुकूमशहांचे गुन्हे किंवा वर्णविद्वेषी राजवटीतील जुलूम दिसत नव्हते, किंवा त्यांची बघायची इच्छा नव्हती असे नव्हते. ते या गोष्टींकडे दुर्लक्ष करत नाहीत. क्युबातील जनतेने त्यांच्या देशामध्ये साम्यवादी राजवटीला सत्तेवर

आणले याचे खरं तर त्यांना दु:ख झाले होते. नायजेरियामधील भयंकर भ्रष्टाचाराने ते अत्यंत व्यथीत झाले होते, त्यांचा त्यांना अत्यंत तिटकारा आला होता. स्वत:च्याच देशातील नैसर्गिक खनिज संपत्तीचा नायजेरियामधील जनतेला काहीच फायदा मिळत नाही आहे याची ही त्यांना जाणीव होती. दक्षिण आफ्रिकेमधील वर्णविद्वेषी राजवट मुळातच वाईट आहे यावर त्यांचा ठाम विश्वास होता. परंतु त्याचबरोबर व्यापाराचा राजकारणाशी काहीही संबंध नाही हेही त्यांचे ठाम मत आहे. संकटांमध्ये असलेल्या देशांशी व्यापार करून नफा कमावण्याचे त्यांचे व्यावसायिक धोरण आणि जेथे कायद्याच्या चौकटीमध्ये राहून व्यापार करणे शक्य आहे तेथे तो करण्याने त्यांच्याविषयी इतके विविध प्रश्न उपस्थित व्हावेत आणि ही गुन्हेगारी स्वरूपाची कृत्ये समजण्यापर्यंत मजल जावी हेच त्यांना समजू शकत नव्हते. याचेच त्यांना फार आश्चर्य वाटते.

अमेरिकेमध्ये तर मार्क रिच यांच्यावर, त्यांच्या इराण आणि क्युबाबरोबर असलेल्या व्यापारी संबंधांमुळे, सरळ देशद्रोहाचाच शिक्का बसला होता. इतर देशांनी मात्र जास्त व्यवहारी दृष्टिकोन ठेवला. आश्चर्याची आणि विशेष गोष्ट म्हणजे दक्षिण आफ्रिकेमध्ये नंतर सत्तेवर आलेल्या लोकशाही सरकारने दाखवलेल्या व्यवहार्यतेचे उदाहरण देता येईल. वर्णविद्वेषी राजवटीचा शेवट झाल्यावर आणि निवडणुकींच्या दरम्यान मार्क रिच विरोधी भाषणबाजी करून लोकशाही निवडणुकीच्या मार्गाने सत्तेवर आलेल्या "आफ्रिकन नॅशनल काँग्रेस"च्या सरकारबरोबर मार्क रिच यांचे व्यापारी संबंध अबाधितच राहिले. नेल्सन मंडेलांच्या नेतृत्वाखालील सरकार अत्यावशक वस्तूंच्या पुरवठ्यासाठी मार्क रिच यांचेवरच अवलंबून होते मार्क रिच यांनी मला सांगितले, "नव्या सरकारला तेल पुरवणे आम्ही चालूच ठेवले, व्यापारी संबंध ठेवणे, व्यवहार चालू ठेवणे हे आमच्या दृष्टीने अगदी स्वाभाविक होते. आम्ही नेहमी दीर्घ मुदतीचाच विचार करतो."

१५

आश्चर्यकारक सेवा – रिच यांनी इस्रायल आणि अमेरिकेला कशी मदत केली

५/६ ऑक्टोबर १९८५, इस्रायली पर्यटक अनिता ग्रिफेल (Anita Griffel), तिची पाच वर्षांची मुलगी आणि काही मित्रांसमवेत सिनाइ द्वीपकल्पावर (Sinai) आठवड्याची सुट्टी मजेत घालवण्यासाठी सहलीला आली होती. सूर्यास्त बघण्याच्या उद्देशाने शनिवारी दुपारी चार वाजण्याच्या सुमाराला रास बुरका (Ras Burqa) या पर्यटन स्थळाजवळ असलेल्या वाळूच्या टेकडीवर ते सर्व जण चढून बसले होते. सिनाइ वाळवंटातील पर्वतांच्या लांब, जांभळ्या रंगाच्या सावल्या खालच्या दरीमध्ये पसरल्या होत्या. दुपारची चार वाजून वीस मिनिटे झाली होती, अचानक एक सैनिकी वेषातला माणूस त्यांच्या दिशेने पळत येताना त्यांनी पाहिला. तो इजिप्शियन पोलीस होता. काहीही न बोलता, कसलीही संधी न देता त्याने इस्रायली पर्यटकांवर बंदुकीतून अंदाधुंद गोळीबार करायला सुरुवात केली.

बंदुकीच्या गोळ्यांपासून मुलीचे, तालिचे (Tali), रक्षण करण्यासाठी ग्रिफेलने स्वत:ला मुलीच्या अंगावर झोकून दिले. बऱ्याच वर्षांनंतर तो प्रसंग आठवताना तालि ग्रिफेल म्हणाली, ''मला शांत करण्यासाठी ती माझ्या कानामध्ये काहीतरी पुटपुटली.'' तिला बंदुकीची गोळी लागल्यानंतर तिचा मला बसलेला झटका अजून जाणवतो, तरीपण तिने मला धरून ठेवले होते. आणि माझ्याशी काहीतरी बोलत होती. तिच्या आईला दोन गोळ्या लागल्या होत्या आणि रक्तस्रावाने तिचा मृत्यू झाला. तिच्या निर्जीव शरीराखाली झाकली गेलेली 'तालि' ही त्या हल्ल्यामधून वाचलेली त्या पर्यटकांच्या गटामधील एकमेव व्यक्ती होती. पण परावर्तित होऊन आलेली गोळी तिच्या पाठीत घुसल्यामुळे ती गंभीररीत्या जखमी झाली होती. 'रास

बुरका'(Ras Burqa)मध्ये त्या दिवशी एकंदर सात माणसे मेली.

या अतिरेकी हल्ल्याच्या घटनेमुळे इस्रायल आणि इजिप्त यांचेमधील आधीच नाजूक असलेले संबंध आणखीनच ताणले गेले. फक्त सहा वर्षांपूर्वी म्हणजे, मार्च १९७९मध्ये, इजिप्त आणि इस्रायल या दोन देशांनी 'कॅम्प डेव्हिड' (Camp David) येथे एका करारावर सह्या केल्या होत्या त्यामुळे दोन देशांचे दरम्यान इ. स. १९४८पासून असलेल्या युद्धाच्या परिस्थितीला पूर्ण विराम मिळाला होता. इस्रायलने १९६७मध्ये झालेल्या त्या सहा दिवसांच्या युद्धानंतर काबीज केलेला सिनाइ सामुद्रधुनीचा जवळ-जवळ सर्व प्रदेश सन १९८२ साली इजिप्तला परत केला होता. सीमारेषेवर असलेले "ताबा" (Taba) शहर हाच काय तो फक्त वादाचा मुद्दा राहिला होता. परंतु 'रास बुरका' येथे झालेल्या अतिरेकी हल्ल्यानंतर परत राजनैतिक पेच प्रसंग निर्माण झाला होता. त्या हल्ल्यामध्ये मारल्या गेलेल्या इस्रायली पर्यटकांच्या कुटुंबीयांनी इजिप्त सरकारकडे आर्थिक नुकसान भरपाईची मागणी केली. या प्रकारचे अतिरेकी हल्ले थांबवण्याबाबत इजिप्त सरकार गंभीर आहे हे प्रातिनिधिक नुकसान भरपाई देऊन इजिप्त सरकारने दाखवून द्यावे, असे त्या पर्यटकांच्या कुटुंबीयांचे म्हणणे होते. परंतु त्यांची मागणी अवास्तव वाटल्यामुळे इजिप्त सरकार नुकसान भरपाई देण्यास तयार नव्हते. 'ताबा' शहराबाबतच्या वाटाघाटी नंतर लवकरच थांबवण्यात आल्या.

या अतिरेकी हल्ल्यामध्ये वाचलेली एकमेव व्यक्ती, 'तालि ग्रिफेल' ही अमेरिकेची नागरिक होती, त्यामुळे अमेरिकेच्या गृह खात्याचा या नाजूक आणि गुप्त वाटाघाटींमध्ये सहभाग आवश्यक झाला. या दोन देशांचे दरम्यान निर्माण झालेल्या तणावावर लवकर काहीतरी सन्मान्य तोडगा निघावा, असे अमेरिकेला वाटत होते. कारण मध्यपूर्वेमध्ये इस्रायल आणि इजिप्त हे दोन देश अमेरिकेचे प्रमुख भागीदार होते. या दोन्ही देशांना अमेरिकेकडून कोट्यवधी डॉलर्सची मदत मिळत होती.

काही वर्षांच्या वाटाघाटींनंतर अमेरिकेच्या गृह खात्याच्या प्रयत्नांना यश मिळण्याची चिन्हे दिसायला लागली किंवा निदान लोकांना तरी तसे वाटाला लागले, आणि अखेर जानेवारी १९८९मध्ये इजिप्त सरकारने त्या हल्ल्यातील मृतांच्या नातेवाइकांना घसघशीत नुकसान भरपाई देण्याचे मान्य केले. 'तालि ग्रिफेल' हिच्या औषधोपचारासाठी, खर्चासाठी आणि शिक्षणासाठी अमेरिकेमध्ये एक ट्रस्ट निर्माण करून त्यामध्ये पैसे ठेवण्यात आले. योजलेले हे उपाय सर्वांना मान्य झाले आणि इस्रायल आणि इजिप्त यांचे दरम्यानचे राजनैतिक संबंध परत मार्गावर आले. ताबा गावाच्या भवितव्याबद्दलची बोलणी परत सुरू झाली आणि थोड्याच दिवसांमध्ये दोन्ही पक्षांना मान्य होईल असा तोडगा काढण्यात आला.

मार्च १९८९मध्ये इजिप्तचे राष्ट्राध्यक्ष 'होस्नी मुबारक' (Hosni Mubarak) यांनी स्वत: या सीमारेषेवरील गावामध्ये इजिप्तचा ध्वज फडकवला.

इस्रायल आणि इजिप्त दरम्यान समझोता

इजिप्त सरकारने दिलेल्या नुकसान भरपाईमागची खरी कहाणी जनतेला माहीत नव्हती. वास्तवामध्ये इस्रायल आणि इजिप्त यांच्यामधील मतभेद दूर करून, समेट घडवून आणण्याचे श्रेय मार्क रिच यांना जाते. त्यांच्यामुळेच हे शक्य झाले. नशिबाची किंवा योगायोगाची गोष्ट म्हणा ''तालि ग्रिफेल'' (Tali Griffel) हिला नुकसान भरपाई देण्याच्या संदर्भात तिच्यातर्फे वाटाघाटी करण्यासाठी अमेरिकेच्या गृह खात्याने मार्क रिच यांचे वकील लीओनार्ड गारमेंट यांचे नाव सुचवले. गृह खात्याचा गारमेंट यांचेवर पूर्ण विश्वास होता आणि मध्य पूर्वेमधील त्यांच्या संबंधांची त्यांना पूर्ण कल्पना होती. अध्यक्ष निकसन यांच्यासाठी विशेष वकील/सल्लागार म्हणून काम केल्यानंतर त्यांची नेमणूक संयुक्त राष्ट्रसंघाच्या मानवाधिकार समितीवर अमेरिकेचे प्रतिनिधी म्हणून झाली होती, तेव्हा त्यांना वारंवार इस्रायल आणि इजिप्तसंबंधी बाबी हाताळाव्या लागल्या होत्या.

नुकसान भरपाईची रक्कम देण्याबाबतच्या रास बुरका वाटाघाटी निष्फळ ठरण्याची पाळी आली होती. इजिप्तचा त्यांनी जी नुकसान भरपाईची रक्कम ठरवली होती तेवढीच देण्याचा आग्रह होता आणि ती रक्कम मृतांच्या कुटुंबीयांना कमी वाटत होती. दोन्हीही पक्ष स्वत:च्या मतापासून हटायला तयार नव्हते. इजिप्त सरकारने देऊ केलेल्या रकमेमध्ये स्वत:ची काही रक्कम गुपचूपपणे घालणे अमेरिकेला तसे शक्य नव्हते म्हणून गृह खात्याने दुसरे कोणी अशा प्रकारे आणखी रकमेची भर घालून एकूण नुकसान भरपाईची रक्कम कुटुंबीयांच्या दृष्टीने घेण्यायोग्य करू शकेल का याचा शोध सुरू केला. लीओनार्ड गारमेंट आणि गृह खात्याचे अधिकारी यांच्यामधील चर्चेमध्ये एक वादग्रस्त नाव पुढे आले: ''फरारी गुन्हेगार'' मार्क रिच.

मार्क रिच यांनी इस्रायलला खूप मोठ्या प्रमाणावर कच्चे तेल पुरवले होते आणि त्यांनी इजिप्तबरोबर पण व्यापार केला होता. जेव्हा गारमेंट यांनी त्यांच्यापाशी हा विषय काढला तेव्हा मार्क रिच यांनी त्यांच्या प्रस्तावाला ताबडतोब तयारी दाखवली. गारमेंट त्या वेळची बोलणी आठवत मला म्हणाले, ''मार्क रिच यांनी ताबडतोब मला गरज भासली तर ५,००,००० डॉलर्स (अंदाजे रु. २.५ कोटी) एवढ्या रकमेपर्यंतची मान्यता देण्याची परवानगी दिली.'' मार्क रिच यांच्याकडून US ४,००,००० डॉलर्स (अंदाजे रु. २ कोटी) आणखी मिळाल्यामुळे इजिप्त सरकार जेवढी नुकसान भरपाईची रक्कम देऊ करत होते ती एकदम दुपटीपेक्षा

जास्त झाली. याचे श्रेय अर्थातच मार्क रिच यांना जाते. मार्क रिच हे अमेरिकन सरकारच्या लेखी फरारी गुन्हेगार आहेत, त्यांच्या नावे आंतरराष्ट्रीय अटक वॉरंट आहे इत्यादी गोष्टींशी अमेरिकेच्या गृह खात्याला काहीही देणे-घेणे नव्हते. त्याचप्रमाणे त्यांच्याकडून पैसे घेण्याबद्दल त्यांना काही सोयरसुतक नव्हते. गृह खात्याचे कायदे सल्लागार ''अब्राहम सोफेर'' (Abraham Sofaer) मला म्हणाले, ''नुकसान भरपाईची काही रक्कम मार्क रिच यांचेकडून घेण्यामध्ये आम्हाला काहीही अयोग्य वाटले नाही.''

गारमेंट ते प्रकरण आठवत म्हणाले, ''सरतेशेवटी सभ्य शब्दांमध्ये झाल्या प्रकाराबद्दल दु:ख व्यक्त केले गेले, मृतांच्या नातेवाइकांना चांगली नुकसान भरपाई मिळाली आणि 'रास बुरका' प्रकरणावर पडदा पडला. सीमारेषेवरील ताबा(Taba) शहराचा पेचप्रसंग सुटण्याच्या दृष्टीने आणि इस्रायल-इजिप्त या दोन देशांचे दरम्यान सुरू झालेली शांततेची प्रक्रिया पुढे नेण्यासाठी तसेच समेट घडवून आणण्यासाठी या प्रकरणाची मदत झाली. दोन्ही देशांच्या घशातले अडकलेले हाड निघाले होते.''

इजिप्तचे सरकार खास करून या 'युरोपीयन सहकाऱ्याचे' विशेष आभारी होते कारण त्याच्यामुळेच आंतरराष्ट्रीय समुदायासमोर इजिप्तची प्रतिमा टिकून राहिली. अध्यक्ष मुबारक यांचे सर्वात महत्त्वाचे राजकीय सल्लागार 'ओसामा अल् बाझ'(Osama El-Baz) यांनी गारमेंट यांना आभार मानणारे पत्र पाठवले – ''आपल्या युरोपीयन सहकाऱ्याकडून वेळेवर मिळालेली मदत 'रास बुरका'(Ras Burqa) प्रकरणामधून मार्ग काढण्यात फार महत्त्वाची ठरली. आम्ही आपणा प्रती कृतज्ञ आहोत. कारण 'रास बुरका' प्रश्न समाधानकारक सुटल्यानंतर, एकाच आठवड्यामध्ये 'ताबा'(Taba) प्रश्नाबाबत जो तिढा निर्माण झाला होता तो सुटण्यास योग्य असे वातावरण तयार झाले. मी आपणांस मुद्दाम कळवू इच्छितो की अध्यक्ष मुबारक यांनी आपल्या प्रयत्नांबद्दल आणि दोन्ही बाजूंना वादग्रस्त प्रश्न सोडवण्यासाठी केलेल्या मदतीबद्दल समाधान व्यक्त केले आहे.''

बंद लिफाफे

२३ जानेवारी १९८९, अमेरिकेच्या न्याय खात्याने गुप्तपणे मार्क रिच यांच्या कोर्टामधील खटल्यासंबंधीच्या फाइलमध्ये एक बंद लिफाफा ठेवला. त्याचा डॉकेट नंबर होता १:८३ सीआर-००५७९-एसडब्ल्यूके – (1:83 - cr-00579-swk.) त्या लिफाफ्यामधील कागदपत्रे अत्यंत गोपनीय स्वरूपाची होती आणि मार्क रिच यांचा खटला पुढेमागे जर कोर्टात उभा राहिला तरच तो लिफाफा उघडण्यात येणार होता. त्या गोपनीय कागदपत्रांमध्ये मार्क रिच यांनी 'रास बुरका' या प्रकरणामध्ये

जी कामगिरी बजावली होती त्यासंबंधी उल्लेख होता आणि जर पुढेमागे मार्क रिच यांना शिक्षा ठोठावण्याची वेळ आली तर ती थोडी सौम्य करण्याच्या दृष्टीने या गोपनीय कागदपत्रांचा, त्यांच्या कामगिरीचा उपयोग व्हावा हा उद्देश होता.

मार्क रिच यांच्या कोर्टातील खटल्याच्या फाइलमध्ये १ मार्च १९९४ रोजी गोपनीय कागदपत्रांचा असाच आणखी एक लिफाफा ठेवण्यात आला. त्या लिफाफ्यातील कागदपत्रे टॉम जे बिलमन (Tom J. Billman) या अमेरिकन, सावकारी व्यावसायिकासंबंधी होती. टॉम बिलमन हा मेरीलॅन्ड (Maryland) प्रांतातील बेथसडा (Bethesda) येथील ''कम्युनिटी सेव्हिंग्ज अॅन्ड लोन असोसिएशन'' (Community Savings and loan Association) या संस्थेचा भूतपूर्व चेअरमन होता आणि त्याच्यावर खातेधारकांच्या लाखो डॉलर्सचा अपहार केल्याचा आरोप होता. बिलमन अमेरिका सोडून फरारी झाला होता. फिर्यादी पक्षाच्या वकिलांचा असा संशय होता की युरोपमध्ये कोठेतरी बहुतेक स्वित्झर्लन्डमध्ये तो लपून बसलेला असावा, जेथे त्याने बरीचशी बँक खाती उघडली होती. सन १९९२च्या सुरुवातीला न्याय खात्याच्या अधिकाऱ्यांनी मार्क रिच यांच्या वकिलांशी संपर्क साधला. मार्क रिच यांना बिलमन यांच्या ठावठिकाण्याबद्दल काही खबरबात आहे का याची माहीती हवी होती. आणि त्याला शोधण्यासाठी त्यांची मदत पण हवी होती. मार्क रिच यांनी मदत करण्याचे मान्य केले आणि अॅव्हनर अॅझूल यांच्यावर (Avner Azulay) ही ''गवतामध्ये सुई'' शोधण्याची कामगिरी सोपवली.

कारण अगदी स्पष्ट होते. ''आम्हाला अशी आशा होती की अशा मदत करण्यामुळे न्यायखाते मार्क रिच यांना वेगळी वागणूक देईल,'' अॅव्हनर अॅझूल मला म्हणाले. त्यांनी पुढे सांगितले, ''आम्ही त्या फरारी बिलमन यांना शोधण्याच्या कामामध्ये, प्रयत्नांमध्ये खूपच सहभाग दिला, शिवाय अमेरिकन आणि युरोपीयन गुप्तचर संस्थांची मदत घेऊन त्यांना त्यांच्या संभाव्य ठावठिकाणांबद्दल खूप माहिती पुरवली.'' मी स्वत: बिलमन यांना शोधण्यासाठी खूप प्रयत्न केले आणि अमेरिकेच्या अधिकृत खात्याला खूप माहिती पुरवली. या सगळ्या शोध मोहिमेचा खर्च मार्क रिच यांनी उचलला होता. त्यांनी या शोध मोहिमेसाठी पाच ते दहा लाख डॉलर्स (अंदाजे रु. २.५ ते ५.०० कोटी) सहज खर्च केले असतील. अमेरिकेमधील फिर्यादी पक्षाला एका फरारी गुन्हेगाराला शोधण्यासाठी दुसऱ्या एका फरारी गुन्हेगाराची मदत घेण्यात काही गैर किंवा अयोग्य वाटले नाही. पोस्टल इन्स्पेक्टर 'डेव्हिड पी सीर' (David P. Cyr) यांनी अगदी थोडक्यात पण नेमकेपणाने सांगितले, ''त्यांनी (मार्क रिच यांनी) त्यांच्यावरील खटल्यासाठी ठरवलेली रक्कम आम्ही अंदाजे केलेल्या रकमेपेक्षा जास्तच होती.'' शेवटी पॅरिसमध्ये असलेल्या 'बिलमन'यांचा ठावठिकाणा त्यांच्या मित्राकडून अपघातानेच लागला, त्यांना अटक झाली. फ्रेंच

सरकारने त्यांचे अमेरिकेला प्रत्यार्पण केले. १९९४मध्ये बिलमन यांना ४० वर्षे तुरुंगवासाची शिक्षा झाली. मार्क रिच यांच्या मदतीशिवायच, बिलमन यांना पकडण्यात अधिकाऱ्यांना यश आले होते. परंतु मार्क रिच यांनी शोध कामामध्ये केलेली मदत न्याय खात्याने अधिकृतपणे मान्य केली आणि कोर्टामधील खटल्याच्या त्यांच्या फाइलमध्ये एक बंद गोपनीय लिफाफा ठेवला.

अमेरिकन सरकारशी गोपनीय सहकार्य

मार्क रिच यांनी मला सांगितले, अमेरिकन अधिकाऱ्यांनी जरी मला देशद्रोही, फरारी गुन्हेगार म्हणून घोषित केले होते आणि मला पकडण्याचे आणि तुरुंगामध्ये टाकण्याचे त्यांचे कसोशीने प्रयत्न चालले होते तरी त्यांनी मात्र अगदी नियमितपणे अमेरिकन सरकारशी सहकार्य केले. मार्क रिच हे मोकळेपणाने मान्य करतात की, "अशी मदत करण्यामागे, सहकार्य करण्यामागे त्यांचा स्वार्थ होता." ते म्हणतात, "माझी अशी समजूत होती की मी त्यांना मदत केली तर एखादेवेळी ते पण मला मदत करतील, माझ्या बाबतीतला त्यांचा दृष्टिकोन बदलेल." २५ वर्षांपूर्वी, जून १९८३मध्ये मार्क रिच यांनी घाईघाईने अमेरिकेतून पळ काढला होता आणि स्वित्झर्लन्ड हे आपले निवासस्थान केले होते. त्यानंतर त्यांनी अमेरिकेच्या भूमीवर पाऊल ठेवलेले नाही. मी मार्क रिच यांच्याशी जेव्हा त्यांच खटल्यासंबंधी बोललो तेव्हा अमेरिकन अधिकाऱ्यांनी त्यांच्या विरुद्ध चालवलेल्या मोहिमेबद्दल, त्यांच्या छळवादी भूमिकेबद्दल त्यांच्या मनात असलेला संताप, राग त्यांच्या बोलण्यामधून जाणवला. तरी पण रिच यांच्या मनात अमेरिकेबद्दल, ज्या देशाने दुसऱ्या महायुद्धानंतर जेव्हा ते नाझी राजवटीचे निर्वासित म्हणून आल्यावर त्यांना आश्रय दिला, त्यांना सामावून घेतले, म्हणून, अजिबात द्वेष नव्हता. चहा पिता-पिता मार्क रिच म्हणाले, "माझा नेहमीच अमेरिकेच्या धोरणांना पाठिंबा राहिला होता." हा एक उदारमतवादी देश आहे, ज्याने मला आणि माझ्या आईवडिलांना स्वीकारले. मी आजसुद्धा अमेरिकेच्याच बाजूने आहे.

मार्क रिच यांनी वेळोवेळी केलेल्या मदतीचा अमेरिकेच्या गृह खात्याला खूपच फायदा झाला. त्यांचे अधिकारी, प्रतिनिधी, मार्क रिच यांच्यासारख्या फरारी गुन्हेगाराच्या कायम संपर्कामध्ये होते, आणि ही आजपर्यंत गोपनीय राहिलेली गोष्ट आहे. गृह खात्याने वेळोवेळी मार्क रिच यांच्याकडे, ते व्यापार करत असलेल्या आणि राजकीयदृष्ट्या संवेदनशील असलेल्या देशांच्या प्रमुखांबद्दल, सत्तेमध्ये असलेल्या हुकूमशहांबद्दल, त्यांच्या राजकीय विचारसरणीबद्दल विचारणा करून त्यांचे मत घेतले होते. गृह खात्याच्या अधिकाऱ्यांनी विशेषत: इराण, सीरिया, रशियासारख्या देशामधील राजकारणी महत्त्वाच्या व्यापारी व्यक्तींबद्दल तपशीलवार माहिती त्यांच्याकडून

मिळवली आणि मार्क रिच यांनी त्यांना जे हवे होते ते सर्व पुरवले. "ही एक अगदी सामान्य गोष्ट आहे," मार्क रिच म्हणाले. जणूकाही ते अमेरिकन अधिकाऱ्यांना तेलाची किंवा एखाद्या धातूच्या खनिजाचीच किंमत सांगत होते. मी जेव्हा त्यांना काही व्यक्तींबद्दल आणि इतर जास्ती माहिती विचारली तेव्हा मान हलवत ते म्हणाले, "ही माहिती गोपनीय राखण्याचे मी वचन दिले आहे."

मार्क रिच यांचे व्यापाराच्या निमित्ताने नेमके अशाच देशांबरोबर संबंध होते की ज्या देशांशी अमेरिकेचे राजनैतिक संबंध एक तर नव्हते किंवा त्यांनी तोडले होते. ही खरोखर एक वेगळीच व्यवस्था किंवा सोय तयार झाली होती. पाश्चिमात्त्य देशांमधील कोणत्याही व्यावसायिकापेक्षा मार्क रिच यांना इराण, आफ्रिका आणि अरब देशांची अधिक चांगली माहिती होती. इराण, सीरिया, अंगोला आणि क्युबा या देशांना ज्यांना अधिकृतपणे अमेरिकेबरोबर काहीही संबंध नको होते आणि अमेरिकेला पण ते नको होते, अशा देशांच्या अंतस्थ राजकीय वर्तुळामध्ये मार्क रिच यांचे प्रत्यक्ष आणि थेट संबंध होते. मार्क रिच यांनी केलेले व्यापारी करार आणि व्यवहार हाच या प्रत्यक्ष संबंधांचा मोठा पुरावा होत. मार्क रिच यांच्या कंपनीमध्ये बरीच वर्षे काम केलेल्या त्यांच्या एका सहकाऱ्याने अगदी अभिमानाने सांगितले, "आमची, अंतस्थ किंवा गोपनीय माहिती काढणारी यंत्रणा ही जगातील सर्वाधिक आधुनिक होती. कधीकधी तर एखादी महत्त्वाची बातमी सीआयएला कळण्याआधी आम्हाला कळायची, विशेषत: इराणमधील घडामोडींबाबत." मार्क रिच आणि त्यांचे निवडक सहकारी नियमितपणे ही माहिती अमेरिकेच्या आणि इस्रायलच्या संबंधित अधिकाऱ्यांना पुरवत. या माहितीच्या देवाणघेवाणीच्या संदर्भात मी मार्क रिच यांच्या कंपनीमधील अनेक अधिकाऱ्यांशी बोललो, त्यांनी पण या गोष्टीला दुजोरा दिला. ते फक्त एका सर्वसामान्य व्यापारी तत्त्वाचे पालन करत होते – तुम्ही मदत करा म्हणजे तुम्हाला पण मदत मिळेल.

फरारी गुन्हेगाराबरोबर, ज्याच्यामागे चौकशीचा ससेमिरा इतर सरकारी यंत्रणांनी लावला आहे, वेळोवेळी सहकार्य करायचे, आणि त्याच्याकडून हवी ती माहिती काढून घ्यायची अशा या गृह खात्याच्या दुटप्पी वागणुकीचा, धोरणाचा तद्दन भंपकपणा, अप्रामाणिकपणा किंवा दुष्टपणा असाही अर्थ लावता येईल. परंतु हेही तेवढेच खरे आहे की जगातील कोणत्याही गुप्तचर संस्थेला मार्क रिच यांच्यासारख्या व्यक्तीबरोबर, ज्यांचे योग्य ठिकाणी संबंध होते आणि ज्यांना परस्पर विरोधी गटांना व्यापाराच्या निमित्ताने एकत्र आणण्याची कलाही साधलेली होती, संबंध ठेवण्याचा मोह आवरला नसता.

मार्क रिच यांच्या संवेदनशील देशांमध्ये असलेल्या विविध स्तरांवरील संबंधांमुळे आत्तापर्यंत त्यांनी बरीच गुप्त माहिती पुरवली होती. परंतु त्याची खरी किंमत

तेव्हाच कळते जेव्हा ती उपलब्ध होईनाशी होते. ११ सप्टेंबर २००१ रोजी झालेल्या वर्ल्ड ट्रेड सेंटरवरील हल्ल्यानंतर अमेरिकन काँग्रेसने या घटनेचा शोध घेण्यासाठी जे '९/११ कमिशन' नेमले होते त्या कमिशनने २००४ साली दिलेल्या त्यांच्या अहवालामध्ये 'गुप्त आणि संवेदनशील माहिती गोळा करण्यात आलेल्या अपयशाबद्दल' अत्यंत तिखट शब्दांमध्ये टीका केली होती. त्या अहवालामध्ये पुढे असे स्पष्ट नमूद करण्यात आले होते की "अत्यंत त्रोटक आणि अपुरी माहिती, मिळालेल्या माहितीचे विश्लेषण आणि विच्छेदन करण्यात आलेले अपयश तसेच मिळालेल्या माहितीची सर्व अंतर्गत/बाह्य संबंधितांशी देवाणघेवाण करण्यात झालेली दिरंगाई इत्यादी गोष्टी या घटनेला जबाबदार होत्या.

ही सर्व टीका लक्षात घेऊन, अमेरिकन सरकार जेव्हा त्यांनीच फरारी गुन्हेगार म्हणून घोषित केलेल्या मार्क रिच यांच्यासारख्या व्यक्तीची, त्यांच्या खासगी गुप्तचर यंत्रणेची, संवेदनशील माहिती गोळा करण्यासाठी मदत घेते तेव्हा त्याचे वर्णन किंवा समर्थन फक्त एकाच शब्दाने होऊ शकते आणि तो शब्द म्हणजे 'वास्तवाधिष्ठित राजकारण' (Real politik)

इस्रायलच्या मोसादला मदत

इस्रायलचे सर्वात मोठे बलस्थान म्हणजे त्यांचे 'वास्तवाधिष्ठित राजकारण' (Real politik). हे ज्यू राज्य जन्माला आले तेव्हाच चारी बाजूंनी शत्रुराष्ट्रांनी वेढलेले होते आणि त्यांनी हा देश बहिष्कृत केला होता. कोणत्याही अरब देशाचे इस्रायलबरोबर अधिकृतपणे राजनैतिक संबंध नव्हते, तरीपण, अर्थातच बऱ्याच देशांचे छुपे संबंध होते, काही अगदी जवळचे म्हणता येतील असे. आणि अशा प्रकारचे छुपे संबंध प्रस्थापित करणे आणि टिकवणे ही मोसाद (Mossad) या गुप्तहेर संघटनेची जबाबदारी होती. ही गुप्तचर संघटना अशा प्रकारच्या राजकारणामध्ये तरबेज होती, माहीर होती. मोसादने जर मार्क रिच यांच्या इराण, सीरिया आणि इतर पर्शियन गल्फमधील देशांबरोबर असलेल्या संबंधांची दखल घेतली नसती तर त्याचा अर्थ ती गुप्तचर यंत्रणा तिचे काम करत नव्हती. मोसादने मार्क रिच यांच्याशी प्रथम संपर्क साधला १९७०मध्ये.

मी जास्त माहिती काढण्याच्या उद्देशाने जेव्हा अ‍ॅव्हनर अ‍ॅझूल यांना प्रश्न विचारले तेव्हा ते म्हणाले, "मी नाव वगैरे काही सांगणार नाही, ते फारच धोकादायक ठरेल." आम्ही ल्युसर्न (Lucerne)येथील एका हॉटेलमध्ये मार्क रिच यांच्याबद्दल बराच वेळ बोलत बसलो होतो. अ‍ॅझूल यांनी मला समजावून सांगितले की मोसाद ही यंत्रणा इतर गुप्तहेर संघटनांपेक्षा खूप काही वेगळी आहे. संकटामध्ये असलेल्या, किंवा ज्यांचा छळ होतो आहे अशा इतर देशांमधील ज्यूंना ही संघटना

मदत करते. ज्यू लोकांना एकत्र आणण्यासाठी आणि ज्यू विरोधी ताकदींपासून त्यांचे रक्षण करण्यासाठी ही संघटना मदत करते. आमच्यावर ज्यूंना एकत्र आणण्याची जबाबदारी आहे. अॅझूल मला म्हणाले, "आमच्या लोकांचा खूप छळ झाला आहे, इतिहासाने आम्हाला खूप वाईट वागणूक दिली आहे. एकमेकांना मदत करणे हे आमचे कर्तव्य आहे. मुख्यकरून आमच्या लोकांचा जो संहार झाला, कत्तली झाल्या त्यामुळे तर ही जबाबदारी फार मोठीच आहे. त्या वेळेला जर इस्रायल अस्तित्वात असते तर एखादेवेळी आमचा इतिहास वेगळा झाला असता. जेथे ज्यूंच्या जीवाला धोका आहे तेथून त्यांना छुप्या मार्गाने इस्रायलमध्ये तरी किंवा त्यांना जेथे जायचे असेल त्या देशामध्ये जाण्यासाठी मोसाद मदत करते. ज्यूंना अशा प्रकारे स्थलांतरित करण्याच्या कित्येक मोहिमांमध्ये मार्क रिच यांनी त्यांच्या व्यावसायिक संबंधांचा वापर करून किंवा सरळ आर्थिक मदत देऊन हातभार लावला होता. अॅव्हनर अॅझूल मला सांगत होते, "१९८० आणि १९९०च्या दशकांमध्ये इथिओपिया (Ethiopia), येमेन (Yemen) आणि इस्रायलच्या शत्रुराष्ट्रांमधून अनेक ज्यू कुटुंबांचे इस्रायलमध्ये स्थलांतर केले गेले. याचे सर्व श्रेय मार्क रिच यांना जाते."

अॅव्हनर अॅझूल यांनी सन १९८३ साली "मोसाद" सोडल्यानंतर ते मार्क रिच यांच्यासाठी त्यांचे वैयक्तिक संरक्षण विषयक सल्लागार आणि तज्ज्ञ म्हणून काम करायला लागले. मोसादमध्ये त्यांच्याबरोबर आधी काम करणाऱ्या त्यांच्या सहकाऱ्यांनी, इथिओपियातील ज्यूंना – ज्यांना 'बेटा इस्रायल किंवा फलाशा' (Beta Israel, Falasha) म्हणून ओळखले जाते आणि जे इतर ज्यूंपासून काही शतके दुरावले गेले होते – इस्रायलला हलवण्यासाठी मार्क रिच यांची मदत मिळू शकेल का अशी विचारणा केली. ही घटना त्या प्रसिद्ध 'ऑपरेशन मोझेस' (Operation Moses) आधीची, ज्या मोहिमेमध्ये १९८४-८५ साली हजारो ज्यूंची सुटका करून त्यांना विमानाने इस्रायलला हलवले गेले होते. त्याआधी १९८०मध्ये त्यातील अनेक ज्यू कुटुंबांनी यादवी युद्धामुळे आणि भीषण दुष्काळामुळे इथिओपियाच्या उत्तरेकडे, आताच्या 'एरिट्रा' (Eritrea)मध्ये आणि काही जणांनी सुदानमध्ये स्थलांतर केले होते. त्यांना वाचवणे हे आपले कर्तव्य आहे, अशी मोसादची धारणा होती.

ज्यू लोकांच्या अशा घाऊक स्थलांतराला इथिओपियाच्या सरकारची, परवानगी मिळवण्यासाठी त्या बदल्यामध्ये त्यांच्या काही अटी असणार याची इस्रायलच्या सरकारला जाणीव होती. येत्झॅक राबिन (Yitzhak Rabin) यांनी इथिओपियाचे अध्यक्ष "मेंगित्सु हेले मरियम" (Mengistu Haile Mariam) यांची भेट घेतली आणि त्यांनी त्या मार्कसिस्ट अध्यक्षांना, ज्यांनी सन १९७४पासून त्या देशावर

पोलादी पकड बसवली होती, सरळच प्रश्न केला – "तुम्हाला त्या बदल्यात काय हवे आहे?" "वैद्यकीय मदत," – मेंगित्सु उत्तरले, "ठीक आहे आम्ही तुमच्यासाठी एरिट्रा (Eritrea)मध्ये तातडीची वैद्यकीय सेवा उपलब्ध असणारे संपूर्ण अत्याधुनिक हॉस्पिटल बांधून देऊ," – राबिन म्हणाले. हे हॉस्पिटल बांधण्यासाठी लागणारा पैसा इस्त्रायल सरकारकडे तेव्हा नव्हता म्हणून अँझूल यांनी मदतीसाठी मार्क रिच यांच्याकडे विचारणा केली. मार्क रिच यांनी ताबडतोब होकार कळवला. राबिन यांच्या विनंतीवरून अँझूल यांनी इस्त्रायलच्या आरोग्य मंत्र्यांची भेट घेतली. इस्त्रायलमधील अनेक हॉस्पिटल्समधून वापरलेली परंतु चांगल्या स्थितीतील वैद्यकीय उपकरणे विकत घेऊन नंतर इस्त्रायली हवाईदलाच्या विमानाने इथिओपियाला नेऊन तेथे बसवण्याची कामगिरी अँझूल यांचेवर सोपवण्यात आली. "आम्ही संपूर्ण आधुनिक वैद्यकीय हॉस्पिटल तेथे स्थापन केले." अँझूल मला सांगत होते. अशा मानवतेवर आधारित सर्व प्रकल्पांचा खर्च मार्क रिच यांनी केला. या सर्व घडामोडींचा हेरगिरीशी काहीही संबंध नव्हता. अँझूल यांनी मुद्दाम हे स्पष्ट केले. त्यानंतर अनेक इथिओपियन ज्यू कुटुंबांना इस्त्रायलला स्थलांतरित करता आले. ज्या भीषण दुष्काळामुळे इथिओपिया जगभरात कुप्रसिद्ध झाला त्या १९८५मधील भयानक दुष्काळातून त्यांची सुटका झाली.

येमेनहून सुटका

इथिओपियाहून बेटा इस्त्रायलींची सुटका केल्यानंतर १० वर्षांनी इस्त्रायली सरकारच्याच विनंतीवरून, अशाच प्रकारच्या एका कामगिरीचा संपूर्ण खर्च उचलण्याचे मार्क रिच यांनी मान्य केले. पण या वेळेला देश होता अरबी द्वीपकल्पाच्या दक्षिणेला असलेला येमेन. सन १९४९-५० साली एकूण ५०,००० ज्यूंना, तेव्हा नव्यानेच स्थापन झालेल्या इस्त्रायलला, गुप्तपणे विमानांनी हलवण्यात आले होते. त्या कामगिरीचे नाव होते "ऑपरेशन मॅजिक कार्पेट" (Operation Magic Carpet). सन १९९०च्या दशकाच्या मध्यावर फक्त काही शेकडा ज्यू जनता येमेनमध्ये राहात होती. त्यांना येमेनमध्ये वारंवार ज्यू द्वेषाचा सामना करावा लागत होता, आणि त्यांना येमेन सोडून जाण्याचीही परवानगी दिली जात नव्हती.

अँझूल मला म्हणाले, "मार्क रिच यांनी येमेनमधील काही उच्च पदस्थ अधिकाऱ्यांचे मला संदर्भ दिले. परत एकदा गोपनीयतेच्या आणि सुरक्षिततेच्या कारणांवरून अँझूल जास्त खोलामध्ये जाण्यास तयार नव्हते. "ते फारच नाजूक प्रकरण आहे," त्यांनी सांगितले, "ज्यांनी आम्हाला त्या काळात मदत केली त्यांना कोणत्याही प्रकारे त्रास व्हावा, इजा पोहोचावी असे मला वाटत नाही. ती वेळ त्यांच्यावर नक्कीच येऊ नये." अँझूल यांनी येमेन अधिकाऱ्यांशी बोलणी केली. ते

तात्त्विकदृष्ट्या ज्यू लोकांना येमेन सोडून जाण्याची परवानगी देण्यास तयार होते, परंतु त्यांना त्या बदल्यामध्ये पैसे हवे होते – अगदी माणशी पैसे हवे होते. ॲझूल म्हणाले, ''मार्क रिच या कामगिरीसाठी जी काही रक्कम लागेल ती मोजायला तयार होते.'' मोसादच्या या माजी गुप्तहेराला येमेनचे अधिकारी दिलेला शब्द पाळतील का नाही याची प्रथम खातरी करून घ्यायची होती. त्यासाठी त्यांनी चाचणी म्हणून एक विमान ठरवून दोन मोठ्या, प्रत्येकी १५-१५ माणसे असलेल्या ज्यू कुटुंबांना प्रथम घेऊन जायचे ठरवले. सर्व काही अगदी ठरल्याप्रामाणे पार पडले. मार्क रिच यांच्या संपर्कातील येमेनी अधिकाऱ्यांनी त्या दोन कुटुंबांमधील व्यक्तींना येमेनी कस्टमच्या तपासणीमधून सहीसलामत बाहेर काढले. कस्टम खात्याच्या अधिकाऱ्यांना ठरलेल्या या एकंदर कटाची काहीच माहिती नव्हती. ती दोन्ही कुटुंबे रोमवरून इस्रायलला सुखरूप येऊन पोहोचली.

''आम्ही एकूण ३० जणांना स्थलांतरित करू शकलो. आमच्या प्रयत्नांना चांगले यश मिळत होते, परंतु त्या मोहिमेचा शेवट मात्र दु:खद झाला,'' चेहऱ्यावरची निराशा न लपवता, मान हालवत ॲझूल म्हणाले. येमेनमध्ये अडकलेल्या एकूण एक ज्यूंना इस्रायलला स्थलांतरित करण्याची ती एका मोठ्या मोहिमेची फक्त सुरुवात होती. परंतु या मोहिमेला सुरूंग लावण्याचे काम ''सतमार'' (Satmar) या अति पुराणवादी ज्यूंमधील एका गटाने, पंथाने केले. या ज्यू पंथियांची इस्रायलला मान्यता नव्हती आणि इस्रायलच्या विकासासाठी चाललेल्या कोणत्याही प्रकारच्या प्रयत्नांना नव्हती. जेव्हा 'सतमार' (Satmar) पंथियांना येमेनमधील ज्यू कुटुंबांना इस्रायलला स्थलांतरित करण्याच्या या मोहिमेचा सुगावा लागला तेव्हा त्यांनी ॲझूल आणि मार्क रिच यांना धमकावले, ''जर तुम्ही ही मोहीम चालू ठेवाल तर येमेनी सरकारमध्ये काही देशद्रोही व्यक्ती आहेत आणि त्यांचा या मोहिमेला पाठिंबा आहे असे आम्ही जनतेमध्ये उघड करू.'' यानंतर आमची मोहीम तेथेच थंडावली.

बऱ्याच वर्षांनंतर येमेन आणि इथिओपिया येथील ज्यू कुटुंबांना इस्रायलला स्थलांतरित करण्याच्या मोहिमेमध्ये सहभाग होता आणि या त्यांच्या सहकार्याची उच्चपदस्थ अधिकाऱ्यांनी पण कबूली दिली. त्यानंतर आत्तापर्यंत कधीही न घडलेली घटना घडली. मोसाद या संघटनेने त्यांचा गप्प राहाण्याचा संकेत मोडला. सन १९८९ ते १९९६ या काळामध्ये मोसादचे प्रमुख असलेले शबते शावित (Shabtai Shavit) यांनी अमेरिकेचे अध्यक्ष बिल क्लिंटन (Bill Clinton) यांच्याकडे मार्क रिच यांना त्यांच्या विशेषाधिकारात माफी द्यावी म्हणून उघडपणे अधिकृत रदबदली केली. अध्यक्षांना लिहिलेल्या पत्रामध्ये ''शावित'' यांनी स्पष्टपणे लिहिले होते की, ''मोसाद या संघटनेचा प्रमुख म्हणून, आम्ही मार्क रिच यांना, युद्धामध्ये ठावठिकाणा न लागलेल्या सैनिकांचा शोध घेण्यासाठी, तसेच आमच्या

शत्रुराष्ट्रांमधील ज्यूनां इस्रायलला स्थलांतरित करण्यासाठी मदत करण्याची विनंती केली होती. मार्क रिच यांनी मदत करण्याची नेहमीच तयारी दाखवली. एवढेच नाही तर विविध देशांमध्ये असलेल्या त्यांच्या ओळखींचा, संबंधांचा, जाळ्यांचा आम्हाला अपेक्षेपेक्षा जास्त फायदा झाला. खरं तर अशा मदतीमुळे त्यांच्या त्या देशांमधील हितसंबंधांना धोका पोहोचण्याचा संभव होता. इस्रायल सरकार आणि ज्यू लोक त्यांच्या या नि:स्वार्थी मदतीबद्दल नेहमीच त्यांचे कृतज्ञ राहातील.'' आपण काय लिहितो आहोत याची शावित यांना पूर्ण जाणीव होती कारण त्यातील काही मोहिमांमध्ये त्यांचा स्वत:चाही वैयक्तिक सहभाग होता.

''या विषयात जास्त खोल जाणे योग्य ठरणार नाही,'' ॲझूल मला म्हणाले आणि थोडा वेळ बोलायचे थांबले. त्यांना अर्थातच माझ्या प्रश्नांना उत्तर द्यायचे टाळायचे होते. मी त्यांना माझ्याकडे असलेल्या माहितीच्या आधारे प्रश्न विचारला होता. ती माहिती अशी होती की मार्क रिच यांनी लेबेनॉन, सीरिया, इराक आणि इराण या देशांशी वेळोवेळी झालेल्या चकमकींमध्ये, युद्धांमध्ये हरवलेल्या सैनिकांचा शोध घेण्यासाठी मदत केली होती. (हे सैनिक ''शिया'' अतिरेक्यांनी पकडलेले होते.) माझ्या माहितीप्रमाणे मार्क रिच यांनी इराण आणि सीरियामध्ये त्यांच्या असलेल्या संबंधांचा यासाठी उपयोग केला होता. ॲझूल फक्त एवढेच म्हणाले, ''मार्क रिच यांनी त्यांना त्या देशांमधील काही उच्चपदस्थ अधिकाऱ्यांची नावे सांगितली होती, संदर्भ दिले होते.'' आणि या उच्चपदस्थ अधिकाऱ्यांनी त्यांना अशा काही लोकांच्या संपर्कांमध्ये आणले की ज्यांना या हरवलेल्या सैनिकांच्या भवितव्याबद्दल जास्त माहिती होती. ''माझा प्रवासखर्च मार्क रिच यांनी केला, सरकारने नाही,'' ॲझूल म्हणाले. ''हे त्यांच्यासाठी आणि सरकारसाठी अत्यंत धोकादायक होते,'' ॲझूल नंतर म्हणाले, ''या मोहिमांबद्दल ते जास्त बोलणार नाहीत.'' जेव्हा-जेव्हा प्रसारमाध्यमे मार्क रिच यांचे नाव मोसादबरोबर किंवा त्या संदर्भात जोडतात तेव्हा प्रत्येक वेळेला ते कोणाचे ना कोणाचेतरी लक्ष्य बनतात. इंग्लंडमधील ''ऑब्झर्वर''(Observer) या वृत्तपत्रातील लेखाप्रमाणे ''मार्क रिच यांनी जगभर पसरलेली त्यांची कार्यालये नियमितपणे गुप्तहेरांना त्यांची ओळख लपवण्यासाठी वापरण्याची परवानगी, मुभा दिली होती. ॲझूल यांच्या म्हणण्याप्रमाणे, ''अमेरिकेने मार्क रिच यांच्या व्यवसायाला नुकसान, धोका पोहोचवण्याच्या उद्देशाने पसरवलेली ही एक अफवा आहे.''

इस्रायल आणि इराण देशांमधील अनौपचारिक मध्यस्थ

मी मार्क रिच यांना जेव्हा त्यांच्या मोसादबरोबरच्या संबंधांबद्दल किंवा त्यांनी मोसादला केलेल्या मदतीबद्दल विचारले तेव्हा ते पण त्याबद्दल जास्त काही

बोलायला नाखूश दिसले. तरीपण माझा मुद्दा तसाच रेटत मी त्यांना विचारले की ते मोसाद या संघटनेला मदत करायला एवढे उत्सुक का होते. मार्क रिच थोडा वेळ गप्प बसले. नंतर त्यांनी डाएट कोकचा एक घोट घेतला आणि म्हणाले, ''सर्वप्रथम, मी ज्यू आहे. दुसरी गोष्ट म्हणजे इस्रायल या देशाबरोबर माझे हितसंबंध गुंतलेले आहेत. मी त्या देशाचा नागरिक आहे. त्या देशाला मी मदत करणे अगदी स्वाभाविक आहे.'' मी त्यांना विचारले, ''शत्रुराष्ट्राच्या अधिकाऱ्यांना हरवलेल्या इस्रायली सैनिकांबद्दल विचारणे त्यांना स्वत:ला धोकादायक वाटले नाही का?'' मार्क रिच परत थोडा वेळ गप्प बसले, जणूकाही कोणते उत्तर ते निर्धास्तपणे देऊ शकतील यावर विचार करत असावेत. तरीपण जे उत्तर आले ते फार ठामपणे आले नाही. ''तो विषय खरे म्हणजे अनेक लोकांबरोबर बोलण्याचा नव्हता पण ज्या काही थोड्या लोकांशी बोलणे योग्य ठरेल असे मला वाटले त्यांच्याशीच मी बोललो.'' त्यावर त्यांची काय प्रतिक्रिया होती? मार्क रिच दोन्ही हात उंचावत आणि खांदे उडवत म्हणाले, ''तो काही प्रश्न नाही.'' मी विचारले, ''कोणत्या देशाबद्दल बोलताय तुम्ही?'' त्यांनी फक्त मान हालवली. परत मीच त्यांना विचारले, ''प्रामुख्याने इराण आणि सीरीया का?'' त्यावर ते फक्त ''होय'' म्हणाले. माझ्या लक्षात आले की अशा प्रकारच्या माझ्या प्रश्नांना उत्तरे देणे मार्क रिच यांना अवघड वाटत होते.

एक शेवटचा प्रश्न म्हणून मी त्यांना विचारले, त्यांनी इस्रायल आणि इराण या दोन देशांच्या दरम्यान कधी अनौपचारिकपणे मध्यस्थाची भूमिका बजावली आहे का? ''काही प्रमाणात मला वाटते, मी ती भूमिका बजावली होती. परंतु अधिकृतपणे मी त्या पदाची किंवा अगदी अशा प्रकारच्या मान्यतेची अपेक्षा केली नव्हती. मला फक्त तत्कालीन प्रश्न, ते पण सर्व नव्हेत, सोडवण्यात मदत करता आली तर करण्याची इच्छा होती. असाच एक प्रश्न तेलाच्या गोपनीय पाइपलाइनबद्दल उद्भवला होता. तो इस्रायल आणि इराणमधील एक संयुक्त प्रकल्प होता (प्रकरण ६ वे). सन १९७९मधील इस्लामिक क्रांतीनंतर, इराणने इस्रायलबरोबरचे सर्व प्रकारचे संबंध तोडले होते आणि तेलाचा पुरवठा बंद केला होता. सहा वर्षांनंतर नॅशनल इराणियन तेल कंपनीने इस्रायल विरुद्ध खटला दाखल केला. इराणने इस्रायलला पुरवलेल्या तेलाच्या एकूण किमतीपैकी बाकी रक्कम म्हणून US $500Mn (अंदाजे रु. २,५०० कोटी) एवढी मागणी केली होती. वकिलांच्यामार्फत केलेल्या वाटाघाटी निष्फळ ठरल्या होत्या. इराण सरकारपण इस्रायलबरोबर प्रत्यक्ष बोलणी करण्यास तयार नव्हते. या पेचप्रसंगातून मार्ग काढण्यासाठी मार्क रिच यांनी १९९३ साली इस्रायलचे पंतप्रधान 'येत्झॅक राबिन' (Yitzhak Rabin) यांची जेरुसलेम येथे भेट घेतली आणि हा पेच सोडवण्यासाठी एक प्रस्ताव

मांडला. त्या प्रस्तावाप्रमाणे त्यांची कंपनी या प्रकल्पामध्ये इस्रायलचे असलेले समभाग विकत घेईल आणि व्यापारी मार्गाने इराणबरोबर वाटाघाटी करून त्यामधून मार्ग काढेल. पंतप्रधान राबिन यांना हा प्रस्ताव मान्य झाला. अ‍ॅव्हनर अ‍ॅझूल जे या भेटीच्या दरम्यान हजर होते त्यांनी मला हे सांगितले. परंतु या प्रस्तावामध्ये त्या खात्यामधील अधिकाऱ्यांनी खो घातला. त्यांनी इतक्या काही गुंतागुंतीच्या अटी आणि शर्ती घातल्या की शेवटी मार्क रिच यांनी तो प्रस्ताव पुढे रेटलाच नाही. मला खातरी आहे आज ते पस्तावले असतील.

बऱ्याच जणांना जरी संशय होता तरी मार्क रिच हे मोसादचे एजंट नव्हते. 'गुप्तहेरा'च्या शब्दश: व्याख्येमध्ये बसणारे नव्हते. त्यांनी नियमितपणे मोसादला विविध प्रकारे मदत केली आणि त्याचा मोसादला फायदा झाला. ज्या ठिकाणी मोसादचे संबंध नव्हते, संधान नव्हते अशा ठिकाणी त्यांनी मोसादला तशी सोय करून दिली, त्यासाठी मदत केली. इस्रायली अधिकाऱ्यांना जेथे पैसे देणे शक्य नव्हते, अडचणीचे होते अशा ठिकाणी त्यांनी आर्थिक मदत केली. याच कारणामुळे मार्क रिच यांची 'मेनाकीम बेगिन' (Menachem Begin)पासून ते अगदी 'एहूड बराक'(Ehud Barak)पर्यंतच्या सर्व इस्रायली पंतप्रधानांशी वैयक्तिक मैत्री होती, ओळख होती. मोसादच्या शब्दकोशामध्ये मार्क रिच यांच्यासारख्यांसाठी 'सयान' (Sayan) असा शब्द आहे. या हिब्रू शब्दाचा अर्थ आहे 'मदतनीस,' 'सहानुभूतीदार.' आणि हेच नाव या सौदे/वायदे व्यापाऱ्यासाठी योग्य होते. कारण एक व्यापारी म्हणून स्वत:ची हीच ओळख सांगण्यात त्यांना अभिमान वाटे.

१६

रिच कुटुंबीयांचे खासगी जीवन

८ सप्टेंबर १९९६, रविवार, सिएटल (Seattle)मधील "Fred Hutchinson Cancer Research Center" हॉस्पिटलमध्ये गॅब्रिएला रिच (Gabrielle Rich) पलंगावर शांतपणे पडून होती. तिच्या आजाराचे निदान झाले होते. तिला झालेला रक्ताचा कॅन्सर (Myelogenous Leukemia) आता तिसऱ्या टप्प्यात होता, असे डॉक्टरांनी निदान केले होते. या कॅन्सरच्या प्रकारामध्ये रक्तामधील पांढऱ्या पेशी तयार होणे थांबते आणि परिणामी शरीराची प्रतिकार शक्ती कमी-कमी होत जाते. आता आशादायक असे काही उरले नव्हते. गॅब्रिएला (Gabrielle), मार्क आणि डेनिस रिच यांची नंबर दोनची मुलगी मरणाच्या दारात होती. तिचे वय फक्त २७ वर्षांचे होते.

"ते सगळे भयंकरच होते, तिला होणाऱ्या त्या वेदना," डेनिस रिच मला सांगत होत्या. त्यांच्या स्वरांतल्या कंपनांवरून, भावनांमधून असे वाटत होते की त्या अगदी कालच घडलेल्या घटनेबद्दल बोलत असाव्यात. डोळ्यातले अश्रू मोठ्या प्रयासाने अडवण्याचा प्रयत्न करत, हात लांब करून त्यांच्या मुलीचा "डॅनिएला" (Danielle)चा हात त्या हातात घेतात. आम्ही तिघे जण मॅनहॅटनच्या "फिफ्थ ॲव्हेन्यू"येथील त्यांच्या १९व्या मजल्यावरील पेंट हाउसमध्ये, ज्याची किंमत अंदाजे $40Mn (अंदाजे रु. २००कोटी) एवढी किंमत होती, बोलत बसलो आहोत. जमिनीपासून - छतापर्यंत असणाऱ्या मोठ्या खिडक्यांमधून बाहेरच्या "Central Park"चे दृश्य श्वास रोखून धरायला लावणारे आहे. डेनिस रिच सोफ्यावर बसल्या आहेत, त्यांच्या मागच्या भिंतीवर "सॅन्ड्रो बोट्टिसेली" (Sandro Botticelli) या इटालियन चित्रकाराने इ.स.१४८६मध्ये काढलेल्या, म्हणजे इटालियन

कलेच्या पुनरुज्जीवनाच्या पर्वांमध्ये काढलेल्या 'The Birth of Venus' या जगप्रसिद्ध चित्राची, 'अॅन्टी वॉरहॉल'(Andy Warhol) (१९२८-१९८७) या अमेरिकन चित्रकाराने काढलेली प्रतिकृती लावलेली होती. त्या इटालियन चित्रकाराच्या नावाचा अर्थसुद्धा कोट्यधीश तेल व्यापाऱ्याच्या या घटस्फोटित पत्नीला यथार्थ लागू पडणारा आहे. – "Little Barrels" (लहान बॅरल्स). डेनिस यांनी अंगामध्ये अगदी साधा आकाशी रंगाचा व्ही आकाराचा गळा असलेला स्वेटर आणि पॅन्ट घातली आहे. याच पेंट हाउसमध्ये निवडणुच्या निमित्ताने निधी जमवण्यासाठी झालेल्या खान्याच्या वेळी बिल क्लिंटन यांनी डेनिस रिच यांचा उल्लेख 'जवळचा मित्र' असा केला होता. तो वेगळाच काळ होता – मार्क रिच यांना माफी मिळण्याआधीचा.

डेनिस रिच यांना भेटण्याआधी त्यांच्या मुलीच्या मृत्यूविषयी त्यांच्याशी कसे बोलावे, कसे विचारावे हा मला मोठा प्रश्न पडला होता. आम्ही भेटल्यानंतर आणि इतर बऱ्याच विषयांवर गप्पा झाल्यानंतर माझी जेव्हा खातरी पटली की त्या विषयावर माझे विचारणे त्यांना फक्त तोंडदेखले वाटणार नाही, तेव्हाच मी तो विषय काढला. आईवडिलांसाठी त्यांच्या मुलाच्या मृत्यूच्या दुःखापेक्षा मोठे दुःख दुसरे कोणतेही नाही. असा अनुभव किंवा धक्का एखाद्या माणसामध्ये कायमचा बदल घडवून आणू शकतो आणि या प्रसंगाने मार्क रिच यांना खूप मोठा धक्का बसला होता. जेव्हा त्यांच्या मुलीचा मृत्यू झाला तेव्हा त्यांचा आणि डेनिस यांचा घटस्फोट आधीच झालेला होता. त्यांनी आणि त्यांच्या कुटुंबीयांनी हा धक्का कसा सहन केला हे जाणून घेणे मला महत्त्वाचे वाटत होते.

तिच्या शेवटच्या तासांमध्ये गॅब्रिएला (Gabrielle) एकटी नव्हती. तिचे सर्व कुटुंबीय – अगदी ज्या "फिलिप आऊद"(Philip Aouad)बरोबर तिने लपूनछपून लग्न केले होते त्याच्यासकट – तिच्याभोवती हॉस्पिटलच्या खोलीमध्ये तिची आई डेनिस, तिची मोठी बहीण इलोना (Ilona), तिची धाकटी बहीण डॅनिएला (Danielle) होत्या. डेनिसच्या आईचा आणि बहिणीचापण मृत्यू कॅन्सरच्या आजारातच झाला होता. परंतु तिचे वडील मात्र तेथे नव्हते – शरीराने तरी नव्हते. डॉक्टरांनी रक्ताचा कॅन्सर म्हणून गॅब्रिएलाच्या आजाराचे निदान केल्यावर तिच्या कुटुंबीयांनी उपचारासाठी जगभरातील उत्तम डॉक्टरांचा शोध घेतला. डॅनिएला म्हणाली, "सर्वोत्तम डॉक्टर आम्हाला अमेरिकेमध्ये मिळाले." उपचाराचे दरम्यान गॅब्रिएलासोबत अमेरिकेत राहू न शकण्याचे दुःख खूप मोठे होते. तरीपण वडिलांनी आमच्या निर्णयाला पसंती दिली. स्वित्झर्लन्डमधील ल्युसर्न(Lucerne) तलावाच्या काठावर असलेल्या त्यांच्या अलिशान बंगल्यातून सिएटल येथील हॉस्पिटलमध्ये मरणाच्या दारात असलेल्या गॅब्रिएलाशी ते फक्त फोनवरून बोलू शकत होते. डेनिस सांगत

होत्या, "तिने शेवटचा श्वास घेतला तेव्हापण मार्क फोनवरच होते. मार्क मनाने स्वित्झर्लन्डमध्ये नव्हतेच. आम्ही सर्व जण ज्याप्रमाणे येथे तिच्या जवळ होतो तसाच तो पण होता, शेवटच्या क्षणाला तो त्याच्या मुलीजवळ राहू शकत नव्हता ही फारच दुर्दैवी गोष्ट होती, फोनवर पण तो फक्त हुंदके देत होता. तो एवढे हुंदके देत होता की मला ते ऐकवत नव्हते. शेवटी मी फोन खाली ठेवला. मला तिला जवळ घ्यायचे होते. रात्रीचे दहा वाजून गेले होते, थोड्याच वेळात गॅब्रिएलाने शेवटचा श्वास घेतला."

"घरी येऊ नका बाबा - प्लीज"

मार्क रिच यांच्या संबंधितांपैकी आणि कुटुंबीयांपैकी कोणालाही विचारले असते की मार्क रिच यांच्यावरील खटल्यादरम्यानची सर्वात कसोटीची वेळ किंवा घटना कोणती होती, तर सर्वांकडून एकच उत्तर मिळाले असते – "जेव्हा त्यांची मुलगी मृत्यूच्या दारात होती तेव्हासुद्धा तिला भेटण्यासाठी, त्याक्षणी तिला प्रेमाने जवळ घेण्यासाठी अमेरिकेला येण्याची परवानगी त्यांना दिली गेली नाही. ती सर्वात दुःखद घटना होती. आयझॅक क्युरब (Isaac Querub) यांनी मला प्रश्न विचारला, तरुण मुलीचा मृत्यू ही तर दुःखद घटना आहेच पण त्याहीपेक्षा, एवढी श्रीमंती, एवढी सत्ता, एवढा प्रभाव असूनपण जर तुम्ही वेळेला तिच्या जवळ राहू शकला नाहीत तर त्या सत्तेचा, संपत्तीचा उपयोग काय? आयझॅक क्युरब हे मार्क रिच यांच्या सर्वात विश्वासू सहकाऱ्यांपैकी एक आणि त्यांचे मित्र आहेत. त्यांना स्वतःला तीन मुली आहेत. मार्क रिच यांचे आणखी एक सहकारी मायकेल स्टाईनहार्ट (Michael Steinhardt) जे त्या दुःखद घटनेच्या वेळी मेगेन (Meggen) शहरामधील त्यांच्या घरी राहात होते ते मला म्हणाले, "ते गॅब्रिएलाच्या शेवटच्या क्षणी तिच्या जवळ हजर राहू शकत नव्हते. हा एक दैवदुर्विलास होता. त्यांचे तिच्यावर खूप प्रेम होते. ती आधी आणि आज पण त्यांच्या आयुष्याचा महत्त्वाचा हिस्सा होती आणि आहे." डॅनिएला मला म्हणाली, "त्यांच्यासमोर तुम्ही फक्त तिचे नाव काढा, त्यांच्या डोळ्यात लगेच पाणी येते."

मार्क रिच यांना अमेरिकेत येऊन हॉस्पिटलमध्ये गॅब्रिएलाच्या शेवटच्या क्षणी फक्त तिच्या जवळ राहायचे होते बाकी त्यांना काहीही नको होते, मार्क रिच यांच्याबरोबर अनेक वर्षे काम केलेले त्यांचे मॅनहॅटन मधील वकील रॉबर्ट फिंक (Robert Fink) यांनी साहाय्यक सरकारी वकील पॅट्रिक फिट्जेराल्ड (Patrik Fitzqerald) यांची याबाबत भेट घेतली होती. ती भेट आठवत फिंक म्हणाले, "मी त्यांना सांगितले की मार्क रिच यांची मुलगी हॉस्पिटलमध्ये शेवटच्या घटका मोजते आहे, नंतर त्यांना विचारले की, त्यांच्यावरील खटल्याला कोणताही धोका

पोहोचणार नाही याची खबरदारी घेत मार्क रिच यांच्या मुलीला हॉस्पिटलमध्ये भेटू शकतील असा काही मार्ग काढता येईल का? त्यावर त्यांचे उत्तर होते – नाही.''

मार्क रिच यांना अमेरिका सोडून १३ वर्षे उलटून गेली होती आणि गेली १३ वर्षे, अमेरिकन अधिकाऱ्यांनी त्यांना पकडण्यासाठी लावलेल्या वेगवेगळ्या सापळ्यांना त्यांनी यशस्वीपणे हुलकावणी दिली होती. मार्क रिच यांना कल्पना होती की त्यांनी गॅब्रिएलाला भेटण्याचा जर प्रयत्न केला तर अमेरिकेमध्ये विमानतळावर उतरताक्षणीच त्यांना अटक केली जाईल. शेवटी खूप विचारांती त्यांनी ठरवले, ''ठीक आहे. मुलीला भेटण्याच्या प्रयत्नामध्ये अटक होणार असेल तर होऊ दे, मुलीच्या भेटीपेक्षा अटक महत्वाची नाही.'' त्यांनी गॅब्रिएलाला फोन केला, ते गॅब्रिएलाला म्हणाले, ''बेटा तुला भेटायला मी येईन.'' डॅनिएला हे सगळे मला तिच्या आईच्या घरी सांगत होती. गॅब्रिएला त्यांना म्हणाली, ''प्लीज बाबा, तुम्ही येऊ नका. मी तुम्हाला विनंती करते घरी येऊ नका.'' त्यावर मार्क रिच म्हणाले, ''नाही बेटा, मी येतो, अगदी नक्की येतो.'' परत गॅब्रिएला त्यांना म्हणाली, ''नको बाबा, माझे तुमच्यावर खूप प्रेम आहे, येऊ नका. जर तुम्ही आलात तर मी तुमच्यावर रागवेन.'' शेवटच्या घटका मोजत असलेल्या मुलीला शेवटी डेनिसला वचन द्यावे लागले की, ''अमेरिकेमध्ये मी त्यांना येऊ देणार नाही ते स्वित्झर्लन्डमध्येच राहातील.'' ''डॅनिएला मला म्हणाली, ''त्यावेळी त्यांची कोणत्याही परिणामांना तोंड द्यायची तयारी होती.''

हृदयावर दगड ठेवून अखेर मार्क रिच यांनी अमेरिकेला येण्याचा त्यांचा बेत रद्द केला. ते स्वित्झर्लन्ड येथेच राहिले. ते गॅब्रिएलाच्या अंत्ययात्रेलासुद्धा उपस्थित राहू शकले नाहीत. मार्क रिच यांचे अनेक मित्र सांगतात की त्या अंत्ययात्रेमध्ये मार्क रिच येतील या आशंकेने गुप्तहेर खात्याची माणसे हजर होती. मार्क रिच यांना पकडण्याची जबाबदारी ज्या पोलीस अधिकाऱ्यांवर होती त्यांना अशी आशा होती की मार्क रिच गुप्तपणे कॅनडामार्गे अमेरिकेला येण्याची शक्यता आहे.

मार्क रिच यांच्याविरुद्ध ज्यांनी चौकशी सुरू केली होती ते साहाय्यक सरकारी वकील सॅन्डी विनबर्ग (Sandy Weinberg) म्हणाले, ''नक्कीच ती एक दुःखद आणि दुर्दैवी घटना होती.'' मी जेव्हा त्यांना विचारले की तशा परिस्थितीमध्ये मार्क रिच यांना मुलीला भेटण्याची एक संधी देणे माणुसकीला धरून नसते का झाले? तेव्हा ते त्रासिकपणे म्हणाले, ''त्यांच्याविषयी दया वाटणे किंवा वाईट वाटणे जरा कठीणच आहे. ही परिस्थिती त्यांनीच ओढवून घेतली होती. आणि एक संधी? कायदा अशा गोष्टी ओळखत नाही, त्यांनी कधीच कायद्याला जुमानले नाही.'' विनबर्ग यांनी मला सांगितले. त्यांचे बहुधा खरे असेल – कायदा तसाच आहे. कोणत्याही फिर्यादी पक्षाने किंवा राजकारण्याने मार्क रिच यांना तशी संधी दिली

असती किंवा प्रयत्न केला असता तरी त्यांच्यावर टीकेचा भडीमार झाला असता. कोणत्याही फरारी गुन्हेगाराने अशी दयेची अपेक्षा करणेच भाबडेपणाचे होते. तरीपण मला अॅव्हनर अॅझूल यांचे शब्द चांगले आठवतात. "कोणत्याही माणसाने, ज्याचे हृदय जागेवर आहे, अशी विनंती फेटाळली नसती. मार्क रिच यांनी कोणाचा खून केला नव्हता की ते अतिरेकी नव्हते."

१९८०च्या दशकाच्या मध्यावर या खटल्याशी संबंधित असलेल्या, स्वित्झर्लन्डच्या न्याय खात्याच्या मंत्र्यांशी मी या बाबतीत बोललो. अशा प्रकारची विनंती त्यांना केली गेली असती तर त्या परिस्थितीमध्ये त्यांनी काय केले असते हे मला जाणून घ्यायचे होते. एका क्षणाचाही विलंब न लावता "इलिझाबेथ कॉप-इकल" (Elisabeth Kopp-Ikle)यांनी उत्तर दिले, "न्याय खात्याची मंत्री या नात्याने मी त्यांना तशी 'एक संधी' दिली असती, नाही तर मला माझे मन जन्मभर खात राहिले असते." मी त्यांच्या नजरेला आणून दिले की तशा निर्णयाबद्दल त्यांच्यावर खूप राजकीय दबाव आला असता आणि टीकेचे धनी व्हायला लागले असते, तेव्हा त्या माझ्याकडे थोडा वेळ बघत राहिल्या आणि विचार करून म्हणाल्या, "कधीकधी अशी परिस्थिती उद्‌भवते की राजकीय दृष्टीपेक्षा एखाद्या प्रश्नाकडे मानवतेच्या दृष्टिकोनातून बघणे जास्त महत्त्वाचे असते. आणि असा विचार करणे जर शक्य नसेल तर तुम्ही स्वत:लाच एक प्रश्न विचारला पाहिजे की, "तुम्ही मग राजकारणात कशासाठी आहात?" या उत्तराचे प्रतिध्वनी नंतर कितीतरी काळ माझ्या मनात उमटत राहिले. मी राजकारणी नाही याचा त्या दिवशी मला खूप आनंद झाला.

मुलीचे थडगे इस्रायलला हलवले

मी मार्क रिच यांना जेव्हा स्विस न्याय खात्याच्या मंत्रीणबाईंची प्रतिक्रिया सांगितली तेव्हा ते कडवटपणाने म्हणाले, "त्याचा आता काय उपयोग." सप्टेंबर १९८६ साली मार्क रिच त्यांच्या वडिलांच्या मृत्यूच्या वेळेला आणि शवयात्रेला उपस्थित राहू शकले नव्हते. मार्क रिच यांच्यासाठी, डेव्हिड रिच, त्यांचे वडील हे एक माणूस म्हणून आणि एक उद्योजक म्हणून त्यांचा आदर्श होते. मार्क यांना, त्यांच्या एकुलत्या एक मुलाला, वडिलांना एवढेच दाखवून द्यायचे होते की त्यांनी पण व्यापारामध्ये/व्यवसायामध्ये उत्तुंग असे यश मिळवले आहे. त्यांना वडिलांची फक्त शाबासकी पाहिजे होती, पण येथेही दुर्दैव आड आले. ते वडिलांच्या शवयात्रेला हजर राहू शकले नाहीत आणि ज्यू (Kaddish) परंपरेनुसार अशा वेळी, जी प्रार्थना फक्त मुलगाच म्हणू शकतो, ती प्रार्थना वडिलांसाठी ते करू शकले नाहीत. रिच कुटुंबीयांच्या एका मित्राने मला सांगितले, "ज्यू परंपरेनुसार ती फार महत्त्वाची प्रार्थना आहे." मृत वडिलांसाठी मुलगा करू शकणारी अशी ती शेवटची

गोष्ट आहे. मार्क यांच्यासाठी तेव्हा उपस्थित राहाता न येणे आणि ती प्रार्थना करू न शकणे ही सर्वात दु:खद घटना होती. मार्क रिच यांच्यापुढे, ती प्रार्थना टेलीफोनवरून म्हणण्याशिवाय दुसरा पर्याय नव्हता.

लवकरच माझ्या लक्षात आले की वडिलांच्या आणि मुलीच्या मृत्यूबाबत बोलणे मार्क रिच यांना फारसे आवडत नाही. परंतु माझ्या मनातला एक प्रश्न मला त्यांना विचारायचाच होता. स्वत:चे मूल गेल्यावर एखादी व्यक्ती पूर्ववत आनंदी होऊ शकते का? "इतक्या वर्षांनंतर दु:ख तर वाटतेच. मी आत्ता आनंदात आहे पण ती जिवंत असताना जेवढा आनंदी होतो तितका नक्कीच नाही," मार्क रिच मला म्हणाले. मार्क रिच यांना अध्यक्ष बिल क्लिंटन यांनी माफी दिल्यानंतर त्यांनी गॅब्रिएलाचे थडगे इस्रायलला हलवले ही गोष्ट कित्येक जणांना माहीत नाही. गॅब्रिएलाचे थडगे आत इस्रायलला 'तेल अविव' शहराजवळ आहे आणि मार्क रिच, एक इस्रायली नागरिक, त्यांना पाहिजे तितके वेळा त्या जागेला भेट देऊ शकतात. "मी नियमितपणाने तेथे जातो," मार्क रिच म्हणाले. त्यांना त्यांच्या कुटुंबीयांना भेटण्यासाठी अमेरिकेला कधीही जाता यावे हा त्यांच्या माफीसाठी केलेल्या अर्जातला एक मुख्य मुद्दा होता. माफीसाठी केलेल्या त्या अर्जामध्ये असे म्हटले होते की, "श्री. रिच आणि श्री. ग्रीन यांना त्यांच्या कुटुंबीयांना भेटण्याची, त्यांच्याबरोबर राहाण्याची संधी मिळेल." तरी माफी मिळाल्यावरसुद्धा मार्क रिच यांनी अमेरिकेच्या भूमीवर पाय ठेवलेला नाही.

डेनिस आयसेनबर्ग बरोबरची पहिली भेट

मार्क आणि डेनिस यांची पहिली भेट मुद्दाम ठरवून वगैरे झाली नाही, ती ज्यू लोकांच्या एका धार्मिक समारंभामध्ये अगदी सहजपणे झाली. सन १९६५चा डिसेंबर महिना होता आणि मार्क रिच माद्रिदहून न्यूयॉर्कला आईवडिलांबरोबर 'हनुक्का' (Hanukkah) (ज्यू लोकांचा दिव्याचा सण) साजरा करण्यासाठी आले होते. पॉला रिच यांना, त्यांच्या मुलाने अजूनही लग्नाबाबत काही विचार केला नाही, याची चिंता सतावू लागली होती म्हणून त्यांनी डेनिसच्या वडिलांशी भेटीगाठीचा एक कार्यक्रम ठरवला. त्यावेळी मार्क रिच यांचे वय होते ३१ वर्षांचे आणि ते "फिलिप ब्रदर्स" (Philipp Brothers) यांच्या माद्रिद कार्यालयाचे प्रमुख होते. काळ्या केसांची, बदामी डोळ्यांची, आनंदी स्वभावाची आणि दिसायला सुंदर अशी "डेनिस जॉय आयसेनबर्ग" (Denise Joy Eisenberg) ही मार्क यांच्यापेक्षा १० वर्षांनी लहान होती. ती बोस्टन विद्यापीठामध्ये फ्रेंच शिकत होती.

डेनिसचे घराणे 'ज्यू' होते आणि त्यांची भरभराट अमेरिकेमध्येच झाली होती. तिचे वडील एमिल आयसेनबर्ग (Emil Eisenberg) हे उद्योगपती होते आणि

देशातल्या सर्वात मोठ्या पादत्राणे उत्पादन करणाऱ्या "Desco Shoe Corporation" या कंपनीचे मालक होते. आयसेनबर्ग यांनी अमेरिकेमध्ये स्थलांतरित झाल्यावर अगदी थोड्याच दिवसात १९४२ साली कंपनी सुरू केली. 'रिच' आणि 'आयसेनबर्ग' या दोन्ही घराण्यांच्या पूर्वपीठिकेमध्ये लक्ष्यवेधी साम्य होते. आयसेनबर्ग घराणे हे ऑस्ट्रो-हंगेरी याच्या ''गॅलिसिया''(Galicia) प्रांतामधील, जर्मन बोलणारे ज्यू घराणे होते. एमिल आयसेनबर्ग यांचा जन्म सन १९१२ साली 'टारनाऊ' (Tarnow) या महत्त्वाच्या व्यापारी गावामध्ये झाला. हे गाव आता पोलंडमध्ये आहे. मार्क रिच यांच्या वडिलांचा जन्म ज्या "Przemys'l" गावी झाला ते गाव या गावापासून फक्त १०० मैल अंतरावर आहे. डेव्हिड रिच यांच्याप्रमाणेच एमिल आयसेनबर्ग यांनी दुसऱ्या महायुद्धातील नरसंहारातून सुटका करून घेऊन अमेरिका गाठली होती.

आयसेनबर्ग १९३३ साली पॅरिसला आले. त्याच वर्षी अॅडॉल्फ हिटलर यांनी जर्मनीमध्ये सत्ता काबीज केली होती. पॅरिसमध्ये त्यांची भेट ''गेरी डायमंट''(Gery Diamant) हिच्याबरोबर झाली; नंतर त्यांनी लग्न केले. त्यांचे लग्न ५३ वर्षे टिकले. आयसेनबर्ग यांनी त्यांच्या वयाच्या २०व्या वर्षी, त्यांच्या तीन भावांबरोबर लोकरीचा व्यापार करणारी कंपनी सुरू केली. त्यांची लंडन, पॅरिस, न्यूयॉर्क येथे कार्यालये होती. सन १९४०मध्ये नाझी फौजांनी युरोपचा पश्चिम भाग काबीज केला आणि आयसेनबर्ग यांनी पॅरिस सोडण्याचा निर्णय घेतला. त्याच सुमाराला डेव्हिड रिच आणि त्यांच्या कुटुंबीयांनी काळ्या रंगाच्या सिट्रन (Citroen) कारमधून अॅन्टवर्प सोडून दक्षिण फ्रान्स गाठले होते. त्यावेळी रिच कुटुंबीयांपेक्षा आयसेनबर्ग कुटुंबीय जास्त सधन होते आणि ते न्यूयॉर्कला जाणारे जहाज पकडू शकले. सन १९४२ साली ते 'मॅसेच्युसेटस्' (Massachusetts)मधील वोरसेस्टर (Worcester) येथे स्थायिक झाले. हे ठिकाण बोस्टन (Boston)च्या पश्चिमेला ४० मैल अंतरावर आहे.

न्यूयॉर्कमधील त्यांच्या पहिल्या भेटीनंतर सहा महिन्यांनी म्हणजे सन १९६६चा उन्हाळा संपता-संपता डेनिस आयसेनबर्ग मार्क यांना भेटण्यासाठी स्पेनला आली. त्यांच्या आईवडिलांची निवड अगदी योग्य होती. त्या दोघांची जोडी जमली. ''दोन आठवडे स्पेनचा उत्तर भागामध्ये पर्यटन केल्यानंतर मार्क यांनी मला लग्नासंबंधी विचारले. आम्ही "Santiago-de-compostela"च्या प्रांगणामध्ये रात्रीचे जेवण घेतले. वातावरण खूपच रोमँटिक होते.'' डेनिस तो दिवस परत आठवत होत्या. ''पॅराडॉर'' (Parador) ही पंधराव्या शतकातील इमारत आहे. येथे पूर्वी राजघराण्याचे हॉस्पिटल होते. आतमध्ये चार बंदिस्त कोर्टयार्ड्स आहेत आणि एक जेवणासाठी, पार्ट्यांसाठी भव्य हॉल आहे. मी फक्त दोनच सेकंद घेतले आणि होकार दिला. मी माझ्या आईवडिलांना फोन केला आणि कळवले, ''मी लग्न ठरवले आहे. माझ्या

आईला आमचे लग्न मॅसेच्युसेटस् येथे थाटामाटाने व्हावे असे वाटत होते. मार्क यांनी नकार दिला. त्याला दोन-तीन आठवड्यातच लग्न करायचे होते. माझी आई म्हणाली फक्त दोन आठवड्यामध्ये ती लग्नाची सगळी तयारी करू शकत नाही. म्हणून परत त्यांची फोनाफोनी झाली. सांग बरे कोण जिंकले असेल?'' फक्त काही आठवड्यामध्येच, ३० ऑक्टोबर १९६६ रोजी वोरसेस्टर (Worcester) येथील "Temple Emanuel"मध्ये त्यांचे लग्न झाले.

हनीमूनसाठी ते दोघे जण जमेकाला गेले होते. त्यांच्या तेथील संपूर्ण वास्तव्यात पाऊस कोसळत होता. आज इतक्या वर्षानंतर चेहऱ्यावरची निराशा न लपवता मार्क रिच सांगतात, त्यांच्या हनीमूनच्या पहिल्या दिवशी समुद्र किनाऱ्यावर त्यांचा पाय एका काटेरी माश्यावर पडला आणि हनीमूनचा उर्वरीत काळ, बँडेजमधील पाय वर टांगलेल्या अवस्थेत गेला. बरोबर नऊ महिन्यांनी १ ऑगस्ट १९६७ रोजी इलोना (Ilona)चा जन्म झाला. तरुण जोडप्याने माद्रिद येथे आपला संसार थाटला आणि डेनिसचा सगळा वेळ इलोनाच्या संगोपनात जाऊ लागला. नंतर जानेवारी १९६९मध्ये गॅब्रिएलाचा जन्म झाला.

कुटुंबाची शिकवण, मूल्ये

मार्क रिच यांना आयुष्यामध्ये बराच मोठा पल्ला गाठायचा होता, म्हणून त्यांनी आपली कामाची गती वाढवली. कार्यालयातील त्यांच्या कोणत्याही सहकाऱ्यापेक्षा ते जास्त परिश्रम करत होते. ते सकाळी सातनंतर थोड्याच वेळात कार्यालयामध्ये पोहोचत आणि रात्री दहाच्या आधी कधीही घरी येत नसत. डेनिस ते दिवस आठवत सांगतात, ''तो कायम कामातच असायचा. कधीकधी खूप असह्य व्हायचे.'' उर्सुला सॅन्टो डॉमिंगो (Ursula Santo Domingo) मला म्हणाल्या, ''काम हाच त्याचा छंद होता आणि परिणामी त्याच्या घरच्यांना त्रास सहन करावा लागला.'' ही अति उच्चभ्रु कुटुंबातील स्त्री रिच कुटुंबीयांची जवळची मैत्रीण होती आणि इतर कोणाहीपेक्षा तिचे रिच कुटुंबीयांशी जवळचे संबंध होते. तिने मला सांगितले की, डेनिस एकदा मार्कबद्दल, ''तो कुटुंबासाठी फार थोडा वेळ देतो.'' अशी तक्रार तिच्याकडे करत होती. मार्क रिच यांनी डेनिसला एकदा सांगितले होते, ''आठवडाभरात तुम्हाला द्यायला माझ्याकडे वेळ नाही, शनिवारी मी तुझ्यासाठी अर्धा तास काढू शकतो, आणि रविवारी मी ४५ मिनिटे देऊ शकतो.''

सन १९७४मध्ये मार्क रिच यांनी स्वत:चा व्यवसाय सुरू करायचे ठरवल्यानंतर परिस्थितीमध्ये फार काही सुधारणा झाली नाही. न्यूयॉर्क येथे घर हलवण्याच्याआधी, काही काळासाठी मार्क आणि डेनिस लंडन येथे स्थायिक झाले आणि तेथे मार्च १९७५मध्ये डॅनिएलाचा जन्म झाला. डेनिस त्यांच्या मागे खंबीरपणे उभी होती,

तिच्या नवऱ्याला सर्व प्रकारची मदत करत होती. "तो स्वत:चा व्यवसाय उभा करत होता, त्याचा सर्वोतोपरी प्रयत्न चालला होता. त्याला जी लागेल ती मदत करायला मी तयार होते. त्याच्या मनात असेल त्याचप्रमाणे तो करत होता, मी त्याला पूर्णपणे ओळखून होते. माझ्या वडिलांनी तेच केले होते. माझे वडील नेहमी म्हणायचे की, पैशाची खरी किंमत कळण्यासाठी किंवा अगदी कोणत्याही गोष्टीची किंमत कळण्यासाठी, तो कष्टाने मिळवलेला असला पाहिजे." मार्क रिच स्वत:बद्दल बोलताना एकदा म्हणाले होते, "मला वाटते मी म्हणजे एक व्यवसाय करणारे यंत्र झालो आहे."

त्या दिवसांमध्ये त्यांनी सर्वसाधारणपणे आपापली कामे वाटून घेतली होती. डेनिसची जनमानसातली प्रतिमा जरी तऱ्हेवाईक, उच्चभ्रू आणि दिखाऊ व्यक्ती अशी होती तरी प्रत्यक्षात ती एक सावध आई आणि कौटुंबिक जबाबदाऱ्यांना प्राधान्य देणारी बायको होती. डेनिस रिच यांचा त्यांच्या मुलांवर पारंपरिक संस्कार करण्यावरच भर होता. मार्क रिच यांचा परंपरेने चालत आलेल्या मूल्यांवर, सद्‌वर्तनावर ठाम विश्वास होता. मी जेव्हा त्यांना विचारले की ते त्यांच्या मुलांवर तसेच त्यांच्या जीवनाला उपयुक्त अशी मार्गदर्शक कोणती मूल्ये तसेच तत्त्वे बिंबवू इच्छित होते. तेव्हा ते म्हणाले, "प्रामाणिकपणा, कष्टाळूपणा, जबाबदारीची जाणीव आणि ज्यू धर्माविषयीचे प्राथमिक ज्ञान." (त्यांनी मला सांगितले की त्यांनी वयाच्या १४व्या वर्षी ज्यू रूढी पाळणे बंद केले, त्यांचा देवावर विश्वास नाही, आणि ते कोणतीही प्रार्थना करत नाहीत.) त्यांना त्यांच्या मुलींची वागणूक सभ्यतेची आणि नम्रच असायला हवी होती. त्यांनी घरी वेळेवरच आले पाहिजे, दिलेले होमवर्क रोजच्या रोज झालेच पाहिजे. ते खूप श्रीमंत होते म्हणूनच त्यांना, त्यांच्या मुलींना पैशाची खरी किंमत कळायला हवी होती. ते म्हणतात, "मी मुलींना बिघडण्याची संधीच दिली नाही." मला त्यांना एक धडा प्रामुख्याने द्यायचा होता की, "पैसा मिळवण्यासाठी कष्ट करावे लागतात." आज काही गोष्टी डॅनिएलाच्या चांगल्या लक्षात आहेत. "त्यांनी मला सहजपणे पाहिजे तेव्हा पैसे कधीच दिले नाहीत किंवा मला वाटेल ते पण विकत घेऊ दिले नाही, जे माझ्या आईने केले असते." "त्याऐवजी दर महिन्याला मला ते ठरावीक रक्कम द्यायचे आणि त्यासाठी मला काम करावे लागे, मला जर जास्त पैसे पाहिजे असतील तर मला त्यासाठी कारणे द्यावी लागत आणि पटवून द्यावे लागे की खरोखरच मला जास्त पैशाची गरज आहे."

कर्तव्यकठोर वडील आणि कडक आई

मार्क रिच मान्य करतात की ते एक कर्तव्यकठोर वडील होते आणि आज तेवढेच ते कडक आजोबा होऊ शकतात. आणि सेंट मॉरिट्झ येथील "स्कीइंग"च्या सुट्टीचे दरम्यान मी ते पाहिले. मार्क रिच यांच्या मुली, त्यांच्या कुटुंबीयांसमवेत

त्यांना भेटायला आणि सुट्टी व्यतीत करायला आल्या होत्या. त्या दिवशी आम्ही सगळे मार्क रिच यांच्या बंगल्यावर जेवणासाठी एकत्र जमलो होतो. त्या दिवशी मार्क रिच यांचा एक नातू खूपच वेड्यासारखे वागत होता, हट्टीपणा करत होता. तो जेवणासाठी यायलाच तयार नव्हता आणि सर्व जण त्याची समजूत काढून थकले होते. थोडा वेळ हा प्रकार चालल्यावर मार्क रिच यांनी आवाज चढवला, "तुला आईचे ऐकायचे आहे का नाही, जर शहाण्यासारखा वागला नाहीस तर तुला स्वयंपाकघरात कोंडून ठेवीन." "मग मला स्वयंपाक घरामध्ये खावे लागेल?" त्या छोट्या नातवाने विचारले. "खाण्याबद्दल कोण काय म्हटले आहे?" कोरडेपणाने मार्क रिच म्हणाले.

रिच यांच्या कुटुंबीयांच्या मित्रांना, जवळच्यांना जर मार्क यांनी जीवनामध्ये बाळगलेल्या मूल्यांबाबत, तत्वांबाबत विचारले तर ते – मार्क रिच यांचा, एकुलते एक असल्यामुळे, त्यांच्या आईवडिलांशी असलेल्या विशेष नात्याचा, जवळिकीचा उल्लेख करतात. उर्सुला सॅन्टो डॉमिंगो (Ursula Santo Domingo) म्हणाल्या, "डेनिस नेहमी सांगायच्या 'त्यांच्यासाठी सर्वप्रथम आई आणि नंतर, खूप नंतर, माझा नंबर.' आणखी एका मित्राने सांगितले, "त्यांची आई खूपच अधिकार गाजवणारी होती. तिला आवडेल असाच पोशाख मार्कला नेहमी घालायला लागायचा." डेनिस फक्त एवढेच सांगतात, "त्यांची आई त्यांच्यावर खूप-खूप म्हणजे खूपच लक्ष ठेऊन असायची, माझ्याकडे मात्र तिचे फारसे लक्ष नसायचे." पॉला रिच (Paula Rich) यांच्याबरोबर घनिष्ठ संबंध असलेले अॅन्टवर्पमध्ये राहाणारे, आणि व्यवसायाने डोळ्याचा डॉक्टर असलेले मार्क यांचे चुलत भाऊ "रेन ट्रॉट" (Rene' Traut) यांच्या म्हणण्याप्रमाणे, "मार्क यांचा दररोज एक तरी फोन आईला असणारच आणि तिच्यासाठी ती दिवसभरातली मोठी घटना असायची." याउलट उर्सुला सॅन्टो डॉमिंगो सांगतात डेव्हिड रिच हे मुलाच्या बाबतीत अगदी कर्तव्य कठोर होते आणि त्यांच्या मार्ककडून खूप अपेक्षा होत्या. त्यांच्या म्हणण्याप्रमाणे मार्क रिच यांच्यासाठी त्यांचे आईवडिलांशी असलेले संबंध ही एक त्यांच्या आयुष्याला प्रेरणा देणारी, दिशा देणारी आणि ऊर्जा देणारी गोष्ट होती. मार्क रिच यांना, आपल्या आईवडिलांना, आपल्याबद्दल अभिमान वाटावा असे वाटे. मार्क रिच यांना, त्यांच्या वडिलांना, फक्त एकच गोष्ट सिद्ध करून दाखवायची होती आणि ती म्हणजे, ते वडिलांसारखे यशस्वी व्यापारी बनू शकतात. किंबहुना त्यांच्यापेक्षा जास्त यशस्वी.

डेनिस – एक गीतकार

सन १९८०च्या दशकाच्या सुरुवातीलाच मार्क रिच यांनी त्यांच्या व्यवसायामध्ये चांगले यश मिळवले होते. अत्यावश्यक वस्तूंच्या, धातूंच्या, खनिजांच्या सौदे/

वायदे व्यापारामध्ये मार्क रिच हे एक मोठे नाव होते. त्यांचे वार्षिक उत्पन्न US$100Mn (अंदाजे रु. ५०० कोटी) ते US $200Mn (अंदाजे रु. १,००० कोटी)च्या घरात होते. त्यांचे कुटुंब आता ६२५ पार्क अॅव्हेन्यू येथे १० खोल्यांच्या फ्लॅटमध्ये राहात होते. त्याच इमारतीमध्ये इराणच्या पदच्च्युत शाह यांच्या बहिणीचे, राजकन्या अशरफ पेहलवी (Ashraf Pahlavi) यांचे, तीन मजले व्यापणारे २५ खोल्यांचे पेंट हाउस होते. मार्क रिच यांच्या मुली सर्वात प्रतिष्ठित आणि चांगल्या खासगी शाळेमध्ये शिक्षण घेत होत्या, आणि लाँग आयलन्डच्या (Long Island) ''लिडो'' (Lido) समुद्र किनाऱ्यावर असलेल्या त्यांच्या मालकीच्या घरामध्ये कुटुंबीयांसमवेत त्यांच्या शनिवार/रविवारच्या सुट्ट्या व्यतीत होत होत्या. परंतु या आयुष्याला एकदम कलाटणी मिळाली ती मार्क रिच यांच्या जून १९८३मध्ये अमेरिका सोडून स्वित्झर्लन्डला जाण्याच्या निर्णयाने. हे सगळे अचानक घडल्यामुळे, करावे लागल्यामुळे त्यांच्या कुटुंबाला खूपच अडचणींना तोंड द्यावे लागले. जगाची राजधानी म्हणून ओळखल्या जाणाऱ्या 'न्यूयॉर्क'हून रिच कुटुंबीयांना स्वित्झर्लन्डमधील 'बार' (Baar) या छोट्या खेड्यामध्ये स्थलांतरित व्हावे लागले होते. न्यूयॉर्कसारख्या बहुभाषिक आणि संस्कृतीबहुल शहरामध्ये राहाण्याची सवय झालेल्या रिच कुटुंबीयांसाठी हा मोठाच धक्का होता. कारण बारसारखे खेडे त्यांच्या जीवनशैलीमध्ये कोठेच बसत नव्हते.

मार्क रिच मात्र त्यांना जी सर्वात प्रिय गोष्ट होती तिच करत राहिले, ते म्हणजे काम आणि अधिक काम, अगदी सकाळपासून ते संध्याकाळी उशीरपर्यंत. त्यांची मुले स्वित्झर्लन्ड येथील फ्रेंच भाषिक भागामध्ये उच्चभ्रूंसाठी असलेल्या एका बोर्डिंग स्कूलमध्ये आणि झुरिकमधील 'अमेरिकन इंटरनॅशनल स्कूल'मध्ये शिकायला लागली. त्यांच्या ठरावीक वर्तुळापासून दूर जावे लागल्यामुळे, अमेरिकेमध्ये जन्म झालेल्या डेनिस रिच यांना स्वत:ला गुंतवून ठेवण्यासाठी परत नव्याने काहीतरी करणे, शोधणे भाग होते. त्यांनी त्या बदललेल्या परिस्थितीतून मार्ग काढण्याचा, त्या परिस्थितीशी जुळवून घेण्याचा खूपच प्रयत्न केला. त्या म्हणतात, ''त्या काळामध्ये दिवसाचा बराचसा वेळ मी एकटीच असायची त्यामुळे मी गाणी लिहायला लागले.'' तशा डेनिस रिच याआधी गाणी लिहायच्या आणि गिटारवर वाजवून त्यांना चाली लावायच्या. पण हे सगळे त्यांच्या बाथरूमपुरते मर्यादित होते. आता त्यांना त्यांची गाणी जास्त श्रोत्यांपुढे यावी असे वाटायला लागले होते.

आणि त्यांना त्यामध्ये आश्चर्यकारक असे यश मिळाले. "We Are Family" या त्यांच्या गाण्यासाठी प्रसिद्ध असलेल्या "Sister Sledge" यांनी १९८५ साली डेनिस रिच यांच्या गाण्यांपैकी एक गाणे रेकॉर्ड केले. (Sister Sledge हा चार बहिणींनी १९७१मध्ये सुरू केलेला गाण्याचा ग्रुप होता.) "Frankie" या गाण्याला

जगभरातून चांगला प्रतिसाद मिळाला आणि या गाण्याच्या साडेसात लाख रेकॉर्ड्स विकल्या गेल्या. त्यानंतर एका नर्षाने डेनिस रिच यांचा 'Sweet Pain of Love' हा गाण्याचा अल्बम (संग्रह) प्रसिद्ध झाला, त्याला खूप प्रसिद्धी मिळाली आणि मग गाणी लिहिण्यासाठी त्यांच्याकडे खूप विचारणा येऊ लागल्या. त्यांनी लिहिलेली गाणी म्हणणाऱ्यांची नावे पाहिली तर जवळ-जवळ सर्वच गायक/गायिकांची नावे घ्यावी लागतील. "Aretha Franklin," "Mary J. Blige," "Patti La Belle," "Natalie Cole," "Marc Anthony," "Celine Dion," "Diana Ross," "Donna Summer," "Chaka Khan" आणि "Grover Washington Jr." गीतकार म्हणून करिअर करण्याच्या दृष्टीने, त्यांच्या लंडन, न्यूयॉर्क, फिलाडेल्फियाला फेऱ्या सुरू झाल्या. नवऱ्याला आपल्या यशाचा अभिमान वाटतो आहे या कल्पनेने त्या खूश होत्या. परंतु त्यांच्या हेही लक्षात आले की तिच्या वारंवार घरामध्ये नसण्यामुळे ते जरासे नाराजही आहेत. डेनिस रिच मला म्हणाल्या, ''त्यांना एकटे राहायला आवडत नाही. त्यांच्यासारख्या स्वभावाच्या माणसाला ते शक्यच नाही.'' तरी आता त्यांच्या लग्नाला २० वर्षे झाली होती आणि या संपूर्ण काळामध्ये त्यांनी स्वत:च्या कलागुणांना, ध्येयाला मुरड घातली होता. पण आता मात्र त्यांना स्वत:चे असे काही तरी करून दाखवायचे होते. ''आता माझी पाळी आहे आणि मला काही तरी करायचे आहे,'' त्या म्हणाल्या.

उंच, सोनेरी केसांची तरुणी

डेनिस यांच्यासाठी जेवढ्या आशादायक गोष्टी घडायला लागल्या होत्या तितक्याच निराशाजनक गोष्टी मार्क रिच यांच्या वाट्याला यायला लागल्या होत्या. ''मार्क निराश झाला होता परंतु त्याच्या नैराश्याबद्दल आता मला फार ऐकायचेच नव्हते. माझ्या चुकांमुळे काही आम्हाला देश सोडावा लागला नव्हता.'' डॅनिएलाकडे बघत डेनिस मला त्या वेळची परिस्थिती सांगत होत्या. नवराबायकोपैकी एक जण जेव्हा दुसऱ्याच्या सावलीतून बाहेर पडून वेगळी वाट शोधायचा प्रयत्न करतो तेव्हा कुरबुरींना प्रारंभ होतो आणि असा अनुभव कित्येक जोडप्यांच्या वाट्याला येतो. अशा वेळेला फक्त दोनच मार्ग असतात, एक म्हणजे आहे त्या परिस्थितीशी जमवून घेणे किंवा विभक्त होणे, आणि आपापल्या मार्गाने जाणे. मार्क रिच यांच्या कुटुंबीयांनी त्यांची मन:स्थिती परत उल्लसित व्हावी, आनंदी व्हावी म्हणून त्यांना सेंट मॉरीट्झसारख्या रिसॉर्टना वारंवार जाणे, थोड्या-थोड्या काळाने सुट्ट्या घेणे इत्यादी उपाय सुचवले. त्या वेळेला खरोखरच आपण किती भोळसट होतो या कल्पनेने मान हलवत डेनिस म्हणाल्या, ''मला काही अंदाजच नव्हता.'' सेंट मॉरिटझ्सारख्या उच्चभ्रूंच्या सहलीच्या ठिकाणी फोर्ब्ससारखी मासिके वाचत बसलेल्या,

नवरे गळाला लावण्याच्या मोहिमांवर कित्येक तरुणी आलेल्या असायच्या. परंतु डेनिस रिच यांनी लगेचच स्पष्ट केले की, ''मार्क रिच यांचे तोपर्यंत तरी इतर कोणाशीही संबंध नव्हते हे खरे. मी एक खरोखरच नशिबवान बायको होते. त्यांचे खरे आणि सर्वात जवळचे प्रेम मात्र होते त्यांच्या व्यवसायावर.''

सेंट मॉरिट्झ येथे जमणाऱ्या आणि घोळक्या-घोळक्याने वावरणाऱ्या अनेक सुंदर तरुणींच्या तेथील उपस्थितीबद्दल डेनिस रिच यांना कधीच चिंता वाटली नव्हती. परंतु मार्क रिच यांच्यासाठी मात्र काळ आणि वेळ दोन्हीही बदललेले होते, आणि नेमकी हीच गोष्ट डेनिस रिच यांच्या लक्षात आली नव्हती. अशा प्रकारे अचानक अज्ञातवासामध्ये यायला लागल्याचा धक्का जरी ते मान्य करायला तयार नव्हते आणि वरकरणी खुशीत असल्याचे जरी दाखवत होते, तरी मार्क रिच यांना तो खोलवर बसला होता आणि त्याचा त्यांना त्रास होत होता. स्वित्झर्लन्डमध्ये राहायला लागून आता सहा वर्षे झाली होती. तो देश खरोखरच खूप सुंदर आहे. परंतु खूपच लहान आणि मर्यादित सामाजिक जीवन असलेला असा आहे. मार्क रिच यांना मोकळेपणाने फिरणे, वेगवेगळ्या देशांना भेटी देणे इत्यादी मनापासून आवडायचे, परंतु आता त्यावरच बंधन आले होते. ते आता मनाला येईल तेव्हा आणि मनाला येईल तेथे जाऊ शकत नव्हते. त्याउलट डेनिस रिच जगभर फिरू शकत होत्या. डेनिस रिच यांनी लंडनमध्ये एका गाण्याचे ध्वनिमुद्रण संपवले आणि त्या, एका दंतकथा बनलेल्या, रेल्वेदरोडेखारोच्या (Ronald Briggs) आयुष्यावर बेतलेल्या सिनेमाच्या साउंड ट्रॅक रेकॉर्डिंगसाठी ब्राझीलला गेल्या. त्यांच्या आयुष्यातला हा सुखाचा, मजेचा काळ होता. ''परंतु मार्कसाठी मात्र वाईट दिवस होते,'' डेनिस रिच मला म्हणाल्या, ''आगामी वादळाची चाहूल लागली होती.''

त्याच सुमाराला म्हणजे १९८९ साल संपता-संपता, अनेक सामाजिक समारंभांमध्ये मार्क रिच यांच्याबरोबर एक उंच सोनेरी केसांची जर्मन तरुणी लोकांना दिसायला लागली. तिचे नाव होते ''गॅझेला रोसी'' (Gisela Rossi) उर्फ रेनींजर (Reininger). ती मूळची म्युनिकची (Munich) आणि एका श्रीमंत इटालियन उद्योगपतीची, बायको होती. त्या उद्योगपतीचे निधन झाले होते. थंडीच्या दिवसांमध्ये सेंट मॉरिट्झ येथे स्कीींगसाठी, उन्हाळ्यामध्ये फ्रेंच समुद्र किनाऱ्यावरील सेंट ट्रॉपेझ (St.Tropez), किंवा स्पेनच्या समुद्र किनाऱ्यावरील मारबेला (Marbella)सारख्या अति महागड्या पर्यटन स्थळी जाणाऱ्या, विमानाने फिरणाऱ्या अति उच्चभ्रूंच्या कळपाची ती सदस्य होती. अशाच एका सुट्टीच्या दरम्यान सेंट मॉरिट्झ येथे मार्क रिच यांची रोसी (Rossi) शी भेट झाली.

ते दिवस आठवत उर्सुला सॅन्टो डॉमिंगो (Ursula Santo Domingo) ज्या बहुतेक वेळेला त्यांची थंडीच्या सिझनमधील सुट्टी रिच कुटुंबीयांबरोबर सेंट मॉरिट्झ

येथे घालवायच्या, त्या म्हणाल्या, "अर्थातच तेव्हाची परिस्थिती धोकादायक होती. सेंट मॉरिट्झमध्ये अशा गुलछबू बायका खूप येतात, ज्या एक-एकट्या माणसांना गाठतात आणि गळेपडूपणा करतात. त्यांच्यापैकीच एक होती 'गॅझेला'. ती मार्कच्या सारखी जवळ-जवळ होती, त्याच्या केसांतून हात फिरवत होती आणि त्याला खूश ठेवण्याचा सर्वतोपरी प्रयत्न करत होती. ही मार्कच्या लग्नाच्या शेवटाची सुरुवात होती. डेनिस म्हणाली, "मार्क तिच्यासाठी अगदी पागल झाला होता. तो बायकांच्या बाबतीत तसा भोळसटच होता, त्याला मैत्रिणी नव्हत्या, त्याचा कोणाला फसवण्याचापण हेतू नव्हता. माझे वडील नेहमी म्हणायचे की, "जेव्हा तुम्ही नवखे, अननुभवी आणि भोळसट असता तेव्हा तुम्ही पहिल्याच सापळ्यात अडकता."

डेनिस जेव्हा तिच्या आईच्या शेवटच्या आजाराच्या वेळी वोरसेस्टरला गेली होती तेव्हा त्यांच्या (मार्क आणि गॅझेल) संबंधांना सुरुवात झाली. डॅनिएलाला या संबंधांचा सुगावा लागल्यावर तिने आईला सावध केले. जरी डेनिसच्या वडिलांनी तिला सांगितले की, "तू परिस्थिती बदलू शकणार नाहीस." तरी तिने लग्न वाचवण्याचा दोन वर्षे प्रयत्न केला. उलट तिनेच वडिलांना सांगितले की, "काहीतरी बोलू नका, आमच्या लग्नाला वीसहून जास्त वर्षे झाली आहेत." डेनिससाठी घटस्फोट ही कल्पनाच सहन होण्यासारखी नव्हती. ती वेगळ्या संस्कारांत, वेगळ्या प्रकारच्या घरामध्ये वाढलेली मुलगी होती. तिच्या आईवडिलांचे लग्न ५३ वर्षे टिकले होते. डेनिसला पण असे वाटत होते की मार्क आणि गॅझेला यांचे संबंध हे तितपतच किंवा चार दिवसांचेच नाटक राहिल; आणि तिच्या नवऱ्याचे डोके थोड्याच दिवसात ठिकाणावर येईल. हातांची बोटे एकमेकांत गुंतवून डेनिस म्हणाल्या, "मला त्यांना सोडायचेच नव्हते. मी दोन वर्षे वाट पाहिली, मला जे म्हणून करता येणे शक्य होते ते सर्व मी केले, माझे त्याच्यावर मनापासून प्रेम होते. माझ्या मुलांवर अशा रितीने मोडलेल्या घरामध्ये राहाण्याची वेळ येऊ नये, असे मला वाटत होते. आम्ही एकमेकांबरोबर राहाण्याच्या आणाभाका घेतल्या होत्या. मी खूप-खूप प्रयत्न केले, अगदी कसोशीने केले. परंतु मार्क पूर्णपणे बदलला होता, तो आता त्यातून बाहेर पडू शकत नव्हता, त्याला जे पाहिजे ते सर्व त्या स्त्रीकडून मिळत होते आणि २४ तास ती मार्कच्या भोवती-भोवती असायची. ती स्त्री फारच चलाख आणि पाताळयंत्री होती, अगदी कमालीची पाताळयंत्री. तिला वाटेल ती मदत करणारे पण तिचे बरेच मित्र होते. कोणाचे तरी घर मोडले आहे हा त्यांच्यासारख्यांसाठी एक खेळ होता. ते आपापसात नक्की बोलत असणार. 'बघू या हा श्रीमंत मासा गळाला लागला तर?' मार्क त्यांच्या

सापळ्यात अडकला होता आणि ते त्याला कळत नव्हते. पुरुषांच्या आयुष्यात अशा गोष्टी घडतात. त्या घडतात हेच खरे.''

उशीर करू नकोस

मी मार्क रिच यांच्याकडे जेव्हा त्यांच्या आणि डेनिसमधील नात्यामध्ये दुरावा येण्यासंबंधीचा विषय काढला तेव्हा त्यांनी सावध भूमिका घेतली, त्याउलट डेनिस यांनी मात्र माझ्यासमोर त्यांचे मन मोकळे केले होते. ''मला डेनिसच्या काही गोष्टी खटकायला लागल्या होत्या. माझी गॅझेलाशी ओळख झाली आणि ती मला आवडली.'' डेनिस तिच्या गाणी लिहिण्याच्या कामामध्ये रमली होती आणि त्या निमित्ताने ती बराच काळ बाहेर असायची हे त्यांना मान्य नव्हते का? ''तिचा बराच वेळ गाण्यामध्ये, संगीतामध्ये जात होता हे खरे आहे, शिवाय तिच्या काही सवयी होत्या त्याचा मला त्रास व्हायला लागला होता. तिला वेळेचे कधीच भान नसायचे, तिच्याकडून कायम उशीर हा ठरलेलाच होता, अगदी अजूनही.''

दोन वर्षांच्या प्रयत्नांनंतर डेनिसने हार मानली. दोघांचा कायदेशीर घटस्फोट झाला आणि डेनिस अमेरिकेला परतली. तिने एप्रिल १९९२मध्ये घटस्फोटासाठी अर्ज केला. डेनिसला घटस्फोटाचा खटला स्वित्झर्लन्डमध्येच चालावा असे वाटत होते कारण तिला माहीत होते की स्विस कायद्याप्रमाणे त्यांच्या वैवाहिक जीवनाच्या काळामध्ये मार्क यांनी कमावलेल्या संपत्तीचा अर्धा वाटा त्यामुळे तिला मिळण्याची शक्यता होती. कोर्टामध्ये तिची बाजू मांडण्यासाठी तिने ''मॅक्स लेबेडकिन'' (Max Lebedkin) या अत्यंत आक्रमक म्हणून ओळखल्या जाणाऱ्या वकिलाची निवड केली होती. श्रीमंत माणसांच्या बायका घटस्फोटामधून तितक्याच श्रीमंत होऊन बाहेर पडण्यासाठी, कोणत्याही थराला जाण्याची, त्यासाठी जरूर पडेल ते सर्व करण्यासाठी लेबेडकिन प्रसिद्ध होते. या खटल्या बाबतीत त्यांच्या सहभागामुळे त्यांच्या कर्तृत्वाला साजेसेच, मार्क रिच यांच्या घटस्फोटाच्या खटल्याचे रणशिंग फुंकले गेले. जगाने आत्तापर्यंत कधीही पाहिला नसेल इतका कडवेपणाने लढला गेलेला, इतका खर्चीक आणि सार्वजनिक स्वरूपाचा हा खटला ठरला.

लेबेडकिन यांनी तडजोडीसाठी US$500Mn (अंदाजे रु. २,५०० कोटी) ची मागणी केली. त्या धूर्त वकिलाने कोर्टामध्ये असा दावा केला की मार्क रिच यांना १९७४ साली स्वत:ची कंपनी सुरू करण्यासाठी जेव्हा पैशांची अत्यंत गरज होती तेव्हा डेनिस आणि तिच्या वडिलांनी त्यांना मूळ भांडवल पुरवून मदत केली होती. डेनिस यांनी मार्क यांचेबरोबर २० वर्षे संसार करून त्यांना व्यवसायामध्ये मदत केली तसेच त्यांच्या तीन मुलींना जन्म दिला म्हणून लेबेडकिन यांनी असा युक्तिवाद केला की, डेनिस यांचा मार्क रिच यांच्या निम्म्या संपत्तीवर, म्हणजे कमीत

कमी US$1.00Bn (अंदाजे रु. ५,००० कोटी) वर, हक्क आहे. फोर्ब्स (Forbes) मासिकाच्या अंदाजाने मार्क यांची तेव्हा संपत्ती अंदाजे $800Mn (अंदाजे रु. ४,००० कोटी) इतकी होती तर फॉर्च्युन (Fortune) मासिकाच्या अंदाजाप्रमाणे त्यांची संपत्ती $1.10Bn (अंदाजे रु. ५,५०० कोटी) इतकी होती. डेनिस यांच्या वकिलांनी मागणी केलेल्या रकमेचा आकडा कळल्यानंतर काही तासांतच मार्क रिच यांच्या वकिलांनी तत्काळ $3.33Mn(अंदाजे रु. १६.५० कोटी) एवढी रक्कम रोख स्वरूपामध्ये देण्याची तयारी दाखवली. मार्क रिच यांचा बहुधा असा समज झाला असावा किंवा त्यांना वाटले असावे की, या घटस्फोटाच्या नुकसान भरपाईच्या रकमेच्याबाबतीत ते इतर व्यापारी सौद्यांप्रमाणे काही सौदा करू शकतील. मार्क रिच यांच्या मित्राने माझ्याकडे एक निरीक्षण नोंदवले, ''मार्क हा खरं तर मोठ्या मनाचा दिलदार माणूस आहे. पण या बाबतीमध्ये त्याची अशी प्रतिक्रिया काहीशी आश्चर्यकारकच होती. त्याने देऊ केलेली रक्कम अपमानास्पदच होती.''

मार्क यांनी आमच्या कुटुंबाची वाताहात केली

डेनिसला ही देऊ केलेली रक्कम हा तिचा अपमानच वाटला आणि तिने एखाद्या जखमी वाघिणीप्रमाणे प्रती हल्ला चढवला, स्वित्झर्लन्डमधील सर्वात जास्त खप असलेल्या आणि चटपटीत तसेच मसालेदार लेखांसाठी प्रसिद्ध असलेल्या एका मासिकाला तिने विस्तृत मुलाखत द्यायचे मान्य केले. आणि जेव्हा ती मुलाखत प्रसिद्ध झाली तेव्हा घटस्फोटाच्या खटल्याचा नूरच पालटला. त्या मुलाखतीचे शीर्षक होते ''मला माझ्या नवऱ्याच्या ५,००० कोटींपैकी २,५०० कोटी पाहिजेत.'' त्या मुलाखतीमध्ये डेनिसने सांगितले, ''मार्क रिच यांनी आमचे घर मोडले, उध्वस्त केले. गेली २५ वर्षे मी एक एकनिष्ठ बायको आणि त्याच्या तीन मुलींसाठी प्रेमळ आई होते. आम्ही सगळ्यांनी वेगवेगळे आरोप, अपमान सहन केले. लोक माझ्या नवऱ्याबद्दल नाही-नाही ते बोलत होते, लोकांनी त्यांना गुन्हेगार ठरवून टाकले होते, परंतु मी त्यांच्या मागे खंबीरपणे उभी होते. आता तो या सगळ्याची परतफेड दुसऱ्या बाईच्या नादी लागून आणि सार्वजनिक जीवनामध्ये माझे आणि माझ्या मुलींचे जगणे अवघड करून करतो आहे.'' आत्तापर्यंत डेनिस कधीही मार्क यांच्याबद्दल इतक्या कडवटपणे बोलल्या नव्हत्या, ना कधी त्यानंतर बोलल्या. त्यांच्या शब्दांमधून एक खोलवर दुखावलेल्या बायकोचा फक्त संतापच प्रकट होत नव्हता तर त्यात तिच्या आक्रमक वकिलांची खेळीपण स्पष्ट होत होती. मार्क रिच यांच्या नावाला, व्यापारी जगतामधील त्यांच्या स्थानाला जास्तीत जास्त धक्का बसेल, त्यांचे जास्तीत जास्त नुकसान होईल या उद्देशानेच लेबेडकिन यांनी हा डाव टाकला होता. अवाजवी आणि बदनामीकारक प्रसिद्धी या एका गोष्टीची

मार्क रिच यांना सर्वात जास्त भीती होती, नेमका त्याचाच उपयोग लेबेडकीन यांनी हत्यार म्हणून केला, आणि डेनिस यांनी मासिकाला दिलेल्या त्या मुलाखतीमध्ये असेही म्हटले होते की, ''मार्क रिच यांनी त्यांच्या संपत्तीबद्दल आणि कंपनीच्या व्यवहारांबद्दल सतत खोटेनाटेच सांगितले. आम्ही जोपर्यंत एकत्र राहात होतो तोपर्यंत नेहमी ते माझ्याजवळ आणि इतरांजवळ पण त्यांच्या अमाप संपत्तीबद्दल बढाया मारायचे. आता बदल फक्त एवढाच झाला आहे की त्यांच्या अमाप संपत्तीच्या कथांवर इतरांनी अजून विश्वास ठेवावा असे त्यांना वाटते, परंतु मी मात्र परिस्थिती काही वेगळीच आहे या त्यांच्या सांगण्यावर विश्वास ठेवावा असे त्यांना वाटते.''

त्या घटस्फोटाच्या खटल्यामधील कोणत्याही पक्षाला आपली बाजू मांडण्यासाठी किंवा आपले म्हणणे पटवून देण्यासाठी कोणते व काय उपाय योजावेत याबद्दल काहीच धरबंद राहिला नव्हता. डेनिस यांनी दोन्ही ठिकाणी, स्वित्झर्लन्ड आणि न्यूयॉर्कमध्ये मार्क रिच यांच्या विरुद्ध खटले दाखल केले. त्यांचा असा दावा होता की मार्क रिच यांनी त्यांचा दोन वेळा फायदा उठवला आहे. बऱ्याच वर्षांपूर्वी म्हणजे जेव्हा त्यांचे वैवाहिक जीवन सुखात चालले होते तेव्हा सन १९८८मध्ये त्या दोघांनी स्वित्झर्लन्डमध्ये एक धर्मादाय संस्था काढायचे ठरवले होते. दोघांनी आपापल्या पैशांमधून प्रत्येकी $40Mn (अंदाजे रु. २०० कोटी) त्यामध्ये घालायचे ठरवले होते. त्याप्रमाणे डेनिस यांनी दिले आणि त्यांच्या म्हणण्याप्रमाणे तिच्या नवऱ्याने, मार्क याने, मात्र ठरल्याप्रमाणे त्यांच्या हिश्याची रक्कम कधीही दिली नाही. हा त्यांचा दावा झग (Zug) येथील कोर्टाने मान्य केला नाही. न्यूयॉर्कमध्ये डेनिस यांनी मार्क आणि त्यांच्या कंपनीमधील भागीदारांच्या विरुद्ध दिवाणी दावा दाखल केला. त्या दाव्यामध्ये त्यांनी मार्क रिच आणि भागीदारांवर असा आरोप केला की, ''त्यांनी या धर्मादाय संस्थेतील पैशांचा, जो त्यांनी त्यांच्या तीन मुलींच्या भवितव्यासाठी ठेवला होता, स्वतःच्या फायद्यासाठी, कागदोपत्री खोटे व्यवहार दाखवून वापरला.'' कोर्टातील खटल्यासंबंधीच्या कागदपत्रांप्रमाणे, त्यांनी नवऱ्यावर असाही आरोप केला होता की, ''मार्क यांनी अगदी कपटीपणाने, किळस वाटावी अशा प्रकारे तिची फसवणूक करण्याचा प्रयत्न केला होता.'' डेनिस तो खटला हरल्या.

डेनिस यांच्यासाठी US $ 365Mn (अंदाजे रु. १,८२५ कोटी)

मार्क रिच यांचे पाच खंडांमध्ये पसरलेले, २०० खासगी कंपन्यांचे आणि त्यांच्या उपकंपन्यांचे जाळे हा अत्यंत गुंतागुंतीचा आणि गोंधळात पाडणारा मामला होता. त्यातील काही कंपन्या 'मार्क रिच आणि कंपनी (होल्डिंग)' या कंपनीच्या

छत्राखाली होत्या आणि त्या एकमेकांशी संबंधित होत्या, तर काही कंपन्या या पूर्णपणे स्वतंत्र होत्या. त्यांच्या काही कंपन्यांची इतर उपकंपन्यांच्या भाग भांडवलामध्ये गुंतवणूक होती. मार्क रिच आणि त्यांच्या भागीदारांनी मुळामध्ये त्यांच्या कंपन्यांचे अशा प्रकारचे जाळे, अशा प्रकारची व्यवस्था उभी करण्यामागचे एक कारण म्हणजे त्यामुळे त्यांना व्यावसायिक जोखमीची, तोट्याची विभागणी करता यावी, आणि दुसरे म्हणजे काही गोपनीय व्यवहारांमध्ये, संवेदनशील व्यापारी करारांमध्ये पडद्यामागून मार्क रिच सूत्र हालवत आहेत हे वास्तव लपवता यावे. या गुंतागुंतीच्या आणि गोंधळात पाडणाऱ्या कंपन्यांच्या जाळ्याचा आणखी एक फायदा झाला – मार्क रिच यांच्या वैयक्तिक संपत्तीचा नक्की अंदाज करणेच अवघड होऊन बसले.

डेनिस यांच्या वडिलांनी शेवटी या खटल्यामध्ये लक्ष घातले आणि हस्तक्षेप करून खटल्याचा स्फोट होण्याची अवस्था टाळली. एमिल आयसेनबर्ग यांना मार्कबद्दल प्रेम होते आणि त्यांच्यावर जरी गुन्हेगारी स्वरूपाचे आरोप होते तरी एमिल त्यांच्यामागे खंबीरपणे उभे राहिले. मार्क रिच यांना पण त्यांच्या सासऱ्याबद्दल आदर होता, प्रेम होते, आणि त्यांना वडिलांप्रमाणेच मानत होते. आयसेनबर्ग यांनी मार्क यांच्यावर खूप विश्वास टाकला होता आणि जेव्हा त्यांनी १९७४मध्ये स्वत:ची कंपनी सुरू केली तेव्हा आयसेनबर्ग यांनी पुढचामागचा विचार न करता त्यांना पैसे दिले होते. मार्क रिच त्यांनी केलेल्या मदतीबद्दल नेहमीच कृतज्ञ राहिले होते. मार्क यांच्याबरोबर, या घटस्फोटाच्या खटल्यातील नुकसान भरपाईची रक्कम वाटाघाटी करून ठरवण्यासाठी आयसेनबर्ग स्वत: स्वित्झर्लन्ड येथे आले. "या वकिलांनी सगळा घोळ घालून ठेवला आहे," ते त्यांच्या जावयाला म्हणाले, "आपणच यातून काहीतरी मार्ग काढू या." अखेर मार्क रिच यांच्याबरोबर, व्यापारी मार्क रिच यांच्याबरोबर, त्यांना समजेल अशा भाषेत कोणीतरी बोलले होते.

अखेर १४ जून १९९६ रोजी मार्क आणि डेनिस रिच यांच्या घटस्फोटावर शिक्कामोर्तब झाले. त्यांचे ३० वर्षांचे वैवाहिक जीवन मागे पडले होते. नेमक्या कोणत्या अटींवर घटस्फोट झाला त्या अटी बाहेर कधीच आल्या नाहीत. त्यांच्या खासगी जीवनाची माहिती असणाऱ्यांपेकी बऱ्याच जणांनी मला सांगितले की डेनिस रिच यांना एकूण $365Mn (अंदाजे रु. १,८२५ कोटी) एवढी रक्कम मिळाली. अर्थात ही माहिती देणाऱ्यांपैकी कोणालाही त्यांचे नाव या पुस्तकामध्ये यायला नको आहे. हे US$365Mn दोन भागामध्ये विभागले होते. मार्क रिच आणि कंपनीचे चार भागीदार आणि त्यांच्या बायकांप्रमाणेच डेनिस यांचा मार्क रिच यांच्या कंपनीमध्ये हिस्सा होता. त्या मार्क रिच आणि कंपनी (होल्डिंग) मध्ये १३.९१ टक्के हिश्श्याच्या भागीदार होत्या. डिसेंबर १९९०मध्ये – जेव्हा त्या अजून सौ. रिच होत्या – कंपनीचे भाग भांडवल कमी करत असताना त्यांच्या

१०७० शेअर्सच्या बदल्यामध्ये त्यांना $165Mn (अंदाजे रु. ८२५ कोटी) इतकी रक्कम मिळाली होती. त्या व्यतिरिक्त मार्क रिच यांनी आणखी $200Mn (अंदाजे रु. १,००० कोटी) एवढी रक्कम देण्याचे मान्य केले. मी जेव्हा या रकमेच्या खरेखोटेपणा विषयी मार्क रिच यांना विचारले, तेव्हा ते हसले आणि जेव्हा एखादी माहिती खरी असते पण त्यांना ती अधिकृतपणे मान्य किंवा अमान्य करायची नसते तेव्हा ते जे नेहमी म्हणायचे तेच म्हणाले, ''सत्यापासून काही फार लांब नाही.''

माझे सगळ्यात मोठे अपयश

घटस्फोटानंतर ६ महिन्यांनी १६ डिसेंबर १९९६मध्ये त्यांनी, त्यांची बरीच वर्षे प्रेयसी असलेल्या गॅझेलाबरोबर लग्न केले. ते दोघे आता तसेही बराच काळ एकत्र राहात होते. त्यांनी त्यांचे निवासस्थान, जुलै १९९३मध्येच ल्युसर्न प्रांतातल्या मेग्गेन (Meggen) खेड्यामध्ये हलवले होते. ल्युसर्न तळ्याकाठच्या "Villa Rose" या अलिशान बंगल्यामध्ये ते राहायला लागले होते. मार्क रिच यांनी लग्नाआधी गॅझेलाला ज्यू धर्म स्वीकारण्याची अट घातली होती. (परंतु स्वित्झर्लन्डमधील ज्यू समुदायाला ही गोष्ट काही तितकीशी रुचली नव्हती.)

मार्क रिच आणि गॅझेला यांचे वैवाहिक जीवन मात्र सुखाचे होणार नव्हते. मी मार्क रिच यांना एकदा जेव्हा प्रश्न विचारला की त्यांचे सर्वात मोठे अपयश कोणते? तेव्हा काही काळ ते गप्प राहिले आणि म्हणाले, ''व्यवसायाच्या दृष्टीने तू विचारतो आहेस का?'' त्यांच्या या प्रतिप्रश्नातून प्रथमच मला जाणवले की या वेळेला मार्क रिच व्यापार किंवा एखादा करार वगैरेपेक्षा दुसऱ्या कोणत्या तरी गोष्टीचा विचार करत आहेत. मी त्यांना म्हटले, ''नाही.'' मी फक्त व्यवसायाच्या किंवा व्यापाराच्या दृष्टीने विचारत नाही आहे. त्यावर मार्क रिच म्हणाले, ''त्या घटस्फोटाचा खटला सोडला तर माझी दुसरी मोठी चूक म्हणजे माझे दुसऱ्या बायकोशी गॅझेलाशी झालेले लग्न.'' मार्क रिच यांच्या इतक्या स्पष्ट उत्तराने मी चकितच झालो. जरा सावरून नंतर मी त्यांना विचारले, ''या दुसऱ्या लग्नाचे गाडे कोठे फसले?'' ''सुरुवाती-सुरुवातीला सगळे ठीक होते, मग एवढा पैसा आणि श्रीमंती बघून तिचे डोके फिरले, तिची हाव वाढतच गेली. पण मी ठामपणे नाही म्हटले.'' मार्क रिच सांगत होते. मी त्यांना विचारले डेनिसला घटस्फोट दिल्याचा पश्चात्ताप होतो का? तर ते म्हणाले, ''नाही, पश्चात्ताप नाही, परंतु गॅझेलाबरोबर लग्न केल्याचा मात्र होतो.'' ज्यावेळी संतापून आणि निराशेने याच शब्दात त्यांनी 'गॅझेला रोसी'ला चार शब्द सुनावले तेव्हा तिला ते फार लागले.

गॅझेलाला ओळखणाऱ्या आणि तिला जवळ असणाऱ्या एका व्यक्तीने मला सांगितले, ''हे ऐकल्यावर गॅझेलाचा स्वत:वरचा ताबा सुटला होता.'' तिने केलेल्या

थयथयाटानंतर मार्क रिच यांनी जरा समजुतीने घ्यायचे ठरवले. एवढेच नाही तर तिच्या दोन मुलांशी मार्क यांचे संबंध चांगले आहेत. शेवटी जगामधल्या सगळ्यात शक्तिशाली देशाला जे जमले नाही ते गॅझेला रोसीने करून दाखवले. तिने मार्क यांना आपली चूक कबूल करायला लावली, माफी मागायला लावली. या पुस्तकाची पहिली पुठ्ठा बांधणीतील आवृत्ती आल्यानंतर त्यांनी मला सांगितले, "त्यावेळी माझ्या तोंडून ते वाक्य निघून गेले." ते म्हणाले त्यांना त्यांच्या त्या विधानाचा खेद वाटतो. सुरुवातीला आमचे संबंध खरोखरच फार चांगले होते. आमचे एकमेकांवरचे प्रेम खरे होते. खोल होते. माझी मनापासून अशीच इच्छा होती की हे असेच चालावे आणि चालेल, पण ते जमले नाही. ही वाईट गोष्ट तर आहेच आणि गॅझेलाबरोबरचे माझे वैवाहिक जीवन सुखी होऊ शकले नाही याचे मला मनापासून दुःख पण आहे. ही पण माझीच चूक होती. १५ जून २००५ रोजी मार्क रिच यांचा दुसरा घटस्फोट झाला. मार्क रिच यांना हे दुसरे लग्न केवढ्याला पडले हे मला जाणून घ्यायचे होते. मार्क रिच यांच्या जवळच्या काही मित्रांनी मला सांगितले की, गॅझेलाला काहीशे कोटींच्या घरात तडजोडीची रक्कम मिळाली. "मला या गोष्टी आठवायच्यापण नाहीत," मार्क रिच म्हणाले आणि हसले. डेनिसच्या घटस्फोटाइतकाच हा घटस्फोट महाग पडला का?" मी विचारले. त्यावर ते म्हणाले, "खूपच कमी."

१७

तेलसम्राटाचा शेवट

सन १९७० आणि १९८० ही दशके मार्क रिच यांच्यासाठी त्यांच्या व्यवसायाच्या दृष्टीने जर सोनेरी वर्षे होती तर १९९०चे दशक हे त्यांच्यासाठी, वैयक्तिक आणि व्यावसायिक दोन्ही दृष्टीने अत्यंत काळेकुट्ट होते. त्या दशकाने मृत्यू पाहिला, घटस्फोट पाहिला, आणि नुकसान पाहिले. सप्टेंबर १९९६मधील रिच यांच्या मुलीचा मृत्यू, याआधी त्यांचा डेनिसशी झालेला घटस्फोट या त्यांच्या वाईट काळामधल्या पराकोटीच्या दु:खद घटना होत्या. परंतु १९९०च्याच दशकामध्ये त्यांना, एका व्यवहारामध्ये, जबरदस्त आर्थिक फटका बसला – ही गोष्ट आजपर्यंत कोणालाही माहीत नव्हती. एका चुकीच्या करारामुळे एकाच व्यवहारामध्ये त्यांना $172Mn (अंदाजे रु. ८६० कोटी) इतका तोटा सहन करावा लागला होता आणि त्यामुळे त्यांची कंपनी दिवाळखोरीत निघण्याची पाळी आली होती. या एका व्यवहारामुळे त्यांना शेवटी त्यांची कंपनी विकावी लागली. मी त्यांच्या कंपनीमध्ये काम करणाऱ्या एका भूतपूर्व अधिकाऱ्याला जेव्हा त्यांच्या कंपनीला आलेल्या सगळ्यात मोठ्या अपयशाबद्दल विचारले तेव्हा त्याने मला हे सांगितले. आम्ही त्याच्या कार्यालयामध्ये बोलत बसलो होतो. कोठे आणि कोणत्या वगैरे मी सांगणार नाही कारण त्याने ती माहिती गुप्त ठेवण्याची अट घातली आहे. त्या अपयशाविषयी जास्त खोलात जाण्याआधी तो खुर्चीतून उठला, त्याने दार बंद केले, मला माझा टेपरेकॉर्डर बंद करायला लावला. "कृपा करून गैरसमज करून घेऊ नकोस," तो म्हणाला आणि त्याने सिगारेट पेटवली. "मला मार्क रिच यांचेबद्दल अत्यंत आदर आहे. आज जो काही मी आहे तो त्यांच्यामुळेच आहे. परंतु हा 'डोक्यामध्ये हवा गेल्यासारखा' झालेला व्यवहार त्यांच्या चरित्राचा आणि म्हणून

या पुस्तकाचा एक भाग झाला पाहिजे.''

त्रासाला सुरुवात झाली जुलै १९९२पासून. 'डेव्हिड रोझेनबर्ग' (David Rosenberg) या तरुण सौदे/वायदे व्यापाऱ्याला वाटायला लागले की आता तो मोठे व्यवहार हाताळायला पात्र झाला आहे. परंतु त्याच्या सहकाऱ्यांचे मत होते की तो काहीसा जुगारी वृत्तीचा आहे. डेव्हिड रोझेनबर्ग याने आधीच्या काही वर्षात ॲल्युमिनियम धातू/खनिजाच्या संदर्भामध्ये अनेक यशस्वी /फायदेशीर व्यवहार केले होते आणि त्यामुळे त्याला कंपनीच्या धातू विभागाचा (Metal Division) डायरेक्टर या पदावर बढती देण्यात आली होती. रोझेनबर्ग यांना आता ती गोष्ट करून दाखवायची होती जी गोष्ट करण्याचे आत्तापर्यंत कित्येक सौदे/वायदे व्यापाऱ्यांचे प्रयत्न सपशेल फसले होते, त्यांना अपयश आले होते. त्यांना गुपचूपपणे धातूंच्या आंतरराष्ट्रीय बाजारपेठेमध्ये अशी काही कोंडी करायची होती की ज्यामुळे बाजारपेठेमधील त्या-त्या धातूंच्या किमती नियंत्रित करण्याचे, ठरवण्याचे, वाकवण्याचे अधिकार त्यांच्या हातात येतील. त्यांनी त्यांच्या दोन महत्त्वाच्या प्रतिस्पर्ध्यांबरोबर "German Metallgesellschaft AG" आणि स्पॅनिश "Asturiana de Zinc SA" विचारविनिमय केला.

त्या तिघांनी मिळून जगामधील सर्वात मोठ्या धातूव्यापार विनिमय संस्थेत "London Metal Exchange" (LME) 'Zinc' (जस्त) या धातूमध्ये 'दीर्घकालीन बोली/सौदा' केला. त्याचा अर्थ असा की या तिघांनी ''एका ठरावीक तारखेला'' आणि ''एका ठरावीक किमतीला'' जस्त (Zinc) खरेदी करण्याचा करार केला. जे असे दीर्घ मुदतीसाठी बोली लावतात, पैसा गुंतवतात त्यांना भविष्यामध्ये जर त्या धातूचे भाव चढले तर चांगला फायदा होतो. पण जर उलट भाव कोसळले तर तोटा सहन करावा लागतो. झिंक धातूमध्ये एकदा 'दीर्घ मुदतीची बोली' केल्यावर झिंक धातूच्या किमतीमध्ये कृत्रिमरीत्या तेजी आणण्यासाठी आणि त्या ठरावीक तारखेला, ठरावीक किमतीपेक्षा चांगली किंमत मिळवण्यासाठी रोझेनबर्ग आणि त्याच्या दोन सहकाऱ्यांनी बाजारपेठेमध्ये झिंक खरेदी करण्याचा सपाटा लावला. हा सर्वच व्यवहार अति मोठ्या प्रमाणावर आणि म्हणून भयंकर धोकादायक होता. रोझेनबर्ग आणि त्यांच्या दोन सहकाऱ्यांनी गुपचूपपणे जवळ-जवळ १० लाख मेट्रिक टन एवढे झिंक म्हणजे जागतिक उत्पादनाच्या जवळ-जवळ २० टक्के आणि 'London Metal Exchange'मध्ये व्यापारी तत्त्वावर त्याची वार्षिक उलाढाल होते त्याच्या जवळ-जवळ दोन तृतीयांश इतके – झिंक त्यांनी खरेदी केले. दुसऱ्या शब्दामध्ये सांगायचे तर जागतिक बाजारपेठेमध्ये झिंक या धातूची कृत्रिम टंचाई निर्माण करण्यासाठी त्यांनी \$1.00Bn (अंदाजे रु. ५,००० कोटी) एवढी गुंतवणूक केली.

रिच यांच्या कारकिर्दीतील सर्वात वाईट सौदा

सुरुवातीला सर्व गोष्टी अगदी ठरल्याप्रमाणे पार पडत गेल्या. काही आठवड्यांतच रोझेनबर्ग आणि त्यांचे सहकारी बाजारपेठेमधील झिंकची किंमत काही पटींनी वाढवू शकले. सप्टेंबर १९९२मध्ये झिंक धातूची बाजारपेठेमधील किंमत १४०० डॉलर प्रति मेट्रिक टन अंदाजे रु. ७०,००० एवढी झाली होती. तो अधिकारी मला सांगत होता, ''किमतीमध्ये तेजी आणण्यासाठी त्यांची अव्याहत खरेदी चालूच होती. ती एक अत्यंत धोकादायक आणि जुगारी खेळी होती.'' परंतु त्यांची ही योजना ते पूर्णपणे गुप्त राखू शकले नाहीत. व्यापार विषयक वृत्तपत्रांमध्ये लवकरच झिंक धातूच्या किंमतीमधील अनपेक्षित तेजीबद्दल बातम्या, लेख यायला सुरुवात झाली आणि आंतरराष्ट्रीय बाजारपेठेमधील या अशा अनपेक्षित घटनेमुळे अर्थातच नेहमीच्या अनुभवातून लोकांनी मार्क रिच यांच्याकडे बोटे दाखवायला सुरुवात केली. यावेळी मात्र त्यांचा अंदाज खरा होता.

आत्तापर्यंतचा अनुभव असेच सांगतो की जेव्हा-जेव्हा बाजारपेठेमध्ये अशा प्रकारे किमतींमध्ये कृत्रिमपणे चढउतार घडवून फायदा घेण्याच्या दृष्टीने कोंडी करण्याचा प्रयत्न झाला – मग तो धातू चांदी असो, ॲल्युमिनियम असो किंवा टिन असो – तेव्हा बुडबुडा नेहमीच फुटला होता. कृत्रिमरीत्या वाढवलेल्या किमतींनंतर त्या ठरावीक वस्तूच्या, धातूच्या व्यापारामध्ये नेहमीच प्रदीर्घ मंदीचा काळ अनुभवावा लागला होता. नोव्हेंबर १९९२मध्ये झिंक या धातूची मेट्रिक टनामागे किंमत २५ टक्क्यांनी घसरली होती. मेट्रिक टनाची किंमत आता १०५० डॉलर (अंदाजे रु. ५२,५००) इतकी झाली होती. मार्क रिच यांच्या कंपनीतील एका अधिकाऱ्याच्या म्हणण्याप्रमाणे, ज्याने त्यावेळी परिस्थितीवर नियंत्रण आणण्याचा प्रयत्न केला होता, ''आता त्यातून सुटण्याचा काही मार्ग नव्हता. आम्ही अनर्थाच्या, संकटाच्या इतके जवळ होतो.'' अंगठा आणि त्याच्या जवळचे बोट एकत्र आणून खुणेने त्यांनी सांगितले, ''आमचा तोटा कमी करण्यासाठी, झिंक धातूच्या दीर्घ मुदतीच्या त्या सौद्यामधून लवकरात लवकर बाहेर पडणे अत्यंत गरजेचे होते.'' शेवटी त्या सौद्यामधून बाहेर पडण्यात तो सौदे/वायदे व्यापारी यशस्वी झाला आणि कंपनी संपूर्ण रसातळाला जाण्यापासून वाचली. झिंक धातूची जागतिक बाजारपेठ काबीज करण्याच्या त्या अत्यंत धोकादायक आणि अविचारी प्रयत्नामध्ये मार्क रिच आणि कंपनीला US$172Mn (अंदाजे रु. ८६० कोटी) इतका तोटा सहन करावा लागला. रोझेनबर्ग यांनी त्यानंतर कंपनी सोडली. एक सौदे/वायदे व्यापारी म्हणून झिंक धातूमध्ये झालेला हा व्यवहार हा त्यांच्या संपूर्ण कारकिर्दीतील सर्वात वाईट व्यवहार होता, हे मार्क रिच यांनी मान्य केले. त्या संपूर्ण प्रकरणाबद्दल, आज जरी

त्यांच्या बोलण्यातून एक उदारपणा, दिलदारपणा प्रतीत होत होता तरी त्या व्यवहारामुळे त्यांना त्यांनीच स्थापन केलेली कंपनी विकण्याची वेळ आली, हे सत्य आहे. मार्क रिच म्हणतात, ''तरुण सौदे/वायदे व्यापारी, अनुभव नसल्यामुळे मोहाला बळी पडले आणि वाहवत गेले.'' परंतु हे अपयश म्हणजे बाजारपेठेची कोंडी करण्याचा अशक्यतेचा पुरवा आहे, असे ते मानत नाहीत. ते मला म्हणाले, ''ती गोष्ट अगदी अशक्य आहे असे म्हणणार नाही, पण मी तसे करण्याचा प्रयत्न करणार नाही. त्यामधील धोका, जोखीम खूपच मोठी आहे.'' या प्रकरणामध्ये मार्क रिच यांचे प्रचंड आर्थिक नुकसानच झाले असे नाही तर आंतरराष्ट्रीय बाजारपेठेमधील त्यांची पत, त्यांचे नाव धोक्यात आले. त्यांच्याच कंपनीमधील वरिष्ठ सौदे/वायदे व्यापाऱ्यांनी असे काही धाडस करण्यापासून त्यांना परावृत्त करण्याचा प्रयत्न केला होता. त्यांनी सांगितले होते की, ''हे सगळे कृत्रिम आहे, बाजारामध्ये त्याला प्रत्यक्ष मागणी नाही, हा एक बुडबुडा आहे जो केव्हातरी फुटणारच.'' मार्क यांनी त्यांच्या सांगण्याकडे दुर्लक्ष केले आणि रोझेनबर्ग यांच्या घोडदौडीला लगाम घातला नाही. मार्क रिच यांना त्यांच्याच एका महत्त्वाच्या व्यापारी तत्त्वाचा विसर पडला होता. रोझेनबर्ग यांनी, त्यांनी केलेल्या दीर्घ मुदतीच्या सौद्याला, पूरक होईल असा प्रती सौदा केला नव्हता किंवा त्या दृष्टीने प्रयत्न केले नव्हते. त्यामुळे ज्यावेळी झिंकच्या किमती गडगडायला लागल्या तेव्हा तोटा मर्यादित ठेवण्याच्या दृष्टीने काहीच उपाय योजना तयार नव्हती.

मार्क रिच यांची ही कृती त्यांच्या बरोबरच्या वरिष्ठ सौदे/वायदे व्यापाऱ्यांच्या दृष्टीने त्यांना लाजिरवाणी अशीच गोष्ट होती. ते अत्यावश्यक वस्तूंच्या सौदे/वायदे व्यापारामधले तज्ज्ञ होते. केवळ मार्क रिच नव्हते. मार्क रिच यांच्याबरोबर काम केलेल्या एका वरिष्ठ आणि अनुभवी सौदे/वायदे व्यापाऱ्याने मला सांगितले, ''मार्कच्या धातूंमधील व्यापाराच्या ज्ञानाला मला तुच्छ समजायचे नाही, पण ते त्याचे क्षेत्र नव्हते. तो धातू आणि खनिज व्यापारामधील तशा प्रकारे तज्ज्ञ नाही, त्याचे खरे क्षेत्र आहे क्रुडतेलाचा व्यापार.'' मार्क रिच यांनी त्यांच्याबरोबरच्या अधिकाऱ्यांचा फक्त पाठिंबाच घालवला नाही तर त्यांचा विश्वास घालवला.

फाटाफूट

जवळ-जवळ वीस-एक वर्षे मार्क रिच आणि कंपनी ही एका कुटुंबाप्रमाणे परस्पर विश्वास, परस्पर संबंधांच्या पायावर उभी असलेली एक कंपनी होती, परंतु आता एक एक गोष्टी उघडकीला यायला सुरुवात झाली होती. त्या ''झिंक'' प्रकरणातील फजितीच्या दरम्यान, जून १९९२मध्ये कंपनीमध्ये सर्व काही सुरळीत चाललेले नाही याची चाहूल प्रकर्षाने जाणवायला लागली. मार्क रिच यांनी

तडकाफडकी ''विली स्ट्रोथोट'' (Willy Strothotte) याला नोकरीवरून काढून टाकले. विली हा जर्मन होता, त्याने मार्क रिच यांच्याबरोबर १५ वर्षे काम केले होते आणि त्यातील शेवटची दोन वर्षे तर विली त्यांचा जणू उजवा हात होता. त्यांनी मार्क रिच आणि कंपनीमधील धातू आणि खनिज विभाग उत्तमपणे, यशस्वीपणे हाताळला होता आणि त्या बाजारपेठेमध्ये त्यांच्या विभागाला अग्रक्रम मिळवून दिला होता. स्ट्रोथोट यांच्या अगदी टीकाकारांना, विरोधकांनाही त्यांची हुशारी, निरनिराळ्या योजना आखण्यातील व्यावसायिक कौशल्य मान्य होते. मार्क रिच यांनी त्यांच्या हुशारीला, योजना आखण्यातील कौशल्याला मोकळेपणाने दाद दिली होती. मार्क रिच यांनी त्यांच्या अधिकृत स्पष्टीकरणात्मक पत्रकामध्ये असा दावा केला होता की, ''स्ट्रोथोट यांचा कंपनी सोडण्याचा निर्णय हा त्यांच्या संमतीने झालेला होता, मात्र कंपनीची भविष्यातील वाटचाल कशी असावी याबद्दल असलेले त्यांचे वेगळे विचार, भिन्न मते याला कारणीभूत होती.'' कंपनी सोडून जाताना स्ट्रोथोट म्हणाले, ''यामध्ये काहीही कट किंवा कारस्थान नाही. मी मार्क रिच आणि कंपनी सोडून जातो आहे, पण मार्क रिच यांच्याबरोबरचे माझे संबंध तसेच आहेत.'' या घटनेमागील सत्य असे होते की, ''कंपनीमधील अंतर्गत सत्ता स्पर्धेमध्ये मार्क रिच यांच्या पुढे 'स्ट्रोथोट' टिकू शकले नव्हते, हरले होते.'' एक माजी डायरेक्टर मला म्हणाले, ''विली हा बोलण्यामध्ये खूपच फटकळ होता.'' विली यांनी मार्क रिच यांच्यानंतर कंपनीच्या भवितव्याबाबत चर्चेला सुरुवात केली होती. त्यांची अशी अपेक्षा होती की आता हळूहळू कंपनीच्या संस्थापकाने – जे त्या वेळेला फक्त ५७ वर्षांचे होते – कंपनीच्या दैनंदिन कामकाजामधून लक्ष काढून घ्यावे आणि एवढेच नाही तर प्रमुख भागधारक म्हणून असलेल्या स्थानाबाबत फेरविचार करावा.

विली यांचे कंपनीपासून वेगळे होणे हे, कंपनीला जेवढे लोकांनी विश्वास ठेवावा असे वाटत होते, तेवढ्या मित्रत्त्वाच्या नात्याने झालेले नव्हते, आणि इतर कर्मचाऱ्यांच्या हे लवकरच लक्षात आले. मार्क रिच यांनी तातडीने स्ट्रोथोट यांच्या केबिनचे रूपांतर अभ्यागतांसाठीच्या जागेमध्ये केले. ज्या कंपनीचे बोधवाक्य, व्यापारी तत्त्वाप्रमाणे – ''तुम्ही कधीही संबंध कायमचे तोडत नाही.'' असे होते त्या कंपनीमध्ये हा प्रकार फार गंभीरपणे पाहिला गेला. स्ट्रोथोट यांचा सर्वात जवळचा एक सहकारी मला म्हणाला, ''जो कोणी कंपनी सोडून गेला त्या प्रत्येकाला मूर्ख समजले जायचे हे खरे आहे.'' परंतु मार्कने विलीच्या केबिनचे जे केले त्याला उपमाच द्यायची झाली तर, तो प्रकार म्हणजे जोसेफ स्टालिन (Joseph Stalin) याने त्यांचा विरोधक लीऑन ट्रॉटस्कि (Leon Trotsky) यांना ज्याप्रमाणे सर्व फोटोग्राफ्समधून वगळले, हद्दपार केले त्या प्रकारचा होता असेच म्हणावे लागेल.

मार्क रिच आणि कंपनीमधील बिघडत जाणाऱ्या परिस्थितीला आणखी बळच मिळेल असे एक उदाहरण नंतर एकाच महिन्यात घडले. कंपनीमधील दोन महत्त्वाचे अधिकारी ''मॅनी वीस'' (Manny Weiss) आणि '' क्लोड ड्युफिन'' (Claude Dauphin) यांनी कंपनी सोडली. वीस (Weiss) हे कंपनी साठी अत्यंत महत्त्वाचे असलेल्या लंडन कार्यालयाचे प्रमुख होते आणि त्यांनी कंपनीचा ॲल्युमिनियम धातूमधील व्यवहार खूप मोठ्या प्रमाणात आणि यशस्वीपणे वाढवला होता. 'क्लोड ड्युफिन' हे कंपनीचा तेल व्यवसाय बघणाऱ्या दोघांपैकी एक होते. मार्क रिच यांच्यासाठी तो काळ नाट्यपूर्ण घटनांचा होता असेच म्हणावे लागेल. अगदी थोड्या काळामध्ये त्यांनी त्यांचे खूप जुने आणि महत्त्वाचे सहकारी गमावले होते. हे सहकारी मार्क यांच्याबरोबर त्यांच्या सर्व कारकिर्दीमध्ये बरोबर राहिले होते. मार्क रिच अचानकपणे एकटे पडले होते. कंपनीच्या संस्थापक सदस्यांपैकी तेच एक आता कंपनीमध्ये अजून कार्यरत राहिले होते. पिंकी ग्रीन (Pinky Green) यांनी त्यांच्या बायपास शस्त्रक्रियेनंतर १९९० साल संपता-संपता निवृत्ती स्वीकारली होती. तर मार्क रिच यांचे सर्वात महत्त्वाचे सल्लागार ॲलेक हॅकेल (Alec Hackel) यांनी ग्रीन यांचाच कित्ता गिरवत निवृत्ती स्वीकारली होती. त्या दोघांनाही त्यांच्या भाग भांडवलाच्या बदल्यामध्ये $200Mn (अंदाजे रु. १,००० कोटी) ते US$300Mn (अंदाजे रु. १,५०० कोटी) एवढी रक्कम मिळाली होती.

मार्क रिच यांना चांगल्या सहकाऱ्यांची, सल्लागारांची उणीव भासत होती. मार्क रिच यांना जरी लोकांची चांगली पारख होती तरी आश्चर्यकारकपणे त्यांनी त्यांच्याभोवती सल्लागार म्हणून ज्यांची निवड केली होती ती तितकीशी योग्य नव्हती. त्यांच्या कंपनीमधील अधिकाऱ्यांना धक्कादायक वाटेल अशी एक गोष्ट मार्क रिच यांनी केली. त्यांनी त्यांच्या एका अमेरिकन वकिलाला, ज्याला अत्यावश्यक वस्तूंच्या सौदे/वायदे व्यापारामधले ओ का ठो कळत नाही अशा व्यक्तीला, त्यांनी कंपनीच्या व्यवस्थापन समितीमध्ये घेतले. हा प्रकार म्हणजे आत्तापर्यंतच्या कंपनीच्या परंपरेपासून, म्हणजे प्रत्यक्ष काम करून, अनुभव घेऊन, टप्प्या-टप्प्याने बढती घेत व्यवस्थापकीय पदापर्यंत नेमणूक करण्याच्या धोरणापासून, सरळ-सरळ फारकत घेतल्याचे उदाहरण होते. ज्या मार्क रिच यांनी आत्तापर्यंत त्यांच्या कर्मचाऱ्यांवर पूर्ण विश्वास टाकला होता आणि त्यांना काम करण्याची पूर्ण मोकळीक दिली होती, त्यांनी आता कंपनीच्या सर्वच छोट्या-मोठ्या गोष्टींमध्ये प्रत्यक्ष हस्तक्षेप करायला सुरुवात केली. आत्तापर्यंत जी तीन प्राथमिक तत्त्वे कंपनीने धोरण म्हणून पाळली होती आणि जी काळाच्या कसोटीवर उतरली होती – खुलेपणा, संघ भावना आणि अधिकारांची नेमकी

विभागणी – तिच आता मोडीत निघायला लागली होती.

मासा जर जाळ्यात सापडत नसेल तर...

या सर्व घटना घडत असताना, कंपनीमध्ये काम करणाऱ्या एका कर्मचाऱ्याने मला सांगितले, "मार्क यांची पकड जरा ढिली झाली होती." ते खूप प्यायला लागले होते. व्हिस्कीचे ग्लास दुपारी त्यांच्या टेबलवर दिसायला लागले. त्यांचे धूम्रपानाचे प्रमाण वाढले. त्यांच्या मित्रांना आता त्यांच्या तब्येतीबद्दल काळजी वाटायला लागली होती. कंपनीमधील कर्मचाऱ्यांच्या मते त्यांचे वागणे सहनशक्तीपलीकडे गेले होते. मार्क रिच यांच्याच एका जवळच्या मित्राने त्यांचे त्या दिवसांतले वर्णन "अत्यंत चिडचिडे, तारतम्य गमावलेले आणि स्वत:वरचा ताबा सुटत चाललेले" असे केले. मार्क रिच यांच्या आयुष्यामध्ये असा काळ येण्याला बरीच कारणे होती. ही गोष्ट तर उघडच होती की डेनिसबरोबरचे बिघडलेले संबंध, घटस्फोटाचा खटला इत्यादी घडामोडी त्यांच्या वैयक्तिक आयुष्यावर आणि मन:स्थितीवर विपरीत परिणाम करायला मुख्यकरून कारणीभूत होत्या. अमेरिकेतील फिर्यादीपक्षाने त्यांच्या रेंगाळलेल्या खटल्यासंबंधी, त्यांनी मान्य केले नाही तरी, हळूहळू दबाव वाढवायला सुरुवात केली होती, आणि गुप्तचर विभागाच्या पोलिसांनी त्यांची पुरती कोंडी केली होती. त्यांच्या मागावर असलेल्या अमेरिकन पोलीस अधिकाऱ्याच्या, 'केन हिल' (Ken Hill) यांच्या म्हणण्याप्रमाणे "आम्ही 'SAVAK' चे धोरण अवलंबले होते." ('SAVAK' हे शाह यांच्या राजवटीतील इराणच्या गुप्तचर यंत्रणेचे नाव होते.) – "तुम्ही जर मासे पकडू शकत नसाल तर पाणी काढून घ्या. आणि आम्हाला पाणी काढून घेण्यात प्रचंड यश मिळाले." हा सगळा प्रकार म्हणजे फिर्यादीपक्षाने, कायदेशीर मार्गाने चालवलेल्या प्रयत्नांना बळ देण्यासाठी, वापरलेल्या अनेक मार्गांपैकी एक मार्ग होता. मार्क रिच यांचा एके काळचा सहकारी आणि आता ब्रिटिश पेट्रोलीयम (BP)मध्ये अधिकारी असलेल्या एकाने मला सांगितले, "जंग-जंग पछाडून मार्क रिच फिर्यादीपक्षाच्या तावडीत काही सापडत नव्हते, त्यामुळे इतर सर्व मार्गांनी मार्क रिच यांना संपवण्याचे त्यांनी प्रयत्न चालवले होते." या सर्व घटनांमुळे मार्क रिच यांच्या जनमानसातील प्रतिमेला खूप मोठा धक्का बसला होता.

त्यांच्या प्रतिस्पर्ध्यांना आणि विरोधकांना लवकरच कळून चुकले की केवळ मार्क रिच यांचे नाव उच्चारल्यामुळे जनतेमध्ये, माध्यमांमध्ये नवीन वादांना तोंड फुटते आणि ते मार्क रिच यांच्या व्यवसायाला मारक तर त्यांना फायदेशीर ठरते आहे. विरोधकांना कळून चुकले होते की कोणत्याही प्रकारच्या प्रसिद्धीच्या मार्क रिच यांच्या व्यवसायावर विपरीतच परिणाम होईल. सन १९९०च्या दशकाच्या

सुरुवातीला, दोन महत्त्वाच्या घटनांच्या संदर्भांमध्ये, परत एकदा मार्क रिच यांचे नाव वृत्तपत्रांच्या पहिल्या पानावर झळकले. पहिली घटना म्हणजे, ऑक्टोबर १९९०मध्ये वेस्ट व्हर्जिनिया (West Virginia) येथील रॅव्हेन वुड्स (Ravens wood) येथे असलेल्या "Ravenswood Aluminium Corporation" या कंपनीमध्ये, ज्यामध्ये मार्क रिच यांचा मालकी हिस्सा होता, कामगारांचा प्रश्न निर्माण झाला आणि चिघळला. ते प्रकरण दोन वर्षे चालले. पगारवाढीची मागणी करत १७०० कामगारांनी/कर्मचाऱ्यांनी संपाचे हत्यार उपसले होते. कंपनीच्या व्यवस्थापनाने १७०० कामगारांना कंपनीमध्ये येण्याला मज्जाव करून, त्यांचे काम कंत्राटी पद्धतीने असंघटित कामगारांकडून करून घेण्याचा प्रयत्न केला. अमेरिकेमधील "United Steel Workes of America" या संघटनेने त्या विरोधात आंतरराष्ट्रीय स्तरावर मोहीम सुरू केली. आणि त्यामुळे प्रसारमाध्यमांमध्ये त्या कंपनीमधील मार्क रिच यांच्या मालकी हिश्श्यावरच जास्त प्रकाशझोत ठेवण्यात आला. त्याचा परिणाम असा झाला की मार्क रिच यांच्या झग (Zug) येथील प्रमुख कार्यालयासमोर निदर्शने आयोजित करण्यात आली. तसेच "London Metal Exchange"च्या वार्षिक बैठकीच्या वेळी त्या संघटनेच्या कार्यकर्त्यांनी मार्क रिच यांचा फोटो असलेली आणि त्यावर "Wanted" शीर्षक असलेली पोस्टर्स वाटली. या सर्व घटनांमुळे मार्क रिच यांच्यावर खलनायक हा शिक्का मात्र बसला. एक बदनाम, फरारी ज्यू भांडवलदार, अमेरिकन न्यायसंस्थेला गुंगारा देणारे अशी मार्क रिच यांची प्रतिमा रंगवून बागूलबुवा उभा करण्यात प्रसारमाध्यमे यशस्वी झाली होती. एका अमेरिकन कंपनीमधील संपाच्या बातमीला, जो प्रश्न संपूर्णत: स्थानिक होता आणि नगण्य स्वरूपाचा होता, त्याला प्रसारमाध्यमांमुळे राष्ट्रीय तसेच आंतरराष्ट्रीय स्वरूप येण्याला मार्क रिच हेच नाव कारणीभूत होते.

व्यापून राहिलेले मार्क रिच

"United Steel Workers' Union"च्या एका गौप्य स्फोटामुळे मार्क रिच यांना आणखी एका बदनामीला तोंड द्यावे लागले. त्यामुळे अमेरिकन काँग्रेसच्या एका बैठकीमध्ये मार्क रिच हे चर्चेचा विषय झाले. युनियनला असा शोध लागला होता की गेली कित्येक वर्षे मार्क रिच यांची 'क्लॅरेनडॉन' (Clarendon) ही कंपनी अमेरिकन टांकसाळीला नाणी पाडण्यासाठी तांबे (Copper) आणि निकेल (Nickel)चा पुरवठा करत आहे. या पुरवठ्याची सरकारी कंत्राटे US$45.5Mn (अंदाजे रु. २२७.५० कोटी) एवढ्या रकमेची होती. कर चुकवेगिरीचा आरोप असलेल्या एका फरारी गुन्हेगाराबरोबर अमेरिकन सरकारचे व्यावसायिक, व्यापारी संबंध आहेत या खळबळजनक गौप्य स्फोटामुळे विरोधक आणि प्रसारमाध्यमांच्या हातात जणू

कोलीतच मिळाले. काँग्रेसच्या एका उपकमिटीने या कंत्राटाच्या चौकशीला सुरुवात केली. कायदेशीरदृष्ट्या विचार करता सर्व व्यवहार कायद्याच्या चौकटीत होते. ''क्लॅरेनडॉन'' कंपनीने हे काम सार्वजनिक लिलावाच्यामार्फत, त्यामध्ये भाग घेऊन मिळवलेले होते. तरीपण विरोधकांना आणि प्रसारमाध्यमांना, सरकारने एका कर चुकवेगिरीचा आरोप असलेल्या व्यक्तीबरोबर व्यापारी संबंध ठेवले एवढे कारण सरकारला झोडपायला पुरेसे होते. त्या चौकशी समितीचे प्रमुख वेस्ट व्हर्जिनिया (West Virginia) येथील काँग्रेसचे सदस्य आणि प्रसारमाध्यमांना हाताळण्यात तरबेज असलेले ''रॉबर्ट वाइज'' (Robert Wise) बोलताना मोठ्या संभावितपणे म्हणाले, ''प्रत्येक वेळेला चिल्लरसाठी जेव्हा मी माझ्या खिशात हात घालतो तेव्हा मार्क रिच यांचा थोडासा अंश तर यात नाही ना हा विचार माझ्या मनात चमकून जातो.''

सततचा अपप्रचार, बदनामी ही मार्क रिच यांची दुखरी नस होती आणि याचाच उपयोग त्यांचे विरोधक स्वत:च्या फायद्यासाठी करून घेत होते. अगदी आज पण जेव्हा केव्हा जगाच्या कोणत्याही कोपऱ्यामध्ये त्यांच्याबरोबर काम केलेल्या एखाद्या माजी सौदे/वायदे व्यापाऱ्याची भानगड किंवा प्रकरण उघडकीला येते तेव्हा मार्क रिच यांचे विरोधक त्यांच्यावरच संशय घेतात, किंवा त्यांच्याकडेच बोट दाखवतात. उदाहरणार्थ 'आयव्हरी कोस्ट' (Ivory Coast) येथील विषारी भंगाराचे (Toxic Waste) प्रकरण, अटलांटिक महासागरात सन २००२ साली बुडालेले तेलवाहू जहाज (Prestige) आणि त्यातून झालेल्या तेल गळतीमुळे दूषित झालेले स्पेन आणि फ्रान्सचे समुद्र किनारे इत्यादी प्रकरणे. बऱ्याच वार्ताहरांनी, स्तंभ लेखकांनी वरील घटनांचा, प्रकरणांचा मार्क रिच किंवा त्यांच्या कंपन्यांशी संबंध जोडायचा प्रयत्न केला, परंतु प्रत्यक्षात या घटनांचा मार्क रिच यांच्याबरोबर किंवा त्यांच्या कंपन्यांशी दुरान्वयेही अजिबात संबंध नव्हता.

प्रत्येक वेळी कोणत्याही देशामध्ये, त्यांच्यावर लादलेली व्यापारी बंधने झुगारण्याची घटना घडली की एखाद्या प्रतिक्षिप्त क्रियेप्रमाणे माध्यमांमध्ये मार्क रिच यांचेच नाव प्रथम घेतले जात होते. याचे उत्तम उदाहरण द्यायचे झाले तर ते सद्दाम हुसेन यांच्या राजवटीतील इराकवर लादलेल्या व्यापारी निर्बंधांचे देता येईल. ''वॉल स्ट्रीट जर्नल'' (Wall Street Journal)च्या माहितीप्रमाणे मार्क रिच यांनी सन १९९१मध्ये, संयुक्त राष्ट्रांनी इराकवर लादलेल्या व्यापारी निर्बंधांतून पळवाट काढण्याचा प्रयत्न केला होता. खरी परिस्थिती अशी होती की मार्क रिच यांच्या कंपनीने स्वित्झर्लन्डमधील त्या संबंधीच्या सरकारी कार्यालयाकडून अधिकृत परवानगी मागितली होती आणि संयुक्त राष्ट्रांच्या निर्बंध समितीची स्पष्ट परवानगी घेऊनच इराकबरोबर व्यापार करण्याचा त्यांचा विचार होता. स्वित्झर्लन्डच्या ॲटर्नी जनरलच्या

कार्यालयाने मार्च २००२मध्ये असा निष्कर्ष काढला की, संयुक्त राष्ट्रांच्या 'तेलाच्या बदल्यात अन्न' (Oil of food) या योजनेची चौकशी करणाऱ्या 'स्वतंत्र संशोधन समितीने' (Independent Inquiry Committee) सन २००५मध्ये जो अहवाल सादर केला होता आणि जो निष्कर्ष काढला होता त्याच्या उलट, मार्क रिच यांच्या कंपनीने इराकी अधिकाऱ्यांना, सरकारला कोणत्याही प्रकारे परवानगीशिवाय पैसे दिलेले नव्हते आणि कोणत्याही प्रकारे कंपनीची त्या संबंधातील वागणूक दोषास्पद किंवा चुकीची नव्हती. मार्क रिच यांच्यावरील आणि त्यांच्या कंपन्यांवरील खऱ्याखोट्या आरोपांना जरी वर्तमानपत्रांमध्ये पहिल्या पानावर ठळक स्थान मिळत होते तरी अशा प्रकारच्या त्यांना निर्दोष ठरवणाऱ्या बातम्यांना, खुलाशांना आतील पानांवर का होईना, दोन ओळींची जागा देणे पण वर्तमानपत्रांना महत्वाचे वाटले नाही.

मार्क रिच यांचे गमन

सन १९९२ संपताना न्यूयॉर्कच्या सदर्न डिस्ट्रिक्ट पोलिसांनी मार्क रिच यांच्या चौकशीला सुरुवात करून ११ वर्षे झाली होती. त्या दरम्यान घडलेल्या अनेक घटनांमुळे मार्क रिच यांची प्रतिमा डागाळली होती. त्यांचे नाव म्हणजे हाव आणि विधिनिषेध शून्य व्यापार, व्यवहार याचे जणू प्रतीक झाले होते. अमेरिकेमध्ये त्यांच्यावर कर चुकवेगिरीपासून ते फसवणुकीपर्यंतचे अनेक आरोप ठेवले गेले आणि फिर्यादी पक्षाने जगभर त्यांच्या मागे पोलिसी ससेमिरा लावला. अमेरिकन काँग्रेसने खुलेआमपणे त्यांच्या व्यापार करण्याच्या पद्धतीचा निषेध केला. त्याचबरोबर झिंक (Zinc) धातूमधील व्यवहारातील अपयशानंतर सहन कराव्या लागलेल्या $172Mn (अंदाजे रु. ८६० कोटी) एवढ्या तोट्यामुळे त्यांच्या आर्थिक अडचणी वाढल्या होत्या. कंपनीतील आपले सर्वेसर्वा असलेले स्थान आता ढळले आहे. या कटू सत्यापासून ते पळू शकत नव्हते. त्यांच्या बँकांनी पण "उद्या मार्क रिच यांचे काही बरेवाईट झाले तर कंपनीचे भवितव्य काय?" हा प्रश्न विचारायला सुरुवात केली होती. मार्क रिच यांचेबरोबर काम करणाऱ्या वायदे/सौदे व्यापाऱ्यांना पण कंपनीच्या भविष्याची चिंता वाटायला लागली होती. त्यातीलच एकाने माझ्याजवळ उद्‌गार काढले, "आमच्यापैकी बऱ्याच जणांना असे वाटायला लागले की उद्या आपण या जागी, येथे काम करायला येऊ शकणार आहोत का?" मार्क रिच यांच्या सहकाऱ्यांनी त्यांच्यावर विली स्ट्रोथोट यांना परत आणण्यासाठी दबाव आणायला सुरुवात केली. त्यांच्या उद्धटपणामुळे जरी ते सहकाऱ्यांमध्ये तितकेसे आवडते नव्हते तरी त्यांच्याबरोबर काम करणाऱ्या सौदे/वायदे व्यापाऱ्यांना त्यांच्याबद्दल आदर होता. त्यांचे असे मत होते की फक्त स्ट्रोथोटच त्या परिस्थितीमध्ये कंपनीला स्थैर्य आणू शकतात.

सुरुवातीला मार्क रिच यांनी, ज्या माणसाने कंपनीमधील त्यांच्या सर्वोच्च स्थानाला आव्हान दिले होते, त्या माणसाला परत आणण्याच्या सहकाऱ्यांच्या मागणीला विरोध दर्शवला. परंतु नंतर बऱ्याच सौदे/वायदे व्यापाऱ्यांनी जेव्हा कंपनी सोडण्याची धमकी दिली तेव्हा मार्क रिच यांच्यासमोर आणखीनच मोठा पेच प्रसंग उभा राहिला. एक म्हणजे बरेच वरिष्ठ सहकारी कंपनी सोडून जाण्याची भीती होती आणि दुसरे म्हणजे तेच सहकारी उद्या त्यांचे प्रतिस्पर्धी म्हणून बाजारपेठेमध्ये येण्याची शक्यता होती. कित्येक जणांना एका जुन्या, सन १९७४मधील, घटनेची आठवण झाली ज्यावेळी मार्क रिच आणि पिंकी ग्रीन यांनी त्यांच्या वरिष्ठांच्या ताठरपणामुळे फिलिप ब्रदर्स ही कंपनी सोडली होती. त्यांची ती कृती म्हणजे फिलिप ब्रदर्सच्या शेवटाची सुरुवात ठरली होती. परंतु या कठीण काळामध्ये, संकटांनी चहू बाजूंनी घेरले गेले असताना मार्क रिच यांच्या स्वभावातील वैशिष्ट्याचा, डोके थंड ठेवण्याचा परत एकदा प्रत्यय आला. आत्तापर्यंत त्यांचे हे स्वभाव वैशिष्ट्य बरेच वेळा अनुभवायला आले होते. जेव्हा ते अत्यंतिक दबावाखाली असत तेव्हा तो सहन करण्याची, त्यावर मात करण्याची मानसिक शक्ती त्यांच्याकडे होती. जेव्हा ते व्यक्तिश: दबावाखाली असत तेव्हा डोके थंड ठेवून, सारासार विचार करून त्यातून शहाणपणाने मार्ग काढणे त्यांना शक्य होत असे. मार्क रिच यांनी स्वत:च्या भावना बाजूला ठेवल्या आणि त्यांचा निर्णय पक्का केला, जो इतरही सौदे/वायदे व्यापाऱ्यांना मार्गदर्शक ठरेल. त्यांच्या लक्षात आले होते की त्यांचा निर्णय चुकलेला होता आणि आता - सौदे/वायदे व्यापाऱ्यांच्या भाषेत सांगायचे तर – आधी ठरवलेली 'पोझिशन' बदलायची वेळ आली होती.

सन १९९३, मार्च महिन्याच्या सुरुवातीला मार्क रिच यांनी फोन उचलला आणि विली स्ट्रोथोट यांचा नंबर फिरवला. त्यावेळी ते फ्लोरिडा येथे गोल्फ खेळण्यासाठी सुट्टीवर होते. मार्क रिच यांनी फोनवर त्यांना एवढेच सांगितले, "परत ये." स्ट्रोथोट म्हणाले, "परत येईन पण माझ्या अटींवर." स्ट्रोथोट यांची मागणी होती की मार्क रिच यांनी कंपनीमध्ये असलेला त्यांचा भाग भांडवलातील हिस्सा कमी करावा. या त्यांच्या अटीची मार्क रिच यांनी मागणी मान्य केली. आयुष्यभराच्या कष्टातून उभा केलेला हा व्यवसाय आता मार्क रिच विकायला तयार होते. मार्क रिच म्हणाले, "आता खूप झाले असे वाटावे अशा एका मन:स्थितीला मी आलो होतो."

नोव्हेंबर १९९३, त्या दिवशी बर्फ पडत होता. सगळी गात्रे सुन्न करणारी थंडी होती. मार्क रिच आणि कंपनीमधील सर्वात महत्त्वाचे ३९ जण बर्फातून वाट काढत चालले होते. जगभरातून ते सर्व जण स्वित्झर्लन्ड येथे झगमधील पार्क हॉटेलमध्ये बैठकीसाठी आलेले होते. विली स्ट्रोथोट यांना त्या सर्वांना, एक म्हणजे कंपनीच्या

व्यवस्थापनाने, मार्क रिच यांचे भाग भांडवल खरेदी करण्याचा जो निर्णय घेतला होता त्याबद्दल सांगायचे होते आणि दुसरे म्हणजे कंपनीच्या भविष्यातील वाटचालाबद्दल त्या सर्वांची मते जाणून घ्यायची होती. व्यवस्थापनाने केलेल्या भाग भांडवलाच्या हस्तांतराच्या करारामध्ये असे नमूद केले होते की मार्क रिच, कंपनीच्या भाग भांडवलामध्ये असलेला त्यांचा मोठ्या प्रमाणातला हिस्सा पुढील काही वर्षांमध्ये हळूळहू कमी करतील. व्यवस्थापन आणि कंपनीमधील वरिष्ठ अधिकारी मार्क रिच यांचा भाग भांडवलातील हिस्सा खरेदी करतील. जवळ-जवळ २०० कर्मचाऱ्यांबरोबर, दिनांक २९ नोव्हेंबर १९९३ रोजी, मार्क रिच यांनी करारावर सह्या केल्या.

मी खचलो होतो

"चारी बाजूंनी आलेल्या संकटांनी मी खचलो होतो." त्यांना त्यांची कंपनी विकावी लागली या घटनेवर भाष्य करताना मार्क रिच म्हणाले. जंगलामधील प्राणी सतत अस्तित्वाची लढाई लढत असतात. त्याचे उदाहरण देत मार्क रिच जंगलचा कायदा सांगत होते. तरुण सिंहाने म्हाताऱ्या आणि अशक्त सिंहाला कळपाबाहेर घालवून जणू कळपाचा ताबा घेतला होता. "मी मानसिक दृष्ट्या खचलो होतो आणि इतरांना त्याचा चांगला अंदाज आला होता, आणि त्यांनी याचाच फायदा घेतला," मार्क रिच सांगत होते आणि नंतर संभाषण एकदम जर्मन भाषेमध्ये नेत म्हणाले, " Sie hielten mirdas messer an deu hals. त्यांनी माझ्या गळ्याला चाकू लावला होता." अमेरिकन सरकारने त्यांच्यावर ठेवलेले आरोप आणि फिर्यादी पक्षाने चालवलेला त्यांचा मानसिक छळ ही त्यांच्या मनाने खचण्याची दोन मोठ्ठी कारणे होती, असे त्यांचे ठाम मत होते. त्यांना खातरी होती की हा खटला जर मागे लागला नसता तर आज ते कंपनीचे प्रमुख राहिले असते आणि मार्क रिच आणि कंपनी आज आहे त्यापेक्षा खूप मोठी आणि यशस्वी झाली असती. सरकारी फिर्यादी पक्षाला, त्यांची ही तटस्थ कबूली जरी उशिरा आली होती तरी प्रत्यक्ष ऐकायला खूप आनंद वाटला असता. फिर्यादी पक्ष त्यांना कधी कोर्टापर्यंत आणू शकला नाही. परंतु इतर मार्गांनी केलेल्या मार्क रिच यांच्या कोंडीमुळे, "पाणी काढून घेतल्यामुळे" त्यांना काही प्रमाणात का होईना पण यश मिळाले होते.

मार्क रिच यांच्या कंपनीतील एका वरिष्ठ आणि महत्त्वाच्या व्यक्तीने सांगितले, "मार्क यांना काही पर्याय उरला नव्हता आणि त्यांच्या हेही लक्षात आले होते की आता तोच एक मार्ग त्यांच्यापुढे आहे." जरी मनाविरुद्ध आणि बळजबरीने त्यांना कंपनीपासून विभक्त व्हावे लागले होते, आणि एका सहकाऱ्याने वर्णन केल्याप्रमाणे हा 'डोक्याला बंदूक लावून घेतलेला घटस्फोट' जरी होता तरी त्यांनी आयुष्यभर कष्ट करून उभ्या केलेल्या या कंपनीच्या भवितव्याची त्यांना काळजी होती. याच

एका कारणासाठी ज्यांनी त्यांच्या गळ्याला चाकू लावला होता त्यांच्या बाबतीत कंपनी सोडताना मार्क रिच यांनी उदार धोरण ठेवले होते. कंपनीच्या नवीन मालकांना त्यांच्या भाग भांडवलाची किंमत चुकती करण्यासाठी त्यांनी काही वर्षांची मुदत देऊ केली होती. (दुसऱ्या शब्दांत खरं तर हे बिनव्याजी कर्ज होते.)

या उदार सवलतींमुळे नवीन व्यवस्थापनाला, कंपनीच्या राखीव निधीला हात लावण्यापेक्षा, व्यापार करून तेवढा उभा करण्यासाठी, कमावण्यासाठी अवधी मिळाला. त्यासाठी नवीन व्यवस्थापनाला कर्ज काढावे लागले नाही की एखादी छोटीमोठी कंपनी विकावी लागली नाही.

मार्क रिच आणि कंपनीचे एकूण 'बाजार मूल्य' त्यावेळी $1.00Bn (अंदाजे रु. ५००० कोटी) ते $1.5Bn (अंदाजे रु. ७,५०० कोटी) या दरम्यान असावे, असा अंदाज होता. कंपनीचा व्यापार जगातील १२८ देशांमध्ये पसरला होता, वार्षिक उलाढाल $30Bn (अंदाजे रु. १,५०,००० कोटी) एवढी होती तर नफा $200Mn (अंदाजे रु. १,००० कोटी) ते $400Mn (अंदाजे रु. २,००० कोटी)च्या घरात होता. मार्क रिच आणि कंपनी तेल, धातू आणि खनिजे यांच्या आंतरराष्ट्रीय बाजारपेठेमध्ये अग्रेसर कंपनी म्हणून गणली जात होती. स्विस व्यावसायिकांच्या एकूणच गुप्तता राखण्याच्या पद्धतीनुसार, यातील सर्वच पक्षांनी अंतिम तडजोडीसंबंधीच्या निर्णयाबाबत गुप्तता बाळगण्याचे ठरवले. आता ती गुप्त ठेवलेली माहिती उघड करण्याची वेळ आली होती. कंपनीमधील त्यांच्या भाग भांडवलाच्या हिश्श्याच्या बदल्यात मार्क रिच यांना बरीच मोठी रक्कम मागता आली असती. शेवटी त्यांनी कंपनीमधील त्यांचे भाग भांडवल 'बुक व्हॅल्यू'च्या दराने विकले आणि तडजोडीची रक्कम म्हणून त्यांना त्या बदल्यात $480Mn (अंदाजे रु. २,४००कोटी) इतकी रक्कम मिळाली. कंपनीमधील एका कर्मचाऱ्याने मला सांगितले, "मार्क यांनी फार स्वस्तामध्ये सौदा केला."

तरी त्यांनी करारामध्ये दोन अटी घातल्या होत्या. पहिली अट व्यवस्थापनाला त्यांचे शेअर्स लगेचच तिसऱ्या व्यक्तीला किंवा पक्षाला जास्त किमतीमध्ये विकता येणार नाहीत, कारण तसे तर ते स्वत:च करू शकले असते. दुसरी अट हा व्यवहार जरी झाला असला तरी नंतरच्या काळामध्ये नवीन काही माहिती उघडकीस आली, मिळाली, किंवा लक्षात आली तर त्यांना मिळालेल्या तडजोडीच्या रकमेचा फेर विचार होऊ शकण्याची अट त्यांनी करारामध्ये घातली. उदाहरणार्थ, एकूण मालमत्तेच्या, नंतर केलेल्या फेर आढाव्यामध्ये, फेर मूल्यांकनामध्ये (उदाहरणार्थ Ravenswood Aluminium Corporation) जर असे आढळून आले की करारामध्ये विचारात घेतलेल्या मूल्यांकनापेक्षा त्याचे मूल्य प्रत्यक्षात जास्त आहे तर मार्क रिच यांना त्या प्रमाणात जादा भरपाईची रक्कम मिळण्याची सोय होती. मार्क रिच यांना

नंतर खबर मिळाली की नवीन मालकांनी/व्यवस्थापनाने गुपचूपपणे २० टक्के शेअर्स आधीच "हॉफमन ला रोश" (Hoffmann La Roche) या स्वित्झर्लन्डमधील एका अति मोठ्या औषधे बनवणाऱ्या कंपनीला विकले होते, एवढेच नाही तर स्थावर मालमत्तेच्या पुनर्मूल्यांकनामध्ये मालमत्तेची किंमत कितीतरी जास्त होती हेही उघड झाले. परंतु या वादांमधून समजुतीने तोडगा काढण्यात आला आणि मार्क रिच यांना आणखी \$120Mn (अंदाजे रु. ६०० कोटी) इतकी भरपाईची रक्कम मिळाली. कंपनीच्या अनेक भागधारकांनी अनधिकृतपणे दुजोरा दिला की मार्क रिच यांना त्यांची कंपनी विकून एकूण \$600Mn (अंदाजे रु. ३,०००कोटी) इतकी रक्कम मिळाली. मी जेव्हा मार्क रिच यांना या रकमेच्या खरेखोटेपणाविषयी विचारले तेव्हा ते फक्त एवढेच म्हणाले, "सत्यापासून फार लांब नाही."

सोमवार, ७ नोव्हेंबर १९९४ रोजी मार्क रिच यांनी शेवटी कंपनीमधील, जी कंपनी त्यांनी उभी केली होती, त्यांचे उरलेसुरले शेअर्स विकले, आणि ते कंपनीच्या व्यवस्थापकीय मंडळातून बाहेर पडले. मार्क रिच आणि कंपनी हे नाव, ज्यांनी सौदे/वायदे व्यापाराच्या आंतरराष्ट्रीय बाजारपेठेमध्ये तब्बल २० वर्षे इतिहास घडवला होता आणि त्याचवेळी बऱ्यावाईट मिश्र भावना जागवल्या होत्या, ते नाव आता पुसले गेले होते, काळाच्या पडद्याआड गेले होते. नवीन व्यवस्थापनाने तातडीने कंपनीचे नाव बदलले. कंपनीचे नवीन नाव होते 'ग्लेनकोर'(Glencore), आज ती सौदे/वायदे व्यापारमधील जागतिक सर्वात मोठी कंपनी म्हणून ओळखली जाते, आणि कंपनीची वार्षिक उलाढाल जर विचारात घेतली तर ती स्वित्झर्लन्डमधील सर्वात मोठी कंपनी आहे. कोणीही प्रतिस्पर्धी किंवा फुटून निघालेला एखादा गट, 'ग्लेनकोर'पेक्षा, पूर्वाश्रमीच्या मार्क रिच आणि कंपनीपेक्षा, मोठा किंवा इतका ताकदवान होऊ शकलेला नाही. कंपनीच्या वेबसाइटवर मार्क रिच यांचा उल्लेख अजिबात कोठेही आढळत नाही. कंपनीचा इतिहास या शीर्षकाखालील माहितीमध्ये त्यांची संपूर्ण आठवणच पुसून टाकण्यात आली आहे.

दुर्दैवी पुनरागमन

तेलसम्राटाच्या कारकिर्दीचा अखेर शेवट झाला असे प्रथम वाटले होते. मार्क रिच यांच्या जवळच्या एका मित्राने माझ्याकडे असे मत प्रदर्शन केले की, "आता ही वेळ निवृत्ती स्वीकारण्याची आणि जीवनाचा उपभोग घेण्याची आहे, असे स्वत:ला बजावायला मार्कसाठी ती अगदी योग्य वेळ होती." परंतु मार्क रिच यांच्यासाठी ते सगळे एकदम सोडून देणे अवघड होते. कारण जेव्हा-जेव्हा मार्क रिच यांना विचारण्यात आले की, "तुमची आत्यंतिक आवड काय आहे? प्रेम कशावर आहे?" तेव्हा-तेव्हा त्यांचे उत्तर होते की, "माझे काम." उर्सुला सॅन्टो

डॉमिंगो (Ursula Santo Domingo) त्या वेळच्या घटना आठवत मला म्हणाल्या, ''मी त्याला किती वेळा सांगितले की आता हे सर्व थांबव आणि आयुष्याचा उपभोग घे. पण स्वस्थ बसणे त्याच्या स्वभावामध्ये नव्हते.'' त्यावर त्याचे उत्तर असायचे, ''हे असेच चालले पाहिजे. अगदी असेच चालले पाहिजे.'' आपला टेलीफोन वाजण्याचे बंद झाल्यानेच त्यांना निराशा आली. मार्क रिच आणि कंपनीची सूत्रे नवीन व्यवस्थापनाच्या ताब्यामध्ये देऊन आणि सौदे/वायदे व्यापारामधून बाहेर पडून दोन वर्षे झाली नव्हती तोच मार्क रिच यांनी नवीन डाव मांडला. सन १९९६च्या मार्च/एप्रिल महिन्यामध्ये त्यांनी 'मार्क रिच आणि कंपनी इन्व्हेस्टमेंट AG' या नवीन कंपनीची स्थापना केली आणि तेल, धातू आणि धान्यांमध्ये सौदे/वायदे व्यापाराला सुरुवात केली. कंपनीमध्ये झग आणि लंडन येथील कार्यालये धरून १५० कर्मचारी काम करत होते आणि पहिल्याच वर्षी त्यांनी $7.5Bn (अंदाजे रु. ३७,५००/-कोटी) एवढ्या रकमेची उलाढाल केली. परंतु व्यवसाय म्हणावा तसा मनासारखा चालला नाही आणि कंपनीमधील कर्मचाऱ्यांच्या मते कंपनीला प्रचंड तोटा सहन करावा लागला. एका कर्मचाऱ्याच्या मते, ''आम्ही व्यापारी उलाढाल फार मोठ्या प्रमाणावर करू शकलो नाही, वाढवू शकलो नाही. आमची व्यापारी उलाढाल मर्यादितच राहिली.'' व्यवसायामध्ये आलेल्या तोट्यामुळे कंपनीचे भाग भांडवल मोठ्या प्रमाणात कमी झाले आणि म्हणून बँकांनी पत पुरवठ्यावर निर्बंध आणले. बँकांनी पत पुरवठा चालू ठेवावा म्हणून मार्क रिच यांनी स्वत:चे असे काही लाख डॉलर्स कंपनीमध्ये घातले. परंतु त्यांना यश हुलकावणी देतच राहिले. शेवटी मार्क रिच यांची 'मार्क रिच आणि कंपनी इन्व्हेस्टमेंट AG'चे काही विभाग बंद केले आणि उरलेले भाग व्यवस्थापनाला विकले. सौदे/वायदे व्यापारी मार्क रिच यांचा आता खरा शेवट झाला होता. आता 'मार्क रिच ग्रुप'च्या माध्यमातून मार्क रिच मुख्यत्वेकरून रशिया, झेक रिपब्लिक, स्पेन, फ्रान्स, स्वित्झर्लन्ड या देशांमध्ये आर्थिक / व्यापारी संकुले (Commercial Centers), निवासी इमारती (Residential Buildings) बांधणीमध्ये आणि आर्थिक बाजारपेठेमध्ये गुंतवणुकीचा व्यवसाय करतात.

गरिबीमध्ये मरणाची भीती

''मार्क ते सर्व नव्याने परत करण्याचा का प्रयत्न करत होता?'' मार्क रिच यांच्या एका जवळच्या सहकाऱ्याने स्वगत म्हटल्याप्रमाणे हा प्रश्न स्वत:शीच उच्चारला आणि मला म्हणाला, ''त्याच्यावरून मला लॉटच्या (Lot's) बायकोची कथा आठवते. मार्कने परत मागे वळून पाहिले होते. ही पुराण कथा मोझेसच्या पहिल्या पुस्तकामध्ये आहे. लॉटची बायको देवदूताच्या सांगण्याकडे दुर्लक्ष करते

आणि जळणाऱ्या ''सोडोम'' (Sodom) शहराकडे वळून बघते आणि त्याचक्षणी तिचे एका मिठाच्या स्तंभामध्ये रूपांतर होते.'' मार्क रिच यांचा आणखी एक जवळचा सहकारी त्यांच्या अस्वस्थतेचे वर्णन करताना म्हणाला, ''तो व्यापारच करणार.'' हा फक्त पैसा मिळवण्याचा प्रश्न नाही. मार्क रिचसारख्या माणसाला आणखी श्रीमंत होण्यासाठी पैसा मिळवण्याची गरज नाही. त्याच्यासारखी माणसे अशा गोष्टी आता आवड म्हणून, छंद म्हणून करतात. ''यश मिळवणे, यशस्वी होणे याची नशा काही औरच असते. या व्यवसायामध्ये यशाचे मोजमाप करणे सोपे आहे. तुम्ही किती पैसा कमावला यावर ते ठरते. मार्क रिच यांचा मित्र आणि हेज फंडाचा (Hedge Fund) प्रवर्तक मायकेल स्टाइनहार्ट (SteinHardt) याने मला सांगितले. या संभाषणावरून मला जॉर्ज मॅलोरी (George Mallory)ची गोष्ट आठवली. हा एक इंग्रज गिर्यारोहक होता; आणि एव्हरेस्ट शिखर प्रथम पादाक्रांत करण्याच्या प्रयत्नामध्ये त्याचा मृत्यू झाला. त्याला जेव्हा जगातील सर्वात उंच पर्वत शिखर चढण्याच्या त्यांच्या महत्त्वाकांक्षेबद्दल, प्रयत्नाबद्दल विचारले तेव्हा त्याने जे उत्तर दिले ते प्रत्येक गिर्यारोहकाच्या मनावर कायमचे कोरले गेले आहे. पर्वत चढावासा वाटण्याचे कारण? – ''कारण तो तेथे आहे.'' जेव्हा मी मार्क रिच यांना, व्यापार करण्याचे थांबवणे एवढे त्यांना अशक्य का वाटते असे विचारले तेव्हा ते म्हणाले, ''माझे माझ्या व्यवसायावर प्रेम आहे, प्रत्येक डॉलर जेव्हा मी मिळवतो, तेव्हा तो माझ्यासाठी मी मिळवलेल्या पहिल्या डॉलरसारखा असतो.''

मार्क यांच्या या काम करण्याच्या एककल्ली स्वभावाचे दुसरेच कारण सांगितले जाते. आपण आपली सर्व संपत्ती गमावून बसू आणि हलाखीच्या परिस्थितीमध्ये आपला अंत होईल अशी त्यांना मनात कोठेतरी सुप्त भीती होती. हे विधान वरवर बघणाऱ्याला कदाचित वेडगळपणाचे वाटेल. मार्क रिच यांच्याकडे एवढी संपत्ती होती की ती त्यांना हाच जन्म काय कित्येक जन्म पुरली असती. त्यांच्याकडे स्थावर मालमत्ता आहे, प्रसिद्ध चित्रकारांनी काढलेल्या अमूल्य कलाकृती आहेत, आणि या गोष्टी अशा आहेत की उद्या शेअर बाजारामध्ये कितीही उलथापालथ झाली तरी या वस्तूंच्या किमती आजही काही दशलक्ष डॉलर्सच्या घरात आहेत. रिच यांच्या मनातली सर्व काही गमावण्याची, गरिबीची भीती ही जरी संपूर्ण काल्पनिक असली तरी अशा प्रकारची भीती वाटणारे ते एकमेव नाहीत, म्हणजे ज्यांना भूतकाळामध्ये कधी ना कधी निर्वासित व्हावे लागले होते, ज्यांना कधी ना कधी सर्वस्व गमवावे लागले होते त्यातील बहुतेकांना अशा प्रकारची सुप्त भीती वाटत आली आहे. अशा प्रकारची भीती हा विशेषकरून ज्यू मानसिकतेचा एक प्रकार आहे आणि याची मार्क रिच यांच्या कुटुंबीयांना कल्पना होती. डॅनिएलाने, त्यांच्या सर्वात धाकट्या मुलीने, तिचे लहानपण आठवत सांगितले की, ''लहानपणी

आम्हाला वारंवार जाणीव करून देण्यात येत असे की आम्ही खरोखरच नशिबवान आहोत म्हणून आम्हाला मागेल ते मिळते आहे. परंतु असेच सर्व काळ चालेल या भ्रमामध्ये आम्हाला राहून चालणार नाही किंवा त्यावर फार अवलंबून चालणार नाही. आहेत त्या गोष्टी कधीही हिसकावून घेतल्या जाऊ शकतात किंवा नष्ट होऊ शकतात, जसे दुसऱ्या महायुद्धामध्ये झाले.''

उदार दाता

मार्क रिच यांची दानशूर अशी पण प्रतिमा होती. मार्क रिच यांनी एकूण तीन धर्मादाय संस्था स्थापन केल्या आहेत आणि गेल्या ३० वर्षांमध्ये जवळ-जवळ $150Mn (अंदाजे रु. ७५० कोटी) इतक्या रकमेच्या देणग्या दिल्या आहेत. मार्क रिच यांच्या या देणग्यांमधून अमेरिका, इस्रायल, स्पेन आणि स्वित्झर्लन्ड या देशांमध्ये शिक्षण, कला, सामाजिक संस्था, वैज्ञानिक संशोधन इत्यादी संबंधित जवळ-जवळ ४,००० योजनांना, प्रकल्पांना त्यांचा उपयोग झाला आहे. मार्क रिच यांचा एक सहकारी मला म्हणाला, ''हा ज्यू संस्कृतीचा एक भाग आहे; जेंव्हा तुम्ही खूप पैसा मिळवता तेव्हा थोडातरी धर्मादाय खर्च करा. आमच्या कंपनीमध्ये वर्षाच्या शेवटी आम्हाला ज्या संस्थेला मदत द्यावीशी वाटते त्या संस्थेचे नाव व रक्कम लिहून देण्याची प्रथा होती आणि कंपनी त्यामध्ये तेवढीच रक्कम घालून ती रक्कम त्या संस्थेला देत असे.'' ही कल्पना होती मार्क रिच यांची. कंपनीच्या एका कर्मचाऱ्याने त्यांच्या बाबतीत घडलेली एक घटना मला सांगितली. त्याला बढती मिळाल्यावर तो मार्क रिच यांच्याबरोबर काही बोलत बसला होता, थोड्या वेळाने अचानक मार्क रिच यांनी स्वत:च्या खिशात हात घालून नोटांचे बंडल बाहेर काढले आणि माझ्या हातात देत ते म्हणाले, ''आता तुला लवकरच जास्त पैसे मिळायला लागतील, तुला रस्त्यावर जो कोणी पहिला गरीब माणूस दिसेल त्याला हे पैसे देऊन तू पण आता दानधर्म करायला सुरुवात कर.''

मी मार्क रिच यांना प्रश्न विचारला, ''या संपत्तीचा तुमच्या दृष्टीने अर्थ काय? तुम्ही तुमच्या या अफाट संपत्तीकडे कशा दृष्टीने बघता?'' मार्क रिच म्हणाले, ''पैसा, संपत्ती म्हणजे अर्थातच स्वातंत्र्य, सुख आणि समाधान; पण त्याचा आणखीही एक अर्थ म्हणजे मी माझ्यापेक्षा कमी नशिबवान असलेल्यांना माझ्या धर्मादाय संस्थांमार्फत मदत करणे.'' एखाद्या हुशार आणि होतकरू संगीतकाराला, चित्रकाराला मदत करता येणे किंवा एखाद्या दुर्गम भागामध्ये गरीब वस्तीमध्ये एखादी शाळा किंवा हॉस्पिटल सुरू करणे या मनाला अत्यंत समाधान देणाऱ्या, भिडणाऱ्या गोष्टी आहेत. मी त्यांना विचारले, ''त्यांनी दिलेल्या देणग्या आणि धर्मादाय कामाबद्दल त्यांची काय भावना आहे?'' त्यावर ते म्हणाले, ''तो पैसा

सत्कारणी लागला, वाया गेला नाही.''

मार्क रिच यांच्या या धर्मादाय कामांचा, दानशूरपणाचा उल्लेख त्यांच्या माफीसाठी केलेल्या अर्जांमध्ये केला होता. परंतु त्यांच्या टीकाकारांचे असे मत होते की, ''मार्क रिच यांच्या देणग्या देण्याच्या आणि धर्मादाय कामाच्या मागे, स्वत:ची जनमानसातील ढासळती प्रतिमा काही प्रमाणात सावरण्याचा उद्देश होता. अॅव्हनर अॅझूल मला म्हणाले, ''मार्क रिच यांनी केलेल्या चांगल्या कामांवर पण टीका होते, त्या गोष्टींना हेतू जोडले जातात याचेच जास्त दु:ख होते.'' त्यांनी पुढे सांगितले की, ''मार्क रिच यांच्यावर हे आरोप लागण्याच्या आणि खटला सुरू होण्याच्या आधी, म्हणजे १९७९पासून, मार्क रिच यांच्या पहिल्या धर्मादाय संस्थेमार्फत देणग्या देण्याचे काम करत होते. तेव्हा याची कल्पना नव्हती की काही दशकांनी राष्ट्राध्यक्ष बिल क्लिंटन त्यांना माफी देणार आहेत.'' अॅझूल उपरोधाने म्हणाले.

१८

माफी

शुक्रवार, १९ जानेवारी २००१. जॅक क्विन (Jack Quinn) वॉशिंग्टन डीसी येथे एका डिनर पार्टीमध्ये होते. अचानक त्यांच्या मोबाइल वाजला. त्यांनी कोटाच्या खिशामधून मोबाइल काढला आणि नंबर बघितला. रात्रीचे फक्त नऊ वाजून काही मिनिटे झाली होती. नंबरवरून त्यांनी ओळखले की त्यांच्यासाठी आजची डिनर पार्टी संपली आहे. तो फोन अमेरिकेच्या राष्ट्राध्यक्षांचा होता. (POTUS - President of The United States). अमेरिकेचे राष्ट्राध्यक्ष बिल क्लिंटन यांची व्हाइट हाउसमधील ती शेवटची रात्र होती आणि त्यांना जॅक क्विन यांनी मार्क रिच आणि पिंकस ग्रीन या त्यांच्या अशिलांच्यातर्फे महिन्यापूर्वी जे दोन माफी अर्ज केले होते त्या संदर्भात त्यांच्याशी बोलायचे होते.

क्विन मला म्हणाले, ''त्याचा अर्थ मी केलेले अर्ज राष्ट्राध्यक्षांनी वाचले होते आणि त्यावर विचार केला होता. क्विन यांनी त्यांच्या डिनर टेबलवरील इतरांची माफी मागितली आणि संभाषण करण्यासाठी ते शेजारच्या खोलीत गेले. क्विन आणि राष्ट्राध्यक्षांचा एकमेकांशी चांगला परिचय होता, त्यांचे संबंध चांगले होते. क्लिंटन यांच्या कारकिर्दीमध्ये काही काळ त्यांनी व्हाइट हाउसमध्ये सल्लागार म्हणून काम केले होते. त्यांचे संभाषण तब्बल २० मिनिटे चालले. क्विन ते संभाषण आठवत मला म्हणाले, ''आमच्यामधील संभाषण संपूर्णपणे मी अर्जांमध्ये माफीसंबंधी उपस्थित केलेल्या मुद्यांवर, त्याच्या साधकबाधकतेबद्दल होते. त्यामध्ये राजकारणाचा लवलेश नव्हता.'' राष्ट्राध्यक्षांचे बोलणे ऐकताना विजेचा झटका बसावा तसे त्यांचे शब्द क्विन यांच्या कानात शिरत होते. त्यांना वाटले, ''मी अध्यक्षांना माझे म्हणणे पटवून देण्यात यशस्वी झालो आहे.'' ''अध्यक्षांना बहुधा

वाटले असावे की हा खटला 'गुन्हेगारी' दाव्याप्रमाणे न हाताळता दिवाणी दाव्याप्रमाणे हाताळला जायला पाहिजे होता.'' या रात्री फोनवरील संभाषणातून एक स्पष्ट झाले की अध्यक्ष क्विन, मार्क रिच आणि पिंकस ग्रीन यांना माफी देण्याबद्दल गांभीर्याने विचार करत होते. तरी अध्यक्षांची एक पूर्व अट होती आणि त्यासाठीच त्यांनी क्लिंटन यांना फोन केला होता. ती अट अशी होती की मार्क रिच आणि पिंकस ग्रीन यांनी दिवाणी दाव्याला मात्र सामोरे गेले पाहिजे. तसेच दिवाणी दावा दाखल करण्यासाठी असलेल्या मुदतीच्या मर्यादेसंबंधीच्या कायद्याचा (Limitation Act) आधार घेऊ नये. क्विन यांनी ताबडतोब अध्यक्षांना त्यांच्या अटी मान्य असल्याचे सांगितले. परंतु क्लिंटन यांना ही कबुली लिखित स्वरूपामध्ये आणि ती पण 'एका तासाच्या आत' पाहिजे होती.

क्विन यांनी घड्याळात पाहिले. रात्रीचे साडेनऊ वाजले होते. क्विन यांनी तातडीने मार्क रिच यांचे न्यूयॉर्कमधील वकील रॉबर्ट फिंक (Rbert Fink) यांना फोन केला आणि राष्ट्राध्यक्षांबरोबर झालेल्या बोलण्याची आणि त्यांनी घातलेल्या अटींची माहिती दिली आणि पुढे राष्ट्राध्यक्षांच्या सांगण्यानुसार, मार्क रिच आणि पिंकस ग्रीन हे दिवाणी दाव्यासाठी असलेल्या मुदतीच्या मर्यादेसंबंधीच्या कायद्याचा बचावासाठी वापर करणार नाहीत अशा आशयाचे एक पत्र तयार करण्यास सांगितले. फिंक यांना प्रथम आश्चर्यच वाटले. राष्ट्राध्यक्षांकडून त्यांच्या अशिलांच्या विनंती अर्जावर काही विचार होईल याची त्यांनी अपेक्षाच सोडून दिली होती. फिंक नंतर मला म्हणाले, ''आम्हाला तसे कोणतेच संकेत मिळालेले नव्हते.'' फिंक ताबडतोब कामाला लागले आणि त्यांनी त्यांचे अशील संबंधित कायद्याचा बचावासाठी वापर करणार नाहीत अशा आशयाचे एक पत्र त्यांच्या पत्नीच्या लॅपटॉपवर तयार केले. तीस-एक मिनिटांमध्ये पत्राचा मसुदा तयार झाला. फिंक यांनी दुसऱ्या खोलीत असलेल्या प्रिंटरवर पत्राची छापील प्रत घेण्यासाठी लॅपटॉप उचलला आणि क्षणार्धात लॅपटॉपचा पडदा काळा झाला. त्यांच्या पत्नीने लॅपटॉपची बॅटरी काढून ठेवली होती याची फिंक यांना कल्पना नव्हती.

''अरे देवा!'' फिंक उद्‌गारले, ''एवढी मेहनत वाया गेली.'' लॅपटॉपमधील पत्राचा मसुदा सुरक्षित करण्याची त्यांनी काळजी घेतली नव्हती. त्यांनी घाईघाईने परत लॅपटॉपचा प्लग लावला, लॅपटॉप सुरू केला आणि आधीच्या मसुद्यापेक्षाही संक्षिप्त मसुद्याचे पत्र तयार केले. राष्ट्राध्यक्षांनी त्यांना जी एक तासाची मुदत दिली होती ती संपत आली होती. फिंक यांनी त्या पत्राची छापील प्रत काढली आणि शांतपणे परत एकदा ते पत्र वाचले. विशेषकरून आरोपी दिवाणी दावा दाखल करण्यासाठी लागणाऱ्या मुदतीच्या मर्यादेचा प्रश्न उपस्थित करणार नाहीत किंवा त्याचा बचावासाठी उपयोग करणार नाहीत किंवा त्यांच्या अनुपस्थितीने निर्माण

झालेल्या परिस्थितीचा ते बचावासाठी उपयोग करणार नाहीत. "वाचता-वाचता झालेली एक स्पेलिंगची चूक त्यांच्या लक्षात आली, पण अशा चुका दुरुस्त करत बसायला आता वेळच नव्हता, त्या चुकीबद्दल आज पण त्यांचे मन त्यांना खाते. त्यांनी घाईघाईने ते पत्र फॅक्स केले आणि पत्र मिळाल्याची पोच मिळण्याची अधीरपणे वाट बघत थांबले. परंतु काहीही घडले नाही. त्यांनी परत एकदा पत्र फॅक्स केले. या वेळेला मात्र पत्र व्यवस्थित गेले होते. फिंक यांनी नि:श्वास सोडला. मार्क रिच यांना मिळालेली माफीची संधी लॅपटॉपमध्ये बॅटरी नसण्याच्या क्षुल्लक चुकीमुळे हातातून निसटण्याच्या बेतात होती."

"आता आणखी काही चूक होण्याची शक्यता नव्हती." फिंक यांनी विचार केला आणि झोपायच्या तयारीला लागले. भल्या पहाटे दोन वाजता परत त्यांचा फोन वाजला, दुसऱ्या बाजूला जॅक क्विन बोलत होते; व्हाइट हाउसमधून अध्यक्ष क्लिंटन यांचे सल्लागार "बेथ नोलॅन" (Beth Nolan) यांनी त्यांना विचारले होते की, मार्क रिच यांचा, एफबीआयने त्यांच्या अहवालामध्ये म्हटल्याप्रमाणे (National Crime Information Centre) शस्त्रास्त्रांच्या व्यापारामध्ये कधी सहभाग होता का? राष्ट्राध्यक्षांना या बातमीच्या खरेपणाची शहानिशा करून घ्यायची होती. फिंक यांनी ती कल्पनाच फेटाळून लावली आणि क्विन यांना सांगितले, "अजिबात नाही, मार्क यांना बंदूक आणि पिस्तूल यातील फरक सांगता येणार नाही." क्विन यांनी बेथ नोलॅन यांना परत फोन करून सांगितले की मार्क रिच यांच्या वकिलांनी त्यांच्यावरच्या शस्त्रास्त्रांच्या व्यापाराच्या आरोपांबद्दल ऐकलेही नव्हते. अशा प्रकारचे आरोप म्हणजे निव्वळ अफवाच होत्या आणि त्या इतर कोठून नाही तर 'प्लेबॉय'सारख्या मासिकांमधून प्रथम छापून आल्या होत्या, पसरल्या होत्या. बेथ नोलॅन यांनी जेव्हा त्यांचे क्विन यांच्याबरोबरचे संभाषण अध्यक्ष क्लिंटन यांना सांगितले तेव्हा ते म्हणाले, "जॅक यांच्या शब्दांवर विश्वास ठेवायला हरकत नाही." २० जानेवारी २००१ रोजी बिल क्लिंटन यांनी मार्क रिच आणि पिंकस ग्रीन यांना "संपूर्ण आणि बिनशर्त माफी" दिली.

एकच गदारोळ

जेव्हा फोन वाजायला लागला तेव्हा मार्क रिच त्यांच्या ल्युसर्न तळ्याच्या काठावरच्या 'मेग्गेन' गावामधील "व्हिला रोज" या अलिशान घरामध्ये गाढ झोपले होते. मार्क रिच यांनी त्यांच्या मनगटावरच्या सोन्याच्या 'रोलेक्स' घड्याळामध्ये पाहिले. २० जानेवारी शनिवार, स्वित्झर्लन्डमध्ये रात्रीचे अकरा वाजले होते. तर वॉशिंग्टन डीसीमध्ये संध्याकाळचे पाच वाजले होते. "या वेळेला कोणाचा फोन असेल?" मार्क रिच यांच्या मनात विचार आला. राबर्ट फिंक यांच्याकडे बातमीच

अशी होती की अशा अवेळी, इतक्या उशिरा फोन केल्याबद्दल कोणीही त्यांना माफ केले असते. "मार्क, तुझ्यासाठी एक चांगली बातमी आहे. अध्यक्ष क्लिंटन यांनी तुला माफी दिली आहे." फिंक यांनी त्यांना सांगितले. फिंक यांनी नक्की काय सांगितले याचा अर्थ लागायला मार्क रिच यांना थोडा वेळ लागला. गेली १७ वर्षे एक फरारी गुन्हेगार म्हणून शिक्का बसलेले, अमेरिकेचे पोलीसखाते मागावर असलेले असे मार्क रिच क्षणात 'स्वतंत्र' झाले होते. मार्क रिच मला सांगत होते, "गेल्या कित्येक वर्षांमध्ये इतका आनंदी मी कधीच झालो नव्हतो. कोणालाही असे काही घडेल याची कल्पनाच नव्हती." एवढी चांगली, आनंदाची बातमी ऐकल्यावर त्यांनी काय केले हे जाणून घेण्याची मला उत्सुकता होती. "मी काही मोठे किंवा विशेष असे केले नाही, मी परत झोपून गेलो."

त्याच वेळेला वॉशिंग्टनमध्ये, मुसळधार पावसामध्ये नवीन राष्ट्राध्यक्ष 'जॉर्ज डब्ल्यू बुश' (George W. Bush) यांचा चाललेला शपथग्रहण समारंभ टेलीव्हिजनवर बघत, 'टॅम्पा' येथील त्यांच्या घरामध्ये सॅन्डी विनबर्ग बसलेले होते. मार्क रिच यांच्यामागे चौकशीचा ससेमिरा लावणारे, त्यावेळी साहाय्यक सरकारी वकील असलेले, विनबर्ग हे 'डेमोक्रॅट' (Democrat) पक्षाचे कट्टर समर्थक होते. त्यांच्या फ्लोरिडा राज्यामध्ये निवडणुकींच्या मतांच्या फेर मोजणीत झालेल्या गोंधळामुळे ते अत्यंत निराश झाले होते. न्यूज वीक (Newsweek) साप्ताहिकाच्या वार्ताहराचा, "मायकेल ईसकॉफ" (Michael Isikoff) यांचा जेव्हा फोन आला तेव्हा तर त्यांचा मूड आणखीनच बिघडला. "हाय सॅन्डी, तुला या माफीबद्दल काय वाटते?" दुसऱ्या बाजूला तो वार्ताहर विचारत होता. फारसा उत्साह न दाखवता विनबर्ग यांनी विचारले, "मायकेल मिलकेन" (Michael Milken) ला माफी मिळाली? इसकॉफ म्हणाला, "नाही, मी मार्क रिच यांच्याबद्दल विचारतो आहे." विनबर्ग मला सांगत होते. "माझ्या तोंडून नकळत शिवी गेली. हे भयानक आहे, अगदी फारच भयानक आहे." त्यांनी प्रत्येक शब्दावर जोर देत एक, दोन, तीन, चार, मार्क रिच यांच्यावरील आरोपांचा पाढा वाचला. आणि त्यांच्या मते अशा आरोपांसाठी राष्ट्राध्यक्षांकडून माफी मिळणे केवळ अशक्य होते. "एक – तो एक सर्वात मोठा कर विषयक घोटाळा होता, दोन – तो फरारी होता, तीन – त्याने प्रत्यार्पण टाळण्यासाठी अमेरिकेच्या नागरिकत्वाचा त्याग केला होता, चार – त्यांनी इराणसारख्या शत्रुराष्ट्रांबरोबर व्यापार केला होता. अशा माणसाला कोणीही माफी करणार नाही," विनबर्ग म्हणाले.

मार्क रिच यांच्या माफीची बातमी पत्रकारिता, राजकीय आणि न्यायालयीन वर्तुळामध्ये वाऱ्यासारखी पसरली. सर्वांची प्रतिक्रिया एक मुखाने नकारात्मक होती. मार्क रिच यांच्यावरच्या खटल्याला परत एकदा 'ऐतिहासिक महत्त्व' प्राप्त झाले

होते. 'नॅशनल रिव्ह्यू' (Natinal Review)सारख्या सावध आणि मध्यम मार्ग चोखाळणाऱ्या मासिकातील एका लेखाच्याप्रमाणे "न्याय खात्याच्या इतिहासातील, फक्त आधुनिक इतिहास नाही तर संपूर्ण इतिहासातील, एक अत्यंत लांछनास्पद प्रकरण." न्यूयॉर्क टाइम्स (Newyork Times) च्या "विल्यम सफायर" (William Safire) या पुलित्झर (Pulitzor Prize) विजेत्या स्तंभ लेखकाच्या म्हणण्याप्रमाणे, "ही माफी म्हणजे अमेरिकेच्या इतिहासातील राष्ट्राध्यक्षांच्या माफीच्या विशेषाधिकाराचे निर्लज्ज आणि उघड-उघड उल्लंघन होते." व्हॅनिटी फेअर (Vanity fair) या मासिकाने तर असे सूचित केले की, "या माफीमुळे राष्ट्राध्यक्ष क्लिंटन यांची जनमानसातील प्रतिमा कायमची डागाळली जाण्याची शक्यता होती." मार्क रिच यांच्या खटल्याशी संबंधित असलेल्या सर्वांनाच या माफीबद्दल काही ना काही तक्रार होती, सल होता. रुडी गुलियानी (Rudy Giuliani) यांना प्रचंड धक्का बसला होता. ते म्हणाले, "एका अत्यंत कुप्रसिद्ध फरारी गुन्हेगाराला अमेरिकेच्या राष्ट्राध्यक्षांनी माफी दिली आहे ही बातमी पचनी पडायला मला संपूर्ण एक दिवस लागला." हॉवर्ड साफिर (Howard Safir) म्हणाले की, त्यांचा तर संताप अनावर झाला होता कारण यामुळे गुन्हेगारांमध्ये चुकीचा संदेश जात होता. तो असा की तुमच्याकडे जर पैसा असेल, तुमचे योग्य ठिकाणी जर लागेबांधे असतील तर तुम्ही बाहेर खुशाल बोर्ड लावा – न्याय विकणे आहे.

माफीसाठी तयारी

साफिर यांचा एक मुद्दा बरोबर होता. मार्क रिच यांच्या माफीमध्ये, त्यांचे राष्ट्राध्यक्षांबरोबर असलेले संबंध हा एक महत्त्वाचा आणि निर्णायक भाग होता. यामध्ये राष्ट्राध्यक्षांपर्यंत एखादा मुद्दा किंवा प्रकरण पोहोचवणे किंवा त्यांच्या कानावर घालणे एवढेच अंतर्भूत नाही, तर मार्क रिच यांची बाजू मांडण्याची, पटवून देण्याची संधी मिळणे हे महत्त्वाचे होते. अमेरिकन फिर्यादी पक्षाच्या वकील मेरी जो व्हाइट (Mary Jo White) यांनी जेव्हा मार्क रिच यांच्या वकिलांना कळवले की न्यूयॉर्कच्या सदर्न डिस्ट्रिक्टचे कोणत्याही परिस्थितीत फरारी गुन्हेगाराशी त्याच्यावरील आरोपांबाबत चर्चा करायची नाही हे ठाम धोरण आहे तेव्हा मग राष्ट्राध्यक्षांची माफी मिळवण्याची कल्पना पुढे आली (प्रकरण १३). त्या घटनेबाबत बोलताना क्विन मला म्हणाले, "त्यावेळी मिळालेला सपशेल नकार मला खूपच अपमानास्पद वाटला. ते म्हणजे, खरे सांगायचे तर, आमच्यासाठी सर्व संपल्यासारखे होते." तो खटला, ठेवलेले आरोप इत्यादी कायद्याच्या कसोटीवर परत एकदा तपासून बघण्याचे सर्व प्रयत्न निष्फळच होणार होते.

राष्ट्राध्यक्षांची मुदत संपता-संपता त्यांची माफी मिळवण्याचा प्रयत्न का करू

नये? मायकेल स्टाइनहार्ट (Michael Steinhardt) यांना ही कल्पना प्रथम सुचली. अॅव्हनर अँझूल यांना ती एकदम पसंत पडली. त्यांनी मार्क रिच यांच्या वकिलांना विचारले, "पण त्यात यश येण्याची शक्यता कितपत आहे?" जेव्हा त्यांचे वकील म्हणाले, "फक्त पाच टक्के." तेव्हा त्यांनी सर्वांनीच फक्त माना हलवल्या. त्यांनी नंतर विचारले, "पण दुसऱ्या उपायांमध्ये पाच टक्के तरी यश मिळण्याची शक्यता आहे का?" वकिलांनी या प्रश्नावर गप्प राहाणेच पसंत केले. "तर मग हा पाच टक्क्यांचा उपाय का करू नये?" अँझूल म्हणाले.

मार्क रिच यांना ही कल्पना पसंत पडली आणि त्यांनी माफीसाठी प्रयत्न करण्याची परवानगी दिली. याबाबत बोलताना मार्क रिच मला म्हणाले, "माझे मार्ग काढण्याचे प्रयत्न चालूच होते, इतर प्रयत्न पण चालू होते. पण कशालाच यश मिळत नव्हते, माफीसाठी प्रयत्न करणे हा एक मार्ग होता." मार्क रिच यांचा सर्वात जवळचा सहकारी असलेल्या अँझूल यांच्या मते, "सर्व यंत्रणाच तुंबलेली होती. बंद झाली होती." "उत्तम वकिलांनी मोठाच घोळ घालून ठेवला होता, त्यांनी खटला आणखीनच नकारात्मक करून ठेवला होता. परिणामी प्रचंड कायदेशीर गुंता होऊन बसला होता. त्या खटल्याला राजकीय वळण लागले होते." अँझूल सांगत होते, "त्यामधून कायदेशीर मार्ग निघणेच शक्य नव्हते. निघालाच तर राजकीय मार्ग निघणे शक्य होते, नेहमीपेक्षा अगदी वेगळा असा."

राष्ट्राध्यक्षांना करावयाच्या माफीच्या अर्जामागे इस्रायली अॅव्हनर अँझूल आणि अमेरिकन जॅक क्विन हे प्रमुख सूत्रधार होते. त्यांनी तातडीने एक दुहेरी योजना आखली. त्या योजनेचे मार्क रिच यांच्या अंतर्गत वर्तुळामध्ये 'सुटकेचा शेवटचा मार्ग' असे नामकरण झाले. या दुहेरी योजनेचा एक भाग पूर्णपणे वास्तवावर आधारित होता, तर दुसरा भाग वैयक्तिक स्वरूपाचा होता. जॅक क्विन यांनी कायदेशीर बाजू सांभाळायची होती. अर्ज तयार करणे, राष्ट्राध्यक्षांपर्यंत पोहोचवणे इत्यादी गोष्टी यामध्ये येत होत्या, तर वैयक्तिक संबंधांचे जाळे तयार करून त्यांच्यामार्फत राष्ट्राध्यक्षांसमोर मार्क रिच आणि पिंकस ग्रीन यांच्या अनुकूल प्रतिमा करण्याची, त्यांच्याविषयी चार चांगले शब्द बोलण्यासाठी जास्तीत जास्त प्रतिष्ठित, नामांकित व्यक्ती जमवण्याची जबाबदारी होती अँझूल यांच्यावर.

जॅक क्विन यांच्या सहभागाशिवाय, मदतीशिवाय मार्क रिच यांना अध्यक्ष क्लिंटन यांचेकडून माफी मिळणे अशक्यच होते, असे म्हटले तर ते फारसे वावगे ठरणार नाही. वॉशिंग्टन डीसी येथे इतर कोणाहीपेक्षा, क्विन यांचे वैयक्तिक संबंधांचे जाळे खूपच विस्तृत होते आणि मुख्य म्हणजे १९९५ ते १९९७ काळामध्ये व्हाइट हाउसमध्ये क्लिंटन यांचे सल्लागार म्हणून काम केलेले असल्यामुळे त्यांचे क्लिंटन यांच्याबरोबर प्रत्यक्ष आणि थेट संबंध होते. व्हाइट हाउसमध्ये

सल्लागार म्हणून येण्याआधी ते उपराष्ट्राध्यक्ष 'अल् गोर' (Al Gore) यांचे 'चीफ ऑफ स्टाफ' (Chief of staff) होते आणि म्हणून सर्वात महत्त्वाचे सल्लागार होते. बिल क्लिंटन यांच्या सेवेतून बाहेर पडल्यावर 'क्विन' यांनी वॉशिंग्टन डीसी येथे स्वत:ची जनसंपर्क फर्म सुरू केली आणि जुलै १९९९मध्ये मार्क रिच यांनी, त्यांचे अमेरिकेमध्ये प्रतिनिधित्त्व करण्यासाठी, या फर्मबरोबर करार केला. ''गर्शान केक्स्ट'' (Gershon Kekst) या न्यूयॉर्क येथील प्रसिद्ध संदेश दळणवळण तज्ज्ञाने क्विन यांचे नाव मार्क रिच यांना सुचवले होते. मार्क रिच यांच्या खटल्यासंदर्भात, मायकेल स्टाइनहार्ट यांनी त्यांचे मित्र केक्स्ट यांना ते काही मदत करू शकतात का अशी विचारणा केली होती. स्टाइनहार्ट यांच्याबरोबर त्यांच्या मॅनहॅटन येथील मॅडिसन ॲव्हेन्यूवरील कार्यालयात झालेल्या मुलाखतीचे दरम्यान मी त्यांना विचारले की, ''ते मार्क रिच यांना मदत करायला का उत्सुक होते,'' त्यावर ते म्हणाले, ''या सर्व काळामध्ये मार्क रिच यांनी स्वत:वरच्या धादांत खोट्या आरोपांना किंवा अफवांना सार्वजनिकरीत्या उत्तर देण्याचा किंवा स्वत:ची बाजू मांडण्याचा कधीही प्रयत्न केला नाही. त्यांनी त्यांच्या श्रीमंतीची मस्तीही कधी दाखवली नाही किंवा स्वत:ची प्रतिमा उजळवण्यासाठी त्याचा वापर केला नाही.'' केक्स्ट यांनी मार्क रिच यांची स्वित्झर्लन्ड येथे भेट घेतली आणि स्टाइनहार्ट यांना 'जॅक क्विन यांची मदत' घेण्याचा सल्ला दिला. क्विन यांची निवड अगदी योग्य होती आणि त्यांच्या कायद्याच्या फर्मची काही महिन्यांसाठी दरमहा ५५,००० डॉलर्स (अंदाजे रु. २७.५०लाख) इतक्या फी वर झालेली नेमणूक कशी योग्य होती हे लवकरच सिद्ध झाले.

महत्त्वाचा निर्णय

माफी योजनेमागचे दुसरे मुख्य सूत्रधार ॲव्हनर अॅझूल हे योजना तयार करण्यात आणि वाटाघाटी करण्यात तज्ज्ञ होते. त्यांना त्या गोष्टींची देणगीच होती. तसेच इस्त्रायलमधील अत्युच्च्य राजकीय वर्तुळामध्येपण त्यांचे चांगले संबंध होते. मोसाद या इस्त्रायलच्या गुप्तचर यंत्रणेमध्ये अधिकारी राहिलेल्या, मार्क रिच यांच्या वैयक्तिक सुरक्षिततेची जबाबदारी असलेल्या, आणि नंतर मार्क रिच यांच्या इस्त्रायलमधील मानवतावादी संघटनेच्या कार्यांमध्ये मार्गदर्शन करणाऱ्या ॲव्हनर अॅझूल यांचीच, अशा प्रकारे थेट राष्ट्राध्यक्षांना माफीचा अर्ज करण्याची मूळ कल्पना होती.

राष्ट्राध्यक्षांकडे माफी मिळवण्यासाठी अर्ज करण्याची न्याय खात्याने नेमून दिलेली एक पद्धत आहे. माफीचा अर्ज प्रथमत: न्याय खात्यामधील "Special Pardon Attorney" यांच्याकडे दिला जातो, प्राथमिक तपासणीनंतर तो अर्ज

"Associate Attorney General" यांच्याकडे – जे न्याय खात्यामधील तीन नंबरचे वरिष्ठ पद आहे – पुढील विचारांसाठी पाठवला जातो. त्यानंतर ॲटर्नी जनरल, अध्यक्षांना तो अर्ज स्वीकारावा की स्वीकारू नये यावर सल्ला देतात. मार्क रिच यांच्या वकिलांनी त्यांच्या माफीच्या अर्जासाठी हाच मार्ग चोखाळायचे ठरवले होते. परंतु ॲझूल यांना राजकारण्यांच्या आणि नोकरशाहीच्या काम करण्याच्या पद्धतीची अधिक सखोल जाण होती आणि ती त्यांना इस्रायलच्या गुप्तचर संघटनेमध्ये अनेक वर्षे काम केल्यामुळे अनुभवातून आलेली होती. त्यांनी वकिलांच्या योजनेमधले धोके ओळखले होते. ॲझूल मार्क रिच यांच्या वकिलांना म्हणाले, ''आपण न्याय खात्याच्या पद्धतीने गेलो तर या गोष्टीचा विविध माध्यमांतून ताबडतोब स्फोट होईल.'' त्यांनी सल्ला दिला की, ''आपल्याला काहीतरी करून नोकरशाहीचा मार्ग टाळावा लागेल.'' त्यांच्या लेखी मार्क रिच आधीच बदनाम आहेत आणि त्यांना 'सर्वात मोठा राक्षस' म्हणण्यापर्यंत त्यांची मजल गेली होती. मार्क रिच हे राष्ट्राध्यक्षांकडून माफी मिळवण्याच्या प्रयत्नामध्ये आहेत ही बातमी जर सगळीकडे एकदा पसरली तर नंतर काय होईल किंवा जे काही होईल त्यावर नियंत्रण ठेवणे आपल्याला अशक्य होऊन बसेल.

मार्क रिच यांच्या वकिलांचे विचारांती असे मत झाले की न्याय खात्याला टाळून थेट राष्ट्राध्यक्षांकडे अर्ज करणे शक्य आहे. ते म्हणाले Pardon Attorney यांना हे आवडणार नाही, ॲटर्नी जनरल यांना हे आवडणार नाही. परंतु हे संपूर्ण कायदेशीर आहे. ऑक्टोबर २००० साल संपता-संपता, म्हणजे बिल क्लिंटन यांच्या अध्यक्षपदाचे, त्यांच्या व्हाइट हाउसमधील वास्तव्याचे, फक्त तीन महिने राहिले असताना मार्क रिच यांच्या वकिलांनी त्यांच्या सुटकेसाठी हा 'अखेरचा मार्ग' चोखाळण्याचे ठरवले. ॲझूल मला म्हणाले, ''माझ्यावर विश्वास ठेव.'' आम्ही आखलेली ही योजना अगदी तंत्रशुद्ध किंवा फार काटेकारपणे आखलेली नव्हती. तर ती अगदी 'करू या मरू' या प्रकारची किंवा धडक योजना होती. मार्क रिच यांच्या वकिलांच्या टीमने; त्यामध्ये न्यूयॉर्क येथील अनुभवी वकील ''बॉब फिंक'' (Bob Fink) यांचा समावेश होता, अर्जाच्या तयारीला सुरुवात केली. यामध्ये गुप्तता राखणे ही सगळ्यात महत्त्वाची गोष्ट होती. फिंक मला म्हणाले, ''आम्ही पडद्यामागे राहाण्याचे, प्रसिद्धी टाळण्याचे धोरण अवलंबिले; माझी भीती ही होती की ही बातमी प्रसारमाध्यमांपर्यंत पोहोचेल आणि तसे झाले तर प्रसारमाध्यमे चारी बाजूंनी आमच्यावर तुटून पडतील.''

परंतु मार्क रिच यांचे वकील, त्यांची ही योजना, त्यांचे सर्व प्रयत्न प्रसारमाध्यमांपासून गुप्त ठेवण्यात यशस्वी झाले. नोव्हेंबर संपता-संपता कागदांचा दोन-तीन इंच उंची भरेल एवढा विस्तृत अर्ज तयार झाला. जॅक क्विन यांनी ११ डिसेंबर रोजी

'माननीय विल्यम जेफरसन क्लिंटन (William Jefferson Clinton) राष्ट्राध्यक्ष, संयुक्त संस्थाने अमेरिका' यांच्या नावाने अर्ज पाठवला. त्या अर्जांमध्ये कायदेशीर युक्तिवादाबरोबरच वैयक्तिक आणि भावनिक आवाहनही केले होते. कायदेशीर युक्तिवादामध्ये मार्क रिच आणि पिंकस ग्रीन यांना चुकीच्या पद्धतीने गोवले गेले आहे आणि अन्यायकारकपणे वेगळी वागणूक दिली जात असल्याचे म्हटले होते. आमच्या टेलीफोनवरील संभाषणाचे दरम्यान क्विन म्हणाले, ''हा एक धादांतपणे अतिरेकी खटला आहे.'' अशाच प्रकारचे इतर दावे दिवाणी स्वरूपाचे ठरवले गेले होते. पण या दाव्यालाच फक्त 'गुन्हेगारी' स्वरूपाचा ठरवण्यात आले होते. हाच युक्तिवाद मार्क रिच यांच्या विविध वकिलांनी वेळोवेळी न्यूयॉर्क सदर्न डिस्ट्रिक्ट यांचे पुढे, काहीतरी तोडगा काढण्याच्या दृष्टीने केला होता. दर वेळी तो निष्फळ ठरला होता. (प्रकरण १०,१३)

माफीच्या अर्जामधील, वैयक्तिक आणि भावनिक आवाहनाची जबाबदारी, ॲहनर ॲझूल यांनी घेतली होती आणि त्यांचा प्रयत्न खूपच प्रभावी ठरला होता. माफीच्या अर्जामधील पहिल्या काही ओळी काहीशा अशा होत्या, ''श्री. रिच आणि श्री. ग्रीन या व्यक्ती, ही दोन नावे, आज आंतरराष्ट्रीय पातळीवर व्यापारामध्ये असामान्य दर्जाची आहेत. त्याचबरोबर त्यांचे सामाजिक भान, बांधिलकी आणि त्यांनी दिलेल्या देणग्या तितक्याच मोठ्या आणि महत्त्वाच्या आहेत. त्यांच्यावर जरी आरोप झाले असले तरी त्यांची वर्तणूक ही नेहमी कायद्याला धरूनच राहिली आहे.'' ''मार्क रिच यांच्या मानवतावादी संस्थांनी आत्तापर्यंत धर्मादाय, सांस्कृतिक, आणि नागरी संस्थांना $100Mn (अंदाजे रु. ५०० कोटी) पेक्षा जास्त मदत केली आहे.'' त्या अर्जासोबत मार्क रिच यांच्या दातृत्त्वाबद्दल अनेक प्रतिष्ठित संस्थांनी, व्यक्तींनी पाठवलेली आभार मानणारी पत्रे जोडण्यात आली होती. त्या अर्जासोबत अनेक प्रतिष्ठित आणि प्रमुख इस्रायली व्यक्तींची पत्रे जोडलेली होती. त्यामध्ये – पंतप्रधान एहूड बराक (Ehud Barak), नोबेल बक्षीस विजेते शिमॉन पेरेझ (Shimon Peres), परराष्ट्रमंत्री श्लोमोबेन अमी (Shlomo Ben-Ami), मोसादचे माजी डायरेक्टर जनरल शबते शावित (Shabtai Shavit), जेरुसलेमचे महापौर (नंतरचे पंतप्रधान) एहूड ओल्मार्ट (Ehud Olmert) आणि इतर बरेच प्रतिष्ठित इस्रायली आणि ज्यू होते. उदाहरणार्थ, 'Anti' Defamation League National Director अब्राहम फॉक्समन (Abraham Foxman) आणि दुसऱ्या महायुद्धामध्ये झालेल्या ज्यूंच्या हत्याकांडाच्या स्मरणार्थ उभारलेल्या वस्तुसंग्रहालयाचे प्रमुख राबि (Holocaust Memorial Museum Council Chairman Rabbi) आयर्विंग ग्रीनबर्ग (Irving Greenberg). स्वित्झर्लन्डहून पण काही पत्रे आली होती. उदाहरणार्थ, प्रसिद्ध कलावस्तू संग्राहक अर्नेस्ट बेयलर (Ernst Beyeler),

झुरिकचे महापौर जोसेफ इस्टरमन (Josef Estermann), UBS बँकेचे प्रमुख पेरीस डी वेक (Pierre de week), स्पेनचे राजे जुआन कार्लोस (Juan Carlos) यांनी त्याच्या देशाच्या नागरिकाच्या बाजूने शिफारस पत्र लिहिले होते. त्यामध्ये त्यांनी पण मार्क रिच यांनी १९६०-१९७०च्या दशकात स्पेनला केलेल्या मदतीचा अधिकृतपणे उल्लेख केला होता. (प्रकरण ६वे)

एहूड बराक यांचा पाठिंबा

ॲझूल यांनी आणखी एक अक्षरशः थक्क करणारी कामगिरी केली. ती म्हणजे मार्क रिच यांच्यावतीने, राष्ट्राध्यक्ष बिल क्लिंटन यांच्याकडे रदबदली करण्यासाठी एहूड बराक यांचे मन वळवले, त्यांना तयार केले, आणि यापेक्षा चांगला मुहूर्त शोधून सापडला नसता. ११ डिसेंबर रोजी, म्हणजे ज्या दिवशी मार्क रिच यांचा माफीचा अर्ज क्लिंटन यांच्या हातात पडला, त्याच दिवशी बराक यांनी व्हाइट हाउसला फोन लावला. व्हाइट हाउसमधील नोंदीप्रमाणे त्यांनी संध्याकाळी सहा वाजून सोळा मिनिटांनी वाजता फोन केला होता आणि त्या दोघांमधील संभाषण १९ मिनिटे चालले.

''शेवटी एक महत्त्वाची गोष्ट'' बराक अध्यक्ष क्लिंटन यांना म्हणाले, ''सध्या स्वित्झर्लन्डमध्ये राहाणारा एक मोठा अमेरिकन ज्यू व्यापारी आहे, ज्याने इस्त्रायलमधील अनेक संस्थांना, शैक्षणिक संस्थांना खूप मोठ्या प्रमाणावर आर्थिक मदत केली आहे, त्याचे नाव आहे मार्क रिच. अमेरिकेचे काही कायदे मोडल्याचा त्यांच्यावर आरोप आहे आणि म्हणून ते स्वित्झर्लन्ड येथे राहात आहेत. मला तुम्हाला फक्त एवढेच सांगायचे आहे की इस्त्रायलमध्ये त्यांचे चांगले नाव आहे आणि त्यांनी खूप मोठ्या प्रमाणावर वेगवेगळ्या संस्थांना पैशाची मदत केली आहे, आणि जर माझा तेवढा अधिकार असेल तर, त्यांच्या माफीचा अर्जाचा सहानुभूतीपूर्वक विचार व्हावा अशी शिफारस मी करीन.''

त्यावर क्लिंटन म्हणाले, ''मला त्यांच्या प्रकरणाची माहिती आहे. कारण मी त्यांच्या आधीच्या पत्नीला ओळखतो. ती पण त्यांना मदत करायला उत्सुक आहे. आणि जर तुमची पहिली पत्नी तुम्हाला मदत करायला उत्सुक असेल तर ती एक चांगलीच गोष्ट आहे, नाही का?''

त्यावर बराक म्हणाले, ''हो का? मला त्यांची आत्ताची पत्नीच फक्त माहीत आहे. एक इटालियन स्त्री, तरुण आहे; ठीक आहे. मी तुमचा खूप आभारी आहे. आपण एकमेकांच्या संपर्कात राहूच.''

ॲझूल, एहूड बराक यांना खूप वर्षांपासून ओळखत होते. (Aman) 'अमन' या इस्त्रायलच्या सैनिकी गुप्तचर विभागाचे, सन १९८३ ने १९८५ या दरम्यान

एहूड बराक प्रमुख होते. तेव्हा अँझूल त्यांच्याबरोबर त्याच युनिटमध्ये होते. इस्रायलच्या सैन्यामधील बराक हे अत्यंत नावाजलेले आणि अनेक सन्मानांनी भूषवले गेलेले सैनिक होते. ज्यावेळी अँझूल विशेष कामगिरीवर लेबेनॉनमध्ये होते तेव्हा बराक पण लेबेनॉनमध्ये होते. नोव्हेंबर २०००मध्ये अँझूल यांनी बराक यांना मार्क रिच यांच्या माफीच्या अर्जाच्या प्रयत्नांना पाठिंबा देण्याबाबत विचारणा केली. अँझूल मला म्हणाले, ''एहूड बराक यांना कल्पना होती की माझी ही विनंती अत्यंत प्रामाणिकपणे केलेली होती आणि खोटे सांगून किंवा आणखी कोणत्या मार्गाने मी त्यांना अडचणीत आणणार नाही.'' मोसादच्या या माजी अधिकाऱ्याने बराक यांना मार्क रिच यांनी इस्रायलला अत्यंत कठीण परिस्थितीमध्ये क्रुडतेलाचा कसा पुरवठा केला होता आणि त्यावेळी देशाच्या सुरक्षिततेच्या दृष्टीने ते कसे उपयोगी ठरले होते याबद्दल अवगत केले होते. (प्रकरण ८वे) मार्क रिच यांनी मोसादला कशी मदत केली होती; हे त्यांनी बराक यांना सांगितले. (प्रकरण १५). बराक यांनी मोसादबरोबर या गोष्टीची शहानिशा करून घेतल्यावर, ते अँझूल यांना म्हणाले, ''या माणसाने इस्रायलसाठी खूपच काही केले आहे. मग मी त्याला का मदत करणार नाही?''

शांतता मोहिमेचा आश्रयदाता

शिमॉन पीयर (Shimon Peres) या माजी पंतप्रधान आणि परराष्ट्र मंत्र्यांबाबत अँझूल यांनी हीच पद्धत अमलात आणली. त्यांनी, पीयर यांना, अध्यक्ष क्लिंटन यांना फोन करण्याची विनंती केली. अँझूल यांनी पीयर यांना आठवण करून दिली, ''तुम्हाला आठवते, तुम्ही आम्हाला मार्क रिच यांनी तुमच्या शांतता मोहिमेला पाठिंबा द्यावा म्हणून विनंती केली होतीत.'' अँझूल त्यावेळी १९९३-१९९४च्या ऑस्लो कराराच्या (Oslo Accord) संदर्भामध्ये बोलत होते. तो करार म्हणजे इस्रायल आणि पॅलेस्टाईन यांचे संबंध सुधारण्याच्या दृष्टीने टाकलेले पहिले पाऊल होते. त्यावेळी इस्रायल आणि पॅलेस्टाईन या दोन देशांनी एकमेकांना अधिकृतपणे मान्यता देण्याची प्रथमच तयारी दाखवली. त्या कराराप्रमाणे पॅलेस्टाईनला स्वायत्तता मिळणार होती. त्या कराराच्या वाटाघाटीचे दरम्यान पीयर यांनी अँझूल यांच्याकडे मदतीसाठी विचारणा केली होती. त्यावेळी अँझूल हे मार्क रिच यांच्या धर्मादाय संस्थेचे मॅनेजिंग डायरेक्टर होते. अँझूल यांनी मोसादमध्ये काम केलेले असल्यामुळे त्यांची इस्रायल आणि पॅलेस्टाईन यांच्यातर्फे वाटाघाटींमध्ये भाग घेणाऱ्या सर्व सदस्यांशी वैयक्तिक ओळख होती. अँझूल मला सांगत होते, ''तेव्हा पीयर यांनी मला विचारले होते - तुम्ही या शांतता मोहीमेला, वाटाघाटींना कशी मदत करू शकाल?''

पॅलेस्टाईनमध्ये आर्थिक सुधारणांना वेग यावा म्हणून 'पॅलेस्टाईन इनव्हेस्टमेंट बँकेला' भरीव आर्थिक मदत करण्याचा मार्क रिच यांचा विचार असल्याचे अॅझूल यांनी तेव्हा त्यांना सांगितले. त्यांनी इस्रायल, जॉर्डन आणि पॅलेस्टाईन पश्चिम किनारा या तिन्ही देशांच्या दरम्यानचा सीमाभाग पर्यटन स्थळे म्हणून विकसित करण्याची एक योजना मांडली. अॅझूल यांनी या योजनांच्या आराखड्याबाबत 'जेरुसलेम' आणि 'रामल्ला' (Ramallah) येथे पॅलेस्टाईनमधील अर्थतज्ज्ञ 'अहमद क्युरेई' (जे नंतर पॅलेस्टाईनचे पंतप्रधान झाले) यांच्याबरोबर चर्चा केली. याबाबत अधिक चर्चा करण्यासाठी पॅलेस्टाईनचे एक शिष्टमंडळ, ज्यामध्ये यासर अराफात (Yasser Arafat) यांच्या आर्थिक सल्लागाराचा समावेश होता, सन १९९४मध्ये मार्क रिच यांची भेट घेण्यासाठी 'झग' येथे गेले होते. या भेटीबाबत आजवर अत्यंत गुप्तता बाळगली गेली होती. अॅझूल म्हणाले, "त्या भेटीमध्ये मार्क रिच काय आणि कशी मदत करू शकतील यावर चर्चा झाली." त्या भेटीमध्ये पॅलेस्टाईन सरकारच्या वेगवेगळ्या शिक्षण संस्थांना मार्क रिच यांनी मदत करावी असे सुचवले गेले. शैक्षणिक आणि सामाजिक संस्थांमधील वरिष्ठ पातळीवरील काम करणाऱ्यांना प्रशिक्षण देण्याच्या दृष्टीने मार्क रिच यांनी $1.00Mn (अंदाजे रु. ५.०० कोटी) पर्यंत गुंतवणूक करण्याची तयारी दाखवली.

मार्क रिच म्हणाले, "त्यांना गरज असलेल्यापैकी काहीही करण्याची माझी तयारी होती." ते पुढे म्हणाले, "मी त्यांना म्हणालो तुमच्या नक्की काय गरजा आहेत ते ठरवा आणि मग माझ्याकडे या, आणि सांगा की मी तुमच्यासाठी काय करू शकतो." परंतु नंतर पॅलेस्टाईनच्या लोकांकडून काहीही कळले नाही की प्रतिसाद मिळाला नाही. कारण मधील काळामध्ये त्यांच्यामध्येच अंतर्गत सत्ता संघर्ष सुरू झाला. शेवटी मार्क रिच यांच्या धर्मादाय संस्थेने स्वत:च विविध प्रकल्पांसाठी आराखडे तयार केले, त्यामध्ये मुख्यत्वेकरून आंतरराष्ट्रीय पातळीवरील भांडवलाचा शिस्तबद्ध विनियोग करणाऱ्या व्यवस्थेची निर्मिती, त्यामार्फत दिल्या जाणाऱ्या देणग्या इत्यादी गोष्टींचा त्यात समावेश होता. पुढील काळात जागतिक बँकेच्या (World Bank) मदतीने मार्क रिच यांच्या संस्थांनी लाखो डॉलर्सच्या देणग्या दिल्या."

या अशा योजनांमुळेच इस्रायलचे परराष्ट्रमंत्री श्लोमो बेन अमी (Shlomo Ben-Ami) यांना मार्क रिच यांच्यावतीने अमेरिकेच्या अध्यक्षांना शब्द टाकावा असे वाटले. बेन अमी यांनी तर परराष्ट्र मंत्रालयाच्या अधिकृत कागदावर (लेटरहेड) बिल क्लिंटन यांना लिहिले होते. त्यामध्ये त्यांनी म्हटले होते की, "ऑस्लो कराराप्रमाणे, पॅलेस्टाईन अॅथॉरिटीच्या मदतीने "गाझा" (Gaza) आणि पश्चिम किनारपट्टी भागात (West Back) शैक्षणिक आणि आरोग्य उपक्रमांना मदत

करणाऱ्यांमध्ये मार्क रिच यांची खासगी संस्था सर्वात आघाडीवर आणि प्रामुख्याने कार्यरत होती.'' इस्त्रायल आणि पॅलेस्टाईन यामधील अनेक गाव पातळीवरचे उपक्रम मार्क रिच यांच्या उदार आश्रयाशिवाय उभेच राहू शकले नसते. बिल क्लिंटन यांचा अत्यंत हुशार आणि वरिष्ठ सल्लागार ''सिडने ब्ल्युमेंथाल'' (Sidney Blumenthal) यांनी त्यांच्या "The Clinton wars" या पुस्तकात असे लिहिले आहे, ''थोडक्यात मार्क रिच हे शांतता मोहिमे मागचे आश्रयदाते होते.'' ते काही सत्यापासून फार लांब नव्हते.

अॅझूल यांनी शिमॉन पीयर यांच्या डिसेंबर २०००मध्ये ही गोष्ट लक्षात आणून दिली. 'ऑस्लो करारामध्ये' पीयर यांनी मध्यवर्ती भूमिका बजावली होती आणि त्यांच्या या प्रयत्नाबद्दल येत्झॅक राबिन (Yitzhak Rabin) आणि यासर आराफात (Yasser Arafat) यांच्याबरोबर त्यांना शांततेसाठीचा नोबेल पुरस्कार मिळाला होता. अॅझूल यांनी पीयर यांना विनंती केली की ''तुम्ही या माणसाच्या चरित्र्याबद्दल जर थोडे फार चांगले बोललात तर बरे होईल. एवढेच सांगा की प्रसारमाध्यमांनी रंगवल्या इतका काही हा माणूस भयंकर नाही.'' मार्क रिच यांच्याबद्दल काही चांगले बोलण्यासाठी शिमॉन पेरीस यांना फार काही विचार करावा लागला नाही. तशी त्यांनी १९९०मध्ये रिच यांच्यावतीने अमेरिकन सरकारकडे रदबदली केली होती. त्यांना इस्त्रायल आणि पॅलेस्टाईन यांच्यामध्ये परस्पर सामंजस्य वाढावे, देवाणघेवाण वाढावी यासाठी रस होता, आणि मार्क रिच यांना पुढाकार घेता यावा म्हणून त्यांच्यावरील बंधने हटवावीत असे त्यांना वाटत होते.

ज्या दिवशी एहूड बराक यांनी अध्यक्ष क्लिंटन यांना फोन केला त्याच दिवशी पीयर यांनी पण त्यांना फोन केला. तो दिवस होता ११ डिसेंबर २००१ . आणि त्याच दिवशी क्लिंटन यांना मार्क रिच यांचा माफीचा अर्जपण मिळालेला होता. राष्ट्राध्यक्ष, क्लिंटन यांनी, मार्क रिच यांना माफी द्यावी आणि खटल्याच्या आणि कायद्याच्या चक्रव्यूहातून सोडवावे अशी पीयर यांनी विनंती केली. अॅझूल यांनी जॅक क्विन यांना जो ई-मेल पाठवला होता त्याप्रमाणे अध्यक्ष क्लिंटन यांनी त्यांच्या हस्तक्षेपांची दखल घेतली होती. इस्त्रायलच्या राजकारण्यांच्या दृष्टीने मार्क रिच यांचे असलेले महत्त्व पुढील दोन घटनांवरून अधोरेखित होईल. त्यानंतर पण एहूड बराक दोन वेळा अध्यक्ष क्लिंटन यांच्याबरोबर रिच यांच्या अर्जाविषयी बोलले. ८ जानेवारी २००१ रोजी झालेल्या टेलिफोनवरील संभाषणात 'बराक' यांनी इस्त्रायलच्या सुरक्षिततेच्या दृष्टीने असलेले मार्क रिच यांचे महत्त्व विषद केले, ''त्यांनी मोसादला अनेक वेळा त्यांच्या कामामध्ये मदत केली होती.'' अध्यक्ष क्लिंटन त्यावर म्हणाले होते, ''हा फारच भयंकर प्रकार आहे आणि माझे त्यावर काम चालू आहे.'' त्यावर परत बराक म्हणाले, ''मी तुमचा आभारी आहे.'' ज्या दिवशी

क्लिंटन यांनी माफीच्या अर्जावर निर्णय घेतला त्या दिवशी म्हणजे १९ जानेवारी २००१ रोजी बराक यांनी परत त्यांना फोन केला आणि विचारले, "काही प्रगती आहे का?" क्लिंटन त्यावर उद्गारले, "तुम्ही फोन करून त्याबद्दल विचारलेत हे बरेच केलेत, आता प्रश्न त्यांना माफी मिळावी का नाही हा उरलेला नाही तर त्यांनी येथे न येता त्यांच्या अनुपस्थितीत माफी द्यावी का नाही हा आहे."

मी जेव्हा मार्क रिच यांना बराक यांच्याकडून मिळालेल्या मदतीविषयी, पाठिंब्याविषयी विचारले तेव्हा ते म्हणाले, "त्यांनी सत्य तेच सांगितले. त्यांना माझ्याविषयी माहिती होती, आम्ही एकमेकांना भेटलो होतो. माझ्या खटल्याविषयी पण आमचे बोलणे झाले. इस्रायलच्या दृष्टीने माझे सकारात्मक योगदान ते जाणून होते. म्हणून माझ्या बाबतीत त्यांनी सकारात्मक भूमिका घेतली."

डेनिस रिच यांची भूमिका

मार्क रिच यांना राष्ट्राध्यक्षांनी माफी दिल्याची बातमी पसरताक्षणी एकच व्यक्ती सर्व प्रसारमाध्यमांचे लक्ष्य झाली. ती म्हणजे डेनिस रिच. चटपटीत मसालेदार बातमी मिळवण्यासाठी त्यांच्या इतकी योग्य व्यक्ती कोणी नव्हती. त्यांची कोट्यवधी डॉलर्सच्या घरात संपत्ती होती, विमानाने वारंवार जगभर प्रवास करणाऱ्या, मॅनहॅटनच्या फिफ्थ अॅव्हेन्यूवर स्वत:चे अलिशान पेंट हाउस असणाऱ्या, उच्चभ्रूंच्या पार्ट्यांमध्ये रमणाऱ्या अशा डेनिस रिच. त्यांनी एका पार्टीसाठी, पेंट हाउसच्या गच्चीवर केवळ वेगळेपणा दाखवण्यासाठी बर्फाची रिंक तयार केली होती. एक यशस्वी गीतकार म्हणून संगीत क्षेत्रामध्ये त्यांची ओळख होती. आणि नवऱ्याने जरी दुसऱ्या स्त्रीसाठी घटस्फोट दिला असला तरी नवऱ्याच्या बाजूने खंबीरपणे उभे राहाणाऱ्या त्या होत्या.

मार्क रिच यांच्या माफी प्रकरणामध्ये डेनिस यांचा सहभाग विशेषकरून विवादास्पद ठरला. कारण डेमॉक्रॅटिक पक्षाच्या त्या एकनिष्ठ आणि मोठ्या समर्थक होत्या. त्यांनी डेमॉक्रॅटिक पक्षाला १९९२पासून जवळ-जवळ $1.1Mn (अंदाजे रु. ५.५ कोटी) इतकी रक्कम देणगी म्हणून दिली होती. ज्या डेमॉक्रॅटिक पक्षांच्या प्रमुख राजकारण्यांच्या प्रचार मोहिमांना त्यांनी पाठिंबा दिला होता त्यांची नावे बघितली तर संसदेमधील, त्या पक्षाच्या, बहुतेक राजकारण्यांची नावे आढळतील. उदाहरणार्थ गेराल्डीन फेरारो (Geraldine Ferraro), एडवर्ड केनेडी (Edward Kennedy), टॉम हार्किन (Tom Harkin), बार्बरा बॉक्सर (Barbara Boxer), चार्ल्स शुमर (Charles Schumer) आणि बार्बरा मॅक्लुस्की (Barbara Mikulski). या सर्वांना डेनिस रिच यांच्याकडून देणग्या मिळाल्या होत्या. त्यांची बिल आणि हिलरी क्लिंटन यांच्याबरोबर विशेषकरून जवळीक होती. त्यांच्या निवडणूक

निधीला त्यांनी मदत दिली होती. अरकन्सास (Arkansas)मध्ये लिटल रॉक (Little Rock) येथे बिल क्लिंटन यांच्या अध्यक्षीय लायब्ररीसाठी त्यांनी ४,५०,००० डॉलर्स (अंदाजे रु. २.२५ कोटी) इतकी मदत केली होती. थोड्याच काळात इतर राजकारण्यांमध्ये आणि प्रसारमाध्यमांमध्ये मतप्रदर्शनाला सुरुवात झाली, मार्क रिच यांच्या घटस्फोटित पत्नीने मार्क रिच यांच्यासाठी माफी 'विकत' घेतली असा त्यांचा सूर होता.

या माफी प्रकरणातील घटनांचा, घडामोडींचा शोध घेण्यासाठी जी ("The House Government Reform Committee") स्थापन करण्यात आली होती, त्यांनी त्यांच्या अहवालामध्ये डेनिस या ''माफी मिळवण्याच्या प्रयत्नामागील प्रमुख व्यक्ती होत्या'' असे म्हटले होते आणि अध्यक्षांच्या निवडणुकीला आणि लायब्ररीला त्यांनी भरघोस मदत केल्यामुळे त्यांची अध्यक्षांबरोबर विशेष जवळीक होती. हे सत्य होते. राष्ट्राध्यक्ष क्लिंटन यांच्या काळामध्ये डेनिस रिच यांनी व्हाइट हाउसला १९ वेळा भेट दिली होती. आणि अध्यक्ष क्लिंटन यांनी पण त्यांचे वर्णन 'एक जवळची मैत्रीण' असे केले होते. मोनिका ल्युएन्स्की प्रकरणासंबंधी स्वतंत्र सल्लागार ''केनेथ स्टार'' (Kenneth Star) यांचा अहवाल प्रसिद्ध झाल्यावर, १९९८मध्ये अध्यक्ष पहिल्यांदाच ज्या सार्वजनिक समारंभामध्ये दिसले तो डेनिस रिच यांच्या पेंट हाउसमध्ये करण्यात आला होता. डेनिस रिच यांनी त्यांच्या मुलीच्या, 'गॅब्रिएला'च्या मृत्यूनंतर 'जी आणि पी' कॅन्सर रिसर्च ऑर्गनायझेशन (G & P Cancer Research Organisation) नावाची संस्था सुरू केली होती. त्या ऑर्गनायझेशनच्या मदतनिधी उभारणीसाठी बिल क्लिंटन वक्ते म्हणून आले होते. (जी आणि पी म्हणजे – गॅब्रिएला आणि फिलिप, – गॅब्रिएलाचे पती)

राष्ट्राध्यक्षांना पाठवलेल्या माफी अर्जासोबत जोडलेले पहिले वैयक्तिक पत्र होते डेनिस रिच यांचे, दिनांक ६ डिसेंबर रोजी लिहिलेले. डेनिस रिच यांनी अध्यक्षांना लिहिले होते, ''मी तुम्हाला हे पत्र एक मित्र म्हणून आणि तुमची चाहती म्हणून लिहित आहे. माझा या अर्जाला मनापासून पाठिंबा आहे.'' त्यांनी लिहिलेले हे पत्र, ज्यासाठी जॅक क्विन यांनी थोडी फार मदत केली होती, खरोखरच सुंदर होते. अध्यक्ष क्लिंटन यांना स्वत:लाही फिर्यादी पक्षाच्या आक्रमक वकिलांचे जे वाईट अनुभव आले होते त्याच्याशी संवाद साधणारे, आणि त्यांच्या भावनांना हात घालणारे असे ते पत्र होते.

''अन्यायकारक आरोपांमुळे झालेले दु:ख आणि यातनांची झळ माझ्या पतीपेक्षा मला आणि माझ्या मुलींना जास्त सहन करावी लागली, आणि आज इतकी वर्षे आम्ही ती सहन करतो आहोत. तो आमच्या जगण्याचाच

एक भाग झाला आहे. हे प्रकरण इतक्या थराला जाण्याचे आणि इतका काल चालण्याचे खरं तर काहीच कारण नव्हते. १७ वर्षांचा वनवास पुरेसा आहे. मार्क यांच्यावरील आरोपांबद्दल आणि त्यांच्या फरारी असण्याबद्दल जेवढे काही लिहिले गेले आहे आणि बोलले गेले आहे ते सर्व चूक आहे, तरीपण त्या गोष्टी मार्क यांना आणि त्यांच्या कुटुंबाला यातना देतच राहिल्या आहेत. तुमच्या सर्वांत जवळच्या व्यक्तीला खोट्या, चुकीच्या आरोपांखाली आरोपीच्या पिंजऱ्यामध्ये उभे केल्यामुळे कुटुंबाची कशी वाताहत होते हे मी अनुभवले आहे आणि त्यातून प्रसारमाध्यमे खऱ्याखोट्याची शहानिशा न करता परस्पर एखाद्या व्यक्तीला दोषी ठरवून कशी मोकळी होतात आणि त्या यातना काय असतात, हे मी अनुभवले आहे. फिर्यादी पक्ष जेव्हा ठेवलेल्या आरोपांची चर्चा करायला तयार नसतो आणि वास्तवाकडे निःपक्षपणे कोणीही पाहायला तयार नसते तेव्हा माणूस कसा निराशेने घेरला जातो आणि हताश होतो, हे मी पाहिले आहे. मी आणि मार्क आम्ही अमेरिकेला परतू शकलो नाही कारण त्यांच्यावर ठेवलेले आरोप जरी खोटे होते तरी फिर्यादीपक्ष एकाच विचाराने, भावनेने पछाडलेला होता, आणि ती म्हणजे मार्क रिच यांना त्यांच्या उर्वरित आयुष्यासाठी तुरुंगामध्ये कसे टाकता येईल. तुरुंगवासाची लटकती तलवार, अमेरिकन वकिलांनी प्रसारमाध्यमांमार्फत त्यांच्या विरुद्ध चालवलेली एककल्ली मोहीम या सर्व घटनांमुळे त्यांना वाटले की अमेरिकेबाहेर राहाण्यावाचून त्यांच्यापुढे इतर पर्याय नाही.''

अध्यक्ष क्लिंटन यांना मार्क रिच यांचा माफीचा विनंती अर्ज मिळाल्यावर एका आठवड्याने, डेनिस अध्यक्षांबरोबर या प्रकरणाबाबत प्रत्यक्ष बोलल्या. डिसेंबर २० रोजी "Art & the National Humanities" या संस्थेतर्फे राष्ट्रीय पातळीवरील विजेत्यांच्या सन्मानार्थ वॉशिंग्टन डीसी येथे एक खाना आयोजित केला होता. त्या खान्यासाठी डेनिस या विशेष पाहुण्या म्हणून हजर होत्या. त्या समारंभामध्येच एक क्षण साधून त्यावेळी हजर असलेल्या अध्यक्षांना जरा बाजूला घेऊन डेनिस म्हणाल्या, ''ही माफी माझ्या दृष्टीने फार महत्त्वाची आहे.''

डेनिस यांनी त्यांच्या भूतपूर्व पतीसाठी एवढे प्रयत्न करावेत ही खरं तर आश्चर्य वाटण्यासारखीच गोष्ट होती. कारण तसे पाहिले तर मार्क रिच यांच्या बरोबरचे त्यांचे संबंध तसे संपुष्टात आल्यासारखेच होते. अत्यंत कडवट आणि वादळी कोर्टबाजीनंतर घटस्फोट झाल्यावर दोघांनी एकमेकांना भेटणे तर राहोच पण दोघांचे संभाषण झाले नव्हते. दुसऱ्या स्त्रीसाठी मार्कनी त्यांना सोडले ही गोष्ट

डेनिस यांना फार लागली होती. तसेच मार्क यांनी त्यांना पुरेशी आर्थिक भरपाई दिली नाही, असेही त्यांचे मत होते. त्यांचा असा ठाम विश्वास होता की, मार्क यांनी त्यांना कमीत कमी $40Mn (अंदाजे रु. २०० कोटी) इतक्या रकमेने कमी भरपाई देऊन फसवले आहे. त्या दोघांनी सन १९८८ साली जो धर्मादाय ट्रस्ट स्थापन केला होता, त्यामध्ये डेनिस यांनी एवढ्या रकमेचे स्वत:चे योगदान दिले होते आणि या रकमेची त्यांची मागणी स्विस कोर्टाने फेटाळून लावली होती. (प्रकरण १६वे). डेनिस, मार्क रिच यांच्यावर एवढ्या संतापल्या होत्या की मार्क रिच यांच्या मागील या सर्व खटल्याला आणि ससेमिऱ्याला कारणीभूत ठरलेल्या रुडॉल्फ डब्ल्यू गुलियानी (Rudolph W. Giuliani) यांच्या निवडणूक मोहिमेला त्यांनी १,००० डॉलर्स (अंदाजे रु. ५०,०००) इतकी मदत दिली.

'शेवटचा मार्ग' (Avenue of Last Resort) या अभियानामध्ये डेनिस रिच यांना सहभागी करून घ्यायची कपना अॅव्हनर अॅझूल यांची. त्यांनी नोव्हेंबर २०००मध्ये त्यांची भेट घेतली आणि त्यांना मदतीची, पाठिंबा देण्याची विनंती केली. डेनिस यांची पहिली प्रतिक्रिया होती, ''त्यांनी मला फसवले आहे. ते माझे देणे लागतात. मला माझे त्या धर्मादाय ट्रस्टमध्ये गुंतवलेले $40Mn (अंदाजे रु. २०० कोटी) परत पाहिजेत.'' अॅझूल यांना धक्काच बसला. मार्क आणि डेनिस यांच्यामधील संबंध ताणले गेले आहेत याची त्यांना कल्पना होती. ते इतक्या टोकापर्यंत गेले असतील असे वाटले नव्हते. अॅझूल यांनी डेनिस यांना समजावले की या अशा प्रसंगी जर त्या, मार्क यांच्या मुलांची आई, त्यांच्या पतीच्या मागे, जरी घटस्फोटित असले तरी, खंबीरपणे उभ्या राहिल्या नाहीत तर ते फार वाईट दिसेल. अॅझूल यांनी त्यांना वचन दिले की, ''जर यावेळी तुम्ही आम्हाला मदत केलीत तर मी मार्क यांचेबरोबर त्यासंबंधी नक्की बोलेन.'' खूप भेटीगाठींनंतर आणि मिनतवाऱ्या केल्यानंतर शेवटी डेनिस यांनी त्याचे वजन वापरून अध्यक्षांकडे, त्यांच्या पतीच्या माफी अर्जासंबंधी, शब्द टाकण्याचे मान्य केले.

मी डेनिस यांना त्यांच्या मॅनहॅटन येथील पेंट हाउसमध्ये घेतलेल्या मुलाखतीचे दरम्यान विचारले की, ''त्यांना त्यांच्या माजी पतीच्या मागे उभे राहावे, अध्यक्षांकडे त्यांच्यावतीने शब्द टाकावा अशी प्रेरणा कशी मिळाली? त्या मागे काय कारण होते?'' मी लेदरच्या सोफ्यावर त्यांच्या शेजारीच बसून हातातील पॅडवर नोंदी करत त्यांची मुलाखत घेत होतो. त्या जे सांगत होत्या त्याची भराभर नोंद करणे मला अवघड जात होते. डेनिस मला म्हणाल्या, ''पाहिजे असेल तर आपले संभाषण तू रेकॉर्ड करू शकतोस. माझ्याकडे लपवण्यासारखे काही नाही.'' आमच्या संभाषणामध्ये भाग घेत हसत-हसत डॅनिएला म्हणाली, ''ही माझ्या आईची खरी ओळख आहे. प्रत्येक जण आपापल्या काळजीत गुंतलेला आहे. आणि ती तुझी

काळजी करते आहे.'' त्या मार्क यांना मदत करायला का तयार झाल्या हे समजावून सांगताना डेनिस म्हणाल्या, ''माझ्या मुलींनी मला त्यांच्या माफीच्या अर्जाला पाठिंबा देण्यासाठी गळ घातली. त्या माझ्या मुली आहेत. मग त्यांचे मी ऐकू नको का?'' नाही ते खरे आहे पण मार्कवर तुम्ही एकेकाळी एवढ्या संतापलेल्या होतात, मी त्यांना आठवण करून देत म्हणालो. तुम्ही तर उघडपणे त्यांना तुमचे कुटुंब मोडण्यास जबाबदार धरले होते. क्षणभर यावर विचार करून डेनिस म्हणाल्या, ''प्रत्येक घटस्फोट हा कडवटच असतो. तरी ते माझ्या मुलींचे वडील आहेत. ही गोष्ट तर खरी आहे.'' नंतर त्यांनी मला, गॅब्रिएलाच्या मृत्यूमुळे त्यांच्या मार्क यांच्याबद्दलच्या भावना कशा बदलल्या हे सांगितले. ''मी त्यांना माफ करावे असे गॅब्रिएलाला पण वाटले असते. मी त्यांना मदत करावी, पाठिंबा द्यावा असेच तिला वाटले असते.''

नाजूक आर्थिक करार

त्याचबरोबर हेही सत्य आहे की, ॲव्हनर ॲझूल यांनी डेनिस यांना $40Mn (अंदाजे रु. २०० कोटी) भरपाई देण्याचा जो प्रस्ताव दिला होता आणि जी रक्कम त्यांच्या मते मार्क रिच त्यांना देणे लागत होते, तो त्यांनी मान्य केला होता हेही पाठिंबा देण्यामागे एक कारण होते. त्याप्रमाणे अध्यक्ष क्लिंटन यांनी माफी देण्याच्या जरा आधी सर्व संबंधितांनी जानेवारी २००१मध्ये एका करारावर सह्या केल्या. त्या कराराप्रमाणे मार्क रिच आणि पिंकस ग्रीन यांनी दर वर्षी प्रत्येकी ५,००,००० डॉलर्स (अंदाजे रु. २.५० कोटी) 'जी आणि पी' फाउन्डेशनला देण्याचे कबूल केले. (काही गैरसमज होण्याआधीच हे मला येथे स्पष्ट केले पाहिजे की हा पैसा डेनिस रिच यांना मिळणार नव्हता तर तो 'जी आणि पी' फाउन्डेशनला मिळणार होता.) आणि 'जी आणि पी' फाउन्डेशनचा हा पैसा ''वाईझमन इन्स्टिट्यूट ऑफ सायन्स'' (Weizmann Institute of Science)मधील ''ग्रॅब्रिएला रिच ल्युकेमिया रिसर्च सेंटर'' (Gabrielle Rich Leukemia Research Centre) या रक्ताच्या कर्करोगावर संशोधन करणाऱ्या संस्थेला मदत म्हणून वापरला जाणार होता. 'वाईझमन इन्स्टिट्यूट' ही संस्था मार्क रिच यांनी स्वतंत्रपणे इस्रायलमध्ये रक्ताच्या कर्करोगासंबंधी संशोधन करण्यासाठी स्थापन केली होती. या दोन्ही संस्थांमधील संशोधक/शास्त्रज्ञांची समिती या पैशाच्या विनियोगासंबंधी निर्णय घेणार होती.

डेनिस यांनी अशा प्रकारचा करार असल्याचे मान्य केले. ''ही संस्था चालू राहावी अशी गॅब्रिएलाचीच इच्छा होती, ती माझ्या मुलीची शेवटची इच्छा होती. तिनेच ती संस्था स्थापन केली होती आणि तिलाच ती राहावी असे वाटत होते.

ती तिच्या मृत्यूच्या क्षणापर्यंत त्यासाठी काम करत होती. मी, मार्क आणि पिंकस ग्रीन यांना मदत कराल का? असे विचारले होते आणि त्या दोघींनीही ते मान्य केले होते. याचा माफीशी काहीही संबंध नव्हता.'' मार्क रिच यांना माफी मिळाल्यावर जनमानसामध्ये जो प्रक्षोभ उसळला होता त्याचा परिणाम म्हणजे डेनिस यांनी मार्क रिच यांच्या या पैशावरचा हक्क सोडण्याचा निर्णय घेतला. ''मुलीच्या फाउन्डेशनच्या नावाला कोणत्याही प्रकारे धक्का लागेल असे मला काहीही करायचे नव्हते म्हणून मी त्यांच्याकडून पैसा न घेण्याचे ठरवले. पैशामुळे त्या फाउन्डेशनचे नाव बदनाम व्हावे असे मला वाटत नव्हते.'' डॅनिएला म्हणाली, ''तिला ते फाउन्डेशन कोणत्याही प्रकारच्या वादामध्ये सापडायला नको होते.''

जनतेमध्ये ज्या प्रमाणात प्रक्षोभ उसळला होता तो बघता त्यांनी घेतलेला निर्णय योग्यच होता. आज डेनिस रिच यांना कधीकधी टीकाकारांच्या टीकेला सामोरे जावे लागते. या सगळ्या प्रकरणाला म्हणजे डेनिस रिच यांनी क्लिंटन यांच्या निवडणूक फंडाला केलेल्या मदतीला, तसेच इतर अनेक डेमोक्रॅटिक पक्षाच्या उमेदरवारांच्या निवडणूक मोहिमांना केलेल्या मदतीला भ्रष्टाचाराचा वास यायला लागला. बार्बरा वॉल्टर्स (Barbara Walters) यांच्या "ABC News Magazine 20/20" या दूरदर्शनवरील कार्यक्रमामध्ये त्यांना विचारल्या गेलेल्या काही खवचट प्रश्नांना त्यांना उत्तरे द्यावी लागली. ''माझे कधीही आणि कोणाशीही अनैतिक संबंध नव्हते किंवा कोणत्याही अयोग्य प्रकारे संबंध नव्हते.'' वॉल्टर्स यांनी घेतलेल्या मुलाखतीमध्ये डेनिस यांना हे सांगावे लागले होते.

मार्क रिच यांना मिळालेल्या माफीमध्ये संशयास्पद असे काहीही नाही यावर कोणीही वार्ताहर किंवा राजकारणी सहजपणे विश्वास ठेवायला तयारच नव्हते. आज आठ वर्षांनंतर परत जेव्हा केव्हा या प्रकरणाचा विषय निघतो तेव्हा सॅन्डी विनबर्ग (Sandy Weinberg) यांचा रक्तदाब वर जातो. ''त्यांनी सर्व नियमांनाच बगल दिली. कोणीही त्या संदर्भात माझे मत विचारले नाही. कोणीही सदर्न डिस्ट्रिक्ट कार्यालयाचे मत विचारले नाही. ज्यांना या प्रकरणाची संपूर्ण माहिती होती त्यांच्यापैकी कोणीही अध्यक्षांबरोबर बोलण्याची तसदी घेतली नाही. हे सगळेच भयंकर आहे.'' ''या माफीच्या प्रकरणामध्ये भ्रष्टाचार झाला असावा यावर तुमचा विश्वास आहे का?'' मी विनबर्ग यांना विचारले. ''मला अंदाजपंचे काहीही बोलायचे नाही,'' विनबर्ग म्हणाले, ''या संपूर्ण प्रकरणामध्ये पैशाची देवाणघेवाण झाली आहे का हे मला माहीत नाही; किंवा इतर काही भ्रष्टमार्गांचा अवलंब झाला आहे का हेही मला माहीत नाही. पण एक गोष्ट मला नक्की माहीत आहे, ती म्हणजे जॅक क्विन (Jack Quinn) यांनी अध्यक्ष क्लिंटन यांची बेमालूम दिशाभूल मात्र नक्की केली.''

जॅक क्विन यांना स्वत:ला ज्या प्रमाणात जनक्षोभाला तोंड द्यावे लागले त्यामुळे त्यांनाही धक्का बसला. "मी स्वत:ला फार धूर्त राजकारणी समजत होतो. आणि अध्यक्ष क्लिंटन यांनाही एक धूर्त राजकारणी समजत होतो. परंतु लोकांच्या झालेल्या तीव्र प्रतिक्रिया बघून आम्हाला दोघांनाही धक्का बसला." मला जाणवले की जॅक क्विन यांनी उघडपणे जरी मान्य केले नाही तरी त्यांच्यावर या प्रकरणाचा खोलवर परिणाम झाला होता. मुलाखतीच्या दरम्यान मी त्यांना या मुद्यावर छेडले. "माझ्या संपूर्ण आयुष्यातील तो फार वेदनादायक काळ होता," क्विन मला म्हणाले. ज्यावेळी मी त्यांना विचारले की, रिच प्रकरणांनंतर उमटलेल्या प्रतिक्रियांमध्ये त्यांना सर्वात जास्त वेदनादायक काय वाटले, तर त्यांचे उत्तर होते, "माझ्या प्रामाणिकपणाबाबत, सचोटीबाबत प्रश्नचिन्ह निर्माण झाले होते."

एरिक होल्डर यांची भूमिका

मार्क रिच यांना मिळालेल्या माफीनंतर बिल क्लिंटन, जॅक क्विन आणि डेनिस रिच यांनाच फक्त जनक्षोभाला तोंड द्यावे लागले होते असे नाही तर एरिक होल्डर यांना लवकरच जनक्षोभाच्या झळा लागल्या. मार्क रिच यांच्या माफीनाट्याचे वेळी होल्डर हे न्याय खात्यामध्ये 'डेप्युटी ॲटर्नी जनरल' (Deputy Attorney General) या हुद्द्यावर होते. एक हुशार, स्वतंत्र वृत्तीचा आणि विचारी वकील अशी त्यांची प्रतिमा होती आणि त्यामुळे 'डेमोक्रॅट' आणि रिपब्लिकन अशा दोन्ही पक्षांच्या आदरास ते पात्र होते. क्विन हे अध्यक्ष क्लिंटन यांचेबरोबर काम करत असतानापासून होल्डर यांना ओळखत होते आणि तेव्हापासून ते एकमेकांच्या संपर्कात होते. मायकेल स्टाइनहार्ट (Michael Steinhardt) यांनी मार्क रिच यांच्यासाठी अध्यक्षांकडून माफी मिळवण्याची कल्पना मांडण्याच्या खूप आधी क्विन हे मार्क रिच यांच्या प्रकरणासंदर्भात, नोहेंबर १९९९ साली होल्डर यांना भेटले होते. त्यावेळी क्विन अजून 'सदर्न डिस्ट्रिक्ट ऑफ न्यूयॉर्क" यांनी मार्क रिच यांच्यावरील आरोपांच्या पुनर्विचार करावा यासाठी प्रयत्न करत होते. क्विन यांनी त्यांच्या कार्यालया अंतर्गत ठेवलेल्या नोंदीप्रमाणे "फिर्यादी पक्षांच्या वकिलांनी आरोपीच्या, मार्क रिच यांच्या, वकिलांना चर्चेसाठी भेट नाकारणे हे जरा विचित्रच आहे, असे होल्डर यांचे मत असल्याचे म्हटले होते." त्यांची भेट झाल्यावर थोड्याच दिवसांनी क्विन यांनी होल्डर यांना त्यांची बाजू समजावून सांगणारे एक सविस्तर पत्र पाठवले. पत्राला दिलेल्या उत्तरामध्ये होल्डर यांनी असे म्हटले होते की, "आम्ही या सर्व प्रकरणाकडे नक्कीच सहानुभूतीपूर्वक पाहातो आणि तुमच्या म्हणण्यामध्ये तथ्य आहे." परंतु होल्डर यांनी हेही स्पष्ट केले होते की ते 'सदर्न डिस्ट्रिक्ट ऑफ न्यूयॉर्क"च्या वकिलांनी मार्क रिच यांच्या वकिलांना भेटावे म्हणून दबाव आणू शकत नाहीत.

ज्यावेळी क्विन यांनी राष्ट्राध्यक्षांना माफीसाठी विनंती अर्ज करण्याचे ठरवले तेव्हा त्यांनी तो अर्ज कशा प्रकारे करावा या बाबत होल्डर यांचा सल्ला घेतला. डेप्युटी ॲटर्नी जनरल होल्डर यांनी सुचवले की त्यांनी तो अर्ज थेट व्हाइट हाउसकडे पाठवावा. मार्क रिच यांचे स्वित्झर्लन्ड येथील वकील आन्द्रे ए विकि (Andre' A Wicki) यांनी हे मला सांगितले. १९ जानेवारी २००१ रोजी मार्क रिच यांच्या माफीनाट्यामध्ये होल्डर हे महत्त्वाची भूमिका बजावणार होते. क्लिंटन यांनी अध्यक्षपद सोडण्याच्या एक दिवस आधी होल्डर यांना व्हाइट हाउस मधील एक सल्लागार "बेथ नोलॅन" (Beth Nolan) यांचा फोन आला. त्यांना मार्क रिच यांच्या माफीबद्दल त्यांचे मत काय आहे हे जाणून घ्यायचे होते. नंतर जेव्हा "हाउस कमिटी ऑफ गव्हर्नमेंट रिफॉर्म्स"च्या सुनावणीच्या वेळी, म्हणजे ८ फेब्रुवारी २००१ रोजी, त्यांना सुनावणीसाठी बोलवण्यात आले तेव्हा त्यांनी कमिटीच्या सदस्यांपुढे त्यांची बाजू स्पष्ट केली. "मी शेवटी श्रीमती नोलॅन यांना सांगितले की माझी भूमिका आता तटस्थततेची होती, परंतु माफी देण्याने त्यातून काही देशांच्या विदेशनीतीसाठी फायदा होणार असेल तर मात्र माझा त्याला पाठिंबा होता." कमिटीसमोर बाजू मांडताना त्यांनी हे सांगितले की, इस्रायलचे पंतप्रधान एहूड बराक, यांनी अध्यक्षांना केलेल्या फोनमुळे त्यांचे मत बदलले. नंतर होल्डर म्हणाले, मार्क रिच यांच्या माफी अर्जाचा विचार करताना मत घेतलेले न्याय खात्यामधील ते एकटेच अधिकारी होते. हे त्यांना माहीत नव्हते. याचप्रमाणे अर्जावर विचार करताना त्यांच्या मताला राष्ट्राध्यक्षांनी किती महत्त्व दिले होते याची माहिती त्यांना असल्याचे दिसले नाही. परंतु बऱ्याच राजकीय निरीक्षकांचे असे मत झाले की होल्डर यांचा या प्रकरणातील सहभागच त्यांच्या सार्वजनिक आयुष्यातील भवितव्याला मारक ठरला, त्यांच्या ऱ्हासाला कारणीभूत ठरला. आणि होल्डर यांचा अंदाज काहीसा तसाच होता. त्या वेळच्या त्यांच्या मन:स्थितीचे वर्णन करताना होल्डर म्हणाले, "मला तोंडावरून पांघरूण ओढून पडून राहावेसे वाटले. मी संपलो होतो, माझी सार्वजनिक जीवनातील कारकिर्द संपली होती." शेवटी-शेवटी होल्डर यांचेवर (भ्रष्टाचाराचे आरोप झाले) स्वत:च्या फायद्यासाठी काम केल्याचे पण आरोप झाले. त्यांच्यावर असाही आरोप झाला की अल्गोर (Al Gore) यांच्या सरकारमध्ये 'ॲटर्नी जनरल' पदासाठी त्यांचा हा प्रयत्न होता आणि त्यासाठी क्विन यांना (जे अल्गोर यांच्या कारकिर्दीमध्ये चीफ ऑफ स्टाफ होते) खूश करून त्यांची मदत मिळवण्याचा त्यांचा हा एक प्रयत्न होता. (अध्यक्ष बराक ओबामा यांनी सन २००९मध्ये होल्डर यांची ॲटर्नी जनरल म्हणून नेमणूक केली.)

माफीनंतर उसळलेल्या प्रचंड जनक्षोभामुळे या माफीनाम्यामागच्या घटनांचा, प्रत्येक पैलूचा अगदी सखोल पंचनामा केला गेला. त्यानंतर स्थापन झालेल्या

"House Committee on Government Reforms" या कमिटीने या प्रकरणामध्ये सखोल चौकशीचे आदेश दिले. आणि सर्व घटनांची सन २००१मध्ये सुनावणी केली आणि एकूण पृष्ठ संख्या १,५०० भरेल इतके मोठे दोन अहवाल सादर केले. ''सिनेट ज्युडिशियरी कमिटीने'' (Senate Judiciary Committee) त्यांची वेगळी चौकशी सुरू केली आणि न्याय खात्याच्या ''सदर्न डिस्ट्रिक्ट न्यूयॉर्क'' यांनी तर या घडामोडींची 'गुन्हेगारी स्वरूपाची' चौकशी सुरू केली. सर्वच आरोपांची अगदी सखोल छाननी करण्यात आली, फेरतपासणी करण्यात आली. यामध्ये भ्रष्टाचार झाला आहे का? डेनिस रिच यांनी ही माफी 'विकत' घेतली आहे का? अध्यक्ष क्लिंटन आणि डेमोक्रॅटिक पक्षाला डेनिस रिच यांनी ज्या देणग्या दिल्या होत्या त्याचे पैसे मार्क रिच यांचेकडून आले होते का? मार्क रिच यांनी डेनिस रिच यांना त्यांच्या मदतीसाठी पैसे दिले होते का? मार्क रिच यांचा शस्त्रास्त्रांच्या व्यापारामध्ये हात आहे का? जॅक क्विन हे व्यावसायिक अनैतिकचे गुन्हेगार ठरतात का? क्लिंटन यांनी, अध्यक्षांना माफी देण्याच्या जो विशेषाधिकार घटनेने दिला आहे त्याचा काही भंग केला आहे का?

या सर्व विविध चौकश्यांमधून त्यांना जो आरोपांचा डोंगर उभा करायचा होता त्याऐवजी त्यांच्या हाती उंदीर पण आला नाही. त्या चौकश्यांमधून हे पुढे आले की व्हाइट हाउसमधील बऱ्याच सल्लागारांनी – त्यामध्ये बेथ नोलॅन आल्या – क्लिंटन यांनी माफी देण्याविरुद्ध सल्ला दिला होता. ''हाऊस ऑफ रीप्रेझेंटेटिव'' सिनेट, न्यायखाते या सर्वांच्या संयुक्त चौकशी मधून या प्रकरणामध्ये लाच दिल्या घेतल्याचे, शस्त्रास्त्रांच्या व्यवहाराचे किंवा इतर गुन्ह्यांचे काहीही पुरावे हाती आले नाहीत. राष्ट्राध्यक्षांना माफीचा विनंती अर्ज थेट पाठवण्याचा मार्क रिच यांचा निर्णय कदाचित वेगळा असू शकेल, पण तो बेकायदेशीर नक्कीच नव्हता. क्लिंटन यांचा न्याय खात्याचा सल्ला किंवा मत न घेता, माफी देण्याचा निर्णयही कायद्याच्या चौकटीमध्ये बसणारा होता. अमेरिकेच्या राज्य घटनेमधील त्या संबंधीची तरतूद अगदी स्पष्ट आहे. राज्य घटनेने राष्ट्राध्यक्षांना अगदी स्पष्ट शब्दामध्ये, ''सरकारमधील वरिष्ठ अधिकारी सोडून अमेरिकन कायद्याचा भंग केलेल्या इतर गुन्हेगारांना दया दाखवण्याचे, सूट देण्याचे, माफी देण्याचे संपूर्ण अधिकार'' राष्ट्राध्यक्षांना आहेत असे म्हटले आहे.

राष्ट्राध्यक्ष क्लिंटन यांची प्रेरणा

बिल क्लिंटन यांनी न्यूयॉर्क टाइम्समध्ये, त्यांचा माफीचा निर्णय समजावून सांगणारा, समर्थन करणारा एक भला मोठा लेख लिहिला. त्या लेखामध्ये, मार्क रिच यांच्या कायदे सल्लागारांनी गेली अनेक वर्षे केलेले युक्तिवाद (प्रकरण १०

आणि ११) त्यांनी दिलेले होते. त्यापैकी तीन सर्वात महत्त्वाच्या युक्तिवादांचा क्लिंटन यांनी लावलेला अर्थ असा होता.

"माझ्या हे लक्षात आले की इतर तेल कंपन्यांनी, मार्क रिच आणि ग्रीन यांच्या कंपनीप्रमाणेच, त्यांच्या उपकंपन्यांबरोबर किंवा इतर देशातील जोडकंपन्यांबरोबर 'परस्पर फायदा' घेण्याच्या दृष्टीने आखणी करून व्यवहार (Structured Transactions) केले होते. परंतु त्यांच्या विरुद्ध मात्र सरकारतर्फे दिवाणी स्वरूपाचे दावे लावले गेले..."

कर विषयक कायद्यामधील दोन नावाजलेल्या तज्ज्ञांनी हॉर्वर्ड लॉ स्कूलचे बर्नार्ड वुल्फमन (Bernard Wolfman) आणि जॉर्ज टाऊन युनिव्हर्सिटी लॉ सेंटरचे मार्टिन गिन्सबर्ग (Martin Ginsburg) यांनी, ज्या व्यवहारांच्या बाबतीत प्रश्न उपस्थित केले गेले होते ते व्यवहार तपासून पाहिले होते आणि असा निष्कर्ष काढला होता की, ते सर्व व्यवहार अमेरिकेच्या कर विषयक कायद्याला धरूनच होते, आणि त्यामुळे कोणतेही उत्पन्न दडवले गेलेले नव्हते किंवा त्यापासून मिळणारा कर चुकवला होता.

"न्याय खात्याने १९८९मध्येच कर विषयक खटल्यांच्या चौकटीमधून 'संगनमताने केलेला गुन्हा' ही संकल्पना रद्दबातल ठरवली होती."

वरील युक्तिवाद हे माफीच्या कायद्याचे समर्थन करण्यासाठी एकवेळ समजू शकतील परंतु क्लिंटन यांच्या प्रत्यक्ष माफी देण्याच्या निर्णयाला ते पुरेसे होतील का याबद्दल मात्र मला संशय आहे. हे पुस्तक लिहिण्यासाठी मी जे काही संशोधन केले आणि ज्या काही मुलाखती घेतल्या त्यातून माझे असे मत झाले की मार्क रिच यांच्या माफीनाम्याच्या संदर्भामध्ये डेनिस रिच यांनी जी भूमिका बजावली तिला जरा अवास्तव महत्त्व देण्यात आले. डेनिस रिंच यांची मदत नक्कीच झाली. कारण त्यांचे क्लिंटन यांच्याशी मित्रत्त्वाचे संबंध होते. या प्रकरणाकडे अध्यक्ष क्लिंटन यांचे लक्ष वेधणे मुळात फार महत्त्वाचे आणि तितकेच जिकिरीचे होते. ते काम डेनिस रिच यांच्या मैत्रीमुळे करू शकल्या आणि त्यामुळे मार्क रिच यांच्यासाठी काही दरवाजे आपोआपच उघडले. आणि जरी डेनिस यांनी क्लिंटन आणि डेमोक्रॅटिक पक्षाला निवडणूक निधीसाठी भरघोस देणग्या दिल्या होत्या तरी त्यांची भूमिका अंतिम निर्णयाला कारणीभूत ठरणारी नक्कीच नव्हती.

त्याचप्रमाणे कायदेशीर युक्तिवाद हे कारण पण क्लिंटन यांनी मार्क रिच यांना माफी देण्याला कारणीभूत नव्हते. त्याऐवजी, मार्क रिच यांच्या विनंती अर्जातील

भावनिक आणि राजकीय बाजूमुळे अध्यक्षांच्या हातातला निर्णयाचा तराजू मार्क रिच यांच्या बाजूने झुकला. भावनिक बाजूचा विचार करायचा झाला तर अध्यक्ष क्लिंटन यांना, फिर्यादीपक्षाने अतिरेकी आणि आक्रमक भूमिका घेतल्याचे जॅक क्विन यांचे म्हणणे पटले होते. अध्यक्षांनी स्वत: फिर्यादीपक्ष किंवा चौकशी अधिकारी कोणते अतिरेकी मार्ग अवलंबतात आणि कोणत्या थराला जातात हे अनुभवलेले होते. ''केनेथ स्टार'' या स्वतंत्र वकिलांची खरं तर प्रथमत: नेमणूक "White Water Scandal" मधील क्लिंटन यांच्या सहभागाची चौकशी करण्यापुरती झाली होती. परंतु ''केनेथ स्टार'' यांनी स्वत:च त्यांच्या चौकशीची कक्षा वाढवली आणि मोनिका ल्युएन्स्की (Monica Lewinsky) बरोबरच्या त्यांच्या संबंधांची चौकशी सुरू केली. या चौकशीचा परिणाम असा झाला की अध्यक्षांना त्यांच्या पदावरून बरखास्त करण्याच्या कारवाईला, अभियोगाला सामोरे जावे लागले. शेवटी अध्यक्ष जरी त्यांचे पद राखू शकले तरी त्यांची बदनामी व्हायची ती झालीच.

अध्यक्षांना तेव्हा वाटले होते की ते अतिउत्साही आणि आक्रमक अशा फिर्यादीपक्षाचे बळी आहेत. मार्क रिच यांच्या वकीलांनी त्यांच्या विनंती अर्जांमध्ये, अध्यक्षांच्या या मानसिकतेचा फायदा घेण्याच्या दृष्टीने या गोष्टीचा जाणीवपूर्वक अंतर्भाव केला होता. बॉब फिंक (Bob Fink) त्यांच्या हातातील 'Dr Pepper' पेयाचा कॅन उघडत मला म्हणाले, ''तो दयेचा विनंती अर्ज अक्षरश: अध्यक्षांच्या मनाला, त्यांच्या मानसिकतेला भिडेल असाच लिहिला होता.'' अध्यक्ष तो अर्ज स्वत: वाचतील आणि त्यांच्या स्वत:च्या आठवणी जाग्या होतील ही आशा मनात ठेऊनच तो अर्ज तयार केला होता.

त्या विनंती अर्जाच्या राजकीय बाजूचा विचार करायचा तर अध्यक्षांच्या निर्णयामध्ये एहूड बराक आणि शिमॉन पीयर यांच्या फोनवरील संभाषणांनी महत्त्वाची भूमिका बजावली असे म्हणता येईल. मार्क रिच यांच्या विनंती अर्जामागचे दोन सूत्रधार जॅक क्विन आणि ॲव्हनर ॲझूल यांचे हेच मत होते. ॲझूल मला म्हणाले, ''बराक'' आणि ''पीयर'' यांच्या पाठिंब्याशिवाय क्लिंटन यांनी माफीचा विचारच केला नसता यात काहीच संशय नाही. जॅक क्विन म्हणाले, ''बराक यांनी मनापासून केलेल्या विनंतीचा विचार न करणे राष्ट्राध्यक्षांना शक्यच नव्हते.'' आणि क्लिंटन यांनी त्यांच्या आत्मचरित्रात हेच मत नोंदवले आहे. ''मार्क रिच यांनी 'इस्रायल आणि पॅलेस्टाईन' यांना केलेल्या मदतीबद्दल, एहूड बराक यांनी त्यांना माफी देण्याविषयी तीन वेळा विनंती केली आणि दोन्ही पक्षांमधील अनेक इस्रायली नेत्यांनी त्यांच्या मुक्ततेसाठी मला विनंती केली.''

इस्रायलच्या दृष्टीने 'मार्क रिच' ही व्यक्ती खूपच महत्त्वाची होती. इस्रायलच्या सुरक्षिततेच्या दृष्टीने, मार्क रिच यांनी संकटकाळी केलेला क्रुडतेलाचा पुरवठा

तसेच मोसाद या गुप्तहेर संघटनेला केलेली मदत या गोष्टी अत्यंत महत्त्वाच्या होत्या. अमेरिकेच्या अध्यक्षांसाठी, इस्रायली राजकारण्यांनी किंवा इतर महत्त्वाच्या व्यक्तींनी केलेल्या विनंतीला धुडकावणे, दुर्लक्ष करणे ही अवघडच नव्हे तर अशक्यच गोष्ट होती. मध्य पूर्वेमध्ये, अमेरिकेशी सर्वात घनिष्ठ आणि मित्रत्त्वाचे संबंध असलेला देश इस्रायलच आहे. क्लिंटन यांच्या निर्णय प्रक्रियेवर प्रभाव टाकू शकणारी आणखी एक गोष्ट आहे. ज्या दिवशी अध्यक्ष क्लिंटन यांनी विशेषाधिकारात माफीनाम्यावर सही केली त्याच दिवशी 'ताबा' (Taba) या, इजिप्त आणि इस्रायल यांच्या सीमारेषेवरील गावामध्ये इस्रायल आणि पॅलेस्टाईन यांचे प्रतिनिधी महत्त्वाच्या शांतता प्रस्तावावर बोलणी करण्यासाठी एकत्र जमले होते. या 'ताबा' येथील बैठकीआधी, अशा प्रकारची बोलणी मुळात सुरू व्हावी म्हणून महिनाभर आधीपासून क्लिंटन यांनी सूत्रे हालवायला सुरुवात केली होती. इस्रायलचे परराष्ट्रमंत्री श्लोमो बेन-अमी (Shlomo Ben-Ami), ज्यांनी मार्क रिच यांना माफी देण्याबद्दल शब्द टाकला होता, या वाटाघाटींमध्ये महत्त्वाची भूमिका पार पाडत होते. या वाटाघाटी म्हणजे इस्रायल-पॅलेस्टाईन यांच्यामधील संघर्ष संपवण्याच्या दृष्टीने, अमेरिकेचे अध्यक्ष म्हणून क्लिंटन यांना शेवटची संधी होती. त्यांची इच्छा जवळ-जवळ पुरी होण्याच्या बेतात होती. कारण दोन्ही बाजूंनी कायमस्वरूपी शांततेसाठी अनेक तडजोडी करण्याची तयारी दाखवली होती. याआधी कधीही दोन्ही बाजू इतक्या सर्वकष शांतता कराराच्यासाठी इतक्या जवळ आल्या नव्हत्या. – आणि त्यानंतर तेवढ्या जवळ आजपर्यंत आलेल्या नाहीत.

सारासार विचाराला, वास्तवाला धरून पण नैतिकतेमध्ये न बसणारे

क्लिंटन यांनी त्यांच्या अध्यक्षीय पदाच्या कारकिर्दीत घेतलेल्या निर्णयांपैकी, मार्क रिच यांना दिलेल्या माफीच्या निर्णयावर जेवढी टीका झाली, जेवढा गदारोळ उठला तेवढी टीका क्वचितच दुसऱ्या एखाद्या निर्णयाबद्दल झाली असेल. त्या निर्णयाच्या विरोधात तीव्र प्रतिक्रिया देशाच्या कानाकोपऱ्यातून उठल्या आणि होल्डर यांना 'ॲटर्नी जनरल' पद मिळाल्यानंतर उठलेला निषेधाचा आवाज तर अजूनही शमलेला नाही. तरी एकही राजकारणी किंवा पत्रकार या माफीच्या प्रकरणाकडे, त्या मागच्या कारणांकडे पुरेशा गांभीर्याने आणि तटस्थेने पाहायला तयार नाही. माफीनाट्यानंतर प्रसिद्ध झालेल्या एकूणच प्रतिक्रिया पाहिल्यावर मला जुन्या म्हणीची आठवण होते, ''पत्रकार म्हणजे तारेवर बसलेले पक्षी असतात – एक उडाला की बाकीचे सर्व जण उडतात.'' बहुतेकांची मते आधीच ठरलेली होती. मार्क रिच हे खलनायक आहेत आणि ते खलनायक आहेत म्हणून त्यांना माफी मिळायला नको होती. या दृष्टिकोनातून पाहिले तर मग या जगामध्ये फक्त

देवदूतांनाच जगायचा अधिकार आहे. सर्वसाधारण जनतेच्या दृष्टिकोनातून मार्क रिच यांना गिळालेली माफीही सारासार विचार केला तर चुकीची नव्हती. ती फक्त नैतिकतेच्या दृष्टीतून वाईट होती. अशा प्रकारची टीका नेहमीच नैतिकतेच्या खडकावर जाऊन आदळते आणि नंतर प्रतिवादाला वावच उरत नाही.

मागे वळून पाहिले तर अमेरिकेच्या अध्यक्षांना त्यांच्या राज्य घटनेने अमर्याद आणि अंतिम असे माफी देण्यासंबंधी विशेषाधिकार दिलेले आहेत. हे तर खरेच आहे, परंतु क्लिंटन यांचे चारित्र्य हनन करणारी टीका जर सोडली तर त्यांच्या पदाचा विचार करता त्यांच्या शब्दांवर, कृतींवर विश्वास ठेवणे हे तितकेच महत्त्वाचे आहे. "हे प्रकरण माझ्यापर्यंत येऊ देण्यात एखादे वेळेस मी चूक केली असेल, परंतु मी निर्णय मात्र त्यातील खरेखोटेपणा आणि तथ्य तपासूनच घेतला. या प्रकरणामध्ये जसे मी दाखवून दिले आहे, मार्क रिच यांच्या माफी अर्जावर निर्णय घेण्यासाठी क्लिंटन यांना दोन चांगली कारणे होती – एक राजकीय आणि दुसरे भावनात्मक."

'करा'विषयी घासाघीस

१ मार्च २००१ रोजी, म्हणजे मार्क रिच यांना माफी मिळाल्यानंतर सहा महिन्यांनी न्यूयॉर्कच्या कर आणि आर्थिक व्यवहार खात्याने, आत्तापर्यंत कोणालाही पाठवली नसेल एवढ्या मोठ्या रकमेची, कराची मागणी करणारी, नोटीस पाठवली. त्या नोटीशीमध्ये १३७,८२७७८१.९० डॉलर्स (अंदाजे रु. ६८९.१४ कोटी) इतक्या कराची मागणी केली होती. त्या नोटीशीवर पत्ता होता "मार्क रिच Kleinnaumatt9, CH-6045 Meggen, Switzerland. टॅक्स कमिशनर आर्थर रॉथ (Arthur Roth) म्हणाले, "आता त्याच्यासाठी हिशेब चुकवण्याची वेळ आली आहे." न्यूयॉर्कच्या कर आणि आर्थिक व्यवहार खात्याने, वरील कराची रक्कम अशा प्रकारे काढली होती. आधीच्या वर्षातील म्हणजे १९८० ते १९८२ मधील थकीत कर \$26.9Mn (अंदाजे रु. १३४.५० कोटी), अधिक \$13.5Mn (अंदाजे रु. ६७.५० कोटी), त्यावरील दंडाची रक्कम आणि \$97.40Mn (अंदाजे रु. ४८७.०० कोटी) इतकी त्यावरील व्याजाची रक्कम. व्याजाची रक्कमच दर दिवशी २०,००० डॉलर्स (अंदाजे रु. १० लाख) या दराने वाढत होती. या थकीत कर आकारणीसाठी न्यूयॉर्कच्या कर खात्याच्या म्हणण्याप्रमाणे मार्क रिच यांनी, तेलाच्या व्यापारातून मिळालेल्या नफ्याची दडवलेली रक्कम, जवळ-जवळ \$ 110Mn (अंदाजे रु. ५०० कोटी) एवढी होती. आणि तिच रक्कम कर आकारणीसाठी त्यांनी गृहीत धरली होती. त्याचबरोबर रॉथ यांनी मार्क रिच यांच्या सिटी बँकेतील खात्यामध्ये असलेली \$5.00Mn (अंदाजे रु. २५.०० कोटी)

एवढी रक्कम गोठवली. रॉथ यांनी आपली विनोदबुद्धी पुढील उद्‍गारांवरून दाखवली, "बेसबॉलच्या खेळामध्ये बेब रुथ (Babe Ruth) चे जे महत्त्व होते तेच स्वत:च्या ठेवी लपवून ठेवण्यात मार्क रिच यांचे आहे." मार्क रिच कराची ही रक्कम कधी देऊ करतील असे कोणालाही वाटले नाही. मार्क रिच यांनी या कराच्या मागणीवर आणि रकमेवर अनेक प्रश्न उपस्थित केले. त्यांच्या कंपन्यांचा संपूर्ण नफा कायदेशीरपणे स्वित्झर्लन्डमध्ये त्यांनी दाखवलेला होता, उघड केला होता असे त्यांचे म्हणणे होते.

त्यामुळेच मार्क रिच यांच्याकडून जेव्हा त्यांच्या वकिलांमार्फत, ते कराची काही रक्कम भरायला तयार आहेत, असे संकेत मिळाले तेव्हा न्यूयॉर्कच्या आयकर खात्याला धक्काच बसला. परंतु मार्क रिच हाडाचे व्यापारी असल्यामुळे त्यांनी या कराच्या रकमेविषयी तडजोड करण्याची, बोलणी करण्याची मागणी केली. न्यूयॉर्कच्या कर आणि आर्थिक व्यवहार खात्याने त्यांच्या मागणीला सकारात्मक प्रतिसाद दिला, पण त्यांची एक अट होती, आणि त्याप्रमाणे या बोलण्यांबाबत संपूर्ण गुप्तता बाळगण्यात येणार होती. बाहेरच्या माणसाला या सर्व गोष्टी, घडामोडी चमत्कारिक वाटाव्या अशाच होत्या. आत्तापर्यंत जे आयकरखाते रिच यांच्या खटल्याबाबतच्या कोणत्याही छोट्यामोठ्या गोष्टीची प्रसिद्धी करण्यात, त्याचा गवगवा करण्यात आघाडीवर होते तेच खाते आता संपूर्ण गुप्ततेचा आग्रह धरत होते. "अमेरिकेच्या इतिहासातील सर्वात मोठ्या कर विषयक घोटाळेबाजाबरोबर ते आता वाटाघाटी करायला तयार होते याची त्यांना लाज वाटत होती का? त्यांनी केलेल्या तडजोडीला जर अवास्तव प्रसिद्धी मिळाली तर होणाऱ्या सार्वजनिक चर्चेची, टीकेची त्यांना भीती वाटत होती का? ते काहीही असले तरी शेवटी मार्क रिच यांना कर खात्याशी चांगल्या अटींवर तडजोड करण्यात यश आले. एका अधिकाऱ्याने मला खातरीलायक बातमी दिली की नोव्हेंबर २००३मध्ये मार्क रिच यांनी अंदाजे $13.00Mn (अंदाजे रु. १५.०० कोटी) इतकी रक्कम हस्तांतरीत केली. न्यूयॉर्कच्या कर आणि आर्थिक व्यवहार खात्यामधील कोणीही, गुप्ततेच्या अटीमुळे, अधिकृतपणे यावर काही भाष्य करायला तयार नव्हते. मार्क रिच यांचे एक वकील म्हणाले, "यावर काहीही भाष्य करणे म्हणजे मार्क रिच आणि अमेरिकन सरकारचे आयकरखाते यांच्या दरम्यानच्या गुप्ततेच्या कराराचा भंग करण्यासारखे आहे. आणि ते मार्क रिच यांच्या फायद्याचे नाही." अर्थातच या विषयावर मला मार्क रिच यांना काही प्रश्न विचारायचे होते. मार्क रिच म्हणाले, "जरी माझ्यावरचे आरोप धादांत खोटे होते तरी मी तडजोडीअंती ठरलेली रक्कम भरली. त्यांनी न्यूयॉर्कच्या आयकर खात्याशी केलेला करार मान्य केला. त्यांनी तडजोडीअंती ठरलेल्या रकमेबाबत बोलायला नकार दिला." ते म्हणाले, "मला

गोपनीयतेचे वचन पाळलेच पाहिजे.'' मी त्यांना विचारले, ''मुळातच जर तुम्ही तुमच्या म्हणण्याप्रमाणे,आयकरापोटी काही देणे लागत नव्हतात तर तुम्ही पैसे भरलेतच का?'' ''मला ती गोष्ट एकदाची संपवायची होती,'' ते म्हणाले, ''आणि ती गोष्ट एकदाची संपवण्याचा तोच एक मार्ग होता.''

मी अमेरिकेला कधीही परत जाणार नाही

या सगळ्या प्रकरणानंतर, एकंदरीत वारे कोणत्या दिशेला वाहात आहेत याचा मार्क रिच यांनी अंदाज घेतला. परंतु वाहाणारे वारे अगदी हुडहुडी भरवणारे होते. माफी हे एक बूमरँग होते. त्यांना आशा होती की आता तरी त्यांच्यावरच्या खोट्या आरोपांतून, आलेल्या किटाळातून त्यांना मुक्ती मिळेल. त्यांना आशा होती की आता तरी त्यांना मोकळेपणाने, कोणत्याही प्रकारे त्रास न होता अमेरिकेला परतता येईल, आता तरी आपले नाव वृत्तपत्रांच्या मुख्य मथळ्यांमधून झळकणार नाही. परंतु ज्या गोष्टींची त्यांनी अपेक्षा केली होती त्यापेक्षा वास्तव खूप वेगळे होते, बरोबर विरुद्ध होते. आता तर त्यांच्या विषयीच्या बातम्या, माफी प्रकरणाच्या आधी येत होत्या, त्यापेक्षा जास्तच जहाल शब्दांमध्ये वृत्तपत्रांमधून छापून यायला लागल्या. प्रसारमाध्यमांनी आणि राजकारण्यांनी परत जुन्याच कढीला उकळी आणली आणि तेच आरोप, त्याच अफवा आणि तेच बदनामीकारक मजकूर माध्यमांमध्ये परत यायला लागले. माफी मिळण्याआधी काही वर्षे जे वादळ शांत झाले होते किंवा तसे वाटले तरी होते, ते काही खरे नव्हते. वर्तमानपत्रांमधून परत मार्क रिच यांचे उल्लेख 'फरारी गुन्हेगार कोट्यधीश,' 'अमेरिकेच्या इतिहासातील मोस्ट वाँटेड व्हाइट कॉलर गुन्हेगार,' 'कोणत्याही प्रकारची नैतिकता न पाळणारा सौदे/वायदे व्यापारी,' ज्याने 'शत्रुराष्ट्रांशी व्यापार केला' इत्यादी रितीने यायला लागले. या सर्व आरोपांव्यतिरिक्त मार्क रिच यांची आता आणखी, जगातील सर्वात प्रबळ व्यक्तीकडून अमेरिकेच्या राष्ट्राध्यक्षांकडून, जे हवे ते करवून घेऊ शकणारा अशी प्रतिमा तयार झाली.

मार्क रिच यांच्या कार्यालयामध्ये आम्ही बोलत बसलो होतो, ते मला म्हणाले, ''मला मनापासून वाईट वाटते की अध्यक्ष बिल क्लिंटन यांना, त्यांच्या मनाला जे योग्य वाटते ते केल्याबद्दल, उगाचच रोषाचे धनी व्हावे लागले.'' त्याशिवाय ''माझे असे प्रामाणिक मत आहे, मला माफी दिली हा भाग आपण सोडून देऊ, अलीकडच्या काळामध्ये अमेरिकेला लाभलेले ते एक उत्तम अध्यक्ष होते. चलाख, हुशार, कर्तबगार, वाक्चातुर्य असलेले आणि सकारात्मक दृष्टिकोन बाळगणारे.'' त्यांचा अंदाज होता की ही सर्व अगदी ठरवून चालवलेली मोहीम होती. ''ज्या काही प्रतिक्रिया येत होत्या, उमटत होत्या, त्यांना काही अर्थच नव्हता. बिल क्लिंटन

यांची बदनामी करणारे, त्यांच्या निर्णयावर टीका करणारे यांचा आपल्याला या सर्वांमधून काही फायदा उठवता येईल असे वाटणाऱ्यांचा एक गट होता. त्याच्याकडूनच जास्तीत जास्त नकारात्मक प्रतिक्रिया येत होत्या.'' अगदी आज प्रमुख आरोप हाच आहे की, ''तुम्ही ही माफी पैशाच्या जोरावर मिळवली आहे, विकत घेतली आहे,'' मी म्हणालो. त्यावर मार्क रिच म्हणाले, ''अजिबात नाही. हे धादांत खोटे आहे.'' डेनिस यांनी केलेल्या मदतीच्या बदल्यामध्ये तुम्ही त्यांना काही पैसे दिलेत का? त्यावर त्यांचे ठाम उत्तर होते ''नाही.'' मी माझ्या घटस्फोटित पत्नीला काहीही पैसे दिले नाहीत.

प्रथमत: मार्क रिच यांचा असा समज झाला की या माफीमुळे ''त्यांना आता मोकळेपणाने पाहिजे तेथे जाण्याचे, फिरण्याचे, प्रवास करण्याचे स्वातंत्र्य मिळाले.'' ॲव्हनर ॲझूल यांच्या म्हणण्याप्रमाणे ''त्यांनी माफीसाठी विनंती अर्ज करण्यामागे मुख्य कारण, उद्देश म्हणजे त्यांना त्यांच्या वडिलांच्या, मुलीच्या स्मशानातील अंतिम विश्रांतीस्थळांना भेट देता यावी, त्यावर फुले वाहाता यावीत, त्याचप्रमाणे न्यूयॉर्क येथे त्यांच्या कुटुंबीयांना भेटता यावे, हे होते. परंतु त्यांच्या माफीची बातमी पसरल्यानंतर निर्माण झालेल्या जनक्षोभामुळे, उठलेल्या गदारोळामुळे त्यांनी अमेरिकेला जाण्याचा त्यांचा बेत रद्द केला. मार्क रिच सांगत होते, ''या बाबतीमध्ये अमेरिकेतील कायद्याची प्रक्रिया जरा विचित्रच आहे, तुमच्या विरुद्धची सर्व कायदेशीर कारवाई पूर्ण झाली आहे असे प्रमाणपत्र मिळणे कधीही शक्य नव्हते. तीस वर्षांपूर्वी कोठेतरी मी, चुकीच्या जागी माझी गाडी पार्क केली होती आणि त्याचा दंड भरायचे बाकी आहे म्हणून त्यासंबंधी आज पण मोठा खटला माझ्या विरुद्ध उभा राहू शकतो.'' मी त्यांना विचारले आज ना उद्या त्यांचा अमेरिकेला परतण्याचा विचार आहे का? त्यावर ते ठामपणे म्हणाले, ''कधीही नाही. ते मला अटक करण्यासाठी काहीतरी निमित्त शोधतील आणि मला तो धोका पत्करायचा नाही.''

मार्क रिच यांना अशी आशा होती की माफी मिळाल्यामुळे त्यांची पत, त्यांचा नावलौकिक त्यांना परत मिळेल. आता परत एकदा त्यांचा स्वत:च्या नावावरचा अधिकार गेला होता. एकदाच आणि कायमचा.

१९

मार्क रिच यांचा भविष्यवेध

- तेल, ॲल्युमिनियम, पारा तुम्हाला नवीन बाजारपेठ तयार करण्याची, बाजारपेठेचा अंदाज घेऊन नवीन संधी शोधण्याची, आणि फायदा उठवण्याची कला उपजतच अवगत होती, त्यामुळेच तुम्ही अत्यावश्यक वस्तूंच्या सौदे/वायदे व्यापारातले अत्यंत यशस्वी आणि प्रभावशाली व्यापारी झालात. आजच्या बाजारपेठेचा तुम्ही कसा विचार करता? कोणत्या अत्यावश्यक वस्तूंमध्ये गुंतवणूक करणे, व्यापार करणे तुम्ही पसंत कराल?

– आज सर्वच अत्यावश्यक वस्तूंमध्ये व्यवसायासाठी चांगल्या संधी आहेत. जगाच्या वाढत्या लोकसंख्येसाठी उत्पादन वाढवण्याची गरज आहे आणि त्यासाठी जास्तीत जास्त कच्च्या मालाची आणि खनिजांची गरज आहे.

- एकविसाव्या शतकामध्ये तुमच्या मते कोणत्या गोष्टी अत्यंत गरजेच्या आहेत किंवा त्यांची निकड भासेल?

– मला वाटते ऊर्जा (Energy) आणि पाणी या दोन गोष्टींना असाधारण महत्त्व येईल.

- तुमच्या मते तेलाला काय भविष्य आहे?

– पुढील काही वर्षे तरी 'तेलाचे' महत्त्व अबाधित राहिल. पण तेलाचा साठा सीमीत आहे. हे विसरून चालणार नाही.

- तेलाच्या किमतींची दिशा काय असेल, दरांची काय परिस्थिती असेल?

– तेलाची किंमत वरखाली होत राहिल. पण दूरवरचा विचार करता तेलाच्या किमती नि:संशयपणे चढ्याच राहातील.

◗ वारंवार वापरता येणाऱ्या ऊर्जेच्या स्रोतांसाठी व्यावसायिक संधी कशा आहेत?

– तेल ही वस्तू माझ्या कितीही आवडीची असली तरी आज ना उद्या त्याला पर्याय शोधावाच लागणार आहे आणि वारंवार वापरता येणाऱ्या ऊर्जेचा प्रकार आणि त्याचा शोध या गोष्टी नि:संशय महत्त्वाच्या असणार आहेत. जसजशी तेलाची विहिरीतील पातळी खाली-खाली जाईल तसतसे त्याला बाहेर काढणे अधिक खर्चीक होईल आणि आपोआपच नवीन ऊर्जा स्रोताच्या शोध प्रक्रियेला वेग येईल. शिवाय अति महाग तेल पण लोकांना इतर ऊर्जा स्रोतांच्या वापराकडे आपोआपच प्रवृत्त करेल.

◗ तुम्ही कशामध्ये पैसे गुंतवणे पसंत कराल?

– मी वाऱ्यापासून होणाऱ्या ऊर्जा निर्मितीमध्ये पैसे गुंतवणे पसंत करेन तसेच अणुऊर्जेमध्येपण. भविष्यामध्ये वातावरणातील तपमानामध्ये होणारी वाढ आणि कर्बवायूच्या उत्सर्जनावरचे नियंत्रण आणि त्यामध्ये घट हे दोन मोठे महत्त्वाचे प्रश्न होणार आहेत.

◗ बहुतेक पाश्चात्त्य व्यावसायिकांपेक्षा, मध्य पूर्वेतील राजकीय/आर्थिक गुंतागुंतीची तुम्हाला चांगली माहिती आहे, जाण आहे. त्यातील खाचाखोचा माहीत आहेत. इराक युद्धाबद्दल तुमचे काय मत आहे?

– इराक युद्ध ही एक चूक होती. काही मूठभर राजकारणी इतक्या लंगड्या सबबी सांगून, इतक्या अविश्वसनीय कारणासाठी, देशाला युद्धात लोटतात ही खरोखरच धक्कादायक गोष्ट आहे. अर्थात सद्दाम हुसेन हा वाईट माणूस होता हे नक्की. पण जगामध्ये अशी वाईट माणसे बरीच आहेत. आणि अमेरिकेने पण त्यांना आधी पदच्युत करण्यासाठी काही केले नाही. यावरून असे दिसते की जॉर्ज डब्ल्यू बुश यांच्या कृतीमागे त्यांचे काही वैयक्तिक हितसंबंध असावेत. त्यामुळे या सगळ्या प्रकरणाला आणखीनच वाईट रंग मिळतो, आणखीनच त्याचे गूढ वाढते.

◗ कोणती वैयक्तिक कारणे, तुमच्या मते असू शकतात?

– सद्दाम हुसेन यांनी बुश यांना एक प्रकारे आव्हान दिले. बुश यांनी ते आव्हान स्वीकारले. हा सगळा प्रकारच वेडेपणाचा होता. त्यांनी त्यांच्या भावनांवर ताबा

ठेवला नाही. भयानक, एका राष्ट्राध्यक्षांसाठी हे सगळे भयानकच आहे.

◗ ते युद्ध तेलासाठी होते का?

– मला नाही वाटत. इराकवरील व्यापार बंधने उठवून, तेलाची निर्यात खुली करून तेल आणखी स्वस्त दरामध्ये मिळाले असते. पण या युद्धासाठी इतर देशांना भरीस पाडण्यासाठी तेलाचे कारण चांगले उपयोगी पडले.

◗ तुम्हाला असे वाटते का की इराक युद्धासाठी 'तेल उद्योगाने' दबाव आणला असावा?

– तेल कंपन्यांना तेलाचा व्यापार करण्यामध्ये रस असतो, परंतु जो काही तेल उद्योग म्हणून तुम्ही म्हणता आहात तो युद्धासाठी दबाव वगैरे आणेल किंवा तसा निर्णय घ्यायला भाग पाडेल, यावर माझा विश्वास नाही. काही अमेरिकन रीपब्लिकन युद्धखोर राजकारण्यांच्या तेल उद्योगाशी असलेल्या संबंधांमुळे सर्वसाधारणपणे तसे मत होणे अगदी स्वाभाविक होते.

◗ तुमचे राष्ट्राध्यक्ष जॉर्ज बुश यांच्याबद्दल काय मत आहे?

– सर्व विचार केला तर जॉर्ज डब्ल्यू बुश यांचे शेवटी एक अत्यंत वाईट राष्ट्राध्यक्ष असेच वर्णन करावे लागेल. अगदी निराशा वाटावी इतके वाईट. त्या मानाने त्यांचे वडील खूप बरे होते.

◗ त्यांच्याविषयी वाईट असे काय होते?

– इराक युद्ध ही तर मोठी चूक होतीच पण त्यांनी इतरही काही चांगले केल्याचे मला माहीत नाही.

◗ तुमचे बराक ओबामांविषयी काय मत आहे?

– राष्ट्राध्यक्षांमध्ये बदल झाला ही चांगली गोष्ट झाली. बराक ओबामा हे चांगले राष्ट्राध्यक्ष असतील. त्यांनी जगातील राजकीय वातावरणामध्ये चांगला बदल घडवला आहे. अमेरिका हे राष्ट्र काही चांगले करू शकेल असा विश्वास लोकांना परत वाटायला लागला आहे. मी आशा करतो की ओबामा हे एक चांगले राष्ट्राध्यक्ष म्हणून गणले जातील. ते जगाच्या दृष्टीने चांगले असेल, पण मला वाटते हिलरी क्लिंटन या आणखी चांगल्या राष्ट्राध्यक्ष झाल्या असत्या.

◗ तुम्ही हिलरी क्लिंटन यांना आर्थिक मदत केली होतीत का? किंवा कराल का?
– नाही, मी तशी मदत केली नव्हती आणि करणार पण नाही.

◗ बराक ओबामांच्या अनपेक्षितपणे सत्तेवर येण्यावरून मला तुमची आठवण झाली. तुम्ही दोघेही सर्वसाधारण परिस्थितीमधून येऊन यशाचे अत्युच्च शिखर गाढलेत.
– हो पण मी 'काळा' नाही. माझे नाव मात्र काळ्या यादीमध्ये आहे.

◗ तुम्ही दोघेही अमेरिकन स्वप्नाचे, यशस्वीतेचे प्रतिनिधित्व करता. बाकीचे जग अशा संधी उपलब्ध करून देण्यासाठीच अमेरिकेचे कौतुक करतात.
– अमेरिका हा लोकशाही आणि मुक्त देश होता आणि अजून तो मुक्त देश आहे. मला तेथे बऱ्याच संधी मिळाल्या आणि मी बऱ्याच गोष्टी केल्या. ज्या करण्यासाठी इतरत्र मला खूप वेळ लागला असता किंवा वाट पाहावी लागली असती. व्यवसायाच्या दृष्टीने या सगळ्या गोष्टी ठीक होत्या. पण प्रत्यक्षामध्ये ते अवघड होते. आता मागे वळून विचार करायचा झाला तर मी माझी कंपनी अमेरिकेमध्ये काढायला नको होती.

◗ तुमच्या मते गेल्या ५० वर्षातल्या अमेरिकेच्या परराष्ट्रधोरणाच्या सगळ्यात तीन मोठ्या चुका कोणत्या?
– क्युबा, व्हिएतनाम आणि इराण तसेच सर्वात सामर्थ्यशाली राष्ट्र असल्याचा स्वत:बद्दलचा गैरसमज आणि म्हणून इतरांच्या मतांना आणि हितसबंधांना कमी लेखण्याची वृत्ती.

◗ आणि तीन यशस्वी गोष्टी?
– मला वाटते अमेरिकेचे सर्वात मोठे यश हे त्यांच्या स्वत:मध्ये बदल घडवून आणण्याच्या सामर्थ्यामध्ये आहे.

◗ या जागतिक आर्थिक संकटाचे मूळ कशात आहे?
– बँकांची भरमसाठ कर्ज देण्याची वृत्ती. आणि त्यामुळे उद्‌भवणाऱ्या धोक्यांवर बँकांनी नियंत्रण ठेवले नाही.

◗ या मागे फक्त आज/उद्याचाच (Short term) विचार करण्याची वृत्ती आहे का?
– होय, तेच एक कारण आहे.

◗ तुम्हाला या संकटाची झळ पोहोचली का?

– सर्वांनाच या संकटाची झळ पोहोचली.

◗ तुमचे किती नुकसान झाले? तुम्ही किती पैसे घालवलेत?

– ते मी सांगणार नाही.

◗ पण तुम्ही हे मान्य कराल का की हे आर्थिक संकट तुमच्यासाठी वैयक्तिकपणे सर्वात कठीण होते, खराब होते?

– हो नक्कीच.

◗ तुम्ही यातून बाहेर पडण्याचा काय मार्ग शोधला आहे?

– आम्ही यातून बाहेर नक्कीच पडू, पण त्याला फार वेळ लागेल.

◗ तुमच्या मते या संकटातून बाहेर पडायला किती काळ जाईल?

– मला वाटते तीन ते पाच वर्षे.

◗ यासाठी असलेल्या अनेक उपायांपैकी, पर्यायांपैकी, 'सरकार' हा एक पर्याय असू शकतो का?

– बहुतेक. त्यांनी प्रयत्न केले. सरकारने बँकांना अधिक भाग भांडवल पुरवले. आणि लोकांना देण्यासाठी पैसा/कर्ज पुरवले. पण बँकांनी ते पुढे लोकांपर्यंत पोहोचवले नाही त्यामुळे त्यांना म्हणावे तसे यश मिळाले नाही.

◗ या आर्थिक संकटामुळे, मुक्त बाजारपेठेवर, आणखी कायदे, नियम यांच्याद्वारे निर्बंध येऊ शकतात का?

– शक्यता आहे.

◗ ते धंद्यासाठी मारक ठरेल का?

– त्यामुळे व्यापाराची दिशाच बदलेल. माझा मुक्त बाजारपेठेवर विश्वास आहे. सरकारी कायदे, नियम हे बहुतेक वेळा बंधने घालणारे, नकारात्मक असल्यामुळे व्यवसायाला मारकच ठरतात. राजकीय हस्तक्षेप हा मुक्त व्यवसायाला सर्वात मोठा धोका आहे.

◗ पुढील पाच वर्षांमध्ये जग अधिक मोकळा श्वास घेईल की त्यावर बंधने येतील?

– सर्वसाधारणपणे बोलायचे झाले तर, लोक, जनता ही नेहमीच स्वतंत्र होण्याचा प्रयत्न करेल. मानवतेच्या इतिहासामध्ये स्वातंत्र्याची प्रेरणा ही तिच्या इतकीच जुनी आहे.

◗ हेच मी तुम्हाला जरा वेगळ्या प्रकारे विचारतो. पुढील काळामध्ये आपल्याला जास्त नियम, जास्त कायदे आणि मुक्त अर्थव्यवस्थेवर बंधने असे चित्र बघायला मिळेल का?

– इतिहास जर पाहिला तर मुक्त अर्थव्यवस्था आणि नियम हे वर्तुळाकार पद्धतीने येतात आणि जातात. तो त्या-त्या वेळच्या आर्थिक आणि राजकीय धोरणांचा परिपाक असतो. दुर्दैवाने अति नियम लादण्याकडेच सर्वसाधारण कल दिसून येतो. जेव्हा-जेव्हा कोठेतरी एखादा छोटासा प्रश्न निर्माण होतो, आणि ती घटना अगदी काही लोकांपुरतीच जरी मर्यादित असली, आणि अगदी स्थानिक स्वरूपाची जरी असली तरी पण राजकारण्यांना त्यामुळे जर प्रसिद्धी मिळणार असेल तर ते नवीन नियम किंवा कायदा करण्याची संधी सोडत नाहीत.

◗ व्यापाराचे जागतिकीकरण मोठ्या प्रमाणावर होईल की कमी प्रमाणात?

– जग जास्तीत जास्त जवळ येईल. सर्वसाधारण लोक काहीही म्हणू देत पण जागतिकीकरण हा काही आत्ता लागलेला शोध नाही. ज्यावेळी लोकांनी प्रवास करायला आणि व्यापार करायला सुरुवात केली तेव्हापासूनच देशा-देशांमधल्या व्यापाराला सुरुवात झाली.

◗ तेल आणि इतर अत्यावश्यक वस्तूंच्या, रशियाच्या व्यापारी धोरणाकडे तुम्ही कसे बघता?

– रशियन सर्वप्रथम स्वत:च्या फायद्याचा विचार करतात, आणि त्याबद्दल तुम्ही त्यांना दोष देऊ शकत नाही.

◗ रॉयल डच शेल आणि ब्रिटिश पेट्रालीयमसारख्या ऊर्जा क्षेत्रात काम करणाऱ्या विदेशी कंपन्यांना रशियामध्ये त्यांच्या भाग भांडवलातला हिस्सा तेथील सरकारी कंपन्यांना विकावा लागला. या उदाहरणावरून रशियामध्ये अत्यावश्यक वस्तूंच्या बाजारपेठेचे परत एकदा राष्ट्रीयीकरण होत आहे असे म्हणता येईल का?

– हो, काही महत्त्वाच्या क्षेत्रांचे, उद्योगांचे परत एकदा राष्ट्रीयीकरण होत आहे असेच म्हणावे लागेल.

◗ अशा धोरणाला पाश्चिमात्त्य देशांची कशी किंवा काय प्रतिक्रिया असावी?

– रशियाच्या धोरणावर टीका करायला पाश्चिमात्त्य देशांकडे काही तितकेसे सबळ कारण नाही. तुम्ही रोजची वर्तमान पत्रे जरी वाचलीत तरी तुमच्या लक्षात येईल की इतर देशही त्यांच्या-त्यांच्या हितसंबंधांचे आणि त्यांच्या राष्ट्रीय कंपन्यांचे तितक्याच कडवेपणाने रक्षण करत आहेत.

◗ रशियाच्या भविष्यकाळाबद्दल तुम्ही काय म्हणाल?

– मुळामध्ये तुम्हाला, आजूबाजूचा कोलाहल, गोंधळ आणि संगीत यामधील फरक जाणून घ्यायला पाहिजे. आतले संगीत, आतले प्रवाह जर पाहिले तर इतर कोणत्याही विकसनशील देशाप्रमाणेच रशियाची वाटचाल असेल. ती म्हणजे हळूहळू बाजाराच्या अर्थकारणाच्या दिशेने आणि लोकशाहीच्या दिशेने. आता आपण माहिती तंत्रज्ञानाच्या आणि खुल्या दळणवळणाच्या युगामध्ये राहात आहोत. त्याचाच अर्थ आता पूर्वीप्रमाणे राजकारणी आम जनतेला मूर्ख बनवू शकत नाहीत.

◗ चीन हा देश आता प्रमुख निर्यातदार आणि तितकाच प्रमुख उपभोक्ता म्हणून पुढे आला आहे.

– चीनच्या सरकारवर, त्यांच्या १०० कोटीपेक्षा जास्त असलेल्या लोकसंख्येला अन्न, वस्त्र, निवारा, ऊर्जा, दळणवळणाची साधने इत्यादी पुरवण्याची जबाबदारी आहे. आणि त्यांना प्रगत देशांच्या पंक्तीत बसण्याचीही घाई आहे. त्याचाच अर्थ जेवढ्या म्हणून तेल साठ्यांवर आणि खनिज संपत्तीवर कब्जा करता येईल, ताबा मिळवता येईल त्यासाठी त्यांचे प्रयत्न चालू आहेत.

◗ याचा अत्यावश्यक वस्तूंच्या जागतिक बाजारपेठेवर आणि राजकारणावर काय परिणाम होईल?

– अर्थकारणापेक्षाही चीनला राजकीय आणि सैनिकी महासत्ता, म्हणून पुढे यायचे आहे आणि त्याचा आंतरराष्ट्रीय बाजारपेठेवर नक्कीच परिणाम होईल, कारण इतर राष्ट्रांच्या दृष्टीने जागतिक बाजारपेठ आणि त्याचे अर्थकारण याच तेवढ्या महत्त्वाच्या गोष्टी आहेत.

◗ इतरांनी चीनबरोबर व्यापारी संबंध प्रस्थापित करण्याच्या खूप अगोदरपासून चीनबरोबर तुमचा व्यापार होता, व्यापारी संबंध होते. चीनबरोबर व्यापार करण्यात काय वेगळेपणा किंवा सहजपणा किंवा अडथळे होते?

– पाश्चिमात्त्य कंपन्यांपेक्षा व्यापार करण्याचे त्यांचे कायदेकानून वेगळे आहेत. जर कोणाची अशी समजूत असेल की व्यापारामध्ये ते त्यांचे नियम किंवा त्यांच्या चालारिती चिनी व्यापाऱ्यांवर लादू शकतील तर त्यांची निराशा होईल. तुम्ही जर त्यांच्या नियमांनी खेळलात तर तुम्हाला यश मिळण्याची शक्यता आहे.

◗ चीनचे अत्यावश्यक वस्तू आणि खनिज पदार्थांसंबंधीचे धोरण खूपच आक्रमक राहिले आहे. सुदान आणि झांबीयासारख्या देशांमध्ये, जेथे सर्वसाधारणपणे अमेरिकन कंपन्या गुंतवणूक करण्याचे टाळतात, अशा देशांमध्ये चीनने कोट्यवधी डॉलर्सची गुंतवणूक केली आहे. यावर तुमचे काय मत आहे?

– चीन हा देश राजकीय आणि आर्थिक महासत्ता म्हणून उदयाला येत आहे. तो देश जगाच्या दृष्टीने एक बाजारपेठ म्हणून आणि आर्थिक सत्ता म्हणून एवढा मोठा आहे की त्याला घाबरवणे, धमकावणे शक्य नाही आणि बहिष्कृत करणे तर नाहीच नाही, आणि या गोष्टींची अर्थातच त्यांना पुरपूर जाणीव आहे. या गोष्टींचा ते त्यांच्या फायद्यासाठी हुशारीने उपयोग करून घेत आहेत.

◗ मग खनिज वस्तूंचा, इतर अत्यावश्यक वस्तूंचा साठा करण्यात, ताबा मिळवण्यात, त्यांवर नियंत्रण मिळवण्यात युरोपीय देश कमी पडतात का?

– ते कमी पडत नाहीत, पण चीनमध्ये एक केंद्रित राजकीय सत्ता आहे आणि राजकीय धोरणे आणि आर्थिक शक्ती यामध्ये समन्वय आहे आणि नेमकी या उलट परिस्थिती युरोपीय देशांची आहे. ते एकसंधपणे बोलूही शकत नाहीत आणि वागूही शकत नाहीत.

◗ जे देश किंवा ज्या सत्ता लोकशाही प्रणाली मानत नाहीत, आणि मानवाधिकारांना काडीची किंमत देत नाहीत अशा देशांबरोबर किंवा राजवटींबरोबर व्यापार करणे कितपत योग्य आहे?

– उदाहरणादाखल आपण चीन आणि व्हिएतनाम हे देश घेऊ या. तुम्ही जर त्यांना कॉम्प्युटर, मोबाइल फोन्स, टी.व्ही. वगैरे विकलेत तर जगामध्ये इतरत्र काय चालले आहे ते त्यांना कळेल, ते स्वतःची मते बनवू शकतील, आणि लोकशाहीच्या दृष्टीने हेच सर्वात महत्त्वाचे आहे. अशा देशांबरोबर व्यापार केल्यामुळे तुम्ही तेथील जनतेला मदतच करत असता. संबंध जितके जास्त वाढतील तेवढा त्यांच्या सुधारणेला वाव मिळेल.

◗ अशा देशांबरोबर व्यापार करणे किंवा व्यापारी संबंध ठेवणे हे नैतिकदृष्ट्या

चुकीचे आहे असाही युक्तिवाद करता येईल कारण त्यामुळे तेथील सरकारला, राजवटीलापण आधारच मिळत असतो.

– क्युबातील लोकांना केवळ ते क्युबामध्ये राहातात म्हणून वाईट म्हणता येणार नाही. परंतु अमेरिकेच्या व्यापारी निर्बंधामुळे तेथील म्हाताऱ्या लोकांना, लहान मुलांना बऱ्याच हालअपेष्टांना तोंड द्यावे लागले आणि आज जवळ-जवळ ४७ वर्षे हे निर्बंध लादलेले असले तरी सत्तेवर फिडेल कॅस्ट्रोच आहे.

◗ खुल्या बाजारपेठेशिवाय लोकशाही आणि लोकशाहीशिवाय खुली बाजारपेठ शक्य आहे का?

– लोकशाहीशिवाय तात्पुरत्या स्वरूपामध्ये काही काळासाठी खुली बाजारपेठ असू शकते. तरीपण खुली बाजारपेठ आणि इंटरनेटसारख्या माहिती तंत्रज्ञानाच्या अत्याधुनिक साधनांच्या एकत्र येण्याने, ज्याचा खुली बाजारपेठ ताबडतोब स्वीकार करते, त्या देशांमध्ये लोकशाहीच्या चंचू प्रवेशाला सुरुवात होते हे नक्की. मी आधी म्हटल्याप्रमाणे राजकारणी आता पूर्वीप्रमाणे लोकांना फसवू शकणार नाहीत.

◗ तुम्ही एखादा व्यवहार केवळ नैतिकतेच्या कारणासाठी करणार नाही, असा कोणता आहे का?

– मी अर्थातच कोणत्याही बेकायदेशीर कृत्यामध्ये सहभागी होणार नाही.

◗ तुम्ही कधी कायदेशीरपणे शस्त्रास्त्रांचा व्यापार/व्यवहार केला आहे का?

– शस्त्रास्त्रांचा व्यापार/व्यवहार करण्यासंबंधी गेल्या काही वर्षांत काही वेळा आम्हाला विचारणा करण्यात आली आणि आम्ही नेहमीच त्यांच्या निदर्शनाला आणून दिले की अशा प्रकारचा व्यापार करण्याचे आमचे प्रथमपासूनच धोरण नाही. मी किंवा माझ्या कंपन्यांनी कधीही कोणत्याही देशासाठी शस्त्रास्त्रांची विक्री, व्यापार किंवा वाहतूक केली नाही. अगदी मित्रत्त्वाचे संबंध असलेल्या देशांशीसुद्धा.

◗ तुम्ही लोकोपयोगी, परोपकारी कामे करण्यात नेहमी पुढे असता. अगदी इस्रायलसकट, इ.स.२००६मध्ये लेबेनॉन युद्धानंतर आणि गाझापट्टीतील चकमकीनंतर, कधीतरी इस्रायल आणि पॅलेस्टाईन यांचे दरम्यान शांतता प्रस्थापित होऊ शकेल असे तुम्हाला वाटले का?

– माझी संस्था या दोन देशांचे दरम्यान समझोत्याच्या वाटाघाटी घडवून आणण्यासाठी

खूप प्रयत्नशील आहे आणि अजूनही प्रयत्न करते आहे. ती एवढी सोपी गोष्ट नाही, पण भविष्यामध्ये हे दोन्ही शेजारी शांततेने एकत्र राहातील असा विश्वास मला वाटतो.

- ◗ या दोन्ही देशांचे दरम्यान शांतता प्रस्थापित न होण्यामागे काय कारणे आहेत?
- – हे पूर्ण प्रकरण फार गुंतागुंतीचे आहे. गाझापट्टीतील अतिक्रमण आणि वसाहती हे एक कारण आहे.

- ◗ 'शांततेला एक संधी' देण्यासाठी काय बदल व्हायला हवेत?
- – शांतता प्रस्थापित होणे हे दीर्घ मुदतीचे काम आहे, काही बाबतीत तर ते अतिदीर्घ मुदतीचे आहे. यासाठी मुख्य म्हणजे तेथील लोकांचा आर्थिक स्तर काही प्रमाणात उंचावणे गरजेचे आहे. दोन्ही बाजूंनी समजूतदारपणा दाखवण्याची गरज आहे. आणि त्याचबरोबर युद्धाने आणि दहशतीने काहीही साध्य होत नाही हे दोन्ही बाजूंनी ओळखण्याची गरज आहे. या सर्व गोष्टी तेथील लोकांनी शिकण्याची गरज आहे. आणि हे सर्वमान्य होऊन आचरणात येण्यापर्यंत काही पिढ्या जाव्या लागतील.

- ◗ इराण किंवा सौदी अरेबियासारख्या प्रमुख तेल उत्पादक देशांमध्ये इस्लामिक मुलतत्त्ववाद्यांचा उदय आणि प्रसार ही एक मोठी समस्या आहे का?
- – कोणत्याही जाती, रंगाचा मूलतत्त्ववाद हा धोकाच आहे.

- ◗ जर सौदी अरेबियासारख्या देशाची सत्ता इस्लामिक मुलतत्त्ववाद्यांच्या हातात गेली तर तेल उत्पादन, निर्यात आणि तेलाच्या किमतींवर काय परिणाम होईल?
- – अनिश्चिततेमुळे आणि बेभरवशीपणामुळे तेलांच्या किमती नेहमी अस्थिरच राहातील. किमतींमधील चढउतार अधिक तीव्र असतील. तसेच काही काळातच मूलतत्त्ववाद्यांना तेलापासून मिळणाऱ्या सहज पैशाचा मोह आवरणार नाही. कारण जनतेच्या सततच्या पाठिंब्यासाठी त्यांना पैसा, अर्थातच मोठ्या प्रमाणावर लागेल.

- ◗ अरब, रशियन्स, आफ्रिकन्स, चीनी, भारतीय, युरोपीयन या सगळ्यांशी तुम्ही व्यापार केला आहे. जेव्हा धंद्याचा संबंध येतो तेव्हा त्यांच्यामध्ये तुम्हाला काय फरक जाणवतो?

– जेव्हा धंद्याचा किंवा व्यवसायाचा प्रश्न येतो तेव्हा त्या सर्वांचे ध्येय, उद्दिष्ट एकच असते, पैसा कमावणे. वेगवेगळ्या लोकांच्या आणि देशांच्या त्यांच्या अशा वेगळ्या पद्धती आहेत, चालीरिती आहेत. त्या सर्व स्थानिक रितीरिवाजांशी संबंधित आहेत. त्याआधी माहिती करून घेऊन आणि मान्य करून धंदा करण्याने खूपच मोठा फरक पडतो.

◗ तुमच्या भागीदारांपैकी सर्वात अवघड चिकित्सक असा तुमचा भागीदार कोण होता?

– माझे सर्वात चिकित्सक, अवघड भागीदार म्हणजे पिंकी (पिंकस ग्रीन) आणि ॲलेक (हॅकेल). आम्ही इतके यशस्वी होण्यामध्ये तेही एक कारण होते.

◗ कोणत्या तीन वस्तूंमध्ये तुमचे जागतिक बाजारपेठेचे विश्लेषण सर्वात अचूक ठरले?

– क्रुडतेल, ॲल्युमिनियम आणि विदेशी चलन.

◗ कोणत्या तीन वस्तूंमध्ये मोठे धक्के बसले, अपयश आले?

– याच तीन वस्तूंमध्ये याहीपेक्षा मोठ्या प्रमाणावर गुंतवणूक करता न आल्यामुळे.

२०

उपसंहार (काही प्रश्न)

''व्हिला रोज''कडे जाणाऱ्या अरुंद आणि वळणा-वळणाच्या रस्त्याने कार चालवत मी जात असताना, हलके बर्फ पडत होते. एका बिडाच्या, प्रचंड दरवाज्यापुढे मी कार थांबवली आणि तेथील एका दगडी खांबावर लावलेल्या सीसीटीव्ही कॅमेऱ्यासाठी चेहऱ्यावर हास्य आणले. "Gruezi" आल्याबद्दल माझे स्वागत करणारा ध्वनी तेथील एका स्पीकर मधून उमटला, आणि त्याचबरोबर माझ्या येण्याच्या कारणाची विचारणा झाली. मी माझे नाव सांगितले आणि तो भव्य दरवाजा उत्तरादाखल हळूहळू उघडला. परत मी कार चालू केली आणि बरेचसे अंतर कापून बंगल्याजवळच्या पार्किंगच्या जागेकडे कार वाळवली. तेथे पोहोचल्यानंतर माझे चंदेरी रंगाच्या त्या मर्सिडिजकडे – जी आत्तापर्यंत माझ्या कारच्या मागे-मागे होती – लक्ष गेले. ती मर्सिडिज मार्क रिच यांचा एक अंगरक्षक चालवत होता. त्याने माझ्याकडे बघून, चेहऱ्यावर हास्य आणून मान हलवली.

तो गुरुवार होता, सकाळचे साडेआठ वाजले होते. मी मार्क रिच यांना त्यांच्या घरी भेटण्याची इच्छा व्यक्त केली होती आणि म्हणून मार्क रिच यांच्याबरोबर ही 'ब्रेकफास्ट मीटिंग ' ठरली होती. ''माझी काहीच हरकत नाही.'' माझ्या भेटण्याच्या इच्छेवर प्रतिक्रिया देत ते म्हणाले होते. आणि मग त्यांनी मला ''मेग्गेन'' या ल्युसर्न तळ्याच्या काठावरच्या गावामध्ये असलेल्या त्यांच्या "व्हिला रोज" या बंगल्यावर येण्याचे आमंत्रण दिले होते. स्पॅनिश बोलणाऱ्या एका नोकराने दरवाजा उघडला आणि हॉलच्या दिशेने खूण करत मला बसायला सांगितले. मी त्यांची वाट बघत मातकट रंगाच्या सोफ्यावर, सभोवतालच्या भिंतींवर टांगलेली ''क्युबिस्ट'' (Cubist) शैलीतील चित्रे बघत बसलो. ती चित्रे प्रसिद्ध फ्रेंच चित्रकार 'फर्नांड

लेगर' (Fernand Le'ger), जॉर्ज ब्राक (George Braque) त्याचप्रमाणे मार्क रिच यांच्याच देशाचा, स्पेनचा नागरिक पाब्लो पिकासो (Pablo Picasso) यांनी काढलेली होती. कोपऱ्यामध्ये एका स्टॅन्डवर स्विस शिल्पकार "अलबर्टो गिया कॉमेट्टी" (Alberto Giacometti 1901-1966) यांची एक शिल्पकृती होती. हॉलच्या सीलिंगमधील छोट्या स्पीकरमधून जॉन सॅबेस्टियन बाख (Johann Se Bastian Bach) या प्रसिद्ध संगीतकाराच्या पियानो रचनेचे 'ग्लेन गोल्ड' (Glenn Gould) यांनी वाजवलेले स्वर येत होते.

अचानक मार्क रिच आले, त्यांनी माझे स्वागत केले. त्यांच्या नेहमीच्याच, गडद रंगाचा सूट, पांढरा शर्ट आणि लाल रंगाचा टाय अशा पोशाखामध्ये ते होते. त्यांनी माझ्याकडे जरा निरखून पाहात चेष्टेने म्हणाले, "टाय लावायला कोणतीही वेळ फार लवकरची वाटत नाही हो ना!" आमची भेट आमच्या दोघांमध्येच आणि अगदी खासगी स्वरूपाची असल्यामुळे मी टाय घरीच ठेवला होता. मी पण त्यांच्या चेष्टेखोर विधानावर काय उत्तर द्यावे या विचारात असतानाच त्यांचे सीईओ आले, त्यांनी पण टाय लावला नव्हता. आमच्या ब्रेकफास्टसाठी मेनू होता – अर्धवट उकडलेली अंडी, काळे मशरूम्स, उकडलेले सालमन मासे, एक पालेभाजी, पपई आणि संत्र्याचा रस.

आमचा ब्रेकफास्ट आटोपल्यावर मार्क रिच यांनी मला त्यांचा बंगला आणि सभोवतालचा परिसर फिरून दाखवला. बंगल्याभोवती असलेल्या बागेतून फिरत असताना कोणीच काही बोलत नव्हते. बागेमध्ये अंजीराची झाडे, द्राक्षांच्या वेली, गुलाबाचे ताटवे होते. त्या सर्वांवर बर्फाचा हलकासा थर जमा झाला होता. नंतर ते मला एका स्पॅनिश शिल्पकाराने, एड्युआर्डो चिलिडा (Eduardo Chillida) यांनी बनवलेल्या एका मोठ्या लोखंडी शिल्पकृतीकडे घेऊन गेले. आकाशातील ढगांमधून बाहेर पडू पहाणाऱ्या सूर्याच्या क्षीण किरणांमध्ये ल्युसर्न तळ्यातील पाणी चमकत होते. काही मूलभूत प्रश्नांना हात घालायला अगदी योग्य वातावरण आहे असे मला वाटले. "आता एवढे सगळे अनुभवल्यावर, पाहिल्यावर मागे वळून पाहाताना, तुमच्या आत्तापर्यंतच्या आयुष्याच्या प्रवासामध्ये कोणती गोष्ट जरा वेगळ्या पद्धतीने करायला हवी होती असे आता तुम्हाला वाटते?" मी मार्क रिच यांना हे विचारात असतानाच त्यांनी त्यांच्या कोटाची कॉलर, पडणाऱ्या बर्फापासून बचाव करण्याच्या उद्देशाने वर केली. "तुम्हाला कोणत्या एका विशिष्ट गोष्टीचा खेद किंवा प्रश्चात्ताप होतो का?" माझ्या प्रश्नाचे उत्तर द्यायला त्यांनी फार वेळ घेतला नाही. ते म्हणाले, "अमेरिकेमधील माझ्या मागच्या कटकटी, कोर्टबाजी इत्यादी गोष्टी टाळण्यासाठी मी व्यापार करताना जरा जास्त काळजी घ्यायला पाहिजे होती असे मला वाटते." खासकरून मला त्या तशा प्रकारचे व्यवहार करण्याची गरजच

नव्हती, खरोखरच गरज नव्हती. तेव्हा माझा इतर व्यापार जोरात चालला होता.

तशा प्रकारचा व्यापार आणि खासकरून ते व्यवहार जर झाले नसते, ज्यांच्या कायदेशीर किंवा बेकायदेशीरपणावर शेवटपर्यंत कोर्टात शिक्कामोर्तब झाले नाही, तर मार्क रिच यांची "सर्वात मोठा सैतान, खलनायक अशी प्रतिमाच झाली नसती. राष्ट्राध्यक्ष निकसन यांनी तेलाच्या किमती नियंत्रणामध्ये ठेवण्यासाठी जर किमतींवर निर्बंध लादले नसते (जे आर्थिकदृष्ट्या तोट्याचेच ठरले) तर मार्क रिच यांची 'अमेरिकेच्या इतिहासातील सर्वात मोठा कर चुकव्या' अशी प्रतिमाच झाली नसती. त्याऐवजी आज मार्क रिच यांची ओळख, जी या प्रकरणाआधी जागतिक बाजारपेठेत होती ती म्हणजे - 'धातू/खनिज बाजारपेठेतील युरोपीयनांच्या एके काळच्या वर्चस्वाला हादरा देणारा हुशार आणि धडाडीचा व्यापारी' अशीच राहिली असती. मार्क रिच यांचे नाव जर बदनाम झाले नसते तर आज त्याच अमेरिकन जनतेने त्यांना 'मोठ्या आंतरराष्ट्रीय तेल कंपन्यांची मक्तेदारी मोडून काढणारा, क्रुडतेलाच्या व्यवहारामध्ये 'तत्काळ' तत्त्वावर किंमत चुकवण्याची पद्धत सुरू करणारा एक व्यापारी' म्हणून नावाजले असते. एके काळचा गरीब निर्वासित तरुण, कष्ट करून कोट्यधीश होतो आणि पुढे विविध लोकोपयोगी कारणांसाठी सढळ हाताने देणग्या देतो हे सगळेच विस्मयकारक होते आणि याच गोष्टीचे 'अमेरिकन स्वप्न' प्रत्यक्षामध्ये आणणारा धडाडीचा व्यावसायिक म्हणून अमेरिकन जनतेने कौतुक केले असते. खूप कष्ट करा, ध्येयापासून ढळू नका, मोठी स्वप्ने पाहा, निर्धाराने आणि धडाडीने पुढे जा, आणि यशस्वी व्हा. याच अमेरिकन गुणांचे, अमेरिकन मूल्यांचे आणि होय अमेरिकन दोषांचेसुद्धा, मार्क रिच म्हणजे मूर्तिमंत उदाहरण होते. त्याचमुळे आंतरराष्ट्रीय बाजारपेठेमध्ये ते तेल व्यवसायाचे अनभिषिक्त सम्राट झाले.

दक्षिण आफ्रिकेसारख्या वर्णविद्वेषी राजवटीला तेल पुरवठा करण्यावरून अर्थातच मार्क रिच यांच्यावर टीका होऊ शकते; त्याचप्रमाणे अगदी प्रत्येक प्रकारच्या हुकूमशहाबरोबर – अगदी क्युबाच्या 'फिडेल कॅस्ट्रो'पासून ते नायजेरियाच्या 'सामी अबाचा' ते इराणचे अयातोल्ला खोमेनी (Ayatollah Khomeini) यांच्यापर्यंत – व्यापार करण्याबद्दल टीका होऊ शकते; त्याचप्रमाणे वेगवेगळे व्यापारी निर्बंध धुडकावून लावून, नीतिमत्तेपेक्षा नफ्याचा विचार करणारे म्हणून पण टीका होऊ शकते. परंतु जगाचे व्यवहार जर एवढे साधे, सरळ आणि सोपे असते व फक्त काळ्या-पांढऱ्या रंगात विभागता येणारे असते तर मार्क रिच यांच्यावर, त्यांच्या व्यापार करण्याच्या पद्धतीवर टीका करणे ठीक होते. परंतु वास्तव हे फार गुंतागुंतीचे आणि गोंधळामध्ये पाडणारे आहे. आयुष्य हे नेहमीच आपल्या मताप्रमाणे, मनाप्रमाणे किंवा आपण बांधलेल्या आडाख्यांप्रमाणे चालेल असे नाही. आपल्याला

वाटते तसेच आयुष्य नेहमी असते असेही नाही

गार्क रिच यांच्याबरोबर प्रत्येक प्रकारच्या धातू/खनिजामध्ये काम केलेल्या एका सौदे/वायदे व्यापाऱ्याने हा मुद्दा मला उदाहरणे देऊन जास्त स्पष्ट करून सांगितला. थंडीचे दिवस होते, मॅनहॅटनमध्ये एका संध्याकाळी बारमध्ये, अत्यावश्यक वस्तूंच्या व्यापाराविषयी मी त्यांच्याशी बोलत बसलो होतो. ''नीती, नैतिकता'' असे म्हणून तो मोठ्याने हसला. नंतर तो माझ्या हातातल्या डाएट कोकच्या कॅनकडे बोट दाखवून म्हणाला, ''तुझा हा कोकचा कॅन ॲल्युमिनियमपासून बनवतात. हा तयार करायला लागणारे बॉक्साइट (Bauxite) बहुधा ''गियाना-कॉनक्री'' (Guinea-conakry) येथून येत असेल. तो म्हणाला – ''मी खोटे सांगत नाही, भयानक हुकूमशाही. या बारचे तपमान योग्य राखण्यासाठी ज्या ऊर्जेची गरज आहे ती निर्माण करण्यासाठी लागणारे तेल बहुधा सौदी अरेबिया येथून येते. या अमेरिकेच्या मित्रराष्ट्रामध्ये चोरी करण्यासाठी शिक्षा काय आहेत तर 'हात तोडण्याची' जी मध्ययुगीन काळामध्येच शोभली असती. तुझ्या हातातील हा 'सेलफोन?' 'कोलटान' (Coltan) शिवाय एक तरी सेलफोन करणे शक्य आहे का? (Coltan - हे - columbite - Tantalite या धातूचे फिकट काळ्या रंगाचे खनिज आहे. या खनिजाचे साठे काँगो (Congo) मध्ये आहेत. उगाच वेड पांघरण्यात अर्थ नाही. काँगोमधील यादवी युद्धाचा खर्च कोलटानच्या उत्पन्नातून भागवला जातो.'' त्याच्या बोलण्याचा माझ्यावर काय परिणाम होत आहे, हे जाणून घेण्यासाठी तो थांबला. नंतर माझ्याकडे आरोप केल्याप्रमाणे बोट दाखवून तो म्हणाला, ''आता तू मला सांग, यावर उपाय काय? याला काही दुसरा मार्ग आहे? व्यापारच बंद करायचा? कच्चा मालच नसेल तर अर्थव्यवस्था कोसळायला कितीसा वेळ लागणार आहे? जगातले सर्व व्यवहार थंड पडतील. आमच्या कामावर, व्यापारावर उठसूट टिका करणाऱ्यांना या सगळ्याची जाणीव आहे का? का नैतिकतेचा आव आणून बोलले की जरा बरे वाटते म्हणून बोलतच रहायचे, टीका करतच राहायची.''

हे असे प्रश्न आहेत की ज्यांची सोपी उत्तरे फक्त स्वप्नाळू जाहीरनामे लिहिणाऱ्यांकडे किंवा नैतिकतेच्या व्यासपीठावरून बोलणाऱ्यांकडेच आहेत. इतर सर्व जण, त्यात मुख्यत्त्वेकरून सौदे/वायदे व्यापारी, वास्तवाचे भान ठेवून आणि स्वत:ची फसवणूक न करता, मध्यम मार्ग शोधायचा काढायचा प्रयत्न करतात. कठोर वास्तव्याची आणि कधीकधी त्याच्या होणाऱ्या परिणामांची त्यांना जाणीव असते. पण तितक्याच सोयीस्करपणे त्याकडे दुर्लक्ष केले जाते. सतत काहीना काही प्रश्न घेऊन जगणे हा त्यांच्या कामाचा एक भागच झालेला असतो, काही गुंतागुंतीचे तर काही साधे. एखादा व्यवहार अगदी न्याय्य असतो तर एखाद्यामध्ये दुसऱ्या पक्षाची लुबाडणूक

असते. व्यापारामधील या प्रकारच्या, प्रश्नाचे नाव आहे 'भांडवलशाही.'

व्हिला रोज बंगल्याच्या सभोवतालच्या बर्फाच्छादित बागेमध्ये फिरत असताना, माझ्या मनात एक चक्रावून टाकणारा प्रश्न आला. "जॉन टेंपलटन फाउन्डेशन"ने (The John Templeton Foundation) काही दिवसांपूर्वीच, प्रमुख शास्त्रज्ञांना, अर्थतज्ज्ञाना, विद्वानांना आणि सार्वजनिक जीवनातील प्रतिष्ठितांना एक प्रश्न विचारला होता. "मुक्त बाजारपेठेमुळे नीतिमत्तेची घसरण होते का?" लंडन स्कूल ऑफ इकॉनॉमिक्स" (LSE) च्या 'जॉन ग्रे' (John Gray) या मानद प्राध्यापकांनी सांगितले, - "तसेच काही नाही;" ते पुढे जणूकाही त्यांना मार्क रिच यांच्या व्यापार करण्याच्या पद्धतीवर मत प्रदर्शन करावयास सांगितले आहे, अशा आविर्भावात म्हणाले, "मुक्त बाजारपेठेमध्ये कोणत्या गुणांचे जर चीज होत असेल तर ते म्हणजे, उद्यमशीलतेमधील आक्रमकता, थोडाफार धोका पत्करण्याची जुगारी वृत्ती, नव्या संधी निर्माण करण्याची किंवा आलेली संधी न सोडण्याची हुशारी इत्यादी." जॉन ग्रे पुढे म्हणतात, "विशेषकरून हे लक्षात घेण्यासारखे आहे की नीतिमत्तेच्या गप्पा मारणाऱ्या आणि जुन्या विचारसरणीच्या आणि सावध व्यापार करणाऱ्यांकडून वरील गुणांचे कौतुक तर राहोच उलट त्यांच्यावर टीकाच केली जाते."

मार्क रिच आणि कंपनीच्या एका संचालकांनी, ज्यांना जगभर काम केल्याचा अनुभव आहे, त्यांनी माझ्याकडे कबूल केले की, "होय, कधीकधी एखादी व्यापाराची संधी साधण्यासाठी आम्हाला "फाउस्टियन" (फाउस्ट हे, १८०८ साली लिहिलेले आणि एका जर्मन आख्यायिकेवर बेतलेले नाटक आहे.) म्हणजे वाटेल, तसा व्यवहार करावा लागला आहे. आजकाल हा वाक्‌प्रचार सर्वसाधारणपणे स्वत:च्या स्वार्थाचा, फायद्याचा सौदा किंवा नैतिकतेशी तडजोड अशा अर्थाने म्हणजे सत्ता, संपत्ती किंवा प्रभाव मिळवण्यासाठी सैतानाशी केलेली तडजोड – अशा अर्थाने वापरला जातो. परंतु 'जॉन' वुल्फगँग व्हॉन गॉथ (Johann Wolfgang von Goeth) यांच्या फाउस्ट नावाच्या प्रसिद्ध शोकात्मक नाटकामधील नायक हेन्रिक फाउस्ट (Heinrich Faust) हा फक्त हुशार, निर्दयी, स्वकेंद्रित असा रंगवलेला नाही तर तो काही मिळवण्यासाठी, पराक्रम करून दाखवण्यासाठी धडपडणारा, स्वत:च्या मर्यादांचा आवाका वाढवू पाहाणारा, अगदी तुटेपर्यंत ताणू पाहाणारा असा रंगवला आहे." या जगाला बांधून ठेवणारी, एकत्र ठेवणारी अगदी अंतिम टोकाची अशी कोणती शक्ती आहे, याचा शोध घ्यायचा प्रयत्न करणारा फाउस्ट हा एक शास्त्रज्ञ आहे. पण येथे त्याची दिशाभूल होते – तो 'क्षणिक फायद्यासाठी अनंत काळचे दु:ख, व्यथा पदरात पाडून घेणारा' एक महाभाग ठरतो. अत्यावश्यक वस्तूंच्या व्यापारातील, आधुनिक फाउस्ट म्हणूनही मार्क रिच यांच्याकडे बघता येईल. मार्क रिच 'फाऊस्ट'प्रमाणेच व्यापारामध्ये यश आणि नाव मिळवण्याच्या

ध्येयाने, ईर्षेने झपाटले गेले होते. व्यापार करताना त्यांनी त्यांच्या मर्यादांचा आवाका वाढवण्याचा, अगदी बिनदिक्कतपणे जुनाट, निषिद्ध समजुती मोडीत काढत, प्रयत्न केला होता. आंतरराष्ट्रीय व्यापारामध्ये त्यांचे नाव होण्याचे, मार्क रिच यांच्या नावाला वजन येण्याचे कारण त्यांनी फाउस्टप्रमाणेच 'सैतानांशी' व्यापार करण्याची दाखवलेली धडाडी हेच होते.

ल्युसर्न तळ्यावरून वाहात येणारे वारे बोचरे पण आल्हाददायक होते. शेजारच्या शेतातील बकऱ्यांच्या गळ्यातल्या घंटांचे किणकिणते आवाज स्पष्ट ऐकू येत होते. तळ्याच्या पृष्ठभागावर धुके पसरले होते आणि तशा हवामानात एका मच्छीमाराने तळ्यात बोट लोटली होती. तळ्याच्या दुसऱ्या काठाला असलेल्या टेकड्यांवर जणूकाही पीठीसाखर शिंपडलेली असावी असे बर्फ पडले होते. तो सगळा आसमंतच अगदी वेडावून टाकण्याइतका सुंदर होता. जगातील सर्वात श्रीमंत, यशस्वी तितक्याच वादग्रस्त सौदे/वायदे व्यापाऱ्याला मी म्हणालो, ''तुम्ही खरोखरच नशीबवान माणूस आहात.'' मार्क रिच यांची नजर तळ्यातील चमचमत्या पाण्यावर स्थिरावली होती. ते काही वेळ गप्प राहिले. नंतर जणू स्वत:शीच स्वगत म्हणाल्याप्रमाणे तो तेलसम्राट शांतपणे म्हणाला, ''कधीकधीच.''

◆